# लोकशाही समाजवादाचा दीपस्तंभ
# एस. एम. जोशी

डॉ. वासंती रासम

डॉ. करिअप्पा खापरे

डायमंड पब्लिकेशन्स

लोकशाही समाजवादाचा दीपस्तंभ : एस. एम. जोशी
डॉ. वासंती रासम, डॉ. करिअप्पा खापरे

Lokshahi Samajvadacha Deepstambha : S. M. Joshi
Dr. Vasanti Rasam, Dr. Kariappa Khapare

प्रथम आवृत्ती : ऑगस्ट २०१४

ISBN 978-81-8483-561-8



अक्षरजुळणी
अक्षरवेल, पुणे

मुखपृष्ठ
शाम भालेकर

प्रकाशक
डायमंड पब्लिकेशन्स
२६४/३ शनिवार पेठ, ३०२ अनुग्रह अपार्टमेंट
ओंकारेश्वर मंदिराजवळ, पुणे-४११ ०३०
☎ ०२०-२४४५२३८७, २४४६६६४२

info@diamondbookspune.com
www.diamondbookspune.com

प्रमुख वितरक
डायमंड बुक डेपो
६६१ नारायण पेठ, अप्पा बळवंत चौक
पुणे-४११ ०३० ☎ ०२०-२४४८०६७७

---

# मनोगत

'लोकशाही समाजवादाचा दीपस्तंभ : एस. एम. जोशी' हा चरित्र ग्रंथ रसिक वाचकांच्या हाती देताना आम्हाला खूप आनंद होत आहे. एस. एम. जोशींच्या जीवन आणि कार्याचा पीएच. डी. (राज्यशास्त्र) पदवीसाठी शोधप्रबंधाच्या निमित्ताने अभ्यास करताना एस. एम. जोशींच्या जीवनातील अनेक घडामोडींची जाणीव झाली. महाराष्ट्राच्याच नव्हे, तर देशाच्याही राजकारणात सत्तेबाहेर राहून आपले वेगळेपण सांभाळून महत्त्वाची भूमिका पार पाडलेले एस. एम. जोशी हे एक असामान्य नेते होते. विसाव्या शतकामध्ये महाराष्ट्राच्या सामाजिक व राजकीय जीवनावर आपल्या विचारांचा व कर्तृत्वाचा ठसा त्यांनी उमटविला. त्यांचे जीवन आणि कार्य प्रेरणादायी आहे. एस. एम. जोशी हे आधुनिक महाराष्ट्राचे शिल्पकार आहेत. भारतीय स्वातंत्र्य लढा, संयुक्त महाराष्ट्र चळवळ, कामगार चळवळ, लोकनायक जयप्रकाश नारायण यांची भ्रष्टाचाराविरोधी चळवळ, जनता पक्षाच्या राजकारणातून त्यांचे नेतृत्व आणि कर्तृत्व विकसित झाले. आधुनिक पिढीला एस. एम. जोशींचे नेतृत्व एक दीपस्तंभ ठरावे या उदात्त हेतूने या चरित्र ग्रंथाचा प्रपंच केला आहे.

श्री स्वामी विवेकानंद शिक्षण संस्था, कोल्हापूरचे कार्याध्यक्ष मा. प्राचार्य अभयकुमार साळुंखे यांची प्रेरणा व आशीर्वादामुळे हा ग्रंथ साकार होत आहे. तसेच संस्था सचिव प्राचार्या सौ. शुभांगी गावडे, प्राचार्या डॉ. शैलजा साळुंखे, संस्था सहसचिव डॉ. अशोक करांडे, प्राचार्या सौ. विजया पाटील, महाविद्यालयाचे प्राचार्य डॉ. मिलिंद हुजरे, संस्था मुख्य लिपिक श्री. संभाजी पाटील यांचे प्रोत्साहन मिळाले. विद्यापीठ अनुदान आयोगाने पीएच. डी. संशोधन अभ्यासासाठी 'टिचर फेलोशिप' दिली; त्यामुळे हे संशोधन कार्य पूर्ण करता आले. या सर्वांचे मनःपूर्वक आभार!

एस. एम.जोशींच्या समाजवादी सहकारी मित्रांना भेटण्याचा योग आला. त्यामध्ये ज्येष्ठ समाजवादी नेते प्रा. ग. प्र. प्रधान, डॉ. बाबा आढाव, माजी गृहराज्यमंत्री भाई वैद्य, माजी शिक्षणमंत्री प्रा. सदानंद वर्दे, श्रीमती मृणालताई गोरे, चंपाताई लिमये, श्री स्वामी विवेकानंद शिक्षण संस्थेचे अध्यक्ष व महाराष्ट्राचे गृहमंत्री आर. आर. (आबा) पाटील, माजी आमदार सुरेश पाटील, खासदार प्रकाश पाटील,

माजी विधानसभा सभापती बाबासाहेब कुपेकर, माजी आमदार श्रीपतराव शिंदे, आमदार सा. रे. उर्फ आप्पासाहेब पाटील, प्रा. चंद्रकांत पाटगांवकर, मा. दत्ता शिंदे, आचार्य शांताराम गरुड यांनी मौलिक मार्गदर्शन केले. आम्ही त्यांचे सदैव ऋणी आहोत.

या संशोधनासाठी संदर्भ ग्रंथ जमवणे हे महत्त्वाचे काम होते. विविध संस्थांच्या ग्रंथालयांमुळे ते शक्य झाले. या ग्रंथालयातील ग्रंथपालांनी निरपेक्ष वृत्तीने व आपुलकीने जे अनमोल सहकार्य केले, त्यामुळे संदर्भ साधने जमवण्याचे काम सुकर झाले. त्यामध्ये महाराष्ट्र विधान मंडळ ग्रंथालय, मुंबई, मराठी ग्रंथ संग्रहालय, मुंबई, साधना प्रकाशन ग्रंथालय, पुणे, राष्ट्र सेवा दल ग्रंथालय, पुणे, गोखले अर्थशास्त्र व राज्यशास्त्र ग्रंथालय, पुणे, जवाहरलाल नेहरू स्मृती ग्रंथालय, नवी दिल्ली, एस. एम. जोशी सोशॅलिस्ट फाउंडेशन, पुणे, शिवाजी विद्यापीठ ग्रंथालय, कोल्हापूर, दत्ताजीराव कदम आर्ट्स, सायन्स अॅण्ड कॉमर्स कॉलेज, इचलकरंजीचे ग्रंथपाल प्रा. बी. ए. शितोळे, श्री. राजकुमार चव्हाण, समाजवादी प्रबोधिनी, इचलकरंजीचे सरचिटणीस प्रसाद कुलकर्णी तसेच संबंधित ग्रंथपाल आणि त्यांच्या सहकाऱ्यांचे मनःपूर्वक आभार!

आमचे गुरुवर्य डॉ. के. के. कावळेकर, डॉ. अशोक चौसाळकर यांचे मार्गदर्शन व सहकार्य मिळाले. तसेच डॉ. भारती पाटील, डॉ. प्रकाश पवार, डॉ. रवींद्र भणगे तसेच पुस्तक लिहिताना कुटुंबीय मंडळींची मदत होतेच. श्री. प्रतापचंद्र रासम, सौ. प्रभावती खापरे, शैलजा, प्रियांका, प्रतिभा, शिवराज यांनी आमच्या कामाचे नेहमी कौतुक केले. या सर्वांमुळे अभ्यासाला गती मिळाली.

पुस्तक प्रकाशनची जबाबदारी पार पाडणारे डायमंड पब्लिकेशन्सचे श्री. दत्तात्रेय पाष्टे व त्यांच्या सहकार्यांचे विशेष आभार.

आधुनिक महाराष्ट्राच्या जडणघडणीत एस. एम. जोशींची भूमिका व योगदानाचे प्रत्यंतर हे पुस्तक वाचल्यानंतर येईल. सदर ग्रंथाचे रसिक वाचक स्वागत करतील अशी अपेक्षा व्यक्त करतो.

**डॉ. वासंती रासम**
**डॉ. करिअप्पा खापरे**

**डॉ. वासंती रासम**

# लेखक परिचय

प्रा. डॉ. वासंती रासम, प्राध्यापक राज्यशास्त्र अधिविभाग शिवाजी विद्यापीठ, कोल्हापूर. माजी विभागप्रमुख राज्यशास्त्र विभाग शिवाजी विद्यापीठ, कोल्हापूर; तसेच प्रथम महिला अधिष्ठाता सामाजिक शास्त्रे, माजी व्यवस्थापन परिषद सदस्य, अधिसभा सदस्य, विद्या परिषद सदस्य म्हणून भरीव कार्य केले. शिवाजी विद्यापीठ, कोल्हापूर. एम. ए. राज्यशास्त्र प्रथम श्रेणी, सुवर्णपदक, कर्नाटक विद्यापीठ, धारवाड, पीएच.डी. शिवाजी विद्यापीठ, कोल्हापूर. २८ वर्षे शिवाजी विद्यापीठ, कोल्हापूर येथे प्राध्यापक म्हणून कार्यरत. भारतीय शासन आणि राजकारण, तुलनात्मक शासन आणि राजकारण, आंतरराष्ट्रीय संबंध आणि राजकारण, प्रमुख राष्ट्रांतील परराष्ट्र धोरण, लोकप्रशासन, विकासप्रशासन, भारतीय प्रशासन, आधुनिक राजकीय विश्लेषण, संशोधन पद्धती तसेच स्त्री-अभ्यास या विषयावर विद्यार्थ्यांना मार्गदर्शन. राज्यशास्त्र विषयासंबंधी स्वतंत्र पक्ष, भारतीय राजकीय सिद्धान्त, भारतीय राजकीय विचारवंत, भारतीय शासन आणि राजकारण, महाराष्ट्र शासन आणि राजकारण हे ग्रंथ प्रसिद्ध. शिवाजी विद्यापीठाच्या दूर शिक्षण केंद्राच्या बी.ए. व एम.ए. राज्यशास्त्र विषयाच्या अभ्यासक्रमाच्या क्रमिक पुस्तकात लिखाण व संपादक व सहसंपादक म्हणून कार्य.

दै. पुढारी, दै. सकाळ, दै. तरुण भारत, दै. लोकसत्ता या वृत्तपत्रांतून सतत लेखन. लोकप्रशासन व राज्यशास्त्र परिषद परिसंवाद, आंतरराष्ट्रीय परिषद व कार्यशाळेमध्ये सहभाग आणि शोध निबंध वाचन. एकूण राष्ट्रीय, आंतरराष्ट्रीय परिषद आणि कार्यशाळांच्या माध्यमातून १२६ संशोधनपर लेखांचे वाचन व ५२ संशोधनपर लेख प्रसिद्ध.

डॉ. रासम यांच्या मार्गदर्शनाखाली १६ विद्यार्थ्यांनी पीएच.डी., २१ विद्यार्थ्यांनी एम.फिल. व ३ संशोधन प्रकल्प पूर्ण झाले आहेत.

विविध सामाजिक क्षेत्रांत उल्लेखनीय कार्य व विविध ठिकाणी प्रबोधनपर व्याख्याने, आजीव सदस्या, महिला दक्षता समिती, सदस्य, राज्यशास्त्र अभ्यासमंडळ, नांदेड विद्यापीठ, सोलापूर विद्यापीठ, औरंगाबाद विद्यापीठ, समन्वयक, नेहरू अभ्यास केंद्र, शिवाजी विद्यापीठ, कोल्हापूर, समन्वयक, शारदाबाई गोविंदराव पवार अध्यासन, शिवाजी विद्यापीठ, कोल्हापूर.

डॉ. करिअप्पा खापरे

# लेखक परिचय

डॉ. करिअप्पा खापरे यांचा जन्म एका सामान्य शेतकरी कुटुंबात झाला. ग्रामीण भागातील प्रतिकूल परिस्थितीवर मात करून पुढे आलेले आहेत. हसुरचंपू, गडहिंग्लज, कोल्हापूर येथे शिक्षण पूर्ण केले. एम. ए. (राज्यशास्त्र), एम. ए. (इतिहास), एम. ए. (मराठी), डी. एच. ई., एम. फिल., पीएच. डी., ह्या पदव्या संपादन केल्या आहेत. श्री स्वामी विवेकानंद शिक्षण संस्था, कोल्हापूर संचलित कापशी, ता. शाहूवाडी, जि. कोल्हापूर, राजेरामराव महाविद्यालय, जत, तसेच सध्या दत्ताजीराव कदम आर्ट्स, सायन्स ॲण्ड कॉमर्स कॉलेज, इचलकरंजी येथे २८ वर्षे राज्यशास्त्र विषयाचा सहयोगी प्राध्यापक म्हणून सेवा करीत आहेत. श्री संत गाडगेबाबा महाविद्यालय, कापशी, ता. शाहूवाडी, जि. कोल्हापूर येथे दोन वर्षं प्रभारी प्राचार्य म्हणून सेवा केली आहे. 'लोकशाही समाजवादाचे राजकारण-श्री. एस. एम. जोशींचे जीवन आणि कार्य' या प्रबंधास शिवाजी विद्यापीठ, कोल्हापूरने पीएच. डी. पदवी बहाल केली आहे. सदर संशोधनासाठी विद्यापीठ अनुदान मंडळाची टिचर फेलोशिप मिळाली होती. शिवाजी विद्यापीठ, कोल्हापूर येथील राज्यशास्त्र अभ्यास मंडळावर सदस्य म्हणून कार्यरत. शिक्षणमहर्षी डॉ. बापूजी साळुंखे हा चरित्रग्रंथ प्रकाशित झाला आहे. भारतीय शासन आणि राजकारण, भारतीय राजकीय विचारवंत, लोकप्रशासन, आंतरराष्ट्रीय संबंध आणि राजकारण, तुलनात्मक शासन आणि राजकारण या दहा संदर्भ ग्रंथांचे लेखक व संपादक म्हणून काम केलेले आहे. 'शरद पवार यांचे राजकीय नेतृत्व' हा चरित्र ग्रंथ प्रकाशनाच्या मार्गावर आहे. सदर संशोधन प्रकल्पास विद्यापीठ अनुदान मंडळ, नवी दिल्ली यांचे अनुदान मिळाले.

डॉ. करिअप्पा खापरे यांचे राज्यशास्त्र व लोकप्रशासन विषयांवर अनेक परिषदांमधून संशोधन, शोध निबंधांचे सादरीकरण, विविध दैनिके, पाक्षिके व मासिकांतून सामाजिक, राजकीय व शैक्षणिक विषयांवर दर्जेदार संशोधनात्मक लेखन, सामाजिक व शैक्षणिक विविध उपक्रमांत सक्रिय सहभाग, राष्ट्रीय सेवा योजना कार्यक्रमाधिकारी म्हणून १२ वर्षे प्रभावीपणे काम. एम. फिल. व स्पर्धा परीक्षांना मार्गदर्शन, डॉ. करिअप्पा खापरे यांच्या सामाजिक व शैक्षणिक योगदानाबद्दल विविध सामाजिक संस्थांकडून गुणवंत व आदर्श शिक्षक पुरस्काराने त्यांना सन्मानित केले आहे.

# अनुक्रम

प्रकरण १

# प्रस्तावना

भारताचे सामाजिक, राजकीय आणि संसदीय जीवन समृद्ध करण्यात ज्यांनी आपल्या आयुष्याची सहा दशके वेचली असे एक झुंजार स्वातंत्र्यसेनानी, भारतीय समाजवादी प्रणेते, सामाजिक न्यायासाठी निर्भयपणे झगडणारे आणि आर्थिक विषमतेविरुद्ध लढा देणारे असे कामगार नेते आणि एक राष्ट्रवादी म्हणजे श्रीधर महादेव जोशी होत. आपल्या इष्टमित्रांमध्ये आणि सहकाऱ्यांमध्ये एसेम याच नावाने ते ओळखले जात. विसाव्या शतकामध्ये भारताच्या सामाजिक व राजकीय जीवनावर ज्यांनी आपल्या विचारांचा आणि कर्तृत्वाचा ठसा उमटविला अशा महान विभूतींमध्ये एस.एम.जोशींचा समावेश होतो. भारतीय स्वातंत्र्यचळवळीतही त्यांचे योगदान आहे. भारतीय स्वातंत्र्यलढ्यात सहभागी झालेल्या लढाऊ व्यक्तींचे स्वातंत्र्यचळवळीतील कार्य महत्त्वपूर्ण असूनही उपेक्षित राहिलेले आहे. सध्याच्या काळात एस.एम. जोशींचे जीवन आणि कार्य स्फूर्तिदायक व प्रेरणादायक आहे. आधुनिक महाराष्ट्राच्या राजकारणाचा इतिहास एस.एम.जोशींच्या कर्तृत्वाचा उल्लेख केल्याशिवाय पुरा होणार नाही. राजकारणास त्यांनी विधायक कार्याची जोड दिली. श्री. एस.एम.जोशींच्या नेतृत्वाचा सर्वांगीण अभ्यास करण्याच्या उद्देशाने पीएच.डी. शोधप्रबंधासाठी 'लोकशाही समाजवादाचे राजकारण - श्री. एस. एम.जोशींच्या जीवन आणि कार्याचा चिकित्सक अभ्यास' हा विषय निश्चित केला आहे.

श्री. एस.एम.जोशी यांना आधुनिक महाराष्ट्राचे शिल्पकार म्हणून ओळखले जाते. संयुक्त महाराष्ट्र आंदोलनात एस.एम.जोशींच्या कर्तृत्वाने आगळी चमक दाखविली. देशाच्या जडणघडणीत त्यांनी महत्त्वाची भूमिका बजावली. देशातील विविध सामाजिक आणि राजकीय चळवळींचे त्यांनी कुशलतेने आणि समर्थपणे नेतृत्व केले. एकोणिसाव्या व विसाव्या शतकातील सामाजिक, राजकीय आणि आर्थिक चळवळीपासून प्रेरणा घेऊन

त्यांनी सामाजिक परिवर्तनासाठी सातत्याने लढा पुकारला. महाराष्ट्राच्याच नव्हे, तर भारताच्या राजकारणातही आपला वैशिष्ट्यपूर्ण ठसा उमटविला. भारतातील समाजवादी पक्षाचे ते दीपस्तंभ आहेत. प्रजा समाजवादी आणि संयुक्त समाजवादी पक्षाचे अध्यक्ष म्हणून त्यांनी महत्त्वाचे कार्य केले. त्याचप्रमाणे आणीबाणी विरोधात त्यांनी प्रखरपणे लढा दिला. जनता पक्षाच्या स्थापनेत त्यांचे महत्त्वाचे योगदान होते. त्यांच्या जीवनकार्यावर महात्मा गांधींचा फार मोठा प्रभाव होता. अहिंसा व सहिष्णुता या मूल्यांची त्यांनी आयुष्यभर जोपासना केली. लोकशाही समाजवादाच्या प्रस्थापनेसाठी त्यांनी भगीरथ प्रयत्न केले.

## सामाजिक आणि राजकीय पार्श्वभूमी

एस.एम. जोशींच्या जीवन आणि कार्याचा अभ्यास करण्यापूर्वी भारतातील सामाजिक आणि राजकीय पार्श्वभूमीचा विचार करणे उद्‌बोधक ठरेल.

## १९ व्या शतकातील समाजप्रबोधन चळवळी

भारतात ब्रिटिशांची सत्ता स्थापन झाल्यानंतर त्याचे येथील समाजजीवनावर परिणाम जाणवण्यास सुरुवात झाली. भारतीय इतिहासात एका नव्या विचारप्रवाहाची सुरुवात झाली. इ.स. १८१८ मध्ये पेशव्यांच्या पराभवानंतर भारतात ब्रिटिशांची सत्ता खऱ्या अर्थाने स्थिर झाली. वारंवार होणारी युद्धे, बंड, लूटमार इत्यादींचे अस्तित्व नष्ट होऊन दीर्घकालीन शांतता निर्माण झाली. भारतातील - विशेषत: महाराष्ट्रातील - समाजाला हा सामाजिक शांततेचा, एकतंत्री शासनाचा अनुभव नवा होता. भारतीय समाजाचा पाश्चिमात्यांशी संपर्क येण्यास सुरुवात झाली. या संपर्कातून त्यांना नवा विचार, आचार, भौतिक प्रगती इत्यादींचे ज्ञान होण्यास प्रारंभ झाला. शिक्षणाच्या प्रसारामुळे महाराष्ट्रात नवशिक्षित तरुणांची एक नवी पिढी उदयास आली. पाश्चिमात्य संस्कृती, त्यांनी केलेली प्रगती, उदारमतवाद, स्वातंत्र्य, मानवता, समानता यासारख्या आधुनिक विचारांचे, तत्त्वांचे या तरुणांना ज्ञान प्राप्त झाले. या संपर्काचे भारतीय समाजाच्या सर्वांगीण जीवनावर परिणाम होण्यास सुरुवात झाली. त्यातूनच सामाजिक व धार्मिक सुधारणेच्या चळवळीला गती मिळाली (भिडे, १९९९ : ४२).

बंगालमध्ये राजा राममोहन रॉय यांनी ब्राह्मो समाजाची स्थापना केली. त्यातून सुरू झालेली समाजप्रबोधनाची चळवळ ही धर्मसुधारणेबरोबर व्यक्तीची प्रतिष्ठा वाढविणारी उदारमतवादी चळवळ होती. या चळवळीमुळे ब्रिटिशांना सतीची चाल बंद करणे, बाल विवाहास बंदी आणि शिक्षणप्रसार अशा काही सुधारणा कराव्या लागल्या. सामाजिक, आर्थिक, शैक्षणिक आणि धार्मिक अशा सर्वच क्षेत्रांत ब्राह्मो समाजाने महत्त्वाचे काम केले (गाठाळ, १९९८ : ७१). बाळशास्त्री जांभेकर आधुनिक महाराष्ट्रातील पहिले समाजसुधारक, मराठी वृत्तपत्राचे जनक, इतिहाससंशोधक आणि विचारवंत होते. त्यांनी

महाराष्ट्रात सार्वजनिक जीवनाचा पाया घातला. वृत्तपत्र ही जनजागृतीसाठी सार्वजनिक जीवनातील प्रचंड शक्ती आहे हे ओळखून 'दर्पण' हे १८३२ मध्ये मराठी भाषेतील पहिले साप्ताहिक सुरू केले. त्यांनी समाजाच्या विविध अंगांना स्पर्श करणारे विचार त्यातून मांडले (भिडे, १९९९ : ४९-५०).

दादोबा पांडुरंग तर्खडकर यांनी समाजसुधारणेच्या क्षेत्रात भरीव कार्य केले. त्यांनी समाजजीवन गतिशील बनविण्याचा प्रयत्न केला. इंग्रजी विद्येच्या प्रसारामुळे महाराष्ट्रात एक नवशिक्षितांचा वर्ग अस्तित्वात आला होता. दादोबा पांडुरंगांनी आपले विचार पटणाऱ्या लोकांच्या मदतीने मानवधर्म व परमहंस सभा स्थापन केल्या. या सभेतील आचार-विचार अतिशय उदार व समता-मानवतावादी होते. हिंदू धर्मातील अनिष्ट प्रथा मोडण्याचा प्रयत्न त्यांनी केला. परमहंस सभा जातिभेद मानत नसे. मूर्तिपूजा त्याज्य मानी. एकेश्वरवादाचा पुरस्कार परमहंस सभेने केला होता (भिडे, १९९९ : ५३-५४). परमहंस सभा लयास गेल्यानंतर तिच्या काही सभासदांनी १८६७ साली डॉ. आत्माराम पांडुरंग यांच्या अध्यक्षतेखाली प्रार्थना समाज स्थापन केला. परमहंस सभेचे प्रकट रूप असलेल्या प्रार्थना समाजाचे रंगरूप बंगालमधल्या ब्राह्मो समाजाशी मिळतेजुळते होते. प्रार्थना समाजाने मुंबईत शाळा चालविल्या, वृत्तपत्र काढले. पंढरपूरच्या अनाथाश्रमासारख्या उपयुक्त संस्था नावारूपाला आणल्या, तरी प्रार्थना समाजाची चळवळ मूठभर प्रतिष्ठित, उच्च विद्याविभूषित वरिष्ठ जातींच्या माणसांपुरती मर्यादित राहिली (फडके, १९८९ : ४६, ४८, ५०).

स्वामी दयानंदांनी १० एप्रिल १९७५ रोजी मुंबईत आर्य समाज स्थापन केला. लोकहितवादी वैचारिकदृष्ट्या आर्य समाजाचे अनुयायी होते. आर्य समाज वेदांना प्रमाण मानीत असे. स्त्री शिक्षण व पुनर्विवाहाला आर्य समाजाचा पाठिंबा होता. मूर्तिपूजा, बालविवाहासारख्या अनिष्ट चालींना आर्य समाज प्रखर विरोध करीत असे (फडके, १९८९ : ५०-५१). महात्मा फुले हे ब्राह्मणेतर चळवळीचे जनक आहेत. सामाजिक विषमतेविरुद्ध जोतिबांनी बंड पुकारले. त्यांनी १८७३ साली सत्यशोधक समाजाची स्थापना केली. महात्मा फुले हे नुसते समाजसुधारक नव्हते; तर महाराष्ट्रातील सामाजिक सुधारणा चळवळीचे आद्य क्रांतिकारक होते. ब्राह्मणांचे कसब, शिवाजीचा पोवाडा, गुलामगिरी, शेतकऱ्याचा आसूड, इशारा इत्यादी विविध पुस्तके लिहून महात्मा फुले यांनी ब्राह्मणी वर्चस्वाला विरोध करून पददलितांची दु:खे वेशीवर टांगली (कावळेकर, १९७९ : ३५, ४१). महात्मा फुले यांच्या विचारांचा एस.एम.जोशींच्यावर प्रभाव होता.

महात्मा फुले यांच्या मृत्युनंतर बहुजन समाजाच्या चळवळीचे नेतृत्व कोल्हापूरचे राजे शाहू छत्रपती यांच्याकडे आले. धार्मिक व सामाजिक सुधारणेच्या बाबतीतील शाहू महाराजांची भूमिका अधिक वास्तववादी व व्यवहारनिष्ठ होती. सत्यशोधकांच्या

रूढीभंजनाच्या चळवळीचे महत्त्व शाहू महाराजांनी मान्य केले होते, पण महात्मा फुले यांच्या सत्यशोधक समाजापेक्षा स्वामी दयानंद यांच्या आर्य समाजाकडे त्यांचा अधिक ओढा होता. आधुनिक शिक्षण हे शूद्रातिशूद्रांच्या उन्नतीचे एक प्रमुख साधन आहे असे शाहू महाराजांचे मत होते. बहुजन समाजातील लोकांनी इंग्रजी शिक्षण घेऊन नवी मूल्ये आत्मसात करावी, नव्या उद्योगात प्रवेश करावा आणि सर्व क्षेत्रांत उच्चवर्णियांची बरोबरी करावी अशी त्यांची तळमळ होती, म्हणून निरनिराळ्या जातींतील विद्यार्थ्यांना त्यांनी शिक्षणासाठी उत्तेजन दिले आणि शाळा - वसतिगृहे काढून त्यांच्या शिक्षणाची सोय केली. त्यांच्यापासून स्फूर्ती घेऊन कर्मवीर भाऊराव पाटील यांनी रयत शिक्षणसंस्थेची स्थापना केली आणि तिच्याद्वारे आधुनिक शिक्षणाचे लोण खेड्यापाड्यात नेऊन पोहोचविले. अस्पृश्यांच्या प्रश्नाकडेही शाहू महाराजांनी सहानुभूतीने पाहिले. शाहू महाराजांनी आपल्या संस्थानात महार वतन खालसा केले आणि महारांच्या जमिनी रयतावा करून आर्थिक गुलामगिरीतून त्यांनी त्यांची मुक्तता केली. डॉ. आंबेडकरांनाही त्यांचा सक्रिय पाठिंबा होता. संस्थानी नोकऱ्यांत शाहू महाराजांनी मागासवर्गीयांसाठी राखीव जागा ठेवल्या होत्या. शाहू महाराजांच्या या उदार धोरणामुळे सर्वच ब्राह्मणेतर जातींना त्यांच्याबद्दल आत्मीयता वाटली आणि त्यांच्या काळात ब्राह्मणेतर चळवळीतील एकजूट टिकून राहिली (पंडित, १९९६ : ७२-७३).

शाहू महाराजांच्या विचार आणि कार्यापासून एस.एम.जोशींनी प्रेरणा घेतली होती. एसेम म्हणतात, 'आम्ही गुलामगिरी अनुभवली म्हणून दलितांची व हरिजनांची गुलामगिरी नाहीशी व्हावी असे मला वाटते. देशाला स्वातंत्र्य मिळूनही आपण अद्यापि समाजवाद आणू शकलेलो नाही. शिवाजी महाराज, महात्मा फुले, टिळक-आगरकर, शाहू महाराज, डॉ. बाबासाहेब आंबेडकर ही महाराष्ट्राची आराध्य दैवते आहेत. भारतीय जातिव्यवस्थेला जातिभेदामुळे तडे पडलेले आहेत. ते दूर करण्याचा अधिकाधिक प्रयत्न झाला पाहिजे. त्याशिवाय एकसंघ आधुनिक भारत उभा करण्याचे कार्य होऊ शकणार नाही.' डॉ. बाबासाहेब आंबेडकरांच्या संदर्भात एसेम जोशी म्हणतात, 'सामाजिक समतेसाठी डॉ. बाबासाहेब आंबेडकरांनी महान कामगिरी बजावलेली आहे. बाबासाहेब ज्या घटनेचे शिल्पकार आहेत, त्यात स्वातंत्र्य, समता, बंधुभाव आणि सामाजिक न्याय ही पायाभूत तत्त्वे आहेत. देशाचा आणि व्यक्तीचा विकास होण्यासाठी ही तत्त्वे आवश्यक आहेत. डॉ. बाबासाहेब आंबेडकर झाले नसते तर आज दलित समाजामध्ये जी जागृती उभी राहात आहे, न्यायासाठी संघर्ष करण्यास जी सिद्धता होत आहे ती दिसली नसती' (बाक्रे, १९९१ : २७, १०७).

भारतात १९ व्या शतकाच्या उत्तरार्धात समाजसुधारणेच्या आणि धर्मसुधारणेच्या अनेक चळवळी झाल्या. त्यामध्ये ब्राह्मोसमाज, परमहंस सभा, आर्य समाज, प्रार्थना

समाज व सत्यशोधक समाज इत्यादी तसेच शिक्षणप्रसार, वृत्तपत्राची स्थापना व मध्यमवर्गाचा उदय यामुळे भारतात प्रबोधन युग निर्माण झाले. त्यामध्ये सामाजिक आणि आर्थिक क्षेत्रांमध्ये काम करणाऱ्या अनेक संस्था तयार झाल्या. त्यामध्ये इंडिया असोसिएशन, बेंगॉल असोसिएशन, पुणे सार्वजनिक सभा इ. निर्माण झाल्या. त्यांच्या कार्यातून राष्ट्रवाद विकसित झाला. राष्ट्रीय भावनेचा उदय झाला. त्यातूनच स्वातंत्र्य प्रेरणेचे स्फुलिंग निर्माण झाले व प्रदीर्घ काळ स्वातंत्र्यसंग्राम करण्याची जिद्द समाजात निर्माण झाली. या सर्व घटनांचा परिणाम म्हणून इ.स. १८८५ मध्ये राष्ट्रीय काँग्रेसची स्थापना झाली.

## काँग्रेसची स्थापना - जहाल व मवाळ वाद

राष्ट्रीय काँग्रेस ही या राजकीय प्रक्रियेतील महत्त्वाची संस्था होती. इंग्रज प्रशासन वाईट असले तरी प्रत्यक्ष ब्रिटिश जनता स्वातंत्र्य, समता, न्याय, लोकशाही व शिस्त मानणारी आहे. त्यामुळे आग्रही वृत्तीपेक्षा सामोपचाराने आपल्या मागण्या पूर्ण करून घ्याव्यात यावर सुरुवातीच्या काँग्रेस नेत्यांची श्रद्धा होती. हे उदारमतवादी नेते समाजसुधारणेचा पुरस्कार करीत; ते सनदशीर मार्गाने चळवळ करून इंग्रजांच्याकडून आपले हक्क प्राप्त करून घ्यावेत या मताचे होते. या काँग्रेस नेत्यांचे ब्राह्मो समाजाशी व प्रार्थना समाजाशी जवळचे संबंध होते.

राष्ट्रीय काँग्रेसमधील मवाळ नेते सुधारणावादी होते, पण त्यांनी सर्वसामान्य समाजाच्या प्रश्नांकडे म्हणावे तसे लक्ष न देता सनदी सेवा प्रवेशाची वयोमर्यादा वाढवावी, स्पर्धा परीक्षा इंग्लंड व भारतात एकाचवेळी घ्याव्यात, कार्यकारी सत्तेपासून न्यायसत्ता वेगळी असावी, राज्याकडून उद्योगधंद्यांना संरक्षण असावे आणि सरकारने प्राथमिक शिक्षणाची जबाबदारी उचलावी इत्यादी मागण्या सरकारकडे केल्या. मवाळ गटात ना. गो. कृ. गोखले, दादाभाई नौरोजी, फिरोजशहा मेहता, आगरकर यांसारखे नेते होते. मवाळ गट सुधारणावादी असला तरी त्याला राजकीय आशय होता. इ.स. १८९५ मध्ये पुणे काँग्रेस अधिवेशनात सुरेंद्रनाथ बॅनर्जी म्हणाले, 'आम्ही सुधारणेचे पुरस्कर्ते आहोत. क्रांतीचे नव्हे. सुधारणा आम्हास हवी आहे. आमची ब्रिटिश लोकांच्या न्यायनिष्ठतेवर व औदार्यावर भिस्त आहे. आमच्या लढ्यास इंग्रजांची सहानुभूती आहे. इंग्लंड आमचा वाटाड्या आहे. इंग्रजांनी आम्हाला स्वातंत्र्य शिकविले. इंग्रजांना आमची विनंती आहे की, त्यांनी क्रमश: या देशातील राजवटीचे रूप बदलावे म्हणजे हिंदुस्थान हा देश इंग्लंडशी चिरंतन व अतूट साहचर्य झाल्याच्या संतोषात राहील.'

मवाळ नेत्यांच्या राजकारणाबद्दल असमाधान तयार झाल्याने काँग्रेसमध्ये तरुणांचा जहाल गट तयार झाला. या गटाने लोकांच्या प्रत्यक्ष मागण्या मान्य करून घेण्यासाठी

प्रत्यक्ष चळवळ करण्याचा पुरस्कार केला. राजकीय अधिकारांची प्राप्ती करून घेण्यासाठी सर्वस्वाचा त्याग करून देहदंड सोसण्याची त्यांची तयारी होती. त्यांनी आपले विचार लोकांच्या भाषेमध्ये मांडले. ज्या देशाला सनदच नाही, त्या ठिकाणी सनदशीर मार्गांचा वापर करणे चुकीचे आहे, असे जहाल गटाचे नेते लो. टिळक यांचे मत होते. सामाजिक सुधारणा ही दीर्घकालीन प्रक्रिया आहे, त्यामुळे सामाजिक सुधारणा व राजकीय सुधारणा यांचा मेळ घालीत बसण्यापेक्षा काँग्रेसने राजकीय सुधारणांवर भर द्यावा, असे त्यांचे मत होते. राजकीय सुधारणा प्राप्त झाल्या की नंतर आपण आपल्या पद्धतीने सामाजिक सुधारणा करू शकतो, असे जहालांचे मत होते. यासाठी त्यांनी जहाल मार्गांचा वापर केला. लो. टिळकांनी शिवजयंती व गणेशोत्सवातून लोकांच्या संघटना बांधल्या. 'केसरी' व 'मराठा' या वृत्तपत्रांतून ब्रिटिश सरकारविरुद्ध सणसणीत अग्रलेख लिहिले. लोकसत्ताक राष्ट्रवादाचा त्यांनी पाठपुरावा केला. क्रांतिकारकांना त्यांच्याबद्दल नेहमीच आदर वाटला. स्वराज्य, स्वदेशी, बहिष्कार आणि राष्ट्रीय शिक्षणातून त्यांनी सर्वत्र देशप्रेमाची जाणीव करून दिली.

इ.स. १९०७ साली काँग्रेस पक्षात फूट पडली आणि मवाळांनी जहालांना पक्षाबाहेर काढून टाकले. त्यानंतर लगेच इंग्रजांनी दडपशाहीचा वरवंटा फिरवून जहालांवर पोलीस कारवाई केली. इ.स. १९०८ साली लो. टिळकांना सहा वर्षे कारावासाची शिक्षा झाली. लाला लजपतराय यांना भारतातून हद्दपार करण्यात आले, तर अरविंद घोष यांना अटक करून त्यांच्यावर राजद्रोहाचा खटला सुरू करण्यात आला. या दडपशाहीमुळे इ.स. १९१४ पर्यंत जहाल पक्ष फारसा कार्यरत राहिला नाही, पण जहालांच्या अनुपस्थितीमुळे काँग्रेस पक्ष पूर्णत: गलितगात्र झाला. त्यातच इ.स. १९१५ मध्ये मेहता, गोखले व दादाभाई नौरोजी यांचा मृत्यू झाला.

## राष्ट्रीय चळवळीची वाटचाल आणि महात्मा गांधींचा उदय

महात्मा गांधींच्या भारतीय राजकारणातील उदयापूर्वी राष्ट्रीय काँग्रेसच्या दोन्ही गटांचे नेते ना. गोखले आणि लो. टिळक हे महाराष्ट्रीय होते. इ.स. १८८५ ते १९१५ पर्यंत काँग्रेसचे नेतृत्व मवाळांच्या हाती होते. इ.स. १९१४ मध्ये मंडालेच्या तुरुंगातून सुटल्यानंतर लो. टिळकांचा प्रभाव वाढला. त्यानंतर त्यांनी डॉ. ॲनी बेझंट यांच्या सहकार्याने होमरूल लीग चळवळ सुरू केली. त्याला व्यापक पाठिंबा मिळाला. इ.स. १९१६ मध्ये त्यांनी लखनौ येथे मुस्लीम लीगशी करार केला. इ.स. १९१९ साली ब्रिटिश सरकारने माँटेग्यू चेम्सफर्ड सुधारणा जाहीर केल्या. इ.स. १९१९ साली मोर्लेमिंटो सुधारणांच्यानंतर हा सुधारणांचा दुसरा हप्ता केला. इ.स. १९१९ च्या कायद्याप्रमाणे लोकांचा मतदानाचा अधिकार पूर्वीपेक्षा जास्त व्यापक करण्यात आला आणि वेगवेगळ्या प्रांतांच्यामध्ये काही खात्यांवर भारतीयांना मंत्रीपद देण्याचे मान्य करण्यात आले. काही खाती राखीव, तर

काही खाती भारतीयांच्या हाती सोपविण्यात आली. या सुधारणांबाबत काँग्रेसजनांच्यामध्ये समाधान नव्हते, पण तरीही लो. टिळकांनी प्रतियोगी सहकारितेचा सिद्धांत मांडून निवडणुका लढविण्याची तयारी केली. त्यासाठी त्यांनी 'काँग्रेस डेमॉक्रेटिक पक्षा'ची स्थापना केली, पण १ ऑगस्ट १९२० रोजी त्यांचा मृत्यू झाला.

लोकमान्य टिळकांनी होमरूल चळवळ सुरू केली, तेव्हा महाराष्ट्रात ब्राह्मणेतर पक्ष राजकारणात सक्रिय झाला होता. लोकमान्य टिळकांना अभिप्रेत असणारे स्वराज्य हे या देशामध्ये उच्चजातीयांचे स्वराज्य असणार म्हणून काँग्रेसच्या राजकारणाला ब्राह्मणेतर पक्षाने विरोध केला. ब्राह्मणेतर समाज मागासलेला असल्याने निवडणुकीत सर्व जागा काँग्रेसचे उच्चजातीय उमेदवार जिंकतील अशी त्यांना भीती वाटत होती, म्हणून त्यांनी राखीव जागेची मागणी पुढे रेटली. ब्राह्मणेतर पक्षाने समाजसुधारणेचा व शिक्षणप्रसाराचा आग्रह धरला व देशात लोकशाही विकासक्रमाला नवे बळ देण्याचा प्रयत्न केला. पण त्याचबरोबर त्यांनी प्रतिगामी ब्रिटिश शासनास पाठिंबा दिल्याने काँग्रेस व त्यांच्यामध्ये मोठ्या प्रमाणात मतभेद कायम राहिला (जाधव, १९९८ : १२ ते १५).

१९२० पूर्वीच भारताच्या राजकारणात म. गांधींनी प्रवेश केला होता आणि बिहार, गुजरात आणि उत्तर प्रदेश या प्रांतांत प्रथम शेतकऱ्यांमध्ये आपल्या कामास सुरुवात केली. म.गांधींचे नेतृत्व हे इतर नेत्यांपेक्षा वेगळे होते. लोकमान्य टिळकांचा अपवाद वगळता जहाल गटातील बहुतेक नेते हे व्यावसायिक होते व टिळकांइतका त्याग इतरांनी केला नाही. म. गांधींच्या नेतृत्वात असणारे तेज व वेगळेपणा टिळकांच्या लक्षात आला होता, म्हणून १९२० साली मृत्यूपूर्वी अवंतिकाबाई गोखले यांनी जे गांधीचरित्र लिहिले त्याला त्यांनी प्रस्तावना लिहिली होती. या प्रस्तावनेत म. गांधींच्या सत्याग्रहाच्या कल्पनेचे त्यांनी स्वागत करून असे म्हटले होते की, जर म. गांधी यांच्या सत्याग्रहाच्या चळवळी यशस्वी ठरत असतील तर मी त्यांचा पहिला अनुयायी व्हावयास तयार आहे.

म. गांधींनी १९१९ साली जुलमी रौलट कायद्याच्या विरुद्ध कायदेभंगाची चळवळ हाती घेतली. या चळवळीला देशभर चांगला प्रतिसाद मिळाला. या चळवळीच्या काळातच अमृतसर येथील जालियनवाला बाग येथे जनरल डायर याने शेकडो लोकांवर गोळीबार करून त्यांना यमसदनास पाठविले. त्यामुळे म. गांधींच्या चळवळीला उत्स्फूर्त पाठिंबा मिळावयास सुरुवात झाली.

१९२० पर्यंत ब्राह्मणेतर चळवळींनी सुधारणांचा जारीने पुरस्कार केला. पण म. गांधी भारतीय राजकारणात आल्यानंतर त्यांनी या चळवळीतील नेत्यांशी जवळचे संबंध प्रस्थापित केले आणि नंतरच्या काळातील स्वातंत्र्यचळवळीत ब्राह्मणेतर चळवळीतील अनेक गट सामील झाले. त्यात तामिळनाडूतील नाडार, केरळातील इझावा आणि महाराष्ट्रातील मराठ्यांचा समावेश होतो. १९२८-२९ नंतर भारतीय समाजातील हे

द्वैत बरेचसे कमी झाले, कारण आपल्या रचनात्मक कार्यक्रमात महात्मा गांधींनी काही समाज-सुधारकांचा समावेश केला होता. अर्थात महात्मा गांधींची चळवळ दलित चळवळीस आपल्यामध्ये समाविष्ट करू घेऊ शकली नाही (चौसाळकर, १९९९ : १३-१४).

ब्रिटिशांच्यामुळे भारतीयांना काही अधिकारांचा लाभ झाला, तरी एकूण इंग्रज राजवटीतील शोषण कायम राहिले. त्यामुळे म. गांधींनी या सुधारणांशी असहकार करावयाचा ठरविला. म.गांधींनी १९२० साली असहकाराच्या चळवळीस सुरुवात केली. म. गांधींची ही चळवळ एक प्रकारची अहिंसक चळवळ होती. त्यात भारतीयांच्या आत्मसन्मानास महत्त्वाचे स्थान देण्यात आले होते. गांधीजींच्या मते, सरकारच्या अन्याय्य धोरणास विरोध करणे हा प्रत्येकाचा जन्मसिद्ध अधिकार आहे. परंतु हा कायदेभंग अराजक व बेबंदशाहीत परिवर्तित होऊ नये असे म. गांधींचे मत होते. या चळवळीस लोकांचा पाठिंबा मिळाला. 'लोकांना कसे नियंत्रित करावयाचे?' असा इंग्रजांपुढे प्रश्न पडला. सरकारने जवळ जवळ २५ हजार लोकांना तुरुंगात घातले. म. गांधींचा विचार ही चळवळ आणखी तीव्र करण्याचा होता. याच दरम्यान उत्तर प्रदेशाच्या चौरीचौरा या गावी २२ पोलिसांना लोकांनी जिवंत जाळून मारले; त्यानंतर या चळवळीतील हिंसेचे स्वरूप लक्षात घेऊन म. गांधींनी असहकाराची चळवळ फेब्रुवारी १९२२ मध्ये मागे घेतली. म. गांधींनी ही चळवळ मागे घेतली नसती तर १८५७ प्रमाणे अत्यंत हिंसक मार्गाचा वापर करून सरकारने ती दडपली असती; त्यामुळे म. गांधींनी चळवळ मागे घेतली. 'एका वर्षात स्वराज्य' हे चळवळीचे उद्दिष्ट साध्य झाले नाही. उलट चळवळीच्या अपयशामुळे काही लोकांचा अपेक्षाभंग झाला. म. गांधींची लोकप्रियता कमी झाली. पण असहकार चळवळ ही पहिली राष्ट्रव्यापी चळवळ होती. त्यामुळे काँग्रेसचा प्रभाव दूरपर्यंत पसरला. इंग्रज राजवटीबद्दलची भीती कमी झाली आणि स्वातंत्र्यासाठी तुरुंगात जाण्याची लोकांची मानसिक तयारी झाली. असहकाराच्या चळवळीच्या समाप्तीनंतर म. गांधींनी रचनात्मक कार्यक्रमास उत्तेजन दिले (चौसाळकर, १९९९ : १५-१६).

म. गांधींनी इ.स. १९२२ ते १९३० या काळात काँग्रेसची पुनर्रचना केली. इ.स. १९३० साली सविनय आज्ञाभंगाची दुसरी चळवळ सुरू केली. या चळवळीमध्ये जास्त मोठ्या संख्येने लोक सामील झाले. चळवळीची व्याप्ती वाढली. सत्याग्रहाचा वापर लोकांनी नेमकेपणाने केला. इ.स. १९३१ च्या गोलमेज परिषदेत अपयश आल्याने म.गांधींनी ही चळवळ पुन्हा सुरू केली आणि रॅम्से मॅकडोनाल्ड यांच्या जातीय निवाड्यानंतर मागे घेतली. इ.स. १९३५ चा राजकीय सुधारणा कायदा संमत झाला व त्यात प्रांतिक स्वायत्तता देण्यात आली. इ.स. १९३७ मध्ये ११ पैकी ८ राज्यांमध्ये काँग्रेसने सत्ता स्थापन केली. या काळात इंग्रजांनी मुस्लिमातील काही गटांना हाताशी धरून मुस्लीम पृथकतावादी चळवळ जन्मास घातली. इ.स. १९४० मध्ये पाकिस्तानची

मागणी करण्यात आली. इ.स. १९४२ मध्ये म. गांधींनी 'भारत छोडो' ही तिसरी देशव्यापी चळवळ सुरू केली. ही चळवळ अतिशय आक्रमक व लढाऊ ठरली. पुढे भारताची फाळणी होऊन १५ ऑगस्ट १९४७ रोजी भारत स्वतंत्र झाला (जाधव, १९९८ : १७ - १८).

लोकमान्य टिळकांच्या राजकारणाने प्रभावित होऊन राजकीय जीवनाकडे वळलेल्या एस.एम.जोशी यांना महात्मा गांधींच्या नेतृत्वाखालील राजकीय घडामोडींनी स्वातंत्र्य आंदोलनात ओढले. महात्मा गांधींच्या काळातील सर्व सामाजिक व राजकीय चळवळींचे एसेम जोशी डोळस साक्षीदार होते. महात्मा गांधींच्या प्रभावामुळे देशातील अगदी सामान्य लोकांचीही स्वातंत्र्यलालसा प्रकट झाली आणि सामान्यांच्या कर्तृत्वाला वाव मिळाला. या सामान्य लोकांचे आपण प्रतिनिधी आहोत असे एसेम यांनी अनेकदा म्हटले आहे (बापट, १९८९ : ३७). एसेम जोशी म्हणतात, 'लोकशाही समाजवादाकडे वाटचाल करीत असतानाच महात्मा गांधींच्या शिकवणीने माझ्या सार्वजनिक जीवनाला नैतिक अधिष्ठान मिळवून दिले.' एसेम म्हणजे स्वातंत्र्यपूर्व व स्वातंत्र्योत्तर काळातील एक महत्त्वाचा दुवा होते. स्वातंत्र्यापूर्वीची पिढी आणि स्वातंत्र्यानंतरची युवा पिढी या दुव्याने जोडली गेली. गांधीयुगात स्वातंत्र्यासाठी लढणाऱ्या पिढीला त्याग व सेवा या जीवनमूल्यांची सतत आठवण करून देण्याचे व तिला प्रेरित करण्याचे कार्य एस.एम.जोशी यांनी केले. ते स्वत: अत्यंत निर्भय व माणुसकीला जपणारे होते.

### भारतीय समाजवाद : वाटचाल

लोकशाही समाजवाद यासारख्या संकल्पना पाश्चिमात्य राष्ट्रांकडून भारतात आल्या. भांडवलशाहीचे अनिष्ट परिणाम पाश्चिमात्य देशातील विचारवंतांना १९ व्या शतकाच्या तिसऱ्या दशकामध्ये दिसून आले. कामगार वर्गाची अमानुष पिळवणूक होत होती. भांडवलशाहीचे अनिष्ट परिणाम नष्ट करून कामगारांचे हित साधावे या कल्पनेने भारावून जाऊन रॉबर्ट ओव्हेन, सेंट सायमन यासारख्या विचारवंतांनी समाजवादी विचार मांडण्यास सुरुवात केली. परंतु कार्ल मार्क्सचा 'कम्युनिस्ट मॅनिफॅस्टो' प्रसिद्ध झाल्यावर समाजवादी विचाराला क्रांतिकारक वळण लागले आणि जागतिक पातळीवर समाजवादी विचाराला महत्त्व प्राप्त झाले. अनेक नेते व विचारवंत समाजवादी विचारांकडे आकर्षिले गेले. विशेषत: मार्क्सच्या विचारांचा त्यांच्यावर फार मोठा प्रभाव पडला. विसाव्या शतकाच्या तिसऱ्या दशकापासून भारतातही समाजवादी विचार फैलावू लागला (दुंडगेकर, १९८० : १३०).

भारतात व महाराष्ट्रात समाजवादाचे वारे वाहू लागले; त्या पाठीमागे मार्क्सवाद व रशियन राज्यक्रांती या प्रामुख्याने दोन प्रेरणा होत्या. कार्ल मार्क्सचे समकालीन विष्णूबुवा ब्रह्मचारी यांनी 'सुखदायक राज्यप्रकरणी निबंध' या नावाची पुस्तिका लिहून साम्यवादी विचारांशी स्थूलमानाने जुळणारे विचार १९ व्या शतकाच्या मध्यास मांडले. तेव्हाच

पहिल्याने या मातीवर एक बीज फेकले गेले (जोशी, १९८९ : २७०). भारतात समाजवाद आणि कम्युनिस्ट या शब्दांचा उल्लेख १९ व्या शतकात बंकिमचंद्र चॅटर्जी, रवींद्रनाथ टागोर, अरविंद घोष आणि विवेकानंद यांच्या साहित्यात आढळतो. मे १८७४ मध्ये शशिपद वंधोपाध्यायांनी 'भारत श्रमजीवी' नावाचे सचित्र मासिक सुरू केले. सन १९०० मध्ये प्रसिद्ध जन पत्रिकाचे संपादक सतीशचंद्र मुकर्जीने एका लेखात एंगेल्सच्या 'स्टेट ऑफ वर्किंग क्लासिस इन इंग्लंड इन १८४४' चा उल्लेख केला होता. मार्क्सचा पहिल्यांदा उल्लेख अमृत बाजार पत्रिकेमध्ये १९०३ मध्ये आढळतो.

परंतु समाजवादी सिद्धांताच्या इतिहासावर पहिला निबंध आर्य समाजाचे प्रो. रामदेव यांनी १९०९ मध्ये वैदिक मॅगेझीनमध्ये प्रकाशित केला. मॉडर्न रिव्ह्यूने नगीनालाल एच. सेटलवाडांचा 'सोशालिझम अॅण्ड सोशल मूव्हमेंट' या शीर्षकाचा लेख मार्च १९१२ मध्ये प्रकाशित केला. भारतीय भाषांमध्ये मार्क्सचे पहिले जीवन चरित्र लाला हरदयाल यांनी 'कार्ल मार्क्स - ए मॉडर्न ऋषि' या नावाने लिहिले. ते के. रामकृष्ण पिले यांनी मल्याळम् भाषेत प्रकाशित केले. ऑक्टोबर १९१६ मध्ये अंबालाल पाटील यांनी 'नवजीवन अने सत्य' नावाच्या गुजराथी मासिकात मार्क्सवर एक लेख प्रकाशित केला. १९१७ च्या रशियन राज्यक्रांतीचा भारतावर मोठ्या प्रमाणात प्रभाव पडला. एस.ए. डांगे यांनी 'गांधी वर्सिस लेनिन' हे पुस्तक १९२१ मध्ये प्रकाशित केले. त्यात महान रशियन राज्यक्रांतीच्या मूलभूत सिद्धांतांची माहिती दिली होती. पुढील वर्षी त्यांनी 'दि सोशलिस्ट' साप्ताहिक सुरू केले.

भारतात डिसेंबर १९२५ मध्ये भारतीय कम्युनिस्ट पक्षाची स्थापना झाली. कानपूर आणि मिरत कटाच्या खटल्यामुळे समाजवादी विचाराने मोठी लोकप्रियता मिळवली. पंडित नेहरू १९२७ मध्ये युरोपचा दौरा करून परत आले, ते पूर्ण समाजवादी बनले. काँग्रेसच्या लाहोर अधिवेशनात १९२९ मध्ये पं. नेहरूंनी समाजवाद आणि प्रजासत्ताकाची घोषणा केली. १९३० च्या दशकाच्या सुरुवातीला अनेक तरुण समाजवादाकडे आकर्षित झाले. काँग्रेसच्या समाजवादी पक्षाचा जन्म १९३१ आणि १९३२ च्या चळवळीच्या अनुभवातून झाला (पटनायक, २००१ : ९).

## काँग्रेस समाजवादी पक्षाची स्थापना

१९३२ सालच्या या चळवळीत नाशिकच्या तुरुंगात अच्युतराव पटवर्धन, नानासाहेब गोरे, मिनू मसानी, आचार्य जावडेकर, अशोक मेहता व जयप्रकाश नारायण ही मंडळी एकत्र आली व काँग्रेस अंतर्गत समाजवादी पक्ष स्थापन करण्याचा विचार तेथे झाला. एस.एम.जोशी त्यावेळी विसापूरच्या तुरुंगात होते. तुरुंग वेगवेगळे असले तरी या सर्वांचा विचार एकच होता. १९३२ सालची चळवळ सुरुवातीला प्रचंड वाटली, पण पुढे ओसरली.

ती अधिक प्रभावी का होत नाही याचा जेव्हा त्या सर्वांनी विचार केला, तेव्हा काँग्रेसच्या झेंड्याखाली श्रमजीवी जनता आणल्याशिवाय आणि तिचे वर्ग लढे लढल्यावाचून स्वातंत्र्यलढ्यात यश मिळणार नाही हे यांच्या लक्षात आले (जोशी, १९८९ : २७१).

बिहारमध्ये १९३१ साली जयप्रकाश नारायण यांनी 'बिहार सोशलिस्ट पार्टी' ची स्थापना केली होती. प्रो. अब्दुल बारी याचे अध्यक्ष होते आणि गंगाशरण सिन्हा, फूलन प्रसाद वर्मा आणि राहुल सांकृत्यायन हे सचिव होते. १९३२ साली राष्ट्रीय आंदोलनाची चळवळ सुरू झाल्यामुळे हा गट प्रभावी काम करू शकला नाही. उत्तर प्रदेशात समाजवादी विचार बळकट होते, परंतु बनारस येथेच काही समाजवादी गट कार्यरत होते. दिल्लीतही एक समाजवादी गट होता. पंजाबात लाला लजपतराय यांच्या विचाराने प्रेरित समाजवादी गट होता.

पंडित नेहरू काँग्रेस समाजवादी पक्ष निर्माण करण्याच्या विचारांच्या गटातील होते. १९ डिसेंबर १९३३ रोजी मिनू मिसानी यांना लिहिलेल्या पत्रात ते म्हणतात, 'मैं काँग्रेस और देश की विचारधारा को प्रभावित करने के लिए काँग्रेस के भीतर काँग्रेस सोशलिस्ट पार्टी के निर्माण का स्वागत करूँगा।' पंडित नेहरूंच्या समाजवादी विचाराने समाजवादी नेते फार मोठ्या प्रमाणात प्रभावित झाले होते. समाजवादी गटातील लोकांना पंडित नेहरूंचा पाठिंबा असणे समर्थनीय वाटत होते (पटनायक, २००१ : ९, ११).

नाशिक योजनेनुसार मुंबई प्रेसिडेंसी काँग्रेस सोशलिस्ट ग्रुपची स्थापना फेब्रुवारी १९३४ मध्ये करण्यात आली. पाटणा येथील अधिवेशनात आपल्या अध्यक्षीय भाषणात आचार्य नरेंद्र देवने हे स्पष्ट केले की, पारतंत्र्यातील राष्ट्राची पहिली चिंता आपल्या देशाला स्वतंत्र बनविण्याची आहे. राष्ट्रीय आंदोलनापासून समाजवादी शक्तींना अलग करणे आत्मघातकी ठरेल. समाजवाद्यांनी काँग्रेस पक्षाच्या अंतर्गत राहून काँग्रेसला समाजवादी ध्येयधोरण राबविण्यास भाग पाडावे आणि मजूर, शेतकरी तसेच मध्यमवर्गीयांची आर्थिक शोषणापासून मुक्तता करण्यासाठी समाजवाद्यांनी काम केले पाहिजे.

पाटणा अधिवेशनात अखिल भारतीय समाजवादी पक्ष स्थापन करण्याचा निर्णय घेण्यात आला. जयप्रकाश नारायण संघटना सचिव बनले. त्यांच्यावर प्रांतीय समाजवादी गट बनविण्याची जबाबदारी सोपविण्यात आली. अधिवेशनात घटना आराखडा तयार करण्यासाठी एक समिती स्थापन करण्यात आली. त्याचे अध्यक्ष आचार्य नरेंद्र देव होते आणि सचिव जयप्रकाश नारायण होते. डॉ. अब्दुल बारी, डॉ. राम मनोहर लोहिया, डॉ. अब्दुल अलीम आणि प्रो.एन.जी. रंगा हे समिती सदस्य होते (पटनायक, २००१ : १२). म. गांधीजींच्या कार्यक्रमास मार्क्सच्या समाज परिवर्तनाच्या कार्यक्रमाची जोड दिली पाहिजे असे एस.एम.जोशींचे मत होते. एस.एम. जोशींच्या मते, म.गांधीजींच्या कार्यक्रमातही समाजपरिवर्तनाचा विचार होता, पण तो वर्गीय दृष्टिकोनातून नव्हता. वर्णीय

दृष्टिकोनापुरताच होता. जयप्रकाश नारायण यांनी 'समाजवाद का?' (Why Socialism?) नावाचे पुस्तक लिहून बरीच जागृती केली. सुभाषचंद्र बोसदेखील समाजवादी विचाराने प्रभावित झाले होते. श्रमजीवी किसान कामगार आणि त्यांच्या श्रमाची चोरी करणारा जमीनदार व भांडवलदार यांच्यात असणारा हितविरोध लक्षात घेऊन श्रमजीवींची संघटना केली पाहिजे, त्याशिवाय राष्ट्रवादाची चळवळ प्रभावी होऊ शकत नाही हे लक्षात घेऊन मुंबई येथे ऑक्टोबर १९३४ मध्ये काँग्रेस समाजवादी पक्षाची स्थापना करण्यात आली (जोशी, १९८९ : २७१ ते २७३).

जयप्रकाश नारायण, आचार्य नरेंद्र देव, मिनू मसानी, अशोक मेहता, डॉ. राममनोहर लोहिया, पटवर्धन बंधू, एस.एम.जोशी, ना.ग.गोरे, युसूफ मेहेरअल्ली, डॉ. संपूर्णानंद, कमलादेवी चट्टोपाध्याय इत्यादी नेते या पक्षाचे पुढारी होते. २१ व २२ ऑक्टोबर १९३४ सालीच काँग्रेस समाजवादी पक्षाची पहिली परिषद डॉ. संपूर्णानंद यांच्या अध्यक्षतेखाली झाली. या परिषदेत पक्षाच्या ध्येय धोरणाचा मसुदाही तयार करण्यात आला (दुंडगेकर, १९८० : १३६-१३७).

काँग्रेस समाजवादी पक्ष पूर्णपणे साम्राज्यवाद विरोधी होता. त्याचा धर्मनिरपेक्षतेवर विश्वास होता. लोकशाही मूल्यांवर या पक्षाचा दृढ विश्वास होता. वयस्क मताधिकार, मुद्रणस्वातंत्र्य, भाषण आणि संघटनास्वातंत्र्य इत्यादीचा हा पक्ष पुरस्कर्ता होता. पक्षाचा आणखी एक उद्देश होता, 'संपूर्ण स्वातंत्र्य प्राप्त करणे, ब्रिटिश साम्राज्यापासून अलग होणे आणि समाजवादी समाजरचनेची स्थापना करणे होय.' काँग्रेस समाजवादी पक्षाची स्थापना झाली त्यावेळी पुढीलप्रमाणे सामाजिक व आर्थिक कार्यक्रम स्वीकारण्यात आला होता.

१) श्रमिकांच्या हाती सर्व सत्ता देण्यात येईल.
२) महत्त्वपूर्ण उद्योगधंद्यांचे सामाजिकीकरण केले जाईल.
३) राज्याद्वारे आर्थिक विकासासाठी नियोजन करण्यात येईल व त्यावर सरकारचे नियंत्रण असेल.
४) आंतरराष्ट्रीय व्यापार संपूर्णपणे सरकारच्या हाती असेल.
५) सहकारी व सामूहिक शेतीला सरकार उत्तेजन देईल व त्यांचा प्रसार करील.
६) संस्थानिक, जमीनदार व इतर शोषण करणाऱ्या वर्गांना कोणताही मोबदला न देता तो केला जाईल.
७) भारताचे राष्ट्रीय कर्ज म्हणून असलेली रक्कम परत करण्याची जबाबदारी स्वीकारण्यात येणार नाही.
८) शेतकऱ्यांना जमिनीचे फेरवाटप करण्यात येईल.
९) शेतकरी आणि मजुरांच्या सर्व कर्जाचा बोजा दूर करण्यात येईल (पटनायक, २००१ : १२-१३).

१०) प्रत्येकाला काम मिळवून देणे किंवा त्यांच्या उदरनिर्वाहाची सोय करणे ही सरकारची जबाबदारी राहील.

११) जाती व धर्म यावर आधारित भेदभाव केला जाणार नाही.

१२) स्त्री-पुरुष समानता राहील.

ही सूत्रे परकीयांच्या व स्वकीयांच्या शोषणाला विरोध करणारी, समानतेचा आग्रह धरणारी, मार्क्सवादी पद्धतीने विचार करणारी होती. मार्क्स व लेनिन या दोघांच्याही विचारांची छाप या सूत्रावर होती. काँग्रेसशी सहकार्य व रशियाच्या नेतृत्वाविषयीचे धोरण याबाबतीत भारतातील कम्युनिस्ट पक्षाशी या पक्षाचे जुळत नव्हते. जयप्रकाश नारायण यांची या काळात मार्क्सवादी भूमिका होती (दाभोलकर, १९७६ : ८३). जानेवारी १९३६ मध्ये मीरत येथे कमलादेवी चट्टोपाध्याय यांच्या अध्यक्षतेखाली फैजपूरला समाजवादी पक्षाची तिसरी परिषद भरली. या परिषदेत पक्षाचे स्वरूप, कार्यक्रम व उद्दिष्टे याबाबत एक प्रबंध मंजूर करण्यात आला. हा प्रबंध 'मीरत प्रबंध' म्हणून प्रसिद्ध आहे. त्याचवर्षी डिसेंबरमध्ये जयप्रकाश नारायण यांच्या अध्यक्षतेखाली फैजपूरला समाजवादी पक्षाची तिसरी परिषद भरली. या परिषदेत मीरत प्रबंधाचा विस्तार करण्यात आला (दुंडगेकर, १९८९ : १३७-१३८).

एस.एम. जोशी यांनी इ.स. १९२८ सालापासून ते १९८० सालापर्यंत भारताच्या सामाजिक व राजकीय चळवळीमध्ये भाग घेतला. या कालखंडात अशी कोणतीही चळवळ महाराष्ट्रात किंवा भारतात घडली नसेल की जिच्यात एस.एम.जोशी नव्हते. कोणत्याही राजकीय वा सामाजिक परिवर्तनाच्या बाबतीत प्रेक्षकाची भूमिका ते कधीच घेऊ शकलेले नाहीत. ते कधीही अलिप्त, तटस्थ राहून विद्वानांच्या पंक्तीला जाऊन बसलेले नाहीत आणि असे असूनही भारतातील काही नेत्यांप्रमाणे ते केवळ चळवळे नाहीत. विधायक कार्याबद्दल त्यांचा खास आग्रह असे (बापट, १९८७ : १५४). लोकमान्य टिळक, कार्ल मार्क्स, मानवेंद्रनाथ रॉय, भगतसिंग, पंडित नेहरू, सुभाषचंद्र बोस, विनोबा भावे, जयप्रकाश नारायण, आचार्य जावडेकर, आचार्य नरेंद्र देव यांच्या व्यक्तिमत्त्वाचा प्रभाव एस.एम.जोशी यांच्यावर होता. विद्यार्थीदशेपासूनच त्यांनी राजकीय चळवळीत प्रवेश केला होता. विद्यार्थीदशेतच महात्मा गांधींच्या चळवळीकडे ते आकर्षित झाले. पुण्यात त्यांनी विद्यार्थ्यांची संघटना स्थापन करण्यात पुढाकार घेतला होता. इ.स. १९२८ मध्ये पं. नेहरूंच्या अध्यक्षतेखाली त्यांनी यूथ लीगची परिषद भरविली. यापासून त्यांनी आपल्या सार्वजनिक व राजकीय जीवनाला सुरुवात केली. इ.स. १९३१ मध्ये सुभाषचंद्र बोस यांच्या अध्यक्षतेखाली झालेल्या यूथ लीग कॉन्फरन्समध्ये त्यांनी पुढाकार घेतला होता.

राजकारणाप्रमाणेच त्यांना विविध सामाजिक चळवळींत भाग घेण्याची आवड होती. इ.स. १९२८ मध्ये भारतात आलेल्या सायमन कमिशनला त्यांनी विरोध केला

होता. इ.स. १९२९ मध्ये हरिजनांना पुण्यातील पर्वती मंदिरात प्रवेश मिळावा म्हणून ना.ग.गोरे आणि आर.के. खाडीलकर यांच्याबरोबर सत्याग्रह केला होता. इ.स. १९३० च्या सविनय कायदेभंगाच्या चळवळीत त्यांनी मिठाच्या सत्याग्रहात भाग घेतला होता. त्यासाठी त्यांना तुरुंगवासाची शिक्षा झाली. याच काळात त्यांनी मार्क्सवादी व समाजवादी तत्त्वज्ञानाचा अभ्यास केला. त्यामुळे ते समाजवादी विचारसरणीकडे आकर्षित झाले.

ऑक्टोबर १९३४ मध्ये काँग्रेसमधील समाजवादी विचारांच्या तरुणांनी काँग्रेस समाजवादी पक्षाची स्थापना केली. यात एस.एम.जोशी यांचाही सहभाग होता. भारताच्या समाजवादी चळवळीचे ते अध्वर्यू मानले जातात. भारतीय स्वातंत्र्यलढ्यातही त्यांनी महत्त्वाचे कार्य केले. स्वातंत्र्यचळवळीत त्यांनी काँग्रेसबरोबर काम केले असले तरी १९३७ मध्ये त्यांनी शेतकऱ्यांच्या न्याय्य हक्कांसाठी काँग्रेसविरुद्धच मोर्चा काढला होता. १९४२ च्या चलेजाव चळवळीत एस.एम. जोशींनी भूमिगत राहून ब्रिटिश सत्तेविरुद्ध लढा दिला होता. राष्ट्र सेवा दलाच्या संस्थापकांपैकी ते एक होत आणि त्यांनी राष्ट्र सेवा दलाच्या माध्यमातून समाजप्रबोधन केले (दै. सकाळ : १९९९). या राष्ट्रसेवादलाने 'छोडो भारत' चळवळीत व देशातील समाजवादी चळवळीत महत्त्वाची भूमिका बजावली होती. याशिवाय एस.एम.जोशींनी कामगार संघटनांतही कार्य केले होते. ते अखिल भारतीय संरक्षण कर्मचारी महासंघाचे अध्यक्ष व १९६१ साली झालेल्या केंद्रीय कर्मचाऱ्यांच्या संपातील एक प्रमुख नेते होते. कामगारांच्या प्रश्नासाठी अनेकवेळा त्यांनी उपोषण केले.

इ.स. १९५२ मध्ये ते निवडणुकीच्या राजकारणात उतरले; त्याचवर्षी राज्य विधानसभेवर ते निवडून गेले. १९५४ मध्ये विनोबा भावे यांच्या भूदान चळवळीचे नेतृत्व त्यांनी हाती घेतले. १९५७ मध्ये त्यांची विधानसभेवर दुसऱ्यांदा निवड झाली आणि विरोधी पक्षनेतेपदी निवड झाली. १९६३ मध्ये एस.एम. जोशी प्रजा समाजवादी पक्षाचे अध्यक्ष आणि १९६५ मध्ये संयुक्त समाजवादी पक्षाचे अध्यक्ष बनले. पुणे मतदार संघातून १९६७ मध्ये त्यांची लोकसभेवर निवड झाली. ही त्यांची शेवटची निवडणूक होती. तरीही देशातील विविध चळवळींत त्यांनी पुढाकार घेतला (दै. पुढारी : १९८९). संयुक्त महाराष्ट्र चळवळीत एस.एम.जोशी यांचे महत्त्वाचे योगदान आहे. संयुक्त महाराष्ट्र चळवळीचे सरचिटणीस म्हणून त्यांनी केलेले कार्य अतुलनीय होते. १९५७ च्या निवडणुकीत संयुक्त महाराष्ट्र समितीने मिळविलेल्या नेत्रदीपक यशात त्यांचा सिंहाचा वाटा होता. द्विभाषिक महाराष्ट्राच्या विधानसभेत विरोधी पक्षनेते म्हणून त्यांनी केलेले कार्य अविस्मरणीय होते. त्यांनी पुणे महानगरपालिकेतही काही काळ काम केले. गोवा मुक्ती आंदोलनातही त्यांचा मोलाचा सहभाग होता. आणीबाणीविरोधी सर्व चळवळींत एस.एम.जोशी सामील होते. या काळात त्यांनी देशभर दौरे काढून

आणीबाणीविरुद्ध वातावरण तयार केले. लोकनायक जयप्रकाश नारायण यांनी चालविलेल्या भ्रष्टाचार निर्मूलन चळवळीतही त्यांचे कार्य महत्त्वपूर्ण होते. इ.स. १९७७ मध्ये जनता पक्षाच्या स्थापनेत ते अग्रभागी राहिले. त्यांनी महाराष्ट्र जनता पक्षाचे अध्यक्ष म्हणूनही काम केले होते (दै. सकाळ : १९९९). ते जनमानसात मिसळून सर्वसामान्यांची नस ओळखणारे एक धुरंधर व्यक्तिमत्त्व होते. जनतेच्या उत्स्फूर्त चळवळीच्या लढ्यात ते नेहमी आघाडीवर राहिले. संघटना बळकट केली. निर्भयवृत्तीने त्यांनी जुलमी सत्तेचा प्रतिकार केला. एक साधे, प्रामाणिक व तळमळीचे कार्यकर्ते म्हणून एस.एम. प्रसिद्ध असून विविध प्रकारच्या अन्यायांविरुद्ध प्रखरपणे लढा देण्यात ते नेहमीच अग्रभागी राहिले. आयुष्यभर ते सत्तेपासून दूर राहिले. केवळ राजकारणाला महत्त्व न देता लोकशिक्षण, लोकजागृती हेच त्यांनी ध्येय मानले. त्यांनी कित्येक विधायक आणि रचनात्मक कार्यांना चालना दिली. डॉ. राममनोहर लोहिया म्हणतात की, 'एस.एम.जोशी म्हणजे तुरुंग, मतपेटी व फावडे या त्रिसूत्रीचे प्रतीक होय.' एस.एम.जोशींचे जीवन असंख्य घटना, घडामोडी आणि चळवळींनी भारलेले होते. त्यांनी विविध चळवळींच्या माध्यमातून विधायक कार्याची ठेव निर्माण केली होती. एस.एम.जोशींचा संबंध, सहभाग नाही असे गेल्या पन्नास-साठ वर्षांत एकही जागरण, अभियान नाही. त्यांनी लोकशाही समाजवाद प्रस्थापित करण्याचे ध्येय उराशी बाळगले. त्यासाठी सामाजिक व राजकीय परिवर्तनासाठी आयुष्यभर झटले. त्यांच्या या सर्व विविधांगी कार्याचा परिणाम त्यांच्या सामाजिक आणि राजकीय विचारांवर झालेला आपणास दिसतो.

प्रकरण २

# एस.एम.जोशींची जडणघडण

## स्वातंत्र्य चळवळ आणि समाजवादी पक्षात प्रवेश (१९०४ - १९५४)

---

राष्ट्राचा इतिहास ही त्यातल्या थोर आणि विचारवंत लोकांच्या कर्तृत्वाची कहाणी असते. हे कर्तृत्व समाजाला जागे करते किंवा जागरूक ठेवते. आपला मागासलेपणा लक्षात आणून देऊन तो दूर करण्यासाठी आपण काय केले पाहिजे याची जाणीव करून देते. असे कर्तृत्ववान लोक परिस्थितीच्या योगायोगातून निर्माण होतात. त्यांचे कर्तृत्व एवढे मोठे आणि महत्त्वाचे असते की असे लोक आपल्यातून नाहीसे झाल्यावरही त्यांनी दिलेली प्रेरणा आपल्याला दीर्घकाळ पुरते. महाराष्ट्राच्या तसेच भारताच्या राजकारणात आपले वेगळेपण सांभाळून अनेक महत्त्वाच्या भूमिका पार पाडलेले श्री.एस.एम.जोशी हे एक असामान्य नेते होते. राजकारणाच्या क्षेत्रात राहूनही राजकारणाहून उत्तुंग उंचीचे ते महान नेते होते. त्यांच्यातील राजकारण्यापेक्षा, नेत्यापेक्षा त्यांच्यातील माणूस महान होता. ज्यांच्या नेतृत्वाच्या जडणघडणीच्या अनुषंगाने अभ्यास करणे शक्य आणि आवश्यक असते असे नेते अपवादात्मक असतात. स्वकर्तृत्वावर, प्रतिकूल परिस्थितीशी यशस्वीपणे झुंज देत नेतृत्वाची टप्प्याटप्प्याने वाटचाल करीत मोठे होणारे नेतृत्व मागे आपल्या विकासाचा आलेख उभा करीत असते. एस.एम.जोशी हे महाराष्ट्राच्या सामाजिक आणि राजकीय जीवनातील एक वैशिष्ट्यपूर्ण व्यक्तिमत्त्व होऊन गेले. त्यांचे नेतृत्व स्वकष्टार्जित होते. त्यांनी आपल्या व्यक्तिमत्त्वाची पद्धतशीरपणे उभारणी केली होती. एस.एम.जोशी हे प्रामुख्याने सामाजिक परिवर्तनावर, लोकशाही समाजवादावर भर देणारे नेते होते. त्यांच्या सामाजिक आणि राजकीय कार्याचा विचार करण्यापूर्वी त्यांची जडणघडण, संस्कार, प्रेरणा, स्फूर्ती व मार्गदर्शन यांचा विचार करणे आवश्यक आहे.

श्री. एस.एम. जोशी यांचा जन्म पुणे जिल्ह्यातील जुन्नर येथे एका मध्यमवर्गीय

ब्राह्मण कुटुंबात १२ नोव्हेंबर १९०४ रोजी झाला. त्यांचे वडील श्री. महादेव जनार्दन जोशी हे जुन्नर येथे न्यायालयात नाझर होते. कुटुंबाची आर्थिक स्थिती जेमतेम होती. लहानपणीच्या आर्थिक ओढग्रस्तीमुळे समाजातील गरीब व दलित वर्गाशी एकरूप होण्याची व त्यांच्याकरिता काहीतरी भरीव कार्य करण्याची प्रेरणा त्यांना मिळाली. नंतरच्या त्यांच्या सर्व कार्यामध्ये हा दृष्टिकोन दिसून येतो. आयुष्याच्या अखेरच्या क्षणापर्यंत त्यांनी गरिबांसाठी आणि वंचित वर्गासाठी लढा दिला (पाटील, १९९२ : १).

## बालपण आणि शिक्षण

श्रीधरांच्या मनावर लहानपणी झालेले संस्कार आणि काही घटनांचा मनावर उमटलेला खोल ठसा यातूनच त्यांच्या व्यक्तिमत्त्वाची हळूहळू जडणघडण झाली होती. जुन्नर हे त्यांचे गाव नव्हे. त्यांचे मूळ गाव रत्नागिरीपासून सहा मैलांवर असलेले गोळप हे होय. स्वामी स्वरूपानंदांच्यामुळे हल्ली सर्वांना परिचित झालेले पावस हे गाव गोळप गावाला लागूनच आहे. किंबहुना पावस आणि गोळप ही जुळी गावे आहेत असेही म्हणता येईल. रत्नागिरी बंदरात उतरून भाट्याची तर ओलांडली की बैलगाडीतून अगर पायी दोन अडीच तासात गोळपला पोहोचता येते. आता तर मोटारींचीही सोय झाल्याने रत्नागिरीहून अर्ध्या तासात गोळपला जाता येते. दोन डोंगरांमध्ये दरीत वसलेले हे छोटे खेडे आहे. दरीतून वाहणाऱ्या नदीच्या तीरावर खेटून बसलेली घरे आहेत. गोळप हे कोकणातले एक निसर्गरम्य खेडे आहे. देशावरल्यासारखी सुपीक काळी जमीन येथे नाही. कातळावरच पावसाच्या पाण्याने माती जमून झालेली जी काही कनिष्ठ जमीन असेल तेवढीच काय ती शेते आहेत. आंबा, वड, काजू, हसाणा अशी सभोवती दाट हिरवी झाडे आहेत (जोशी, १९८९ : २, ४). पण या खेड्याने घड्याळाची टिक टिक ऐकली नव्हती की सायकल पाहिली नव्हती. आगबोट नुसती ऐकूनच माहीत होती. गाव नव्या यंत्रयुगाच्या प्रभावाखाली आलेले नव्हते. नव्या विचारांची, नव्या जगाची ओळख नव्हती. थोडक्यात, बुरसटलेले जुन्या परंपरेचे हे गाव महारांची सावली अशुभ मानणारे, ब्राह्मणांचे प्रस्थ असणारे! गोळप गाव तसे सनातनीच म्हटले पाहिजे (जोशी, १९८९ : १).

श्रीधरांचे कुटुंब तसे मोठेच होते. १० डिसेंबर १९१५ साली श्रीधरांच्या वडिलांचा मृत्यू झाला. त्यावेळी त्यांची आर्थिक परिस्थिती मध्यम होती. वडिलांच्या मृत्यूनंतर घरात दारिद्र्याने प्रवेश केला. पाच भाऊ आणि तीन बहिणी असे श्रीधरचे कुटुंब होते. सर्वात थोरले बंधू शंकर महादेव, त्यांच्याहून धाकटा बापू, त्याच्या पाठचा बाळू, त्यानंतर श्रीधर आणि श्रीधरहून धाकटा नाना. तशाच ताई, आक्का आणि माई या तीन बहिणी होत्या. श्रीधरच्या वडिलांचे दोन बंधू होते. त्यापैकी दिनकरकाका म्हणून होते ते अकालीच वारले आणि आबा म्हणून दुसरे होते ते अपघाती वारले. श्रीधरच्या घराजवळ एक आंब्याचे

झाड होते. त्यावरून पडून ते वारले. दिनकरकाकांचा मुलगा गणेश ऊर्फ तात्या हा सुद्धा बायकामुलांसह श्रीधरच्या घरी राहात होता. याशिवाय पुरुषोत्तम ऊर्फ पुरशा दामले नावाचा एक मुलगा त्यांच्या कुटुंबात राहात असे. या एवढ्या मोठ्या कुटुंबाचे पोशिंदे श्रीधरांचे वडील होते. आपल्या तुटपुंज्या मिळकतीत ते कुटुंबाचा सारा भार सांभाळत होते. वटवृक्षाप्रमाणे साऱ्यांना सावली देत होते.

श्रीधरांचा जन्म जुन्नरला झाला होता, तरी प्राथमिक शिक्षण मात्र गोळपलाच झाले आणि बालपणही तिथेच गेले. श्रीधरला शाळेत घातले त्याआधी त्यावेळच्या रिवाजाप्रमाणे त्याला 'धूळपाटी'वर बसविले होते. हल्ली मुलांना स्लेट पाटीवर अ, आ, इ, ई लिहायला सांगतात तसे त्यावेळी नव्हते. एका लाकडी फळकुटावर धूळ पसरून त्यावर फाटा म्हणून असे, त्याने लिहायला सांगत. त्या पाटीला 'धूळपाटी' म्हणत. लहान मुलाला प्रथम धूळपाटीवर बसवायचा आणि त्याला 'श्री-ग-णे-शा' काढायला सांगायचे. त्याला 'धूळपाटीवर बसणे' म्हणत (जोशी, १९८९ : २).

श्रीधरांचे आई-वडील ब्राह्मणी संस्कृतीत वाढलेले असूनसुद्धा ते तसे काळाच्या मानाने उदार आणि पुरोगामी विचारांचे होते. त्यांनी आपल्या मुलांना गोळपच्या वेदपाठशाळेत घातले नाही. त्यामुळे गावच्या ब्राह्मणांनी त्यांना वाळीत टाकले, तरी त्यांनी विचार केला नाही. गावच्या विरोधाला तर कधीच जुमानले नाही. ते गावच्या 'धना' कुळवाड्याशी ममतेने वागत. जुन्नरहून घरी आले की त्याच्याकडून लाकडे फोडून घेत. जातीपातीचा विचारही त्यांच्या मनाला शिवत नसे. वडील दिसायला उग्र दिसत. मुलांना त्यांची भीती वाटे खरी, पण मुलांना त्यांनी कधी साधे बोटही लावले नाही. श्रीधरचे वडील ज्ञानाचे भुकेले अन् वृत्तीने रसिक होते. रोज 'केसरी' वाचत. त्यांना संगीताची आवड होती. त्या काळी त्यांनी स्वत:साठी संगीत शिक्षक ठेवले होते. आपल्या मुलांनी इंग्रजी शिकावे ही त्यांची जबरदस्त इच्छा होती. त्यासाठी त्यांनी त्यांच्याकडून हॉवर्ड साहेबांचे प्रायमर घोकून घेतले. आपल्या मुलांबरोबर आपल्या नात्यातल्या मुलांनाही आश्रय देऊन शिकवण्यास त्यांनी मागे पुढे पाहिले नाही. अशा या दिलदार माणसाचा श्रीधर हा खेड्यातला मुलगा होता. श्रीधरची आई सौ. लक्ष्मीबाई त्यांच्या वडिलांना साथ देई. तिला गावातले लोक धोंडीबयो म्हणत. एकदा 'धना' विषमज्वराने आजारी पडला. माउलीने मऊ भात केला, कढी, लोणचे बरोबर घेतले आणि श्रीधरला घेऊन ती धनाकडे गेली. धनाला जेवायला बसवले, आणि कढीभात जेऊ घातले, पण धना काही विषमज्वरातून उठला नाही. 'धना गेला' हे समजताच श्रीधरची आई रडायला लागली (मुळ्ये, १९८८ : १०-११).

एस.एम. जोशी ह्यांच्या जीवनात करुणा ही एक उत्कट भावना होती. समाजातील दबलेल्या आणि उपेक्षित घटकांवरील अन्यायाविरुद्ध लढताना त्यांच्या नसानसांतून रक्त

सळसळत असे आणि त्या रक्ताचे थेंब उपेक्षितांबद्दलच्या सहानुभूतीचे अश्रू बनून त्यांच्या डोळ्यांवाटे ओघळत. हे अश्रू एस.एम. जोशींच्या दुबळेपणाचे नव्हे तर त्यांच्या भावनांच्या उदात्तीकरणाचेच प्रतीक होते.

एस.एम. जोशींच्या जीवनातील करुणा आणि संवेदनशीलता त्यांच्या बालवयापासून जोपासली गेली होती. बालपणी एस.एम.जोशींबद्दल अतूट माया असलेली उमाकाकू नावाची एक विधवा स्त्री होती. सनातनी समाजाकडून ह्या विधवेची उपेक्षा आणि अवहेलना होत असे. तिच्याबद्दल सहानुभूती व्यक्त करताना एस.एम.जोशी म्हणाले, "बायको मेली तर पुरुष पुन्हा लग्न करतो. त्याचप्रमाणे नवरा मेला तर बाईला लग्न का करता येऊ नये?" ह्या परखड प्रश्नाला उत्तर देताना जुन्या जमान्यातील श्रीधरची आई म्हणाली, "बाईमाणूस मातीच्या भांड्याप्रमाणे असते, मातीच्या भांड्यात आपण जर का काही खाल्ले तर ते भांडे फेकून द्यायचे. ते धुवून पुन: त्यात खात नाहीत. पुरुष हा धातूच्या भांड्यासारखा आहे. धातूचे भांडे आपण पुन्हा पुन्हा घासून पुसून वापरतोच की नाही? तसे आहे हे." आईच्या त्या उत्तरामुळे श्रीधरचे संवेदनशील बालमन अत्यंत व्यथित झाले. या घटनेचाही परिणाम श्रीधरच्या मनावर झाला. खापराच्या भांड्याप्रमाणे वैधव्य आलेल्या स्त्रीस भिरकावून द्यावे ही कल्पनाच एस.एम.जोशींना क्लेशदायक वाटली.

समाजातील स्त्रीच्या शीलाचा विचार करताना 'उच्चभ्रू' समाज आणि 'खालचा' वर्ग ह्यासाठी वेगवेगळी संहिता समाजात आहे, याची एस.एम.जोशींना लहानपणापासूनच खंत वाटत आली. त्यांचा समानतेचा पिंड तरुण वयातच पोसला गेला. ह्याबाबत एस.एम.जोशींचा कोकणातील एक अनुभव हा बोलका त्याचप्रमाणे वेदनामय होता. कोकणातील बापू खोतांचा भाऊ गंगू खोत. गंगू खोतांची पत्नी ही सुस्वरूप होती. त्यांच्याच घराण्यातील एक तरुण पुरशामामा ह्याचा ह्या स्त्रीशी संबंध आला. ह्या प्रकरणी बापू खोत आपल्या मित्रांशी बोलताना सहजपणे बोलून गेले, "या पुरशाला जर शेण खायचंच होते तर ते आमच्या घरी कशाला? कुळवाड्यांच्या बायका काय कमी होत्या?" तापलेल्या लोखंडी सळईचा डाग शरीरावर द्यावा तशी एस.एम.जोशींची परिस्थिती झाली (दंडवते, १९९९ : २२-२३). बालवयात श्रीधरच्या मनावर झालेला हा दुसरा आघात होता. वडील वारल्यानंतरची परिस्थिती आणि मनावर झालेले हे आघात यातून नैतिक जीवनासंबंधीचे विचारचक्र एस.एम.जोशींच्या मनात सुरू झाले (जोशी, १९८९ : १३).

एस.एम.जोशी तिसरी पास झाले आणि गोळपला पुढच्या शिक्षणाची व्यवस्था नव्हती म्हणून वडिलांनी त्यांना जुन्नरला न्यायचे ठरविले. इथूनची त्यांची जी शिक्षणासाठी म्हणून भ्रमन्ती सुरू झाली ती पुण्याच्या रमणबागेत पहिल्या इयत्तेत प्रवेश मिळेपर्यंत होती. जुन्नरला श्रीधरला चौथ्या इयत्तेत घातले. त्याचा नंबर पहिला असे. सर्व मुलांना बसायला बाके असत. त्याच्या वर्गात एक ढोराचा मुलगा होता. तो ढोर म्हणून बिचारा

दरवाजाजवळ गोणपाटावर बसे. तो तांबडा फेटा बांधून शाळेत यायचा. हा श्रीधरचा मित्र होता. खाऊसाठी म्हणून त्याला घरून पैसे मिळत; त्यांचे तो पेरू घेई. अर्धे पेरू तो खाई व अर्धे पेरू श्रीधरला देई. उत्तम गुणवत्ता असूनही तो पुढे काही शिकू शकला नाही. या ढोराला मिळालेली ही कठोर वागणूक अन् त्याबाबत दिसलेली विषमता श्रीधरच्या मनात खोलवर रुजली.

श्रीधरच्या वडिलांना पंचवीस रुपये पेन्शन मिळत असे. याशिवाय जुन्नरच्या एका ट्रस्टचे कारभारी म्हणून ट्रस्टकडून दरमहा पंचवीस रुपये मिळत. गोळपचा खर्च, पुण्यातील दादाचे शिक्षण आणि जुन्नर येथे राहणारी मंडळी यांचा खर्च या पन्नास रुपयात भागत असे. घरात दुसरे कोणीही मिळवत नव्हते. सर्व भार श्रीधरच्या वडिलांच्यावर होता. असे हे श्रीधरचे कुटुंब वडिलांच्या निधनानंतर एकदम दारिद्र्याच्या खाईत फेकले गेले. वडिलांना विषमज्वर झाला आणि त्यातच त्यांचे निधन झाले (जोशी, १९८९ : ८). वडिलांच्या आकस्मिक मृत्यूमुळे श्रीधरला जुन्नर सोडून गोळपला परतावे लागले. आधारवड कोसळला होता. दारिद्र्य 'आ' वासून उभे होते.

वडिलांच्या मृत्यूमुळे तात्याला मिळवता होणे क्रमप्राप्तच होते. तो नागपूरला गेला आणि तिथे छापखान्यात वीस रुपये पगारावर नोकरीस राहिला. आईवरचा भार थोडा हलका व्हावा म्हणून श्रीधरला पुढील शिक्षणासाठी नागपूरला नेतो म्हणाला, म्हणून इ.स. १९१६ साली श्रीधर तात्याबरोबर नागपूरला गेला आणि तिथे सुळे हायस्कूलमध्ये पाचवीत श्रीधरचे नाव दाखल केले. पण दुर्दैव काही पाठ सोडत नव्हते. तात्याची नोकरी गेली. श्रीधरला शाळेची फी भरता येईना. तीन महिन्यांची फी दिली नव्हती म्हणून श्रीधरचे नाव शाळेतून काढून टाकले. सगळाच अंधार होता. घरात धान्याचा कण नाही, म्हणून पाणी पिऊन राहायचे. शेजारी एक परदेशी बाई राहात होत्या, त्यांच्या हे लक्षात आले. हा मुलगा उपास काढतोय, घरात चूल पेटत नाही आणि ही मंडळी ब्राह्मण आहेत. श्रावणी सोमवारचे निमित्त करून तिने श्रीधरला बोलाविले आणि वाटीभर दह्यात साखर घालून खायला दिले. या दहीसाखरेची अवीट गोडी त्याला जन्मभर पुरली. ह्या आठवणी आयुष्यभर स्मृतिपटलावर कोरल्या गेल्या.

आता नागपूरला राहण्यात अर्थ नव्हता. पुढे काय? हा प्रश्न होताच. श्रीधर नागपूरहून मुंबईस आला. तिथे आत्माराम लेले यांच्या घरी राहू लागला. आत्मारामचे मॅट्रिकपर्यंतचे शिक्षण श्रीधरच्या वडिलांनीच पुरे केले होते. एके दिवशी पुण्याहून आत्मारामचे सासरे श्री. भागवत आले आणि श्रीधरची शिक्षणाची परवड पाहून म्हणाले, ''माझ्याबरोबर पुण्याला येतोस का? तिथे तुझी सोय लावून देतो.'' आत्मारामच्या घरातील मंडळींनीही त्याला संमती दिली; आणि श्रीधर पुण्याला शिक्षणासाठी आला. भागवतांनी प्रथम श्रीधरला वार लावून दिले. श्रीधरचे वडील बंधू पुण्यातच होते. थोड्याच दिवसात श्रीधरच्या चुलत

घराण्यातील गोविंदराव जोशी यांनी श्रीधरला विद्यार्थी म्हणून ठेवून घेतले. (जोशी, १९८९ : १३ ते १५) श्रीधर हा गोविंदराव जोशी यांच्याकडे आश्रित विद्यार्थी म्हणून राहू लागला. इतर आश्रित विद्यार्थ्यांप्रमाणे जेवणाच्यावेळी पाटपाणी करणे, कंदिलाच्या काचा पुसणे, म्हशीची धार काढताना म्हशीचे खाणे घेऊन तिच्या पुढ्यात ठेवणे, विहिरीचे पाणी काढून देणे, मोलकरणीने भांडी घासली की त्यावर पाणी घालून घरात नेऊन ठेवणे ही सर्व कामे श्रीधरला करावी लागत. पण ही कामे करण्यात त्याला कमीपणा वाटत नव्हता, खंत वाटत नव्हती. साक्षात घरच्या मालकिणीचा - गंगूवहिनींचा - मायाळू हात त्याच्या पाठीवरून फिरे. आजारीपणात त्याच त्याची देखभाल करीत, स्वच्छता करीत. आईचे प्रेम इथे मिळाले. काही निराळी माणुसकी श्रीधरला इथे दिसली (मुळ्ये, १९८८ : १५).

पुण्याच्या रमणबागेत इंग्रजी पहिलीत श्रीधरचे नाव घातले. प्रतिकूल परिस्थितीची जाणीव ठेवून श्रीधरने भरपूर अभ्यास केला. तिमाही परीक्षेत पहिला आला. रमणबागेच्या शाळेतही फी भरण्यासाठी पैसे नव्हते. फ्रीस्टुडंटशिप ब्राह्मणांसाठी नव्हती. पण शाळेचे सुपरिण्टेण्डेण्ट एस. आर. कानिटकर तसे मोठे सज्जन, अंत:करणाने चांगले होते. त्यांच्या मदतीने श्रीधरला फ्रीस्टुडंटशिप मिळाली. अशाप्रकारे सुरू झालेले श्रीधरचे शिक्षण बी.ए. होईपर्यंत फी न देता लोकमान्य टिळकांनी स्थापन केलेल्या शिक्षणसंस्थेत झाले (जोशी १९८९ : १५-१६). १९१८ साली रमणबागेत श्रीधरचे इंग्रजी शिक्षण सुरू झाले. त्यांचे अनेक नामवंत मित्र त्यांना याच शाळेत मिळाले. त्यांची लेखनाची ऊर्मी या शाळेच्या वातावरणात वाढीस लागली. सार्वजनिक जीवनाची मुळाक्षरेही याच काळात गणेशोत्सव साजरे करून त्यांनी गिरविली. न्या. तारकुंडे त्यांना चौथ्या इयत्तेत मिळाले. नानासाहेब गोरे पाचव्या इयत्तेपासून लाभले. पण र.के.खाडीलकर, गं.भा.निरंतर, गोपीनाथ तळवलकर, न्या.शिखरे हे त्यांचे दुसऱ्या इयत्तेपासूनचे सवंगडी होते. शिरूभाऊ लिमयेही त्यांचे वर्गमित्र होते.

एस.एम.जोशी एरवी दंगेखोर असले तरी राहणीतला साधेपणा, गुरुजनांबद्दल आदर आणि अभ्यासातला चोखपणा त्यांच्यात ओत:प्रोत असे. एस.एम.जोशींचे अक्षर फार सुंदर होते. त्यांचे गृहपाठ नमुनेदार असत. अचूक, पद्धतशीर लिहिलेले. त्यांच्या अभ्यासाची पद्धत फार रेखीव असे. त्यांचे नाव एक 'चमकदार विद्यार्थी' म्हणून गुरुजनांत आणि त्यांच्या मित्रवर्गात प्रसिद्ध होते. कुठलेही काम असो, दुय्यम दर्जाचे का असेना ते जीव ओतून करायचे हा एस.एम.जोशींचा स्वभाव होता. त्यांना रमणबागेतील शाळेत बागकाम आणि सुतारकाम होते. थोर मनुष्य हा प्रत्येक आघाडीवर आपला प्रभाव पाडतो असा एस.एम.जोशींच्या बाबतीत अनुभव होता. सुतारकामात त्यांनी विलक्षण गती दाखविली होती. कर्तव्यबुद्धी आणि प्रेमळता या दोन वृत्तींचा सुसंवाद एस.एम.जोशींनी आयुष्यभर सतत साधला होता.

एस.एम.जोशींच्या नेतृत्वाचे रहस्य यातच होते. शाळेत एस.एम.जोशी कुठल्याही वर्गात किंवा तुकडीत असले तरी शाळेतल्या सर्व लहानथोर मुलांचे ते नैसर्गिक नेते समजले जात. एस.एम.जोशी कुणाला माहीत नाहीत आणि त्यांना कुणी माहीत नाही असे कधीच झाले नाही. शिक्षकांना त्यांनी दिलेली उत्तरे, त्यांना परीक्षेत मिळालेले गुण, त्यांनी केलेल्या कोट्या आणि सांगितलेल्या ग्रामीण आख्यायिका हा सर्व एकंदर शाळेचा विषय असे. कुठल्याही वर्गाच्या राजकारणात एखादा जटिल प्रश्न आला तर त्याची उकल करण्यासाठी एस.एम.जोशींकडे विद्यार्थी धाव घेत. शाळाधिकाऱ्यांच्या एखाद्या अन्याय्य योजनेला किंवा हुकूमशाहीला विद्यार्थ्यांनी परिणामकारक विरोध केला की चाणाक्ष शिक्षक तेव्हाच ओळखत की, 'एस.एम.जोशींनी मेख मारलेली दिसते.' लोकनेतृत्व आणि लोकानुवर्तित्व ही, कवचकुंडले घेऊन जन्माला आलेल्या कर्णाप्रमाणे निसर्गत:च एस.एम.जोशींना लाभली होती (तळवलकर, १९६६ : ७ ते ११).

रमणबागेने श्रीधरला खूप काही दिले. गोपीनाथ तळवलकर, ना.ग.गोरे यांच्यासारखे मित्र, सार्वजनिक जीवनाबाबतची दृष्टी, इंग्रजी शिक्षण, त्याच्या वृत्तिप्रवृत्ती, सारी जडणघडण इथेच झाली. आकांक्षांचा पाया इथेच घातला गेला. गांधीजींचा प्रभाव याच शालेय जीवनात पडला. लोकमान्यांच्या दर्शनाने देशसेवा करण्याची स्फूर्ती मिळाली, ती याच शाळेत असताना (मुळ्ये, १९८८ : १६). एस.एम.जोशींच्या बालवयात लाल, बाल आणि पाल यांचे हिंदुस्थानात युग होते. लाल म्हणजे लाला लजपतराय, बाल म्हणजे बाळ गंगाधर टिळक आणि पाल म्हणजे बिपिनचंद्र पाल. ब्रिटिशांना येथून घालवून हिंदुस्थान स्वतंत्र करण्यासाठी हे तिघे लोकनेते प्राणांचीही पर्वा न करता आपल्या रक्ताचं पाणी करीत होते. देशातील घराघरांतून त्या काळात ही त्रयी आम जनतेची दैवत बनली होती (तळवलकर, १९९० : २३).

रमणबागेसमोरच लोकमान्य टिळकांचा गायकवाडवाडा असल्याने एस.एम. आणि त्यांचे वर्गमित्र मधल्या सुट्टीत लोकमान्य टिळकांना बघायला गेले होते. 'कोणत्या वर्गात आहात?' वगैरे त्यांनी विचारले, एस.एम.ना ते वातावरण एकदम गंभीर वाटले. टिळकांनी नुसती चौकशी केली, पण केवळ त्यांच्या दर्शनाने एस.एम.ना वाटले की आपणही देशासाठी काहीतरी केले पाहिजे. टिळक म्हणजे काहीतरी विशेष आहेत असा त्यावेळी मनावर प्रभाव पडला. चिरोल खटला लढवून लोकमान्य टिळक परत आले, तेव्हा त्यांची मोठी मिरवणूक निघाली होती. एस.एम. आणि त्यांचे मित्र शाळा चुकवून त्या मिरवणुकीत गेले होते. शाळेचा संपूर्ण दिवस बुडविला नाही. साधारण पाऊण एक तास उशिरा शाळेत गेले. त्यामुळे त्यांना छड्या खाव्या लागल्या. तसेच पुढे १९२० साली लोकमान्यांच्या मृत्यूनंतर त्यांच्या पार्थिव अवशेषांची-अस्थींची मिरवणूक निघाली - त्यात सामील झाल्यामुळेही एस.एम.ना छड्या खाव्या लागल्या होत्या (जोशी, १९८९ : १९). तेव्हा

एस.एम. जोशी तिसरीत होते. ब्रिटिश सरकारने ड्यूक ऑफ कॅनॉट यांना भारतात पाठविले. मॉंटेग्यू चेम्सफर्ड सुधारणा लोकांनी मान्य कराव्या आणि उद्दाम नोकरशाहीने केलेल्या जखमांचा लोकांना विसर पडावा यासाठी हे 'बादशहांचे काका' भारतात येत होते. सरकारी यंत्रणेने सर्वत्र स्वागत समारंभ आखले. पण भारताला राजकीय जागृती येऊ लागली होती. कुणीही ड्यूकसाहेबांचे स्वागत करण्याच्या मन:स्थितीत नव्हता. पहिल्या महायुद्धात भारताने साम्राज्यासाठी जो अलोट त्याग केला त्याचा भरीव मोबदला द्यायला ब्रिटिश साम्राज्यशाही तयार नव्हती. राष्ट्रवादी भारताने ड्यूकसाहेबांच्या स्वागतावर बहिष्कार टाकला.

पण मोल देऊन मुजरा करून घेण्याची सरकार शिकस्त करीत होतेच. विशेषत: कुठल्याही प्रबळ सत्तेला पहिल्याने मुलांना आवाहन करावेसे वाटते. त्यांच्या कोवळ्या हृदयात निष्ठेचा ठसा उमटवला म्हणजे भविष्याबद्दल निश्चिती आली असे तिला वाटते. या निमित्ताने ड्यूक ऑफ कॅनॉटच्या छापाचे सरकारचे बिल्ले काढले. एक दिवस एस.एम.च्या वर्गात शिक्षकांनी समारंभपूर्वक बिल्ले वाटले म्हणण्यापेक्षा खिशात आणि हातात बिल्ले कोंबले. 'हे कोण आले? बादशहाचे काका!' अशा मथळ्याचा जळजळीत अग्रलेख 'केसरी'त आला होता. तो एस.एम.नी वाचला होता आणि राष्ट्राला अपमानास्पद काहीतरी घडते आहे असे त्यांना वाटले. ते मनातून तप्त होते. राष्ट्रनिष्ठेचे प्रतीक म्हणून तो बिल्ला विद्यार्थ्यांच्यावर निष्कारण लादला जात आहे याची जाणीव त्यांना होती. एसेम वर्गाबाहेर पडले आणि रस्त्यावर जाऊन तो बिल्ला त्यांनी गटारीत टाकून दिला. त्याचेच अनुकरण त्यांच्या इतर वर्गमित्रांनी केले. पुढे युवक चळवळीत किंवा संयुक्त महाराष्ट्राच्या आंदोलनात एसेम यांच्या मागे शेकडो माणसे कशी जातील याची लहानशी तालीमच नियतीने घेतली होती असे आज वाटते. एवढे अपूर्व आणि बाणेदार निदर्शन करण्याची कल्पना एसेमना सुचली आणि त्यांचे नेतृत्व इतरांनी पत्करले (तळवलकर, १९६६ : २३). एसेमच्या विधायक नेतृत्वाला त्यावेळी खरा वाव त्यांच्या विद्यार्थीमित्रमंडळाच्या कार्यात मिळाला. दांभिकपणाचा फुगा फोडणे हे एसेम यांचे व्रत होते. खोटा विनय, दिखाऊ सभ्यता याचा त्यांना निसर्गत:च मनस्वी तिटकारा असे (तळवलकर १९६६ : २६).

प्रतिस्पर्ध्याशी वागतानाही एस.एम.ची वृत्ती न्यायी, दयाळू असे. अमुक एक मनुष्य तुमच्या विरुद्ध कारस्थाने करतो असे म्हटले तर एस.एम. म्हणत की, 'त्याचे कार्य कसे आहे ते पाहा, त्याच्या अंत:करणात ओलावा आहे तो जाणून घ्या.' पुढे अनंत वेळा प्रत्ययास आलेला हा गुण त्यांच्या शालेय जीवनातही होता. यामुळेच सर्व शाळेत ते लोकप्रिय झाले होते. शाळेतील प्रत्येक मुलाला एस.एम. आपला वाटे. आपल्या अडी-अडचणी सांगण्यासाठी हाच एक माणूस योग्य आहे अशी प्रत्येकाची खात्री असे. दांभिक

शिक्षकांची टोपी उडविण्यात एस.एम. चतुर असले तरी शिक्षकांचा योग्य तो मान ते ठेवीत. आपली चूकही प्रांजळपणे मान्य करीत. एकदा एस.एम. तिसरीत असताना एका कडक शिक्षकाने खूप गृहपाठ घरी दिले. वास्तविक दिलेल्या मुदतीत तेवढे लिहून काढणे कठीण होते. एस.एम.नी सर्वांना सांगितले की, 'कुणीही गृहपाठ आणू नका.' नंतर शाळा सुरू झाली. शिक्षकांनी 'गृहपाठ आणले का?' म्हणून विचारले. सर्वच्यासर्व वर्ग उभा राहिला. मास्तरांनी छडी आणायला सांगितली; कारण त्यावेळी छडी वर्गात नसून ऑफिसात असे. वर्गाच्या चिटणिसाला ती आणावी लागे. सुदैवाने वर्ग चिटणीस एस.एम. च होते. तेव्हा एस.एम. थोडे गोंधळले. त्यांच्या डोळ्यात अश्रू उभे राहिले. ते शिक्षकांना गदगदल्या आवाजात म्हणाले, ''सर, जी काही शिक्षा करायची असेल ती मला करा, कारण माझ्याच सांगण्यावरून या लोकांनी होमवर्क आणले नाहीत. दोषी मी आहे, यापैकी कोणीही दोषी नाही.'' शिक्षक विरघळले आणि तो शिक्षेचा प्रसंग टळला (सानेगुरुजी, १९७९ : १९).

एस.एम. पाचव्या इयत्तेत असताना साने म्हणून मास्तर होते. ते फार रागीट होते. एस.एम.च्या कानातील सुंकल्यामध्ये मोती होता. त्याला उद्देशून साने मास्तरांनी विचारले, ''तू फ्री स्टुडंट अन् तुझ्या कानात मोती कशाला?'' मात्र एस.एम.ना राहवले नाही. एस.एम. म्हणाले ''का? गरिबाला कान नसतात काय? श्रीमंतांच्या कानातच मोती चांगले दिसतात आणि आमच्या कानात वाईट दिसतात असं आहे का?'' अशाप्रकारे बाणेदारपणा, तडफदारपणा, स्वाभिमान, अन्यायाची चीड एस.एम.मध्ये होता.

एस.एम.ना इंग्रजी शिकविण्यासाठी पप्पू मास्तर होते. ते जरा सौंदर्यप्रेमी होते. शिकविण्याच्या वेळी वर्गातील गोरीगोमटी मुले पुढे बसावीत असा त्यांचा आग्रह असे. तरटे नावाचा एक विद्यार्थी जरा काळासावळा होता आणि त्याच्या चेहऱ्यावर देवीचे वण होते (जोशी, १९८९ : १७). तो एकदा पुढच्या बाकावर बसला असता पप्पू मास्तर त्याला म्हणाले, ''तू माझ्या वर्गाची शोभा नष्ट करीत आहेस. तू मागल्या बाकावर जाऊन बस. तू मागे जा आणि तो (गोंडस) मुलगा पुढे बसू दे.'' साऱ्या वर्गात संतापाची लाट उसळली. पण शिक्षकांना बोलायला कोणी धजेना. एस.एम. उठले आणि म्हणाले, ''सर, तो मुलगा मागे जाणार नाही. त्याचे वर्ष बुडेल. तुम्ही काय शिकवता ते त्याला ऐकू येणार नाही.'' शिक्षक म्हणाले, ''तो बहिरा आहे का?'' एस.एम. म्हणाले, ''कमी ऐकू येते याचा अर्थ बहिरा आहे असा नाही. तुमच्या वर्गाची शोभा बिघडते म्हणून कमी ऐकू येणाऱ्या एका मुलाचे वर्ष बुडावे का?'' शिक्षक संतापले, पण शेवटी शिक्षकांनी नमते घेतले (साने गुरुजी, १९७९ : १९-२०).

जी.एच. दामले नावाचे एस.एम.चे शिक्षक विद्यार्थ्यांना घेऊन पर्यटनास जायचे. पुरंदर, रायगड असे दरवर्षी सबंध महाराष्ट्रातील किल्ले बघण्याचा एस.एम. आणि त्याच्या

वर्गमित्रांना छंदच लागला होता. ब्रिटिशविरोधी मन तयार होत होते याची ही खूण होती. टाकाचे नीब विकत घेतानाही ते देशीविदेशीचा विचार करीत असत. त्यावेळी मालवणला देशी निबांचे उत्पादन होत असे. ते न मिळाल्यास ते जर्मन नीब विकत घ्यायचे, पण ब्रिटिश नीब घेत नसत. एकूणच त्यावेळच्या वातावरणातील राजकारणाचा परिणाम म्हणून शाळेतील शिक्षकांशी चर्चेत दोन हात करण्याची एस.एम. आणि त्यांच्या मित्रांची प्रवृत्ती असे. घनश्याम बाळकृष्ण चिपळूणकर या सरांच्या बरोबर असहकारितेच्या काळात एस.एम.चा एकदा वर्गात वाद झाला. चिपळूणकर होते मवाळ पक्षाचे. गांधीजींच्या चळवळीस ते फारसे अनुकूल नव्हते. त्यांनी एके दिवशी वर्गातच एस.एम.ना विचारले, "काय रे, तुझा महात्मा गांधी एक वर्षात स्वराज्य कसे काय मिळवणार आहे, सांग पाहू."

एस.एम. जोशी ताबडतोब म्हणाले, "सर्वांनी जर सहकार्य केले तर त्यात काय अशक्य आहे? सहज एक वर्षात स्वराज्य मिळून जाईल. पण तुमच्यासारखे लोक भेटले तर मात्र गांधीजींना ते शक्य होणार नाही." त्यांच्या मनामध्ये गांधीजींच्या कार्याबद्दल विश्वास होता. विद्यार्थीदशेतच त्यांच्या राजकीय विचार व कार्याविषयीच्या भावना स्पष्ट दिसत होत्या.

गोपीनाथ तळवलकर, एस.एम., र.के. खाडिलकर, तारकुंडे आणि निरंतर वगैरे सर्व मुले चौथ्या इयत्तेत गांधीजींच्या एवढी प्रभावाखाली होती. पुढे मॅट्रिकपर्यंत हा प्रभाव कमी कमी होत गेला आणि युसूफ मेहेरअल्ली व आ.रा.भट यांची गाठ न पडती तर हे सर्वजण बहुधा कट्टर हिंदुत्ववादीच झाले असते की काय कोण जाणे (जोशी, १९७९ : २१).

१९१८ साली न्यू इंग्लिश स्कूलमध्ये दाखल झाल्यापासून १९२८ साली अर्थशास्त्र हा विषय घेऊन बी.ए. होईपर्यंतचा जो दहा वर्षांचा काळ होता, त्या काळातील राजकीय, सामाजिक आणि आर्थिक परिस्थितीतून एस.एम. जोशींची जडणघडण झाली. १९१९ मध्ये रौलट विधेयकाचे कायद्यात रूपांतर झाले. या जुलमी कायद्याविरुद्ध देशभर जागृती झाली होती. असंतोष पसरला होता. १३ एप्रिल १९१९ रोजी जालियनवाला बागेतील हत्याकांड झाले. ३७९ लोकांना ठार करण्यात आले. इंग्रजी पहिल्या इयत्तेतून दुसऱ्या इयत्तेत गेलेल्या श्रीधरच्या मनावर या घटनांचे परिणाम झालेच. ब्रिटिशविरोधी भावना तीव्र झाल्या. १ ऑगस्ट १९२० रोजी लो.टिळकांचे निधन झाले आणि त्या वर्षाच्या अखेरीस नागपूरला काँग्रेसचे जे अधिवेशन झाले त्यात असहकारतेचा ठराव मंजूर झाला. वकिल्या सोडा, शाळा-कॉलेज सोडा, ब्रिटिश मालावर बहिष्कार टाका, स्वदेशी माल वापरा इत्यादी सूचना म. गांधीजींनी दिल्या. सबंध देशात एका नव्या जागृतीची लाट आली आहे व आपणही त्या लाटेत सामील आहोत असे एसेमना वाटले (जोशी, १९८९ : २५).

मॅट्रिकची परीक्षा पास झाल्यावर एसेम प्रसिद्ध अशा फर्ग्युसन कॉलेजात पुढील शिक्षणासाठी दाखल झाले. कॉलेजात असताना त्यांना राजकीय अर्थशास्त्र विषयावरील एका निबंधाबद्दल बक्षीस मिळाले. एक बुद्धिमान विद्यार्थी म्हणून ते चमकले. याचवेळी एक उत्कृष्ट प्रभावी वक्ता म्हणूनही त्यांचा लौकिक पसरला (पाटील, १९९२ : २). एसेम बी.ए.होईपर्यंत थोरल्या बंधूच्या मदतीवर शिक्षण आणि सार्वजनिक कार्य या दोन्ही गोष्टी करीत होते. यापुढे पूर्णवेळ सार्वजनिक कार्यासाठी देण्याचा त्यांचा विचार होता. पंडित नेहरूंच्या अध्यक्षतेखाली पुण्यात जी यूथ कॉन्फरन्स झाली तेव्हापासूनच खऱ्या अर्थाने एसेम सार्वजनिक जीवनात भाग घेऊ लागले होते. एसेम मग हळूहळू सार्वजनिक म्हणजे सार्वजनिकच वाढल्यासारखे झाले. इ.स. १९२८ सालाच्या मध्यापासून एसेमना स्वत:ची जबाबदारी स्वत:च पत्करावी लागली (जोशी, १९८९ : ३२, ३५).

महाविद्यालयात असताना एसेमनी कार्ल मार्क्सचे ग्रंथ, महात्मा गांधींचे यंग इंडियातील लेख, भगतसिंग, चंद्रशेखर आझाद आणि अन्य क्रांतिकारी यांचे साहित्य वाचले होते. या सर्व वाङ्मयाचा तरुण एसेम यांच्यावर बराच प्रभाव पडला. राजकीय चळवळीतील सहभागामुळे एसेमना एम.ए. अभ्यासक्रमासाठी प्रवेश नाकारण्यात आला. १९३० मध्ये मात्र त्यांनी मुंबईत कायद्याच्या वर्गांमध्ये प्रवेश घेतला. परंतु त्यांच्या राजकीय चळवळींमुळे अभ्यासाकडे ते फारसे लक्ष देऊ शकले नाहीत. एसेम एल एल.बी.ची परीक्षा १९३४ मध्ये उत्तीर्ण झाले. वकिलीचा व्यवसाय करावा म्हणून त्यांनी कायद्याचा अभ्यास केला खरा, परंतु देशभक्तीची वृत्ती त्यांना स्वस्थ बसू देईना. त्यांनी सरळ स्वातंत्र्य आंदोलनात उडी घेतली (पाटील, १९९२ : २).

एसेमच्या कॉलेजजीवनात गुरुजनांशी संघर्ष खूप झाले. कॉलेज संमेलनात जहाल राष्ट्रवादी पाहुणा आणावा असा प्रश्न निर्माण झाला होता. १९३० सालच्या आसपास ऐन पंचविशीत असलेले तरुण स्वातंत्र्य आणि राष्ट्रवादी या कल्पनांनी धुंद झाले होते. जवाहरलाल नेहरू व सुभाषचंद्र बोस या दोन ध्रुवांभोवती त्यांची अंत:करणे प्रदक्षिणा करीत होती. कॉलेजात जहाल वृत्तीचा गट मनाने मवाळ तर सत्ताधारी गट राजकारणात अगदी नेमस्त. अनेक खटके उडाले. पुढे तर वासुदेव गोगट्यांनी हॉटसनसाहेबावर पिस्तूल झाडल्यानंतर सरकारची वक्रदृष्टी एसेमकडे वळली. कॉलेजला सरकारचे कृपाछत्र पाहिजे होते. तेव्हा एसेमला वाऱ्यावर सोडायला अधिकारी वर्ग तयार झाला. या सर्व प्रकरणात आपल्या सहविद्यार्थ्यांना ताब्यात ठेवायचे, गुरुजनांचा अनादर न करता आपली खंबीर राजकीय भूमिका सोडायची नाही असे कठोर व्रत एसेमना करावे लागले. पुढे संयुक्त महाराष्ट्र चळवळीचा कसोटी सामना जिंकण्यासाठी नियतीने त्यांच्याकडून ही 'नेट प्रॅक्टिस'च करून घेतली की काय न कळे. दोन्ही युद्धमान दलांत एसेमच्या भूमिकेबद्दल काहीशी नाराजी पण त्यांच्या पक्क्या आणि प्रामाणिक वृत्तीबद्दल सर्वत्र

आदरही तेवढाच होता. एसेमच्या साऱ्या जीवनाची फलश्रुतीच ही होती (तळवलकर, १९९० : २९-३०).

## प्रेरणा आणि प्रभाव

एस.एम. जोशींच्या व्यक्तिमत्त्वावर अनेक व्यक्तींचा प्रभाव पडलेला असून त्यांचा त्यांनी आवर्जून व आदरपूर्वक गुरू म्हणून उल्लेख केलेला आहे. आईचा उल्लेख एसेमनी 'सर्वश्रेष्ठ गुरू' असा केला आहे. 'मानवी प्रेमाचा साक्षात्कार आईने घडविला' अशी त्यांची भावना होती. महापुरुषांपैकी पहिला उल्लेख स्वाभाविकच लो. टिळकांचा आहे. एसेमच्या बालपणात पुणे टिळकमय होते. त्यांच्या केवळ दर्शनानेही रमणबाग शाळेतील छोटी छोटी पोरे तेजाळली व जहालवादी बनली (सुराणा, १९९७ : १८२). स्वातंत्र्यपूर्वकाळातील राष्ट्रीय पुढाऱ्यांच्या कर्तृत्वामुळे जे लोकमानस तयार झाले होते त्याचा फायदा त्यांना मिळाला होता. लो. टिळक, महात्मा गांधी, स्वा.वि.दा. सावरकर, नेताजी सुभाषचंद्र बोस, पंडित नेहरू इत्यादी नेत्यांनी प्रेरणा देऊन स्वातंत्र्याच्या ध्येयाची ठिणगी त्यांच्या अंत:करणात पाडली. त्यामुळेच जीवन कृतार्थ करण्याचे सामर्थ्य त्यांना मिळाले (जोशी, १९८९ : ३).

एसेमच्या कॉलेजजीवनात बर्नार्ड शॉ यांच्या आक्रमक बुद्धिवादाचा प्रभाव होता. पण त्यांना खरे आकर्षण एडमंड बर्कचे होते. त्यांची फ्रेंच राज्यक्रांतीवरील व्याख्याने एसेमना उपनिषदासारखी वाटली. बर्कचे वक्तृत्व आणि भाषावैभव अलौकिक होते. त्यांच्या प्रतिपादनात प्रामाणिकपणा हा विशेष गुण होता. फ्रेंच राज्यक्रांतीची वार्ता ऐकून फॉक्ससारख्या लोकनेत्यांचा हर्ष गगनात मावेना. सारी पुरोगामी मंडळी आनंदून गेली. पण या राज्यक्रांतीत काही उच्च मानवी मूल्यांची पायमल्ली झाली आहे असे साधार आणि सावेश प्रतिपादन बर्कने छातीठोकपणे केले होते. फ्रेंच राज्यक्रांतीत लोकांचा विजय झाल्याने सारे जग भारावून गेले होते. बर्कवर प्रतिगामीपणाचा आरोप करण्यात आला. पण तो डगमगला नाही. लोकसत्ता हे साध्य उच्च खरे, पण ते संपादन करताना जर साधने क्रूर वा हिंसात्मक वापरली गेली, तर खऱ्या अर्थाने लोकशाही येणार नाही असे बर्कने सांगितले होते. एसेमना हे सारे विशेष वाटले. बर्कचे विचार एसेमच्या अगदी अंत:करणापर्यंत गेले. पुढील सार्वजनिक जीवनात एसेमनी जे कार्य केले, जी दिशा ठरविली, जो पराक्रम आणि संयम दाखविला त्या सर्वांशी या बर्क प्रेमाचा अन्वय खास लावता येतो (खांडेकर, १९६४ : २४).

कार्ल मार्क्सविषयी एसेमच्या काळातील तरुणांमध्ये आकर्षण होते. १९१७ साली रशियात क्रांती झाली, ती कार्ल मार्क्सच्या तत्त्वज्ञानावर आधारित होती. लेनिनने रशियात साम्यवादी सरकारची स्थापना करून रशियाचा कायापालट केला होता. त्यामुळे कार्ल

मार्क्सविषयी भारतीय तरुण विद्यार्थ्यांना आकर्षण होते. एसेमनी कार्ल मार्क्सचा 'दास कॅपिटल' हा ग्रंथ वाचला. परंतु कार्ल मार्क्सने सामाजिक परिवर्तनासाठी क्रांती, रक्ताळलेली क्रांती व भांडवलशाहीचा विनाश हा जो मार्ग सांगितला होता तो एसेमना मान्य नव्हता. तसेच मार्क्सवादात स्त्रियांचे, अस्पृश्यांचे दास्य याविषयी काहीच सांगितलेले नव्हते, म्हणून एसेम मार्क्सवादापासून दूर गेले.

भारतात म. गांधींच्या सत्याग्रही मार्गाने १९२० व १९३० साली चळवळ यशस्वी झाली होती. सामाजिक व राजकीय परिवर्तनासाठी त्यांना गांधीजींचा सत्याग्रहाचा मार्ग अधिक पसंत होता आणि ते गांधीवादी बनले. गांधीजींच्या सत्याग्रह, अहिंसा, अपरिग्रह या विचारांचा संस्कार त्यांच्या मनावर झाला होता. त्यामुळे भारतीय स्वातंत्र्यासाठी सत्याग्रहाशिवाय पर्याय नाही अशी त्यांची धारणा बनली आणि ते विद्यार्थीदशेत असतानाच गांधीजींच्या चळवळीत सहभागी झाले (विसपुते, १९९९ : १४-१५).

एम.एन. रॉय या जगविख्यात क्रांतिकारकाचे एसेमना मोठे आकर्षण होते. रॉयना तुरुंगातून सरकारने सोडावे यासाठी तळमळीचे वक्तव्य करून एसेमनी दोन वर्षांचा तुरुंगवास ओढवून घेतला होता. पण रॉय यांच्याशी त्यांचे प्रत्यक्ष राजकीय मतैक्य असे झालेच नाही. मात्र विरोध करताना रॉय यांच्या असामान्यतेचा आदर ठेवूनच एसेम बोलत (तळवलकर, १९९० : ३०). कर्णिक बंधू हे आद्य रॉयिस्ट होते. त्यांच्यामुळेच एसेमना रॉय यांच्या जवळ जाता आले. एसेमचे मित्र द्वा. भ. कर्णिक हे कॉ. रॉय यांच्यासंबंधी खूपच रोमहर्षक गोष्टी सांगत. त्यामुळे कॉ. रॉय यांच्याविषयीचे एसेमचे कुतूहल वाढतच गेले. भारतात रॉय यांनी क्रांतिकारी समाजवादी चळवळ संघटित करण्याचा प्रयत्न भूमिगत राहून सुरू केला होता. लेनिनचे सहकारी असताना कॉ. रॉय चीन, मेक्सिकोतील चळवळींना साहाय्य करण्यासाठी गेले होते. त्यामुळे त्यांचा अनुभव अमाप होता. कॉ. रॉय तेव्हा महमूद म्हणून वावरत होते. अशा या माणसाने भारतात क्रांतिकारी समाजवादी चळवळ उभारण्याचा प्रयत्न करावा, यातच त्यांचे कर्तृत्व सामावलेले होते असे एसेम जोशींचे मत होते (बापट, १९८७ : ११).

ब्रिटिश साम्राज्याच्या जोखडातून मुक्त झाल्याशिवाय भारतातील दारिद्र्य आणि अज्ञान नष्ट होणार नाही हे एसेमना विद्यार्थीदशेतच जाणवले होते. लो. टिळक आणि म. गांधी या नेत्यांनी स्वराज्याची आकांक्षा त्यांच्या पिढीच्या मनात निर्माण केली. स्वातंत्र्यवीर सावरकर यांच्या क्रांतिकारी मार्गाबाबत त्यांना विद्यार्थीदशेत आकर्षण वाटे. भगतसिंग, राजगुरू व सुखदेव यांच्या हौतात्म्यामुळे त्यांचे मन पेटून उठले (विसपुते, २००० : ३). विनोबाजींचे माणुसकी सांभाळण्याचे मार्गदर्शनही त्यांना जीवनात उपयोगी पडले. साने गुरुजींनी त्यांना प्रेमधर्माची दीक्षा दिली. साने गुरुजी, सेनापती बापट यांच्याशी जवळचा संबंध आला म्हणूनच एसेम जोशींचे मन संकुचित राष्ट्रवादाच्या आहारी गेले नाही.

एसेम जोशींच्या सार्वजनिक जीवनामध्ये एक वेळ अशी आली होती की, स्वामी श्रद्धानंदांचा खून झाल्यावर हिंदूंनी संघटित होऊन मुसलमानांकडून होणारे हल्ले रोखले पाहिजेत असे वाटू लागले होते. याच दरम्यान एसेम आणि युसूफ मेहेरअल्ली यांची भेट झाली. युसूफ मेहेरअल्लीने समजावून सांगितले की, स्वातंत्र्य मिळविण्यासाठी तरी सर्व जाती जमातींच्या लोकांनी एकत्र येऊन परकीयांशी लढा दिला पाहिजे. शिवाय आपल्याला जे स्वराज्य अभिप्रेत आहे, ते केवळ काही वर्गांसाठी, जातींसाठी अथवा जमातींसाठी मिळवायचे नाही. सर्वांना विकासाची संधी देणाऱ्या लोकशाही स्वराज्याकरिता आपण स्वतंत्र होऊ इच्छितो. सर्वांना एका छत्राखाली आणूनच जनशक्ती उभारावी लागेल. जाती-जमातीतील भांडणे अहिंसेच्या आणि प्रेमाच्या मार्गांनी मिटवावी लागतील. आपला राष्ट्रवाद हा काही जातीवर, वंशावर अगर भाषेवर आधारलेला नाही. तो मानवी समानतेवर अवलंबून आहे. त्यांच्या मार्गदर्शनामुळे एस.एम.जोशींच्या मनात हिंदूराष्ट्रवादाचे जे मळभ होते ते हळूहळू दूर झाले. मेहेरअल्ली केवळ विचार सांगणारे नव्हते, निरपेक्ष प्रेमधर्म आचरणारेही होते. युसूफ मेहेरअल्ली म्हणूनच एसेमना गुरुस्थानी होते. युसूफ मेहेरअल्ली यांच्या विचारांचा प्रभाव व संस्कार एसेमवर त्यांच्या विद्यार्थीदशेत खोलवर रुजला (जोशी, १९८९ : ४११, ४१२).

आचार्य नरेंद्र देव भारतातील समाजवादी चळवळीचे जनक होते. त्यांनी राष्ट्रीय सामाजिक परिस्थितीनुसार लोकशाही समाजवादाचा पुरस्कार केला होता. काँग्रेस अंतर्गत समाजवादी पक्ष स्थापन करण्यात त्यांचा मोठा वाटा होता. पुण्यास १ जुलै १९३४ रोजी काकासाहेब गाडगीळ यांच्या हॉलमध्ये एस.एम.जोशी आणि इतर समाजवाद्यांची बैठक होऊन महाराष्ट्र काँग्रेस समाजवादी पक्ष स्थापन केला. पूर्वतयारी समितीच्या अहवालावर चर्चा करण्यासाठी पुढे ऑगस्ट १९३४ मध्ये बनारस येथे श्री. प्रकाश यांच्या घरी निमंत्रितांची बैठक बोलाविली होती. त्यावेळी अच्युतराव पटवर्धनांच्या बरोबर एसेम प्रथम उत्तर भारतात गेले. त्यावेळी एसेमची आचार्य नरेंद्र देव व जयप्रकाश नारायण यांच्याशी ओळख झाली (जोशी, १९८९ : ७१, ७२). भारतीय समाजवादी चळवळ राष्ट्रीय चळवळीपासून अलिप्त असू नये असा त्यांचा आग्रह होता. भारतातील शेतकरी वर्ग समाजवादी चळवळीत सहभागी झाल्याशिवाय चळवळीला विधायक स्वरूप प्राप्त होणार नाही. तसेच समाजवाद ही केवळ आर्थिक चळवळ नसून सांस्कृतिक आंदोलन आहे अशी त्यांची भूमिका होती (जोशी, १९७७ : १९२). एसेमवर आचार्य नरेंद्र देव यांचा विशेष प्रभाव होता. संयुक्त महाराष्ट्र चळवळीच्या काळात प्रजा समाजवादी पक्षाच्या ज्येष्ठ नेत्यांपैकी आचार्य नरेंद्र देव यांचे निधन झाले. त्यांचे निधन झाल्यानंतर आपण पोरके झालो आहे असे वाटत असल्याचे एसेमनी नानासाहेब गोरे यांना लिहिलेल्या पत्रात अखेरीस म्हटले होते (फडके, १९९८ : १०५).

एस.एम.जोशींना आचार्य शंकरराव जावडेकर यांच्याविषयी नितांत श्रद्धा व आदर होता. आचार्य जावडेकर यांनी आधुनिक भारताच्या सामाजिक, आर्थिक आणि राजकीय विकासाचा खोल अभ्यास केला होता. म.गांधींच्या जीवनकार्याचे ते अत्यंत श्रेष्ठ असे भाष्यकार होते. धर्मनिरपेक्ष, लोकशाहीवादी आणि समाजवादी भारताचे स्वप्न त्यांनी पाहिले होते. त्यांनी आयुष्यभर म.गांधींच्या तत्त्वज्ञानाच्या प्रसारासाठी आणि हिंदुत्ववादी विचारांचा प्रतिकार करण्यासाठी मेहनत घेतली. भारतातील राष्ट्रवाद जर खऱ्या अर्थाने प्रगमनशील करावयाचा असेल तर त्यास समाजवादी दीक्षा दिली पाहिजे असे जावडेकरांचे मत होते. जावडेकरांनी समाजवादाचा पुरस्कार केला होता. समाजवादी समाज हे लोकशाहीचे परिणत रूप आहे. त्यामुळे समाजवादात लोकशाही असणे गरजेचे आहे, पण ही लोकशाही व्यक्तिवादी भांडवली लोकशाही असू नये. सत्याग्रही समाजवादाचे तत्त्वज्ञान मांडून आचार्य जावडेकर यांनी गांधीवाद व समाजवाद यामध्ये समन्वय साधण्याचा प्रयत्न केला. सत्याग्रहाच्या मार्गाने समाजवादाची स्थापना करावी आणि समाजातील शोषण करणाऱ्या संस्थांचा ऱ्हास करावा असे आचार्य जावडेकरांचे मत होते (दाभोळकर, १९९९ : ६, ८).

आचार्य जावडेकरांच्या मते, समाजपरिवर्तनासाठी राजसत्ता हे साधन वापरले पाहिजे आणि सत्ताधाऱ्यांवर अंकुश ठेवण्यासाठी सत्तेपासून दूर राहणारा व त्याचबरोबर सामाजिक न्यायासाठी संघर्ष करणारा एक यतीवर्ग निर्माण झाला पाहिजे. या विचारांचा प्रभाव एस.एम.जोशींच्या मनावर होता. म्हणून एसेमनी भविष्यात, 'मी राजकारण करीन, पण सत्ता स्वीकारणार नाही. राजकारणाच्या शुद्धीसाठी, अन्याय निवारण्यासाठी, विशुद्ध व निरिच्छ बुद्धीने सत्याग्रही मार्गाचा अवलंब करीन.' असे व्रतच स्वीकारले. आचार्य जावडेकरांनी सांगितल्याप्रमाणे अहिंसक समाजवादी क्रांतीने मार्क्सच्या जडवादी भौतिकवादावरील भर कमी करून आपल्या सर्व राजकीय सामाजिक चळवळीला नैतिक आणि आध्यात्मिक मूल्यांची जोड दिली. 'सत्याला म्हणजे न्यायाला आपली निष्ठा वाहणे' हा जावडेकरांनी दिलेला संस्कार त्यांनी जोपासला. जावडेकरांनी सांगितलेल्या अहिंसक मार्गाने सत्याची प्रस्थापना करावी या संदेशाविषयी त्यांना आदर वाटत होता. कारण त्यातून आंदोलनाचे पावित्र्य राखले जाईल असे त्यांना वाटत होते. भविष्यात त्यांनी जावडेकरांचे संस्कार व संदेशामुळेच कोणत्याही आंदोलनाला विकृत स्वरूप येऊ न देता आंदोलनातील पावित्र्य जोपासण्यात यश मिळविले होते. 'अन्यायाचा प्रतिकार करण्याचे सामर्थ्य समाजसेवकात असले पाहिजे. रचनात्मक संघर्ष हा त्याचा स्थायिभाव असावा' हा विचार एसेमना आदर्श वाटत होता. कृतिशीलतेचा संस्कार त्यांनी जावडेकरांच्या 'व्यक्तीने स्वतःच्या सुखात वा विलासात मग्न न राहता समाजविकासाच्या कार्यात आपले व्यक्तिमत्त्व विरवून टाकले पाहिजे.' या विचारातून घेतला होता. आचार्य जावडेकरांच्या

विचार आणि संस्कारातून त्यांचे व्यक्तिमत्त्व विकसित झाले होते (विसपुते, २००० : १७, १८).

एसेमच्या प्रबळ मनोवृत्ती नागर वातावरणात संस्कारित झाल्या होत्या. गरिबी आणि आप्तस्वकीयांचे मृत्यू यांनी त्यांच्या मनाच्या मृदुतेला हळुवारपणा आला होता. ते कडवट बनले नाहीत, तर अधिक सोशिक, अधिक सहृदय बनले. लहानपणापासून भोगलेल्या आपत्ती ही एसेमच्या जीवनातील एक साधनाच बनली होती. मानवतेची उपासना करण्याचे व्रत अधिक निष्ठेने करायला एसेमना त्यांच्यावर आलेल्या आपत्तींनी शिकविले (खांडेकर, १९६४ : २७). एस.एम.जोशी म्हणतात की, 'सार्वजनिक जीवनामध्ये मी ओढला गेलो ते लोकमान्य टिळक, पंडित जवाहरलाल नेहरू, सुभाषचंद्र बोस, सरदार भगतसिंग यांच्यामुळे. ज्यावेळी मला महात्मा गांधींचा कार्यक्रम अपुरा वाटला तेव्हा युसूफ मेहेरअल्ली, आचार्य नरेंद्र देव, आचार्य जावडेकर यांनी समाजवादाची दीक्षा दिली. पण लोकशाही समाजवादाकडे वाटचाल करीत असतानाच महात्मा गांधींच्या शिकवणीने माझ्या सार्वजनिक जीवनाला मजबूत केले. संयुक्त महाराष्ट्राच्या आंदोलनात मी गोवला गेलो तेव्हा समाजवादी पुढाऱ्यांपैकी जयप्रकाशजी आणि आचार्य नरेंद्र देव हेच माझ्या बाजूने उभे राहिले. आचार्य जावडेकरांचे फार लवकर निधन झाले. पण ते मला गुरुस्थानी होते. मला मार्ग दिसेनासा झाला म्हणजे मी त्यांच्या सल्ल्याप्रमाणे वागत असे. ते गेले आणि मला स्वत:लाच माझा मार्ग धुंडाळावा लागला. या सर्व नेत्यांनी केलेले मार्गदर्शन मला जीवन कृतार्थ करायला उपयोगी पडले' (जोशी, १९७७ : ४१२).

## एस.एम.जोशींचा यूथ लीगमधील सहभाग

विद्यार्थीदशेतच यूथ लीगच्या चळवळीत सहभागी होऊन एस.एम.जोशींनी स्वातंत्र्य आंदोलनात पदार्पण केले. 'सायमन गो बॅक' सारख्या मोहिमा, ब्रिटिश सत्तेविरोधी भाषणे, मिठाचा सत्याग्रह या मार्गाने प्रवास सुरू झाला. परिणामी 'संघर्ष व कारावास' हा कार्यक्रम बरीच वर्षे पार पाडला. कृतिशीलतेची मशाल अधिक तेजस्वी करण्याची ही साधना चालली होती. एसेमनी स्वातंत्र्य, समता व बंधुता या ध्येयासाठी अखंड धडपड सुरू केली. लोकशाही समाजवादी समाज निर्माण करण्यासाठी स्वत:च्या जीवनाची त्या कार्याला अनुसरून जडणघडण केली. तत्त्वनिष्ठा, निर्भयता, संघर्ष, राजकीय, विधायक, संघटनात्मक कार्याची सांगड, नैतिक मूल्यांचे अधिष्ठान, निर्वैर वृत्ती, करुणा, सत्याची जोपासना या सर्वांचे एक अद्‌भुत रसायन एसेमनी आत्मसात केले होते (बापट, १९८९ : ४५).

सायमन कमिशनवर बहिष्कार टाकण्याची प्रचंड चळवळ आपल्या देशात झाली आणि याच सुमारास युवक संघाचा उदय झाला. युवक संघ ही देशात सामुदायिक रीतीने जागृत होऊ लागलेल्या युवकांची संस्था होती. या संस्थेचा त्यावेळचा ध्येयवाद कल्पनारम्य

असला तरी त्यात उत्कटता व त्यागवृत्ती प्रकट होत होती ही गोष्ट नाकारता येत नाही. याचवेळी एस.एम.जोशी यांच्या राजकीय जीवनाचा जन्म झाला (जोशी, १९४७ : १०). इ.स. १९२७ नंतर झालेल्या युवक आंदोलनाचे पश्चिम भारतात युसूफ मेहेरअल्ली प्रमुख नेते होते. त्यांचे व्यक्तिमत्त्व फार लोभस होते. त्यांच्या वागण्यात व बोलण्यात अपूर्व असा जिव्हाळा होता. युसूफ मेहेरअल्लींच्या सहवासामुळे पुण्याच्या 'हिंदुतत्त्वनिष्ठ' वातावरणापासून आम्ही मुक्त राहिलो असे एसेम आणि नानासाहेब गोरे म्हणत. अन्यथा ही सर्व मंडळी समाजवादी बनण्याच्या ऐवजी हिंदु संप्रदायवादी बनली असती. लढाऊ कार्यक्रमाइतकीच सांप्रदायिक सद्भावना वाढविण्यावर यूथ लीगच्या नेतृत्वाची निष्ठा होती. याचे दृढ आणि सखोल संस्कार एसेमच्या मनावर झाले होते. पुण्याच्या वातावरणात जातीय व धार्मिक ऐक्याचा झेंडा फडकवत ठेवणे हे काम सोपे नव्हते. युसूफ मेहेरअल्ली हे राष्ट्रीयतेची प्रेरक शक्ती होते. राष्ट्रीयतेचे ज्वलंत उदाहरण होते. त्यांचे ऋण एसेम खुल्या दिलाने मान्य करतात (लिमये, १९८४ : २६).

इ.स. १९१९ साली दिल्लीतील जुम्मामशिदीत हिंदू-मुस्लीम मेळाव्यात रौलट ॲक्ट विरोधी भाषणे करणाऱ्या स्वामी श्रद्धानंदांची १९२६ साली अब्दुल रशीद या मुस्लीम युवकाकडून झालेली हत्या ही देशातील प्रतिगामी प्रवृत्तींच्या वाढीस पोषक अशी घटना होती. लोकांची मने मुस्लीमविरोधी आपोआप बनली. देशात एकीकडे जातीयवाद वाढत असता मुंबईस बॉंबे प्रेसिडेन्सी यूथ लीग स्थापन झाली. एसेम त्यावेळी ज्यु.बी.ए.च्या वर्गात होते. याच वर्षी ८ नोव्हेंबर १९२७ रोजी ब्रिटिश पंतप्रधान बाल्डविन आणि व्हाईसरॉय लॉर्ड आयर्विन यांनी सायमन कमिशन नेमल्याची घोषणा केली. या कमिशनवर एकाही हिंदी गृहस्थाची नेमणूक करण्यात आली नव्हती. इ.स.१९२७ साली डिसेंबरमध्ये मद्रासला काँग्रेसचे अधिवेशन झाले. त्यात या कमिशनवर बहिष्कार टाकण्याचा ठराव संमत झाला. याचवर्षी मुंबईस यूथ लीग स्थापन झाली व पहिली यूथ कॉन्फरन्स झाली. तिचे अध्यक्ष वीर नरिमन होते. युसूफ मेहेरअल्ली मानद कार्यवाह होते व आ.रा.भट मानद प्रसिद्धी व प्रचार कार्यवाह होते (जोशी, १९४७ : २६).

मद्रासच्या काँग्रेस अधिवेशनातच पक्षाच्या बुजुर्ग नेत्यांना युवाशक्ती जागृत होत असल्याची चाहूल लागली होती. २१ आणि २२ जानेवारी १९२८ रोजी बॅरिस्टर के.एफ. नरीमन यांच्या अध्यक्षतेखाली मुंबई इलाखा युवक परिषद भरली होती. या परिषदेत शांताराम सावळाराम मिरजकर, डांगे, जोगळेकर, धुंडी राजपंत ठेंगडी, युसूफ मेहेरअल्ली उपस्थित होते. १८ आणि १९ फेब्रुवारीस मुंबईच्या उपनगरातील युवकांनी बाळासाहेब खेरांच्या अध्यक्षतेखाली मराठी भाषिक युवकांची परिषद भरवली. ती आयोजित करण्यात लालजी पेंडसे, अनंत काणेकर वगैरे युवकांनी पुढाकार घेतला होता. २७ ऑक्टोबर १९२८ रोजी मुंबईत स्थापन झालेल्या इंडिपेंडन्स ऑफ इंडिया लीग या संघटनेची शाखा

स्थापन झाली. या संघटनेचे सूत्रधार जवाहरलाल नेहरू होते. युसूफ मेहेरअल्ली, नरीमन व जमनादास मेहता यांचा या संघटनेशी निकटचा संबंध होता. या साऱ्या संघटनांच्या सहकार्यामधून यूथ लीगची चळवळ आकार घेऊ लागली. १२ व १३ डिसेंबर १९२८ रोजी पुण्यात भरलेल्या मुंबई इलाखा युवक परिषदेचे अध्यक्ष जवाहरलाल नेहरू होते आणि स्वागताध्यक्ष न.वि. ऊर्फ काकासाहेब गाडगीळ होते. या परिषदेपासूनच 'खऱ्या अर्थाने मी सार्वजनिक जीवनात भाग घेऊ लागलो' असे एस.एम. जोशींनी आत्मचरित्रात म्हटले आहे. एस.एम.जोशी पुण्याच्या यूथ लीगच्या शाखेचे चिटणीस होते. त्यांच्याखेरीज आ.रा.भट, र.के. खाडिलकर, ना.ग.गोरे वगैरे तरुण मंडळीही राष्ट्रीय चळवळीत यूथ लीगमुळेच ओढली गेली (फडके, १९९१ : १२८, १२९).

सायमन कमिशन आणि यूथ लीगची चळवळ या अशाप्रकारे एकाच वर्षातील घटना होत्या, पण त्यातील यूथ लीगचा एसेमच्या जीवनावर फार परिणाम झाला होता. तरुणांच्या सामर्थ्याची जाण ठेवून त्यांच्या उत्साहाचा देशाच्या स्वातंत्र्यप्राप्तीसाठी उपयोग करून घेण्याचा स्वातंत्र्य आंदोलनातील हा पहिलाच संघटित प्रयत्न असावा. मुंबईच्या परिषदेनंतर युसूफ मेहेरअल्ली, व्ही.के.आर.व्ही.राव, आ.रा.भट पुण्यास आले. कम्युनॅलिझम विरुद्ध झगडलेच पाहिजे असे तळमळून सांगणारे युसूफ मेहेरअल्ली एसेम आणि त्यांच्या सहकाऱ्यांना म्हणाले, ''आपणाला संपूर्ण स्वातंत्र्य हवे असेल तर आपापसात मुसलमानांशी भांडून ते मिळणार नाही.'' मेहेरअल्लींच्या भाषणाने एसेमच्या मनावर आलेले जातीयवादाचे मळभ दूर केले. एस.एम.जोशी, ना.ग.गोरे, र.के.खाडीलकर, चपलाबाई करंदीकर असे सर्वजण पुण्याच्या यूथ लीगच्या शाखेचे पहिले सभासद होते. तीन प्रतिज्ञा यूथ लीगपुढे होत्या (जोशी, १९४७ : २६).

1) To fight communalism in every shape and form.

2) To struggle for complete independence.

3) To use all swadeshi goods.

युवक संघ राजकारणाप्रमाणे सामाजिक क्षेत्रातही क्रांतिवादी होता. सायमन कमिशनवर बहिष्कार घालायचा व निदर्शने करावयाची हा काँग्रेसचा कार्यक्रम युवक संघाने पुढाकार घेऊन पार पाडावयाचा असा संकल्प केला (गाडगीळ, १९६४ : २०८). सायमन कमिशन १९२८ च्या फेब्रुवारीत मुंबईत आले. तेथूनच बहिष्काराला प्रारंभ झाला. पुण्याचा बहिष्कार यूथ लीगच्या बळावर एसेम व त्यांच्या सहकाऱ्यांनी यशस्वी केला. सायमन कमिशन पुण्यास येईल तेव्हा त्याला प्रखर विरोधाची जाणीव देण्याचे ठरले. खंडाळा-लोणावळ्यापासून पुण्यापर्यंत ट्रक भरभरून स्वयंसेवक सडकांवरून घोषणा देत फिरत राहिले. रेल्वे लाईनलगतच्या सडकेवर निदर्शने होत राहिली. सायमन कमिशनला खिडकीतून तोंड बाहेर काढणे अशक्य झाले. 'सायमन गो बॅक' च्या आरोळ्या दुमदुमत

राहिल्या. कमिशनच्या दौऱ्याला असा हा अपशकुन झाला व देशभर कमिशनला निषेधाच्या घोषणा व निदर्शने यांना तोंड द्यावे लागले. पुण्याच्या परिसरात एसेम आणि युवक संघटनेने कौशल्यपूर्ण पद्धतीने जी निदर्शने केली त्यांची सर्वत्र वाखाणणी झाली (महाराष्ट्र टाइम्स : १९७९). लाहोरला लाला लजपतराय यांनी कमिशनविरुद्ध निदर्शने केली. तेव्हा पोलिसांनी त्यांच्यावर लाठीमार केला. लालाजींच्या हृदयावरच लाठीचा तडाखा लागला व त्यामुळे काही दिवसांतच त्यांचे निधन झाले. त्यानिमित्ताने एस.एम.जोशींचे पहिले जाहीर भाषण शिवाजी मंदिरात झाले. १९२८ सालचा तो नोव्हेंबर महिना होता. एस.एम.चे दुसरे जाहीर भाषण लगेच पुण्याच्या यूथ कॉन्फरन्समध्ये झाले. लोकमान्य टिळक स्मारक मंदिरात ही परिषद झाली. मेहेरअल्लींनी या युवक परिषदेचे अध्यक्ष म्हणून पं. नेहरूंना बोलाविले होते व त्यांना काकासाहेब गाडगीळ यांच्याकडे उतरविले होते. पंडित नेहरूंच्या भाषणाचा त्यांच्यावर फार परिणाम झाला होता, कारण पं. नेहरूंचे विचार त्यांच्या विचारांशी जुळते होते (जोशी, १९४७ : २७).

### पर्वती मंदिर सत्याग्रह

सामाजिक परिवर्तन करणे हा एस.एम.जोशींच्या जीवनातील एक मोठा ध्येयवाद होता. तो ध्येयवाद कृतीत आणण्यासाठी ते सतत प्रयत्नशील असत. सामाजिक परिवर्तनासाठी एस.एम.जोशी पुण्यातील १९२९ सालच्या पर्वती सत्याग्रहापासून ते मराठवाडा विद्यापीठ नामांतर, मंडल आयोगाच्या शिफारशी अमलात आणण्याच्या संघर्षमय लढ्याशी जोडले गेले आहेत. आपल्या वाणी-विचाराने व प्रत्यक्ष कृतीच्या पावलाने व कृतीनेही सांधले गेले होते. सामाजिक परिवर्तनाचा प्रश्न निर्माण झाला की, एसेम त्यात स्वत:ला झोकून देत. त्यात उडी घेत. शेवटच्या क्षणापर्यंत त्या मुक्तीसंग्रामात आघाडीला राहात, म्हणूनच ते दलितांचे कैवारी वाटतात; नव्हे ते दलितांचे कैवारी होतेच (लिमये, १९८४ : ५०). सामाजिक विषमतेची एस.एम.जोशींना अगोदरपासूनच चीड होती. स्वातंत्र्यलढ्यात व सत्याग्रहात प्रत्यक्ष भाग घेण्यापूर्वी एस.एम.जोशींनी पर्वतीच्या मंदिरात हरिजनांना प्रवेश मिळावा म्हणून १९२९ साली झालेल्या सत्याग्रहात भाग घेतला होता (लिमये, १९८४ : २६).

पर्वतीचा सत्याग्रह हा आधुनिक महाराष्ट्राच्या इतिहासातला एक रोमांचकारी प्रसंग आहे. एसेम त्यावेळी ऐन पंचविशीत होते. मंदिराचे दरवाजे अस्पृश्यांना खुले झाले पाहिजेत हा पुरोगामी विचार प्रबळ होत होता. जेधे-गाडगीळ काही अस्पृश्य तरुणांसह आणि एसेमसारख्या तरुण सहकाऱ्यांसह पर्वतीच्या मंदिरात प्रवेश करणार ही वार्ता जाहीर होताच पुण्यात खळबळ उडाली. सनातन्यांच्या गुप्त बैठकी होऊ लागल्या. सत्याग्रही स्पृश्यास्पृश्यांची हाडे खिळखिळी करण्यासाठी बेलभंडार उचलण्यात आले. पुरोगामी

विचार पुण्यात निघायचे आणि त्यांचे पेकाट मोडण्याचे प्रतिगामी कटही पुण्यातच रचले जायचे; असे पुण्याचे मोठे विचित्र स्वरूप आहे. सामाजिक किंवा सांस्कृतिक क्षेत्रात एखादी नवी घटना घडणार असे दिसले की सर्व पुणे वादविवादाने गजबजून जाई. प्रत्येक गट उलटसुलट प्रतिक्रिया सारा जीव घालून व्यक्त करीत असत. पर्वती सत्याग्रह हा असाच जळता विषय बनला होता (तळवलकर, १९९० : ४१, ४२).

महाराष्ट्रात १९२७ साली डॉ. बाबासाहेब आंबेडकरांनी महाड येथे केलेल्या चवदार तळ्यावरील सत्याग्रह, नासिक येथील काळाराम मंदिर सत्याग्रह यांचाही परिणाम एसेमसारख्या तरुणावर झाला होता. सामाजिकरीत्या बॅ. सावरकर त्या काळात फार पुरोगामी लिहायचे. रत्नागिरीस त्यांनी पतितपावन मंदिर बांधले होते. इतर देवळांतून अस्पृश्यांना प्रवेशबंदी असे, पण पतितपावन मंदिर अस्पृश्यांसह सर्वांना खुले होते. राजकीय वातावरणातील क्रांतिकारकांचे पराक्रम विशेषत: १९२८ चा डिसेंबर महिना राजगुरू, भगतसिंग आणि सुखदेव यांनी खळबळजनक बनविला. नोव्हेंबर १९२८ मध्ये सायमन कमिशन लाहोरला गेले असता तेथे लाला लजपतराय यांच्या नेतृत्वाखाली निदर्शने झाली. त्यावेळी ज्या ए.एस.पी. सॉंडर्स याने लाठीमाराचा आदेश दिला व त्यामुळे घायाळ झालेले लजपतराय मृत्यू पावले, त्याचा बदला राजगुरू, भगतसिंग व सुखदेवने १७ डिसेंबर १९२८ ला घेतला होता. लाहोरच्या रस्त्यारस्त्यावर भगतसिंगाच्या हस्ताक्षरातील 'सॉंडर्स ठार झाला, लालाजींच्या खुनाचा बदला घेण्यात आला' अशी पत्रके लागली. पुण्यास ही बातमी येताच एसेमच्या अंगावर रोमांच उभे राहिले आणि क्रांतिकारकांविषयी आकर्षण वाटले. याच काळात सरकारने मध्यवर्ती कायदेमंडळात ट्रेड डिस्प्युट बिल, पब्लिक सेफ्टी बिल, रिझर्व्ह बँक बिल आणि कोस्टल शिपींग बिल चर्चेसाठी आणले होते. ती बिल्स भारतीयांवर अन्याय करणारी होती. त्या बिलांच्या निषेधार्थ सभागृहात भगतसिंग व बटुकेश्वर दत्त यांनी बॉंब टाकले आणि लाल पत्रके फेकली. त्या पत्रकात ट्रेड डिस्प्युट बिल व पब्लिक सेफ्टी बिल यांचा व लाला लजपतराय यांच्या खुनाचा निषेध करण्यात आला होता. त्यावेळी क्रांतिकारक पकडले गेले आणि सॉंडर्सच्या खुनाचा आरोप सिद्ध झाल्याने भगतसिंग, राजगुरू आणि सुखदेव यांना फाशी देण्यात आली. १३ सप्टेंबर १९२९ रोजी ५४ दिवसांच्या अन्नत्यागानंतर जतींद्रनाथांचे तुरुंगात निधन झाले. या सर्व घटना एस.एम. जोशींच्या मनावर त्यावेळी विलक्षण परिणाम करून गेल्या.

सामाजिक स्तरावर अस्पृश्यांवर होणारे अन्याय दूर करण्यासाठी एस.एम.जोशींसारख्यांनी यूथ लीगच्या द्वारे काही प्रत्यक्ष कृती करावी असे वाटत होते. यूथ लीग आणि केशवराव जेधे यांचा ब्राह्मणेतर पक्ष यांनी सहकार्याने पुण्याच्या पर्वती मंदिरात अस्पृश्यांसह प्रवेश करावयाचा, प्रवेश करू न दिल्यास सत्याग्रह करावयाचा असे एसेम व सहकाऱ्यांनी ठरविले. एस.एम.जोशी, नानासाहेब गोरे, राजभोज, काही

दलितवर्गीय कार्यकर्ते अशी मंडळी एकत्र आली होती. आचार्य जावडेकर त्यांची बौद्धिके घेत असत. त्यांना त्यांनी सत्याग्रहाची योजना सांगताच ते म्हणाले, ''तुमचे बरोबर आहे. महात्मा गांधींचेही मत हेच आहे.'' पर्वती मंदिरात सत्याग्रह करायला हरकत नाही असे आचार्य जावडेकरांनी सांगितले. पुण्यात माटे मास्तर (श्रीपाद महादेव माटे) मातंग वस्तीत रात्रशाळा चालवीत. साक्षरतेचे वर्ग घेत. पाट्या, पेन्सिली, दिवाबत्ती असा सगळा खर्च ते स्वतःच्या मिळकतीतून करायचे. नव्या पेठेत त्यांचे वर्ग चालायचे. त्यांनीही त्यांची तीन-चार दिवस बौद्धिके घेतली. पण सत्याग्रहाला मात्र मोडता घातला. माटे मास्तर म्हणाले, ''तुम्ही सत्याग्रह करू नये, त्यामुळे तणाव वाढेल.'' माटे मास्तरांचे म्हणणे एसेमसह इतरांनाही पटले नाही. सत्याग्रह करण्याचा निश्चय झाला (जोशी, १९४७ : ३६ ते ३९).

२७ ऑगस्ट १९२९ रोजी पुण्यातील काही ब्राह्मणांनी चालवलेल्या अस्पृश्यता निवारक मंडळाच्या वतीने ल.ब. (अण्णासाहेब) भोपटकर यांनी, पर्वती देवस्थानच्या पंचांनी ते ऐतिहासिक देऊळ अस्पृश्यांना खुले करावे अशी जाहीर विनंती केली. पुण्यातील अस्पृश्यांनी तसेच युवक संघानेही (यूथ लीग) तिचा पाठपुरावा करण्याचे ठरविले. पर्वतीच्या पंचांनी या प्रकरणात मौन धारण केल्याने अखेर २ ऑक्टोबर १९२९ रोजी त्यांना तीन दिवसांची मुदत देण्यात आली. तेव्हा अखेर पंचांनी तोंड उघडले. नानासाहेब पेशव्यांनी बांधलेले पर्वतीचे देवालय खासगी मालकीचे असल्यामुळे अस्पृश्यांना त्यात प्रवेश दिला जाणार नाही असे जाहीर करण्यात आले (फडके, १९९८ : २६५). पर्वती टेकडीवरच्या मंदिरात अस्पृश्य समजल्या जाणाऱ्या जातींच्या लोकांनी प्रवेश करावा आणि त्यासाठी जरूर भासली तर सत्याग्रह करावा असे २२ सप्टेंबर १९२९ रोजी भरलेल्या एका सभेत प्रथम ठरले. सत्याग्रह मंडळाचे अध्यक्ष शिवराम जानबा कांबळे हे होते व चिटणीस पां.ना. राजभोज होते. काकासाहेब गाडगीळ, विनायकराव भुस्कुटे, वा.वि.साठे, केशवराज जेधे हे सल्लागार समितीत होते. १९२८ पासून पुण्यात कार्य करीत असलेल्या युवक संघाच्या कार्यकर्त्यांनी पर्वती मंदिर प्रवेश सत्याग्रहाला पाठिंबा देण्याचे जाहीर केले. एस.एम.जोशी, ना.ग.गोरे, रघुनाथराव खाडीलकर, शिरूभाऊ लिमये यांच्या राजकीय जीवनातील उमेदवारीचे ते दिवस होते. तात्यासाहेब केळकर, लक्ष्मण बळवंत ऊर्फ अण्णासाहेब भोपटकर, श्री.म.माटे वगैरे मंडळी अस्पृश्यांच्या मंदिर प्रवेशास अनुकूल असली तरी त्यासाठी सत्याग्रह करण्याची कल्पना त्यांना पसंत नव्हती. या सर्वांनी एक अस्पृश्यता निवारक मंडळ स्थापन केले होते. 'सत्याग्रहाच्या चळवळीशी आमचा अगर आमच्या मंडळाचा कोणताही संबंध नाही. आमची भिस्त सत्याग्रहापेक्षा मतपरिवर्तनावर जास्त आहे. सत्याग्रहाच्या मार्गाने प्रश्न जास्त बिकट होण्याचा संभव आहे.' असे श्री.म.माटे यांनी पत्र लिहून ताबडतोब जाहीर केले. रविवार तारीख १३ ऑक्टोबर १९२९

रोजी पर्वती येथे सत्याग्रह केला (फडके, १९८२ : १२६, १२७). ठरल्याप्रमाणे काकासाहेब गाडगीळ, केशवराव जेधे, एस.एम. जोशी व ३०० युवक सकाळी पर्वतीच्या पायथ्याशी जमले. तीन हरिजन, काकासाहेब गाडगीळ व केशवराव जेधे असे पाचजण पायऱ्या चढू लागले. मागे, पुढे व बाजूस युवक मंडळींनी साखळी धरली होती. साध्या पोशाखातील अनेक गुप्तचर इतस्तत: चालत होते. मोठा सनातनी समाज जमला होता (गाडगीळ, १९६४ : २२०). त्यांची संख्या 'केसरी'ने पाच हजार तर 'भाला' साप्ताहिकानी तीन हजार अशी दिली होती. एवढा तीव्र विरोध होता (जोशी, १९४७ : ३९).

अस्पृश्य स्त्री-पुरुष सत्याग्रही पर्वतीच्या मंदिरात शिरून देवळे विटाळतील या धास्तीने पंचांनी सर्व देवळांचे दरवाजे बंद करून टाळी ठोकली. जिल्हाधिकाऱ्यासकट सर्व वरिष्ठ अधिकाऱ्यांनी देवळासमोर कडक बंदोबस्त ठेवून तळ ठोकला होता. पर्वतीच्या पायथ्याशी जमलेल्या लोकांनी सभा घेऊन प्रथम सत्याग्रहास विरोध करणाऱ्यांसकट, वायदंडे वगैरे मातंगांचा निषेध केला आणि सत्याग्रह करणाऱ्यांच्या तुकड्या पर्वतीच्या टेकड्या चढू लागल्या. देवालयाकडे जाणारा रस्ता सार्वजनिक असूनही सत्याग्रहाच्या विरोधकांनी न.वि. ऊर्फ काकासाहेब गाडगीळ, विनायकराव भुस्कुटे, पांडुरंग नथुजी राजभोज, देशदास रानडे, स्वामी योगानंद, शिवराव जानबा कांबळे, त्यांच्या पत्नी व कन्या, एस.एम.जोशी वगैरे सत्याग्रहीवीरांवर दगड-धोंड्यांचा मारा केला. तसेच काहींना खाली निवडुंगात फेकून देण्याचा प्रयत्न करण्यात आला. दंगेखोर गुंडांनी केलेल्या दगडफेकीमुळे राजभोज, काकासाहेब गाडगीळ, देशदास रानडे वगैरे मंडळी जखमी झाली. एस.एम.जोशींनाही चांगलाच मार लागला होता. झालेल्या प्रकाराबाबत एस.एम.जोशींनी महात्मा गांधीजी व जवाहरलाल नेहरू यांना पत्रे लिहिली. गांधीजींच्या सांगण्यावरून जमनालाल बजाज, स्वामी आनंद वगैरेंनी उभय पक्षांत समेट घडवून आणावा या हेतूने सत्याग्रह पंधरवडाभर तहकूब करावा असे सुचविले. ही सूचना केशवराव जेधे, शिवराम जानबा कांबळे, राजभोज वगैरेंनी मान्य केली. मुंबईत परळला बाबासाहेब आंबेडकरांच्या अध्यक्षतेखाली १६ ऑक्टोबर १९२९ रोजी जाहीर सभा भरवून पर्वती सत्याग्रहास पाठिंबा देण्यात आला. १८ ऑक्टोबरला १४ स्पृश्य व अस्पृश्य सत्याग्रहींची निवड करण्यात येऊन भरविण्यात आलेली सभा उधळली गेली. शंकरराव देवांना मारहाण करण्यात आली, २४ ऑक्टोबर १९२९ रोजी अहिताग्नि राजवाडे यांच्या अध्यक्षतेखाली भरलेल्या सनातन्यांच्या सभेत भालाकार भोपटकरांनी, अस्पृश्यांनी दमादमाने घ्यावे असा सल्ला देऊन दोनशे वर्षांनी म्हणजे २१२९ साली देवालय प्रवेश करण्यास अस्पृश्यांना कोणीही हरकत करणार नाही असा वायदा केला. भालाकारांच्या बेताल बडबडीची टर उडविण्याचा एस.एम.जोशींनी प्रयत्न करताच भालाकारांच्या चाहत्यांनी सभेतच त्यांना मारहाण केली; आणि त्यांच्या अंगावरचे खादीचे जाडेभरडे धोतरच ओढले. या प्रकाराची आठवण सांगताना एसेमनी

म्हटले आहे, 'त्या दिवसापासून मग मी ठरवूनच टाकले की धोतर नेसायचेच नाही. पायजमा वापरायचा' (फडके, १९८२ : २६६).

देशकारण व समाजसुधारणा या दोन्ही दृष्टींनी एस.एम.पुरोगामी बनले होते. त्यांनी खादीचे कपडे वापरायला सुरुवात केली. स्वामी श्रद्धानंदांच्या खुनामुळे त्याचवेळी हिंदुत्ववादी केळकर -भोपटकर मंडळी प्रबळ होऊ लागली होती. पण याचवेळी एस.एम. यांचा बाँबे प्रेसिडेन्सी यूथ लीग या राजकीय डाव्या विचाराच्या संस्थेशी संबंध आला. तिचे अध्यक्ष वीर नरीमन हा पार्शी व चिटणीस युसूफ मेहेरअल्ली हा मुसलमान होता. सायमन कमिशनविरुद्धच्या कार्यात यूथ लीग फार जागरूक होती. नरीमन व मेहेरअल्ली दोघांमुळे एस.एम.वरील धर्मप्रभाव पुसला गेला व तो जन्मभर टिकला.

देशात नवे नेतृत्व जवाहरलाल नेहरूंच्या रूपाने उदयाला येत होते. त्यांच्याशी एस.एम.चा वैयक्तिक परिचयही झाला. याचवेळी १९२८ मध्ये पं.मोतीलाल नेहरू यांच्या अध्यक्षतेखाली व पं. जवाहरलाल नेहरू यांच्या चिटणीसपदाखाली काँग्रेसच्या घटनेचा आराखडा करण्यासाठी समिती नेमली होती. त्यावर देशभर मोठी चर्चा होत होती, पण राष्ट्रीय ऐक्य-एकात्मता व संपूर्ण स्वराज्य हे संस्कार एस.एम.ला त्यावेळी मिळाले व आयुष्यभर टिकले. त्यावेळी ब्राह्मणेतर चळवळ जोरात होती. १९२९ मध्ये तथाकथित अस्पृश्यांना पर्वती मंदिर खुले व्हावे म्हणून एसेम यांनी पहिली चळवळ केली होती. तेव्हापासून अनेक चळवळींत त्यांनी हिरिरीने भाग घेतला. सामाजिक जवळकीचे संस्कार, राजकीय तत्त्वज्ञानाचा अभ्यास आणि या सर्वांत सहभाग यामुळेच पुढील साठ वर्षांतील त्यांचे कार्य समाजाने स्वीकारले (दै. पुढारी : १९८९).

## सविनय कायदेभंग चळवळ आणि दांडीयात्रा

१९२९ मध्ये डिसेंबरअखेर लाहोर येथे भरलेली राष्ट्रसभा हिंदी राजकारणाच्या इतिहासात फार महत्त्वाची आहे. तिचे अध्यक्षपद पं. जवाहरलाल नेहरू यांना देण्यात आले होते. त्यांच्या भाषणात समाजसत्ताक लोकशाही हे अंतिम ध्येय आहे, असे त्यांनी जाहीर केले. राष्ट्रसभेचे पहिले समाजवादी अध्यक्ष या दृष्टीने त्यांचे हे भाषण आधुनिक भारताच्या इतिहासात महत्त्वपूर्ण आहे. हिंदुस्थानला जर आपल्या देशातील दारिद्र्य व विषमता यांचा अंत करावयाचा असेल तर समाजवादी मार्गानेच जावे लागेल (जावडेकर, १९३८ : ३९५). १९२९ च्या डिसेंबरमध्ये भारतातील राष्ट्रीय काँग्रेसने लाहोर अधिवेशनात पंडित नेहरूंच्या अध्यक्षतेखाली संपूर्ण स्वातंत्र्याचा ठराव पास केला. ब्रिटिश साम्राज्याशी आपला संबंध तोडून टाकण्याची घोषणा त्यात होती. २६ जानेवारी १९३० रोजी साऱ्या देशाने स्वातंत्र्याची प्रतिज्ञा केली आणि सविनय कायदेभंगाच्या चळवळीला प्रारंभ झाला. महात्मा गांधींनी केलेले लोकशिक्षण, लोक संघटन व रचनात्मक कार्यक्रम व्यर्थ ठरले

नाहीत. लोकांमध्ये उत्साहाबरोबर एक नव्या प्रकारची शिस्तही बाणली गेली आणि सत्याग्रहाच्या वेळी शांततेने व धैर्याने सर्व प्रकारच्या यातना सहन करण्याची नैतिक शक्ती त्यांच्यात उत्पन्न झाली. १९३० च्या सत्याग्रहाची सुरुवात दांडी यात्रा व मिठाचा कायदा मोडण्यापासून झाली (लिमये, १९८५ : ११८). गांधीजी व पंडित नेहरू यांनी तयार केलेल्या स्वातंत्र्याच्या जाहीरनाम्यात म्हटले होते, 'ब्रिटिश सरकारने हिंदी जनतेचे स्वातंत्र्य तर हिरावून घेतलेच आहे. त्यांची राजवट जनतेच्या शोषणावर आधारलेली आहे. तिच्यामुळे हिंदुस्थानची आर्थिक, राजकीय, सांस्कृतिक व आध्यात्मिक हानी झाली आहे.' त्यामुळे स्वखुषीने ब्रिटिश सरकारबरोबरचे संबंध तोडून आम्ही सविनय कायदेभंगासाठी सज्ज होत आहोत असेही काँग्रेसने जाहीर केले होते. मुंबई शहरातील लोकांनी पहिला स्वातंत्र्यदिन त्या पारतंत्र्याच्या दिवसातही मोठ्या उत्साहाने साजरा केला. तिरंगी झेंडा ठिकठिकाणी फडकवण्यात आला. संध्याकाळी चौपाटीवर झालेल्या सभेत २५ ते ३० हजार लोक हजर होते. पुण्यात मात्र फारसा उत्साह दिसला नाही. सायंकाळी शिवाजी मंदिरात जेमतेम शेसव्वाशे लोकांच्या साक्षीने काकासाहेब गाडगीळांनी प्रतिज्ञावाचन केले. त्या दिवशी कोणालाच पकडण्यात आले नाही (फडके, १९९३ : ५४).

एस.एम.जोशी जसे मोठे होत गेले, तसे त्यांचे मनही खंबीर बनले. देशाच्या स्वातंत्र्यासाठी आपणही आत्माहुती दिली पाहिजे असे त्यांना उत्कटतेने वाटू लागले. महात्मा गांधीजींनी तरुणांच्या मागणीनुसार संपूर्ण स्वातंत्र्याची घोषणा करून सत्याग्रहाचे रणशिंग फुंकले. जगप्रसिद्ध 'दांडीयात्रा' सुरू झाली. जनआंदोलनाच्या लाटा देशभर उसळू लागल्या. पुण्यातल्या विद्यार्थी मित्रांबरोबर एस.एम. जोशीही चळवळीत सहभागी झाले आणि सहा महिन्यांची शिक्षा होऊन त्यांना सत्याग्रहाची दीक्षा मिळाली. त्या निमित्ताने महात्मा गांधीजींचे सत्याग्रही विचार त्यांच्या जीवनामध्ये रुजले आणि त्यांच्या जीवनाचे ते एक अविभाज्य अंग बनून गेले (पटवर्धन, १९९१ : २२).

## पुणे जिल्ह्यातील कायदेभंगाची चळवळ

पुण्यात एस.एम. जोशींनी यूथ लीग मार्फतही सविनय कायदेभंगासाठी सत्याग्रही नोंदवायचे असे ठरविले. सुरुवातही केली. बाळूकाका कानिटकर, हरोलीकर, शंकरराव देव, आचार्य भागवत, आचार्य जावडेकर, हरिभाऊ फाटक, अण्णासाहेब सहस्रबुद्धे ही सर्व जुनी मंडळी महात्मा गांधींना मानणारी होती. शंकरराव देवांनी विलेपार्ले येथे सत्याग्रही आश्रम काढला. एस.एम. जोशींनी यूथ लीगच्या वतीने एक पत्रक काढले होते. त्यात 'गांधीजींच्या मार्गदर्शनानुसार काम करा' असे त्यांनी विचार मांडले होते. दांडी यात्रेमुळे देशात एक नवेच वारे संचारले होते. ६ एप्रिल १९३० रोजी म.गांधीजींनी प्रथम समुद्रकिनाऱ्यावरचे मीठ गोळा केले. नंतर धारासणा येथील मिठागरावर आपण हल्ला

करणार याची पूर्वसूचना त्यांनी व्हाइसरॉयला पत्र पाठवून दिली. ते धारासणाकडे निघण्यापूर्वीच तेव्हा काराडी गावी म.गांधींना ५ मे रोजी अटक झाली. शंकरराव देवांच्या मार्गदर्शनाखाली एस.एम.जोशींनी सत्याग्रहात भाग घेतला. एसेमबरोबर छबुराव कर्णिक, र.के.खाडीलकर, नानासाहेब गोरे, बापू मेहेंदळे असे एकूण सोळा-सतरा तरुण होते. शंकरराव देवांनी ठाणे जिल्ह्यात प्रचार करीत हिंडण्याची कामगिरी त्यांच्यावर सोपविली. त्यांनी वसई, अर्नाळा, पालघर, सातपाटी या गावांत जाऊन सभा घेतल्या. पाचशेपासून हजारपर्यंत माणसे सभेस जमायची (जोशी, १९४७ : ४२ - ४३).

मिठाच्या कायदेभंगाचा पुणे जिल्ह्यातील खेड्यापाड्यात प्रचार करण्याचे कार्य विठ्ठल रामजी शिंदे, हरिभाऊ तुळपुळे, वासूकाका जोशी, धर्मानंद कोसंबी आणि केशवराव जेधे यांनी केले. बाळूकाका कानिटकर, त्र्यं.ब. हरोलीकर, हरिभाऊ फाटक यांनी पुणे शहरातील प्रचाराची आघाडी सांभाळली, तर काकासाहेब गाडगीळ, त्र्यं.र. देवगिरीकर, यूथ लीगचे एस.एम.जोशी., ना.ग.गोरे, र.के.खाडीलकर वगैरेंनी पुणे जिल्ह्याबाहेर जाऊन कुलाबा, ठाणे वगैरे जिल्ह्यांत प्रचारसभा घेतल्या. गांधीजींच्या अटकेनंतर मिठाचा कायदा मोडण्याच्या सत्याग्रहास गती आली. कर्मवीर शिंदे, एस.एम.जोशी यांना सहा महिने कारावासाची शिक्षा भोगावी लागली (फडके, १९९३ : १००). त्यावेळचे वातावरण सर्वत्र उत्साहाने भरून गेले होते. अन्य प्रखर राष्ट्रवाद्यांप्रमाणे एसेम यांनीही स्वातंत्र्यलढ्यात उडी घेतली. स्वातंत्र्यसूर्याच्या उदयाबरोबरच भारतावर शतकानुशतके चालत आलेला वसाहतवाद्यांचा जुलूम नष्ट होईल आणि त्याचबरोबर सामाजिक आणि आर्थिक विषमता आणि अन्याय दूर होतील अशी त्यांची दृढ श्रद्धा होती.

एस.एम.जोशींनी १० मे १९३० रोजी कोकणातील अलिबागच्या समुद्र किनाऱ्यावर कायदेभंग करून मिठाच्या सत्याग्रहात भाग घेतला. त्यांच्या त्यावेळच्या आवेशपूर्ण भाषणामुळे, त्यांच्या धैर्यामुळे व सच्चाईमुळे तेथे जमलेला सारा श्रोतृवृंद भारावून गेला होता. स्वातंत्र्याच्या चळवळीत भाग घेतल्याबद्दल हा त्यांचा पहिला कारावास होता (पाटील, १९९२ : ३). तेथूनच त्यांच्या सक्रिय राजकारणाची सुरुवात झाली होती. राजकीय व सामाजिक, नैतिक सत्याला व ध्येयाला अनुसरून, राज्यकर्त्यांचे हृदय परिवर्तन करून राज्यपद्धतीत बदल करणे हा त्यांना राजकीय सत्याग्रहाचा उद्देश वाटत होता. ज्यांच्या हातात राजकीय सत्ता असते, त्यांच्या विरोधात सत्याग्रहाचा संग्राम उभारला जावा अशी त्यांची समजूत होती आणि त्यामुळे प्रेरित होऊन त्यांचे राजकीय जीवन विकसित होत गेले होते. गांधीजींचे सत्याग्रहाचे विचार त्यांनी आपल्या जीवनात उतरविले होते (विसपुते, २००० : ११८).

एसेमना अटक करून ठाण्याच्या तुरुंगात ठेवले. ठाण्याच्या तुरुंगात रोज पंधरा किलो दळण हाताने करावे लागे. तुरुंगातील जीवन कष्टाचे होते. पण इतर कैद्यांतील

शंकरराव देव, न.वि.गाडगीळ, बॅ. जमनादास मेहता, डॉ. हर्डीकर, बाळासाहेब खेर, आचार्य भागवत, अबीदअल्ली, जाफरभाई, जावीर अल्ली वगैरे मंडळींचा सहवास त्यांना तेथे लाभला. तुरुंगात ते प्रथम गुजराथी व हिंदी शिकले आणि मग उर्दूत पारंगतता मिळविली. पं. नेहरू, सुभाषचंद्र बोस, म. गांधी, डॉ. बाबासाहेब आंबेडकर वगैरे पुढाऱ्यांच्या फार जवळ ते गेले. आता ते राजकारणाशी निगडित झाले (दै. पुढारी : १९८९).

१९३२ च्या मार्चच्या पहिल्या आठवड्यात काकासाहेब गाडगीळ, बाळूकाका कानिटकर, हरिभाऊ तुळपुळे, नाशिकचे जनार्दन मराठे, गोविंद हरी देशपांडे, खानदेशचे गंगाराम बंडूजी भुतेकर, यूथ लीगचे र.के.खाडीलकर, एस.एम.जोशी, ना.ग.गोरे वगैरेंची मुक्तता झाली (फडके, १९९३ : १००).

कायदेभंगाच्या चळवळीमुळे स्वातंत्र्यलढ्याचे पाऊल निश्चितच पुढे पडले. कायदेभंगाच्या १९३० च्या देशव्यापी चळवळीचे महत्त्व आणि तिचे परिणाम याविषयी अमेरिकन वृत्तपत्रलेखक लुई फिशर लिहितात, 'गांधीजींनी १९३० मध्ये दोन गोष्टी करून दाखविल्या. पहिली म्हणजे, त्यांनी ब्रिटिशांना जाणीव करून दिली की, अमानुष जुलमाच्या जोरावर त्यांनी भारताला पारतंत्र्यात जखडून ठेवले आहे. भारतीय लोक निर्भयपणे, स्वाभिमानाने व ताठ मानेने उभे ठाकले तर आपल्या खांद्यावरील साम्राज्याचे जोखड सहजपणे झुगारून देऊ शकतील ह्याची ब्रिटिशांना व भारतीयांनाही जाणीव करून दिली' (प्रधान, १९९६ : २५८).

## गांधी-आयर्विन करार

सविनय कायदेभंग चळवळीमुळे देशातील तुरुंग तुडुंब भरले होते. ५ मार्च १९३१ रोजी 'गांधी-आयर्विन करार' झाला. या करारान्वये सर्व राजकीय कैद्यांना सोडून देण्यात आले. मिठावरील कर रद्द करण्यात आला. भारताच्या स्वराज्य मागणीच्या विचारार्थ लंडनमध्ये भरणाऱ्या गोलमेज परिषदेला काँग्रेसचे एकमेव प्रतिनिधी म्हणून महात्मा गांधीजींनी जायचे ठरले. कायदेभंग चळवळ स्थगित व्हावी, राष्ट्रसभेने गोलमेज परिषदांत भाग घ्यावा, बहिष्कार चळवळ मागे घ्यावी ही या करारातील प्रमुख कलमे होती. अशाप्रकारे १९३० साली सुरू झालेली सविनय कायदेभंगाची चळवळ गांधी-आयर्विन कराराने समाप्त झाली. लोकांनाही आता थोडी 'मध्यंतर' हवी होती, ती या कराराने दिली (पवार, १९८८-८९ : २४५).

## कायदेभंग चळवळ - दुसरे पर्व सन १९३२-१९३४

१९३२ साल उजाडले तेच मुळी चळवळीची मशाल घेऊन. म.गांधीजी २८ डिसेंबर १९३१ रोजी इंग्लंडहून मुंबईला परतले. त्याआधी पाच दिवस पंडित नेहरूंना अटक झाली

होती. सुभाषचंद्र बोस यांना २ जानेवारी १९३२ रोजी मुंबईत अटक केली. गांधीजींनी लढ्याचे शिंग फुंकले तरी त्यांचे लेफ्टनंट्स त्यांच्या मदतीस असू नयेत अशी व्यवस्था लॉर्ड विलिंग्डन यांनी करून टाकली होती (जोशी, १९४७ : ६०). ३ जानेवारी १९३२ रोजी महात्मा गांधींनी देशाला कायदेभंग चळवळ सुरू करण्याचे आवाहन केले. खरे म्हणजे सरकारशी त्यांना संघर्ष नको होता. सरकारनेच अत्यंत प्रतिकूल पवित्रा घेतल्याने त्यांचा नाइलाज झाला. परंतु देशव्यापी चळवळ सुरू करण्यासाठी जेवढा वेळ आवश्यक होता, तेवढाही वेळ गांधीजींना मिळाला नव्हता. म्हणजे राष्ट्रसभा व जनता देशव्यापी चळवळीला सज्ज झाली नव्हती, तोच सरकारने दडपशाहीला सुरुवात करून आक्रमक धोरण स्वीकारले. राष्ट्रसभा ही बेकायदा संघटना ठरविण्यात आली. सर्व वर्षभर धरपकड चालूच होती. १ लाख २० हजार लोक तुरुंगात डांबले गेले. सरकारने कडक वटहुकूम काढून हिंदी माणसाच्या सर्व क्षेत्रांतील हालचालींवर बंधने टाकली (पवार, १९८८-१९८९ : २४७).

एस.एम.जोशींनी १९३२ च्या चळवळीत भाग घेऊन पुन्हा कायदेभंग केल्यामुळे किंवा सरकारने घातलेल्या अटी मोडल्यामुळे त्यांना पुन्हा पकडून दीर्घ मुदतीची सजा ठोठावण्यात आली. एस.एम.जोशी यांच्यासारख्या काहींनी 'ब' वर्ग मिळाला असतानाही सेनापती बापटांचा कित्ता गिरवून 'क' वर्गाची मागणी केली आणि त्यांनी आग्रह धरल्यामुळे ती मान्यही करण्यात आली (फडके, १९९३ : १०१). एस.एम.जोशींना ६ जानेवारी १९३२ मध्ये अटक झाली. दोन महिने येरवडा तुरुंगात आणि नंतर एसेम, ना.ग.गोरे व र.के.खाडीलकर यांना पुण्याच्या कॅन्टोन्मेंट हद्दीत स्थानबद्ध करून ठेवण्यात आले (जोशी, १९४७ : ६१). एस.एम.जोशी आपल्या आत्मचरित्रात लिहितात, 'तुरुंगवासात मी न्हावी झालो, भंगी झालो, म्हणूनच मी नेहमी सांगत असतो की तुरुंगात गेल्यावर मी पूर्ण नागरिक झालो. पूर्ण या अर्थाने की, देशातील काही माणसांना त्यांच्या कामावरून कमी लेखण्यात येते, ते बरोबर नाही, हे तुरुंगवासाने माझ्या मनावर बिंबविले. तुरुंग हे असे विद्यापीठ आहे की ज्याच्यामुळे मी भारताचा पूर्ण नागरिक झालो.' दोन वर्षांच्या शिक्षेच्या मुदतीपैकी एस.एम.जोशी ७-८ महिने विसापूर जेलमध्ये होते. येरवड्याहून त्यांना तिकडे पाठविण्यात आले (जोशी, १९४७ : ६५). तेथे कानडी भाषेचे कामचलाऊ ज्ञान त्यांना झाले. याच तुरुंगात डॉ. शेट्टी, चार्ली मस्कारनेस हे मानवेंद्रनाथ रॉय यांचे अनुयायी होते. त्यामुळे एस.एम.ची व रॉय गटाची मैत्री जुळली.

मार्क्सवादाचा शास्त्रशुद्ध अभ्यास तुरुंगात साऱ्याच सत्याग्रहींनी केला होता आणि त्यातून त्यांनी समाजवाद हे तत्त्वज्ञान पुढे मांडले. काँग्रेस पक्षात स्वातंत्र्यचळवळीसाठी राबवायचा, पण समाजासाठी साम्यवादापेक्षा समाजवाद तत्त्वज्ञानाचा प्रचार करावयाचा या विचाराचे मिनू मसानी, पटवर्धन बंधू, जयप्रकाश नारायण, युसूफ मेहेरअल्ली, अशोक मेहता, आचार्य नरेंद्र देव, श्री. प्रकाश होते. त्यांनी १९३४ साली काँग्रेस पक्षांतर्गत तरुण

मंडळींचा समाजवादी गट स्थापन केला. जयप्रकाश नारायण त्याचे सरचिटणीस झाले. एस.एम.जोशींनी मात्र मुंबईतील कामगार चळवळीत भाग घेतला होता (दै. पुढारी : १९८९). संपूर्ण रॉयवादी गट समाजवादी पक्षात यावा म्हणून एसेमना कार्यकारिणीत घ्यावे असा जयप्रकाशजींचा बेत होता. एसेमना त्यांनी सेक्रेटरीपद देऊ केले होते. परंतु एसेमनी ना.ग.गोरेंचे नाव सुचविले (जोशी, १९४७ : ७४).

## एम.एन.रॉय यांच्या सुटकेची मागणी आणि एस.एम.जोशींना कारावास

जानेवारी १९३२ मध्ये एस.एम.जोशी येरवड्याच्या कँपजेलमध्ये होते. त्यावेळी त्यांच्याबरोबर डॉ. शेट्टी, मदन शेट्टी, चार्ली मस्कारनेस हे सुद्धा होते. त्यांच्याकडून एसेमना एम.एन.रॉय यांच्याविषयी अधिक माहिती मिळाली. 'Tasks Before Us' हे रॉय यांचे पुस्तक प्रसिद्ध झाले होते. त्याची एक प्रत डॉ. शेट्टींनी तुरुंगात मोठ्या युक्तीने आणली आणि एसेमना वाचायला दिली. तिच्यातील विचाराने एसेम खूपच प्रभावित झाले. काँग्रेस समाजवादी पक्षाची स्थापना केली. जयप्रकाश नारायण आणि रॉय यांचे अनुयायी यांचे संबंध अतिशय जिव्हाळ्याचे होते. वसंतराव कर्णिक सोडून सर्व रॉयवादी लोक काँग्रेस समाजवादी पक्षाचे सदस्य झाले. त्यावेळी कॉ. रॉय दीर्घ मुदतीची शिक्षा झाल्याने तुरुंगातच होते (बापट, १९८७ : १२).

एम.एन.रॉय यांची तुरुंगात प्रकृती बिघडली. ते अत्यवस्थ आहेत अशी बातमी आली. त्यांच्या सुटकेची मागणी करण्याकरिता चौपाटीवर एक सार्वजनिक सभा आयोजित करण्यात आली होती. त्यात निरनिराळ्या पक्षांच्या पुढाऱ्यांनी भाषणे केली. एसेमनी समाजवादी पक्षाच्या वतीने भाषण केले. सभा सुमारे दोन हजार नागरिकांची होती. 'कॉ. रॉय यांना बंधमुक्त करा अशी आमची मागणी आहे.' असा एक ओळीचा ठराव होता. एसेमनी हिंदीत भाषण केले. ते म्हणाले, ''आप लोग रेव्होल्यूशन करने जा रहे हैं। और हम ये जो साम्राज्यवादी सरकार है, हुकमत बर्तानियाकी, उसके सामने जाकर डिमांड क्या करते हैं? कि हमारे जो नेता है कॉ.एम.एन.रॉय उनकी रिहाई करो। अब तुम लोग क्या समझते हो? कि इस तऱ्हासे मांग करनेसे, ब्रिटिश हुकमत उनकी रिहाई करेगी? रेव्होल्यूशनरी लोगोंकी रिहाई तब होती है... आपको याद है? कि जब फ्रेंच रेव्होल्यूशन हुआ तब बॅस्टिलका जो जेल था उसको तोडके लोगोंने अपने साथियोंको रिहाई किया था। जब हमारी जीत होगी तब कॉ.रॉय रिहा होंगे। वैसे कोई रिहा नहीं करते।'' भाषणाला खूप टाळ्या पडल्या. मुंबईच्या लोकांना मराठी माणसाचे रोखठोक हिंदीत भाषण ऐकावयास मिळाले (जोशी, १९४७ : ७४, ७५).

एस.एम.जोशी पाच-सहा मिनिटेच बोलले, पण त्याचा परिणाम त्यांच्या अटकेत झाला. त्यांच्या भाषणाचा अर्थ हिंसक प्रोत्साहन असा करून सरकारने त्यांना राजद्रोहाच्या

गुन्ह्याबद्दल पुण्यात अटक केली. रात्री त्यांना हातकड्या आणि काढण्या घालून रस्त्यातून चालत पुणे स्टेशनवर नेण्यात आले. त्याबद्दल खूप टीका झाली. एसेमवर खटला भरण्यात आला. त्यांना ४ डिसेंबर १९३४ रोजी दोन वर्षांची सक्तमजुरीची शिक्षा झालीच. त्यांना मॅजिस्ट्रेटनी 'ब' वर्ग दिला हे पसंत पडले नाही. त्यांनी मुद्दाम त्यांचा 'क' वर्ग केला आणि एसेमची रवानगी साबरमती जेलमध्ये करण्यात आली. त्यावेळी त्यांना साबरमती तुरुंगातील कालापाणी वॉर्डमध्ये ठेवण्यात आले. त्यावेळचा तुरुंग कठीण होता. रात्री दिवा नाही. कोठडी बंद असा एसेमना खूप त्रास झाला (खोले, १९७९ : २४).

एसेमवर रॉय यांचा प्रभाव पडला नाही असे नाही. त्यांच्याकरिता एसेमनी दोन वर्षे शिक्षा ओढवून घेतली होती आणि याची सहृदय जाणीव रॉयनाही कायम होती. एसेमची प्रांजलता प्रथमपासून रॉयना पटली होती. पण एसेम रॉयिस्ट झाले नाहीत. एसेममुळे राजकारणात न पडलेले कित्येक उत्साही तरुण एकामागोमाग एक रॉय यांच्या झेंड्याखाली आले. एसेमसारख्या काँग्रेस समाजवाद्याची भूमिका रॉयना मुळातच पसंत नव्हती. तुरुंगातून काँग्रेस समाजवाद्यांना रॉयनी पाठविलेली पत्रे प्रसिद्ध आहेत. काँग्रेस ही अनुयायांच्या दृष्टीने क्रांतिकारक असली तरी तिचे नेतृत्व प्रतिगामी आहे असे रॉय यांचे म्हणणे होते. ते नेतृत्व काँग्रेसच्या गोटात समाजवाद वाढू देणार नाही असे रॉयना ठाम वाटत होते. काँग्रेसमध्ये समाजवादी असा एखादा वेगळा गट स्थापण्यापेक्षा काँग्रेसचेच घटक म्हणून पुरोगामी प्रवृत्तींना वाव द्यायचा आणि काँग्रेस खऱ्या अर्थाने समाजवादी बनवायची असा कार्यक्रम रॉय सुचवीत होते. पण रॉय यांची सूचना अमान्य होती म्हणून एसेम प्रभृती मंडळी रॉय यांच्यापासून दूर राहिली असे नव्हे. रॉय आणि एसेम यांच्या प्रवृत्तीत आणि जीवनदृष्टीतच अनुल्लंघनीय अंतर होते.

एम.एन.रॉय महात्मा गांधीजींना संपूर्णपणे पुरोगामी मानीत नव्हते. साध्यसाधन शुचितेचा काटेकोरपणा रॉयना मान्य नव्हता. ते कट्टर भौतिकवादी होते. उलट एसेमची धारणा आणि प्रकृती गांधीजींच्या आध्यात्मिक तत्त्वज्ञानास अत्यंत अनुकूल अशी होती. बाह्यत: गांधीजींशी अगदी विसदृश वाटणारे जवाहरलाल नेहरू जसे अंतर्यामी गांधीवादाचे एकनिष्ठ उपासक होते, तसेच काहीसे एसेमचे होते असे म्हणायला हरकत नाही. गांधीजींचा सत्याग्रह आणि साध्य साधनाच्या संवादित्वावर त्यांचा असलेला कटाक्ष एसेमना शिरोधार्य वाटे. खरी लोकशाही आणि संस्कृती आणायची असेल तर गांधीजींची ही सूत्रे समाजवादाने पत्करली पाहिजेत असा एसेमचा आग्रह होता. अर्थात रॉय यांचे आणि एसेमचे जमणे शक्य नव्हते. परस्पराविषयीचा आदर कायम राहिला, पण मार्ग एक झाले नाहीत. मात्र त्यांच्या निष्ठावंत अनुयायांना कुठल्याही समाजवाद्यापेक्षा एसेम जवळचे वाटतात. रॉयनी पुढे जो नवमानवतावाद प्रवर्तित केला त्यात एसेमना जुळतील अशी कितीतरी द्रव्ये होती (तळवलकर, १९६६ : ३८, ३९).

## फैजपूर काँग्रेस अधिवेशन

साबरमतीहून १९३६ मध्ये एस.एम.जोशींची सुटका झाली. त्यांनी फैजपूर जि. धुळे येथे होणाऱ्या काँग्रेसच्या अधिवेशनाच्या तयारीत भाग घेतला. खानदेशातील गावोनगावे त्यांनी पालथी घातली. या अधिवेशनाला जोडून किसान शेतकऱ्यांचीही परिषद त्यावेळी झाली. लवकरच विधानसभा, केंद्रीय लोकसभा यांच्या निवडणुका होण्याची पार्श्वभूमी होती. डाव्या विचारांची रॉय, स्वामी सहजानंद, सुभाषचंद्र बोस, पंडित जवाहरलाल नेहरू ही राष्ट्रीय पातळीवरील व महाराष्ट्रातील केशवराव जेधे, साने गुरुजी, अण्णासाहेब शिंदे वगैरे मंडळी एकत्र आली होती. एसेम जोशींना जनता व पुढारी यामध्ये काम करण्याचे ज्ञान झाले (दै. पुढारी : १९८९). फैजपूर काँग्रेस ही खेड्यात भरणारी पहिली काँग्रेस होती. त्यामुळे १९३६ सालची फैजपूर काँग्रेस महाराष्ट्रातील एका खेड्यात भरणार म्हणून उत्सुकता होती. एसेम तुरुंगातून सुटून आलेले असल्याने रावसाहेब पटवर्धन फैजपूर काँग्रेससाठी एसेमचा योग्य रीतीने उपयोग करून घेऊ इच्छित होते. फैजपूर काँग्रेस अधिवेशनाच्यावेळी काँग्रेस सेवादलाचा प्रमुख एसेमना करावे अशी सूचना रावसाहेब पटवर्धनांनी पाचोरा येथील स्वागत समितीच्या पहिल्या बैठकीत केली होती. पण शंकरराव देवांना एसेमबद्दल सहानुभूती आणि आदर होता, परंतु एसेम सोशलिस्ट असल्यामुळे त्यांना एसेमनी काँग्रेस सेवादलाचा प्रमुख होणे पसंत नव्हते. एसेमनीच सूचना केली की रावसाहेब पटवर्धन यांना सेवादलाचे प्रमुख करावे. शंकरराव देवांनी ती सूचना ताबडतोब मान्य केली. राष्ट्रसेवादल म्हणून पहिल्याने जे कोणी महाराष्ट्रात उभे राहिले ते रावसाहेबांच्या नेतृत्वाखाली फैजपूर येथे. फैजपूर काँग्रेसच्या प्रचार समितीचा चिटणीस म्हणून एस.एम.जोशींची निवड करण्यात आली (जोशी, १९४७ : ८७).

फैजपूर अधिवेशनापूर्वी खानदेशातील खेड्यापाड्यात प्रचारसमितीचे चिटणीस एस.एम.जोशी यांच्या नेतृत्वाखाली कार्यकर्त्यांनी अक्षरशः पायपीट करून काँग्रेसचा संदेश निरक्षर गरीब शेतकऱ्यापर्यंत पोहोचवला. पदयात्रेला प्रतिष्ठा लाभली ती स्वातंत्र्योत्तर काळात (फडके, १९९३ : १३०). फैजपूर अवतीभवती असणारी सगळी खेडी त्यांनी पायाखाली घातली. एसेमच्या एकंदर जीवनावर प्रभाव टाकणारी ती एक भली मोठी पदयात्राच होती. यामुळे खानदेशातील ग्रामीण जीवन कसे आहे याचे दर्शन त्यांना अगदी चांगल्या प्रकारे घडले. कामगार संघटना फक्त शहरात असून पुरेशा नाहीत. कामगार हा क्रांतिकारक खरा, पण एवढ्या मोठ्या देशामध्ये क्रांती घडवून आणावयाची असेल तर शेतकरी वर्गाला आणि ग्रामीण भागाला दूर ठेवता येणार नाही असे एसेमना ठामपणे वाटू लागले (जोशी, १९४७ : ८७). या प्रचारयात्रेत एसेमचे शेतीविषयक ज्ञानही बरेच वाढले. २६ व २७ डिसेंबरला फैजपूरला एन.जी.रंगा यांच्या अध्यक्षतेखाली काँग्रेस अधिवेशनाच्या मंडपातच किसानसभेचे अधिवेशन झाले. एस.एम.जोशींचा काँग्रेस सोशालिस्ट पक्ष,

कम्युनिस्ट पक्ष, अन्य जहाल लोक हे सर्व किसान सभेत संघटित झाले होते. किसान सभेतील कम्युनिस्टांना किसान सभेचा वापर आगामी निवडणुका लढविण्याच्या दृष्टीने करून घ्यायचा होता. किसान सभेच्या वतीने १९३५ च्या कायद्यानुसार होणाऱ्या प्रांतिक विधिमंडळाच्या निवडणुका लढवाव्यात असा ठराव कम्युनिस्टांनी आणला. एस.एम.जोशींनी त्या ठरावास विरोध केला. एस.एम.जोशी म्हणाले की, तुम्ही राष्ट्रीय आघाडी तोडीत आहात. काँग्रेस आगामी निवडणुका लढविणार आहे, ती सत्ता मिळविण्यासाठी नसून आपली राष्ट्रीय आघाडी बळकट करण्यासाठी लढविणार आहे. तेव्हा राष्ट्रीय आघाडी कमकुवत करणारा तुमचा हा ठराव योग्य नाही. त्यांनी रॉयच्या सिद्धांतास धरून त्या ठरावाला विरोध केला होता (जोशी, १९४७ : ८८, ८९). पण जमलेले बहुसंख्य श्रोते व प्रतिनिधी आपल्या बाजूस आहेत असे दिसताच अधिवेशन स्थगित करण्याचे स्वामी सहजानंद व कम्युनिस्ट यांनी ठरविले आणि दुसऱ्या दिवशी बंद खोलीत जमलेल्या मूठभर लोकांच्या बैठकीत कम्युनिस्टांनी तो मंजूर करून घेतला. त्यावेळी किसान काँग्रेसचे अध्यक्ष एन.जी.रंगा यांनी फक्त चाळीस प्रतिनिधींनाच ठरावावर मतदान करता येईल असा निर्णय दिला. त्यावेळी झालेल्या मतमोजणीत एस.एम.जोशी यांची उपसूचना फेटाळण्यात आल्याचे स्पष्ट होताच एस.एम.जोशी यांच्या गटाने सभात्याग केला. त्यानंतर त्या गटाने पुन्हा बैठकीत प्रवेश करण्याचा प्रयत्न केला, तेव्हा त्यांना हुसकावून लावण्यात आले आणि प्रचंड गोंधळात किसान काँग्रेसची बैठक अचानक आवरती घ्यावी लागली. फैजपूरचे काँग्रेस अधिवेशन पन्नास वर्षांनी पश्चिम महाराष्ट्रात प्रथमच भरले, म्हणूनच केवळ ते महत्त्वाचे नव्हते. काँग्रेसच्या इतिहासालाही या अधिवेशनाने नवे वळण मिळाले हे विसरून चालणार नाही. फैजपूरच्या काँग्रेसचा उपयोग काँग्रेसची खेड्यापाड्यात लोकप्रियता वाढविण्यासाठी झाला (फडके, १९९३ : १३५).

### शेतकरी मोर्चाचे आयोजन आणि नेतृत्व

फैजपूरच्या काँग्रेसनंतर लगेच १९३७ च्या सार्वत्रिक निवडणुकीचा कार्यक्रम उभा ठाकला. त्यातून काँग्रेसचे खेर मंत्रिमंडळ अधिकारावर आले. यावेळी कष्टकरी शेतमजुराला त्याच्या जीवनाची हमी मिळावी यासाठी कूळकायदा विधेयक आले. क्रमश: जमीनदारीवर घाला येणार होता आणि म्हणून त्याला विरोध झाला. स्वातंत्र्यचळवळीत एस.एम.जोशींनी काँग्रेसबरोबर काम केले असले तरी १९३७ मध्ये त्यांनी शेतकऱ्यांच्या न्याय्य हक्कांसाठी काँग्रेसविरुद्धच मोर्चा काढलेला होता (दै. पुढारी : १९८९). १९३८ मध्ये एस.एम.जोशी पुणे जिल्हा काँग्रेस कमिटीचे सचिव म्हणून निवडून गेले. जुन्या ब्राह्मणेतर पक्षाचे अध्वर्यू शंकरराव मोरे अध्यक्ष होते. शेतकऱ्यांचे प्रश्न वेशीवर टांगण्यासाठी त्याचवर्षी एस.एम.जोशींनी एक शेतकरी मोर्चा आयोजित केला होता. कर्जनिवारण, सारामाफी,

सारा कमी करणे, कुळांना संरक्षण देणे, दुष्काळी कामे चालू करणे इत्यादी मागण्या प्रमुख होत्या. त्यावेळी मुंबई असेंब्लीचे पावसाळी अधिवेशन पुण्याला भरत असे. असा शेतकरी मोर्चा काढणे बरोबर नाही अशा अर्थाची चर्चा प्रांतिक काँग्रेसच्या नेत्यांत ऐकू येई. हे मोर्चा प्रदर्शनाचे, दडपणाचे राजकारण शंकरराव देवांना आवडत नव्हते. त्यात त्यांना हिंसेचा व साम्यवादाचा वास येत होता. पण जिल्हा काँग्रेसचे अध्यक्ष शंकरराव मोरे व प्रांतिकचे अध्यक्ष केशवराव जेधे यांचा शेतकऱ्यांच्या मागण्यांना व मोर्चाच्या कल्पनेला पाठिंबा होता. खेरीज एसेम जिल्हा काँग्रेसचे चिटणीस होते. त्यांच्या मनमिळावू वृत्तीमुळे व गोड स्वभावामुळे गांधीवादी कार्यकर्त्यांनाही त्यांच्याविषयी प्रेम वाटे. त्यांनाही ते 'सात्विक' वाटत. त्यांच्या काँग्रेसनिष्ठेबद्दल शंका उपस्थित करायला सहसा कोणी धजावत नसे. हिंसेला प्रोत्साहन देण्याचा आरोप जसा कम्युनिस्टांवर केला जाई तसा तो काँग्रेस सोशॅलिस्टांवरही केला जाई, विशेषत: एसेमवर सत्तारूढ काँग्रेसजनांना करता येत नसे. म्हणूनच पुण्याचा शेतकरी मोर्चा निर्वेधपणे पार पडला (लिमये, १९९६ : १०५, १०६). मोर्चासाठी दोन हजार शेतकरी जमले होते. एसेमनी शेतकऱ्यांचा मोर्चा विधानसभेवर नेला. या मोर्चाला सामोरे जाणे मुख्यमंत्री बाळासाहेब खेर व महसूल मंत्री मोरारजी देसाई यांना भाग पडले. मुख्यमंत्री खेर व महसूल मंत्री मोरारजी देसाई यांचे भाषणही झाले. 'पुंडलिकाचे भेटी परब्रह्म आले गा' हे खेरांचे त्या भाषणातील उद्‌गार खूप गाजले. अशाप्रकारे मोर्चा यशस्वी झाला. मंत्र्यांनी मोर्चाला सामोरे जायचे की नाही हा मुद्दा तेव्हापासून निघू लागला (जोशी, १९४७ : ९९). काँग्रेस पक्ष, पक्षीय मंत्रिमंडळ व जनतेचे प्रश्न यांचे संबंध याबाबत एस.एम.जोशींचे ठाम विचार असे स्पष्ट होऊ लागले. एस.एम.नी पुढील आयुष्यात ज्या निरनिराळ्या जबाबदाऱ्या पार पाडल्या, जी कामे यशस्वीपणे पुरी केली त्याची गुरुकिल्ली त्यांच्या व्यक्तिमत्त्वात होती. शेतकरी मोर्चामुळे एसेम यांना कामगार चळवळीबरोबर शेतकरी चळवळीचे एक नवे क्षेत्र प्राप्त झाले. त्यांचे राजकीय कार्यक्षेत्र विस्तृत, व्यापक बनले. पुण्याला असेंब्लीच्या बैठकीच्यावेळी एस.एम.यांनी कुळांचा जो प्रचंड मोर्चा आणला तो खूपच गाजला. वर्गीय संघटनेचा प्रभाव व दबाव काँग्रेसवर आणून त्यांना गरिबांच्या बाजूला ठेवण्याच्या प्रयत्नातील हा भाग होता.

### एस.एम.जोशींचा जातीयवादाविरुद्ध लढा

जातीयवादाविरुद्धचा एसेम यांचा लढा १९३० पासूनचा आहे. पुण्यातील पर्वती मंदिरात सर्वांना प्रवेश मिळावा म्हणून तेव्हा ते सत्याग्रहात सामील झाले होते. हरिजनांना या मंदिरात प्रवेश नव्हता. या घटनेपासूनच त्यांच्यात लढाऊ वृत्ती निर्माण झाली. आपल्या तरुणपणी नेताजी सुभाषचंद्र बोस यांच्या नेतृत्वाखाली त्यांनी काम केले. ब्रिटिशांविरुद्ध

लढण्यासाठी हिंदू व मुस्लीम यांच्या एकतेचा त्यांचा प्रयत्न होता. त्यामुळे पुण्यातील हिंदू जातीयवाद्यांनी त्यांना मारहाण केली (पाटील, १९९२ : ५५, ५६).

पुणे हिंदुत्वनिष्ठांचा बालेकिल्ला मानला जात असे. तेथील वातावरणात हिंदुत्ववादी, सावकरवादी व आर.एस.एस. एका बाजूला, व राष्ट्रवादी, समाजवादी व इतर डावे दुसऱ्या बाजूला अशी नेहमी झटापट चाले. संघवाले समाजवाद्यांच्या सभा व मिरवणुकांवर हल्ले करीत. १ मे १९३८ च्या मे दिनाच्या मिरवणुकीवर संघवाल्यांनी हल्ला केला होता (लिमये, १९९६ : २२). मे दिनाची मिरवणूक स.प. कॉलेजवरून जात होती. तिथे हिंदू महासभा व संघाच्या विचाराच्या तरुण मंडळींनी मिरवणुकीतील शेवटी असणाऱ्या सायकलस्वारावर हल्ला चढविला. एसेम मिरवणुकीच्या अग्रभागी होते. त्यांना हल्ल्याची माहिती कळल्याबरोबर ते तात्काळ घटनास्थळी पोहोचले. धक्काबुक्की करणाऱ्या लोकांच्यामध्ये पडून त्यांनी दोन्ही गटांच्या लोकांना अलग करण्याचा प्रयत्न सुरू केला. तो करीत असतानाच त्यांच्यावर कोणीतरी लोखंडी सळईने वार केला. नाकावर जखम झाली. खूप रक्तस्राव झाला (खोले, १९७९ : १९). या हल्ल्यात सेनापती बापट व एस.एम.घायाळ झाले. पुढल्या काही वर्षांत आचार्य अत्र्यांच्यावर त्यांनी प्राणघातक हल्ला केला. शंकरराव देवांची सभा मोडली. पुण्यात संघवाले मुळी कुणाची सभा होऊच देत नसत. जातीयवादाला ऊत आला होता. त्यांच्या प्रतिकारार्थ भाऊ रानडे, हर्डीकर, शिरूभाऊ लिमये, नानासाहेब गोरे या समाजवाद्यांनी व कट्टर राष्ट्रवाद्यांनी राष्ट्रसेवा दलाचे पुनरुज्जीवन केले. एस.एम. हिंदुत्ववादी माथेफिरूपणाच्या पक्के विरोधी होते. धर्मनिरपेक्ष राष्ट्रवादाची शिकवण एस.एम.सारख्या नेत्यांनी दिली. १९४१ मध्ये एस.एम.तुरुंगातून सुटल्यावर राष्ट्र सेवा दलाच्या कार्याची धुरा सर्वांनी त्यांच्यावर सोपवली (लिमये, १९८५ : २२, २३).

## एस.एम.जोशींचा प्रेमविवाह

एस.एम.जोशींनी देशासाठी केलेला त्याग, गोरगरिबांची सेवा या गोष्टी अनेकांना ज्ञात आहेत, पण एसेमच्या त्या त्यागमय जीवनात ताराबाईंचा त्यागही तितकाच तोलामोलाचा आहे याची कल्पना फारशा लोकांना नाही. ताराबाईंवर घरी मातेकडून देशभक्तीचे संस्कार झाले होते. देशभक्तांची भाषणे, क्रांतिकारकांना होणाऱ्या सजा अशा बातम्या रोज वाचणे हे एक वेड तेव्हा ताराबाईंना लागले होते. त्यावेळी पुण्यात मोठमोठ्या वक्त्यांची भाषणे होत; ती बहुधा शिवाजी मंदिर किंवा टिळक स्मारक मंदिर येथे असत. ताराबाई आणि त्यांच्या काही मैत्रिणी शाळेहून तडक भाषणे ऐकण्यास तेथे जात. वासुदेव बळवंत गोगटे यांनी फर्ग्युसन महाविद्यालयात हॉटसनवर झाडलेली गोळी, गांधीजींची उपोषणे वगैरे घटना पुण्यात घडत होत्या. तेव्हा पुणे म्हणजे राष्ट्रीय चळवळीचे केंद्र बनले होते आणि त्या चळवळीमध्ये फर्ग्युसनमधील एका विद्यार्थ्याचे नाव नेहमी अग्रभागी असे

आणि ते म्हणजे एसेम जोशी यांचे होय. वृत्तपत्रातून हे नाव ताराबाईंच्या वाचण्यात येऊ लागले. तशातच पुढे 'यूथ लीग' ची पहिली परिषद पुण्यात शिवाजी मंदिरात भरली. पंडित जवाहरलाल नेहरू परिषदेचे अध्यक्ष होते. ताराबाई आपल्या मैत्रिणीसमवेत तिथे गेल्या होत्या. सर्व मैत्रिणी यूथ लीगच्या सभासद झाल्या. एक कार्यकर्ता म्हणून एसेमची त्यावेळी चाललेली धडपड ताराबाईंच्या दृष्टीस पडली. या परिषदेत एसेमनी पंडित नेहरूंच्या उपस्थितीत भाषण केले. ते म्हणाले, "माझ्या तरुण मित्रांनो, झोपता काय, देशाला आग लागली आहे, उठा, उठा राष्ट्रीय चळवळीत सामील व्हा." अशा अर्थाच्या एसेम यांनी केलेल्या भाषणाने ताराबाईंना आकर्षित केले.

त्या काळात नेताजी सुभाषचंद्र बोस यांच्याबद्दल प्रत्येक तरुणाला आकर्षण वाटत असे. सुभाषबाबूंनाही महाराष्ट्राबद्दल, महाराष्ट्राच्या इतिहासाबद्दल एक प्रकारचं ग्लॅमर होतं. तशातच पुढे पुण्यात यूथ लीगची दुसरी परिषद शिवाजी मंदिरात भरली. सुभाषचंद्र बोस त्यासाठी अध्यक्ष म्हणून आले होते. या परिषदेतील एसेम यांची धावपळ, तळमळ पुन्हा ताराबाईंच्या नजरेस पडली आणि त्यांच्या ओजस्वी भाषणामुळे ताराबाई प्रभावित झाल्या (खोले, १९७९ : १४, १६, १७). ताराबाई पेंडसे एसेमच्या लोभस, पराक्रमी, बेदरकार व्यक्तिमत्त्वावर लुब्ध झाल्या. पण एसेमना 'प्रारंभी तरी ही ब्याद टळेल तर बरे' असे वाटत असे. आपल्या संकल्पित कामात अडथळा आणणारे सांसारिक जीवन नको अशी त्यांच्या मनाची धारणा होती. अखेर ताराबाईंच्या खऱ्याखुऱ्या प्रेमाचा जय झाला (महाराष्ट्र टाइम्स, १९७९). पेरूगेट, टिळक रोड यांना जोडणाऱ्या रस्त्यावर असलेल्या 'मंगल भुवन' मध्ये एसेम आणि र.के.खाडीलकर राहात. 'मंगल भुवन' हे त्या इमारतीचे नाव ताराबाईंना खूप आवडले. ताराबाई एसेमकडून राजकारण, समाजकारण यावरील पुस्तके वाचण्यास नेत. एसेमनी ताराबाईंना 'हिस्टॉरिकल मटिरिॲलिझम' हे पुस्तक तसेच लेनिन, मार्क्स यांच्यावरील पुस्तके दिली. 'हिस्टॉरिकल मटिरिॲलिझम' हे पुस्तक ताराबाईंना फार आवडले. त्यांनी ते इतक्या वेळा वाचले की त्यातील अनेक उतारे त्यांचे मुखोद्गत झाले होते (खोले, १९७९ : १७, १७).

ताराबाई एसेमना विवाहबंधनात अडकविण्यात यशस्वी झाल्या. १९ ऑगस्ट १९३९ रोजी रजिस्टर पद्धतीने एसेम व ताराबाई यांचा विवाह झाला. गोखले हॉल ही जागा निश्चित करून रजिस्ट्रारलाच तेथे बोलावले. एस.एम.नी निमंत्रणपत्रिका वगैरे काढली नव्हती. तोंडी सांगता येईल तेवढ्यांना सांगितले होते. पेंडसे कुटुंबीयांनी निमंत्रणपत्रिका काढली होती. गोखले हॉल भरला होता. शंकरराव देव, काकासाहेब गाडगीळ आणि ताराबाईंचे बंधू यांनी नोंदणी बुकावर सह्या केल्या (जोशी, १९४७ : १००, १०१). ताराबाईंनी एसेमच्या सार्वजनिक जीवनात मनापासून साथ दिली. म्हणून एस.एम. म्हणतात, 'व्यक्तिगत जीवनात मी पूर्ण समाधानी आहे. राजकीय जीवनात पडल्यामुळे माझे घराकडे

लक्ष नव्हते. पण माझ्या पत्नीने स्वत: नोकरी करून माझ्या प्रपंचाची धुरा उत्तमप्रकारे सांभाळली आणि म्हणूनच माझ्या हातून जे काही कार्य झाले आहे ते होऊ शकले' (खोले, १९७९ : ६५). एसेम यांच्या यशात ताराबाईंचा फार मोठा वाटा होता.

ताराबाई या ज्ञानप्रबोधिनीचे श्री.अप्पा पेंडसे यांच्या भगिनी होत. ताराबाईंनी स्वत: शिक्षिकेची नोकरी करून संसार सांभाळला. त्यांनी अण्णांच्या समाजकार्याला अखेरपर्यंत एकनिष्ठेने साथ दिली. एक पाय घरात तर दुसरा पाय तुरुंगात अशी एसेमची अवस्था असे. देशाची काळजी वाहण्यासाठी ताराबाईंनी एसेमना पूर्ण मुभा दिली (दै. पुढारी : १९८९).

## दुसरे महायुद्ध आणि युद्धविरोधी प्रचार

१ सप्टेंबर १९३९ रोजी हिटलरने पोलंडवर स्वारी केली आणि दुसऱ्या महायुद्धाला सुरुवात झाली. जर्मनीविरुद्ध युद्ध पुकारण्यावाचून ब्रिटनपुढे दुसरा पर्यायच उरला नव्हता. ३ सप्टेंबर १९३९ रोजी ब्रिटन आणि फ्रान्स यांनी हिटलरविरुद्ध युद्ध पुकारले. एस.एम.सारख्यांच्यापुढे 'आता आपण कोणती भूमिका घ्यावी' हा प्रश्न होता. ब्रिटन हिटलरविरुद्ध लढत असता देशात सामुदायिक सत्याग्रह सुरू करून ब्रिटनला अडचणीत टाकू नये असे गांधीजींचे मत होते. एस.एम.जोशींचे असे मत होते की, युद्ध प्रयत्नांनिशी पूर्ण असहकार आणि सामुदायिक सत्याग्रह करावे. ३ सप्टेंबरला युद्ध पुकारले जाताच हिंदुस्थानही युद्धात सामील झाल्याचे व्हाईसरॉय लॉर्ड लिनलिथगो यांनी जाहीर केले (जोशी, १९४७ : १०२). इंग्लंडच्या साम्राज्यवादी युद्धात भारत सामील होणार नाही असे पं. नेहरू यांनी पूर्वी १९३६ मध्येच जाहीर केले होते. पं.नेहरू व काँग्रेसचे अन्य नेते यांना लिनलिथगो यांनी केलेल्या या घोषणेचा संताप आला. भारतीयांच्या संमतीशिवाय भारताला युद्धात खेचण्याचा इंग्लंडला अधिकार नाही अशी पं.नेहरूंची व काँग्रेसच्या नेत्यांची स्पष्ट भूमिका होती. पं. नेहरूंनी हिटलरच्या पोलंडवरील आक्रमणाचा निषेध केला. भारताचा फॅसिझमला कडवा विरोध असून लोकशाहीच्या संरक्षणासाठी लढणाऱ्या इंग्लंड व फ्रान्सला भारताचा पाठिंबा राहील अशी भूमिका त्यांनी घेतली. 'स्वतंत्र भारतच या युद्धामध्ये सहभागी होऊ शकेल' हे बजावायलाही ते विसरले नाहीत. भारतावरील साम्राज्याची मगरमिठी तशीच कायम ठेवून इंग्लंड जर भारताला सक्तीने युद्धात सामील करू पाहील तर भारत त्या सक्तीचा प्रतिकार करील अशी भूमिका मौलाना आझाद, पं.नेहरू इत्यादी नेत्यांनी घेतली. दुसरे महायुद्ध सुरू झाल्यावर भारताचा स्वातंत्र्यलढा प्रखर करावा असा सुभाषचंद्र बोस व काँग्रेस समाजवादी पक्ष या दोहोंचा आग्रह होता (प्रधान, १९९६ : ३०२, ३०३).

हिंदुस्थानातील अकरा राज्यांतून लोकनियुक्त मंत्रिमंडळ आले होते. नवे वारे वाहात होते. एसेम हे एम. एन. रॉय यांच्या साम्यवादी तत्त्वज्ञानाधारे काम करीत होते आणि

युरोपात दुसरे महायुद्ध सुरू झाले. हिटलर व रशियाचा स्टॅलिन यांच्यात जोपर्यंत मैत्री करार होता तोवर या युद्धाला एम. एन. रॉय हे 'महायुद्ध साम्राज्यवादाविरुद्धचे' असे म्हणत होते आणि जर्मनीने रशियाचा विश्वासघात केल्यावर मात्र रॉय हे 'लोकयुद्ध' असे म्हणू लागले. एसेमने ते अमान्य केले आणि एसेम रॉयवाद्यांपासून दूर गेले (दै. पुढारी : १९८९). काँग्रेस समाजवादी पक्षातल्या तरुणांना दुसरे महायुद्ध हे दोन साम्राज्यवादी गटांतले युद्ध वाटत असल्यामुळे ते युद्धविरोधी प्रचार करण्यास मागेपुढे पाहात नसत. महाडनजीकच्या माणगाव तालुक्यात बिरवाडी या गावी मे १९४० मध्ये नाना पुरोहितांनी एक परिषद भरवली, त्या परिषदेत एस.एम.जोशी, केशव ऊर्फ बंडू गोरे, माधव लिमये यांनी भाषणे केली. ती आक्षेपार्ह ठरवून भारत संरक्षण कायद्यान्वये त्यांच्यावर खटला भरण्यात आला (फडके, १९९७ : ४६). १० जून १९४० रोजी एस.एम.जोशींना अटक झाली. एक वर्षाची त्यांना शिक्षा झाली व 'ब' वर्ग मिळाला. प्रथम काही दिवस त्यांना ठाणे जेलमध्ये ठेवले होते. नंतर नाशिकच्या मध्यवर्ती तुरुंगात रवानगी झाली. नाशिकच्या तुरुंगात एसेमना कॉ. डांगे, ट्रेडयुनियनिस्ट पाटकर, तांबिटकर, मार्क्सवादी कम्युनिस्ट पक्षाचे कुरणे, कॉ. कऱ्हाडकर, सेनापती बापट इत्यादी नामवंत विचारवंत व नेत्यांचा सहवास लाभला. युद्धविरोधी चळवळीतील एक वर्षाची शिक्षा पूर्ण करून एस.एम.जोशींची नाशिकच्या तुरुंगातून एप्रिल १९४१ मध्ये सुटका झाली (जोशी, १९४७ : १०४, १०७).

## वैयक्तिक सत्याग्रह

प्रचंड सामुदायिक लढ्यास देश उभा करण्यासारखी परिस्थिती नाही असे म.गांधींना वाटले. महात्मा गांधीजींनी ऑक्टोबर १९४० मध्ये वैयक्तिक सत्याग्रहाची चळवळ सुरू केली. या सत्याग्रहाच्या द्वारा युद्धविरोधी भूमिका क्रियाशीलपणे घेतली जाईल असे गांधीजींनी जाहीर केले आणि पहिले सत्याग्रही म्हणून आचार्य विनोबा भावे यांची निवड केली. पंडित जवाहरलाल नेहरू हे दुसरे सत्याग्रही होते. आचार्य विनोबा भावे यांची पहिले सत्याग्रही म्हणून निवड करून गांधीजींनी स्वातंत्र्याच्या मागणीस एक नैतिक अधिष्ठान आहे असे जगाला दाखवून दिले. अनेकांना वैयक्तिक सत्याग्रहामागची गांधीजींची भूमिका पटली नाही आणि त्यांनी काँग्रेसने प्रखर चळवळ करावी अशी मागणी केली. वैयक्तिक सत्याग्रह हा केवळ प्रतीकात्मक लढा आहे असे अनेकांना वाटले. परंतु गांधीजी या मार्गाने हळूहळू पुढच्या लढ्याची तयारी करीत होते. आचार्य विनोबा भावे यांना तीन महिन्यांची शिक्षा झाली. पंडित नेहरूंना मात्र चार वर्षे सक्त मजुरीची शिक्षा ठोठावण्यात आली (प्रधान, १९९६ : ३०४, ३०५). पहिल्या या दोन सत्याग्रहींच्या बाबतीत सरकार वेगवेगळी फूटपट्टी वापरून वागले. सरकारच्या या कृतीने देशात तर प्रक्षोभ निर्माण झालाच,

पण पंतप्रधान चर्चिल यांनाही आश्चर्याचा धक्का बसला.

वैयक्तिक सत्याग्रहाचे आंदोलन सरकारी युद्धप्रयत्नांवर फारसा परिणाम करू शकले नाही हे खरे; पण जवळपास २६ हजार सत्याग्रही 'न एक भाई न एक पाई' अशी घोषणा देत तुरुंगात गेले. यामुळे काँग्रेस संघटनेची ताकद, शिस्त आणि गांधीजींच्या नेतृत्वावरील विश्वास यांचे जसे दर्शन घडले, तसेच वाढत्या राजकीय जागृतीचेही घडले, असे एस.एम.जोशींना वाटले. 'ना एक माणूस सैन्यासाठी देणार, ना एक पै युद्धखर्चासाठी देणार' हा निर्धार हजारो मुखांतून व्यक्त झाला. वैयक्तिक सत्याग्रहाने सरकारला दाखवून दिले की काँग्रेस ही संस्था मारता येण्याजोगी नाही. एसेमसारख्या अनेकांना गांधीजींनी दाखवून दिले की परिस्थितीनुसार ते बदलू शकतात. सप्टेंबर १९३९ मध्ये युद्ध सुरू होताच 'ब्रिटन युद्धात गुंतले असता सामुदायिक लढा उभारून त्याला अडचणीत टाकायचे नाही' असे म्हणणारे गांधीजी सप्टेंबर-ऑक्टोबर १९४० मध्ये 'त्या धोरणास चिकटून राहणे काँग्रेसला शक्य नाही'; असे व्हाइसरॉयला बजावण्याएवढे बदलले होते. त्यामुळे गांधीजींचे यापुढले पाऊल सामुदायिक लढ्याचेच असणार असे एस.एम.जोशींचे मत होते (जोशी, १९४७ : १०९).

### १९४२ चे छोडो भारत पर्व आणि एस.एम.जोशींची कामगिरी

ब्रिटिशांच्या वतीने बोलणी करण्यासाठी सर स्टॅफोर्ड क्रिप्स २३ मार्च १९४२ रोजी भारतात आले. क्रिप्स योजना अयशस्वी झाल्यानंतर भारताच्या स्वातंत्र्याचा शेवटचा लढा सुरू करावयास म. गांधी सज्ज झाले. जुलै महिन्यात काँग्रेस कार्यकारिणीने भारतातून ब्रिटिशांनी चालते व्हावे अशी मागणी केली आणि ८ ऑगस्ट १९४२ रोजी मुंबईमध्ये अखिल भारतीय काँग्रेस समितीने त्यास पाठिंबा दिला. ९ ऑगस्ट १९४२ रोजी 'छोडो भारत' चळवळ सुरू झाली. सरकारने दडपशाही करून सर्व नेत्यांना तुरुंगात टाकले. तरी तीन महिने या चळवळीचा जोर होता. या चळवळीत गोळीबार करून सरकारने सुमारे १००० लोक ठार मारले. १६३० लोकांना जखमी केले. सुमारे २७००० लोकांना तुरुंगात डांबले. लोकांनी ५०० पोस्ट कार्यालये, २५० रेल्वे स्टेशन्स व १५० पोलीस ठाण्यांवर हल्ले करून ते जाळले. टाटा पोलाद कारखान्यातील सुमारे २०,००० कामगारांनी बेमुदत संप पुकारला. सातारा, बालिया, मिदनापूर व बस्ती या जिल्ह्यांत लोकांनी इंग्रज राजवट उलथून टाकून प्रतिसरकार स्थापन केले. १९५७ नंतर पहिल्यांदाच एवढ्या मोठ्या व्यापक प्रमाणात लोकांचा नि:शस्त्र उठाव झाला (चौसाळकर, १९९९ : २२).

महात्मा गांधीजींनी ब्रिटिश सरकारविरुद्ध लढाऊ पवित्रा घेतला पाहिजे असा समाजवादी पक्षाचा पहिल्यापासून आग्रह होता. त्यामुळे 'चले जाव' आंदोलनाची सूत्रे स्वीकारण्यासाठी हा पक्ष पुढे आला. जयप्रकाश नारायण, राममनोहर लोहिया,

अरुणा असफअली, अच्युतराव पटवर्धन, युसूफ मेहेरअल्ली, आचार्य नरेंद्र देव, ना.ग.गोरे, एस.एम.जोशी प्रभृतींनी या आंदोलनाला प्रखरता प्राप्त करून दिली. त्यांच्यापैकी काहीजण नामांतर आणि वेषांतर करून भूमिगत झाले (वाळिंबे, १९९७ : ११३). १९४२ च्या आंदोलनात ज्यांनी भूमिगत राहून लढा संघटित केला, क्रांतिवादी तरुणांना मार्गदर्शन केले आणि प्रसंगी मोठे साहसही केले अशा त्यावेळच्या क्रांतीच्या नेत्यांमध्ये एस.एम.जोशींनी केलेले कार्य फारच मोठे आहे. एस.एम.जोशी यांची 'छोडो भारत' आंदोलनातील कामगिरी ९ ऑगस्ट १९४२ ते १८ सप्टेंबर १९४३ या काळातील आहे. हा काळ एकूण १ वर्ष ४० दिवसांचा होता. एस.एम.जोशी भूमिगत अवस्थेत त्यांच्या वाट्यास आलेले नेतृत्व करीत होते.

१९४१ च्या एप्रिल अखेर नाशिक जेलमधून सुटून आल्यानंतर एस.एम.जोशी यांच्यावर राष्ट्रसेवा दल प्रमुखत्वाची जबाबदारी सोपविण्यात आली होती. त्यामुळे राजकीय मंचावर जाऊन भाषण करायचे नाही आणि वृत्तपत्रीय प्रसिद्धीपासून अलिप्त राहायचे ही दोन बंधने एसेमनी स्वीकारली होती. पण याचा अर्थ राजकीय क्षितिजावर काय घडत आहे व घडणार आहे याकडे त्यांचे लक्षच नव्हते, असा नव्हे. ब्रिटिश सरकार भारतीयांचे रक्षण करू शकणार नाही ही भावना सर्व देशभर तीव्र झाली होती. २६ एप्रिल १९४२ च्या 'हरिजन'च्या अंकात गांधीजींनी लिहिले होते की, 'भारतावर कोणतेही परिणाम घडोत भारताची आणि ब्रिटनचीही सुरक्षितता ब्रिटिशांनी पद्धतशीरपणे आणि वेळीच भारतातून निघून जाण्यात आहे.' पुढे ८ ऑगस्ट १९४२ ला 'ब्रिटिशांनो, चालते व्हा' असे बजावणारा जो ऐतिहासिक ठराव झाला त्याचे महाबीज गांधीजींच्या या लेखात होते. एस.एम.नी आणि त्यांच्या साथीदारांनी याची दखल घेतली होती. परिस्थितीच्या रेट्यामुळे काँग्रेसला लवकरच सामुदायिक चळवळ उभारावी लागेल याविषयी त्यांच्या मनात बिलकूल संदेह नव्हता. काँग्रेसने हा लढा पुकारला की पकडून न घेता भूमिगत राहून आंदोलन चालवावयाचे हा वसा ज्या ज्या काँग्रेस समाजवाद्यांनी घेतला होता, त्यापैकीच एस.एम.हे एक प्रमुख नेते होते. अखिल भारतीय काँग्रेसच्या ऐतिहासिक अधिवेशनात 'चले जाव' चा ठराव मंजूर होताच एस.एम. भूमिगत झाले (पाटणकर, १९९२ : ५६).

भूमिगत चळवळीतील केंद्रामध्ये एकसूत्रीपणा आणण्याचे काम एस.एम.जोशी यांच्यावर सोपविले होते. ते उर्दू भाषा सफाईने बोलत. दाढी वाढवून आणि मौलवीसारखा पोषाख करून इमामअली नूरभाई या नावाने ते वावरत असत. दिल्ली, पेशावर आदी उत्तर भारतातील प्रमुख ठिकाणी त्यांनी भूमिगत चळवळीसाठी दौरा केला (प्रधान, १९९६ : ३३५). त्यांचे - भूमिगतांचे - केंद्र मुंबईतील 'मूषक महाल' आणि ते पोलिसांकडून पकडले गेले तेव्हा 'हडळ हाऊस' हे केंद्र होते. १९-२० ऑगस्ट १९४२ रोजी रामनंदन मिश्रा, अच्युत पटवर्धन, डॉ. लोहिया, साने गुरुजी, एस.एम.जोशी, बॅ.पुरुषोत्तम

त्रिकमदास, कमलादेवी चटोपाध्याय, पूर्णिमा बॅनर्जी, केशवदेव मालवीय यांची एक बैठक झाली. यावेळी बॅ. पुरुषोत्तमदास त्रिकमदास यांनी 'आपण ताबडतोब समांतर सरकार स्थापन झाल्याची घोषणा करावी व तसे पत्रक काढावे' असे सुचविले. पण ते सर्वांना मान्य झाले नाही, कारण सर्व देशाचे नेतृत्व करू शकू व लढा देऊ शकू अशी परिस्थिती नव्हती. भूमिगत कार्यात बैठक घेणे आणि धोरणात्मक निर्णय घेणे शक्य नसते. असे निर्णय घेण्यासाठी 'काँग्रेस सेंट्रल डिरेक्टोरेट' म्हणजे काँग्रेसचे मध्यवर्ती संचालन केंद्र निर्माण करण्यात आले. त्यात सुचेता कृपलानी, अच्युतराव पटवर्धन आणि डॉ. लोहिया ही तिघेजणच होती. पुढे नोव्हेंबरात जयप्रकाश नारायण हजारीबाग तुरुंगाच्या भिंतीवरून उडी मारून बाहेर पडून दिल्लीस आल्यावर त्यांचा व अरुणा असफअली यांचा समावेश या मध्यवर्ती संचालन केंद्रात करण्यात आला.

**क्रांतिकारी - भूमिगत पत्र**

सुरुवातीला एस. एम. महाराष्ट्रात जळगाव, पुणे, सोलापूर येथे आपल्या लोकांना प्रोत्साहन देण्यासाठी गेले. 'मूषक महाला'त प्रोत्साहनपर स्फूर्तिदायी पत्रकांचा मजकूर लिहिण्याचे काम साने गुरुजी, मधु लिमये, विनायक कुलकर्णी ही विचारवंत मंडळी करीत. 'क्रांतिकारी' नावाचे भूमिगत पत्र एस.एम.जोशी व अच्युतराव पटवर्धन यांच्या संपादकत्वाखाली निघे. पुढे 'सेंट्रल डिरेक्टोरेट'ने एस.एम.जोशींच्यावर परप्रांतातील व्यक्तींशी संपर्क राखण्याची जबाबदारी सोपविली होती. दिल्ली, पंजाब, कराची येथे एस. एम. भूमिगत गेले होते (जोशी, १९४७ : १२४, १२५). सातारा जिल्ह्यात या चळवळीच्या काळात क्रांतिसिंह नाना पाटील यांच्या नेतृत्वाखाली स्थापन झालेले 'प्रति-सरकार' हे या जिल्ह्याच्या इतिहासातील एक सोनेरी पान आहे. प्रतिसरकारचे काम पाहून एस.एम.जोशींनी या चळवळीला पाठिंबा दिला होता, मार्गदर्शन केले होते (ठोके, १९८५ : ८६).

१८ सप्टेंबर १९४३ रोजी मुंबईतील नळ बाजारातल्या खोजा गल्लीतील दलास या पारशाच्या मालकीच्या इमारतीतील तिसऱ्या मजल्यावरच्या फ्लॅटवर पोलिसांनी अचानक छापा घातला. या जागेला भूमिगतांनी 'हडळ हाऊस' असे सांकेतिक नाव दिले होते. या जागेवर पोलिसांची पाळत आहे असा संशय आल्यामुळे एस.एम.जोशी रात्री भायखळ्यास एका मुसलमान मित्राच्या घरी झोपण्यासाठी जात असत. त्या दिवशी दुपारी मात्र गोलदेवळाजवळच्या एका डॉक्टरने इंजेक्शन दिल्यानंतर गरगरायला लागल्यासारखे वाटल्याने ते 'हडळ हाऊस' मध्ये थोडीशी विश्रांती घ्यावी म्हणून गेले आणि पोलिसांनी टाकलेल्या सापळ्यात अडकले. त्यांच्याबरोबर पकडल्या गेलेल्यांमध्ये मधू लिमये, विनायक वासुदेव कुलकर्णी, महादेव दत्तात्रय कारेकर हे तिघे आणि सोनू रामा सुतार हा

घरगडी पकडले गेले. इमामसाहेब या नावाने मुसलमान वेषात वावरणाऱ्या एस. एम. ना पकडून देणाऱ्यास सरकारने दोन हजार रुपयांचे इनाम जाहीर केले होते. घरगडी सोनू रामा सुतार हा पोलिसांना फितूर झाला असावा. कारण गृहखात्याकडे गेलेल्या रिपोर्टात सोनू रामाचा जाबजबाब घेऊन १५ दिवसांच्या आत त्यास सोडून देण्यात येईल असे म्हटले होते. गृहखात्याच्या फायलीत 'हडळ हाऊस' मध्ये सापडलेल्या आक्षेपार्ह प्रचार साहित्याचा आणि काडतूस वगैरे दारूगोळ्याचा तपशील दिलेला आहे. 'मूषक महाल' आणि 'हडळ हाऊस' या जागेवर पोलिसांनी घातलेल्या धाडीमुळे भूमिगतांच्या हालचालींची गती मंदावणे साहजिकच होते (फडके, १९९७ : १०७, १०८).

१८ सप्टेंबर १९४३ रोजी अटक झाल्यानंतर एस. एम. ना प्रथम ऑर्थररोडवरील मध्यवर्ती कारागृहात ठेवले होते. ६ एप्रिल १९४६ रोजी येरवड्याच्या तुरुंगातून त्यांची सुटका झाली. या अडीच वर्षांच्या काळात साबरमती अणि नाशिक येथील तुरुंगातही एस. एम. ना ठेवण्यात आले होते. साने गुरुजी, पुरुषोत्तम त्रिकमदास, ना. ग. गोरे, अशोक मेहता इत्यादी मित्रांचे नाशिकच्या तुरुंगातील साहचर्य एस. एम.ना त्यांच्या स्वत:च्या मनोविकासाच्या दृष्टीने फायदेशीर ठरले (जोशी, १९४७ : १४३). 'छोडो भारत' आंदोलनाबाबत एस. एम. म्हणतात की, 'युद्ध परिस्थिती आपणास अनुकूल बनेल अशा अंदाजाने आणि स्वतंत्र भारताचे पर्यायी सरकार बनवायचे ध्येय डोळ्यासमोर ठेवून समाजवादी ४२ च्या लढ्यात उतरले होते. समाजवाद्यांचे अंदाज खरे ठरले नाहीत, याचा अर्थ ते अवास्तव होते असा नव्हे. जमेल तेव्हा सनदशीर मार्गाने आणि ते न जमल्यास चळवळीचा दबाव टाकून सत्तांतर घडवून आणणे हीच काँग्रेसची प्रवृत्ती होती. त्या प्रवृत्तीनुसारच पुढे सत्तांतर झाले. पण त्या सत्तांतरात ४२ च्या बंडाचा वाटा नव्हता असे म्हणता येणार नाही' (पाटणकर, १९९२ : ६६).

एस.एम. हे स्वातंत्र्याच्या लढाईतील एक प्रमुख योद्धे म्हणून गाजले. 'चलेजाव चळवळी'तील सर्व समाजवाद्यांचे कार्य म्हणजे दिव्यत्वाची प्रचिती होती. एस. एम. चे भूमिगत काळातील इमाम अली नूरभाई या नावाने केलेले वेषांतर व त्यांना आलेले अनुभव रोमांचकारीच आहेत. त्या काळात भूमिगत नेते अक्षरश: तळहातावर शिर घेऊनच वावरत होते (सुराणा, १९९७ : १८५). १९४२ च्या 'छोडो भारत' चळवळीत एस.एम.जोशींची कामगिरी अतुलनीय होती. भूमिगत कार्यकर्त्यांना प्रेरणा व पैसा देण्याची व्यवस्था ते करीत. १९४७ मध्ये स्वातंत्र्य आले. पण समाजवादी पक्ष काँग्रेसमधून निघाला. न.वि.गाडगीळ म्हणतात की, 'या सर्व अवस्थांतून मला दिसणारा एस.एम. तोच तळमळीचा, त्याच त्यागाचा, त्याच अन्याय सहन न करणाऱ्या वृत्तीचा प्रतिनिधी वाटतो' (खांडेकर, १९६४ : ४५). ४२ च्या भूमिगत चळवळीत गांधीवादी व समाजवादी असे तट सर्वत्र पडले होते. त्यांच्यातील दुराव्यामुळे कार्याची हानी होत असे. पण एस.एम.चे

गांधीवाद्यांशी व परंपरागत काँग्रेसवाल्यांशी व्यक्तिगत संबंध चांगले असल्यामुळे महाराष्ट्रात एकूण तणाव कमी होता. अण्णासाहेब सहस्त्रबुद्धे प्रभृती अग्रगण्य विधायक कार्यकर्त्यांचे सहकार्य संपादन करणे त्यामुळे सुलभ झाले. खादीभांडारे व खादी उत्पत्ती केंद्रे ही भूमिगत चळवळीची आश्रयस्थाने बनली. घातपाती कृत्यांसाठी लागणारी साधने या केंद्रामध्ये साठवली जात व तेथून त्याचे वितरण होत असे. महाराष्ट्रात प्रतिकाराची ज्योत तेवत राहावी यासाठी एस.एम.अहर्निश प्रयत्न करीत. अनेक कार्यकर्त्यांना त्यांच्यापासून प्रेरणा मिळाली (लिमये, १९८५ : २४).

## एस.एम.जोशींची राष्ट्र सेवा दलातील भूमिका

१९४० साली एस.एम.जोशी, ना.ग.गोरे, शिरूभाऊ लिमये आदींची जी बैठक झाली, त्यामध्ये राष्ट्रसेवा दल या स्वयंसेवी संघटनेच्या स्थापनेचा विचार झाला. पूर्वी १९२३ साली झालेल्या झेंडा सत्याग्रहानंतर डॉ. ना. सू. हर्डीकर यांच्या अध्यक्षतेखाली सेवा दलाची स्थापना झाली होती. मात्र ही संस्था काँग्रेसचाच एक विभाग होती आणि तिच्यामध्ये मुख्यत: तरुण स्वयंसेवक होते. या तरुण स्वयंसेवकांपैकी अनेकांनी १९२० आणि १९३० च्या स्वातंत्र्य आंदोलनात भाग घेऊन कारावास भोगला. १९३२ साली ब्रिटिश सरकारने सेवा दलावर बंदी घातली. त्यामुळे काँग्रेस अधिवेशनाच्या वेळेपुरतेच सेवादल संघटित केले जात असे. १९३६ साली फैजपूर येथे काँग्रेसचे अधिवेशन भरण्याचे ठरले. त्यावेळी राष्ट्र सेवा दल या नावाने स्वयंसेवक संघटना स्थापण्यात आली. फैजपूरला नगरचे तरुण काँग्रेस नेते रावसाहेब पटवर्धन स्वयंसेवक प्रमुख होते. या संघटनेचे थोडेबहुत काम महाराष्ट्रात व अन्य काही प्रांतांत होते (ठाकूर, २००० : ४९).

१९३० साली मिठाच्या सत्याग्रहात महाराष्ट्रात प्रांतिक काँग्रेस सेवा दलाची स्थापना झाली. भाऊसाहेब रानडे प्रमुख संघटक झाले. १९२५ साली राष्ट्रीय स्वयंसेवक संघाची कल्पना डॉ. हेडगेवार यांच्या प्रोत्साहनाने पुढे आली. संघटना स्थापन होऊन डॉ. हेडगेवार यांच्या नेतृत्वाखाली तिचे कार्य हळूहळू वाढू लागले. अर्थात रा.स्वं.संघाचे ध्येय काँग्रेसच्या अजातीय राष्ट्रवादाचे नव्हते. त्यांचा भर हिंदु राष्ट्रवादावर होता. त्यातूनच पुढे महाराष्ट्रात आणि देशात रा.स्व.संघ वाढत गेला. एका बाजूला रा.स्व.संघाचा हिंदू राष्ट्रवाद आणि दुसऱ्या बाजूला धर्मनिरपेक्ष भारतीय राष्ट्रवाद असा संघर्ष निर्माण झाला (जोशी, १९४७ : १४६).

१९४० साली शिरूभाऊ लिमये यांच्या पुढाकाराने भरलेल्या बैठकीत राष्ट्र सेवा दल नव्या स्वरूपात महाराष्ट्रामध्ये सुरू करावे हा विचार झाला. या बैठकीत त्यावेळी जर्मनीत झालेला हिटलरचा उदय, फॅसिस्ट कार्यपद्धतीबद्दल व विचारांबद्दल अनेकांना वाटणारे आकर्षण आणि त्यामुळे राष्ट्रीय स्वयंसेवक संघ या एकचालकानुवर्ती संघटनेची मोठ्या प्रमाणात झालेली वाढ यासंबंधी झालेल्या चर्चेत पुढील विचार मांडण्यात आला.

फॅसिस्ट विचारांविरुद्ध केवळ प्रचार न करता स्वातंत्र्य चळवळीत सहभागी होण्यासाठी विद्यार्थ्यांच्या आणि तरुणांच्या मनावर व्यापक राष्ट्रवादी भूमिकेचे संस्कार करणारी स्वयंसेवक संघटना सुरू करावी. यानंतर ४ जून १९४१ रोजी राष्ट्र सेवा दलाची स्थापना करण्यात आली. एस.एम. जोशी हे पहिले दलप्रमुख झाले. त्यावेळी स्वातंत्र्यचळवळ क्षितिजावर दिसू लागली होती. त्यामुळे त्या चळवळीबद्दल आकर्षण वाटणारे अनेक कॉलेज विद्यार्थी राष्ट्र सेवा दलात येऊ लागले. रोज संध्याकाळी खेळ, कवायत, राष्ट्रध्वजाला वंदन हे कार्यक्रम होत. त्याचप्रमाणे आठवड्यातून एक दिवस बौद्धिक वर्ग होत असे. त्यामध्ये एस.एम.जोशी, नानासाहेब गोरे हे मुख्यत: सेवादल सैनिकांना राष्ट्र सेवा दलाची वैचारिक भूमिका सांगत. या भूमिकेत ब्रिटिशांनी या देशाचे शोषण कसे केले, भारतात भीषण दारिद्र्य कसे आहे आणि हे नष्ट करण्यासाठी स्वातंत्र्य मिळविणे कसे आवश्यक आहे हे सांगितले जाई. स्वातंत्र्यआंदोलनाचा इतिहास, क्रांतिकारकांचे कार्य हे विषय सांगतानाच स्वातंत्र्यआंदोलन व्यापक व धर्मनिरपेक्ष आहे आणि ब्रिटिशांच्या भेदनीतीमुळे हिंदु-मुस्लीम विभागले जाऊ नयेत यासाठी हीच भूमिका स्वातंत्र्यचळवळीत असली पाहिजे असे सेवादल सैनिकांना आग्रहाने सांगितले जात असे. वसंत बापट, वसंत नगरकर, ग.प्र.प्रधान आदी मित्र राष्ट्रसेवा दलाच्या पहिल्या शाखेचे पहिल्या दिवसापासूनचे सैनिक होते (ठाकूर, २००० : ४९, ५०).

१ मे १९४२ रोजी पुण्यात राष्ट्र सेवा दलाच्या एक महिन्याच्या शिबिराचे उद्‌घाटन विख्यात क्रांतिकारक पृथ्वीसिंग आझाद यांनी केले. १९४० साली वैयक्तिक कायदेभंगाची मोहीम सुरू झाल्यानंतर प्रांतिक काँग्रेस समित्यांचे सरकारी धोरणामुळे विसर्जन करावे लागले आणि १९३० पासून कार्यरत असलेल्या महाराष्ट्र काँग्रेस सेवादलाचे कामही थांबवावे लागले. त्यामुळे एस.एम.जोशी, शिरूभाऊ लिमये, ना.ग.गोरे, वि.म.हर्डीकर इत्यादींनी पुढाकार घेऊन राष्ट्रसेवा दलाची स्थापना केली. पक्षीय राजकारणापासून अलिप्त राहणारी तसेच जातिनिरपेक्ष राष्ट्रवादाचा पुरस्कार करणारी अशी ही तरुणांची संघटना होती. ती स्वायत्त असून काँग्रेस पक्षाचे तिच्यावर नियंत्रण नव्हते. संघटनेच्या धुरिणांची वैचारिकदृष्ट्या काँग्रेस समाजवादी पक्षाशी जास्त जवळीक होती. राष्ट्रसेवा दलाचे प्रमुख म्हणून एस.एम.जोशी आणि संघटक म्हणून शिरूभाऊ लिमये काम करीत होते. १९४१ सालच्या अखेरीस सेवा दलाच्या महाराष्ट्रात ८४ शाखा होत्या व ३२०० तरुण या संघटनेचे सदस्य होते. १९४२ च्या फेब्रुवारीत महाराष्ट्र प्रांतिक काँग्रेसने तसेच महाराष्ट्र काँग्रेस समाजवादी पक्षाने त्याच्या घटनेत राष्ट्रसेवा दलास मान्यता दिली (फडके, १९९७ : ६०).

### राष्ट्र सेवा दलाची उद्दिष्टे

एस.एम.जोशी यांना राष्ट्र सेवा दलाचे प्रथम दलप्रमुख केले. त्यांना दलप्रमुखाची जबाबदारी सोपविली तेव्हा ते म्हणाले होते, ''मला सुचविले की, मी राष्ट्र सेवा दलाचे प्रमुख म्हणून काम पाहावे. एका दृष्टीने मला आवडणारे असे काम मला मिळाले. ही संघटना स्वयंसेवक संघटना म्हणून उभी करावयाची नसून ती एक शैक्षणिक संघटना राहिली पाहिजे.'' राष्ट्र सेवादल ही संघटना राजकारण आणि पक्षीय राजकारणापासून दूर राहिली पाहिजे, ती एक अनौपचारिक शिक्षण देणारी संस्था व्हावी. सेवादल स्वायत्त असावी असा एसेम जोशींचा आग्रह होता. एसेम जोशींनी राष्ट्रसेवा दलाच्या सुरुवातीच्या काळात दलप्रमुख म्हणून स्वातंत्र्यप्रियता व विशाल राष्ट्रवादाचे बीजारोपण केले. स्वातंत्र्यासाठी त्यागाचे धडे दिले होते. राष्ट्रीय स्वयंसेवक संघाला केवळ विरोध करण्याची सेवादलाची भूमिका नाही, तर चारित्र्यसंपन्न नागरिक तयार करणे व त्यांच्याकडून नवभारत निर्मिती करण्याचे कार्य सेवा दलाकडून एसेमना अभिप्रेत होते. ८ फेब्रुवारी १९४२ रोजी एस.एम. जोशींच्या दलप्रमुख म्हणून अधिकृतरीत्या नियुक्तीला मान्यता मिळाली होती. त्यांनी सेवा दल घटनेत राष्ट्र सेवा दलाची पुढील उद्दिष्टे निश्चित केली होती -

१) सेवा दल राजकारणापासून अलिप्तपणे काम करणारी संघटना असेल.
२) सामाजिक समतेचे प्रतीक व सांस्कृतिक शिक्षण देणारी अनौपचारिक शाळा राहील.
३) प्रत्येक कार्यक्रमातून उच्च संदर्भ निर्माण केले जातील.
४) देशात एकात्मता, संपन्नता व सुदृढता निर्माण करून त्यातून नवनिर्मिती केली जाईल.
५) न्याय, समता, स्वातंत्र्य आणि राष्ट्रीय एकात्मता हे राष्ट्रीय उद्दिष्ट असेल.
६) भारतातील धार्मिक, वांशिक, भाषिक व प्रादेशिक भेद नष्ट केला जाईल.
७) सांप्रदायिकतेला विरोध, त्यातून जातिभेद दूर केला जाईल.
८) भारताला जगातील एक प्रथम श्रेणीचे राष्ट्र बनविले जाईल.
९) श्रमाची प्रतिष्ठा उंचावून राष्ट्रसेवक निर्माण केले जातील.
१०) लोकशाही, समाजवाद, धर्मनिरपेक्षता, स्वावलंबन, विज्ञाननिष्ठा तरुणांत जोपासून, सेवादल सैनिकात ते ब्रीद रुजविले जाईल.
११) शिबिर आयोजित करून, मुलांना संस्कारित करून आणि खेडोपाडी सेवा दलाच्या शाखा सुरू करून, ग्रामीण जनतेत जागृती निर्माण केली जाईल.
१२) परिवर्तनवाद्यांना मुक्त विद्यापीठाचा दर्जा प्राप्त करून, त्या विद्यापीठातून नव्या जीवनाचे शिक्षण व संस्कार घेतलेले लाखो ध्येयनिष्ठ, कृतिशील व निर्भय कार्यकर्ते निर्माण केले जातील.

१३) सर्वांना अन्न, काम, निवारा, ज्ञान मिळण्यासाठी व कलांचे संवर्धन करणारा नवसमाज निर्माण करण्यासाठी, सुखी व विकसित समाजनिर्मितीसाठी रचनात्मक कार्यक्रम राबविला जाईल.

१४) शिस्त कवायत दिली जाईल, पाशवी बलाची उपासना केली जाणार नाही.

वरील उद्दिष्टांनुसार एसेम जोशींनी राष्ट्र सेवादलांतर्गत आयुष्यभर कार्य केले. सेवा दलाचा प्रचार आणि प्रसार व्हावा म्हणून सेवा दलाच्या शाखा ग्रामीण भागात उभारण्यावर भर दिला होता (विसपुते, २००० : ८२ ते ८४).

स्वातंत्र्य संग्रामाच्या काळात जन्म झाला असल्याने सेवादलाला लढाऊ पाया लाभला होता. राजकीय बैठकही तयार झाली होती, परंतु त्याचबरोबर सेवादलाची भूमिका प्रामुख्याने शैक्षणिक होती. बाल, कुमार व युवक यांचे शिक्षण करताना लढाऊ वृत्तीबरोबरच विधायक वृत्तीवर सेवादलाने प्रथमपासून भर दिला होता. लढ्याच्या दरम्यानच्या काळात जनतेने राष्ट्रीय दृष्टीने जागृत राहावे व प्रयत्नांचे सातत्य कोणत्या ना कोणत्या रूपाने चालू राहावे या हेतूने महात्मा गांधींनी रचनात्मक कार्याची चौदा कलमी योजना देशाला दिलेलीच होती. अस्पृश्यता निवारण, साक्षरता प्रसार, राष्ट्रभाषा प्रचार, सफाई, खादीग्रामोद्योग यासारख्या कार्यक्रमांचे केवळ क्रांतीच्या दरम्यानच्या काळापुरतेच महत्त्व होते असे नाही तर त्यांचे मूल्य शाश्वत होते. भारतासारख्या केवळ परतंत्रच नाही, तर मागासलेल्या व गरीब देशातील लोकांना स्वातंत्र्योत्तर काळात सुख व शांतता लाभावी असे वाटत असेल, तर सामान्य जनतेला जागृत व कार्यप्रवण करणे महत्त्वाचे होते (लिमये, १९६५ : ४३,४४).

भारतासारख्या विशेषत: महाराष्ट्रातल्या तरुणांना भारतीय स्वातंत्र्याच्या लढाईसाठी राष्ट्रवादाचे, स्वातंत्र्याचे, शिस्तीचे, नेतृत्वाचे आणि लढाईचेही संस्कार १९४२ च्या लढ्याच्या कालखंडात राष्ट्रसेवा दलाच्या शाखाशाखांवर मिळाले. स्वातंत्र्यासाठी लढणारे राष्ट्रवादी स्वातंत्र्यसैनिक तयार करून स्वातंत्र्यलढ्यात त्यांचा पुरवठा करणे हे राष्ट्र सेवा दलाचे ध्येय होते. सातारा जिल्ह्यातील पत्रीसरकारच्या तुफान सेनेला राष्ट्रसेवादलाच्या शाखांतून स्वातंत्र्यसैनिकांचा पुरवठा होऊ शकला. सेवा दल हे भूमिगत आंदोलनाच्या पाणबुडीचे एक प्रकारे 'श्वसन केंद्र' बनून राहिले. सर्वसमावेशक अशा जाति-धर्मवर्गनिरपेक्ष राष्ट्रवादाची दीक्षा तरुण पिढीला देण्याचे ऐतिहासिक कार्य राष्ट्रसेवा दलाने केले. ४२ च्या भूमिगत आंदोलनाच्या काळात सर्वश्री एस.एम.जोशी, अच्युतराव पटवर्धन, नानासाहेब गोरे, साने गुरुजी, शिरूभाऊ लिमये, क्रांतिसिंह नाना पाटील यांच्या क्रांतिकथा तरुण पिढीपर्यंत सर्वदूर पोहोचवण्याचे कार्य 'क्रांति' या गुप्तपत्रकाद्वारे सेवादल सैनिकांनी पार पाडले. ४२ च्या क्रांतीने निर्माण केलेल्या वातावरणाची प्रेरणा १९४६-४७ पर्यंत सेवा दलाला स्फूर्ती देत राहिली. १९४१ साली प्रारंभी महाराष्ट्रात सेवादलाच्या ८४ शाखा होत्या व सैनिकांची संख्या ३२०० होती. १९४६ साली १९७४ शाखा आणि ६०,००० चे वर सैनिक संख्या

पोहोचली. सेवा दलातील सैनिकांचे वैचारिक पोषण एस.एम.जोशी यांनी केले, तर भावनिक पोषण सानेगुरुजींनी केले. यामुळे सेवादल सैनिक एस.एम.जोशींना पितृस्थानी मानीत होते; तर सानेगुरुजींना मातृस्थानी मानत होते (पाटगावकर, १९९९ : ३, ५).

तुरुंगातून सुटून १९४१ साली आल्यापासून ते ९ ऑगस्ट १९४२ पर्यंत एस.एम.नी मुख्यत: राष्ट्र सेवा दलाच्या कार्यावरच भर दिला होता. १९४६ साली सर्व पुढारी सुटले. समाजवादी पक्षाची पुनर्रचना करण्यात आली. राष्ट्र सेवा दलाची चळवळ महाराष्ट्रभर फोफावली. नानासाहेब गोरेंनी समाजवादी पक्षाच्या कार्यात व एस.एम.जोशींनी राष्ट्रसेवा दल नि काँग्रेस कार्यात लक्ष घालावे अशी श्रमविभागणी होती. त्यामुळे कित्येक वर्षे दलप्रमुख एस.एम.जोशी पक्षाच्या राजकारणापेक्षा राष्ट्र सेवा दल व रचनात्मक कार्य यात जास्त सक्रिय राहिले (लिमये, १९८५ : २४).

९ ऑगस्ट १९४२ ला लढा सुरू झाल्यावर अन्य अनेक समाजवादी पुढाऱ्यांसमवेत एस.एम.जोशी हे भूमिगत चळवळीचे नेतृत्व करू लागले. त्यावेळी श्री.वि.म.हर्डीकर हे राष्ट्रसेवा दलाचे प्रमुख झाले. राष्ट्र सेवा दलातील अनेक कार्यकर्ते चळवळीत पडले, काहीजणांना शिक्षा झाली, काहींना स्थानबद्ध करण्यात आले. काहीजण भूमिगत राहून काम करीत होते. यावेळी ठिकठिकाणी राष्ट्रसेवा दलाच्या शाखा कार्यकर्त्यांनी निर्भयपणे चालू ठेवल्या. ब्रिटिश सरकारने स्वातंत्र्य आंदोलन चिरडून टाकण्यासाठी प्रचंड जुलूम व दडपशाहीचे सत्र चालू ठेवले असताना सेवा दलाच्या शाखांवर नियमाने राष्ट्रध्वज लावणे, राष्ट्रगीत म्हणणे आणि दैनंदिन शाखेचे काम दंडुकेशाहीला न भीता चालू ठेवणे या सेवादलाच्या कार्यामुळे लोकांचे मनोधैर्य टिकविण्यास मोठीच मदत झाली. जे विद्यार्थी-विद्यार्थिनी वयाने १२ ते १५ वर्षांचे असून स्वातंत्र्यलढ्यात प्रत्यक्ष काम करू शकत नव्हते, परंतु ज्यांच्या मनात देशभक्तीची ज्योत प्रज्वलित झाली होती त्या सर्वांना राष्ट्र सेवा दलाबद्दल आकर्षण वाटू लागले आणि सेवा दलाचे काम करण्यात त्यांना अभिमान व आनंद वाटू लागला. ही परिस्थिती १९४६ पर्यंत होती. नंतर एस.एम.जोशी यांनी पुन्हा दलप्रमुख म्हणून काम करण्यास सुरुवात केली. या उत्साहाच्या वातावरणात सातारा येथे राष्ट्रसेवा दलाच्या सैनिकांचा एक भव्य मेळावा भरविण्यात आला (बापट, १९९१ : ६). १ व २ फेब्रुवारी १९४७ रोजी सातारा येथे सर्व ठिकाणांहून मिळून एकूण ११,२०० सैनिक व हितचिंतक आले. त्यामध्ये १२०० स्त्री सैनिक होते. नेताजींच्या आझाद हिंद फौजेतील मे.ज.शहानवाझखान यांना या मेळाव्याचे प्रमुख पाहुणे म्हणून बोलावले होते. लष्करी शिस्त व राष्ट्रभक्ती या दोहोंचे प्रतीक म्हणून त्यांची निवड केली होती. त्यांनी मेळावा पाहून समाधान व्यक्त केले. पण हा उत्कर्षाचा परमोच्च क्षण सेवा दलाच्या इतिहासात दुसऱ्या एका दृष्टिने फार महत्त्वाचा ठरला. अनेकांनी कौतुक केले, पण काँग्रेसमधील सत्तारूढ गटाला सेवा दलाचा हा उत्कर्ष सहन झाला नाही. शंकरराव देव

यांनी यावेळी जे भाषण केले त्यात 'सेवादल' ही एक शक्ती आहे हे मान्य केले, पण ही शक्ती 'शिवशक्ती' ठरेल की नाही, तिचा उपयोग मंगल कार्यासाठीच केला जाईल की नाही याबद्दल शंका व्यक्त केली.

काँग्रेसमध्ये अनेक विचारप्रवाहांचे गट होते. स्वातंत्र्यप्राप्तीनंतर हे सर्व गट एकत्र राहू शकतील असा विश्वास नव्हता. १९४२ च्या क्रांतिलढ्यात काँग्रेसमधील समाजवादी गटाचे नेते अधिक सक्रिय झाले होते. सेवा दलातील तरुणांचा ओढा या युवक नेत्यांकडे होता. तेव्हा ही तरुणांची संघटित शक्ती आपल्या ताब्यात राहिली नाही तर ती धोकादायक ठरेल अशी काँग्रेसश्रेष्ठींची मनोव्यथा शंकरराव देव यांनी व्यक्त केली होती. शंकरराव देव यांच्या या उद्गारांनी राष्ट्रवादी तरुणांना धक्काच बसला. युवक संघटनेवर हा फार मोठा आघात होता. काँग्रेस श्रेष्ठींच्या मर्जीतून राष्ट्र सेवा दल संपूर्णतया उतरतच गेले (पाटगावकर, १९९९ : ४). पुढे राष्ट्र सेवा दल ही स्वायत्त संघटना असावी की काँग्रेसच्या नेतृत्वाखालीच ती चालावी याबद्दल पुष्कळ वादविवाद होऊन अखेर राष्ट्रसेवा दलाने स्वायत्त राहूनच युवक संघटनेचे कार्य करावे असा निर्णय घेण्यात आला.

१५ ऑगस्ट १९४७ ला भारत स्वतंत्र झाला आणि देशभर एक नवे आत्मविश्वासाचे व आत्मनिर्भरतेचे वातावरण निर्माण झाले. राष्ट्रसेवा दलाच्या स्थापनेत ज्यांनी पुढाकार घेतला होता आणि राष्ट्र सेवा दलात जे तरुण-तरुणी सुरुवातीपासून सामील झाले होते त्यांनी स्वातंत्र्यलढ्यात हिरिरीने भाग घेतला होता. चळवळीचा भर ओसरल्यावरही ठिकठिकाणच्या छोट्यामोठ्या कार्यकर्त्यांनी राष्ट्र सेवा दलाच्या शाखा निर्भयपणे चालू ठेवल्या. या सर्वांना स्वातंत्र्यप्राप्तीनंतर नवा भारत निर्माण करण्याची ओढ वाटू लागली. साने गुरुजी, एस.एम.जोशी, नानासाहेब गोरे, रावसाहेब पटवर्धन, आचार्य जावडेकर आणि आचार्य भागवत आदींनी या काळात तरुण पिढीला प्रेरणा व स्फूर्ती दिली. बंडू गोरे, मधू लिमये आदी तरुण समाजवादी नेते नव्या कल्पना, नवे विचार सेवादलातील तरुणांपुढे ठेवू लागले. धर्मांधतेमुळे झालेल्या भारताच्या फाळणीनंतर नवभारतात धर्मनिरपेक्ष समाजवादी समाज निर्माण झाला पाहिजे अशी ओढ तरुणांच्या मनात निर्माण झाली.

स्वातंत्र्यलढ्यातील भूमिगत कार्याचे आणि आजवरच्या त्यागी जीवनाचे वलय एस.एम.जोशी यांच्याभोवतीच होते, शिवाय तरुणांच्या आशा-आकांक्षा समजून घेऊन एस.एम.जोशी त्यांना मार्गदर्शन करीत. त्यामुळे सेवा दलाला अनेक तरुण कार्यकर्ते मिळाले आणि त्यांनी आपापल्या प्रवृत्तीनुसार सेवादलाच्या वेगवेगळ्या विभागांत उत्साहाने कामास सुरुवात केली (बापट, १९९१ : ६). 'चले जाव' आंदोलनात भूमिगत चळवळीचे नेतृत्व मुख्यत: समाजवादी नेत्यांनी व कार्यकर्त्यांनी केले, त्यामुळे स्वाभाविकपणे राष्ट्र सेवा दलातील कार्यकर्त्यांना जयप्रकाश नारायण, डॉ. राम मनोहर लोहिया, एस.एम.जोशी, अरुणा असफअली, अच्युतराव पटवर्धन, नाना पाटील, शिरूभाऊ लिमये आदी नेत्यांबद्दल

नितांत आदर व प्रेम वाटत असे. एस.एम.जोशी राष्ट्र सेवा दलातील सैनिकांना म्हणत, 'लोकशाही समाजवाद हा आमचा युगधर्म आहे. तुम्ही तो समजून घ्या. परंतु राष्ट्र सेवा दल ही समाजवादी पक्षाची तुतारी फुंकणारी संघटना होऊ देऊ नका.'

१९४६ ते १८५६ या कालखंडात राष्ट्र सेवा दलाने तरुण पिढीवर समतेचा संस्कार करून तीमध्ये सामाजिक बांधिलकी निर्माण केली. १९४१ साली सेवादलात आलेल्या अनेक कार्यकर्त्यांना सामाजिक जीवनाच्या विविध क्षेत्रांत काम करावेसे वाटू लागले आणि त्यामुळे अनेकजण सहकार, शिक्षण, शेती, ट्रेड युनियन आदी क्षेत्रांत काम करू लागले. काही प्रमुख कार्यकर्त्यांनी गोवा मुक्ती संग्रामात भाग घेतला. संयुक्त महाराष्ट्र आंदोलनात अनेक तरुण कार्यकर्ते सहभागी झाले (बापट, १९९१ : १७, १८). गांधी हत्येनंतर जाळपोळीच्या वेळी अगदी मागास गणल्या गेलेल्या धनगर समाजातील सिद्धाप्पा रानगे नावाच्या गडहिंग्लज येथील मुलाने सेवादलाच्या शिकवणुकीमुळे आपले जीवित धोक्यात घालून ब्राह्मणांची घरे जाळू दिली नाहीत. महाराष्ट्रात अभूतपूर्व ठरलेले डॉ. बाबा आढावांचे 'एक गाव एक पाणवठा' हे आंदोलन, हमीद दलवाईंचे 'मुस्लीम सत्यशोधक आंदोलन' अशा विधायक प्रेरणांची गंगोत्री राष्ट्र सेवा दल आहे. जयसिंगपूरचे आप्पासाहेब पाटील व इचलकरंजीचे सुलतानपुरे यांच्या सहकार क्षेत्रातील कामाची प्रेरणा राष्ट्रसेवा दलच आहे. राष्ट्र सेवा दलाने आंतरजातीय विवाहांना प्रोत्साहन दिले. समाजात स्त्री-पुरुष समतेचा संदेश सेवा दलाने दिला. सेवा दलाच्या माध्यमातून अनुताई लिमये, विमल गरुड, प्रमिला दंडवते, कमल पाध्ये, माई केदारी, मृणाल गोरे, यमू साने यांचे संघटना कर्तृत्व व सेवापरायणता वेगवेगळ्या क्षेत्रांत दिसून आली आहे. स्त्री मुक्ती आंदोलनाची प्रेरणा मूलत: राष्ट्र सेवा दलाने दिली. वसंत बापट, ग.प्र.प्रधान, सदानंद वर्दे, यदुनाथ थत्ते, पन्नालाल सुराणा, बापूसाहेब काळदाते, मधु दंडवते आदी प्रसिद्ध व्यक्तींच्या कार्यामागे राष्ट्र सेवा दलाची प्रेरणा होती (जोशी, १९४७ : १६२ ते १६५).

राजकारण तर एस.एम.जोशींचे महत्त्वाचे काम होतेच. परंतु रचनात्मक आणि शैक्षणिक कार्यावर त्यांचा अधिक भर होता. स्वातंत्र्य मिळाल्यावर देश घडणीचे काम करायचे होते. साने गुरुजींनी सेवा पथकाद्वारे ग्रामविकासाची कल्पना दिली, परंतु त्याचे नेतृत्व करण्यास ते राहिले नाहीत. तेव्हा एस.एम.जोशींनीच सेवा पथकाचे नेतृत्व केले आणि वर्षभर ते सेवा पथकाबरोबर राहिले. सत्तेच्या राजकारणाला उधाण येत होते. इकडे एस.एम.जोशींनी सेवा दल कार्यकर्त्यांना समाजवादी मूल्यांचे शिक्षण देण्याचे काम केले. सेवा दलाचे प्रमुख म्हणून किंवा अध्यक्ष म्हणून काही वर्षेच एस.एम.जोशींनी काम केले असले तरी मार्गदर्शक म्हणून कायमचे स्थान सर्वांच्या हृदयात त्यांनी मिळविले होते (बापट, १९८९ : १५).

राष्ट्र सेवा दल हे रा.स्व.संघाच्या विरोधात सुरू करण्यात आले नसून स्वातंत्र्य

चळवळीसाठी व्यापक राष्ट्रवादी भूमिकेवर स्थापन केलेले होते. राष्ट्र सेवा दलाची सकारात्मक कृतिशीलतेची भूमिका होती, मात्र फॅसिस्ट विचारांचे आणि भारत हे केवळ हिंदू राष्ट्र होते या भूमिकेचे राष्ट्र सेवा दल विरोधक होते. स्वातंत्र्यपूर्व काळात आणि नंतर काही वर्षे राष्ट्र सेवा दल सतत वाढत गेले. याचे कारण सेवा दलाची पुरोगामी वैचारिक भूमिका आणि सेवा दलाच्या प्रमुख कार्यकर्त्यांनी स्वातंत्र्य चळवळीत केलेले कार्य हेच होते. १९४७ साली भारत स्वतंत्र झाल्यानंतर सर्व संदर्भ बदलला आणि राष्ट्र सेवा दलाने या परिस्थितीत आपल्या वैचारिक बैठकीची फेरमांडणी १९४८ साली मार्चमध्ये झालेल्या बैठकीत केली. बैठकीत मार्गदर्शन करताना दलप्रमुख श्री.एस.एम.जोशी म्हणाले, "१५ ऑगस्ट १९४७ पर्यंत राष्ट्र सेवा दलाने स्वातंत्र्येच्छु राष्ट्रवादाचा संस्कार तरुण पिढीवर केला. स्वातंत्र्यप्राप्तीनंतर सामाजिक आणि आर्थिक समतेच्या विचारांचा संस्कार करण्यासाठी सेवा दलाने प्रयत्नांची शर्थ केली पाहिजे. साने गुरुजींनी पंढरपूरचे विठ्ठल मंदिर सर्वांसाठी खुले व्हावे, यासाठी केलेल्या उपोषणातून आपण सामाजिक समतेसाठी झटण्याची प्रेरणा घेतली पाहिजे आणि स्वराज्याचे सुराज्य करण्यासाठी आर्थिक विषमतेचे निर्मूलन केले पाहिजे."

राष्ट्र सेवा दलाने यानुसार आपल्या संघटनेचे स्वरूप काहीसे बदलले. दैनंदिन शाखांच्या जोडीला कलापथक आणि श्रमदान पथक हे दोन विभाग नव्याने सुरू करण्यात आले. श्रमदान पथकास साने गुरुजींच्या निधनानंतर 'साने गुरुजी सेवा पथक' असे नाव देण्यात आले. कवी वसंत बापट यांनी राष्ट्र सेवा दलासाठी अनेक सुंदर गीते लिहिली आणि ती केवळ सेवादलातच नव्हे, तर अनेक शाळांमध्ये विद्यार्थी-विद्यार्थिनींच्यात प्रिय झाली. राष्ट्र सेवा दल कलापथकात शाहीर लीलाधर हेगडे आणि मुलींच्या नृत्यांचे अभिनव दर्शन घडविणाऱ्या आवाबेन देशपांडे यांनी मोलाचे कार्य केले. सेवादलाचे 'बिजली नृत्य' महाराष्ट्रात गाजले. कलापथकासाठी पु.ल.देशपांडे यांनी 'शेतकरी राजा' आणि 'पुढारी पाहिजे' आणि व्यंकटेश माडगूळकर यांनी 'बिन बियांचे झाड' हे वगनाट्य लिहिले आणि त्यांना प्रचंड लोकप्रियता लाभली.

खेड्यात तळी साफ करणे, दोन गावांना जोडणारा रस्ता तयार करणे ही कामे गावकऱ्यांच्या मदतीने प्रत्येक जिल्ह्यातील सेवा पथकाने केली. आज राष्ट्रीय सेवा योजनेत या कार्यक्रमास प्राधान्य दिले जाते. त्याची सुरुवात पन्नास वर्षांपूर्वी राष्ट्र सेवा दलाने केली आणि त्यामुळे राष्ट्र सेवा दल ग्रामीण भागात जाऊन पोहोचले. १९४८ ते १९६० या काळात अशा कार्यक्रमांमुळे आणि सुस्पष्ट वैचारिक भूमिकेमुळे राष्ट्र सेवा दलाची खूपच वाढ झाली. शिबिरांमधून दरवर्षी किमान एक हजार तरुणांना शिक्षण दिले जाई. हडपसर येथे जयप्रकाश नारायण यांच्या उपस्थितीत भरलेला आणि श्रमदानाचा मोठा कार्यक्रम करणारा १९५४ सालातील स्त्री-पुरुष सेवा दल सैनिकांचा प्रचंड मेळावा हा राष्ट्र सेवा

दलाचा परमोच्च बिंदू होता (ठाकूर, २००० : ५०-५१). हडपसरच्या मेळाव्यात जेपींनी 'श्रमदानाच्या कार्याला भूदान कार्याची जोड द्या' असे आवाहन केल्यानंतर २४ डिसेंबर १९५४ पासून सातारा जिल्ह्यात खटाव येथून भूदान प्रचाराला सुरुवात झाली. ५० सेवादल सैनिक या पथकात होते. एस.एम.जोशी, भाऊसाहेब रानडे, रावसाहेब पटवर्धन, नाना डेंगळे आदी या पथकाबरोबर राहात (जोशी, १९४७ : १६४).

राष्ट्र सेवा दलाची संघटना म्हणजे स्वातंत्र्याकरिता व नंतर नवसमाजरचनेकरिता कार्य करण्याचे शैक्षणिक स्वायत्त व्यासपीठच आहे असे एस.एम.जोशी मानीत. क्रियाशील पक्षीय राजकारणापासून दूर राहून राष्ट्रसेवा दलाचे कार्य करण्यासाठी त्यांनी काही वर्षे वाहून घेतले. जातिधर्मनिरपेक्ष राष्ट्रवादी विचारांचे आचारनिष्ठ स्वातंत्र्यसैनिक फार मोठ्या प्रमाणावर तयार करण्याचे कार्य केले. 'सातारचा मेळावा' ही त्याची साक्षच होती. सेवा दलाच्या रूपाने स्वायत्त युवक संघटनेचे एक नवे पर्वच त्यांनी सुरू केले. स्वातंत्र्यानंतर राष्ट्रवाद, लोकशाही व समाजवादी या विचारमूल्यांकरिता समाजवादी शीलाचे नागरिक तयार करण्याचे कार्य एस.एम.जोशींनी सेवा दलाच्या शाखा, सेवा पथक, भूदान पथक, कला पथक, शिबिरे याद्वारे केले. केवळ राजकारणातून असे नागरिक तयार होत नाहीत. सेवा दल म्हणजे यूथ काँग्रेससारखी राजकारण करणारी एक छोटी पार्टी असे स्वरूप एसेमना मान्य नव्हते. सेवा दलाचे कार्य प्रबोधनाचे, समाजवादी जीवनमूल्य जोपासण्याचे, स्वत:चा कस, निष्ठा वाढीला लावणारे, तसेच सामुदायिक शिस्त व संघटना याबाबत आत्मीयता व नैतिकता यांची जाण वाढविणारे हवे. ते कार्य शैक्षणिक भूमिकेची मर्यादा सांभाळूनच पार पाडता येईल असा एसेमचा अनुभव होता, विश्वास होता (बापट, १९८९ : ४५, ४६).

१९६० नंतर महाराष्ट्रात राजकारणाचा चेहरामोहरा बदलला. तसेच १९६५ मध्ये समाजवादी चळवळ दुभंगली. या सर्व गोष्टींचा कार्यकर्त्यांवर परिणाम झाला आणि राष्ट्रसेवा दलाच्या कामातील जोश कमी झाला. १९६५ ला धुळे येथे भरलेल्या मेळाव्यात कामाला लागलेली ही ओहोटी स्पष्टपणे दिसून आली. मात्र आदिवासी, दलित, श्रमिक यांच्या विविध चळवळींमध्ये काम करणाऱ्या कार्यकर्त्यांनी पुरोगामी विचार महाराष्ट्रात तडफेने मांडला आणि समताधिष्ठित समाज निर्माण करण्यासाठी आंदोलने केली व संस्थाही उभ्या केल्या (बापट, १९९१ : १८). वाढता हिंसाचार, भ्रष्टाचार व सांप्रदायिक विद्वेष यांच्या विळख्यातून देशाला वाचवायचे तर राष्ट्र सेवा दल वाढवले पाहिजे असे एस.एम.जोशींना वाटायचे. १९८७ ऑगस्ट मध्ये सेवादलाच्या जुन्या सैनिकांचा मेळावा झाला. त्यात बोलताना एस.एम.जोशी म्हणाले होते, ''१९४१ साली सेवा दल सुरू करताना जशी परिस्थिती होती तशीच आज आहे. काहीजण लोकांच्या मनातील भोळ्या धर्मभावनेचा व्यापार करीत आहेत. सांप्रदायिक विद्वेष भडकवीत आहेत. राष्ट्रीय ऐक्याला

त्यामुळे सुरुंग लागेल. गोर-गरिबांचे, दलितांचे प्रश्न बाजूला पडतील. हे आव्हान तुम्ही स्वीकारले पाहिजे. परिस्थिती १९४१ सारखी आहे असे मी म्हणालो खरा, पण त्यावेळी स्वातंत्र्य चळवळीचा जोर होता. गांधीजींच्या शब्दाला वजन होते. आज तशी चळवळ नाही. समाजवादी चळवळही विस्कळीत झाली आहे. पण मला विश्वास वाटतो की, हिंमत धराल, तर कंबर कसून कामाला लागाल. सेवादल शतपटीने वाढावे. देशाच्या कानाकोपऱ्यात पसरावे यासाठी प्राणांची बाजी लावली पाहिजे'' (जोशी, १९९१ : ४-५).

प्रखर राष्ट्रनिष्ठा, धडाडीचे नेतृत्व आणि श्रमिकांबद्दलची तळमळ असलेले समाजवादी नेते एस.एम.जोशी म्हणजे राष्ट्र सेवा दलामागची फार मोठी प्रेरक शक्ती होती. राष्ट्र सेवा दलाच्या वृक्षाला पोटतिडकीने एसेमनी वाढीस लावले. समाजवादाच्या निष्ठा स्वत:च्या जीवनातही त्यांनी बाणवल्या. युवकांना स्फूर्ती देणारे व्यक्तिमत्त्व त्यांचेजवळ होते. कोणत्याही राजकीय पक्षाच्या हुकमतीखाली सेवा दलासारख्या शैक्षणिक संघटनेने जाऊ नये असा आग्रह त्यांनी धरला. एस.एम.जोशींनी राष्ट्रसेवा दलाला सतत प्रेरणा दिली व त्याचे नेतृत्व केले. राष्ट्र सेवा दलाविषयी एस.एम.जोशी म्हणतात, 'माझे सगळे आयुष्य म्हणजे एक धडपडीचा इतिहास आहे. अनेक क्षेत्रांत परिस्थितीप्रमाणे मला काही कामे माझ्या अंगावर घ्यावी लागली. वेळोवेळी त्यात लौकिकदृष्ट्या अपयशही आले, परंतु ज्या दोन क्षेत्रांमध्ये मला बरेचसे समाधान मिळाले त्यापैकी राष्ट्र सेवा दल हे पहिले आणि कामगार चळवळीचे क्षेत्र हे दुसरे होय. या दोन्ही क्षेत्रांतील मी केलेल्या कामाने मला सतत समाधान मिळाले आहे. राष्ट्र सेवा दलातून शेकडो कार्यकर्ते असे निघाले की, जे खऱ्या अर्थाने राष्ट्रीय एकात्मतेची भूमिका घेऊन उभे राहिले आणि अजूनही त्याच भूमिकेमधून ते जीवन जगत आहेत. माझ्या मनश्चक्षुंपुढे ते सारे कार्यकर्ते येतात, तेव्हा मन आनंदाने भरून येते (जोशी, १९९१ : १४५).

भविष्यकाळातही राष्ट्र सेवा दलाचे काम प्रभावी व्हावयाचे असेल तर त्या कामाला प्रखर समतावादी विचारांचे अधिष्ठान असले पाहिजे. राष्ट्र सेवा दलाने राजकीय क्षेत्रात लोकशाही समाजवादी विचार आधारभूत मानला पाहिजे. आर्थिक ग्लोबलायझेशन या गरीब राष्ट्राच्या शोषणासाठी पुढे आलेल्या प्रतिगामी विचाराला खंबीर विरोध केला पाहिजे आणि भारतात विकेंद्रीकरणावर आधारलेली, पर्यावरणाशी सुसंगत असलेली आणि बेकारीचे निर्मूलन करणारी पर्यायी विकासनीती आग्रहाने तरुणांसमोर मांडली पाहिजे. सामाजिक क्षेत्रात महात्मा फुले, महात्मा गांधी आणि डॉ.बाबासाहेब आंबेडकर या तिघांनी दिलेल्या शिकवणुकीच्या आधारे समतेच्या विचारांचा संस्कार तरुण पिढीवर केला पाहिजे. अशा स्पष्ट वैचारिक भूमिकेवर आधारलेली संघटना म्हणून राष्ट्र सेवा दलाने काम केले, तरच तरुणांचा सेवा दलाला हार्दिक पाठिंबा मिळू शकेल. स्वातंत्र्याच्या ध्येयासाठी लढणाऱ्या राष्ट्र सेवा दलाने आज आणि भविष्यकाळातही सामाजिक आणि

आर्थिक समतेच्या लढ्यात विचार जागृतीचे काम करीत कृतिशील राहिले पाहिजे (ठाकूर, २००० : ५८).

## काँग्रेस समाजवादी पक्षाची वाटचाल

भारतातील लोकशाही समाजवादी आंदोलनाची वाटचाल १९३४ मध्ये सुरू झाली. ह्या वाटचालीने निरनिराळी नागमोडी वळणे घेतली. देशातील बदलती परिस्थिती आणि जागतिक समाजवादी आंदोलनाचे अनुभव ह्यांच्या ऐरणीवर भारतीय समाजवादाला विविध स्वरूपे प्राप्त झाली आणि ह्यातूनच लोकशाही समाजवादी विचारसरणी साकार झाली. १९३४ ते १९४२ हा समाजवादी आंदोलनाच्या व संघटनेच्या इतिहासातील एक महत्त्वाचा टप्पा आहे. या कालखंडात आंदोलनही प्राथमिक अवस्थेत होते व संघटनही ती अवस्था ओलांडून गेलेले नव्हते. १९३६ साली जानेवारीत श्रीमती कमलादेवी चटोपाध्याय यांच्या अध्यक्षतेखाली काँग्रेस समाजवादी पक्षाची दुसरी परिषद मीरत येथे झाली. तीत मीरत प्रबंध मंजूर करण्यात आला. 'काँग्रेसमधील साम्राज्यविरोधी शक्तींना प्रचलित भांडवलशाही नेतृत्वाच्या तावडीतून सोडवून त्यांना क्रांतिकारी समाजवादाच्या नेतृत्वाखाली आणणे आवश्यक आहे व हे कार्य करण्याची सक्ती काँग्रेस अंतर्गत मार्क्सवादी समाजवाद्यांचा पक्षच करू शकेल.' असे स्पष्ट मत या प्रबंधात मांडले होते. या मीरत प्रबंधाने काँग्रेस समाजवादी पक्ष मार्क्सवादी झाला आणि कम्युनिस्टांना पक्षाचे दरवाजे खुले झाले. भारतीय कम्युनिस्ट पक्षावर त्यावेळी सरकारची अवकृपाच होती. त्यांच्यावर बंदी होती; पण छुपेपणाने पक्षाचे काम चालत असे. कम्युनिस्टांनी काँग्रेस समाजवादी पक्षात प्रवेश मिळतो आहे हे पाहताच एक राजकीय डावपेच म्हणून कम्युनिस्ट पक्षासाठी संधीचा फायदा घेण्याचे ठरविले. काँग्रेस समाजवादी पक्षाचा उपयोग कम्युनिस्ट पक्षासाठी एक 'रिक्रूटिंग ग्राऊंड' म्हणून करण्याच्या पद्धतशीर योजना कम्युनिस्टांनी आखल्या. सोली बाटलीवाला, ई.एम.एस.नंबुद्रिपाद, पी.राममूर्ती हे सर्वजण त्यावेळी काँग्रेस समाजवादी पक्षात होते आणि कम्युनिस्टांचे काम करीत होते (जोशी, १९९१ : २७४).

१९३६ सालच्या डिसेंबरमध्ये श्री. जयप्रकाश नारायणांच्या अध्यक्षतेखाली फैजपूर येथे पक्षाची तिसरी परिषद भरली. या परिषदेत संमत झालेला 'फैजपूर प्रबंध' म्हणजे मीरत प्रबंधाचाच विस्तार होय. काँग्रेसमध्ये साम्राज्यविरोधी शक्तींची एकजूट करणे हे काँग्रेस समाजवादी पक्षाचे ऐतिहासिक कार्य आहे. ही भूमिका फैजपूर प्रबंधात घेण्यात आली. तसेच काँग्रेसच्या भांडवलधार्जिण्या नेतृत्वाच्या तावडीतून सामान्य काँग्रेसजनांना सोडवून त्यांना क्रांतिकारी समाजवादाच्या नेतृत्वाखाली आणले पाहिजे, हा मीरत प्रबंधातील मुद्दा फैजपूर प्रबंधामध्ये अधिक स्पष्टपणे मांडण्यात आला (दाभोळकर, १९९७ : ५०). या प्रबंधामध्ये - १) साम्राज्यशाही विरोधी आघाडी २) समाजवाद्यांचे काँग्रेस अंतर्गत कार्य ३) समाजवादी ऐक्य या तीन महत्त्वाच्या प्रश्नांबाबत पक्षाची भूमिका स्पष्ट

करण्यात आली (दंडवते, १९७० : ६).

कॉ.एम.एन.रॉय तुरुंगातून सुटून आल्यावर त्यांनी जे धोरण सुरू केले त्यामुळे पहिल्याप्रथम रॉय गटाचे लोक पक्षाचा राजीनामा देऊन बाहेर पडले. कॉ.रॉय यांना काँग्रेस समाजवादी पक्षाचे स्वतंत्र अस्तित्व मान्य नव्हते. काँग्रेसमध्ये काम करावे परंतु कम्युनिस्टांना प्रतिस्पर्धी असा आपला एक निराळाच पक्ष संघटित करण्याचा त्यांचा प्रयास होता. काँग्रेस समाजवादी पक्षाने धोरणे ठरवावी आणि त्यांच्या गटाच्या लोकांनी समाजवादी पक्षाच्या शिस्तीत राहून कार्य करावे ही गोष्ट त्यांना परवडण्यासारखी नव्हती. त्यामुळे समाजवादी पक्षातून बाहेर पडण्याचा आदेश त्यांनी आपल्या अनुयायांना दिला. ते गटागटाने बाहेर पडू लागले आणि समाजवादी पक्षाचे विघटन करण्याचा प्रयत्न त्यांनी चालविला; पण तो प्रयत्न यशस्वी झाला नाही. रॉय गटाची मंडळी उघडपणे आपले धोरण जाहीर करून बाहेर पडली. त्यामुळे पक्षाचे धोरणही दुटप्पी होते. त्यांच्यापैकी काही लोक समाजवादी पक्षामध्ये दाखल झाले असले तरी त्यांनी आपल्या पक्षाचे अस्तित्व कायम टिकवले होते. जयप्रकाश नारायण वगैरे सरळ आणि सालस वृत्तीच्या लोकांना अशी उमेद होती की, आज ना उद्या दोन्ही पक्षांचे मीलन होऊन हिंदुस्थानात एकच क्रांतिकारी समाजवादी पक्ष स्थापन होईल. तो पूर्णत: स्वायत्त असेल. जागतिक कम्युनिस्ट पक्षाची हुकमत त्याच्यावर चालणार नाही; पण असे घडणे अशक्य होते, कारण कम्युनिस्ट काँग्रेसमध्ये दाखल झाले असले आणि त्यांच्यापैकी काहीजण काँग्रेसचे सभासद असले तरी त्यांचे मुख्य उद्दिष्ट आपला पक्ष वाढविणे हेच होते. काँग्रेसने चालवलेल्या राष्ट्रीय चळवळीत जाऊन सामान्य जनतेबरोबर संपर्क साधणे आणि समाजवादी पक्षात घुसून तो पोखरणे असे ते कारस्थान होते (बेडेकर, १९७३ : ३९९).

१९३८ च्या लाहोर अधिवेशनाचे अध्यक्ष मिनू मसानी होते. मिनू मसानी १९३७ सालापासून कम्युनिस्टांच्या गुप्त कारवायांवर डोळा ठेवून होते. कम्युनिस्टांच्या कारवायांची कल्पना प्रथम युसूफ मेहेरअल्लीनाही आली होती आणि त्यांनी कम्युनिस्टांची पक्षातून हकालपट्टी करावी अशी शिफारसही केली होती. १९३७ साली पाटण्यात भरलेल्या काँग्रेस समाजवादी पक्षाच्या राष्ट्रीय कार्यकारिणीच्या बैठकीत कम्युनिस्ट पक्षाचे एक गुप्त निवेदन वाचून दाखविण्यात आले. त्या निवेदनात म्हटले होते - ‘काँग्रेस समाजवादी पक्ष हा समाजवादी नाहीच. त्याच्या नावाचा उपयोग आपण केवळ एक व्यासपीठ म्हणूनच करावयाचा आहे.’ हे निवेदन उजेडात येताच काँग्रेस समाजवादी पक्षातील अनेक कम्युनिस्ट हस्तक ‘आपली निष्ठा कम्युनिस्ट पक्षाशी नाही’ असे सांगू लागले. खरे तर याचवेळी पक्ष शुद्धीकरण करून टाकणे योग्य झाले असते; पण पुनर्रचना या नावाखाली जयप्रकाशजींनी आंध्रची पक्ष संघटना कम्युनिस्टांच्या ताब्यात दिली. केरळ व तमिळनाडूतील पक्ष कार्यालये देखील त्यांनाच चालवावयास दिली. समाजवाद्यांच्या या भोंगळपणामुळेच दक्षिणेत पुढे

कम्युनिस्टांची शक्ती वाढली (जोशी, १९९१ : २७४, २७५).

मीरत व फैजपूर प्रबंधाद्वारे समाजवादी पक्षाने आपली भूमिका स्पष्ट केली. दिवसें-दिवस समाजवादी गट काँग्रेसमध्ये प्रभावी बनत गेला. समाजवादी पक्षाच्या १९३८ सालच्या लाहोर अधिवेशनानंतर समाजवादी व कम्युनिस्ट यांच्यातील अंतर घटले परंतु त्याचा समाजवादी पक्षाला लाभ होण्याऐवजी नुकसानच झाले. कम्युनिस्टांनी समाजवादी संघटना आतून पोखरण्यास सुरुवात केली. समाजवाद्यांशी झालेल्या मैत्रीमुळे कम्युनिस्टांना समाजवादी पक्षाच्या 'राष्ट्रीय कार्यकारिणी समिती'वर जागा मिळाल्या. कम्युनिस्ट पक्ष हाच खरा समाजवादी पक्ष आहे. कम्युनिस्ट दुसऱ्या प्रतिस्पर्धी पक्षाचे अस्तित्व सहन करणार नाही अशा आशयाचे पत्रकही कम्युनिस्टांनी काढले (दुंडगेकर, १९८० : १३८). पुढे १९४२ साली राष्ट्रीय आंदोलन दडपण्यासाठी कम्युनिस्ट ब्रिटिशांचे हस्तक बनले. भूमिगत नेत्यांसंबंधीची माहिती त्यांनी सी.आय.डी. अधिकाऱ्यांना पुरविली. 'साध्य हस्तगत करण्यासाठी साधने कोणतीही वापरली तरी चालतील' हे कम्युनिस्टांचे मूल्य होते. कम्युनिस्टांच्या या वर्तनामुळे समाजवाद्यांनी साधन शुचितेचा अधिक विचार स्वातंत्र्योत्तर काळातच जास्त केला. समाजवादी आंदोलनाने मार्क्सचा जडवाद स्वीकारला होता असे एस.एम.जोशींचे मत नव्हते. पण कार्ल मार्क्सची वाद, प्रतिवाद, संवाद ही मांडणी आणि नवनिर्मितीपायी होणारी हिंसा ही समाजवादी नेत्यांनाही मान्य होती. पण मार्क्सच्या पलीकडे जाऊन मानवी जीवनाचा मूलाधार असणारे, मानव्यासंबंधीचे प्रेम हे एक अगदी वेगळे मूल्य समाजवाद्यांनी स्वीकारलेले होते. मानवी मूल्यांना समाजवादी अधिक महत्त्व देतात. सत्य, अहिंसा, करुणा, सत्याग्रहाच्याद्वारा हृदयपरिवर्तन ही जी गांधीजींची या देशाला देणगी आहे ती समाजवाद्यांनी स्वीकारलेली होती. एस.एम.जोशींच्या मते, 'मानवी मूल्यांचे तत्त्वज्ञान अथवा मानवी समतेचे तत्त्वज्ञान हा समाजवादी आंदोलनाचा पाया आहे आणि कम्युनिस्टांपेक्षा समाजवाद्यांचे वेगळेपण या तत्त्वज्ञानात आहे.' १९४० साली काँग्रेस समाजवादी पक्षातून सर्व कम्युनिस्टांची हकालपट्टी करण्यात आली आणि संयुक्त मार्क्सवादी समाजवादी पक्ष निर्मितीचा प्रश्न अनिर्णित राहिला (जोशी, १९९१ : २७६, २७७).

### समाजवादी पक्षाची स्थापना (मे १९४८)

समाजवादी गट जसजसा अधिक संघटित व प्रभावी होत गेला तसतसे काँग्रेसच्या वरिष्ठ नेत्यांशी समाजवाद्यांचे मतभेद वाढत गेले; पण स्वातंत्र्याच्या ध्येयप्राप्तीसाठी समाजवाद्यांनी महात्मा गांधींचे नेतृत्व मान्य केले होते. काँग्रेसचे 'रामगड' अधिवेशन होण्यापूर्वी जयप्रकाशजींनी महायुद्ध विरोधी भाषण केल्याबद्दल ब्रिटिश सरकारने त्यांना तुरुंगात टाकले. तुरुंगातूनच त्यांनी 'रामगड' काँग्रेसपुढे ठेवण्यासाठी एक ठराव

गांधीजींच्याकडे पाठविला होता. ठराव समाजवादी समाजरचना आणण्याच्या दृष्टिकोनातून महत्त्वाचा होता; पण ठराव 'रामगड' काँग्रेसपुढे आलाच नाही. गांधीजींनी नंतर तो 'हरिजन' साप्ताहिकातून प्रसिद्ध केला व आपला वैयक्तिक पाठिंबा ठरावाला दर्शविला. स्वातंत्र्याची कल्पना ही केवळ भांडवलदार लोकशाहीची नसून ती समाजवादी लोकशाहीची आहे असे स्पष्ट आश्वासन जनतेला देऊन तिला स्वातंत्र्याच्या लढ्यास प्रवृत्त करावे असा समाजवादी तरुणांचा विचार होता, पण राष्ट्रवादी विचाराच्या जुन्या नेत्यांना ते विचार मान्य नव्हते.

दुसऱ्या महायुद्धाच्या ज्वाला संपूर्ण जगभर भडकत होत्या. भारताला त्याच्या संमतीशिवाय ब्रिटिशांनी युद्धात खेचले. त्यामुळे भारताच्या स्वातंत्र्याचा अंतिम लढा सुरू करण्याचा निर्णय ८ ऑगस्ट १९४२ ला काँग्रेसने घेतला. प्रमुख नेत्यांना अटकेत टाकून लढा चिरडून टाकण्याचा प्रयत्न ब्रिटिश सरकारने केला. वेळ आणीबाणीची होती; पण समाजवादी गटाने त्यावेळी स्पृहणीय क्रांतिकारक कामगिरी केली. जयप्रकाश नारायण, डॉ. लोहिया, अच्युतराव पटवर्धन, एस.एम.जोशी इत्यादी समाजवादी नेत्यांनी भूमिगत राहून लढ्याचे नेतृत्व केले. १९४६ ला समाजवादी नेते तुरुंगातून सुटल्यावर 'काँग्रेस समाजवादी पक्षा'ची पुनर्संघटना करण्याचा निर्णय त्यांनी घेतला (दुंडगेकर, १९८० : १३८-१३९).

१९४२ चा अपवादात्मक परिस्थितीचा भाग सोडता लोकशाही मार्गांनीच परिवर्तन व सत्तापरिवर्तन घडवून आणण्याचे समाजवाद्यांचे प्रयत्न सतत राहिले. त्यावेळी एस.एम.जोशींना लोकशाही समाजवादाची चळवळ हाच अर्थ अभिप्रेत होता. काँग्रेसच्या शिस्तीत बांधला गेलेला लोकशाही समाजवादी पक्ष स्थापन केला, याचा गर्भितार्थ लोकशाही समाजवादाचा श्रीगणेशा केला, हाच होता.

१९४७ साली राजकीय स्वातंत्र्य प्राप्त झाल्यानंतर काँग्रेसने काँग्रेस संघटनेची घटना बदलण्यासाठी एक उपसमिती नेमली. काँग्रेसचे सर्व मान्यवर नेते सत्ता स्थानावर होते. गांधीजींच्या मनात वेगळेच विचार चालू होते. काँग्रेसचे विसर्जन करून तिचा लोकसेवा संघ करावा हा जसा त्यांचा खास विचार होता तसाच आचार्य नरेंद्र देव किंवा जयप्रकाश नारायण यांना काँग्रेसचे अध्यक्ष करावे असाही गांधीजींचा विचार होता. त्यादृष्टीने त्यांनी प्रयत्नही केले; पण सरदार पटेल, शंकरराव देव यांच्यासारख्यांनी महात्मा गांधींच्या सूचनेस विरोध केला. काँग्रेस संघटनेची घटना दुरुस्त करणाऱ्या उपसमितीने तर काँग्रेस अंतर्गत वेगळे पक्ष ठेवता येणार नाहीत अशी दुरुस्ती केली. १९४७ च्या मार्चमध्ये पक्षाचे जे अधिवेशन कानपूर येथे झाले, त्यात पक्षाच्या नावातील 'काँग्रेस' हा शब्द गाळण्यात आला. गांधीजींचा आग्रह होता म्हणून जयप्रकाशजींसकट सारेजण काही काळ काँग्रेसमध्ये राहिले (जोशी, १९९१ : २७९).

महायुद्ध संपले आणि हिंदुस्थानची फाळणी होऊन भारत स्वतंत्र झाला, तेव्हापासून समाजवादी चळवळीचे दुसरे पर्व सुरू झाले. राष्ट्रीय महासभेने सुरू केलेला साम्राज्यविरोधी लढा नेटाने चालविला पाहिजे असा समाजवाद्यांचा आग्रह होता. देशाची फाळणी करून तो संपविणे त्यांना मान्य नव्हते. भारत आणि पाकिस्तान स्वतंत्र झाल्यासारखे दिसले तरी ते स्वातंत्र्य मर्यादितच राहणार, किंबहुना त्यामुळे सामाजिक क्रांतीची प्रतिक्रिया कुंठित होऊन लोकशाही शक्ती दुर्बल होतील असे त्यांचे निश्चित मत होते. काँग्रेसच्या ज्येष्ठ नेत्यांचे मत निराळे होते. महात्मा गांधींच्या मताविरुद्ध पंडित नेहरू व सरदार वल्लभभाई पटेल यांनी फाळणी मान्य केली. राजसत्ता हातात येऊन देशाला लवकर शक्तिशाली बनविण्याचे त्यांचे मनसुबे होते. अर्थातच समाजवाद्यांचे आणि त्यांचे जमणे शक्यच नव्हते. काँग्रेसमध्ये राहून आपले ऐतिहासिक कार्य प्रभावीपणे पार पाडता येणार नाही याबद्दल त्यांना शंका राहिली नव्हती. परंतु महात्मा गांधींना ते पसंत नव्हते. काँग्रेसमध्ये राहूनच त्यांनी आपले कार्य करावे अशी त्यांची इच्छा होती. काँग्रेसमधील ज्येष्ठ पुढारी सत्तास्थानावर गेल्यानंतर काँग्रेसची सूत्रे हळूहळू आचार्य नरेंद्र देव, जयप्रकाश नारायण यांच्यासारख्या समाजवादी पुढाऱ्यांच्याकडे दिली पाहिजेत असे गांधींचे मत होते. जनतेत राहून प्राप्त परिस्थितीमध्ये समाजपरिवर्तनाचे कार्य समाजवादीच अधिक प्रभावीपणे करू शकतील असा गांधीजींचा अभिप्राय होता. त्यांनी त्यादृष्टीने प्रयत्नही केले, पण ते यशस्वी झाले नाहीत. आचार्य नरेंद्र देवांना काँग्रेसचे अध्यक्ष केले तर काँग्रेसमध्ये फूट पडेल असे काही ज्येष्ठ नेत्यांना वाटत होते, म्हणून त्यांनी गांधीजींच्या सूचनेचा स्वीकार केला नाही. पुन्हा एकवेळ प्रयत्न करण्याचे गांधीजींनी ठरविले होते; परंतु त्यापूर्वीच त्यांची हत्या झाली. गांधीजींच्या निधनानंतर काँग्रेसच्या अध्यक्षपदाची सूत्रे एखाद्या समाजवादी पुढाऱ्याच्या हाती देण्याचे दूरच राहिले, उलट काँग्रेसची घटना बदलून समाजवाद्यांना या काँग्रेसमध्ये राहणेच त्यांनी अशक्य करून टाकले (बेडेकर, १९७३ : ४००).

काँग्रेस समाजवादी पक्षाने लोकशाही समाजवादाचा स्वीकार केला आहे हे निवेदनाद्वारे जाहीर केले. समाजवाद म्हणजे केवळ भांडवलशाही समाजरचनेचा अंत नव्हे, तर समता व लोकशाही यावर आधारलेली नवसमाजरचना होय. लोकशाहीवर विश्वास ठेवून काही तत्त्वांच्या आधारे समाजवादी समाजरचना निर्माण करण्याचे ध्येय डोळ्यासमोर ठेवणारा समाजवादी पक्ष हा भारतातील पहिला पक्ष होता, पण काँग्रेसमधील समाजवादी गट व काँग्रेसचे जुने नेते यांच्यातील संघर्ष वाढतच गेला. काँग्रेस समाजवादाच्या निर्मितीचे साधन बनू शकणार नाही याची खात्री समाजवाद्यांना वाटली (दुंडगेकर, १९८० : १३९). जानेवारी १९४८ मध्ये महात्मा गांधींच्या हत्येनंतर काँग्रेसमधील समाजवाद्यांचा राहिलेला आधारही गेला. महात्मा गांधींच्या निधनामुळे सरदार पटेलांना काँग्रेसच्या घटनेमध्ये पाहिजे असलेला बदल करणे शक्य झाले.

काँग्रेसच्या घटनेतील या महत्त्वपूर्ण बदलाने कोणत्याही काँग्रेस सदस्याने दुसऱ्या कोणत्याही राजकीय पक्षाचे सदस्यत्व स्वीकारण्यावर बंदी घालण्यात आली. या बदलामुळे समाजवाद्यांना काँग्रेसमध्ये राहून कार्य करणे अवघड झाले व मे १९४८ मध्ये नाशिक अधिवेशनात काँग्रेसबाहेर पडण्याचा निर्णय घेण्यात आला. समाजवाद्यांनी काँग्रेसचा त्याग करून समाजवादी पक्षाची स्थापना केली (रेगे, १९८६ : १३६). त्यावेळी काँग्रेसच्या तिकिटावर निवडून आलेल्यांनी विधिमंडळातील आपल्या जागांचे राजीनामे दिले. घटनानिर्मिती हे पक्षकार्य नव्हे; राष्ट्रीय कार्य आहे असे सांगितल्यावर आचार्य नरेंद्र देव वगैरे मंडळी घटनासमितीवर राहिली. काँग्रेसमधून बाहेर पडण्याच्या ठरावावर भाषण करताना जयप्रकाशांनी नाशिकमध्ये जे प्रकट चिंतन केले ते महत्त्वाचे होते- 'काँग्रेसमध्ये आता परिवर्तनाची क्षमता राहिलेली नाही. लोकशाही मार्गाने समाजवाद आणण्याच्या हेतूने समाजवाद्यांनी पर्यायी पक्ष बनविण्याचे कार्य करावे.' हा त्या प्रकट चिंतनातील महत्त्वाचा भाग होता. तसेच साधनशुचितेचा अवलंब समाजवादाच्या निर्मितीसाठी आवश्यक आहे असे आग्रहपूर्वक सांगितले (जोशी, १९९१ : २८०).

एस.एम.जोशींच्या मते, घटना दुरुस्तीने आपत्ती आणली नसती, तर आचार्य नरेंद्र देव, डॉ. लोहिया यांच्यासारखी मंडळी काँग्रेसबाहेर पडायला तयार झाली असती असे नाही. काँग्रेस संघटनेच्या दुरुस्त घटनेने 'पक्ष बरखास्त करूनच तुम्हाला काँग्रेसमध्ये राहता येईल' असा निर्वाणीचा इशारा काँग्रेसने दिला असता तर कदाचित समाजवादी पक्षातच फूट पडली असती. १९४९ मध्ये पाटणा येथे झालेल्या अधिवेशनात प्रदीर्घ चर्चा होऊन समाजवादी पक्षाचे ध्येय, धोरण व कार्यक्रम मानणाऱ्या सर्वांना पक्षाचे दरवाजे खुले करण्याचे ठरले. पर्यायी पक्ष बनविण्याचे उद्दिष्ट गाठण्यासाठी असे पाऊल उचलणे आवश्यकच होते (जोशी, १९९१ : २८१). समाजवादी पक्ष स्थापन झाला, तेव्हापासूनच कामगार आणि किसानांमध्ये जाऊन त्यांच्या दैनंदिन मागण्यांच्या आधारे वर्गीय संघटना उभारण्याचे प्रयत्न समाजवाद्यांनी चालविले होते. तसेच कामगार चळवळीतील फाटाफूट नाहीशी करून कामगारांनी एकच एक संघटना उभारण्याचा त्यांनी सतत प्रयास चालवला होता. त्यामध्ये त्यांना थोडेफार यशही मिळाले. उत्तर प्रदेश, बिहार इत्यादी प्रांतांत किसानांच्या जोरदार चळवळी त्यांनी केल्या आणि पक्षाची पाळेमुळे शेतकरीवर्गापर्यंत नेऊन पोहोचविली (बेडेकर, १९७३ : ४००-४०१). १९४८ साली आयटकमध्ये फूट पडल्याने एस.एम.जोशी व इतर समाजवाद्यांनी कोलकात्याला हिंद मजदूर सभा स्थापन केली होती. रेल्वेमेन्स फेडरेशनचे, पोस्टल कामगार महासंघाचे आणि संरक्षण कामगार संघाचेही अध्यक्ष जयप्रकाश नारायण होते. रेल्वे, पोस्ट, मध्यवर्ती सरकारी नोकर या सर्व कामगार क्षेत्रांत पक्षाचे नेतृत्व क्रियाशील होते. मुंबई कापड कामगारांनी मिल मजदूर

सभेच्या नेतृत्वाखाली १९५० साली बोनसच्या प्रश्नावर ६३ दिवस ऐतिहासिक लढा दिला होता.

१९४९ साली पाटण्याच्या अधिवेशनात पक्ष सदस्यत्व व्यापक करण्यात आल्यावर १९५० साली झालेल्या मद्रास अधिवेशनात असा प्रश्न निर्माण झाला की पक्ष आता सर्वांसाठी बनल्याने प्रांतोप्रांती पक्षांतर्गत निवडणुका होणार, त्या नियमानुसार झाल्या न झाल्या याबद्दल वाद निर्माण होणार. हे वाद मिटविण्यासाठी म्हणून गंगाशरण सिन्हा, आहुजा व एस.एम.जोशी अशा तिघांचे 'कंट्रोल कमिशन' नेमण्यात आले. त्यामुळे संपूर्ण देशातील समाजवादी कार्यकर्ते व नेत्यांशी एसेमचा संबंध आला. समाजवादी पक्षात त्यांना महत्त्वाचे स्थान प्राप्त झाले (जोशी, १९९१ : २८१-२८२). एसेम हे प्रवृत्तीने कर्मवादी होते आणि मानवतावाद हा त्यांचा आदर्श होता. व्यक्तिगत जीवनात ते खऱ्या अर्थाने समाजवादी होते. केवळ बुद्धिला पटते म्हणून ते समाजवादी नव्हते. त्यांनी समाजवादाला आपले जीवन सर्वस्व मानले. त्यांची खात्री होती की समाजवादाच्याद्वारेच शोषित वर्गाचे प्रश्न सुटतील. समाजवादाची सूक्ष्म तत्त्वे त्यांनी आत्मसात केली होती. गांधी तत्त्वज्ञानाच्या मुळाशी असलेल्या मानवतावादातील नैतिक तत्त्वेही त्यांनी आपल्या जीवनात मुरवली होती. एसेमच्या जीवनात ह्या दोन्ही गोष्टींचा योग्य मिलाफ झाला होता, म्हणूनच त्यांना 'गांधीवाद्यांतील समाजवादी आणि समाजवाद्यांतील गांधीवादी' म्हणून ओळखतात. १९४८ च्या मार्चमध्ये नाशिक येथे समाजवादी पक्ष स्थापन झाल्यानंतर एसेम हे महाराष्ट्राचे कार्याध्यक्ष झाले. समाजवादी पक्षाचे नेते म्हणून एसेम हे जनसामान्यांच्या दुःखाशी तद्रूप झाले. एसेम यांनी या पक्षांतर्गत शेतकरी व कामगार वर्गात कार्य केले. महाराष्ट्रात त्यावेळी पडलेल्या दुष्काळातही त्यांनी मदतकार्यात स्वतःला झोकून दिले (पाटील, १९९२ : ६, ७).

भारताची पुनर्घटना करून त्यांतील खेड्यात सामूहिक जीवन निर्माण करावे व लोकसत्ता हा जो सामुदायिक जीवनाचा परमोच्च विकास त्याचा पाया घालावा असा उपक्रम होता. 'देश के लिए एक घंटा' असा ठराव समाजवादी पक्षाने केला. या आवाहनानुसार एस.एम.जोशींनी राष्ट्रसेवा दलाच्या तुकड्या घेऊन खेडोपाडी श्रमदान केले. महाराष्ट्रात एस.एम. जोशींच्या नेतृत्वाखाली साने गुरुजी सेवापथकाने खेड्यात जाऊन तेथे पाटबंधारे घालणे, रस्ते करणे, सामुदायिक शेती करणे, विहिरी खोदणे, सहकारी संस्था उभारणे इत्यादी कार्ये खेडुतांच्या सहकार्याने केली होती आणि बिहार, उत्तरप्रदेश येथे स्वतः पक्षाच्याच नेतृत्वाखाली प्रचंड प्रमाणावर चळवळ चालू केली होती (सहस्रबुद्धे, १९५४, २३९). महाराष्ट्रातील ग्रामीण भागात समाजवादी विचार पसरविण्याचे महत्त्वाचे काम एस.एम.जोशींनी केले. १९४८ साली काँग्रेसमधून बाहेर पडल्यानंतर समाजवाद्यांनी काहीच केले नाही असे म्हणता येणार नाही. एस.एम.जोशींनी

संरक्षण कामगारांना सेवेची सुरक्षितता व पुण्याला बी-एरियाचा भत्ता मिळवून दिले. ट्रेड युनियन क्षेत्रातील काम, लोकशाही समाजवादाचा स्वीकार, साधन शुचितेचा आग्रह, पर्यायी पक्ष बनविण्याच्या दृष्टीने उचललेली पावले हे सर्व विचारात घेतल्यास एस.एम.जोशींनी समाजवादी पक्षाला एक प्रकारची प्रतिष्ठा देशात मिळवून दिली असेच म्हणावे लागेल. इ.स. १९४८ ते १९५१ या तीन वर्षांत समाजवादी पक्षाला राष्ट्रव्यापी स्वरूप प्राप्त झाले होते (जोशी, १९९१ : २८४).

महाराष्ट्र समाजवादी पक्षाच्या अधिवेशनात पुण्यात एस.एम.जोशी यांनी कार्यकर्त्यांना संदेश दिला होता की, 'समाजवादाचे मंदिर उभारण्यास आपण सर्वजण निघालो आहोत. तुमच्यापैकी अनेकांना या मंदिराच्या पायातील दगड बनावे लागेल, जे कधी कुणाच्या दृष्टीस पडणार नाहीत. अनेकांना या मंदिराच्या पायऱ्यांचे दगड बनावे लागेल, जे मंदिरात येणारे-जाणारे भक्त आपल्या पायदळी तुडवतील, तुमच्यापैकी एखाद्याच्या नशिबी मंदिरातील मंगलमूर्ती होण्याचे भाग्य असेल तर एखाद्याला या मंदिराचा कळस होण्याचे भाग्य लाभेल याची जाणीव ठेवून समाजवादाचे मंदिर उभारण्याच्या कार्यास वाहून घ्या.' हा संदेश उराशी बाळगून महाराष्ट्रात समाजवादी पक्षाचे कार्यकर्ते घडविण्याचे कार्य एस.एम.जोशींनी केले. त्यांची समाजवादी निष्ठा व श्रद्धा पाहून जयप्रकाश नारायण म्हणाले होते, ''समाजवादावर बुद्धिजन्य श्रद्धा एवढ्यापुरतेच एस.एम.जोशी समाजवादाशी निगडित झाले नाहीत. हृदय आणि आत्मा त्यांनी समाजवादाला वाहिला आहे. एक तत्त्वज्ञान म्हणून ते समाजवादाकडे पाहात नाहीत, त्यापेक्षा समाजवाद अधिक काहीतरी आहे अशी त्यांची भूमिका आहे. समाजवाद हे जीवनाचे तत्त्वज्ञान आहे, नीतिशास्त्र आहे एवढेच नव्हे, तर समाजवाद म्हणजे मानवी जीवनाचा अत्युच्च आविष्कार आहे अशी त्यांची धारणा आहे. त्यांच्या रक्तात, रोमारोमांत समाजवाद भिनला आहे असे म्हटले तरी वावगे होणार नाही.'' यावरून समाजवादी पक्षाशी एस.एम.जोशी यांची एकनिष्ठता स्पष्ट होते (विसपुते, २००० : १८१-१८२). समाजवादी विचारधारा देशात प्रसृत करण्यासाठी त्यांनी फार मोठे योगदान दिले. समाजवादी लढ्याचे ते बिनीचे पाईक होते. भारतीय समाजवादी चळवळीचे एक प्रणेते होते.

एस.एम.जोशींची समाजवादावरील निष्ठा स्थिर झाली व कायम राहिली यामागे अन्यायाचा प्रतिकार हीच मुख्य प्रेरणा होती. सुरुवातीला मार्क्सवादाचे आकर्षण अनेक तरुणांप्रमाणे त्यांनाही वाटले. समाजातील विषमता, शोषण व जुलूम याविरुद्ध उपाय सुचविणारी विचारसरणी त्यांना स्वीकारावीशी वाटली. पण त्याचवेळी त्या विचारसरणीतला अपुरेपणाही त्यांच्या लक्षात आला. भारतीय समाजव्यवस्थेत दृढमूल झालेले जातीयता, अस्पृश्यता, स्त्रियांवरील बंधने यासारखे अन्याय गांधीजींनी परखडपणे दाखवून दिले व त्याविरुद्ध आघाडी उघडली. भारतात केवळ मार्क्सप्रणित विचारांचा

आश्रय घेऊन चालणार नाही, कारण त्यात फक्त आर्थिक अन्यायाचा विचार केलेला आहे असे वाटल्यामुळे आचार्य जावडेकरांनी सुचविलेला सत्याग्रही समाजवादाचा विचार एस.एम.जोशींनी अधिक ग्राह्य मानला (खांडेकर, १९६४ : २०४).

## १९५२ ची पहिली सार्वत्रिक निवडणूक

स्वातंत्र्यपूर्व काळात समाजवादी पक्षाचा भर मुख्यत: स्वातंत्र्याच्या चळवळीवरच होता. राष्ट्रीय चळवळीतून त्याचा उदय झाला असल्यामुळे तसे होणे स्वाभाविकच होते. राष्ट्रीय स्वातंत्र्याची प्राप्ती हीच पक्षाची मुख्य प्रेरणा होती. स्वातंत्र्याचा लढा प्रभावी करण्यासाठीच ते मार्क्सच्या क्रांतिशास्त्राकडे आकृष्ट झाले होते. समाजवादी पक्षाची लोकप्रियता त्या पक्षाने राष्ट्रीय स्वातंत्र्याच्या लढ्यात बजावलेल्या कामगिरीमुळे प्रामुख्याने होती. १९४८ साली समाजवादी पक्ष काँग्रेसमधून बाहेर पडताना लोकशाही राज्यव्यवस्थेमध्ये सत्ताधारी पक्षाला पर्यायी पक्ष बनावे हीच मुख्य प्रेरणा होती. राष्ट्रीय स्वातंत्र्याच्या लढ्यामध्ये सुरू झालेली सामाजिक क्रांतीची प्रक्रिया कुंठित होऊ नये, क्रांती अधुरी राहू नये म्हणून पक्षाला बाहेर पडावे लागत आहे असे जरी आवर्जून सांगण्यात येत होते, तरी पुढारी वर्गापैकी काही मंडळींची प्रेरणा त्यापेक्षा निराळी होती. पर्यायी पक्ष बनणे आणि सामाजिक क्रांतीच्या प्रक्रियेला चालना देणे असे दुहेरी काम पक्षाला करावयाचे होते. १९५२ च्या पहिल्या सार्वत्रिक निवडणुकीपर्यंत समाजवादी पक्षाचे कार्य व्यवस्थित चालू होते. स्वातंत्र्याच्या चळवळीमुळे मिळालेली लोकप्रियता होती. त्यामुळे कामगार किसानांच्यामध्येही कार्य वाढत होते (बेडेकर, १९७३ : ४०१).

समाजवादी पक्षाने काँग्रेसमधून बाहेर पडण्याचा निर्णय घेतल्यानंतर त्याला स्वत:ची भूमिका घेऊन जनतेपर्यंत पोहोचण्याची संधी मिळाली. १९५२ च्या सार्वत्रिक निवडणुकीत हा सर्वांत मोठा विरोधी पक्ष होता. पक्षाने निवडणुकीच्या निमित्ताने देशाच्या कानाकोपऱ्यात समाजवादाचा संदेश पोहोचविला. पक्षाच्या जाहीरनाम्याबद्दल सोशॅलिस्ट इंटरनॅशनलचे सेक्रेटरी ज्युलिएस ब्रेन्थाल यांनी गौरवोद्‌गार काढले होते. जमीनदारीचे उच्चाटन, राष्ट्रीयीकरण इत्यादी विषयांवर पक्षाने मूलभूत विचार मांडले होते (दुंडगेकर, १९८० : १४०-१४१). या निवडणुकीत समाजवादी आणि काँग्रेस असाच मुख्य सामना होता. जयप्रकाशजी, लोहिया, आचार्य नरेंद्र देव यांच्या नावाला मोल होते. त्यांना खूपच लोकप्रियता होती. त्यांच्या सभांना खूप गर्दी होत असे. या निवडणुकीनंतर काही प्रांतांत तरी पक्षाच्या हाती सत्ता येईल व समाजवादाविरुद्ध अशी जी काँग्रेसची धोरणे आहेत ती आपण बदलू शकू असे वाटत होते, पण समाजवाद्यांच्या फक्त सभाच यशस्वी झाल्या. लोकांनी समाजवाद्यांच्या हाती कोठेही सत्ता दिली नाही. या लोकांच्या हाती सत्ता दिली तर काही विशेष घडेल असे जनतेला वाटले नाही. एका

निवडणूकपूर्व बैठकीत अशोक मेहतांनी एस.एम.जोशींना विचारले, ''महाराष्ट्रात किती जागा लढवाल आणि किती जिंकाल?'' एसेम म्हणाले, ''आपल्या पक्षाच्या बळावर पन्नास-साठ जागा आम्ही चांगल्या प्रकारे लढवू शकतो व त्यातील २० ते २५ जागा आम्हाला जिंकता येतील.'' एसेमचे हे उत्तर ऐकून अशोक मेहता नाराज झाले. त्यांच्या कल्पना काही वेगळ्या होत्या. महाराष्ट्राचे अंतरंग व त्यात चालू असलेली घालमेल ते जाणू शकत नव्हते. एसेम महाराष्ट्राचे मन समजू शकत होते (जोशी, १९९१ : १७२-१७३).

इ.स. १९५१-५२ मध्ये पहिली सार्वत्रिक निवडणूक झाली. राष्ट्रीय पातळीवरील आठ राजकीय पक्षांमध्ये निवडणूक झाली. काँग्रेस, समाजवादी पक्ष, कम्युनिस्ट पक्ष, किसान मजदूर प्रजा पक्ष, भारतीय जनसंघ, डॉ.एस.पी. मुखर्जी यांच्या नेतृत्वाखाली नव्याने स्थापन झालेला हिंदू महासभा, शेकाप, अकाली दल, झारखंड, रामराज्य परिषद इत्यादी पक्ष मोठ्या उत्साहाने निवडणुकीत सहभागी झाले होते. ४८९ लोकसभेच्या जागांकरिता आणि ३,३०० विधानसभा जागांकरिता निवडणूक झाली. निवडणूक निकाल पुढील तक्त्यानुसार दाखविता येईल -

**पहिली लोकसभा निवडणूक १९५२ निकाल तक्ता**

| अ. नं. | राजकीय पक्ष | उमेदवारांची संख्या | जागा जिंकल्या | जागा टक्केवारी | मिळालेली मते | मतांची टक्केवारी |
|---|---|---|---|---|---|---|
| १ | काँग्रेस | ४७२ | ३६४ | ७४.४ | ४७,६६५,८७५ | ४५.० |
| २ | कम्युनिस्ट | ४९ | २७ | ३.३ | ३,४८४,४०१ | ३.३ |
| ३ | समाजवादी | २५६ | १२ | २.५ | ११,२१६,७७९ | १०.६ |
| ४ | कि.मजदूर प्र.प. | १४५ | ९ | १.८ | ६,१५६,५५८ | ५.८ |
| ५ | जनसंघ | ९३ | ३ | ०.६ | ३,२४६,२८८ | ३.१ |
| ६ | हिंदू महासभा | ३१ | ४ | ०.८ | १,००३,०३४ | ०.९४ |
| ७ | आर पी आय | २७ | २ | ०.४ | २,५०१,९६४ | २.३४ |
| ८ | आर पी आय | ५५ | ३ | ०.६ | २,१५१,६०३ | २.०२ |
| ९ | इतर पक्ष | २१५ | ३५ | ७.२ | ११,७३९,२४४ | ११.१ |
| १० | स्वतंत्र | ५२१ | ४१ | ८.४ | १६,७७८,७४९ | १५.८ |
| | **एकूण** | **१८६१** | **४८९** | **१००.०** | **१,०५,८४४,४९५** | **१००.०** |

१९५२ च्या लोकसभा निवडणुकीत काँग्रेसचा प्रचंड विजय झाला आणि विरोधकांचा दणदणीत पराजय झाला. काँग्रेसला ३६४ जागा मिळाल्या. समाजवादी पक्षाला भरघोस यश मिळणार अशी पक्ष-धुरिणांना अपेक्षा होती. परंतु दुर्दैवाने लोकसभेवर समाजवादी पक्षाचे फक्त १२ उमेदवार निवडून आले. कम्युनिस्ट पक्षाने २७ जागा जिंकून मुख्य विरोधी पक्ष म्हणून स्थान मिळविले (रासम, १९९७ : ६-७). १९५२ च्या निवडणुकीत समाजवादी पक्षाला अपेक्षित यश मिळाले नाही. समाजवादी नेत्यांच्या अपेक्षा फोल ठरल्या आणि परिणामी त्यांची उमेद खचल्यासारखी झाली. हे अपयश पचवून श्रमजीविंच्या आंदोलनावर पुन्हा एकवेळ आपले लक्ष केंद्रित केले असते तर पक्षातील फाटाफूट टळली असती असे वाटत होते, पण त्यांना हे अपयश पचविता आले नाही. उलट लवकरात लवकर सत्ता हस्तगत करण्याचा हव्यास त्यांना लागला आणि त्यांची पावले चुकीच्या दिशेने पडू लागली (भणगे, १९७३ : ४६).

स्वातंत्र्य चळवळीमध्ये दिलेली आश्वासने काँग्रेस नेते पूर्ण करतील असा लोकांना विश्वास वाटत होता. जनतेपैकी जे विभाग काँग्रेसच्या चळवळीपासून फटकून राहिले होते, तसेच जे गट काँग्रेसमधून बाहेर पडले होते त्यांचा पाठिंबा मिळविण्यासाठी समाजवाद्यांनी प्रयत्न केले असते तर ते हितावह ठरले असते. महाराष्ट्रात शे.का.पक्षाबरोबर हातमिळवणी करण्याचा प्रयत्न झाला तो यशस्वी केला असता तर निवडणुकीनंतरचे चित्र निराळे दिसले असते. डॉ. आंबेडकरांच्या शेड्युल्ड कास्ट फेडरेशनबरोबर युती करण्याचे धाडस पक्षाने दाखविले, त्याचप्रमाणे शे.का.पक्षाबरोबर सख्य करावयास पाहिजे होते. शे.का.पक्षाची कम्युनिझमबाबतची सैद्धांतिक भूमिका, कम्युनिस्ट पक्षाबाबतची जवळीक हीच मोठी अडचण होती. समाजवाद्यांनी त्या गोष्टीचा बाऊ केला नसता, तर महाराष्ट्रात तरी समाजवादी आंदोलनाच्या दृष्टीने चित्र आजच्यापेक्षा निराळे दिसले असते. सुरुवातीपासूनच समाजवाद्यांनी कम्युनिस्टांबाबतची आपली भूमिका नकारात्मक आणि ताठर न ठेवता वस्तुनिष्ठ व लवचीक ठेवली असती तर निवडणुकीमध्ये शेतकरी कामगार पक्षाबरोबर समझोता होणे अशक्य नव्हते (बेडेकर, १९७३ : ४०१-४०२).

### खंडाळा करार

मे १९४८ मध्ये केशवराव जेधे, शंकरराव मोरे, भाऊसाहेब राऊत, तुळशीदास जाधव, र.के.खाडीलकर यांनी काँग्रेस पक्षाचा त्याग करून नवा पक्ष स्थापन करण्याचे ठरविले व जून १९४८ मध्ये शेतकरी कामगार पक्षाची स्थापना केली. प्रामुख्याने हा ब्राह्मणेतरांचा पक्ष होता. समाजवादी पक्षाचे बरेचसे नेतृत्व ब्राह्मणांकडे होते. १९५० साली मे महिन्यात नाशिकजवळ दाभाडी या गावी शे.का.पक्षाचे जे अधिवेशन झाले, त्यात त्या पक्षाने 'दाभाडी प्रबंध' मंजूर करून घेतला होता. शे.का.पक्षाच्या कार्यकर्त्यांनी मार्क्सवादावरील मूलभूत ग्रंथांचा अभ्यास करण्यावर व कॉमिनफॉर्म या जागतिक कम्युनिस्ट

संघटनेचे मार्गदर्शन घेण्यावर या प्रबंधात भर होता. हा प्रबंध मंजूर होण्याआधी अशोक मेहता, एस.एम.जोशी व मधु लिमये यांच्या पुढाकाराने शे.का.पक्षाशी सहकार्य व्हावे म्हणून खंडाळा येथे करार केला होता. या बैठकीस आचार्य अत्रे उपस्थित होते. त्यांच्या बंगल्यावरच ही बैठक झाली होती. 'खंडाळा करार' या नावाने तो प्रसिद्ध आहे. प्रांतिक कायदेमंडळाच्या व स्थानिक स्वराज्याच्या निवडणुकांत समाजवादी व शे.का.पक्ष यांनी परस्पर सहकार्य करावे असे ठरले होते. पण पुढे हा 'दाभाडी प्रबंध' मंजूर झाला. त्यात समाजवादावर अवास्तव टीका झाली. त्यामुळे एसेम व समाजवादी नाराज झाले. आपणच सच्चे मार्क्सवादी व सच्चे कम्युनिस्ट असा शे.का.पक्षाच्या नेत्यांचा दावा होता. शे.का.पक्षाप्रमाणे समाजवाद्यांनी कम्युनिस्ट पक्षाबरोबर समझोता केला पाहिजे असा शे.का.पक्षाने आग्रह धरला तेव्हा 'खंडाळा करार' आमच्यावर बंधनकारक नाही असे समाजवाद्यांना जाहीर करावे लागले. अशाप्रकारे 'खंडाळा करार' संपुष्टात आला. परिणामी काँग्रेसविरोधी शक्ती विभागली जाणार होती. विरोधी पक्षांची शक्ती विभागण्याचे काम महाराष्ट्रात अगदी पहिल्या सार्वत्रिक निवडणुकीपासून चालू आहे हे यावरून दिसून येते. शे.का.पक्षाने १९५२ सालच्या निवडणुका महाराष्ट्रात स्वतंत्रपणे लढविल्याने काँग्रेस विरोधी मतांची विभागणी झालीच (जोशी, १९९१ : १७३-१७४).

१९५२ सालच्या निवडणुकीत समाजवादी पक्षाने डॉ. बाबासाहेब आंबेडकर यांच्या शेड्युल्ड कास्ट फेडरेशनबरोबर समझोता केला होता. समाजवादी पक्षाचा महाराष्ट्रापुरता शे.का. फेडरेशनबरोबर समझोता झाल्यावर पक्षाच्या मध्यवर्ती पार्लमेंटरी बोर्डाने महाराष्ट्रात बहुसंख्य जागा लढवावयाच्या असे ठरविले. हेतू हा की पक्षाची ताकद बहुसंख्य जागा लढविण्यासाठी आहे हे लोकांना कळावे. शे.का.फेडरेशनबरोबर समझोता झाला असल्याने २५ टक्के जागा समाजवादी पक्ष जिंकील असे एस.एम.जोशींचे मत होते. पण तेवढ्यात शेतकरी कामगार पक्षाच्या लोकांनी जाऊन डॉ. आंबेडकरांना सांगितले की, 'बाबासाहेब तुम्ही महात्मा फुल्यांचे अनुयायी आणि आम्हीही त्यांनाच मानतो. तेव्हा तुम्ही शे.का.पक्षाशीच समझोता करून बसले आहात. तुम्ही आधी यायला पाहिजे होते, परंतु आम्ही आमच्या अनुयायांना एवढे सांगू की लोकसभेसाठी केशवराव जेधे यांना मत द्या आणि विधानसभेसाठी समाजवाद्यांना मत द्या.'

१९५२ च्या पुणे लोकसभा निवडणुकीसाठी काकासाहेब गाडगीळ, केशवराव जेधे, एस.एम.जोशी आणि हिंदुसभेचे का.म.महाजन असे चार उमेदवार होते (जोशी, १९९१ : १७५). १९५२ च्या पुण्याच्या या निवडणुकीत मतदारांची संख्या ३,८८,८९२ इतकी होती. त्यापैकी १,७९,२८९ मतदारांनी मतदानाचा हक्क बजावला (फडके, १९९७ : २२०). काकासाहेब गाडगीळ १ लक्ष २६९२ मते मिळवून निवडून आले. केशवराव जेधे यांना ४२,२०० मते मिळाली व एस.एम.जोशींना ३४ हजार मते पडून कसेबसे

त्यांचे डिपॉझिट वाचले (जोशी, १९९१ : १७६). पुण्याच्या लोकसभा मतदार संघात काकासाहेब गाडगीळ, केशवराव जेधे व एस.एम.जोशी असा तिरंगी सामना झाला. खरे म्हणजे तिघांचे स्नेहसंबंध अत्यंत जवळचे होते. पण राजकीय परिस्थितीने तिघांना प्रतिस्पर्धी बनविले. केशवराव जेधे व एस.एम.जोशी यांच्यात मते विभागली गेली. या पहिल्या सार्वत्रिक निवडणुकीत समाजवादी पक्षाला अपेक्षित यश कुठेच मिळाले नाही. मुंबईत तरी समाजवादी विजयी होतील असे वाटत होते. काँग्रेसच्या गोटातही हीच भावना होती. पण प्रत्यक्ष निकाल विरुद्ध गेले. डॉ. बाबासाहेब आंबेडकर व अशोक मेहता दोघेही पराभूत झाले. कॉ. डांगे यांनी ८०-९० हजार मते कुजवली. त्यामुळेच डॉ. बाबासाहेब आंबेडकर पडले. निवडणुकीत अपयशामुळे कित्येक समाजवादी पुढाऱ्यांची हिंमत खचली. पण एस.एम.जोशी मात्र खंबीरपणे विरोधी भूमिकेवर टिकून राहिले (लिमये, १९८५ : २७).

लोकशाहीतील निवडणूक कशी लढवावी याचा वस्तुपाठच एसेम जोशी घालून देत. काकासाहेब गाडगीळ व केशवराव जेधे यांच्याबद्दलचा अपार आदर एसेम यांच्या प्रत्येक भाषणात व्यक्त होई. त्या काळातील एक प्रसंग एसेम यांचे सबंध जीवन उजळून टाकतो. डॉ. बाबासाहेब आंबेडकर व एसेम जोशी यांच्यातील कराराप्रमाणे परस्परांची मते एकमेकांना दिली जाणार होती. अपवाद फक्त एसेम यांच्या मतदार संघाचा होता. तेथील शेड्यूल्ड कास्ट फेडरेशनची मते सोशॅलिस्ट पार्टीऐवजी केशवराज जेधे यांना दिली जातील असे कलम होते व ते एसेमनी मान्य केले होते. प्रत्येक सभेत एसेम जोशी हा करार समजावून सांगून, डॉ. बाबासाहेब आंबेडकरांचा आदेश मानणारांनी आपली मते मला न देता जेधे यांना द्यावीत असे सांगत. काही कार्यर्त्यांच्या अंगात निवडणूक संचारली व त्यांनी हत्तीच्या चिन्हासकट अशी पोस्टर्स छापली की त्यामुळे आंबेडकर अनुयायांची दिशाभूल व्हावी. एसेमनी कोठेतरी ही पोस्टर्स पाहिली आणि त्यांनी जगदग्नीचा अवतार धारण केला. कार्यकर्त्यांची कानउघडणी केली, इतकेच नव्हे तर जाहीरपणे माफी मागितली. जीवनातील श्रेष्ठ मूल्यांचा बळी देऊन निवडणूक जिंकणे हे त्यांच्या लोकशाहीत बसत नव्हते. युद्धात अत्युच्च त्याग करणाऱ्या वीराप्रमाणे मानवी मूल्ये न सोडता लोकशाही निवडणूक लढविणारांचा आदर्श समाजासमोर राहिला पाहिजे. प्रतिस्पर्धी उमेदवाराबद्दल चुकूनही अनुदार उद्‌गार एसेमनी कधी काढला नाही (बापट, १९७९ : ४०).

### १९५२ च्या विधानसभा पोट निवडणुकीतील एस.एम.जोशींचा विजय

मार्च १९५२ मध्ये विधानसभेची निवडणूक झाली. पण ऑगस्ट १९५२ मध्ये पुणे विधानसभेची पोटनिवडणूक झाली. 'सकाळ' पत्राचे संपादकीय लिहिणारे बाबासाहेब

घोरपडे हे मार्चमधील निवडणुकीत काँग्रेस पक्षाचे आमदार झाले होते. त्यांची नेमणूक राज्याच्या लोकसेवा आयोगावर झाल्यामुळे त्यांना आमदारकीचा राजीनामा द्यावा लागला. त्यामुळे पोटनिवडणूक झाली. या निवडणुकीत निवडणूक लढविण्यास एसेम जोशी इच्छुक नव्हते. परंतु बा.न.राजहंस, आचार्य जावडेकर यांच्या आग्रहामुळे एसेमनी समाजवादी पक्षामार्फत ही पोटनिवडणूक लढविली. एस.एम.जोशींच्या विरुद्ध काँग्रेस पक्षामार्फत बाबूराव जगताप, हिंदू सभेच्या वतीने वा.ब.गोगटे यांनी निवडणूक लढविली. या निवडणुकीत बाबूराव सणसांनी एस.एम.जोशींना मदत केली. त्यामुळे एसेमना ब्राह्मणेतर समाजाची मते मिळाली. 'सकाळ' व 'प्रभात' या वृत्तपत्रांनी एसेमना पाठिंबा दिला होता. शंकरराव मोरे व र.के.खाडीलकर यांच्या वर्चस्वामुळे शेतकरी कामगार पक्षाचा पाठिंबा वा.ब.गोगटे यांना होता, तर केशवराव जेधे बाबूराव जगतापांच्या पाठीशी होते. पोट निवडणूक असूनही निवडणूक अत्यंत चुरशीने झाली आणि एस.एम.जोशी निवडून आले. डॉ. राममनोहर लोहियांनी अभिनंदनपर 'त्रिशूल' गौरवाचे पत्रक काढले. डॉ. लोहियांनी म्हटले होते की, 'एसेम कुदळ फावडे घेऊन सेवापथकाची कामे करतात, अन्नधान्य प्रश्नावर सत्याग्रह करून तुरुंगात जातात आणि मतपेटीची आराधना करून निवडूनही येतात म्हणून ते पक्षाचे आदर्श कार्यकर्ते आहेत' (जोशी, १९९१ : १७९-१८०).

एस.एम.जोशींच्या निवडणुकीतील विजयाबद्दल न.वि.गाडगीळ म्हणाले होते की, '१९५२ च्या पोट निवडणुकीत एसेमचा जय झाला. काँग्रेस पक्षाच्या दृष्टीने वाईट वाटले. पण व्यक्तिश: बरे वाटले. बाबूराव जगताप व एसेम जोशी दोघेही लायक व कर्तृत्ववान होते. पण एस.एम.जोशी अधिक त्यागी होते (गाडगीळ, १९६५ : ५०७). १९५२ च्या विधानसभेच्या पोट निवडणुकीत पुण्याच्या जनतेने त्यांना विधानसभेवर पाठविले. तेव्हापासून १९६२ पर्यंत एस.एम.जोशींनी विरोधी पक्षाची बाजू विधानसभेत मजबुतीने सांभाळली. जनतेची गाऱ्हाणी अभ्यासपूर्ण रीतीने त्यांनी वेशीवर टांगली. शब्दाची आतषबाजी करून नव्हे तर शांतपणे, कळकळीने विचार मांडून त्यांनी आपली छाप विधानसभेवर बसविली. सरकारवरही त्यांचे नैतिक दडपण असे (लिमये, १९८५ : २७).

## पंचमढी परिषद (मे १९५२)

१९५२ च्या सार्वत्रिक निवडणुकीमध्ये समाजवादी पक्षाने आपले सर्वस्व पणाला लावले, तरीही पक्षाच्या पदरी अपयशच आले. या अनपेक्षित अपयशामुळे पक्षास मोठा धक्का बसला. सार्वत्रिक निवडणुकीमुळे निर्माण झालेल्या परिस्थितीचा विचार करण्यासाठी मे १९५२ मध्ये मध्यप्रदेशात पंचमढी येथे डॉ. लोहियांच्या अध्यक्षतेखाली पक्षाची परिषद

भरली. या परिषदेमुळे पक्षात चैतन्याची भावना निर्माण झाली (दुंडगेकर, १९८० : १४१). या परिषदेत डॉ. राम मनोहर लोहियांनी समाजवादाचे एक नवीनच दर्शन घडविले. मार्क्सने सांगितलेले अतिरिक्त मूल्य (सरप्लस व्हॅल्यू) हे फक्त भांडवलशाही देशातील कामगार वर्गाच्या शोषणातून निर्माण होत नाही, तर भांडवलशाही राष्ट्रांनी वसाहतींच्या देशांची जी पिळवणूक चालविलेली असते त्यामधूनही निर्माण होते, हा सिद्धांत डॉ. लोहियांनी मांडला. डॉ. लोहियांनी सांगितले की उत्पादन साधनांची खाजगी मालकी जशी नष्ट करावयाची, तशी उत्पादनतंत्रातही परिस्थितीसापेक्ष नवनिर्मिती केली पाहिजे. यासाठी डॉ. लोहियांनी अल्पप्रमाण यंत्राचा सिद्धांत मांडला. मागासलेल्या देशांना अल्पप्रमाण यंत्रच आर्थिक दारिद्र्यातून वाचवू शकेल व तेथील अफाट लोकसंख्येला रोटी मिळवून देऊ शकेल असा दावा त्यांनी केला. समाजवाद्यांनी कम्युनिझम व भांडवलशाही यांच्याकडून उसनवारी करण्याऐवजी स्वत:ची वेगळी धोरणे व मार्ग चोखाळले पाहिजेत (जोशी, १९९१ : २८८). भारताच्या विशिष्ट परिस्थितीमध्ये कार्यकर्त्यांनी शोषित समाजामध्ये जाऊन रचनात्मक कार्य केले पाहिजे. अन्यायाचा संघटित प्रतिकार सत्याग्रही मार्गाने करून त्यासाठी तुरुंगात जाण्याची तयारी केली पाहिजे आणि आपल्या कार्यामुळे बहुजन समाजात झालेल्या जागृतीच्या जोरावर निवडणुका लढविल्या पाहिजेत. फावडे, तुरुंग आणि मतपेटी हेच आपल्या चळवळीचे प्रतीक बनले पाहिजे. डॉ. लोहियांनी त्यावेळी पक्ष कार्यकर्त्यांना असे बजावले होते की, 'कदाचित समाजवादाला अजूनही अनेकवेळा पराभव पत्करावे लागतील, परंतु जे नवसमाजाच्या ध्येयाने प्रेरित झालेले आहेत त्यांना पराभव माहीत नसतो, त्यांनी विजय मिळेपर्यंत पुन्हा पुन्हा लढत राहिले पाहिजे.' जयप्रकाश नारायण यांनी पंचमढीच्या अधिवेशनाचे वर्णन 'विचारयज्ञ' असे केले होते (बेडेकर, १९७३ : ४०२).

पंचमढीस असा विचारयज्ञ झाला खरा, पण समाजवादी नेतृत्वात मतभेदही येथूनच सुरू झाले. अधिवेशनात ते तेवढेसे उघड झाले नाहीत, पण जयप्रकाश नारायण मार्क्सवादाकडून भूदान यज्ञाकडे झुकू लागले आहेत, डॉ. राममनोहर लोहियांच्या मनातून समाजवाद्यांची तिसरी शक्ती निर्माण करण्याचे विचार घोळत आहेत व अशोक मेहता काँग्रेसशी सहकार्याची क्षेत्रे शोधू लागले आहेत हे सर्व निकटवर्तीयांना जाणवू लागले होते (जोशी, १९९१ : २८८). पंचमढीचा हा रचनात्मक संघर्षाचा कार्यक्रम अमलात आणण्यासाठी समाजवादी पक्षाने प्रयत्नांची शिकस्त केली असती तर समाजाच्या ज्या घटकांना समाजपरिवर्तनाची निकड आहे त्यांचा पाठिंबा पक्षाला मिळाला असता आणि पर्यायी पक्ष म्हणून त्याची वाढही झाली असती, परंतु ते होऊ शकले नाही. निवडणुकीचे आणि त्यामध्ये झालेल्या पराभवाचे भूत पक्षाच्या मानगुटीला असे काही बसले होते की, त्यातून सुटका करून घेणे अशक्यच झाले (बेडेकर, १९७३ : ४०२-४०३).

**प्रजा समाजवादी पक्षाची स्थापना**

पंचमढी अधिवेशनात मंजूर झालेल्या राजकीय निवेदनात पक्षाने राजकीय जीवनातील फाटाफुटीचा अंत करण्याचा कसोशीने प्रयत्न केला पाहिजे असा आदेश देण्यात आला होता. या भूमिकेच्या आधारावरच जयप्रकाश नारायण यांनी किसान मजदूर प्रजा पक्षाचे नेते आचार्य कृपलानी यांच्याबरोबर निवडणुकीनंतर निर्माण झालेल्या परिस्थितीबाबत चर्चा केली. या चर्चेमध्ये समाजपरिवर्तनासाठी प्रयत्न करणाऱ्या, व्यक्तिस्वातंत्र्याबद्दल आस्था बाळगणाऱ्या व देशाच्या सार्वभौम स्वातंत्र्यावर विश्वास असणाऱ्या पक्षांनी परस्पर सहकार्य वाढवून देशाचे राजकारण सचेतन करावे याबद्दल दोन्हीही पक्षांच्या प्रतिनिधींत मतैक्य झाले. या दिशेने पाऊल टाकण्यासाठी दोन्हीही पक्षांच्या संसदेमधील सभासदांनी 'सोशॅलिस्ट प्रजापार्टी' या नावाचा एक संयुक्त संसदीय पक्ष स्थापन करण्याचा निर्णय १ जून १९५२ रोजी घेतला. या संसदीय पक्षाने बनविलेला कार्यक्रमच किसान मजदूर प्रजा पार्टी व सोशॅलिस्ट पार्टी यांच्या भावी विलीनीकरणाचा पाया बनला. संसदेमधील 'सोशॅलिस्ट प्रजा पार्टी' तर्फे तयार केलेल्या कार्यक्रमात पुढील गोष्टींचा समावेश करण्यात आला होता -

१) देशाच्या सार्वभौम स्वातंत्र्यावर विश्वास ठेवणे.

२) राजकीय व आर्थिक पिळवणुकीपासून मुक्त अशा समाजवादी समाजाची निर्मिती करणे.

३) राज्यकारभारात व अर्थव्यवस्थेत विकेंद्रीकरण करणे.

४) जमिनीची फेरवाटणी करणे.

५) अल्पप्रमाण यंत्रावर आधारलेली उत्पादनपद्धती स्वीकारणे.

६) ज्या उद्योगधंद्यांमध्ये भांडवलाचा संचय होतो अशा प्रमुख उद्योगधंद्यांचे राष्ट्रीयीकरण करणे.

७) राष्ट्रीयीकरण केलेल्या उद्योगधंद्यांचा कारभार स्वायत्त कार्पोरेशनच्या हाती देणे.

८) स्वतंत्र लोकशाही कामगार चळवळीचा पुरस्कार करणे.

९) स्वदेशीस उत्तेजन देणे.

१०) परराष्ट्रीय राजकारणात आंतरराष्ट्रीय सत्ताबाज गटांबाबत तटस्थतेचे धोरण स्वीकारणे (दंडवते, १९७० : ५१-५२).

आचार्य कृपलानी किसान मजदूर प्रजा पार्टीचे नेते होते. सार्वत्रिक निवडणुकीत त्यांच्या पक्षाचाही सपाटून पराभव झाला होता. आपला पक्ष मोठा व्हावा असे दोन्ही बाजूंनी वाटत होते, परंतु निवडणुका स्वतंत्रपणे लढविल्यामुळे त्यांची ती आशा सफल झाली नाही. म्हणून या दोन्ही पक्षांत समझोता घडवून आणावा आणि शक्य तर दोघांचा

मिळून एकच पक्ष बनवावा असे प्रयत्न सुरू झाले. अलाहाबादला समाजवाद्यांच्या जनरल कौन्सिलची बैठक या दोन पक्षांचे विलीनीकरण करण्याच्या हेतूनेच झाली. एस.एम.जोशी त्या बैठकीस उपस्थित नव्हते. पण डॉ. लोहियांनी विलीनीकरणाचा जोरदार पुरस्कार केला (जोशी, १९९१ : २८९). सोशलिस्ट पार्टीचे अध्यक्ष आचार्य नरेंद्र देव, सरचिटणीस साथी अशोक मेहता व डॉ. राममनोहर लोहिया आणि किसान मजदूर प्रजा पार्टीचे अध्यक्ष आचार्य कृपलानी यांची २४ व २५ ऑगस्ट १९५२ रोजी संयुक्त सभा झाली व दोन्हीही पक्षांच्या संपूर्ण विलीनीकरणाचा विचार या सभेत करण्यात आला. संसदेमधील 'सोशलिस्ट प्रजा पार्टी व प्रजा पार्टी'ने बनविलेला कार्यक्रम या सभेत संमत झाला. 'प्रजा समाजवादी पक्ष' स्थापन करावा याबाबत सर्वांचे एकमत झाले. 'शांततामय साधनांनी वर्णहीन व वर्गहीन समाजवादी समाजाची स्थापना' हे पक्षाचे उद्दिष्ट असावे हे मान्य झाले. २६ व २७ सप्टेंबर १९५२ रोजी दोन्ही पक्षांच्या राष्ट्रीय कार्यकारिणीच्या सभासदांची संयुक्त सभा मुंबईमध्ये होऊन 'प्रजा समाजवादी पक्षा'ची स्थापना करण्यात आली (दंडवते, १९७० : ५२). सुभाषचंद्र बोसांनी सुरू केलेल्या 'फॉरवर्ड ब्लॉक' चा एक गटही १९५३ सालीच प्रजा समाजवादी पक्षात विलीन झाला. तिन्ही पक्षांच्या एकत्र विलीनीकरणामुळे समाजवादी शक्ती अधिक प्रभावी व व्यापक झाली. समाजवादी समाजरचना हे तिचे ध्येय ठरले. या समाजवादी शक्तीबद्दल पंडित नेहरूंनाही जिव्हाळा वाटू लागला, म्हणून फेब्रुवारी १९५३ साली जयप्रकाश नारायण यांच्याजवळ त्यांनी अशी इच्छा प्रकट केली की, सरकारमध्ये व सरकारच्या बाहेरही समाजवाद्यांनी कॉंग्रेसशी सहकार्य करावे (दुंडगेकर, १९८० : १४१). जयप्रकाश नारायण यांनी पंडित नेहरूंना कळविले की, आचार्य नरेंद्र देव व आचार्य कृपलानी यांच्याबरोबर बोलणी करावीत. मात्र डॉ. लोहियांना ही सहकार्याची कल्पना पसंत नव्हती. मग पक्षाच्या प्रमुख पुढाऱ्यांची एक अनौपचारिक बैठक घेऊन सहकार्य कोणत्या कार्यक्रमाच्या आधारे करावे याबाबत प्रथम एक १३ कलमी मसुदा तयार करण्यात आला. एस.एम.जोशी यांच्याकडे तो १३ कलमी मसुदा आला तेव्हा एसेमनी यात आणखी एक कलम सुचविले ते म्हणजे भाषावार प्रांत रचना करण्यात यावी. अशाप्रकारे चौदा कलमी कार्यक्रम तयार करण्यात आला.

कॉंग्रेस कार्यकारिणीतील काहीजणांना समाजवाद्यांबरोबर सहकार्य नको होते; पण पंडित नेहरूंना ते बोलणी करण्यापासून परावृत्त करू शकत नव्हते. जयप्रकाशजींनी पंडित नेहरूंना ४ मार्च १९५३ रोजी एक पत्र लिहून आपली भूमिका स्पष्ट केली. या भूमिकेस जोडून १४ कलमी कार्यक्रमाची रूपरेषा जे.पीं. नी पं.नेहरूंकडे पाठविली. घटना दुरुस्ती, जमिनीचे फेरवाटप, भाषावार प्रांतरचना, भ्रष्टाचारविरोधी यंत्रणा, विकेंद्रीकरण या सगळ्याच गोष्टी कॉंग्रेस कार्यकारिणीला अडचणीच्या होत्या. शिवाय जयप्रकाशजी मंत्रिमंडळात जायला तयार नव्हतेच. विनोबांनी यासाठी जयप्रकाशजींचे मन वळवावे म्हणून पं.नेहरूंनी

प्रयत्नही केला; पण विनोबांनी या कामी सहकार्य दिले नाही. जयप्रकाश मंत्रिमंडळात येणार नसतील तर कशासाठी हा खटाटोप करायचा म्हणून 'वर्किंग कमिटीला कार्यक्रम मान्य नाही' असे सांगून पंडित नेहरूंनी हे सहकार्य प्रकरण संपविले. काँग्रेसच्या दृष्टीने हा सुरक्षित खेळ झाला, पण समाजवादी पक्षात कटुता वाढविण्यास मात्र तो भरपूर कारणीभूत झाला. १९५३ च्या मे महिन्यात समाजवादी पक्षाच्या 'जनता' या मुखपत्रात डॉ. लोहियांनी जयप्रकाशांना नेहरुंनंतर पंतप्रधान व्हायचे होते असा हेत्वारोप करून लिहिले होते.

जयप्रकाश नारायण व पं.नेहरू यांची बोलणी अयशस्वी झाल्याने अशोक मेहतांना सर्वात अधिक वाईट वाटले. १९५३ च्या जून महिन्यात बैतुल येथे प्रजा समाजवादी पक्षाचे जे खास अधिवेशन झाले त्यात अशोक मेहतांनी 'मागासलेल्या अर्थव्यवस्थेतील राजकारणाची निकड म्हणून सत्तारूढ पक्ष आणि विरोधी पक्ष यांनी सहकार्याची व सहमतीची क्षेत्रे शोधून काढली पाहिजेत' हा सिद्धांतच मांडला. सत्तारूढ काँग्रेस पक्षाशी निकटचे सहकार्य झाले पाहिजे अशी अशोक मेहता यांची इच्छा होती. अशाप्रकारे वैचारिक दृष्ट्या जयप्रकाश नारायण, डॉ. लोहिया व अशोक मेहता यांच्यात मतभिन्नता निर्माण झाली होती (जोशी, १९९१ : २९० ते २९२).

डिसेंबर १९५३ मध्ये अलाहाबाद येथे प्रजा समाजवादी पक्षाचे अधिवेशन भरले. तीन पक्षांच्या विलीनीकरणानंतरचे हे अधिवेशन असल्यामुळे त्याला विशेष महत्त्व होते. अधिवेशनात सत्तेचे विकेंद्रीकरण, कसणाऱ्याची जमीन, आर्थिक समानता इत्यादी कार्यक्रमांवर भर देण्यात आला होता. लोकशाही, जनकल्याण, राष्ट्रीय एकात्मता या उद्दिष्टांना बाधा येऊ न देता राष्ट्रीय प्रश्नावर जरूर तेथे लढा देण्याचा निर्णयही पक्षाने घेतला. समाजवादी पक्ष एवढा प्रभावी होत असता पक्षावर एक फार मोठा आघात झाला; तो म्हणजे जयप्रकाशजींची पक्षातून निवृत्ती होय. बोधगया येथे भरलेल्या सर्वोदय संमेलनात जयप्रकाशजींनी पक्षीय राजकारणाचा त्याग करून भूदानासाठी जीवदान देण्याचा निर्णय जाहीर केला. जयप्रकाश नारायण यांच्या या निर्णयामुळे पक्षावर फार मोठा हानिकारक परिणाम झाला, कारण जयप्रकाश नारायण हे जनमानसात पक्षाचे खरे प्रवक्ते होते. त्यांच्यानंतर समाजवादी पक्षाला तेवढ्या तोलामोलाचा कोणी नेता लाभला नाही. जयप्रकाशजींनी पक्षत्याग केला नसता तर समाजवादी पक्ष कदाचित प्रमुख विरोधी पक्ष म्हणून भारतात काम करताना दिसला असता आणि आजची अस्थिर अवस्था निर्माण झाली नसती. जयप्रकाशजींनी ज्या भूदान चळवळीसाठी जीवनदान केले ती चळवळही फसली आणि समाजवादी पक्षही क्षीण झाला. जयप्रकाशजींनी राजकीय संन्यास घेऊन काय साधले हे न उकलण्यासारखे कोडे आहे. जयप्रकाशजी राजकारणात असते तर राजकारणाला एक नैतिक अधिष्ठान प्राप्त झाले असते.

जयप्रकाशजींच्या पक्षत्यागानंतर पक्षावर अनेक प्रहार झाले व समाजवादी शक्ती

क्षीण होत चालली. पक्षात अंतर्गत दुही माजली. तशात डिसेंबर १९५४ मध्ये आवडी येथील अधिवेशनात काँग्रेसने 'समाजवादी धर्तीच्या समाजवादी रचने'चा स्वीकार केला. या घटनेचे पडसाद प्रजा समाजवादी पक्षात उमटले. पक्षात मतभेदांचे जाहीर प्रदर्शन सुरू झाले. डॉ. लोहिया व त्यांचे समर्थक आणि त्यांना विरोध करणारे यांच्यात हा संघर्ष सुरू होता (दुंडगेकर, १९८० : १४१ ते १४३). पक्षांतर्गत वादविवादाला ऊत येऊन फळ्या पडल्या, त्यामुळे पक्ष कमकुवत होत गेला. काँग्रेसशी आपला कोणत्या बाबतीत विरोध आहे याची जाणीव पक्षाला नीटशी आली नव्हती, त्यामुळे काँग्रेसशी विरोध की सहकार्य या विचारांवर पक्ष हेलकावे खात राहिला. एका बाजूला साम्यवाद, दुसऱ्या बाजूला काँग्रेसने स्वीकारलेली समाजवादी समाजरचना या दोन्हीपासून आपल्या कार्याचे व विचारांचे वेगळे असे स्पष्ट स्वरूप सांगण्याची जबाबदारी भारतीय प्रजा समाजवादी पक्षावर येऊन पडली होती. समाजवादातील एक गट काँग्रेसकडे अधिक आकर्षित होऊ लागला होता आणि पक्षाची एकात्मता ढळत चालली होती. केरळच्या सार्वत्रिक निवडणुकीत प्रजा समाजवादी पक्षाने कम्युनिस्टांशी जागा वाटपाबाबत तडजोड केली आणि मंत्रिमंडळ मात्र काँग्रेसच्या पाठिंब्यावर बनविले. त्याच मंत्रिमंडळाने तामिळनाडू काँग्रेसच्या निदर्शनावर गोळीबार केला, म्हणून पेचप्रसंग निर्माण झाला होता, त्यामुळे देखील पक्षाच्या फाटाफुटीला आळा न बसता मतभेद वाढत गेले. केरळमध्ये काँग्रेसच्या पाठिंब्याने समाजवादी पक्षाने कम्युनिस्टांना डावलून मंत्रिमंडळ बनविले, तेव्हा एस.एम.जोशी यांनी आपले मनोदय व्यक्त केले होते की, 'वास्तविक देशातील सत्ताधारी काँग्रेस पक्षाबरोबर हे सहकार्य होते आणि अलाहाबादच्या धोरणाशी ते विसंगत होते, शिवाय ज्या कम्युनिस्टांच्या बरोबर जागांचे वाटप केले त्यांना डावलून मंत्रिमंडळ बनविणे ही गोष्ट माझ्या दृष्टीने नैतिकतेची नव्हती.' परंतु पक्षाने ठरविलेल्या धोरणाविरुद्ध भूमिका घेणे त्यांना पसंत नव्हते. पक्षातील डॉ. लोहिया यांच्या मताशी एकमत राहिले नव्हते आणि सर्व मतभेद मिटविणारे जयप्रकाशजींसारखे प्रभावी नेतृत्व नव्हते त्यामुळे मतभेद पराकोटीला पोहोचत होते (विसपुते, २००० : १८५).

## प्रजा समाजवादी पक्षाचे विभाजन

तमिळनाडू काँग्रेस पक्ष नावाचा एक छोटा पक्ष केरळात होता. केरळमधील तामिळी भाषिक प्रदेश मद्रास राज्यात जावा म्हणून या पक्षाने केरळात चळवळ सुरू केली. त्यांच्या एका निदर्शनावर प्रजा समाजवादी पक्ष सरकारच्या पोलिसांनी गोळीबार केला आणि ९ जण ठार झाले (दुंडगेकर, १९८० : २९३). प्रजा समाजवादी पक्षाचे सरचिटणीस डॉ. लोहिया त्यावेळी उत्तरप्रदेशमध्ये तुरुंगात शिक्षा भोगीत होते. त्यांनी तुरुंगातून तार पाठवून केरळचे मुख्यमंत्री पट्टम थाणूना राजीनामा देण्याची आदेशवजा सूचना केली.

पट्टम थाणू पिल्ले यांनी तिचा आदर केला नाही. या प्रश्नावरून समाजवादी पक्षामध्ये भले मोठे वादळ निर्माण झाले (बेडेकर, १९७३ : ४०३-४०४). राष्ट्रीय कार्यकारिणीची बैठक बोलाविण्यात आली. या बैठकीत डॉ. लोहियांच्या सूचनेला पाठिंबा मिळाला नाही, या वादंगात डॉ. लोहिया यांनी सरचिटणीसपदाचा राजीनामा दिला. याच प्रश्नाचा सखोल विचार करण्यासाठी नागपूर येथे नोव्हेंबर १९५४ मध्ये खास अधिवेशन बोलविण्यात आले. अधिवेशनाला प्रारंभ होण्यापूर्वीच डॉ. लोहियांच्या विचारांशी जे सहमत नव्हते असे अध्यक्ष कृपलानी व कार्यकारी मंडळातील त्यांचे इतर सहकारी यांनी आपल्या पदांचे राजीनामे सादर केले. कार्यकारिणीच्या सर्व पदाधिकाऱ्यांनी राजीनामे दिले असल्यामुळे अध्यक्ष, चिटणीस आणि कार्यकारी मंडळ निवडण्याचा प्रश्न नव्याने निर्माण झाला. पक्षामध्ये लोहियावादी आणि अन्य पुढारी यांच्यात फूट पडलेलीच होती. जो अध्यक्ष होईल त्याला दोन्ही गटांचे सहकार्य मिळविणे आवश्यक होते. अशा परिस्थितीतून मार्ग काढण्यासाठी एस.एम.जोशींनी आचार्य नरेंद्र देवांना अध्यक्ष होण्याची विनंती केली व त्यांनी त्याला संमती दिली, कारण मधु लिमये यांच्या गटाचा आचार्य नरेंद्र देवांनी अध्यक्ष होण्यास विरोध नव्हता. म्हणून आचार्य नरेंद्र देवांनी अध्यक्ष व्हावे आणि त्यांनीच आपला चिटणीस व कार्यकारी मंडळ नियुक्त करावे असा एक ठराव एस.एम.जोशी यांनी मांडला आणि तो एकमताने मंजूर झाला. आचार्य नरेंद्र देवांना पक्षाध्यक्ष होण्यास राजी करून पक्षातील फूट टाळण्याचे श्रेय लोकांनी एस.एम.जोशींना दिले; पण ही एकता म्हणजे एक आभासच होता.

डिसेंबर १९५४ मध्ये आवडी येथे अखिल भारतीय काँग्रेसने समाजवादी ढंगाच्या समाजरचनेचा पुरस्कार करणारा ठराव मंजूर केला. मुंबईच्या हॅरिस, पुरुषोत्तम त्रिकमदास या समाजवादी पुढाऱ्यांनी याचे जाहीर स्वागत केले. मधू लिमये यांनी या पुढाऱ्यांचा निषेध करणारे निवेदन फ्री प्रेस जर्नल, मुंबई यात जानेवारी १९५५ मध्ये प्रसिद्ध केले. परिणाम असा झाला की, पक्षाच्या मुंबई शाखेने मधू लिमये यांचे पक्ष सभासदत्वच स्थगित केले. डॉ. लोहियांनी पक्ष सदस्यत्व स्थगित केलेल्या लिमयांचे अभिनंदन तर केलेच पण त्यांना उत्तर प्रदेश प्रजा समाजवादी पक्षाच्या अधिवेशनाचे उद्‌घाटन करण्यास पाचारणही केले. तसेच 'आम्हाला निराळा पक्ष काढावा लागेल' असे विधानही केले. पुढे जयपूरला राष्ट्रीय कार्यकारिणीची बैठक भरली. डॉ. लोहिया बैठकीस आलेच नाहीत. आचार्य नरेंद्र देव एस.एम.जोशींना म्हणाले, 'हे लोक अजिबातच आपले ऐकणार नसतील तर पक्ष चालणार कसा? मला ही बेशिस्त चालणार नाही' (जोशी, १९९१ : २९४-२९५). म्हणून अध्यक्ष नरेंद्र देव यांनी डॉ. लोहिया यांचे प्रजा समाजावादी पक्षाचे सदस्यत्व रद्द केले. त्यामुळे एसेम यांच्यापुढे गंभीर परिस्थिती निर्माण झाली. त्यांचे पक्ष एकजुटीचे व संघटनेचे प्रयत्न कमी पडू लागले. त्यामुळे

त्यांनी घडवून आणलेली पक्षातील एकात्मता आभासात्मक ठरली. याचवेळी अशोक मेहतांनी आपला प्रस्तावाचा हट्ट उचलून धरला आणि सरकारी पक्षाच्या (काँग्रेस) सहकार्याची भूमिका घेतली. समाजवादी धोरणाचा पाठपुरावा सत्ताधारी पक्षाबरोबर राहून चांगल्याप्रकारे करता येईल असा विचार उचलून धरला. तसेच डॉ. लोहियांवर टीका करून पक्ष तोडण्याचे काम बंद करावे असेही सांगितले. त्यामुळे डॉ. लोहिया नागपूर अधिवेशनाच्या बैठकीतून निघून गेले. त्यांनी प्रजासमाजवादी पक्षाचा त्याग केला आणि आपल्या असंख्य अनुयायांसह डॉ. लोहियांनी २८ डिसेंबर १९५५ साली हैदराबाद येथे समाजवादी पक्षाची स्थापना केली. त्यामुळे पक्ष एकीकरण टिकविण्याचे एसेम यांचे प्रयत्न अपूर्ण पडले. त्यांना त्यात यश आले नाही. डॉ. लोहिया आणि अशोक मेहता यांना ते एकत्रित आणू शकले नाहीत असे दिसते. अर्थात त्याला कारण एसेम जोशींचे अपूर्ण प्रयत्न म्हणता येणार नाहीत, तर अशोक मेहता व डॉ. लोहिया ह्यांचा वैयक्तिक राजकीय दृष्टिकोन हाच कारणीभूत होता (विसपुते, २००० : १८६-१८७).

डॉ. राममनोहर लोहियांनी समाजवादी पक्षाची स्थापना केल्यामुळे समाजवादी पक्षातील हे पहिले महत्त्वपूर्ण विभाजन होते. जयप्रकाशजींच्या पक्ष निवृत्तीनंतरचा हा पक्षावरील दुसरा मोठा आघात होता. डॉ. लोहिया यांची स्वतंत्र समाजवादी पक्षाची स्थापना, जयप्रकाश नारायण यांची सक्रिय राजकारणापासून अलिप्तता आणि भूदान चळवळीला वाहून घेणे तसेच १९५६ साली आचार्य नरेंद्र देव यांचा मृत्यू यामुळे समाजवादी शक्तीला फार मोठा धक्का बसला (शोभा शंकर, १९८० : ५७). समाजवादी शक्ती दुभंगली गेली. काँग्रेसला जोरदार संघटित विरोध करण्याचे तिचे सामर्थ्य संपले. या आघातातून समाजवादी पक्ष पुन्हा व्यवस्थितपणे सावरू शकला नाही आणि तशात काँग्रेसने समाजवाद स्वीकारल्यामुळे जनमानसात काँग्रेस व समाजवादी पक्ष यांच्यात मूलभूत फरक निदान वरकरणी राहिला नव्हता.

प्रजा समाजवादी पक्ष दुभंगल्यामुळे त्याच्या शक्तीवर विपरीत परिणाम झाला. १९५५ साली प्रजासमाजवादी पक्ष व समाजवादी पक्ष यांची वेगवेगळी अधिवेशने गया व हैदराबाद येथे झाली. या दोन्ही पक्षांच्या अधिवेशनात संमत झालेले ठराव लक्षात घेतल्यास असे दिसते की दोन्ही पक्षांच्या दृष्टिकोनातून मूलभूत फरक नव्हता; म्हणून प्रा. मधु दंडवते म्हणतात की, 'प्रजा समाजवादी पक्षात झालेली दुफळी ध्येय आणि धोरणविषयक प्रश्नावर नसून पक्षांतर्गत शिस्त आणि कार्यपद्धती या प्रश्नांवर होती. या कारणांवरून समाजवादी शक्ती विस्कळीत व्हावी हे भारतातील समाजवादाचे दुर्दैव समजावे लागेल' (दुंडगेकर, १९८० : १४३).

नानासाहेब गोरे व एस.एम.जोशी या दोघांनी या संदर्भात त्यांची भूमिका मांडताना

सांगितले की, 'अशोक मेहतांचा सिद्धांत आम्हाला मान्य नाही; परंतु याबाबत पक्षांतर्गत चर्चा करून निर्णय घ्यावयास हवा होता. असे न करता स्वतंत्र समाजवादी पक्ष काढण्याचा निर्णय डॉ. लोहिया व त्यांच्या सहकाऱ्यांनी घेतला हे बरोबर नाही' (बापट, १९९४ : ७).

थोडक्यात, एस.एम.जोशींनी विद्यार्थीदशेपासूनच राजकीय चळवळीत प्रवेश केला होता. स्वातंत्र्य चळवळीत त्यांनी काँग्रेसबरोबर काम केले. सुसंस्कारित, उत्तम नागरिक व कार्यकर्ते तयार करण्यासाठी राष्ट्रसेवा दलाची स्थापना करण्यात त्यांनी पुढाकार घेतला होता. राष्ट्र सेवा दलाच्या माध्यमातून अनेक विधायक व रचनात्मक कामांना त्यांनी चालना दिली. राष्ट्र सेवा दलाने 'छोडो भारत' चळवळ व देशातील समाजवादी चळवळीत महत्त्वाची भूमिका बजावली. स्वातंत्र्यसंग्रामाच्यावेळी राष्ट्रप्रेमाने भारलेली नवी पिढी एस.एम.जोशींनी तयार केली आणि त्या पिढीला स्वातंत्र्य लढण्याची स्फूर्ती दिली. भारतीय स्वातंत्र्य चळवळीत ते नेहमीच आघाडीवर राहिले. स्वातंत्र्यप्राप्तीनंतर एस.एम.जोशींनी काँग्रेसचा त्याग केला आणि ते समाजवादी पक्षात सामील झाले. मुंबई राज्य विधानसभेत त्यांनी आपली कामगिरी यशस्वी रीतीने पार पाडली. त्यांनी भूदान चळवळीतही भाग घेतला होता. समाजवादी पक्षाच्या जडणघडणीत एसेमनी महत्त्वाचे कार्य केले होते.

प्रकरण तिसरे

# संयुक्त महाराष्ट्र चळवळ आणि श्री. एस.एम.जोशी यांचे योगदान (इ. स. १९५५ ते १९६०)

## संयुक्त महाराष्ट्राची चळवळ - स्वातंत्र्यपूर्व कालखंड

'महाराष्ट्राची अस्मिता' छत्रपती शिवाजी महाराजांच्या कालखंडापासून अस्तित्वात होती. स्वामी रामदासांनी 'महाराष्ट्र धर्माचे' आचरण करण्याचा सल्ला मराठी भाषिकांना दिला होता. पेशव्यांच्या राजवटीत बहुसंख्य मराठी भाषिक प्रदेश मराठी राज्यकर्त्यांच्या अमलाखाली होता. मात्र त्यानंतर ब्रिटिश कालखंडात मराठी भाषिक प्रदेश अनेक प्रांतांत व देशी संस्थानांत विभागले गेले (जैन, १९९३ : ९३). ब्रिटिशांनी १९११ नंतर भारताची भाषेच्या आधारावर पुनर्रचना करावयास सुरुवात केली. बंगालची बंगाल व बिहार या दोन प्रांतांत विभागणी झाली. १९३६ साली बंगाल, पंजाब, संयुक्त प्रांत या प्रांतांबरोबर सिंध, ओरिसा, आसाम व सरहद्द प्रांत या नव्या भाषिक राज्यांची स्थापना करण्यात आली (व्होरा, २००१ : ७५). सर्व मराठी भाषिकांना एकत्र आणण्याची आणि त्याकरिता प्रांताच्या भाषावार पुनर्रचना करण्याची मागणी लोकमान्य टिळकांनी १९१५ साली केली होती. लोकमान्य टिळकांच्या नेतृत्वाने तयार झालेल्या १९१९ च्या काँग्रेस डेमॉक्रॅटिक पक्षाच्या जाहीरनाम्यातील कलम १० मध्ये भाषावार प्रांतरचनेची मागणी केली होती (पेंडसे, १९६५ : ५४). भारतात 'भाषावार प्रांत रचना' हा विचार १९१७ मध्ये पट्टाभिसीतारामय्या यांनी मांडला होता; पण त्यांची मागणी हवेत विरली. त्याकडे इंग्रज सत्ता व स्वदेशीयांनी देखील लक्ष दिले नव्हते (विसपुते, २००० : १२५). हैदराबाद संस्थान आणि वऱ्हाड मध्यप्रांत येथील मराठी भाषिकांचा मुलूख मुंबई राज्यातील मराठी भाषिक जिल्ह्यांना जोडावा आणि अशा तऱ्हेने तिभंगलेला महाराष्ट्र एकसंघ करावा ही कल्पना स्पष्टपणे १९१७ साली जयपूरच्या प्रा.विठ्ठल वामन ताम्हनकर यांनी 'लोकशिक्षण'

मासिकात प्रथम मांडली (फडके, १९८२ : २४६).

भारतात प्रांतांची फेररचना भाषेच्या आधारावर करावी अशी काँग्रेस पक्षाची १९२० पासून मागणी होती आणि त्याप्रमाणे प्रदेश काँग्रेस समित्यांची रचना करण्यात आली होती. गांधीयुगात भारतीय राष्ट्रीय चळवळीचा चौफेर विकास झाला, पण महाराष्ट्रात अगदी टिळकयुगापासून एक विचार पक्का होता की, भारत हा राष्ट्रांचा समूह आहे आणि भारताचा जर खऱ्या अर्थाने राष्ट्र म्हणून विकास करावयाचा असेल तर भारताची फेररचना भाषेच्या आधारावर केली पाहिजे (व्होरा, २००१ : ७५). भाषावार राज्ये बनविणे ही एक देश बांधण्याची कामगिरी आहे. या दृष्टीने विचार करूनच १९२० सालापासून दरवेळी या संकल्पनांचा उच्चार झाला. १९२० साली जी काँग्रेसची घटना तयार करण्यात आली, त्यामध्ये भाषावार प्रांतरचनेच्या तत्त्वास मान्यता देण्यात आली होती. मोतीलाल नेहरू व सप्रू यांच्या समितीने भारतीय घटनेचे जे चित्र कल्पिले त्यातही भाषिक राज्यनिर्मितीचे तत्त्व गृहीत धरलेले होते. जोपर्यंत स्वराज्य मिळालेले नव्हते, तोपर्यंत या प्रश्नांवर काँग्रेसमध्ये काही वाद नव्हताच. स्वराज्याचे सुराज्य करण्यासाठी गांधीजींनी वेळोवेळी भाषावार प्रांतरचनेचे समर्थनच केले होते. ब्रिटिशांशी लढताना काँग्रेस कमिट्यांची उभारणी भाषिक तत्त्व स्वीकारूनच झाली होती (जोशी, १९८९ : १८७). भारताला स्वतंत्र व लोकशाही घटना देण्याचे जे जे प्रयत्न झाले त्या प्रत्येक खेपेस भाषावार प्रांतरचनेचे तत्त्व मान्य केले गेले आहे. पहिल्या महायुद्धानंतर भारताला घटनात्मक सुधारणा देण्यासाठी नेमलेल्या मॉंटेग्यू-चेम्सफर्ड कमिशनने या प्रश्नाची चर्चा केली होती. महात्मा गांधींनी स्वराज्याच्या आंदोलनाचे नेतृत्व हाती घेतल्यानंतर १९२१ साली राष्ट्रीय काँग्रेसने भाषावार प्रांतरचनेच्या तत्त्वाचा पुरस्कार केला व काँग्रेसची पुनर्घटना त्याप्रमाणे करण्याचा प्रयत्न केला. १९२८ साली भारतामध्ये आलेल्या सायमन कमिशनने देखील आपल्या अहवालात म्हटले होते की, 'जेथे एक भाषा बोलणारांचा प्रदेश एक घटकराज्य होण्यासारखी परिस्थिती असेल तेथे त्या प्रदेशातील लोकांच्या व्यक्तित्वाचा पूर्ण विकास करण्याच्या दृष्टीने समान भाषा हे एक सामर्थ्यवान व स्वाभाविक असे साधन ठरेल' (राजहंस, १९५८ : १०). विनोबा भावे यांनी त्यांच्या 'महाराष्ट्र धर्म' या लेखात संयुक्त महाराष्ट्राच्या कल्पनेचा पुरस्कार केला होता. दत्तो वामन पोतदार यांच्या अध्यक्षतेखाली १९३७ साली भरलेल्या मराठी साहित्य संमेलनात संयुक्त महाराष्ट्राचा ठराव एकमताने संमत करण्यात आला होता (जैन, १९९३ : १६).

१९३८ मध्ये बॅ. रामराव देशमुखांनी मराठी भाषिक वऱ्हाड प्रांत मध्यप्रदेशातून वेगळा काढावा असा ठराव मांडला होता. तसा ठराव १९३८ च्या काँग्रेस अधिवेशनात मंजूर होऊन ब्रिटिश सरकारकडे पाठविण्यात आला. १५ ऑक्टोबर १९३८ ला वि. दा. सावरकर यांच्या अध्यक्षतेखाली मुंबईला मराठी साहित्य संमेलन भरले होते, त्यात देखील

मराठी भाषिक प्रदेशांचा प्रांत निर्माण व्हावा असा ठराव मंजूर झाला होता. त्या ठरावाच्या अंमलबजावणीसाठी २८ जानेवारी १९४० रोजी 'महाराष्ट्र सभे'ची स्थापना झाली होती. बॅ. देशमुख हे त्या सभेचे अध्यक्ष होते. तेव्हापासून 'संयुक्त महाराष्ट्र' हा शब्द पुढे आला. कॉंग्रेस समाजवादी पक्षाच्या नाशिक अधिवेशनातील कामकाजात भाषावार प्रांत रचनेच्या प्रश्नावर एक ठराव मंजूर करण्यात आला. त्या ठरावानुसार घटना समितीने भाषावार प्रांत रचनेचे तत्त्व स्वीकारावे व राज्यांची पुनर्रचना घडवून आणावी असे स्पष्ट करण्यात आले. संयुक्त महाराष्ट्र सभेने २४ मे १९४० रोजी महाराष्ट्र एकीकरण परिषद भरविली. महामहोपाध्याय दत्तो वामन पोतदार हे परिषदेचे स्वागताध्यक्ष होते (विसपुते, २००० : १२६).

१९४६ हे वर्ष विसाव्या शतकातील महाराष्ट्राच्या राजकीय इतिहासाच्या दृष्टीने महत्त्वाचे आहे. १२ मे १९४६ रोजी बेळगावात कादंबरीकर आणि पत्रकार ग. त्र्यं. माडखोलकर यांच्या अध्यक्षतेखाली तिसावे मराठी साहित्य संमेलन भरले. वऱ्हाड, मराठवाडा आणि गोमंतक हे तीन भाग अनुक्रमे ब्रिटिश, निजाम आणि पोर्तुगीज या तीन भिन्न राज्यसत्तांखाली नांदत होते. तीन कोटी मराठी भाषिकांपैकी सुमारे ९० लाख लोक या तीन भागांमध्ये राहात असल्याच्या वस्तुस्थितीकडे श्रोत्यांचे लक्ष वेधून माडखोलकरांनी महाराष्ट्रातील सर्व पक्षांच्या, जातींच्या आणि धर्मांच्या कार्यकर्त्यांना महाराष्ट्राच्या एकीकरणासाठी झटण्याची हाक दिली. संयुक्त महाराष्ट्र अस्तित्वात यावा अशी तजवीज करण्यासाठी 'संयुक्त महाराष्ट्र समिती' स्थापन करण्यात यावी, या आशयाचा ठराव विषयनियामक समितीत आणि खुल्या अधिवेशनात आचार्य प्रल्हाद केशव अत्रे यांनी मांडला. ठराव मांडताना अत्रे म्हणाले, 'संयुक्त महाराष्ट्र निर्मितीचा हा प्रश्न सर्व मराठी भाषिकांच्या जीवनमरणाचा प्रश्न आहे. केवळ ह्या एकाच कारणासाठी हे साहित्य संमेलन भरले होते एवढे जरी नमूद झाले तरी महाराष्ट्राच्या इतिहासात हे संमेलन अमर होईल यात मुळीच शंका नाही' (फडके, १९९७ : ३५१, ३५२).

स्वातंत्र्य मिळणार असे दिसू लागताच १९४६ साली बेळगावच्या मराठी साहित्य संमेलनात 'संयुक्त महाराष्ट्र' या मराठी भाषिक प्रांताची मागणी करण्यात आली व याबाबतीत पुढील पावले टाकण्यासाठी तेथेच एक लहानशी समिती नेमण्यात आली; पण साहित्य संमेलन किंवा मराठी साहित्य परिषद हे काही राजकीय समस्या सोडविण्याचे व्यासपीठ नव्हे. म्हणून २८ जुलै १९४६ या दिवशी श्री.शंकरराव देव यांच्या अध्यक्षतेखाली 'संयुक्त महाराष्ट्र परिषद' ही सर्वपक्षीय आणि अपक्षीय संघटना जन्मास आली (जोशी, १९८९ : १८७). म्हणजेच देशातील इतर भागांप्रमाणेच मराठी भाषिक भागात प्रादेशिक अस्मिता साकार करण्याकरिता साहित्यिक, विचारवंत आणि राजकारणींनी स्वातंत्र्यपूर्व कालखंडात संयुक्त महाराष्ट्राची मागणी सातत्याने केली होती. महाराष्ट्र, वऱ्हाड आणि नागपूर भागातील मराठी भाषिक नेत्यांनी संयुक्त महाराष्ट्राचा पाठपुरावा करण्याच्या उद्देशाने परस्परांशी विचार

विनिमय करून ८ ऑगस्ट १९४७ रोजी 'अकोला करार' केला. या करारानुसार संयुक्त महाराष्ट्र हा वेगळा प्रांत निर्माण करण्यात यावा अशी मागणी करण्यात आली. त्या प्रांतांतर्गत पश्चिम महाराष्ट्र आणि महाविदर्भ असे उपप्रांत असावेत असे सुचविण्यात आले. दोन उपप्रांतांची स्वतंत्र विधिमंडळे व मंत्रिमंडळे असावीत आणि त्यांचे कार्यक्षेत्र निर्धारित करण्यात यावे. मात्र संयुक्त महाराष्ट्राच्या मागण्या अमान्य झाल्यास सर्व मराठी भाषिक नेत्यांनी महाविदर्भाच्या मागणीला पाठिंबा द्यावा असे ठरविण्यात आले. घटना परिषदेने उपप्रांताची कल्पना फेटाळून लावली. तसेच दार आयोग व जेव्हीपी समितीच्या अहवालात प्रातांच्या भाषावार पुनर्रचनेबाबत प्रतिकूलता व्यक्त करण्यात आल्याने घटना परिषदेत हा प्रश्न तात्पुरता मागे पडला (जैन, १९९३ : १७).

## स्वातंत्र्योत्तर कालखंडातील संयुक्त महाराष्ट्र आंदोलन

मुंबईसह महाराष्ट्राच्या मागणीला महात्मा गांधी, सरदार पटेल, पंडित नेहरू वगैरे काँग्रेसश्रेष्ठींचा विरोध होता. आझाद, राजाजी, आचार्य कृपलानी हे नेते भाषावार प्रांतरचना करण्यात फारसे उत्सुक नव्हते. भारताच्या फाळणीस मान्यता द्यावी लागल्याने भाषावार प्रांतरचना केल्यास देशात फुटीर प्रवृत्ती वाढीला लागून देशाचे आणखी तुकडे पडतील असे या नेत्यांना भय वाटत होते. त्यामुळे स्वातंत्र्यानंतरच्या काळात हा प्रश्न तसाच लोंबकळत ठेवावा असे त्यांचे धोरण होते. याउलट पट्टाभिसीतारामय्या, एन. जी. रंगा, रंगराव दिवाकर, निजलिंगप्पा, शंकरराव देव, केशवराव जेधे हे काँग्रेसच्या दुसऱ्या फळीतील नेते भाषावार प्रांतरचनेचे स्वातंत्र्यपूर्व काळात काँग्रेसने दिलेले वचन पाळावे असा आग्रह धरीत होते. काँग्रेसच्या बिनीच्या नेत्यांपैकी फक्त राजेंद्रप्रसाद यांचा यांना पाठिंबा होता. राजेंद्रप्रसाद यांच्या निवासस्थानी भाषावार प्रांतरचनेच्या पुरस्कर्त्यांची बैठक २४ फेब्रुवारी १९४८ रोजी झाली. राजेंद्रबाबूंच्या या हालचालीमुळे अखेर एस. के. दार यांच्या अध्यक्षतेखाली आयोग नेमणे भाग पडले. प्रांतातील काँग्रेस मंत्रिमंडळांनी मात्र या प्रश्नाबाबत तटस्थतेचे धोरण स्वीकारले (फडके, १९९७ : २४८, २४९).

१७ जून १९४८ रोजी घटनासमितीच्या अध्यक्षांनी आंध्र, कर्नाटक, केरळ व महाराष्ट्र हे चार प्रांत बनविण्याच्या प्रश्नाचा अभ्यास करून रिपोर्ट करण्यासाठी दार कमिशनची नेमणूक केली (देव, १९७६ : २०२). १३ डिसेंबर १९४८ रोजी दार कमिशनचा अहवाल प्रसिद्ध झाला. भाषेच्या आधारावर प्रांतांची पुनर्रचना करणे हे भारताच्या हिताचे नाही असे दार आयोगाचे मत होते. संयुक्त महाराष्ट्रासाठी चाललेली चळवळ ही पुण्यातील एका विशिष्ट विचारसंप्रदायाने चालविली आहे हा या आयोगाचा अभिप्राय बेजबाबदार वृत्तीचा द्योतक होता. आयोगाच्या अहवालाचा निषेध करण्यात विरोधी पक्षाप्रमाणेच काँग्रेसमधील भाषावार प्रांतरचनेचे पुरस्कर्तेही आघाडीला होते (फडके, १९९७ : २४९).

दार कमिशन किती प्रतिगामी होता या संबंधात एकच वाक्य उद्धृत केले तरी पुरे. 'भाषिक प्रांतांची मागणी संकुचित, प्रादेशिकवादी असून तिच्यामुळे लोकवस्तीचे मोठ्या प्रमाणात स्थलांतर घडेल व रक्तपात, अत्याचार माजतील.' हा अहवाल प्रसिद्ध झाला त्याच महिन्यात जयपूर येथे काँग्रेस अधिवेशन भरले होते. काँग्रेसने १९२० सालापासून पुरस्कारिलेल्या तत्त्वाला हरताळ फासणारा दार कमिशनचा अहवाल फेकून देऊन या प्रश्नाचा फेरविचार करण्यासाठी पंडित जवाहरलाल नेहरू, वल्लभभाई पटेल व त्या अधिवेशनाचे अध्यक्ष पट्टाभिसीतारामय्या यांची त्रिसदस्य 'जे. व्ही. पी.' समिती नेमण्यात आली. या समितीने दार यांच्यापेक्षा थोडी सौम्य पण मुंबईसह संयुक्त महाराष्ट्राच्या मागणीस अन्याय करणारीच शिफारस केली. 'भाषावार राज्ये तूर्त बनवूच नयेत पण ती बनवावयाची असल्यास मुंबई शहर वगळून संयुक्त महाराष्ट्र द्यावा,' अशी 'जे. व्ही. पी.' समितीची शिफारस होती. म्हणजे स्वातंत्र्यपूर्वकालात दिलेली आश्वासने पूर्ण करण्याची टाळाटाळ आता सुरू झाली होती. 'जे.व्ही.पी.' समितीची शिफारस १९४९ च्या एप्रिलमध्ये झाली, तेव्हा नानासाहेब गोरे हेच प्रामुख्याने संयुक्त महाराष्ट्र परिषदेच्या कार्यात लक्ष घालीत. परिषदेच्या कार्यकारिणीचे सुरुवातीपासून ते सदस्य होते.

'दार कमिशन,' 'जे.व्ही.पी.' समिती यांच्या अहवालाकडे एस.एम.जोशी अगदी अलिप्तपणे बघत होते असे नाही. त्यांचे तिकडे लक्ष होतेच. १ जुलै १९४९ रोजी सेनापती बापटांनी 'संयुक्त महाराष्ट्रासाठी सत्याग्रहाची हाक' या नावाची एक पुस्तिका प्रसिद्ध केली होती. संयुक्त महाराष्ट्र परिषदेचे अध्यक्ष शंकरराव देव यांची स्थिती मोठी चमत्कारिक होऊन 'जे.व्ही.पी.' समितीच्या अहवालाविरुद्ध परिषदेने दंड थोपटावयाचे कसे, हेच त्यांना कळेनासे झाले होते. तेव्हा मग सेनापती बापटांनी 'संयुक्त महाराष्ट्र महामंडळ' काढून जनजागृतीच्या दृष्टीने प्रभात फेऱ्या काढावयास सुरुवात केली होती (जोशी, १९८९ : १८८).

याच वेळी एस.एम.जोशींनी 'मौज' साप्ताहिकातून संयुक्त महाराष्ट्राचा प्रश्न कसा सोडवावा लागेल याविषयी लेख लिहून आपले विचार व्यक्त केले. त्यांनी आपल्या लेखात म्हटले होते, 'अखिल भारताच्या राजकीय वर्तुळात महाराष्ट्राला आज मान नाही ही गोष्ट नाकबूल करण्यात अर्थ नाही. त्या ठिकाणी आमचे वजन असते तर आमच्यामध्ये ज्या प्रश्नावर वाद नाही, पूर्णतया एकमत आहे, असा संयुक्त महाराष्ट्राचा प्रश्न लोंबकळत पडलाच नसता.' गुजरातमध्ये महात्मा गांधीजींसारखा महान नेता निर्माण झाला व त्यांचा वारसा तेथील काँग्रेसला आणि काँग्रेसच्या पुढाऱ्यांना मिळाला. त्यामुळे त्या प्रांतातल्या सर्व थरांतल्या लोकांच्या मनावर काँग्रेसच्या या पुढाऱ्यांची छाप आहे. भारतीय राजकारणात महाराष्ट्र मागे पडला आहे, याचे कारण म्हणजे समाजातील सर्व थरांतील लोकांना ज्यांचे नेतृत्व मान्य आहे असा पुढारी आम्ही निर्माण करू शकलो नाही. महाराष्ट्रात इतरांच्यापेक्षा

जागृती अधिक पण हाच जणू आमचा दोष होऊ पाहात आहे. अन्य प्रांतांपेक्षा महाराष्ट्रात बुद्धिमान, स्वार्थत्यागी आणि तळमळीचे कार्यकर्ते अधिक आहेत. येथील राजकीय, सामाजिक व वर्गीय चळवळींची परंपरा मोठी आहे, म्हणून जागृतीही इतरांच्यापेक्षा अधिक आहे. महाराष्ट्रातील प्रश्न आणखीही एका कारणाने गुंतागुंतीचा आणि बिकट होऊन बसला आहे. या प्रांतातील सामाजिक चळवळी ब्रिटिशांच्या आमदानीत झाल्या कारणाने, ब्रिटिशांनी या चळवळींना ऐक्यप्रवर्तक विधायक वळण लागू दिले नाही. अगर समन्वयवादी सहकारी वृत्तीही रुजू दिली नाही. परस्परांविरुद्ध द्वेष निर्माण करून फुटीरपणाची तुटक वृत्तीच जोपासली. म्हणूनच महाराष्ट्रात अखिल भारतीय राजकारणात प्रभावी होतील अशी चांगली माणसे उदयास आली तरी त्यांना सर्व समाजाचा पाठिंबा मिळू शकला नाही. महाराष्ट्राच्या सामाजिक जीवनातील विविध धागेदोरे एकत्र गुंफून एक संयुक्त नेतृत्व निर्माण केले तर महाराष्ट्राला प्रगतीचा टप्पा गाठता येईल.

संयुक्त महाराष्ट्राचा प्रश्न हा देशात समाजवादी क्रांती घडवून आणून समाजवाद प्रस्थापित करण्याच्या मुख्य प्रश्नाचे एक अंग आहे या गोष्टीकडे पुरेसे लक्ष पुरविले जात नाही अशी एस.एम.जोशी यांची तक्रार होती. समाजवादी पक्षाला लोकशाही समाजवादाचे एक अंग म्हणून संयुक्त महाराष्ट्र हवा होता. काँग्रेसच्या हातून समाजवाद प्रस्थापित होईल असे वाटत नाही. त्यामुळे शंकरराव देव वगैरे काँग्रेस नेत्यांबरोबर त्यांचे एकमत होऊ शकत नाही. या प्रश्नावर काँग्रेसश्रेष्ठींना विरोध करण्याचे महाराष्ट्रातील काँग्रेसजनांनी ठरविल्यास ही एकजूट होणे सहज शक्य होते. लोकशाही पद्धतीने आणि साधनांची शुद्धता राखून आपले उद्दिष्ट गाठण्याचा आग्रह होता (जोशी, १९८९ : १८९ ते १९१).

श्रीपाद अमृत डांगे व डॉ. बाबासाहेब आंबेडकर यांनी संयुक्त महाराष्ट्र परिषदेकरिता शंकरराव देवांचा उपयोग होणार नाही असे मत व्यक्त केले होते. देव गांधीवादी होते. महात्मा गांधी व पंडित नेहरू यांचा मुंबईसह संयुक्त महाराष्ट्राला विरोध आहे. देव सच्चे काँग्रेसवाले आहेत त्यामुळे त्यांच्याकडून संयुक्त महाराष्ट्राची मागणी पदरात पडणार नाही असे आंबेडकर, डांगे यांचे मत होते, तर त्र्यं. रा. देवगिरीकर यांना संयुक्त महाराष्ट्र परिषदेचा ताबा कम्युनिस्ट मिळवतील अशी भीती वाटत होती. संयुक्त महाराष्ट्र परिषदेत शंकरराव देवांबरोबर भाऊसाहेब हिरे, ध. रा. गाडगीळ, त्र्यं. रा. नरवणे भाग घेत होते. या काळातही यशवंतराव चव्हाण परिषदेच्या कामापासून बाजूलाच राहिले होते. पुढे २० एप्रिल १९४९ ते २७ सप्टेंबर १९५३ या काळात संयुक्त महाराष्ट्र परिषदेचे अस्तित्व नाममात्र होते (फडणीस, १९७७ : ४४).

भाषावार प्रांतरचनेच्या प्रश्नाची कोंडी फोडली ती आंध्रप्रदेशातील स्वामी सीताराम व पोट्टी श्रीरामुलू या गांधीवादी कार्यकर्त्यांनी. पोट्टी श्रीरामुलू यांनी ५८ दिवसांचे उपोषण केले व त्यातच ते मरण पावले. त्यांच्या निधनानंतर मद्रास राज्याच्या तेलुगू भाषिक

विभागात दंगली उसळल्या. अखेर आंध्र राज्याच्या निर्मितीबाबत जवाहरलाल नेहरूंनी १९ डिसेंबर १९५२ रोजी लोकसभेत घोषणा केली. १ ऑक्टोबर १९५३ रोजी आंध्र राज्य अस्तित्वात आल्यानंतर केंद्र सरकारला राज्य पुनर्रचना आयोगाची नियुक्ती २२ डिसेंबर १९५३ रोजी करावी लागली. या आयोगाचे अध्यक्ष न्यायमूर्ती फाझल अली होते. या आयोगाची नेमणूक झाल्यानंतर शंकरराव देव व भाऊसाहेब हिरे या काँग्रेस नेत्यांनी स्थगित ठेवलेले संयुक्त महाराष्ट्र परिषदेचे काम पुन्हा चालू करण्याचे ठरविले. मध्य प्रदेशातील काँग्रेस नेत्यांबरोबर देव, हिरे यांनी वाटाघाटी करून २८ सप्टेंबर १९५३ रोजी नागपूर करार घडवून आणला (फडके, १९९७ : २५१). त्यात 'मुंबई, मध्यप्रदेश व हैदराबाद राज्यातील सर्व सलग मराठीभाषी लोकांचे राज्य बनविण्यात यावे. मुंबई ही त्याची राजधानी राहील.' असे महत्त्वाचे कलम होते. करारावर विदर्भ, मराठवाडा व पश्चिम महाराष्ट्रातील पुढाऱ्यांच्या सह्या होत्या (कुलकर्णी, १९७१ : १५५).

फाझलअली आयोगापुढे फार मोठे आव्हान होते. राज्यांची पुनर्रचना करायची, तर त्याचे आधारभूत तत्त्व कोणते? निजामचे राज्य संघराज्यात विलीन झाले आणि तो घटक तसाच ठेवला होता. त्यामध्ये तर तीन भाषिक विभाग होते. मराठवाडा, तेलंगण व कन्नड हे भाषिक मिळून निजामाचे शासन चाले. पंडित नेहरूंचे मत होते की, हैदराबाद हे बहुभाषिक संघराज्यात एक घटक म्हणून राहावे. उर्दू ही शासनाची भाषा होती. ते तसेच राहिले असते तर देशापुढे तो एक नमुना राहिला असता. उर्दू सर्वांना शिकावी लागे, त्याच्या जोडीला हिंदी तेवढी शिकावी लागली असती. नेहरूंचे ते एक स्वप्न होते आणि त्यात गैर काही नव्हते. हिंदी राष्ट्रभाषा झाली तर त्या भाषिकांचे इतरांशी संबंध कसे राहावे ते दिसून आले असते; पण हिंदी ही शासनाची भाषा न झाल्याने भाषावार राज्यरचना होणे अपरिहार्यच झाले. त्यामुळेच हैदराबादेतील कन्नड, तेलगू आणि मराठी भाषिकांना त्यांच्या त्यांच्या भाषिक गटात समाविष्ट करणे फाझलअली कमिशनला उचित वाटले. काँग्रेस कमिट्या भाषिक तत्त्वावर आधारलेल्या होत्या. तोच पाया धरून आयोगाने आपल्या शिफारशी केल्या.

भाषा हे मुख्य तत्त्व धरले तरी तेवढ्याने प्रश्न पूर्णपणे सुटत नाही. भाषेव्यतिरिक्तही अनेक प्रकारचे महत्त्वाचे हितसंबंध असतातच. भाषिक गटांनाही आपल्या राज्यात नैसर्गिक साधन संपत्ती, उद्योगधंदे नावारूपाला आलेले प्रकल्प यायला हवेच असतात. त्यासाठी निरनिराळे दबाव आणले जातात. आयोगालाही अशावेळी निर्णय देणे अवघड होऊन बसते. मराठी भाषिकांना त्यांचे असे घटक राज्य द्यावयाचे की नाही याबाबतही असेच दबाव आणले गेले. राजकारणही शिजले.

आयोगाची नियुक्ती झाल्यावर स्व. म. म. दत्तो वामन पोतदार यांच्या अध्यक्षतेखाली संयुक्त महाराष्ट्र परिषद स्थापन झाली होती. तिने राज्य-रचना प्रश्नाचा व्यापक दृष्टीने

विचार करून आपल्या सूत्राचा अवलंब करावा, हे सुचविले होते. हे सूत्र केवळ महाराष्ट्रापुरते नव्हे तर भाषिक राज्ये बनविताना ते सर्व ठिकाणी लागू करावे असे त्यांचे म्हणणे होते. भाषिक राज्ये निर्माण केली तरी प्रत्येक राज्यात प्रादेशिक भाषेखेरीज दुसरी भाषा बोलणारे लोक राहणारच; परंतु ते जितके कमी राहतील तितके श्रेयस्कर. त्यासाठी खेडे हे घटक, भाषिक बहुसंख्या आणि सलगता हे निकष वापरून सीमारेषा काढल्या तर ते युक्त होईल. या सूत्रालाच पाटसकर सूत्र म्हणून संबोधले गेले. सीमा आखताना हेच सूत्र वापरणे शास्त्रशुद्ध ठरेल आणि मग हितसंबंधीयांचे दबाव तापदायक ठरणार नाहीत (जोशी, १९८६ : ७, ८).

स्वातंत्र्यानंतरच्या काळात राज्यांची पुनर्रचना करणे आवश्यक बनले. पण हा प्रश्न ऐरणीवर येऊन लोकांचे तिकडेच लक्ष जावे ही गोष्ट पंडित नेहरूंना मान्य नसल्यामुळे हा प्रश्न वादग्रस्त बनला. सरकारने फाझलअली समितीची स्थापना करून याचा विचार करावयास सुरुवात केली. या राज्यांच्या पुनर्रचनेत महाराष्ट्राचा प्रश्न महत्त्वाचा होता; कारण जुन्या मुंबई राज्यात गुजरात, प. महाराष्ट्र आणि उत्तर कर्नाटकाचा समावेश होता. राजकीय व आर्थिकदृष्ट्या अग्रेसर असणाऱ्या या बहुभाषिक प्रांताचे विघटन करण्याची सरकारची तयारी नव्हती. मुख्य प्रश्न मुंबईचा होता आणि गुजराथी लोकांचे असे मत होते की, मुंबईवर गुजराथी लोकांचा अधिकार आहे. मुख्यमंत्री मोरारजी देसाई यांच्या हडेलहप्पीपणामुळे हा प्रश्न जास्त गंभीर बनला (व्होरा, २००१ : ७७).

सुप्रीम कोर्टाचे न्यायाधीश फाझलअली, डॉ. हृदयनाथ कुंझरू आणि डॉ. के. एम. पणिक्कर या तीन सदस्यांचे राज्य-पुनर्रचना कमिशन १९५३ च्या डिसेंबरमध्ये नियुक्त झाल्यानंतर पुढल्या तीन-चार महिन्यांत निरनिराळ्या राज्यांत समित्या स्थापन होऊन भाषावार प्रांतरचनेचा अनुकूल निर्णय करून घेण्यासाठी आंदोलनाची तयारी सुरू झाली. त्यावेळी काँग्रेस-पक्षासह सर्वपक्षीय अशी संयुक्त महाराष्ट्र परिषद स्थापन झाली. शंकरराव देव, केशवराव जेधे, भाऊसाहेब हिरे, देवकीनंदन नारायण, डॉ. धनंजयराव गाडगीळ, श्री. अ. डांगे, डॉ. नरवणे, प्रि. द. रा. घारपुरे, मामासाहेब देवगिरीकर, यशवंतराव चव्हाण, ना. ग. गोरे, एस.एम.जोशी, रिपब्लिकन पक्ष, शेतकरी-कामगार पक्ष आदि विविध पक्षांचे नेतेही यात सामील झाले (जोशी, १९७६ : १११). २४ ऑगस्ट १९५४ रोजी भाऊसाहेब हिरे यांच्या नेतृत्वाखाली संयुक्त महाराष्ट्र परिषदेच्या वतीने एका शिष्टमंडळाने राज्यपुनर्रचना आयोगाच्या सदस्यांशी चर्चा केली. या शिष्टमंडळात यशवंतराव चव्हाण, नानासाहेब कुंटे, एस.एम.जोशी, तुळशीदास जाधव, केशवराव जेधे, धनंजयराव गाडगीळ होते (फडके, १९९७ : २५२).

आंध्र प्रांतीयांची मागणी मान्य झाल्याने अन्य भाषिकांनी देखील आपल्या मागण्या पुढे रेटायला सुरुवात केली. तसे पाहिले तर संयुक्त महाराष्ट्राची मागणी मराठी साहित्य

संमेलनाने प्रथम केली, पुढे ती महाराष्ट्र काँग्रेसचे नेते शंकरराव देव, भाऊसाहेब हिरे, यशवंतराव चव्हाण, महामहोपाध्याय दत्तो वामन पोतदार, अर्थतज्ज्ञ धनंजयराव गाडगीळ, काकासाहेब गाडगीळ यांनी उचलून धरली. डाव्या विचारसरणीचे पक्षही त्यात सहभागी झाले. महाराष्ट्रातील समाजवादी नेते नानासाहेब गोरे संयुक्त महाराष्ट्र परिषदेस उपस्थित राहात; पण आंदोलन सुरू झाले तेव्हा ते गोवा मुक्तीच्या आंदोलनात भाग घेतल्यामुळे पणजीच्या आग्वादच्या कारागृहात होते. त्यांना बारा वर्षांची शिक्षा पोर्तुगिजांनी ठोठावली होती, त्यामुळे संयुक्त महाराष्ट्र परिषदेमध्ये समाजवाद्यांपैकी एस.एम.जोशींना उपस्थित राहावे लागे. शिवाय त्यावेळी पुणे शहरातून विधानसभेमध्ये एस.एम.जोशी निवडून गेले होते (रसिक, दिवाळी अंक, १९८२ : २). एस.एम.जोशींनी समाजवादी विचारसरणीतील शेतकरी व कामगारांच्या संघटना यावरच लक्ष केंद्रित केले होते. आचार्य विनोबा भावे यांचे भूदान आंदोलन, कामगार संघटना, सेवादल ही एसेम जोशींची प्रमुख कार्यक्षेत्रे होती. तसे पाहिले तर भाषिक चळवळीकडे ते विशेष लक्ष देत नसत.

१९५२ साली विधानसभेवर निवडून गेल्यानंतर तेथील परिस्थिती पाहिल्यानंतर मात्र एसेम जोशींना वाटू लागले की, 'देशात लोकराज्य व्हावयाचे असेल तर शासनाचा कारभार स्थानिक भाषेतून चालला पाहिजे.' पण तेथे सारे इंग्रजीतून चाले. त्यांच्यासारख्या इंग्रजी येणाऱ्या सभासदालाही आपले विचार आणि भावना नीट प्रकट करता येत नसत, मांडता येत नसत. मग इंग्रजीचा चांगला अभ्यास नसलेल्या प्रतिनिधींची काय अवस्था होते ते एसेमनी पाहिले होते. यानंतर एसेम जोशी संयुक्त महाराष्ट्र परिषदेच्या कामात भाग घेऊ लागले (काळे, १९८८ : १०). केंद्रीय शासनाने न्या. फाझलअली यांच्या अध्यक्षतेखाली राज्य पुनर्रचनेच्या प्रश्नाचा अभ्यास करून अहवाल सादर करण्यासाठी खास कमिशन नेमले होते. फाझलअली कमिशनने इतर भाषिकांना न्याय दिला, पण महाराष्ट्रावर मात्र अन्याय केला. विदर्भाचे वेगळे राज्य करून गुजराथी आणि उरलेल्या मराठी भाषिकांचे समतोल द्विभाषिक आमच्या माथी मारले. संयुक्त महाराष्ट्र परिषदेने भाषिक राज्याच्या प्रश्नाचे सर्व बाजूंनी सखोल अध्ययन करून सर्व देशाच्या दृष्टीने एक उत्कृष्ट अहवाल कमिशनला सादर केला होता; पण कमिशनने त्याची कदर केली नाही. उलट, महाराष्ट्रावर घोर अन्याय केला. त्या अन्यायाचा प्रतिकार करण्याशिवाय संयुक्त महाराष्ट्र परिषदेला गत्यंतरच नव्हते (रसिक दिवाळी अंक, १९८२ : २).

## संयुक्त महाराष्ट्राच्या आंदोलनातील देदीप्यमान पर्व

१० ऑक्टोबर १९५५ रोजी राज्य पुनर्रचना आयोगाचा अहवाल अधिकृतरीत्या प्रसिद्ध करण्यात आला. मात्र त्याआधी किमान तीन आठवडे या अहवालातील शिफारशी वृत्तपत्रांनी प्रसिद्ध करण्यास सुरुवात केली होती. मुंबईसह महाराष्ट्राची मागणी आयोग

फेटाळणार हे उघड झाले होते. आयोगाने महाविदर्भ वगळून संयुक्त द्विभाषिक मुंबई राज्य निर्माण करावे अशी शिफारस केली होती (फडके, १९९७ : २५२). भारतातील निरनिराळ्या राज्यांत व संस्थानांमध्ये विभागलेल्या सर्व मराठी मुलखांचे एकीकरण करून संयुक्त महाराष्ट्राचे एक घटक राज्य बनवावे या मागणीचा पुरस्कार महाराष्ट्रातील काँग्रेससहित सर्व पक्षांनी केला होता. किंबहुना इतर पक्षांपेक्षा महाराष्ट्र काँग्रेसचा आग्रहच अधिक होता. या कामासाठी सर्वपक्षीय अशी संयुक्त महाराष्ट्र परिषद संघटित करण्याच्या कामी महाराष्ट्रातील श्री. शंकरराव देव, भाऊसाहेब हिरे प्रभृति काँग्रेस पुढारीच अग्रेसर होते. राज्य पुनर्रचना कमिशनसमोर महाराष्ट्राची बाजू या परिषदेमार्फत सर्वांनी एकमुखाने मांडली होती (राजहंस, १९५८ : ३६).

काँग्रेसश्रेष्ठींशी वाटाघाटी करावयाला जे महाराष्ट्रीय पुढारी दिल्लीला गेले होते, त्यांच्यापुढे श्रेष्ठींनी मोठा डाव टाकला. ते म्हणाले, 'द्विभाषिक राज्याचा हा प्रयोग तुम्ही पाच वर्षेपर्यंत करून तर पाहा, नाहीतर मुंबईवरचा हक्क सोडा. म्हणजे गुजरात आणि महाराष्ट्र ही दोन भाषिक राज्ये ताबडतोब अस्तित्वात येतील.' महाराष्ट्रीय पुढाऱ्यांनी या दोन्हीही गोष्टींना साफ नकार दिला, कारण त्यांना ठाऊक होते की द्विभाषिक राज्यात महाराष्ट्र राहिला तर तो भांडवलवाल्यांचा दास होईल आणि मुंबईवाचून महाराष्ट्र राहिला तर तो भुकेकंगाल होईल; म्हणूनच मुंबईसह संयुक्त महाराष्ट्र झाल्याशिवाय मराठी लोकांना दुसरा तरणोपाय नव्हता.

मुंबई महाराष्ट्रात गेली तर भारतातील पहिले समाजवादी राज्य महाराष्ट्रामध्ये अस्तित्वात येईल आणि मुंबई शहरातील आपले भांडवलदारी वर्चस्व संपुष्टात येईल अशी भांडवलदारांना सर्वांत मोठी भीती वाटत होती. म्हणून झाले तर द्विभाषिक राज्य, नाहीतर मुंबईचे स्वतंत्र राज्य ह्यापेक्षा तिसरा कोणताही पर्याय कबूल करायला भांडवलवाल्यांची मुळी तयारीच नव्हती.

संयुक्त महाराष्ट्राच्या लढ्यामध्ये आपण जर भाग घेतला नाही तर संयुक्त महाराष्ट्राबरोबर आपणही महाराष्ट्राच्या राजकीय आयुष्यातून कायमचे नामशेष होऊ असे महाराष्ट्रातल्या काँग्रेसवाल्यांना त्यावेळी भय वाटले, म्हणून शंकरराव देवांच्या नेतृत्वाखाली सारे एकत्र झाले. संयुक्त महाराष्ट्र परिषदेने शंकरराव देवांना सर्वाधिकारी बनविले. पंडित नेहरूंनी शंकरराव देवांना विचारले, 'तुम्हाला मुंबई हवी का महाराष्ट्र हवा आहे?' तेव्हा शंकरराव देव म्हणाले होते की, ''हा तुमचा प्रश्न 'शरीर हवे की आत्मा हवा' अशासारखा आहे. मुंबईशिवाय संयुक्त महाराष्ट्राची मी कल्पनाच करू शकत नाही.''

त्यावर काँग्रेसश्रेष्ठी म्हणाले, 'हा प्रश्न आपण पाच वर्षे तहकूब करूया. सध्या तीन राज्ये निर्माण करू. महाराष्ट्रात विदर्भ आणि मराठवाडा घालू. पाच वर्षांनंतर मुंबई महाराष्ट्रात घालायची की नाही ते बघू.' शंकरराव देव म्हणाले, ''पाच वर्षांची तर गोष्टच सोडा, पण

हृदय शरीरापासून पाच मिनिटे तरी दूर राहू शकेल काय?'' पंडित नेहरू म्हणाले, 'विदर्भासह द्विभाषिक मुंबई राज्याचा पर्याय स्वीकारण्याबाबत मी माझ्या सहकाऱ्यांजवळ शब्द खर्च करतो' (अत्रे, १९८८ : ९७, ९८). प्रथमपासून संयुक्त महाराष्ट्राच्या प्रश्नाचेस्वरूप सर्वपक्षीय असे होते. त्यामध्ये पक्षभेदांना कोणत्याही प्रकारचे स्थान नव्हते. परंतु राज्य पुनर्रचना मंडळाचा अहवाल प्रसिद्ध झाल्यावर काँग्रेस पुढाऱ्यांनी हा प्रश्न जणू आपल्या पक्षाचा अंतर्गत प्रश्न आहे अशी भूमिका घेऊन संयुक्त महाराष्ट्राची फळी प्रथम ढिली केली.

१७, १८ व १९ ऑक्टोबर १९५५ रोजी महाराष्ट्र प्रदेश काँग्रेसच्या देव, हिरे, गाडगीळ, कुंटे, देवगिरीकर आणि यशवंतराव चव्हाण यांनी नेहरू, गोविंद वल्लभ पंत, मौलाना आझाद व काँग्रेस अध्यक्ष ढेबर यांच्याबरोबर वाटाघाटी केल्या (राजहंस, १९५८ : २६). 'तथाकथित समतोल साधलेले द्वैभाषिक पत्करून मुंबईसह गुजरातबरोबर सहजीवन जगा. हा प्रयोग पाच वर्षे करून पाहा.' असे काँग्रेसश्रेष्ठींनी दिल्लीतील वाटाघाटीत सांगितले; तर शंकरराव देवांनीही श्रेष्ठींपुढे  एक नवा पर्याय ठेवला. फाझलअलींच्या मूळ योजनेत जो विदर्भ अलग ठेवला आहे तो द्वैभाषिकात घालून एक विशाल द्वैभाषिक बनवा व पाच वर्षे या विशाल द्वैभाषिकाचा प्रयोग करून पाहा. नंतर गुजरातला या द्वैभाषिकातून बाहेर पडावेसे वाटले तर त्याला तशी मुभा द्या, असा तो पर्याय होता. दिल्लीतील श्रेष्ठी या तोडग्यास अनुकूल नव्हतेच. फाझलअलींनी शिफारस केलेले विदर्भ वगळून उर्वरित महाराष्ट्र-गुजरात द्वैभाषिक स्वीकारा किंवा मुंबई शहराचे स्वतंत्र राज्य करून गुजरात-मुंबई-महाराष्ट्र अशी त्रिराज्य योजना स्वीकारा हेच दोन पर्याय काँग्रेसश्रेष्ठींना मान्य होते. शंकरराव देवांची विदर्भासह विशाल द्वैभाषिकाची योजना महाराष्ट्र काँग्रेसने स्वीकारली, पण संयुक्त महाराष्ट्र परिषदेने तर्कशुद्ध भूमिका घेऊन नाकारली. संयुक्त महाराष्ट्र परिषद ही जर एकभाषिक राज्यनिर्मितीचे तत्त्व स्वीकारून निर्माण झाली तर तो मुंबईचा लाभ होतो एवढ्यासाठी तत्त्वच्युती पत्करणार नाही. गुजरात आणि मुंबई यांना शंकरराव देवांची विशाल द्वैभाषिक योजना मुळातच अविश्वासाच्या पायावर उभी आहे असे वाटले व त्यांनी ती झिडकारली. स्वाभाविकपणे त्रिराज्य योजनेचा निर्णय काँग्रेस कार्यकारिणी घेणार हे दिसू लागले (जोशी, १९८६ : १९५, १९६). दि. २३ ऑक्टोबर १९५५ रोजी झालेल्या संयुक्त महाराष्ट्र परिषदेच्या बैठकीत शंकरराव देवांच्या तडजोड मसुद्याला पाठिंबा द्यावा अशी सूचना आली होती; पण श्री. एस.एम.जोशी, महामहोपाध्याय द. वा. पोतदार वगैरेंनी ती हाणून पाडली. याच सभेत श्री. एस.एम.जोशी यांनी परिषदेमार्फत एक दिन पाळून मुंबईसह संयुक्त महाराष्ट्राच्या मागणीचा पुनरुच्चार करावा अशी सूचना आणली होती. पण परिषदेतील काँग्रेस पुढाऱ्यांनी ती अमान्य केल्यामुळे काँग्रेसखेरीज इतर पक्षांचे पुढारी व अन्य काही स्वतंत्र महाराष्ट्रीय नेते यांनी स्वतंत्रपणे 'ता. ६ नोव्हेंबर १९५५ रोजी

संयुक्त महाराष्ट्र दिन साजरा करावा' अशी महाराष्ट्रीय जनतेला विनंती केली (राजहंस, १९५८ : ३८).

## त्रिराज्य योजना

त्रिराज्य योजनेवर मुंबई विधानसभेत ठराव आला तेव्हा तो रोखण्याचे काम दोन तासांवर अधिक भाषण करून श्री. एसेम जोशी यांनीच केले. 'मुख्यमंत्र्यांनी जे भाषण केले ते महाराष्ट्रीयनांच्या मनात कटुता निर्माण करणारे आहे.' असे एसेमनी त्यादिवशी श्री. मोरारजी देसाईंना सुनावले (गडकरी, १९८७ : २३). नामदार मुख्यमंत्र्यांनी जो ठराव मांडला आहे त्यामध्ये भाषावार प्रांतरचनेचे तत्त्व नाही; इतकेच नव्हे तर त्या अन्वये लोकशाहीची विटंबना करण्यात आली आहे. न्यायाची चाड राहिलेली नाही. प्रस्तुत ठरावान्वये विशेषत: मुंबईसंबंधी त्यात जी सूचना करण्यात आली आहे त्या सूचनेन्वये आपण जनतेच्या इच्छा आकांक्षांवर पाणी फिरवणार की काय असा प्रश्न निर्माण झाला आहे, असे एसेमनी स्पष्ट मत व्यक्त केले (जोशी, १९८६ : १९७). दि. ५ नोव्हेंबर १९५५ रोजी नरे पार्कवर १२० ट्रेड युनियन संघटनांतर्फे कामगारांची संयुक्त महाराष्ट्र परिषद आयोजित करण्यात आली. श्री. एस.एम.जोशी अध्यक्षस्थानी होते. ते म्हणाले, ''येत्या वर्किंगकमिटीच्या बैठकीत जर संयुक्त महाराष्ट्राची मागणी मान्य केली नाहीत तर लोकमान्य टिळकांना शिक्षा झाल्यानंतर पुढाऱ्यांचे मार्गदर्शन नसताना कामगार वर्गाने जसे उत्स्फूर्त निदर्शन केले तसे निदर्शन कामगार करतील.'' सरकारने ८ नोव्हेंबर १९५५ रोजी त्रिराज्य योजना जाहीर केली. यामुळे गुजरातला खरोखरीच भाषिक राज्य मिळत होते, पण महाराष्ट्रापासून मुंबई वेगळी केली जात होती आणि महाविदर्भ मागेपुढे मनधरणी करून मिळवावा लागणार होता. या आघाताविरुद्ध संघटितपणे निदर्शने करण्याचे काम मुंबईतील कामगारवर्गच करू शकत होता. म्हणून एसेमच्या नेतृत्वाखाली ट्रेड युनियन्स व राजकीय पक्षांचे प्रतिनिधी यांची एक सभा घेऊन कृती समिती निर्माण केली. संयुक्त महाराष्ट्र परिषद आता काही करू शकेल असे वाटत नव्हते (जोशी, १९८६ : १९६).

राज्यपुनर्रचना मंडळाचा अहवाल प्रसिद्ध झाल्यानंतर महाराष्ट्रातील काँग्रेस पुढारी व दिल्लीचे काँग्रेसश्रेष्ठी आणि गुजरात व मुंबई येथील काँग्रेस नेते यांनी वाटाघाटीचा घोळ एक महिनाभर घातला. शेवटी १२-१३ नोव्हेंबर १९५५ रोजी भरलेल्या काँग्रेस वर्किंग कमिटीने विदर्भासह महाराष्ट्राचे एक राज्य, मुंबईचे स्वतंत्र राज्य व महागुजरात अशी त्रिराज्य योजना सुचविली आणि दि. १८ नोव्हेंबर १९५५ रोजी मुंबई विधानसभेचे एक खास अधिवेशन बोलवून तेथे या त्रिराज्य योजनेला संमती मिळविण्याचे ठरविले.

**संयुक्त महाराष्ट्राचे रणशिंग**

सरकारच्या या लोकशाहीविरोधी धोरणाचा निषेध करण्यासाठी व मुंबईच्या जनतेचे मत सदस्यांना कळविण्यासाठी कौन्सिल हॉलवर नागरिकांचा एक मोर्चा न्यावा अशी सूचना परिषदेचे सर्वाधिकारी श्री. शंकरराव देव यांना करण्यात आली; पण शंकरराव देवांनी या गोष्टीस नकार दिला. तेव्हा मुंबईतील अन्य पक्षीयांनी दि. १८ नोव्हेंबरचे निदर्शन व एक दिवसाचा लाक्षणिक संप करण्यासाठी एक तात्पुरती कृति समिती नेमली (राजहंस, १९५८ : ३८). विशाल द्विभाषिकाचा महाराष्ट्र काँग्रेसने जो पर्याय सुचविला तो काँग्रेसश्रेष्ठींनी नाकारला आणि तीन राज्यांची योजना जाहीर केली. ह्या तीन राज्यांचा निषेध करण्यासाठी शिवाजी पार्कवर 'उत्तर मुंबई नागरिक परिषद' १५ नोव्हेंबर रोजी भरली. ह्या परिषदेचे अध्यक्ष एस.एम.जोशी होते. स्वागताध्यक्ष आचार्य प्र. के. अत्रे होते. दि. १८ नोव्हेंबर रोजी कौन्सिल हॉलवर संयुक्त महाराष्ट्रवादी मोर्चा नेण्याचा निर्णय ह्या परिषदेने घेतला (दै. मराठा : १९५६). सेनापती बापट, आचार्य अत्रे, कॉ. मिरजकर, प्रा. मधु दंडवते यांनी विधानसभेवर दि. १८ नोव्हेंबरला बाहेरून मोर्चा न्यावयाचा व विधानसभेत येणाऱ्या ठरावाला दुरुस्ती सुचवून एसेमनी आतून लढा द्यायचा असे ठरले (जोशी, १९८६ : २, १९६). महाराष्ट्रातील काँग्रेस नेत्यांनी सुचविलेला विशाल द्विभाषिक राज्याचा तोडगा गुजरात व मुंबई प्रदेश काँग्रेस समित्यांनी झिडकारल्यामुळे काँग्रेसश्रेष्ठींनी मुंबईचे स्वतंत्र शहर राज्य करावे असे सुचविले. महाराष्ट्र काँग्रेसच्या याबाबतच्या गुळमुळीत ठरावावर विरोधी पक्षाच्या महाराष्ट्रातील नेत्यांनी कडक टीका केली. १८ नोव्हेंबर १९५५ रोजी सभाबंदीचा हुकूम मोडून सत्याग्रह केला जाईल अशी घोषणा एस.एम.जोशी यांनी केली व त्याप्रमाणे १८ नोव्हेंबर रोजी सेनापती बापट, आचार्य अत्रे व भाई मिरजकर यांच्या नेतृत्वाखाली ५०० लोकांचा मोर्चा काढून सत्याग्रह केला. १८ नोव्हेंबर १९५५ रोजी संयुक्त महाराष्ट्राच्या सत्याग्रहाचे पहिले रणशिंग फुंकले. या सत्याग्रहाने संयुक्त महाराष्ट्र चळवळीच्या अत्यंत उग्र पर्वास सुरुवात झाली.

सेनापती बापट, आचार्य अत्रे वगैरेंना झालेल्या अटकेच्या निषेधार्थ २१ नोव्हेंबर रोजी मुंबईत हरताळ व सार्वत्रिक संप करण्याचे ठरविले (फडके, १९९७ : २५३). 'मुंबईसह संयुक्त महाराष्ट्र झालाच पाहिजे.' अशी जनतेची एकच मागणी होती. जनतेचे म्हणणे ऐकून घेण्यासाठी श्री. मोरारजी देसाई किंवा स्वत:ला संयुक्त महाराष्ट्रवादी म्हणविणारे श्री.भाऊसाहेब हिरे हे बाहेर तर आलेच नाहीत; उलट, या शांत जमावावर लाठीहल्ला करण्यात आला, अश्रूधूर सोडण्यात आला पण लोकांनी शांततेचा भंग मुळीच केला नाही (राजहंस, १९५८ : ३८).

२० नोव्हेंबर १९५५ रोजी तीन राज्यांच्या योजनेचा प्रचार करण्यासाठी स. का. पाटलांनी आपल्या अध्यक्षतेखाली मुंबईचे मुख्यमंत्री मोरारजी देसाई ह्यांची सभा मुंबई

चौपाटीवर घेतली. 'संयुक्त महाराष्ट्र' वाद्यांना स. का. पाटील आणि मोरारजी देसाई यांनी जाहीर आव्हानच दिले. सभेला मराठी माणसांचा महासागर पसरला होता. मुंबईसह महाराष्ट्राचा प्रचंड जयजयकार सर्वत्र निनादू लागला. व्यासपीठाच्या दिशेने दगडफेक झाली. स. का. पाटील म्हणाले, ''तुम्ही सारे संयुक्त महाराष्ट्रवाले नालायक आहात. राज्य करण्याची तुमची पात्रता नाही. पाच वर्षांत काय, पण पाच हजार वर्षांत मुंबई महाराष्ट्राला मिळणार नाही. आकाशात चंद्र-सूर्य असेपर्यंत मुंबई तुम्हाला मिळणार नाही.'' मोरारजी देसाईंचेही माथे भडकले. ते म्हणाले, ''जोपर्यंत काँग्रेस जिवंत आहे तोपर्यंत मुंबई तुम्हाला मिळणार नाही'' (दै. मराठा : २). स. का. पाटील व मोरारजी देसाई यांच्या वक्तव्यामुळे लोक अधिकच चिडले. महाराष्ट्राच्या काँग्रेस नेत्यांनी सभेतील प्रकाराचा निषेध केला आणि प्रायश्चित्त म्हणून शंकरराव देवांनी ५ दिवसांचे उपोषण सुरू केले (फडके, १९९७ : २५४).

यानंतर दि. २१ नोव्हेंबर १९५५ रोजी त्रिराज्य-योजनेच्या निषेधार्थ मुंबईमध्ये एक दिवसाचा सार्वत्रिक संप पुकारण्यात आला. चार लाख नागरिकांचा मोर्चा कौन्सिल हॉलकडे निघाला. तो फ्लोरा फाऊंटनजवळ अडविण्यात आला आणि या नि:शस्त्र नागरिकांवर बेदरकारपणे गोळीबार करण्यात आला. या गोळीबारात १४ जण ठार झाले तर कित्येक जण जखमी झाले. पुढे घडणाऱ्या महाभारताची ही नुसती नांदी होती. श्री. एस.एम.जोशी, श्री. नौशीर भरुचा व डॉ. अमूल देसाई हे विरोधी पक्षाचे नेते गोळीबाराचे वृत्त ऐकताच विधिमंडळाचे कामकाज सोडून फ्लोरा फाऊंटनकडे गेले. त्यांनी गोळीबारामुळे खवळलेल्या जनतेला शांत करून चौपाटीवर नेले आणि तिथे भरलेल्या विराट सभेत भाषण करून शांततेने घरी जाण्यासाठी लोकांची मने वळविली (खाडीलकर, १९८० : ६९). एस.एम.जोशी यांनी जनतेला शांततेने लढा करण्याचा आदेश दिला. त्रिराज्य योजनेवरील ठराव 'निर्णय न घेता त्यावरील चर्चा तहकूब करावी' अशा सूचनेच्या स्वरूपात पुढे आला. भाऊसाहेब हिरे यांनीच तो मांडला. २३२ वि. २८ असे मतदान होऊन हिऱ्यांची सूचना मंजूर झाली व अधिवेशन तहकूब झाले (जोशी, १९८६ : २०१).

### एस.एम.जोशींच्याकडे संयुक्त महाराष्ट्र लढ्याचे नेतृत्व

संयुक्त महाराष्ट्राच्या मागणीचे व्यासपीठ प्रथमपासूनच सर्वपक्षीय राहिले होते आणि हे ऐक्य जितके अधिक व्यापक प्रमाणात टिकविता येईल तितके टिकवावे असे प्रजा सोशालिस्ट पक्षाचे धोरण होते. म्हणूनच दि. २१ नोव्हेंबरच्या संपासाठी नेमलेल्या कृति समितीलाच कायम स्वरूप देण्यास किंवा पुण्यास लोहियावादी व कम्युनिस्टांनी बनविलेल्या नागरिक मोर्चास प्रजा सोशॅलिस्ट पक्षाने पाठिंबा दिला नाही. पुढील काळातही संयुक्त महाराष्ट्र लढ्याचे मार्गदर्शन परिषदेने करावे अशीच प्रजा समाजवादी पक्षाची इच्छा होती.

त्याचप्रमाणे जनतेच्या दडपणाखाली राजीनामे देण्यास तयार झालेल्या काँग्रेस आमदारांना लढ्यातून फुटून जाण्याची संधी मिळू नये म्हणून इतक्यात नवी कृतीसमिती बनविण्याला प्रजा समाजवादी पक्षाचा विरोध होता व त्या दृष्टीने साथी एस.एम.जोशी हे शंकरराव देवांचे मन वळविण्याचा प्रयत्न करीत होते. हे जमले नाही तर संयुक्त महाराष्ट्र परिषदेमधील जे सदस्य लोकशाही व शांततामय मार्गांनी लढ्याला तयार असतील अशांची एक समिती बनवून लढा चालवावा अशी प्रजा समाजवादी पक्षाची भूमिका होती. विधानसभेचे अधिवेशन तहकूब झाल्यावर काँग्रेसचे नेते वाटाघाटी करण्यासाठी पुन्हा दिल्लीला गेले होते. दिल्लीस जाताना श्री. भाऊसाहेब हिरे व श्री. काकासाहेब गाडगीळ यांनी मुंबईला मोठमोठ्या जाहीर सभांतून पुन्हा संयुक्त महाराष्ट्राच्या घोषणा केल्या होत्या. या सर्व परिस्थितीचा विचार करून महाराष्ट्र प्रजा समाजवादी पक्षाने ठाणे येथे दि. २, ३ व ४ डिसेंबर १९५५ रोजी आपले खास अधिवेशन भरवून संयुक्त महाराष्ट्र परिषदेनेच हा लढा पुढे चालवावा असे आवाहन केले व ते जमले नाही तर सर्व संयुक्त महाराष्ट्रवादी शक्तींना एकत्र करण्याच्या कामी पुढाकार घेण्याचा आदेश साथी एस.एम.जोशी यांना देणारा ठराव मंजूर केला (राजहंस, १९५८ : ४०).

महाराष्ट्रात सर्वांना एकत्र आणण्याचे काम एस.एम.जोशी यांच्याशिवाय अन्य कोणी करू शकणार नाही. कम्युनिस्टांच्या प्रामाणिकपणावर लोकांचा विश्वास नाही. शिवाय कम्युनिस्टांकडे चळवळीचे नेतृत्व गेले तर जे अनेक काँग्रेसवाले ह्या प्रश्नावर आपल्याबरोबर येऊ इच्छितात ते दूर राहतील. सर्वांचा विश्वास बसेल, सर्वांना लढ्याला योग्य वळण देण्याचे काम एस.एम.जोशीच करू शकतील असे ठाणे येथील प्रजा समाजवादी पक्षाच्या महाराष्ट्र प्रांतिक अधिवेशनात ठरविण्यात आले (प्रधान १९८८ : २३५).

## महाराष्ट्रातील काँग्रेस नेत्यांचे बोटचेपे धोरण

अहवालापूर्वी फाझलअली यांनी स्वत:च महाराष्ट्राची मागणी मान्य करणार असल्याचे सांगूनही प्रत्यक्ष अहवालात मात्र तशी शिफारस केली नाही. त्यामुळे मंडळावर दबाव आणला गेला असावा असा संशय वाढीस लागला. पंडित नेहरू त्याचा इन्कार करू लागले. १० ऑक्टोबर १९५५ रोजी अहवालाच्या शिफारसी बाहेर पडल्या. ह्या वेळेपर्यंत संयुक्त महाराष्ट्र परिषदेचे काम नाममात्रच होते. महाराष्ट्रात तंग वातावरण निर्माण झाले. ह्या परिस्थितीतून मार्ग काढण्यासाठी दिनू रणदिवे यांच्या नेतृत्वाने सुरू झालेल्या दादर युवक सभेने १६ ऑक्टोबर १९५५ रोजी शिवाजी पार्कवर सर्वपक्षीय संयुक्त महाराष्ट्रवादी युवक परिषद भरवली होती. या परिषदेला १४००० प्रतिनिधी आले होते. काकासाहेब गाडगीळ यांनी काँग्रेसच्या वतीने या परिषदेत भाषण करून 'आम्ही आमची शस्त्रे शमीच्या झाडावर ठेवली आहेत.' असे जाहीर केले. अखेर शंकरराव देवांच्या

नेतृत्वाखालील संयुक्त महाराष्ट्र परिषदेचे २३ ऑक्टोबर १९५५ रोजी विसर्जन झाले. मुंबईत दिनू रणदिवे यांच्या पुढाकाराने भरविलेली परिषद व पुण्यात एस.एम.जोशी यांनी घेतलेला पुढाकार यामुळे पुढे काँग्रेस वगळता इतर पक्षांची संयुक्त महाराष्ट्र परिषद बरखास्त करण्यापूर्वी परिषदेचे शिष्टमंडळ दिल्लीला गेले आणि त्याने विशाल द्वैभाषिकाचा तोडगा सुचविला. द्वैभाषिकाच्या पर्यायाला परिषदेचे उपाध्यक्ष म. म. दत्तो वामन पोतदार, एस.एम.जोशी, एस. ए. डांगे, यशवंतराव मोहिते आदींचा तीव्र विरोध होता. पोतदारांनी या पर्यायाच्या निषेधार्थ उपाध्यक्षपदाचा राजीनामा देण्याची तयारी दर्शविली. काँग्रेस नेत्यांनी घेतलेल्या भूमिकेमुळे परिषदेचे काम चालणे शक्यच नव्हते. हिरे-कुंटे यांनाही द्वैभाषिकाचा तोडगा मान्य नव्हता. आपण न्याय मागत आहोत अशा परिस्थितीत आपणच पर्याय सुचवू नये असे सुरुवातीला हिरे-कुंटे यांना वाटत होते. यशवंतराव चव्हाणही 'आपण पर्याय सुचवू नये' असे म्हणत होते.

देवांनी विशाल द्वैभाषिकाचा तोडगा १९५५ च्या ऑक्टोबरच्या मध्यास सुचविला. तेव्हा शंकरराव देवांनी विश्वासघात केला असा आरोप यशवंतराव चव्हाण यांनी केला होता. सरदार पटेलांनी १९४९ मध्ये विदर्भाशिवाय द्वैभाषिक राज्याची कल्पना प्रथम मांडली होती. त्यामुळे काँग्रेसश्रेष्ठी मुंबई-विदर्भासह विशाल द्वैभाषिकाचा तोडगा मानतील असे देवांना वाटत होते. परंतु देवांचा हा अंदाजही साफ चुकला होता. काँग्रेसश्रेष्ठी तडजोड करण्यासही तयार नाहीत किंवा महाराष्ट्राला न्यायही देण्यास तयार नाहीत हे स्पष्ट झाले तेव्हा काँग्रेसच्या सर्व आमदार व पदाधिकाऱ्यांनी राजीनामे द्यावेत व दबाव आणावा असा विचार काकासाहेब गाडगीळ, भाऊसाहेब हिरे आदी नेत्यांचा होता. यशवंतराव चव्हाण यांचा या गोष्टीला विरोध होता. फार मोठ्या प्रमाणावर महाराष्ट्रातील काँग्रेस आमदार राजीनामे देण्यास तयार होते. परंतु 'महाराष्ट्र काँग्रेसमधील फूट टाळण्यासाठी प्रयत्न करा' अशी गळ यशवंतरावांनी मोरारजींना घातली असल्याचे शंकरराव देव यांनी मृत्यूपूर्वी काही दिवस आधी सांगितले होते.

मुंबईमध्ये २९ नोव्हेंबर १९५५ रोजी महाराष्ट्राची मागणी करणाऱ्या एका जमावाचा प्रक्षोभ अनावर झाला. जमावावर पोलिसांनी गोळीबार केला. आगीत तेल पडावे तशी परिस्थिती या गोळीबारामुळे निर्माण झाली. गोळीबाराचा निषेध करण्याकरिता महाराष्ट्र काँग्रेसच्या ११६ आमदारांनी आपले राजीनामे शंकरराव देव व भाऊसाहेब हिरे यांच्याकडे दिले होते. राजीनामे देण्यास यशवंतरावांनी विरोध केला. 'राजीनाम्याची मागणी करणारे लेखी पत्र आपल्याला द्यावे, मगच त्याचा विचार करीन.' अशी भूमिका यशवंतराव चव्हाणांनी घेतली होती. गुजरातचे नेते आपापसांतील मतभेद विसरून एक झाले आणि फाइझलअली मंडळाचा अहवाल आपल्याला अनुकूल करून घेण्यात यशस्वी झाले. महाराष्ट्रात मात्र लेखी पत्राची मागणी करून महाराष्ट्राची मागणी मिळविण्याच्या प्रयत्नात

कोलदांडा घातला जात होता. महाराष्ट्र काँग्रेसमध्ये एकमत नाही हे स्पष्ट झाल्यावर काँग्रेस हायकमांडला मोठीच संधी सापडली. यशवंतरावांनी राजीनामा देण्यास नकार दिल्याबद्दल महाराष्ट्र काँग्रेसने त्याबद्दल नापसंती व्यक्त केल्याची नोंद महाराष्ट्र काँग्रेसच्या दप्तरांत आढळते.

संयुक्त महाराष्ट्राच्या आंदोलन काळात यशवंतराव चव्हाण यांची भूमिका अगदीच अनाकलनीय होती. मुंबई राज्यात मराठी आमदारांची संख्या १४३ होती.

गुजरातचे ९८, कर्नाटकाचे ४३ व मुंबईचे २८ आमदार होते. काँग्रेसच्या आमदारांपैकी ११७ आमदारांनी राजीनामे देण्याची तयारी दर्शविली होती. यशवंतरावांना मानणारे १५-२० आमदार होते. महाराष्ट्र मिळविण्याकरिता राजीनामे देऊन कृती करण्याचे ठरले तेव्हा त्यातून यशवंतरावांनी माघार घेतली. 'मुंबई महाराष्ट्राची असताना संयुक्त महाराष्ट्र मान्य करावयाचा नाही. मुंबईवर गुजरातचा हक्क सांगावयाचा हा 'स्वदेशी वसाहतवाद' आहे' असेही यशवंतरावांनी महाराष्ट्र काँग्रेसच्या बैठकीत भाषण केले होते. स्वदेशी वसाहतवादावर तेव्हा बरेच वादळ झाले. स्वदेशी वसाहतवादाची भाषा बोलून यशवंतराव मराठी माणसाबरोबर राहण्याची आणि कोणतीही कृती करण्याला विरोध करून काँग्रेसश्रेष्ठींची मर्जी सांभाळण्याची कसरत करत होते. स्वदेशी वसाहतवादाचा उल्लेख यशवंतरावांनी केल्यामुळे नेहरूही चिडले. त्यांनी यशवंतरावांना जाबही विचारला (फडणीस, १९७७ : ४८ ते ५०).

१९५५ चा डिसेंबर महिना या आंदोलनाच्या दृष्टीने पर्याय शोधणारा आणि मराठी काँग्रेस नेत्यांत फाटाफूट घडवून आणणाराच ठरला (जोशी, १९८६ : २०१). १ डिसेंबर १९५५ रोजी फलटणच्या मनमोहन राजवाड्यात उत्तर सातारा जिल्हा काँग्रेस समितीची बैठक भरली. या बैठकीस यशवंतराव चव्हाण, मालोजीराव नाईक-निंबाळकर व गणपतराव तपासे हे मोरारजी देसाई यांना मानणारे तीन मंत्री हजर होते. या बैठकीत यशवंतराव चव्हाण यांनी शंकरराव देव यांच्यावर सरळसरळ आणि भाऊसाहेब हिरे यांच्यावर अप्रत्यक्षरीत्या हल्ला चढविला (फडके, १९९७ : २५४). 'पंडित नेहरू व संयुक्त महाराष्ट्र असा जर प्रश्न निर्माण झाला तर पंडित नेहरूंचे नेतृत्वच मी डोळे झाकून स्वीकारीन' असे त्यांनी जाहीर केले. 'महाराष्ट्रापेक्षा नेहरू मोठे आहेत' अशी घोषणा करून यशवंतरावांनी आपली निष्ठा नेहरूचरणी वाहिली. डिसेंबरची सुरुवात अशी फाटाफुटीने झाली तरी २२ डिसेंबर १९५५ रोजी मुंबई महापालिकेने मुंबईसह संयुक्त महाराष्ट्राच्या मागणीस बहुमताने पाठिंबा देऊन मुंबईतील जनतेचा कौल जाहीर केल्याने आंदोलनाचे पाऊल पुढेच पडेल असे एस.एम.जोशींचे मत होते (जोशी, १९८६ : २०१). २७ डिसेंबर १९५५ रोजी मुंबई राज्याचे दारूबंदी मंत्री डॉ. त्र्यं. रा. नरवणे यांनी मंत्रीपदाचा व काँग्रेसच्या सदस्यत्वाचा राजीनामा देऊन मुंबई जन काँग्रेसची स्थापना केली. मुंबई काँग्रेसचे अनेक मराठी भाषिक

नेते जन काँग्रेसमध्ये सामील झाले; म्हणजेच संयुक्त महाराष्ट्राच्या प्रश्नावर जनमत अधिकाधिक संघटित करण्याची कामगिरी काँग्रेसेतर पक्षांनी पार पाडली. महाराष्ट्र प्रदेश काँग्रेसने त्रिराज्य योजना फेटाळल्याने मुंबई राज्याचा पुनर्रचनेचा प्रश्न गुंतागुंतीचा बनला (जैन, १९९३ : २०). संयुक्त महाराष्ट्राच्या प्रश्नावर महाराष्ट्रातील काँग्रेस नेत्यांनी आपल्या कचखाऊ, स्वाभिमानशून्य व संधिसाधू वृत्तीचेच दर्शन घडविले. काँग्रेसश्रेष्ठींच्या विरोधात ठामपणे उभे राहण्याची गोष्ट तर बाजूलाच राहिली; पण काँग्रेसश्रेष्ठींपुढे महाराष्ट्राची बाजू समर्थपणे मांडण्याचे कामही या नेत्यांना करता आले नाही. पक्षश्रेष्ठींच्या तालावर नाचत राहण्यातच त्यांनी धन्यता मानली (पाटील, १९९९ : २८).

## मुंबई केंद्रशासित- पंडित नेहरूंची घोषणा

फ्लोरा फाऊंटनजवळ गोळीबारात १५ जण ठार झाले, पण हे बलिदान व्यर्थ गेले नाही. २२ नोव्हेंबरला विधानसभेत त्रिराज्याचा ठराव बारगळला. पुन्हा मुंबईच्या प्रश्नावर वाटाघाटी सुरू झाल्या आणि २४ डिसेंबर १९५५ ला मुंबईच्या प्रश्नावर निर्णय घेण्यासाठी काँग्रेस वर्किंग कमिटीने नेहरू, पंत, आझाद व ढेबर अशी चौसदस्य समिती नेमली. १६ जानेवारी १९५६ ला पंडित नेहरूंनी निर्णय जाहीर करून मुंबईचे केंद्रशासित राज्य असेल असे जाहीर केले (प्रधान, १९८८ : २४३). पंडित नेहरूंनी भारत सरकारच्या निर्णयाची आकाशवाणीवरून पुढीलप्रमाणे घोषणा केली-

१) मुंबई शहर केंद्रशासनाखाली राहील.
२) विदर्भासह संपूर्ण मराठी भाषिकांची महाराष्ट्र आणि सौराष्ट्र-कच्छसह गुजरात अशी दोन राज्ये निर्माण केली जातील.
३) सीमावाद संबंधितांनी मतैक्यानी सोडवावा.
४) नव्या विस्तारलेल्या म्हैसूर राज्यात सर्व कानडी भाषिक प्रदेशांचा समावेश केला जाईल.
५) भाषिक अल्पसंख्याकांच्या संरक्षणासंबंधी कमिशनने केलेल्या शिफारसी सरकारने मान्य केल्या आहेत.
६) पंजाबचा निर्णय केलेला नाही. तेथील शीख व हिंदु जमातीच्या सहकार्यावर तसेच सद्भावनेवर तो निर्णय अवलंबून राहील.

महाराष्ट्राचा निकाल लागला. शिर धडापासून वेगळे केले गेले. बेळगाव - कारवारची तर वार्ताच नाही. मुंबई गेली (पेंडसे, १९६५ : ३७५). ह्या निर्णयाविरुद्ध मुंबईत अतिशय तीव्र प्रतिक्रिया झाली. लोक अत्यंत प्रक्षुब्ध झाले आणि त्यांच्या संतापाचे उद्रेक ठिकठिकाणी झाले. सरकारने चळवळ दडपून टाकायचे ठरविले. १६ जानेवारी ते २२ जानेवारी १९५६ हा मुंबईच्या जीवनातील काळाकुट्ट आठवडा होता. पोलिसांच्या बेछूट

गोळीबाराला अनेकजण बळी पडले. त्यामुळे जनता दबण्याऐवजी दंगल वणव्यासारखी मुंबईभर पसरली (प्रधान, १९८८ : २४३). मुंबईमध्ये मोरारजी देसाई हे मुंबई राज्याचे तेव्हाचे मुख्यमंत्री होते. मुंबई शहरातील संयुक्त महाराष्ट्रवादी कार्यकर्त्यांची धरपकड करून आणि सशस्त्र पोलीस बंदोबस्तात भरपूर वाढ करून मोरारजीभाईंनी त्यांच्याकडूनही लढ्याची तयारी जारी ठेवली. त्यावेळी काकासाहेब गाडगीळ मुंबईतच होते. चौपाटीवरील विराट सभेत भाषण करताना काकासाहेब म्हणाले ''या तयारीवरून पुढे काय होऊ घातलं आहे ते स्पष्ट झालेले आहे, पण मराठी माणूस छातीवर गोळ्या झेलील, पाठीवर नव्हे.'' मुंबई शहरात १७ जानेवारीला कडकडीत हरताळ पडला. मजूर व विद्यार्थी संपावर गेले. त्यानंतर चार दिवस मुंबईत जे भीषण हत्याकांड झाले त्याची तुलना सालाझारच्याच राजवटीशी करता येईल. दि. १६ ते २१ जानेवारी या सहा दिवसांत एकूण ४६१ वेळा गोळीबार करण्यात आला. त्यात २, ७४२ गोळ्या झाडल्या गेल्या आणि सरकारी आकड्यानुसार ८० लोक ठार व ३८१ लोक जबर जखमी झाले (खाडीलकर, १९८० : ६९, ७०). पुढारी, कार्यकर्ते ह्यांची प्रचंड धरपकड झाली. १८ जानेवारीला भाई डांगे यांना पकडण्यात आले आणि २० जानेवारीला आचार्य अत्रे यांना अटक झाली. मुंबई जळत होती. ती वाचविण्याचा शर्थीचा प्रयत्न संयुक्त महाराष्ट्र समितीचे नेते करीत होते. एस.एम.जोशी सगळीकडे फिरत होते. लोकांना धीर देत होते आणि शांतही करीत होते. मुंबईच्या दु:खाची ही कहाणी कोणाच्याही अंत:करणाला पाझर फोडील इतकी हृदयद्रावक होती. ह्या आठवड्यात ९० जण हुतात्मा झाले. मनगटे पिचली, पण मराठी माणसाचा आवेश अभंग राहिला (प्रधान, १९८८ : २४३).

कम्युनिस्ट, शे. का. पक्ष व लोहियावादी बंडू गोरे यांनी १८ तारखेपासून मुंबईत बेमुदत संप करण्याचा निर्णय घेतला. एस.एम.जोशींनी संपास स्पष्ट नकार दिला. एस.एम.जोशी म्हणाले, ''मला यात धोका दिसतो. मुंबईत एक भाषिक समाज दुसऱ्या भाषिक समाजाशी लढू लागेल आणि भ्रातृभाव पुन्हा प्रस्थापित करणे कठीण होऊन बसेल.'' प्रजा समाजवादी पक्षाच्या कार्यकारिणीत पीटर अल्वारीस, डॉ. जी. जी. पारीख वगैरे काहीजण बेमुदत संप करावा या मताचे होते. एसेमनी बेमुदत संप मान्य नाही हे सांगून पर्याय सुचविला की, विधानसभेतील समाजवादी गटातील नऊही आमदारांनी राजीनामे द्यायचे व शहरात हिंडून शांतता राखण्यासाठी प्रयत्न करायचे. त्याप्रमाणे प्रजा सोशालिस्ट पार्टीवाल्यांनी ठराव केला. या निर्णयानुसार साथी एस.एम.जोशी आदि मुंबई विधानसभेतील प्रजा सोशालिस्ट पक्षाच्या नऊ आमदारांनी विधानसभेच्या अध्यक्षांकडे राजीनामे पाठवून दिले (जोशी, १९८६ : २०२).

मुंबईतील सार्वत्रिक संपाला जरी प्रजा सोशालिस्ट पक्षाचा विरोध होता, तरी महाराष्ट्रावर झालेला अन्याय मुकाट्याने सहन करण्यास ते तयार नव्हते. उलट, जनतेमधील

असंतोषाला आणि प्रक्षोभाला योग्य वळण लावावे अशी प्रजा समाजवादी पक्षाची इच्छा होती. संयुक्त महाराष्ट्र परिषदेकडून ती अपेक्षा पुरी होणे आता अशक्य होते. काँग्रेसने महाराष्ट्राचा विश्वासघात केल्यामुळे काँग्रेस पुढाऱ्यांना व मंत्र्यांना जनतेसमोर येणे अशक्य झाले होते. लोहियावादी व कम्युनिस्टांनी सार्वत्रिक संपाचा डोंब उसळून दिला, पण नंतर ते जनतेला समजावण्यात पुढे आले नाहीत. अशावेळी या परिस्थितीचा विचार करण्यासाठी दि. १७ व १८ जानेवारी १९५६ रोजी मुंबई, महाराष्ट्र, मराठवाडा व विदर्भ या चारही मराठी विभागांतील प्रजा समाजवादी पक्षाच्या कार्यकर्त्यांची एक बैठक मुंबईला भरली. या बैठकीत संयुक्त महाराष्ट्राचे ध्येय साध्य करण्यासाठी व आंदोलनाला योग्य वळण देण्यासाठी पुढील पाच कलमी योजना आखण्यात आली-

१) सरकारच्या धोरणाचा निषेध करण्यासाठी सर्व संयुक्त महाराष्ट्रवाद्यांनी विधिमंडळ, पार्लमेंट, स्थानिक स्वराज्य संस्था वगैरे ठिकाणच्या आपापल्या जागांचे राजीनामे द्यावेत.
२) असहकाराची चळवळ हाती घ्यावी.
३) शांततामय सत्याग्रह करावा.
४) योग्य वेळी संप व हरताळ करावा.
५) मुंबई व महाराष्ट्रातील अल्पभाषिक नागरिकांना संपूर्ण संरक्षण देण्याचे प्रयत्न व आश्वासन दिले.

एका बाजूला प्रजा समाजवादी पक्षाच्या आमदारांनी राजीनामे देऊन असहकार चळवळीला प्रारंभ केला, तर त्याबरोबर दुसऱ्या बाजूला मुंबई शहरामधले प्रक्षुब्ध वातावरण शांत करण्याचे व गुजराथी आणि मराठी लोकांमधील कटूपणा नाहीसा करून, तेथे सलोख्याचे वातावरण निर्माण करण्याचे त्यांनी अंगावर घेतले. साथी एस.एम.जोशी यांच्या नेतृत्वाखाली पक्षाचे कार्यकर्ते व राष्ट्रसेवा दलाचे सैनिक मुंबई शहरभर तसा प्रयत्न करू लागले. एस.एम.जोशींनी तर यासाठी आपल्या प्राणाची देखील पर्वा केली नाही. दि. १८ जानेवारी रोजी मोरारजी भाईंचा 'देखताक्षणीच गोळ्या घाला' हा आदेश शिरसावंद्य मानून पिसाट गोळीबार करणाऱ्या अडवानी नावाच्या फौजदाराला जमावाने घेरले. क्षणार्धात त्याची हत्या झाली असती, पण त्याचवेळी एस.एम.जोशींनी त्या फौजदारालाच मिठी मारली. एस.एम.जोशी धीरोदात्तपणे पुढे सरसावले 'आधी मला ठार केल्यानंतरच तुम्ही यांच्या अंगाला स्पर्श करू शकाल' असे म्हणून त्यांनी जमावाच्या क्षोभापासून त्या पोलीस अधिकाऱ्यास वाचविले. दादरला एका सिंध्याचे दुकान लुटले जात होते. दुकान लुटण्यासाठी जमलेल्या खवळलेल्या समुदायामध्ये एसेम निर्भयपणे उभे राहिले व त्यांनी जमावाला बजाविले की, 'तुम्हाला दुकान लुटण्यापूर्वी माझ्या प्रेतावरून जावे लागेल.' वरील उद्‌गार ऐकताच जादूची कांडी फिरवावी त्याप्रमाणे बेफाम झालेला जमाव शांत

झाला व तेथून परतला. साथी एस.एम.जोशींच्या या अग्निदिव्याने संयुक्त महाराष्ट्र चळवळीतील निदर्शकांना मार्गदर्शन तर केलेच, पण अपप्रचार करणाऱ्या विरोधकांनाही चोख उत्तर दिले. साथी एस.एम.जोशी व त्यांच्या सहकाऱ्यांनी यावेळी गुजराथी वस्तीमध्ये फिरून अनेक ठिकाणी सभा घेऊन त्यांच्यामध्ये विश्वासाचे वातावरण निर्माण करण्याचा प्रयत्न केला.

महाराष्ट्रातील वातावरण इतके प्रक्षुब्ध असताना पुण्याला दि. १९ जानेवारी १९५६ रोजी महाराष्ट्र प्रांतिक काँग्रेस कमिटीची बैठक भरली होती. या बैठकीवर सुमारे १०,००० नागरिकांचा एक प्रचंड मोर्चा नेण्यात आला व महाराष्ट्रातील काँग्रेस आमदारांनी राजीनामे द्यावेत अशी मागणी करण्यात आली. श्री. भाऊसाहेब हिरे व श्री. काकासाहेब गाडगीळ यांनी 'आम्ही जनतेच्या भावना लक्षात घेऊन योग्य तो निर्णय घेऊ' असे अभिवचन दिल्यावर मोर्चा परत गेला (राजहंस, १९५८ : ४३-४४). महाराष्ट्र काँग्रेसच्या कार्यकारिणीने 'सर्व मंत्र्यांनी राजीनामे द्यावेत' असा ठराव केला. मामा देवगिरीकर यांनी लगेच दिल्लीस चिंतामणराव देशमुखांना फोन करून राजीनामा देण्यास सांगितले (जोशी, १९८६ : २०४). महाराष्ट्र काँग्रेसच्या निर्णयानुसार केंद्रीय अर्थमंत्री चिंतामणराव देशमुख यांनी २३ जानेवारी १९५६ रोजीच मंत्रिपदाचा राजीनामा दिला. चिंतामणराव देशमुख यांनी राजीनामा देऊ नये याकरिता पंडित नेहरू, फिरोज गांधी व देवकांत बारुआ यांनी बरेच प्रयत्न केले. त्याला चिंतामणराव देशमुखांनी दाद दिली नाही (फडणीस, १९७७ : ५१). मात्र तो मंजूर व्हायला पाच महिने लागले. मुंबईची जनता अजून शांत झालेली नव्हती. २७ जानेवारी १९५६ रोजी आचार्य अत्र्यांनाही स्थानबद्ध करण्यात आले होते. अखिल भारतीय काँग्रेस कमिटीच्या बैठकीसाठी शंकरराव देव, मामासाहेब देवगिरीकर वगैरे नेते दिल्लीस गेले होते. राजीनामे द्यायचे नाहीत आणि संयुक्त महाराष्ट्र परिषदेमधून अंग काढून घ्यावयाचे असे दोन आदेश घेऊन ते परतले (जोशी, १९८६ : २०४). केंद्रीय काँग्रेस कमिटीने राजीनामे देण्यास परवानगी नाकारली. दि. २८ जानेवारी १९५६ रोजी महाराष्ट्र प्रांतिक काँग्रेस कमिटीने वर्किंग कमिटीचा हा निर्णय शिरसावंद्य मानून सर्व काँग्रेसजनांना संयुक्त महाराष्ट्र परिषदेमधून बाहेर पडण्याचा आदेश दिला.

मध्यंतरीच्या काळात साथी एस.एम.जोशी यांनी राजीनामे देण्यासंबंधी केलेल्या आवाहनाला पुष्कळच पाठिंबा मिळाला. मुंबई विधानसभेतील डॉ. त्र्यं. रा. नरवणे व त्यांच्या पाच सहकाऱ्यांनी राजीनामे दिले. शेतकरी कामगार पक्षाच्या व नौशीर भरुचासारख्या स्वतंत्र आमदारांनी राजीनामे दिले. मुंबई कॉर्पोरेशनमधील प्रजा सोशालिस्ट पक्षाच्या व काँग्रेस जन परिषदेच्या सदस्यांनी राजीनामे दिले. पुणे कॉर्पोरेशनच्या सर्व सदस्यांनी राजीनामे दिले. महाराष्ट्रातील अनेक नगरपालिका, ग्रामपंचायती व लोकल बोर्डातील संयुक्त महाराष्ट्रवादी सदस्यांनी राजीनामे देऊन असहकाराच्या चळवळीला

धार आणली.

जानेवारी १९५६ च्या शेवटच्या पंधरवड्यात महाराष्ट्रात एक प्रकारच्या निर्णायकीचे व भयानक प्रक्षुब्धतेचे वातावरण पसरले होते. काँग्रेसने संयुक्त महाराष्ट्राच्या आंदोलनातून अंग काढून घेतले होते. त्यामुळे त्यांचे जनतेमधील स्थान जवळजवळ नष्ट झाले. कम्युनिस्ट व लोहियावादी यांनी सार्वत्रिक संपाची घोषणा केली, पण परिस्थिती काबूत ठेवण्याची किंवा तिला योग्य वळण देण्याची शक्ती त्यांच्यात राहिली नव्हती. प्रजा समाजवादी पक्षाने असहकाराचा मार्ग दाखविला होता; पण सर्व महाराष्ट्रीय जनतेला संघटित करण्याची शक्ती या पक्षाजवळ नव्हती, शिवाय विरोधकांनी जनतेला प्रक्षुब्ध करण्याचे धोरण चालूच ठेवले होते. काही गुजराथी वृत्तपत्रांनी खोट्या बातम्या प्रसृत करून मराठी व गुजराथी लोकांमधील वितुष्ट अधिकच वाढविण्याचा प्रयत्न केला. मोरारजी देसाई यांच्यासारख्या जबाबदार काँग्रेस पुढाऱ्यांनी 'महाराष्ट्रीयन गुजराथी स्त्रियांवर अत्याचार केले' असे खोटेनाटे आरोप केले. साथी एस.एम.जोशी यांनी 'या आरोपांची चौकशी करा' व 'एकाही महाराष्ट्रीयनानी या आंदोलनामध्ये गुजराथी स्त्रियांवर अत्याचार केले आहेत असे सिद्ध झाल्यास आपण स्वत: फासावर जाण्यास तयार आहोत' असे आव्हान दिले; पण ही चौकशी करण्यास किंवा ते आव्हान स्वीकारण्यास सरकारने नकार दिला (राजहंस, १९५८ : ४५-४६).

पुण्यातील एका सभेत एस.एम.जोशींनी दोन महत्त्वाचे मुद्दे मांडले. 'संयुक्त महाराष्ट्राची मागणी ही तीन कोटी मराठी लोकांचीच मागणी आहे असे नव्हे; तर देशातील ५५ टक्के लोकांचे हेच मत आहे. गेल्या निवडणुकीत काँग्रेसला ४५ टक्केच मते मिळाली होती. आज ४५ टक्के लोक ५५ टक्क्यांच्या मताला किंमत देत नाहीत. प्रजा समाजवादी पक्षाच्या राष्ट्रीय कार्यकारिणीच्या सभेत मुंबई महाराष्ट्रात गेली पाहिजे असे स्वच्छ सांगितले आहे.' हा मुद्दा मांडून संयुक्त महाराष्ट्राचा लढा किती दीर्घ पल्ल्याचा आहे हे सांगताना एस.एम.जोशी म्हणाले होते, 'आंध्र झाला तसा संयुक्त महाराष्ट्रही होऊन जाईल या कल्पनेत राहू नका. लक्ष्मीनारायण विरुद्ध दरिद्रीनारायण असा हा लढा आहे. तो सहजासहजी सफल होणार नाही. राज्याशी असहकार करावा लागेल. ग्रामपंचायतीपासून लोकसभेपर्यंत आपापल्या जागांचे राजीनामे द्यावे लागतील. संयुक्त महाराष्ट्र परिषदेतून फुटून निघण्याचा महाराष्ट्र प्रांतिक काँग्रेसचा ठराव हा या चळवळीशी द्रोह आहे. पक्ष मोठा की लोक मोठे? लोकशाही राजवटीत पक्ष कधीही लोकांच्या डोक्यावर बसत नसतो. जेव्हा तो बसू लागतो, तेव्हा तो पक्ष हुकूमशाही दिशेने वाटचाल करू लागतो' (जोशी, १९८६ : २०५).

## संयुक्त महाराष्ट्र समितीची स्थापना आणि एस.एम.जोशींचे नेतृत्व

इ. स. १९५५ च्या ऑक्टोबर महिन्यापासून संयुक्त महाराष्ट्राच्या चळवळीचे रूपांतर जनआंदोलनात झाले असले तरी त्यामागे कोणतीही संघटित शक्ती नव्हती. मराठी जनतेच्या प्रक्षुब्ध भावनांचा तो उत्स्फूर्त आविष्कार होता. परंतु कोणतीही चळवळ यशस्वी होण्यासाठी तिला योग्य दिशा मिळणे आणि संघटित स्वरूप प्राप्त होणे गरजेचे असते. महाराष्ट्र काँग्रेसच्या नेत्यांनी या चळवळीतून आपले अंग काढून घेतले, तरी महाराष्ट्रातील सर्व विरोधी पक्ष मात्र संयुक्त महाराष्ट्रवादी भूमिकेशी चिकटून राहिले. तथापि, आंदोलनाची तीव्रता वाढू लागल्यावर विरोधी पक्षांतील काही नेत्यांना आंदोलनात सुसूत्रता आणण्यासाठी एक समान व्यासपीठ निर्माण करण्याची आवश्यकता जाणवू लागली. त्यांनी त्या दिशेने प्रयत्नही चालू ठेवले. त्याचेच दृश्य स्वरूप म्हणजे संयुक्त महाराष्ट्र समितीची झालेली स्थापना होय (पाटील, १९९९ : २९).

साथी एस.एम.जोशी यांच्याकडे नेतृत्वासाठी सर्वांचे डोळे लागून राहिले होते. दि. २८ जानेवारी १९५६ रोजी महाराष्ट्र प्रजा समाजवादी पक्षाच्या कार्यकारिणीची बैठक भरली होती. या बैठकीत एकमताने श्री. एस.एम.जोशी यांना अशी आग्रहाची विनंती केली की, त्यांनी पुढाकार घेऊन सर्व संयुक्त महाराष्ट्रवाद्यांची एक बैठक बोलाविण्यासंबंधीचा ठाणे अधिवेशनातील ठराव अमलात आणावा. दि. २९ जानेवारी १९५६ रोजी पुणे येथे भरलेल्या एका संयुक्त महाराष्ट्रवादी नागरिकांच्या परिषदेने देखील साथी एस.एम.जोशी यांना विनंती केली व त्या विनंतीला मान देऊन श्री. एस.एम.जोशी यांनी ६ फेब्रुवारी रोजी महाराष्ट्रातल्या सर्व संयुक्त महाराष्ट्रवादी पक्षांची व स्वतंत्र व्यक्तींची एक परिषद बोलाविली (राजहंस, १९५८ : ४६, ४७). संयुक्त महाराष्ट्र लढ्याचे दोन टप्पे झाले. पहिल्या टप्प्याचे नेतृत्व शंकरराव देवांनी केले; आणि दुसऱ्या टप्प्याचे नेतृत्व एस.एम.जोशी यांनी केले. १० जानेवारी १९५६ रोजी शंकरराव देव यांनी उपोषण सुरू केले. मुख्यमंत्री मोरारजी देसाई गोळीबार करीत होते व महाराष्ट्रीयनांवर दंगली केल्याचे आरोप होत होते. शुद्धीसाठी शंकरराव देव उपोषणाला बसले आणि त्यांच्या नेतृत्वाखाली चाललेली संयुक्त महाराष्ट्र परिषद जवळजवळ बरखास्त झाली. 'पुढे काय?' असा प्रश्न उभा राहिला. तेव्हा श्री. एसेम जोशी उभे राहिले व त्यांच्या नेतृत्वाखाली संयुक्त महाराष्ट्र समिती जन्माला आली (गडकरी, १९८७ : १७, १२).

६ फेब्रुवारी १९५६ रोजी भरलेल्या या परिषदेचे संयुक्त महाराष्ट्र आंदोलनामध्ये फार महत्त्वाचे स्थान आहे. संयुक्त महाराष्ट्राचे आंदोलन आतापर्यंत दोन अवस्थांमधून गेले होते. पहिली अवस्था होती निवेदनाची व यासाठी सर्वपक्षीय संयुक्त महाराष्ट्र परिषद भरविली होती व तिचे नेतृत्व श्री. शंकरराव देव व श्री. भाऊसाहेब हिरे यांचेकडे होते. दुसऱ्या अवस्थेमध्ये महाराष्ट्रात सर्वत्र सरकारी धोरणाचा निषेध झाला; पण तो संघटित

नव्हता. काँग्रेसने महाराष्ट्राचा घात केल्यामुळे एक प्रकारची निर्णायकी महाराष्ट्रामध्ये निर्माण झाली होती. महाराष्ट्राच्या अस्मितेला तडाखा बसला होता. लोकांमध्ये एक प्रकारचे हवालदिलपणाचे वातावरण निर्माण झाले होते. ज्या काँग्रेस पुढाऱ्यांवर आपण विश्वास ठेवला त्यांनी ऐनवेळी आपल्याला धोका दिला. 'आता महाराष्ट्रावरील अन्यायाचे निराकरण कसे होणार', 'महाराष्ट्रापुढे काही रस्ता आहे की नाही' या भावनेने महाराष्ट्राला ग्रासले होते. अशा बिकट परिस्थितीत ६ फेब्रुवारीची परिषद भरली होती (राजहंस, १९५८ : ४७). केशवराव जेधे यांच्या अध्यक्षतेखाली पुण्यास टिळक स्मारक मंदिरात एसेमनी ही परिषद बोलाविली होती. नागपूर ते गोवा या सर्व मराठीभाषा प्रदेशातून सुमारे तीनशे कार्यकर्ते आले होते. डॉ. धनंजयराव गाडगीळ, दा. वि. गोखले, य. कृ. सोवनी ही त्या मेळाव्यातील प्रमुख माणसे होती. एस.एम.जोशी मेळाव्याचे निमंत्रक होते. बॅ. जयकर आणि शंकरराव किर्लोस्कर यांचे सुयश चिंतणारे संदेश आले होते (जोशी, १९८६ : २०५-२०६). प्रजा समाजवादी पक्ष, कम्युनिस्ट पक्ष, लाल निशाण गट, लोहियावादी गट, शे. का. पक्ष, हिंदू सभा जनसंघ वगैरे पक्षांचे प्रतिनिधी तसेच नौशीर भरुचा, विजयसिंहराव डफळे, बाबूराव गोखले वगैरे स्वतंत्र प्रवृत्तीचे अनेक पुढारी आले होते. या परिषदेपुढे मुख्य कार्य होते ते संयुक्त महाराष्ट्राच्या आंदोलनामध्ये एकसूत्रीपणा निर्माण करण्याचे; तसेच या आंदोलनामध्ये शिस्त व मध्यवर्ती नियंत्रण आणण्याचे (राजहंस, १९५८ : ४७). या परिषदेत संयुक्त महाराष्ट्राच्या निर्मितीसाठी आणि मराठी जनतेच्या न्याय्य मागणीला एकमुखी सामुदायिक नेतृत्व प्राप्त करून देण्यासाठी संयुक्त महाराष्ट्र समितीची स्थापना करण्याचा निर्णय घेण्यात आला (पाटील, १९९९ : २९, ३०).

निमंत्रक एस.एम.जोशी आपल्या प्रास्ताविक भाषणात म्हणाले, "संयुक्त महाराष्ट्राची चळवळ पक्षातीत राहून चालविली पाहिजे. ती शांततामय, लोकशाही मार्गाने चालणारी, असहकाराची व सत्याग्रहाची असावी. जबाबदारीच्या जागांचे राजीनामे ही पहिली पायरी, सरकारशी संपूर्ण असहकार ही दुसरी पायरी व प्रत्यक्ष सत्याग्रह ही तिसरी पायरी आहे. भाषिक अल्पसंख्याकांच्या मनातील भीती घालवून तेथे मराठी भाषिकांबद्दल प्रेम व विश्वास निर्माण करणे या कामी सतत प्रयत्नशील राहिले पाहिजे." लोकांनी ते मान्य केले. याच मेळाव्यात संयुक्त महाराष्ट्र समिती निर्माण करण्याचा निर्णय घेण्यात आला व रात्री शनिवारवाड्यापुढील प्रचंड सभेत समिती स्थापन झाल्याची व एस.एम.जोशींच्याकडे सरचिटणीसपदाची जबाबदारी सोपविली असल्याची घोषणा झाली (जोशी, १९८६ : २०६). लढ्याला एकमुखी नेतृत्व व मार्गदर्शन करण्यासाठी श्री. एस.एम.जोशी यांच्या नेतृत्वाखाली एक कृति समिती नेमण्यात आली. या परिषदेमध्ये निर्माण झालेल्या संघटनेला काय नाव द्यावे यासंबंधी थोडे वादळ माजलेच. श्री. शंकरराव देव हे संयुक्त महाराष्ट्र परिषदेचे सर्वाधिकारी होते व त्यांनी 'परिषदेचे नाव वापरण्याचा कोणालाही अधिकार

नाही' असा एक फतवा काढला. श्री. एस.एम.जोशी यांनी आपल्या सौजन्यशील स्वभावाला धरून त्याच नावाबद्दल खळखळ न करता आपल्या संघटनेला 'संयुक्त महाराष्ट्र समिती' असे नाव सुचविले व अशा रीतीने संयुक्त महाराष्ट्र समितीचा जन्म झाला (राजहंस, १९५८ : ४८). संयुक्त महाराष्ट्र समितीची उद्दिष्टे पुढीलप्रमाणे निश्चित करण्यात आली-

१) भाषावार प्रांतरचनेच्या तत्त्वानुसार हिंदी संघराज्याचे घटक असे संयुक्त महाराष्ट्राचे, मराठी भाषिकांचे एकात्म व सलग राज्य प्रस्थापित करणे.

२) लोकसत्ताक व समाजवादी महाराष्ट्र प्रस्थापित करणे आणि समितीने पुरस्कारिलेला कार्यक्रम पूर्ण करणे.

३) महाराष्ट्रातील आर्थिक, सांस्कृतिक व सामाजिक जीवनाची सहकारी तत्त्वावर उभारणी करणे.

संयुक्त महाराष्ट्र समितीत महाराष्ट्रातील काँग्रेस पक्षाखेरीज इतर सर्व राजकीय पक्ष सामील झाले होते. एस.एम.जोशी, भाई एस. ए. डांगे, आचार्य अत्रे, क्रांतिसिंह नाना पाटील, प्रबोधनकार ठाकरे, सेनापती बापट, ना. ग. गोरे, जयंतराव टिळक, उद्धवराव पाटील, भाई दाजीबा देसाई, दादासाहेब गायकवाड इत्यादी नेत्यांनी संयुक्त महाराष्ट्र समितीच्या नेतृत्वाची धुरा समर्थपणे वाहिली. यापुढील काळात संयुक्त महाराष्ट्राचा लढा समितीच्या नेतृत्वाखालीच लढविला गेला.

संयुक्त महाराष्ट्र समितीची महत्त्वाची कामगिरी अशी की, तिने संयुक्त महाराष्ट्राच्या आंदोलनाला संघटित स्वरूप प्राप्त करून दिले आणि संयुक्त महाराष्ट्रवादी जनतेला आपल्या न्याय्य हक्काच्या लढ्यासाठी समान व्यासपीठ उपलब्ध केले. संयुक्त महाराष्ट्राची चळवळ महाराष्ट्राच्या कानाकोपऱ्यात पसरविण्याचे कार्य समितीनेच केले. त्यामुळे सुरुवातीच्या टप्प्यात प्रामुख्याने शहरी भागापुरती मर्यादित असलेली ही चळवळ अल्पावधीत ग्रामीण भागातही जाऊन पोहोचली. मराठी जनतेने संयुक्त महाराष्ट्र मिळविण्याचा निर्धार केलाच होता. संयुक्त महाराष्ट्र समितीच्या स्थापनेमुळे जनतेचा हा निर्धार अधिकच दृढ बनला. समितीच्या अस्तित्वामुळे आणि आंदोलनातील तिच्या सक्रिय सहभागामुळे मराठी माणसाला मानसिक बळ मिळाले. 'मुंबईवरील महाराष्ट्राचा हक्क आपण कदापि सोडणार नाही' असे समितीने राज्यकर्त्यांना आणि महाराष्ट्राच्या हितशत्रूंना ठणकावून सांगितले. महाराष्ट्रातील काँग्रेसशिवाय इतर सर्वच राजकीय पक्षांनी संयुक्त महाराष्ट्राच्या प्रश्नावर 'आम्ही सगळे एक आहोत' अशी भूमिका घेतली आणि संयुक्त महाराष्ट्र समितीत सहभागी होऊन त्या एकीचा प्रत्यय आणून दिला. अशाप्रकारे मराठी जनतेच्या ऐक्य भावनेचे दर्शनही समितीच्या माध्यमातून सर्वांना घडले. त्यामुळे संयुक्त महाराष्ट्राच्या लढ्याला आगळेवेगळे तेज प्राप्त झाले. 'मुंबईसह संयुक्त महाराष्ट्र झालाच पाहिजे' ही घोषणा संपूर्ण महाराष्ट्रभर घुमू लागली. संयुक्त महाराष्ट्र समितीने स्थापनेनंतर लवकरच ठिकठिकाणी

सत्याग्रहाची मोहीम हाती घेतली. तिच्या या मोहिमेला महाराष्ट्रीय जनतेने उत्स्फूर्त प्रतिसाद दिला. मुंबई, पुणे, कोल्हापूर, नाशिक, बेळगाव इत्यादी शहरांतील जनतेच्या बरोबरीने ग्रामीण जनताही सत्याग्रहात सामील झाली. मार्च ते ऑगस्ट १९५६ या कालावधीत संयुक्त महाराष्ट्राच्या मागणीसाठी सुमारे पंच्याहत्तर हजार लोकांनी सत्याग्रह केला. या सत्याग्रह मोहिमेचे एक ठळक वैशिष्ट्य म्हणजे स्त्रियांचा त्यात लक्षणीय सहभाग होता. पांढरपेशा मध्यमवर्गीय स्त्रियांप्रमाणे श्रमजीवी व कामगार वर्गातील स्त्रियांनीही सत्याग्रहात मोठ्या संख्येने भाग घेतला होता (पाटील, १९९९ : २९, ३०).

संयुक्त महाराष्ट्राच्या आंदोलनाची तीन मुख्य पथ्ये असल्याचे एस.एम.जोशी यांनी जाहीर केले होते.

१) या आंदोलनामध्ये राष्ट्रीय ऐक्याला विघातक असे कोणतेही कृत्य होता कामा नये.

२) हे आंदोलन गुजराथी लोकांच्या विरुद्ध नाही व महाराष्ट्रात सर्व अल्पसंख्याक गटांना संपूर्ण संरक्षणाची हमी दिली पाहिजे.

३) आंदोलन पूर्णपणे उघड रीतीने, शांततेने व लोकशाही मार्गाने चालविले पाहिजे (राजहंस, १९५८ : ४८).

श्री. एस. ए. डांगे आणि बहुतेक कम्युनिस्ट स्थानबद्ध होते. पुढे लोकांचाही समितीवर विश्वास बसला. शांततेच्या मार्गाने जायचे म्हटल्यावर ही माणसे जीव धोक्यात घालून शांततेच्या मार्गाने जातील याविषयी त्यांना खात्री होती. गोवा सत्याग्रहात समाजवाद्यांचाच पुढाकार होता आणि संयुक्त महाराष्ट्र आंदोलनातही यांचाच पुढाकार होता. संयुक्त महाराष्ट्राचे ध्येय आणि सत्याग्रह या दोन गोष्टी एस.एम.जोशींना एकत्र बांधायच्या होत्या. नाहीतर कम्युनिस्टांनी त्यांना हवी तशी चळवळ रेटली असती व त्यालाच सत्याग्रह म्हटले गेले असते.

समिती स्थापन झाली व त्या काळात शंकरराव देवांनी ११ दिवसांचे उपोषण सुरू केले होते. मुंबईत पाशवी गोळीबारांनी ९५ लोक ठार झाले होते, याचा निषेध न करता अहिंसाप्रधान चळवळीचाच त्यांनी निषेध केला होता. शंकरराव देवांचे उपोषण ३० जानेवारी १९५६ रोजी सुरू झाले आणि १० फेब्रुवारी १९५६ रोजी समाप्त झाले. नंतर देवांनी संयुक्त महाराष्ट्र परिषद विसर्जित केल्याचेही जाहीर केले. काँग्रेस जनांनी परिषदेशी संबंध न ठेवण्याचे ठरविल्याने परिषद आपोआपच गतार्थ झाली. शंकरराव देवांच्या उपोषणाची समाप्ती जयप्रकाशजींच्या हस्ते झाली. एस.एम.जोशी, जयप्रकाश नारायण देवांना भेटण्यास गेले असता जेपींनी एसेमना एक निवेदनाचा मसुदा दिला आणि वाचून त्यावर सही करण्यास एसेमना सांगितले. एसेमनी निवेदनावर सही करण्यास नकार दिला. 'मराठी भाषिकांनी गुजराथी स्त्रियांवर अत्याचार केले' या आशयाचा तो मसुदा होता. एसेमनी जेपींना स्पष्टपणे सांगितले की, ''हा आरोप बिनबुडाचा आहे. मराठी भाषिकांना

बदनाम करून मुंबई नाकारण्यासाठी हे कुभांड रचण्यात आले आहे. एक घाणेरडे राजकारण चालू आहे. मध्यंतरी, हे राजकारण खेळणाऱ्यांनी 'गुजराथी कुटुंबे मुंबई सोडून चालली आहेत' अशा बातम्या व फोटोही प्रसिद्ध केले होते. गिरगावातील 'कल्याणजी मोतिराम' या चाळीतील गुजराथी, मराठी भाषिकाकडून मार पडेल म्हणून घाबरले आहेत अशी अफवा पसरली तेव्हा एस.एम.जोशी, भास्कर आठल्ये, प्रभुभाई संघवी व गिरगाव भागातील राष्ट्रसेवादल कार्यकर्ते त्या चाळीत पहारा द्यावयास जात होते. एसेमनी गुजराथी लोकांना सांगितले होते की, 'कोणीही तुम्हाला मारायला अगर चाळीतून बाहेर काढायला येत नाही. आमच्यावर विश्वास ठेवा. कोणी आलेच तर प्रथम आम्ही मार खाऊ,' ताराबाग इस्टेटमध्येही एसेमना हेच सांगावे लागले. कोणी मारामारीला आले नाही. गुजराथी-मराठी तेढ वाढविण्यासाठी ते राजकारण चालले होते. तोच दुष्ट खेळ स्त्रियांच्यावरील अत्याचाराबाबत चालविला होता.''

आणखी एका वेगळ्या प्रकारच्या निवेदनावर सही करण्यास नकार देण्याचा प्रसंग एसेम जोशींच्यावर आला होता. मद्रास प्रांतातील अदोनी येथे २५ मार्च १९५६ रोजी सर्व सेवा संघाची बैठक भरली होती. एसेम आणि भाऊसाहेब रानडे यांना खास आमंत्रण होते पण पुण्यात महाराष्ट्र प्रजा समाजवादी पक्षाची महत्त्वाची सभा २४ व २५ मार्च १९५६ रोजी असल्याने एसेम अदोनीस उशिरा पोहोचले. विनोबाजींचा मुक्काम गुंटकल जवळील कान्नरचेडू या गावी हलला होता. सर्व सेवा संघाची बैठक संपली होती. 'संयुक्त महाराष्ट्र आंदोलन थांबवावे व तो प्रश्न विनोबाजींच्या हाती सोपवावा' अशा आशयाचे निवेदन एसेमना दिले; पण त्यावर वाचून सही करण्यास एसेमनी नकार दिला. एस.एम.जोशी म्हणाले, 'विनोबाजी मोठे आहेत हे सगळे ठीक आहे, पण ही चळवळ जनतेची आहे.' एसेमनी विनोबाजींची भेट घेतली. महाराष्ट्राविरुद्ध चालू असलेला धादांत खोटा प्रचार त्यांना सांगितला. 'प्रजा समाजवादी पक्षाच्या कार्यकारिणीने आपल्या ठरावात मुंबईतील दंग्याने स्त्रियांची बेअब्रू केली आहे असे ग्रथित केले आहे' असे संपूर्ण खोटे विधान टाइम्सने छापले होते. एसेमनी त्याबद्दल खंत व्यक्त केली. एसेम विनोबाजींना म्हणाले की, 'मुंबईतील स्त्रियांवर अत्याचार झाल्याचे एकही उदाहरण आढळले तर आंदोलनाचा पुढारी म्हणून प्रथम मला फासावर द्या' (जोशी, १९८६ : २०६, २०८). यातून एस.एम.जोशींचा चळवळीतील कार्यकर्त्यांवरील विश्वास स्पष्ट होतो.

शंकरराव देवांनी संयुक्त महाराष्ट्र परिषदेचे काम स्थगित ठेवून ती गुंडाळल्यावर एसेमनी पुढाकार घेऊन पुण्यात संयुक्त महाराष्ट्र समितीची स्थापना केली. बॅ. जयकर सारख्या बुजुर्ग नेत्याला त्यामुळे इतका आनंद झाला की, २४ मे १९५६ रोजी एसेमना पाठविलेल्या इंग्रजी पत्रात त्यांनी लिहिले होते, 'खरं सांगतो, सद्य:स्थितीत तुम्ही एकटेच माझं आशास्थान आहात. एका पाठोपाठ एक इतर सर्वजण अपयशी ठरले आहेत.

माझ्यासारख्या माणसांना एकट्या तुमच्याविषयी विश्वास वाटत असल्यामुळे आम्हा सर्वांच्या आशा तुमच्यावर केंद्रित झाल्या आहेत हे विसरू नका.' संयुक्त महाराष्ट्र लढ्याशी एसेम इतके एकरूप झाले होते की, आग्वाद तुरुंगातून २८ फेब्रुवारी १९५६ रोजी एसेमना लिहिलेल्या पत्रात नानासाहेब गोरे यांनी म्हटले होते, 'संयुक्त महाराष्ट्र लढ्याशी तुम्ही इतके एकरूप झाला आहात की भाऊसाहेब नातूंचे मेहुणे रानडे यांनी मला पाठविलेल्या पत्रात लिहिल्याप्रमाणे तुम्हाला खरंच 'संयुक्त महाराष्ट्र जोशी' म्हटले पाहिजे.' उत्तरादाखल पाठविलेल्या पत्रात ७ एप्रिल १९५६ रोजी एसेमनी लिहिले होते, 'आता महाराष्ट्रीयनांना सर्वांनीच वाऱ्यावर सोडून दिले आहे. आज आपली स्थिती सेनापतीविना लढणाऱ्या फौजेसारखी झाली आहे. अंधारात आम्ही चाचपडत आहोत. एखादातरी आशेचा किरण दिसावा अशी आशा बाळगतो आहोत. तुमचे आमच्यामध्ये असणे आवश्यक आहे. माझ्यासारख्यांची मदत घेऊन ही कामगिरी पार पाडण्यास तुम्ही सर्वांत जास्त पात्र आहात. एस.एम.जोशी एका संकुचित अर्थाने खरोखरच संयुक्त महाराष्ट्र जोशी बनले आहेत. गुजराथी भाषिक मित्रांना आता माझ्याविषयी आपुलकी वाटत नाही; इतरांना वाटते की मी प्रांतवादी आणि अतिरेकी आहे. जेव्हा सगळ्यांनीच महाराष्ट्रीयनांना वाऱ्यावर सोडून दिले तेव्हा महाराष्ट्राबद्दलचं माझं कर्तव्य पार पाडण्याचे मला कसे टाळता येईल? (फडके, १९९८ : १०५). भाषावार प्रांतरचनेचा लढा का आवश्यक आहे हे सांगताना एस.एम.जोशींनी सांगितले की, 'राज्याचा कारभार जनतेच्या भाषेत केल्याने लोकशाहीची प्रक्रिया मजबूत होईल या भावनेतूनच भाषावार प्रांतरचनेकरता लढा द्यावा लागला. आपल्या हातात कायम सत्ता राहावी म्हणून धनिकांनी व त्यावेळच्या शासनातील नोकरशाहीने या लढ्याला विरोध केला. राष्ट्रविघटनाच्या प्रक्रियेला भाषावार प्रांतरचनेमुळे हातभार लागत आहे, म्हणून ती रद्द करावी असा विचार करणे मूर्खपणाचे आहे. लोकशाहीची प्रक्रिया मजबूत करणारी भाषावार प्रांतरचना राष्ट्रविघातक होऊच शकत नाही. निकोप संघराज्याच्या दृष्टीनेही भाषावार प्रांतरचना अपरिहार्य मानली पाहिजे. भाषावार प्रांतरचनेमुळे सामान्य माणसात आत्मविश्वास वाढीस लागतो' (मराठे, १९८५ : १२).

एस.एम.जोशींनी संयुक्त महाराष्ट्र आंदोलनाविषयी भूमिका विशद करताना सांगितले होते, 'संयुक्त महाराष्ट्र लढा हा केवळ भाषिक राज्य रचनेचा नाही. त्याला सामाजिक व आर्थिक आशय आहे. स्वराज्य मिळाले असले तरी सत्ता अद्यापही वरच्या मूठभर लोकांच्या हाती आहे. शहरी सधन वर्ग व उच्च वर्ग यांच्याच हाती आहे. १९४२ चा लढा झाला तरी सत्ता अधिक खालच्या थरावर गेली नाही. बहुजन समाज सत्तेपासून दूरच राहिला. सामाजिक विषमता संपली नाहीच; म्हणूनच स्वराज्य आल्यावर शे. का. पक्ष काँग्रेसपासून अलग झाला. भाषिक राज्याची व्यवस्था करण्यात आली. सामाजिक विषमतेविरुद्ध होत असलेल्या चळवळीची दखल घेतली गेली नाही. म्हणूनच संयुक्त

महाराष्ट्र समितीचा मी पांढरपेशा मनुष्य असूनही मला बहुसंख्य मराठी जातींचा पाठिंबा मिळाला होता' (काळे, १९८८ : १२).

### सत्याग्रह लढ्याचे पर्व

समितीची स्थापना झाल्यानंतर १२ व १३ फेब्रुवारी १९५६ रोजी कोइमतूर येथे आचार्य नरेंद्र देव यांच्या अध्यक्षतेखाली प्रजा समाजवादी पक्षाच्या राष्ट्रीय कार्यकारिणीची बैठक झाली. प्रजा समाजवादी पक्षातील काही पुढारी भाषावार प्रांतरचनेच्या मागणीला संकुचित मानणारे होते; पण नरेंद्र देवांनी या बैठकीमध्ये भाषावार प्रांतरचनेच्या तत्त्वाचा व मुंबईसह महाराष्ट्राच्या मागणीचा शास्त्रशुद्ध रीतीने पुरस्कार केला. राष्ट्रीय कार्यकारिणीनेदेखील पंडित नेहरूंना या प्रश्नाची सोडवणूक करण्यासाठी सर्वपक्षीयांची एक गोलमेज परिषद भरविण्याची विनंती केली. तोपर्यंत या प्रश्नावर कोणीही प्रत्यक्ष प्रतिकाराची मोहीम सुरू करू नये असे सर्व पक्षांना आवाहन केले. समितीने घेतलेल्या भूमिकेत व या ठरावात पुष्कळच साम्य होते. समितीनेदेखील पंडित नेहरूंना पत्र पाठवून एक महिन्याच्या आत सर्वपक्षीयांची गोलमेज परिषद भरविण्याची सूचना केली होती. आचार्य नरेंद्र देव यांची स्वत:ची या प्रश्नात जातीने लक्ष घालण्याची इच्छा होती, पण ते आजारी असल्यामुळे त्यांनी जयप्रकाश नारायण यांना एक पत्र पाठवून नेहरूंना भेटण्याची व गोलमेज परिषद बोलविण्यासाठी त्यांचे मन वळविण्याची विनंती केली होती.

मध्यंतरी दुर्दैवाने आचार्यजींचा अंत झाला, तरीदेखील त्यांच्या इच्छेला मान देऊन जयप्रकाशजींनी पंडित नेहरूंची १२ मार्च १९५६ रोजी भेट घेतली. जयप्रकाशजींनी महाराष्ट्राच्या मागणीची न्यायता पंडित नेहरूंना पटवून देण्याचा प्रयत्न केला व या प्रश्नासाठी गोलमेज परिषद बोलाविण्याची सूचना केली; पण नेहरूंनी ती सूचना अमान्य केली. तेव्हा निदान महाराष्ट्रातल्या विरोधी पक्षांच्या लोकांना बोलावून त्यांची बाजू पंडित नेहरूंनी समजावून घ्यावी असे जयप्रकाशजींनी सुचविले. पंडित नेहरूंनी ही सूचना मान्य केली होती; पण प्रत्यक्षात मात्र त्यांनी हे आश्वासन कधीच अमलात आणले नाही. अशा तऱ्हेने वाटाघाटीने किंवा परस्पर विचारविनिमयाने हा प्रश्न सुटण्याचे सर्व मार्ग खुंटले, तेव्हा संयुक्त महाराष्ट्र समितीपुढे सत्याग्रहाशिवाय अन्य मार्गच राहिला नाही (राजहंस, १९५८ : ४९-५०).

संयुक्त महाराष्ट्राच्या ह्या नव्या पर्वाची सुरुवात झाली २९ फेब्रुवारी १९५६ ला. संयुक्त महाराष्ट्र समितीत सत्याग्रह सुरू करण्याचा निर्णय झाला आणि ह्या सत्याग्रही लढ्याची सुरुवात म्हणून संयुक्त महाराष्ट्रवादी लोकप्रतिनिधींनी लोकसभा, विधानसभा, नगरपालिका, जिल्हा बोर्ड, ग्रामपंचायती आदींवरील आपल्या प्रतिनिधीपदांचा राजीनामा दिला. २७ मार्च १९५६ ला पहिल्या तुकडीने सत्याग्रह केला. ह्याचवेळी महाराष्ट्र विधान

सभेत बी. सी. कांबळे यांनी अतुल कामगिरी करून महाराष्ट्राचा बुलंद आवाज उठविला. ३० मार्चला हैदराबाद विधानसभेत मुंबई महाराष्ट्राला द्यावी, हा ठराव संमत झाला. सत्याग्रहींच्या तुकड्या महाराष्ट्राच्या वेगवेगळ्या भागांत सत्याग्रह करीत होत्याच. त्यात महिलांची संख्याही प्रचंड होती. सत्याग्रहाने लोकांच्या उत्साहाला भरती आली. उत्कट भावनेचा भव्य आविष्कार असे या सत्याग्रह लढ्याचे वर्णन करावे लागेल. मुंबई दंगलीच्या वेळी महाराष्ट्राच्या हितशत्रूंनी खोटानाटा प्रचार करून महाराष्ट्राला बदनाम करण्याचा प्रयत्न केला. सत्याग्रहामुळे ह्या दुष्ट प्रचाराला चोख उत्तर मिळाले. महाराष्ट्रीय जनता शांतताप्रिय आहे, सत्याग्रही वृत्तीची आहे हे सिद्ध झाले (प्रधान, १९८८ : २४४-२४५). महाराष्ट्रभर सत्याग्रहांना उधाण आले. सरकारी आकडेच विचारात घेतले तरी ९ मार्च १९५६ ते ४ एप्रिल १९५६ पर्यंत मुंबई राज्यात २३४३ सत्याग्रहींना अटक करण्यात आली. मुख्यमंत्र्यांनीच प्रश्नोत्तराच्या वेळी विधानसभेत हा आकडा दिला होता (जोशी, १९८६ : २०९). १५ मे १९५६ पर्यंत एकूण १३, ४८९ जणांनी सत्याग्रह करून संयुक्त महाराष्ट्राची मागणी निर्धारपूर्वक देशासमोर मांडली. महाराष्ट्रातले सर्वसामान्य लोकही कसे स्वाभिमानी आहेत आणि त्यांच्यावर झालेल्या अन्यायाविरुद्ध निर्भयपणे कसे उभे राहतात याचे दर्शन या सत्याग्रहाच्या द्वारा झाले.

श्री. चिंतामणराव देशमुख यांनी याच प्रश्नावर ज्या निर्भयपणे लोकसभेत महाराष्ट्राची बाजू मांडली आणि ज्या बाणेदारपणाने अर्थमंत्रिपदाचा राजीनामा दिला, त्यामुळे येथील एका असामान्य महाराष्ट्रीयनाच्या स्वाभिमानाचे तेजस्वी दर्शन देशाला झाले. विशेषत: येथील काँग्रेसवाल्यांनी डॉ. नरवणे व त्यांचे सहकारी वगळता पंडित नेहरूंच्यापुढे जी शरणागती पत्करली तिच्याशी तुलना करता देशमुखांची निर्भय, स्वाभिमानी वृत्ती फारच उठून दिसते. पंडित नेहरूंना स्पष्टपणे 'तुमच्या मनात महाराष्ट्राबद्दल आकस आहे' असे देशमुखांनी सुनावले. देशमुखांच्या राजीनाम्यामुळे मुंबईच्या प्रश्नाबद्दल महाराष्ट्राची भावना किती तीव्र आहे आणि मुंबई महाराष्ट्रापासून तोडणे किती धोक्याचे आहे याची देशातल्या पुढाऱ्यांना जाणीव झाली (प्रधान, १९८८ : २४५-२४६).

मुंबई महाराष्ट्रापासून तोडण्यात आली. बेळगाव, कारवार, निपाणी आदी सीमाभाग महाराष्ट्रात न घालता म्हैसूर राज्यामध्ये कोंबण्यात आला. या अन्यायामुळे संयुक्त महाराष्ट्र समितीने बेळगाव येथे ९ मार्च १९५६ पासून सत्याग्रहाला प्रारंभ केला. बेळगाव येथील सत्याग्रहाने सत्याग्रह संग्रामाची मुहूर्तमेढ रोवण्यात आली (चौगुले, २००० : ६८). जयंतराव टिळकांच्या नेतृत्वाखाली बेळगावला सत्याग्रह केला गेला. दिल्लीत लोकसभेपुढे ४८ सत्याग्रही बसले. फिरोज गांधी यांनी लोकसभेत महाराष्ट्राच्या गाऱ्हाण्याला वाचा फोडली. त्यांनी स्पष्टपणे सांगितले की, महामंत्र्यांपासून हे सर्वांना मान्य आहे की, भौगोलिक, ऐतिहासिक, सांस्कृतिकदृष्ट्या मुंबई हा महाराष्ट्राचाच भाग आहे, फक्त

राजकारण्यांची अडचण आहे (काळे, १९८८ : ३३). महाराष्ट्रीय जनतेने सत्याग्रहाला एवढा व्यापक पाठिंबा दिला तरी या सत्याग्रहाला विविध भूमिकांवरून विरोध करणारे अनेक विरोधक होते. महाराष्ट्रातले काँग्रेस पुढारी 'नेहरूंवर विश्वास ठेवून राहा' असे सांगत. यशवंतराव चव्हाणांसारखे मुत्सद्दी 'लोकशाहीमध्ये सत्याग्रहाला स्थान नाही' असा तात्त्विक विरोध करीत होते. श्री. शंकरराव देव हे स्वत:ला सत्याग्रह शास्त्राचे आचार्य समजत असल्यामुळे व ते या सत्याग्रहामध्ये नसल्यामुळे त्यांचा या सत्याग्रहाला विरोध होता, तर श्री. रावसाहेब पटवर्धनांसारखे काही लोक या लढ्यातून मराठी विरुद्ध गुजराथी अशा भाषिक विद्वेषाच्या भावना भडकतील म्हणून विरोध करीत होते. परंतु या सर्वांचा विरोध निराधार होता. सत्याग्रहाला किंबहुना महाराष्ट्राच्या आंदोलनाला गुजराथी विरोधाचे स्वरूप येऊ नये म्हणून समितीचे नेते व विशेषत: साथी एस.एम.जोशी हे विशेष दक्षता घेत होते. उलट, एसेमचे म्हणणे असे होते की, 'मराठी जनतेच्या मनातील असंतोषाला व प्रक्षोभाला योग्य वळण लावण्याचे सामर्थ्य सत्याग्रहाखेरीज अन्य कशातही नाही. या सत्याग्रहामुळे महाराष्ट्रामधील प्रतिकारशक्तीचे व अस्मितेचे रक्षण करून सदृढ लोकशाहीचा पाया घातला. आपण अन्यायाचा प्रतिकार करू शकतो ही स्वाभिमानाची भावना दृढ झाली.'

लोकशाहीमध्ये सत्याचा झेंडा फडकावीत ठेवण्यासाठी महाराष्ट्राला आत्मक्लेशाचा मार्ग स्वीकारावा लागला. महाराष्ट्रावर काँग्रेसश्रेष्ठींनी एवढा मोठा अन्याय केल्यानंतरही महाराष्ट्रामध्ये साहजिकच काँग्रेससंबंधी लोकमत प्रक्षुब्ध झाले होते. असे असूनही दि. २ व ३ जून १९५६ रोजी अखिल भारतीय काँग्रेस कमिटीचे अधिवेशन मुंबईमध्ये घेण्याचा निर्णय काँग्रेस पुढाऱ्यांनी घेतला. या बैठकीच्यावेळी मुंबईसह संयुक्त महाराष्ट्राच्या मागणीला पाठिंबा देण्यासाठी एक सर्वपक्षीय परिषद भरवायची, संयुक्त महाराष्ट्रवादी जनतेचा एक प्रचंड मेळावा आयोजित करायचा व मुंबई शहरात मोठ्या प्रमाणावर सत्याग्रह संघटित करावयाचा असे समितीने ठरविले. या दिवशी मुंबईमध्ये जो सत्याग्रह झाला तो अभूतपूर्व होता. महाराष्ट्राच्या कानाकोपऱ्यातून २००० चे वर सत्याग्रही मुंबईला आले होते. त्यात बेळगावची १०१ सत्याग्रहींची शेतकरी तुकडी विशेष उठून दिसत होती. पंडित नेहरू ए. आय. सी. सी. च्या बैठकीसाठी आले तेव्हा ते जाण्याच्या रस्त्यावर दादरपासून गिरगावापर्यंत दुतर्फा काळी निशाणे घेऊन हजारो लोक 'मूक निषेध' व्यक्त करीत होते. पंडित नेहरूंना हे दृश्य अगदी नवखे होते. पंडित नेहरू मुंबईमध्ये असताना त्यांच्या सभेला जेमतेम ५०,००० लोक हजर होते, तर त्याचवेळी शिवाजी पार्कवर झालेल्या संयुक्त महाराष्ट्र समितीच्या मेळाव्याला दोन लाखांवर लोक हजर होते (राजहंस, १९५८ : ५१, ५४).

द्वैभाषिक मुंबई राज्य होणार नसेल तर मुंबई महाराष्ट्रात घातली पाहिजे असे राज्य पुनर्रचना समितीने सुचविले होते. हे द्वैभाषिक होत नाही त्याअर्थी भारत सरकारने

मुंबईसंबंधीच्या आपल्या निर्णयाचा फेरविचार करावा. आता मुंबई महाराष्ट्राबाहेर ठेवणे अनिष्ट व असमर्थनीय आहे. काजीपूरम येथे भरलेल्या सर्वोदय संमेलनात आचार्य विनोबा भावे यांनी एकभाषी राज्यनिर्मितीचा जोरदार पुरस्कार केला. ते म्हणाले की, 'भाषावार प्रांतरचना करणे मला चूक वाटत नाही. लोकांचा कारभार लोकांच्या भाषेत चालत नसेल तर 'स्वराज्य' शब्दाला काहीच अर्थ उरत नाही.' १५ जून १९५६ रोजी श्री. एस.एम.जोशी यांनी नाशिक येथे भाषण करताना असा इशारा दिला की, मुंबईसह संयुक्त महाराष्ट्र मिळविण्याची चळवळ आता तीव्रतर केली पाहिजे. इतर उपाय परिणामकारक झाले नाहीत तर करबंदीची चळवळ हाती घ्यावी लागेल. मुंबई, महाराष्ट्र व भारत यांच्या हितासाठी मुंबईचा महाराष्ट्रात समावेश व्हावा यासाठी महाराष्ट्राने चालविलेले संघर्षपर्व थांबवावे अशी सूचना पंडित नेहरू यांनी केली होती; पण एस.एम.जोशींची अशी भूमिका होती की, मुंबई महाराष्ट्राला देण्याचे निश्चित आश्वासन मिळाल्याशिवाय आंदोलन थांबणार नाही. एसेमच्या प्रेरणेने लंडन येथे २९ जून १९५६ रोजी संयुक्त महाराष्ट्र समिती स्थापन झाली होती. तेथे महाराष्ट्रीयनांच्या सहानुभूतीसाठी मेळावा भरवला होता आणि त्यात मुंबईच्या गोळीबारात मेलेल्यांच्या कुटुंबीयांच्या मदतीसाठी मदतनिधी गोळा करून महाराष्ट्र समितीकडे पाठविण्यात आला होता. पंडित नेहरू राष्ट्रकुल परिषदेसाठी लंडनला गेले होते. त्यावेळी लंडनच्या संयुक्त महाराष्ट्र समितीने एक निवेदन पंडित नेहरूंना सादर केले होते. त्या निवेदनात असे म्हटले होते की, 'महाराष्ट्र राज्यातून मुंबई शहर वेगळे काढल्यामुळे महाराष्ट्रात राहणाऱ्या साडेतीन कोटी भारतीयांवर फार मोठा अन्याय झाला आहे. मुंबई शहर केंद्राधीन करण्याच्या आपल्या दुर्दैवी निर्णयाने त्यांच्यात पराकोटीचा विषाद व नैराश्य भावना पसरलेली आहे. त्यामुळे मुंबईचा महाराष्ट्रात समावेश करून महाराष्ट्रीयनांवर झालेला अन्याय दूर करावा (पेंडसे, १९६५ : ४५६-४५७).

### दिल्ली मोर्चा सत्याग्रह

जुलै १९५६ चा शेवटचा आठवडा म्हणजे संयुक्त महाराष्ट्राच्या लढ्यामधले सुवर्णपर्व होय. या आठवड्यात दिल्लीमध्ये एकापेक्षा एक देदीप्यमान घटना घडल्या. संयुक्त महाराष्ट्राचा लढा ही काही माथेफिरू, दंगेखोर आणि दुराग्रही भाषाभिमान्यांनी चालवलेली एक अराष्ट्रीय स्वरूपाची हुल्लड आहे असा काँग्रेसवाल्यांनी व काही महाराष्ट्रद्वेष्ट्या वृत्तपत्रांनी जो देशभर आणि जगभर खोटा प्रचार केला होता तो किती खोडसाळ होता याची जाणीव झाली. सत्याग्रह हे संयुक्त महाराष्ट्राच्या लढ्याचे एकमेव अमोघ शस्त्र होते आणि ह्या शस्त्राच्या अहिंसात्मक पण प्रभावी प्रहारांनी संयुक्त महाराष्ट्राचे सत्ताधारी शत्रू त्याक्षणी जरी शरण आले नव्हते, तरी हैराण होऊन गेले होते यात शंका नाही. सत्याग्रहाचे सामर्थ्य आणि स्वरूप जास्तीतजास्त प्रखर व विशाल होत गेले. शेवटी संयुक्त महाराष्ट्रवादी

सत्याग्रहाचे लोण दिल्लीपर्यंत पोहोचले.

अकोल्यास भरलेल्या संयुक्त महाराष्ट्र समितीच्या बैठकीत दिल्ली सत्याग्रहाचा प्रथम पुकारा केला. साऱ्या महाराष्ट्रातून त्याला प्रचंड प्रतिसाद मिळाला. बेळगाव, निपाणी, हैदराबादपासून ते अमरावती, नागपूरपर्यंतच्या सर्व मराठी मुलखांतून सत्याग्रहींनी नावे नोंदविली. २२ जुलै १९५६ रोजी श्री. एस.एम.जोशी, श्री. बी. टी. रणदिवे, श्री. लालजी पेंडसे, श्री. रघुनाथ खाडीलकर, श्री. सदाशिव बागाईतकर हे दिल्लीला पोहोचले. आचार्य दोंदे, प्र. के. अत्रे २३ जुलैला पोहोचले. मुंबईचा समावेश महाराष्ट्रात करणे का आवश्यक आहे, ह्या प्रश्नाची खरी बाजू लोकसभेच्या बिगर महाराष्ट्रीयन सभासदांना समजावून सांगण्याच्या दृष्टीने दोन-चार दिवस आधी संयुक्त महाराष्ट्र समितीचे हे सभासद दिल्लीला गेले होते (अत्रे, १९९८ : २२२ ते २२४).

परदेशाचा दौरा संपवून पंडित नेहरू दिल्लीला आले. त्यांची भेट घ्यायची की नाही याबाबत विचार करण्यात आला व तिघांचे शिष्टमंडळ घेऊन जाण्याचे ठरविण्यात आले व त्या भेटीत मुंबई, बेळगाव, निपाणी, कारवार आदींचा समावेश संयुक्त महाराष्ट्रामध्ये ताबडतोब करण्यात यावा अशी मागणी पंडित नेहरूंच्या पुढे मांडण्याचे ठरले. त्यापूर्वी चिंतामणराव देशमुख यांच्याशी विचारविनिमय करण्यात आला. त्यांनीही अनुमती दिली; पण त्यातून काही निष्पन्न होणार नाही हेही त्यांनी सांगितले. लोकसभेतील महाराष्ट्रीयनेतर खासदारांची मतेही अजमावण्यात आली. त्यावेळी त्यांनी सांगितले की, मुंबई महाराष्ट्राचीच आहे आणि तिचा समावेश आज ना उद्या महाराष्ट्रात करावाच लागेल, याविषयी आमच्या मनात बिलकूल शंका नाही. महाराष्ट्रीयनांनी बिगर महाराष्ट्रीयनांवर अत्याचार केले आहेत असा तेथे प्रचार करण्यात आला होता. मोरारजींनी अत्याचार कसे केले हे मात्र त्यांना माहीत नव्हते. महाराष्ट्राविषयी सहानुभूती दाखविली. लोकसभेत आम्ही पाठिंबा देऊ असे आश्वासन दिले.

या काळात संयुक्त महाराष्ट्र समिती नेत्यांनी बाबासाहेब आंबेडकर यांचीही भेट घेतली. त्यावेळी डॉ. आंबेडकरांनी आपले परखड विचार मांडले. आगामी निवडणुकीत काँग्रेसचा पराभव तर केलाच पाहिजे आणि त्यांना महाराष्ट्रात राज्य करणे अशक्य केले पाहिजे. त्यांचे राज्ययंत्र ताब्यात घेऊन ते बंद पाडले पाहिजे. एवढेच काय, पण आवश्यक असेल तर करबंदीची चळवळसुद्धा हाती घेतली पाहिजे. संयुक्त महाराष्ट्राच्या प्रश्नावर बोलताना डॉ. आंबेडकर म्हणाले, ‘‘एका भाषेचे एकच मोठे राज्य करणे ह्यात बहुसंख्य लोकांचे कल्याण असेल. पण अल्पसंख्याकांचे मरण आहे.’’ लोकसभेच्या कित्येक बिगर महाराष्ट्रीय सभासदांची आणि समिती नेत्यांची ओळख शंकरराव मोरे यांनी करून दिली. हरिभाऊ पाटसकर, काकासाहेब गाडगीळ, जगन्नाथराव भोसले, स्वामी रामानंदतीर्थ ही सर्व मंडळीही भेटली (अत्रे, १९९८ : २२५, २२७, २३१, २३२).

पंडित नेहरूंना शिष्टमंडळ भेटले. ही भेट अशोक मेहता यांनी घडवून आणली. यात एस.एम.जोशी, बी. टी. रणदिवे, आर. के. खाडीलकर व दत्ता देशमुख यांचा समावेश होता. या मंडळाने नेहरू यांच्याबरोबर ४५ मिनिटे बोलणी केली. हरिभाऊ पाटसकरही हजर होते. प्रश्न कठीण आहे. काय करावे समजत नाही. सर्वांच्या समाधानाने आणि सहकार्याने हा प्रश्न सुटावा अशी माझी इच्छा आहे. 'मुंबईचा महाराष्ट्रात ताबडतोब समावेश करा' या प्रश्नाला मात्र त्यांनी बगल दिली.

मुंबईहून निघालेले सत्याग्रही नवी दिल्ली स्टेशनवर उतरले. संयुक्त महाराष्ट्राच्या जयजयकाराच्या घोषणा घुमू लागल्या. नौशीर भरुचा व भाऊसाहेब राऊतही तेथे हजर झाले. दिल्लीच्या रस्त्यातून संयुक्त महाराष्ट्राच्या गर्जना करीत सत्याग्रही चालू लागले. संयुक्त महाराष्ट्राचा प्रश्न काय आहे, हे दिल्लीकरांना समजले. सत्याग्रहींचा सत्कार करण्यात आला. सुचेता कृपलानींनी सत्याग्रहींचे स्वागत केले. ए. के. गोपालन, प्रा. रामसिंग, प्रा. वि. घ. देशपांडे, एस.एम.जोशी आणि आचार्य अत्रे यांची भाषणे झाली. दिल्लीकरांना हे एक नावीन्यपूर्ण दृश्य पाहावयास मिळाले (चौगुले, २००० : ७०).

जूनच्या मुंबईमधील सत्याग्रहाप्रमाणे २६ जुलै १९५६ रोजी दिल्ली येथे लोकसभेसमोर २००० महाराष्ट्रीय स्त्री-पुरुषांनी केलेल्या सत्याग्रहाला देखील या चळवळीमध्ये महत्त्वपूर्ण स्थान आहे. दिल्लीच्या या सत्याग्रहामध्ये सुमारे ३०० स्त्रिया सहभागी झाल्या होत्या. त्यांच्यापैकी काहीजण तर लेकुरवाळ्या होत्या. महाराष्ट्रीय हे गुंड व स्त्रियांवर अत्याचार करणारे आहेत या काँग्रेसी प्रचाराला चांगलेच उत्तर मिळाले. इतक्या स्त्रिया व मुलेबाळे हजारो मैलांचे अंतर तोडून येथे येतात, त्याअर्थी यांचे गाऱ्हाणे रास्त असले पाहिजे अशी दिल्लीमधील सामान्य माणसाची भावना झाली (राजहंस, १९५८ : ५४). दिल्ली मोर्चात क्रांतिसिंह नाना पाटीलांची ऐंशी वर्षांची आई व त्याच वयाचे वेदपाठक, भांडारकर हे वयोवृद्ध लोक होते. अनेक स्त्रिया व कार्यकर्ते मुंबईसह महाराष्ट्राच्या घोषणा देत महाराष्ट्राच्या खेड्यापाड्यातून दिल्लीला पोहोचले होते. अतिशय शांततेत व घोषणा देत हा मोर्चा दिल्लीच्या रस्त्यावरून दिल्ली कायदेमंडळाकडे ठरल्याप्रमाणे जात होता. दिल्लीकरांना हे पहिलेच शिस्तबद्ध निदर्शन पाहावयास मिळाले होते. सत्याग्रही महाराष्ट्राची प्रतिष्ठा राखत होते. कोणताही अनुचित प्रकार घडला नाही; शिस्तभंग झाला नाही. त्यामुळे दिल्लीकरांनी व खासदारांनी सत्याग्रहाची प्रशंसा केली. महाराष्ट्रीयनांचा शांतता, शिस्त आणि अहिंसा यावरील विश्वास दिल्लीकरांच्या मनात कायमचा रुजला. मोर्चाविषयी श्री. ए.एन. सात्विक हे एसेम यांना दिलेल्या पत्रात म्हणाले होते, 'एसेम ही महाराष्ट्राला मिळालेली देणगी आहे. दिल्लीच्या राज्यकर्त्यांना देखील त्याची खात्री पटत आहे. पंडित नेहरूंच्या मनात मोरारजींनी जे विष पेरलेले होते ते आता नष्ट होऊन त्यांचे मतपरिवर्तन झाले आहे. आता त्यांना तुमच्या नेतृत्वाबद्दल विश्वास व आदर वाटत आहे. मुंबई राज्यातील विभाजनाबद्दल

तुमचे सहकार्य मिळेल अशी त्यांना अपेक्षा वाटते,' अशा भावना व्यक्त केल्या होत्या. दिल्ली मोर्चातून संयुक्त महाराष्ट्राच्या मागणीची पार्श्वभूमी समजावून हा लोकशाही मार्गाचा व अन्यायाविरुद्धचा लढा आहे हे एसेम यांना पटवून देता आले होते. त्यांच्या संघटनात्मक व शिस्तबद्ध कार्याचा दिल्लीकरांना चांगला अनुभव आला होता व वस्तुस्थिती समजली होती (विसपुते, २००० : १४९-१५०). स्वातंत्र्याच्या लढ्यातसुद्धा महाराष्ट्रामधले अनेक सत्याग्रही संग्रामात दाखल झाले. साठ-साठ वर्षांचे वृद्ध पुरुष व बायकासुद्धा सत्याग्रह करून तुरुंगात गेल्या. ज्या घरंदाज मराठा महिलांचे नखदेखील दिसू शकले नसते, अशा शेकडो प्रतिष्ठित स्त्रिया हातात राष्ट्रध्वज घेऊन संयुक्त महाराष्ट्रासाठी हसत हसत तुरुंगात गेल्या (अत्रे, १९५७ : २०३).

## विशाल द्विभाषिकाला विरोध

१ ऑगस्ट १९५६ रोजी पुण्यात रेसकोर्सवर पंडित नेहरूंची सभा प्रांतिक काँग्रेसने आयोजित केली होती. संयुक्त महाराष्ट्र समितीने नेहरूंच्या सभेवर बहिष्कार घालण्याचा आदेश दिला नाही; पण त्याचवेळी शनिवारवाड्यापुढे समांतर जाहीर सभा घेतली. ती नेहरूंच्या सभेपेक्षा कितीतरी पटींनी मोठी होती. ६ ऑगस्ट पर्यंत तरी त्रिराज्य योजनेचे विधेयक मंजूर होऊन मुंबईचे वेगळे राज्य होणार असेच चित्र होते. विधेयकाचा कलमवार विचार संपत आला होता. तेवढ्यात ७ ऑगस्टला फ्रँक अँथनी, तुळशीदास किलाचंद वगैरे अनेक सभासदांनी महाद्विभाषिकाची उपसूचना त्रिराज्य योजनेच्या ठरावास दिली. चिंतामणराव देशमुखांनी मंत्रिपदाचा राजीनामा दिल्यानंतर संसदेत प्रभावी भाषण केले होते. परंतु या उपसूचनेस त्यांनी पाठिंबा दिला. अशोक मेहता, आचार्य कृपलानी यांनी ती उचलून धरली. मुळात १९५५ साली शंकरराव देव यांनी जे विशाल द्विभाषिक सुचविले होते तेच या उपसूचनेने मिळणार होते. बेळगाव, कारवार, बिदर हा सीमा भागाचा विवाद्य प्रश्न तसाच लोंबकळत ठेवून ही उपसूचना हेच नवे विधेयक बनले आणि ९ ऑगस्टला संसदेने ते मंजूरही केले. ३४१ विरुद्ध ४० अशा मतांनी उपसूचना मंजूर झाली (जोशी, १९८६ : २०९-२१०).

महाराष्ट्राच्या तीन कोटी जनतेच्या आणि गुजरातमधील दोन कोटी जनतेच्या इच्छेविरुद्ध महाद्विभाषिक राज्य लादण्यात आले. महाद्विभाषिकांमुळे संयुक्त महाराष्ट्राच्या लढ्याचे स्वरूप सर्वस्वी बदलून गेले. महाराष्ट्रापासून मुंबई निराळी तोडली जात आहे ही गोष्ट पूर्वीच्या योजनेत जेवढी स्पष्ट होती, तेवढी ती महाद्विभाषिकाच्या योजनेत नव्हती. उलट, महाद्विभाषिकांत मुंबई महाराष्ट्रातच राहणार असा आभास निर्माण करण्यात आल्यामुळे सर्वसामान्य मराठी जनतेचा त्यामुळे पुष्कळच बुद्धिभेद झाला. याशिवाय महाद्विभाषिकांत मराठी भाषिकांचे प्रमाण ६५ टक्के होते. तेव्हा महाद्विभाषिक राज्यात सर्व

महत्त्वाची खाती मराठी माणसांच्याच हाती राहतील असा भ्रामक आणि फसवा प्रचार काँग्रेसवाल्यांनी चालविला होता (अत्रे, १९५७ : २६६ ते २७०).

विशाल द्वैभाषिकाविरुद्ध गुजरातची जनताच खवळून उठली. ८ ऑगस्ट ते १५ ऑगस्ट १९५६ हा सप्ताह गुजराथेतील गोळीबारांनी गाजला. यात १५ ठार झाले व १६७ जखमी झाले. १९ ऑगस्टला मुख्यमंत्री मोरारजीभाई या द्वैभाषिकाच्या प्रशस्तीसाठी अहमदाबादला गेले. अहमदाबाद काँग्रेसने द्वैभाषिक अमान्य करून वेगळ्या गुजरात राज्याची मागणी केली होती. मोरारजींनी हे विशाल द्वैभाषिक गुजरातच्या कसे हिताचे आहे हे जनतेला पटवून द्यायचे होते, पण सभेला कोणी आलेच नाही. मोरारजीभाईंना जनताकर्फ्यु चांगलीच झोंबली. त्यांनी उपोषण केले व सात दिवसांच्या उपोषणानंतर २६ ऑगस्टला त्यांच्या सभेत गोळीबारच झाला. मग महागुजरात समिती स्थापन झाली. विशाल द्वैभाषिकाचा तोडगा बदलून घेण्यासाठी गुजरातमध्ये समिती निर्माण झाली हीच या आंदोलनास लाभलेली इष्ट अशी दिशा होती.

महागुजरातसाठी गुजराथी बंधूंनी अहमदाबादच्या काँग्रेसभवनापुढे निदर्शने सुरू केली तेव्हा तेथे गोळीबार झाला. महागुजरात समितीने जेव्हा सत्याग्रह सुरू केला तेव्हा संयुक्त महाराष्ट्र समितीमार्फत सत्याग्रही पाठविण्यात आले. अनुताई लिमये व आणखी काही भगिनींनी गुजरातेत जाऊन सत्याग्रह केला. याचा इष्ट परिणाम झाला. गुजराथी लोक महाराष्ट्रीयनांना समजून घेऊ लागले. इंदुलाल याज्ञिक आणि एस.एम.जोशी यांना गुजराथी पत्रातून जोडीने प्रसिद्धी मिळू लागली. मुंबई महाराष्ट्रास दिली पाहिजे, हे महागुजरातवाल्यांना पटू लागले होते.

महाराष्ट्रात प्रजा समाजवादी पक्षाने द्वैभाषिक फेटाळले. एस.एम.जोशी यांच्या अध्यक्षतेखाली १७ ऑगस्ट १९५६ रोजी पक्षाची सभा झाली. 'महाराष्ट्र गुजरातचे द्वैभाषिक संसदेने ठरविले असल्याने ते अनुल्लंघनीय आहे, असे म्हणणे जनतेत गोंधळ माजविणारे आहे. संसदेचा ठराव शांतताप्रधान व लोकशाही मार्गाने बदलून घेण्याचा जनतेचा हक्क आहे; हे द्वैभाषिक गुजराथी व मराठी समाजात कटुता वाढवील.' असे एस.एम.जोशींनी मत व्यक्त केले (जोशी, १९८६ : २११).

महाद्विभाषिकाचे खरे स्वरूप जनतेला समजावून सांगून आणि तिच्या मनातील त्यासंबंधीचा सर्व गोंधळ दूर करून महाभाषिकाविरुद्ध लोकमत जागृत करणे अत्यंत गरजेचे होते. यासाठी महाराष्ट्र, विदर्भ आणि मराठवाडा या प्रदेशांतील संयुक्त महाराष्ट्र समितीच्या नेत्यांची आणि कार्यकर्त्यांची महाद्विभाषिकविरोधी परिषद ३० सप्टेंबर व १ ऑक्टोबर १९५६ रोजी शिवाजी पार्कवर भरविण्यात आली होती. ती परिषद अतिशय गाजली. एकजुटीचे ते प्रदर्शन होते. परिषदेचे अध्यक्ष भाऊसाहेब राऊत, उद्घाटक माधवराव बागल, आशीर्वाद देणारे सेनापती बापट, स्वागताध्यक्ष नौशीर भरुचा, संयुक्त

महाराष्ट्र समितीचे चिटणीस एस.एम.जोशी, याशिवाय आचार्य दोंदे, बी. टी. रणदिवे, 'केसरी'चे जयंतराव टिळक, लालजी पेंडसे, भाई रघुनाथ खाडीलकर, आमदार दत्ता देशमुख, अमर शेख, बेळगावचे डॉ. कोवाडकर, यशवंतराव मोहिते, समाजवादी पक्षाचे केशव गोरे, सदाशिव बागाईतकर, विनायक कुलकर्णी, उद्धवराव पाटील, प्र. के. अत्रे इत्यादी प्रमुख मंडळी उपस्थित होती. कोल्हापूरचे साम्यवादी पुढारी भाई माधवराव बागल यांनी उद्घाटनाचे भाषण केले. त्यात त्यांनी एस.एम.जोशी यांच्या कार्याचा गौरव करताना सांगितले, ''काहींचा उल्लेख न करणे कृतघ्नपणाचे ठरेल. प्रथम साथी एस.एम.जोशी यांचा उल्लेख करावा लागेल. शंकरराव देवांनी संयुक्त महाराष्ट्र परिषदेची नौका बुडविली. एस.एम.जोशींनी आपल्या सहकाऱ्यांना घेऊन ती वर काढली. अनेक आघात झेलून, संकटाला तोंड देऊन त्यांनी ती धैर्याने, करारीपणाने, संयमाने हाकारली व जनतेचा विश्वास संपादन केला. तसेच समितीतील पक्षांनी हेवेदावे टाकून जे ऐक्य टिकविले त्याबद्दल त्यांना धन्यवाद दिले पाहिजेत. यामुळे समितीची शक्ती वाढली'' (अत्रे, १९५७ : २६६ ते २७०).

या परिषदेपुढे एस.एम.जोशींनी संयुक्त महाराष्ट्र समितीच्या कार्याचा अहवाल सादर केला. तो उत्साहवर्धक होता. मार्च ते सप्टेंबर १९५६ अखेर ४५ हजार स्त्री-पुरुषांनी तुरुंगवास भोगला. गुजरात व महाराष्ट्र मिळून १२५ लोकांचे बलिदान झाले. ३२ आमदारांनी राजीनामे दिले. १९५७ साली होणारी निवडणूक विशाल द्वैभाषिकाचा खुळखुळा करून टाकील असाच कौल या आकड्यांनी दिला होता. १९५६ साल हे समिती स्थापनेच्या दृष्टीने व एकूण आंदोलनाच्या दृष्टीने गौरवशाली होते (जोशी, १९८६ : २११). संयुक्त महाराष्ट्राची चळवळ जोमात चालू असतानाच भारतीय संसदेने विशाल द्विभाषिक राज्याची निर्मिती करण्यासंबंधीच्या विधेयकाला संमती दिली. महाराष्ट्र प्रदेश काँग्रेस समितीनेही द्विभाषिक राज्याचा तोडगा मान्य केला. अशाप्रकारे १ नोव्हेंबर १९५६ रोजी विशाल द्विभाषिक राज्य अस्तित्वात आले. त्याचे मुख्यमंत्री म्हणून यशवंतराव चव्हाण यांची निवड झाली (पाटील, १९९९ : ३०). यामुळे संयुक्त महाराष्ट्र समितीचे समाधान झाले नाही आणि समितीच्या नेत्यांनी आंदोलन अधिक प्रखर करण्याचा निर्णय घेतला, मात्र नवीन मुख्यमंत्री यशवंतराव चव्हाणांनी सामंजस्याची भूमिका घेतल्याने आंदोलनकारक व शासनातील दुरावा उत्तरोत्तर कमी होत गेला. गोळीबाराचा अवलंब न करण्याचा स्पष्ट आदेश यशवंतराव चव्हाणांनी दिला. जमावाला पांगवण्याचे विशेष प्रशिक्षण पोलीस दलांना देण्यात आले. यशवंतराव चव्हाणांच्या सौम्य व संयमी कार्यपद्धतीचा प्रभाव जनमानसावर पडला. परंतु संयुक्त महाराष्ट्राबाबत लोकमत तसुभरही माघार घेण्यास तयार नव्हते. त्यामुळे 'अडकित्त्यातील सुपारी' सारखी काँग्रेसची अवस्था झाली होती.

## संयुक्त महाराष्ट्र लढ्याचे दुसरे पर्व

### इ.स.१९५७ ची सार्वत्रिक निवडणूक

जनमानसातील तीव्र असंतोष, १०५ हुतात्म्यांचे हौतात्म्य, एस.एम.जोशी आणि आचार्य अत्र्यांची रणधुमाळी या पार्श्वभूमीवर १९५७ च्या सार्वत्रिक निवडणुका झाल्या. १ मार्च आणि ११ मार्च असे दोन दिवस मतदानासाठी होते. संयुक्त महाराष्ट्र समिती रूढार्थाने राजकीय आघाडी असल्याने त्यातील घटक पक्षात जागा वाटपाची बोलणी सुरू झाली. निवडणुकीत अनुकूल कौल मिळण्याची शक्यता असल्याने घटक पक्षांनी जागाविषयी अतिशयोक्तीपूर्ण दावे केल्याने संयुक्त महाराष्ट्र समितीत तीव्र मतभेद निर्माण झाले. परंतु लोकमताच्या दडपणाखाली समझोता करणे भाग पडले (जैन, १९९३ : २३). महाराष्ट्रातील लोकमताचा द्वैभाषिकाच्या विरोधी कौल व्यक्त करण्यासाठी सर्व संयुक्त महाराष्ट्रवाद्यांनी एकजुटीने निवडणुका लढविण्याचा निर्णय मुंबई येथे पार पडलेल्या परिषदेने घेतला. संयुक्त महाराष्ट्राच्या लढ्याचा एक भाग म्हणूनच या निवडणुका लढवाव्या व संयुक्त महाराष्ट्रवादी मतामध्ये कोणतीही फूट पडू द्यावयाची नाही असा निर्धार परिषदेने व्यक्त केला (राजहंस, १९५८ : ५५).

याच दरम्यान काही महत्त्वाच्या घटना घडल्या. पहिली घटना ही की, गुजरातमध्ये महाद्विभाषिकाविरुद्ध प्रचंड प्रक्षोभ निर्माण झाला आणि गुजराथी जनता महाद्विभाषिकाच्या मागे आहे ही काँग्रेसवाल्यांनी सर्वांची जी समजूत करून दिली होती ती साफ खोटी ठरली. त्यामुळे संयुक्त महाराष्ट्र समितीला फारच मोठा धीर आला. दुसरी घटना ही की, 'शेड्युल्ड कास्ट फेडरेशन' ने किमान कार्यक्रमाच्या आधारावर 'संयुक्त महाराष्ट्र समिती' शी एकजूट करावी असा डॉ. बाबासाहेब आंबेडकरांनी आदेश दिला. शेड्युल्ड कास्ट फेडरेशनच्या येण्यामुळे समितीच्या सामर्थ्यात फारच मोठी भर पडणार होती. संयुक्त महाराष्ट्र समितीमधल्या घटक पक्षांनी महाद्विभाषिकाविरुद्ध जास्तीतजास्त लोकमत जागृत करावयाचे. निवडणुकांमध्ये आपापसात मतांची फाटाफूट न करता एका काँग्रेस उमेदवाराविरुद्ध आपल्यातला एकच प्रतिस्पर्धी उभा करावयाचा येथपर्यंत सर्वांचे एकमत झाले. फक्त एकच गोष्ट राहिली होती, निवडणुका समितीच्या व्यासपीठावरून लढवावयाच्या का प्रत्येक पक्षाने आपल्या व्यासपीठावरून लढवावयाच्या! प्रजा समाजवादी पक्षाला 'संयुक्त आघाडी' या शब्दाची भीती वाटत होती, पण तिचे निराकरण श्री. एस.एम.जोशी यांनीच केले. 'संयुक्त महाराष्ट्र समिती' मध्ये निरनिराळे राजकीय पक्ष असले तरी ती काही राजकीय पक्षांची 'संयुक्त आघाडी' नाही. ती संयुक्त महाराष्ट्रवादी जनतेची आघाडी आहे. 'संयुक्त महाराष्ट्र' हा राजकीय प्रश्न नसून तो सामाजिक आणि आर्थिक प्रश्न आहे. महाद्विभाषिक राज्यात महाराष्ट्राचे आर्थिक आणि सामाजिक जीवन

उद्‌ध्वस्त होऊन त्याची अस्मिता आणि अस्तित्व नष्ट होण्याचा संभव आहे; म्हणून 'महाद्विभाषिक राज्य नको,' ही 'संयुक्त महाराष्ट्र समिती'ची भूमिका एस.एम.जोशींनी स्पष्ट केली (अत्रे, १९५७ : ३१२-३१३).

काँग्रेस श्रेष्ठींना असे वाटत होते की समितीमध्ये सामील झालेल्या पक्षोपपक्षांची एकजूट टिकणार नाही. आज ना उद्या त्यांच्यामध्ये फूट पडेल आणि आपला कार्यभाग सिद्ध होईल. दिल्लीतील एका जाहीर सभेत पंतप्रधान पंडित नेहरूंनी काँग्रेसविरोधी पक्षांच्या एकजुटीची 'लंगड्यांची एकजूट' अशी टर उडविली. समितीच्या नेत्यांनी हा धोका ओळखून समितीचे ऐक्य दृढ करण्याचा पवित्रा घेतला व त्या दृष्टीने पहिले पाऊल म्हणून मुंबई विधानसभेतील सर्व संयुक्त महाराष्ट्रवादी आमदारांनी एका गटात राहिले पाहिजे व एका शिस्तीने वागले पाहिजे असे ठरविण्यात आले. या कामी प्रजा समाजवादी पक्षाच्या अखिल भारतीय कार्यकारिणीचे धोरण काही काळ अडथळा आणणारे होते (राजहंस, १९५८ : ५८). प्रजा समाजवादी पक्षाच्या राष्ट्रीय कार्यकारिणीने मुंबईतील बैठकीत जातीयवादी आणि साम्यवादी यांच्याशी निवडणुकीमध्ये कोणत्याही प्रकारची तडजोड करायची नाही असा आदेश दिला, तेव्हा प्रजासमाजवादी पक्ष समितीतून बाहेर पडणार की काय असा प्रश्न निर्माण झाला होता, पण त्याचे निराकारण एस.एम.जोशी यांनी ताबडतोब केले. 'समिती' हा काही राजकीय पक्ष नव्हे. ती एक जनता आघाडी आहे. ती जातीयवादी नाही आणि साम्यवादीही नाही. तिचा कार्यक्रम महाराष्ट्राच्या आर्थिक आणि सामाजिक उद्धाराचा आहे; म्हणून 'समिती' मधील प्रजासमाजवादी पक्षाला राष्ट्रीय कार्यकारिणीचा आदेश प्रतिबंधक ठरत नाही (अत्रे, १९५७ : ३१३-३१४). महाराष्ट्रातील प्रजा समाजवादी पक्षाने साथी एस.एम.जोशी यांच्या नेतृत्वाखाली खंबीर भूमिका घेतली. पक्षशिस्तीपेक्षा लोकनिष्ठा श्रेष्ठ मानून एस.एम.जोशींनी नम्रपणे अखिल भारतीय कार्यकारिणीचा आदेश पाळण्यास नकार दिला आणि जरूर तर पक्ष सोडण्याची तयारी दर्शविली. एस.एम.जोशींच्या या तीव्र भावना पाहून राष्ट्रीय कार्यकारिणीने महाराष्ट्रामध्ये एक शिष्टमंडळ पाठविले व त्यांनी तेथील परिस्थितीचे अवलोकन करून महाराष्ट्र प्रजा समाजवादी पक्षाच्या धोरणास अखेर मान्यता दिली.

समितीमधील विविध पक्षोपपक्षांचे खंबीर धोरण पाहून काँग्रेसने जातीय प्रचाराचा आश्रय सुरू केला. समिती म्हणजे कम्युनिस्टांच्या हातचे बाहुले आहे, त्यामुळे महाराष्ट्रात कम्युनिस्टांचे महत्त्व वाढणार असे ते सांगू लागले. समितीचे पुढारी ब्राह्मण आहेत व शेतकऱ्याचा मुलगा मुख्यमंत्री झालेला त्यांना पाहवत नाही, असाही प्रचार करू लागले. पण या दोन्ही गोष्टी धादांत खोट्या होत्या. समितीमध्ये जोशी व डांगे यांच्या जोडीला नाना पाटील, दत्ता देशमुख, उद्धवराव पाटील, माधवराव बागल, बी. सी. कांबळे, भाऊराव गायकवाड असे सर्व पुढारी होते व समितीचे काम सर्वांच्या विचाराने चालत

असे. कम्युनिस्टांच्या वर्चस्वाचा बागुलबुवा साफ खोटा होता (राजहंस, १९५८ : ५८-५९). 'काँग्रेसच्या अन्यायाला निवडणुकीत योग्य उत्तर द्या' असे एस.एम.जोशी यांनी मराठी भाषिकांना आव्हान केले. 'निवडणूक हे संयुक्त महाराष्ट्र लढ्यातील एक साधन आहे. सत्याग्रहाने आपण दोन पावले पुढे गेलो तर निवडणुकीमध्ये आपण चार पावले पुढे गेले पाहिजे. आपणास नुसती मते मिळवायची नसून लोकमत संयुक्त महाराष्ट्राला अनुकूल करून घ्यावयाचे आहे. संयुक्त महाराष्ट्र हा लढा नुसत्या महाराष्ट्रासाठी नसून भारतात लोकशाही स्थापन व्हावी हा या लढ्याचा उद्देश आहे.' असे एस.एम.जोशींनी आपले मत व्यक्त केले होते (दै. मराठा : १९५६). २४ डिसेंबर १९५६ रोजी निवडणुकांच्या प्रचारार्थ शिवाजी पार्कवर झालेल्या सभेत श्री. एस.एम.जोशी म्हणाले, ''चार जागा या पक्षाला, चार जागा त्या पक्षाला या भूमिकेवरून आम्ही निवडणुका लढवीत नाही. संयुक्त महाराष्ट्र मिळविणे हे ध्येय आमच्यापुढे आहे. सर्व पक्ष या ध्येयाला बांधले गेले आहेत. मी माझ्या पक्षातर्फे असे स्पष्ट सांगू इच्छितो की, प्रजा समाजवादी पक्षाला एकही जागा मिळाली नाही तरी आम्ही स्वतंत्रपणे एकही उमेदवार उभा करणार नाही व फूट पडू देणार नाही'' (पेंडसे, १९६५ : ५५७-५५८).

इ.स.१९५७ ची सार्वत्रिक निवडणूक लोकसभा आणि राज्य विधानसभा यांच्यासाठी एकाच वेळी घेण्यात आली होती. संयुक्त महाराष्ट्र समितीच्या वतीने लोकसभा व विधानसभा या दोन्ही सभागृहांसाठी उमेदवार उभे करण्यात आले होते. अर्थात, समितीत सहभागी असलेल्या राजकीय पक्षांच्या उमेदवारांनी आपापल्या पक्षाच्या निवडणूक प्रचारात मात्र सर्वांनीच संयुक्त महाराष्ट्राच्या प्रश्नाला अग्रक्रम दिला होता. किंबहुना, या निवडणुकीत महाराष्ट्रापुरते इतर सर्व प्रश्न बाजूलाच पडले होते. एकट्या संयुक्त महाराष्ट्राच्या प्रश्नाभोवतीच निवडणुकीचा संपूर्ण प्रचार केंद्रित झाला होता, त्यामुळे समितीच्या वतीने निवडणूक लढविणाऱ्या उमेदवारांना त्यापेक्षा वेगळी भूमिका घेणेही शक्य नव्हते. समितीमधील राजकीय पक्षांनीदेखील आपापसातील पूर्वीचे मतभेद बाजूला ठेवून एकदिलाने प्रचार केला. एस.एम.जोशी, आचार्य अत्रे, क्रांतिसिंह नाना पाटील, भाई एस. ए. डांगे, शाहीर अमर शेख इत्यादी नेत्यांनी समितीच्या वतीने निवडणुकीच्या प्रचार कार्यात मोलाची कामगिरी बजावली (पाटील, १९९९ : ३१).

### १९५७ च्या विधानसभा निवडणुकीत एस.एम.जोशींचा विजय

१९५७ ची निवडणूक म्हणजे तर एक लढाईच होती. लढती अतिशय चुरशीच्या झाल्या. मराठी जनतेत कधी नव्हती अशी एकजूट निर्माण झाली होती. सगळीकडे लोक जोशात होते. मतपेटीद्वारा संयुक्त महाराष्ट्राची मागणी मांडली पाहिजे हे साऱ्यांना उमजले होते. प्रचंड सभा, मोठमोठ्या फेऱ्या, प्रचारात लहानथोर स्त्री-पुरुष सारे सामील झाले

होते. 'मुंबई, बेळगाव, कारवार, निपाणीसह संयुक्त महाराष्ट्र झालाच पाहिजे' ही घोषणा एकसारखी दुमदुमत होती. काही लढती विलक्षण रंगल्या. पुण्यातील एस.एम.जोशी आणि बाबूराव सणस यांच्यातील लढत अत्यंत चुरशीची झाली (प्रधान, १९८८ : २४८-२४९). ऑगस्ट १९५२ च्या निवडणुकीत एस.एम.जोशी पुण्यातील सदाशिव पेठेतून निवडून आले होते. यावेळी ती जागा जयंतराव टिळकांना समितीमार्फत देण्यात आली होती. या निवडणुकीत एस.एम.जोशींना शुक्रवार पेठ मतदारसंघातून बाबूराव सणस यांच्याबरोबर लढत द्यावी लागली. बाबूराव सणस यांच्याविरुद्ध निवडणूक लढविण्यात एसेमना एक आपत्ती होती. एकतर बाबूराव सणस हे एसेमचे मित्र होते व गेल्या निवडणुकीत खरे म्हणजे त्यांनीच एसेमना निवडून आणले होते. शिवाय सणस यांचा चांगुलपणा असा की त्यांनी एसेमना आधी विचारले होते व एसेम शुक्रवार पेठेतून उभे राहणार नाहीत सदाशिव पेठेतूनच उभे राहणार आहेत अशी खातरजमा करून घेतल्यानंतर सणसांनी शुक्रवार पेठ मतदारसंघातून तिकीट मागितले होते. ते त्यांना मिळालेले होते.

एस.एम.जोशी बाबूराव सणसांविरुद्ध निवडून येणार नाहीत अशी जवळपास सर्वांची खात्री होती. टाइम्सचे करेकट्टी नावाचे जे प्रतिनिधी पुण्यात होते ते म्हणाले की, सणसांविरुद्ध एसेमना तीस टक्केही मते मिळणार नाहीत. त्यातून 'सकाळकार' नानासाहेब परुळेकरांचा संयुक्त महाराष्ट्र समितीस कडाडून विरोध होता. 'केसरी' त्यावेळी दैनिक झालेले नव्हते. 'प्रभातकार' कोठारींचा तेवढा एसेमना पाठिंबा होता. एसेमच्या पत्नी ताराबाई म्हणाल्या की, 'तुम्ही पडणारच, तुम्ही भिंतीवर डोके आपटून घेत आहात' एसेम म्हणाले, ''मी समितीचा सरचिटणीस आहे. नकार देऊन मला पळ काढता येणार नाही.'' या निवडणुकीत भाई वैद्य आणि अन्य सेवा दल सैनिक यांनी मतदारांशी संपर्क साधण्याचे केलेले काम केवळ आदर्श होते. एसेम स्वत: प्रत्येक घरी जाऊन भेटले होते. यशवंतराव चव्हाण यांनी अत्यंत कौशल्याने प्रचार चालविला होता. दोन सभांतून यशवंतराव चव्हाण म्हणाले, ''समिती हा विरोधी पक्ष आहे आणि विरोधी पक्ष निवडून आला तर त्यांचा जो पुढारी असेल तो मुख्यमंत्री होईल.'' त्यांनी असे सूचित केले की, 'ब्राह्मण तुमचा मुख्यमंत्री होईल.' मग एस.एम.जोशींनी एका सभेत सांगितले, ''मुख्यमंत्री कोण होणार यासाठी ही निवडणूक नाही. सत्ता कोणत्या वर्गाकडे जाईल, हा प्रश्न इथे उपस्थित होत नाही. काँग्रेसचे लोक आम्हाला विरोध करतात, पण महाराष्ट्रातील जनतेचे ते सध्या प्रतिनिधित्व करतात असे मला वाटत नाही. महाराष्ट्रातील जनतेला वाटते की, संयुक्त महाराष्ट्र झाला पाहिजे. हा घटनेचा प्रश्न आहे. महाराष्ट्राला स्वायत्त राज्याचा अधिकार मिळाला पाहिजे. आम्हाला बहुमत मिळून संयुक्त महाराष्ट्र झाला हे सरकारने जाहीर केले की मी राज्यपालांना सांगेन मुख्यमंत्री असलो तरी माझ्या मंत्रिमंडळाचा राजीनामा घ्या व पुन्हा निवडणुका होऊद्यात. त्यावेळी ठरवा कोणाला मुख्यमंत्री करायचे आणि कोणाला नाही.''

एस.एम.जोशींच्या या प्रचारपद्धतीवर कम्युनिस्ट पक्षातून अशी टीका झाली की, 'एसेमना काही राजकीय व्यवहारज्ञानच नाही.' यावर एस.एम.जोशी म्हणाले, "माझे राजकीय व्यवहारज्ञान तुमच्यापेक्षा अधिक परिपक्व आहे. आपण ज्या ध्येयासाठी लढत आहोत, ते ध्येय शासकीय सत्ता हस्तगत करणे हे नाही. मुख्य उद्दिष्ट मराठी भाषिकांसाठी संघराज्यात एक घटकराज्य म्हणून महाराष्ट्राची निर्मिती व्हावी हे आहे. हा लढा सर्व मराठी जनतेचा असून तो पक्षनिरपेक्ष आहे. काँग्रेसने त्याला पक्षीय स्वरूप दिले आहे" (जोशी, १९८६ : २१२-२१३).

काँग्रेसने बाबूराव सणस यांच्यासारख्या मातब्बर उमेदवाराला एसेम जोशी यांच्या विरुद्ध उभे करून संयुक्त महाराष्ट्र समितीचा एक नेता करण्याचा चंग बांधला होता. एका कार्यकर्त्यावर सुरामार होताच एसेम गरजले की, 'बिचाऱ्या कार्यकर्त्यावर का हल्ला करता? सुरा मारायचा असला तर मला मारा' (दै. मराठवाडा, १९८९ : ८). हा दोन व्यक्तींमधील लढा नव्हता, तत्त्वाचा लढा होता, हे दोन्ही उमेदवार जाणून होते. सबंध निवडणुकीत दोन्ही उमेदवारांचा तोल कधीच गेला नाही आणि निवडणुकीचा निकाल लागल्यावर श्री. एस.एम.जोशी श्री. बाबूराव सणसांना भेटण्यास गेले त्यावेळी हा आपलाच विजय आहे असे अण्णांनी सांगितले. दोघेही उमेदवार एकमेकांची योग्यता जाणून होते (साधना, १९७० : ४). निवडणुकीत विजय मिळविल्यावर एस. एम. नी अण्णांची विजयी मिरवणूक रद्द करायला लावली. एसेम जोशींचे सणसांबरोबर संबंध अखेरपर्यंत प्रेमाचेच राहिले. राजकीय विरोध म्हणजे व्यक्तिगत द्वेष हे समीकरण एसेम जोशींनाच पूर्णपणे अमान्य होते (दै. मराठवाडा, १९८९ : ८). या निवडणुकीत घराघरातून फूट पडली. मोठी माणसे बाबूराव सणसांच्या बाजूनी, तर तरुण मुले एस.एम.जोशींना पाठिंबा देणारी होती. एस.एम.जोशी निवडणुकीत यशस्वी झाले तेव्हा महाराष्ट्राला अस्मान ठेंगणे झाले (प्रधान, १९८८ : २४९).

## निवडणुकीतील लोकमताचा कौल

इ. स. १९५७ ची सार्वत्रिक निवडणूक महाराष्ट्रात अनेक अर्थांनी गाजली. संयुक्त महाराष्ट्र समितीच्या सर्वच नेत्यांनी आपल्या प्रचारात काँग्रेस पक्षाने महाराष्ट्रावर कसा अन्याय केला आहे याचा पाढा मतदारांपुढे वाचला. मराठी जनता मुळातच काँग्रेस पक्षावर रुष्ट झाली होती. संयुक्त महाराष्ट्र समितीने काँग्रेस पक्षाचा जबरदस्त पराभव केला. काँग्रेसचे सर्वत्र पानिपत झाले. ज्या मुंबई शहराच्या प्रश्नावरून संयुक्त महाराष्ट्राचे एवढे महाभारत घडले होते, त्या मुंबई शहरातही संयुक्त महाराष्ट्र समितीने काँग्रेसपेक्षा जास्त मते मिळविली. परंतु विदर्भ व मराठवाड्यात मात्र समितीला अपेक्षित यश मिळू शकले नाही. तथापि या निवडणुकीने हे सिद्ध केले की, महाराष्ट्राचे लोकमत स्पष्टपणे द्विभाषिकाच्या विरोधी आहे

(पाटील, १९९९ : ३१). मुंबई शहरातील जनता संयुक्त महाराष्ट्रात सामील होण्यास राजी आहे या दोन्ही गोष्टी सिद्ध झाल्या हे पुढील आकड्यांवरून दिसून येईल-

| | | |
|---|---|---|
| मुंबई शहरात काँग्रेसला मिळालेली मते | : | ५,७४,७३९ |
| मुंबई शहरात समितीला मिळालेली मते | : | ६,२५,८७२ |
| पश्चिम महाराष्ट्रात काँग्रेसची मते | : | २२,३८,१४२ |
| पश्चिम महाराष्ट्रात समितीची मते | : | ३०,५७,०५५ |
| मराठवाडा-काँग्रेसची मते | : | ६,८२,२०५ |
| विदर्भ-काँग्रेसची मते | : | ५,१७,००० |
| विदर्भ-समितीची मते | : | १८,२०,८९३ |
| विदर्भ-प्रजा समाजवादी पक्षाची मते | : | २,१३,००० |
| एकूण मराठी मुलखात काँग्रेसची मते | : | ५३,१५,९७९ |
| एकूण मराठी संयुक्त महाराष्ट्राची मते | : | ५५,३६,९२७ |

यावरून मतांचे बाबतीत सर्व मराठी मुलखांत काँग्रेसपेक्षा संयुक्त महाराष्ट्रवाद्यांना मते अधिक मिळाली आहेत (राजहंस, १९५८ : ५७). निवडणुकीत काँग्रेसवाल्यांनी जातीचा, पैशाचा, अधिकाराचा दुरुपयोग केला. पण मराठी जनतेने त्यांच्या सर्व कारवाया हाणून पाडल्या. महाराष्ट्रात पूर्वी कधीही दिसली नाही अशी अपूर्व एकी या निवडणुकीमध्ये दिसून आली. मराठी जनतेने जातपात विसरून या निवडणुका 'आपल्या' म्हणून लढविल्या. आतापर्यंत महाराष्ट्रात उमेदवाराच्या जातीला बरेच महत्त्व असे. पण या निवडणुकीमध्ये लोकांनी हे जातपातीचे बंध तोडून टाकले. संयुक्त महाराष्ट्र समितीतर्फे उभे राहिलेले उमेदवार सर्व जातींचे होते, पण मतदारांनी त्यांना 'आपले' समजून निवडून दिले. नौशीर भरुचासारखा मुंबईचा पार्शी वकील, त्यांना धड मराठी बोलता येत नव्हते, पण खानदेशमधील जनतेने हरिभाऊ पाटसकर या मंत्र्याचा पराभव करून भरुचांना निवडून दिले. उत्तर रत्नागिरीमध्ये जगन्नाथराव भोसल्यांसारख्या मंत्र्याला प्रेमजीभाई आसर या एका कच्छी उमेदवाराने पराभूत केले. पुण्यामध्ये एस.एम.जोशी यांचेविरुद्ध बाबूराव सणसांनी नाना प्रकारचा असत्य व खोडसाळ प्रचार केला, पण मतदारांनी त्यांचे सर्व डाव उधळून टाकले. नाशिकसारख्या क्षेत्रामध्ये गोविंदराव देशपांड्यांचे विरुद्ध दादासाहेब गायकवाड यांचेसारख्या दलितवर्गीय पुढाऱ्याला निवडून दिले. आत्तापर्यंत सर्वसाधारण जागांवर दलितवर्गीय निवडून आल्याचे उदाहरण नव्हते. पण संयुक्त महाराष्ट्र आंदोलनाने सहा-सात दलित पुढाऱ्यांना सर्वसामान्य जागांवर निवडून दिले (राजहंस, १९५८ : ५६). पुण्यात लोकसभेसाठी काकासाहेब गाडगीळांच्या विरुद्ध नानासाहेब गोरे निवडून आले. मुंबईत डांगे आणि अत्रे प्रचंड बहुमताने निवडून आले. मुंबई आणि पश्चिम महाराष्ट्रात

जरी समितीचा जोर होता तरी विदर्भ व मराठवाड्यात काँग्रेसच बलशाली होती. मुंबईचा प्रश्न कोकणच्या जनतेच्या जीवनाशी निगडित होता. कोकणच्या माणसाचे जीवन मुंबईवर अवलंबून होते, त्यामुळे कोकणातल्या माणसांचा 'मुंबई महाराष्ट्रातच हवी' असा आग्रह होता (प्रधान, १९८८ : २४९). एक यशवंतराव चव्हाण सोडून सारे महाराष्ट्रीय मंत्री पराभूत झाले. कित्येक काँग्रेस उमेदवारांचे डिपॉझिटही जप्त झाले. कोल्हापूर, रत्नागिरी व कुलाबा या जिल्ह्यांत एकही काँग्रेस उमेदवार निवडून आला नाही. पुणे, नगर, नाशिक या जिल्ह्यांत एकेकच काँग्रेस उमेदवार कसातरी निवडून येऊ शकला (राजहंस, १९५८ : ५६). मुंबई राज्य विधानसभेच्या एकूण ३९६ जागांपैकी काँग्रेसला १३२ जागा मिळाल्या आणि १६१ जागा समितीने जिंकल्या. त्यात १०१ जागा संयुक्त महाराष्ट्र समितीच्या आणि ६० जागा गुजरात समितीला मिळाल्या. याचा अर्थ राज्यशासन ताब्यात घेण्यास समितीला फक्त ३६ जागा कमी पडल्या. महाराष्ट्रात सर्वच्या सर्व म्हणजे १३३ जागांसाठी काँग्रेस व संयुक्त महाराष्ट्र समिती यांच्यात सरळ सामना होऊन काँग्रेसचा धुव्वा उडाला. यापैकी काँग्रेसला ३२ जागा मिळाल्या, तर संयुक्त महाराष्ट्र समितीला १०१ जागा मिळाल्या. लोकसभेवर मुंबई राज्याला एकूण ६६ जागा होत्या. त्यापैकी गुजरात भागाच्या २२ जागा होत्या. उरलेल्या ४४ जागांपैकी पश्चिम महाराष्ट्राच्या २२ जागांपैकी २० जागा संयुक्त महाराष्ट्र समितीने जिंकल्या (पेंडसे, १९६५ : ५६६-५६७). केवळ दोन जागा काँग्रेसला मिळाल्या. निवडणुकीत बेळगाव-कारवार आदी भाग कर्नाटकात घालण्यात आला याविरुद्धही आवाज उठविण्यात आला आणि या प्रश्नाची तीव्रता जाणवणाऱ्या कोल्हापूर भागात समितीला भरघोस यश मिळाले (प्रधान, १९८८ : २४९).

या निवडणुकीने पुढील काही गोष्टी सिद्ध झाल्या-

१) काँग्रेससारख्या जबरदस्त पक्षाचाही जनता निवडणुकीत पराभव करू शकते ही गोष्ट सिद्ध झाल्यामुळे मराठी जनतेचा आत्मविश्वास व लोकशाहीवरील श्रद्धा वाढीला लागली.

२) या निवडणुकीमध्ये मराठी जनतेने जातीय प्रचाराला थारा दिला नाही. दलित उमेदवारांना सर्वसाधारण जागांवर निवडून दिले व अशा तऱ्हेने महाराष्ट्रामध्ये सामाजिक एकजिनसीपणाची भावना वाढीला लागली (राजहंस, १९५८ : ५६-५७).

१९५७ च्या निवडणुकीनंतर झालेल्या मुंबई महानगरपालिकेच्या निवडणुकीतही संयुक्त महाराष्ट्र समितीने काँग्रेसला पराभूत केले. इतर स्थानिक स्वराज्य संस्थांच्या निवडणुकीत, विधानसभेच्या पोट निवडणुकीत समितीचे उमेदवार मोठ्या बहुमताने निवडून आले. म्हणजेच मराठी जनमानसाने द्विभाषिक मुंबई राज्य अमान्य असल्याचा स्पष्ट कौल दिला. संयुक्त महाराष्ट्र समितीच्या आंदोलनात खंड पडला नाही. विधिमंडळात समितीच्या

ज्येष्ठ नेत्यांनी संधी मिळेल तेव्हा संयुक्त महाराष्ट्राची मागणी रेटली (जैन, १९९३ : २४-२६). मुंबई महानगरपालिका निवडणुकीत संयुक्त महाराष्ट्र समितीने ९७ उमेदवार उभे केले. त्यापैकी ७१ उमेदवार निवडून आले. 'मुंबई महाराष्ट्राची आहे' हा कौल मिळून गेला. एस.एम.जोशींच्या मते, महानगरपालिकेच्या निवडणुकीमध्ये समितीला जे भरघोस यश मिळाले तो समितीचा संयुक्त महाराष्ट्राच्या चळवळीतील निवडणूक आघाडीवरचा सर्वांत मोठा विजय होय (जोशी, १९८६ : २१६).

## एस.एम.जोशींची विधानसभेत विरोधी पक्ष नेतेपदी निवड

विधानसभेत विरोधी पक्ष म्हणून मान्यता मिळविण्यासाठी समितीला फार खटपट करावी लागली. 'समिती' हा पक्ष नाही अशी सबब सांगण्यात येत होती. वास्तविक समिती ही काही आघाडी नव्हती. समितीचा स्वत:चा असा कार्यक्रम होता. त्या कार्यक्रमाच्या आधारे निवडणूक प्रचारही करण्यात आला होता. तेव्हा समितीला विरोधी पक्ष म्हणून मान्यता मिळालीच पाहिजे असा समिती नेत्यांचा आग्रह होता. शेवटी काकासाहेब गाडगीळांनी विधानसभेच्या अध्यक्षांबरोबर बोलणी करून समितीला विरोधी पक्ष म्हणून मान्यता देण्यास काँग्रेस पक्षाला राजी केले. पुढे विरोधी पक्ष नेता कोण? हा प्रश्न आला (जोशी, १९८६ : २१५). विधानसभेत समिती पक्षाचे नेतृत्व कोणाकडे असावे ह्याची चर्चा सुरू झाली.

एस.एम.जोशी यांच्याकडे नेतृत्व असावे याबद्दल दुमत नव्हते, पण शे. का. पक्षातर्फे अशी सूचना आली की, नेता दरवर्षी बदलावा. कम्युनिस्ट पक्षाचा तसा आग्रह नव्हता, पण हे तत्त्व मान्य झाले तर कम्युनिस्ट पक्षाला एक वर्ष मिळावे अशी त्यांची मागणी होती. एस.एम.जोशी म्हणाले, 'निवडणूक हा आपण लढ्याचा भाग मानला. असेंब्लीत किती जागा मिळाल्या ह्याचं मला कौतुक नाही. आपला लढा पुढे गेला पाहिजे. तो पुढे नेईल असा नेता निवडला पाहिजे.' याविषयी दुमत नाही (प्रधान, १९८८ : २५१-२५२). अशा रीतीने एस.एम.जोशी यांची मुंबई राज्य विधानसभेत विरोधी पक्षनेतेपदी निवड करण्यात आली.

संयुक्त महाराष्ट्र समितीला १९५७ च्या निवडणुकीत अपूर्व यश मिळाले. यात एस.एम.जोशींचे फार मोठे योगदान होते. निवडणुकीतील विजयामुळे समितीला विधान सभेत प्रभावी विरोधी पक्षाचे स्थान प्राप्त झाले. विधानसभेत विरोधी पक्ष म्हणून समितीचे कामकाज सुरू झाले. महागुजरात परिषदेचे म्हणून जे गुजरात भागातून निवडून आले होते त्यांच्याशी सुद्धा वाटाघाटी करून एसेमनी विरोधी लोकांच्यामध्ये एकसूत्रीपणा निर्माण केला (जोशी, १९८६ : २१५-२१६). निवडणूक, निदर्शने, विधिमंडळ, सत्याग्रह या आघाड्यांप्रमाणेच या आंदोलनात एसेमना राजनैतिक आघाडीही दक्षतापूर्वक सांभाळावी

लागत होती.

विधानसभेतील समिती आमदारांच्या कार्यालयात ब्रिटनमधील एक माजी मंत्री एस.एम.जोशींच्या भेटीसाठी आले होते. त्यांनी एसेमना विचारले, ''जोशी, तुमच्या कल्पनेतला संयुक्त महाराष्ट्र उद्या निर्माण झाला तर त्या राज्यात ब्राह्मण मुख्यमंत्री होऊ शकेल काय?'' एस.एम.जोशींनी तत्काळ उत्तर दिले, ''त्याबाबत माझ्या मनात मुळीच भ्रम नाही. निदान २५ वर्षे तरी महाराष्ट्राचा मुख्यमंत्री ब्राह्मण होऊ शकणार नाही.'' एसेमचे उत्तर ऐकून ते आश्चर्यचकित झाले. ते म्हणाले, ''तुम्ही इतका खोलवर विचार केला आहे?'' एसेम म्हणाले, ''तुम्हाला काय वाटले, आम्ही पोरेसोरे आहोत? आमच्या राष्ट्रीय पुढाऱ्यांनी आम्हाला मानवी मूल्ये हीच महत्त्वाची असल्याचे शिकविले आहे. मी संयुक्त महाराष्ट्रासाठी लढतो म्हणजे मला किंवा कोणा ब्राह्मणाला मुख्यमंत्री होता येईल या आशेने नाही. लोकशाहीच्या दृष्टीने हे आवश्यक आहे अशी आमची मागणी आहे.'' एस.एम.जोशींचे असे मत होते, 'बहुमत मिळाले तरी समितीने सत्तापदे घेऊ नयेत. आपण जर मंत्रिमंडळ बनविण्याचा प्रयत्न केला तर आपले ऐक्य टिकविणे कठीण जाईल.'

समितीचा उपयोग एक पक्ष बनवून सत्ता संपादनासाठी करण्याचा एसेम जोशींचा विचार केव्हाही नव्हता. त्यांची भूमिका स्पष्ट होती. प्रश्न संयुक्त महाराष्ट्र मिळविण्याचा होता. ती आम मराठी जनतेची मागणी होती. ती पक्षनिरपेक्ष लोकेच्छा होती. त्यामुळे तर लोकांनी आम्हाला निवडून दिले आहे. बहुमत मिळून संयुक्त महाराष्ट्राचा मंगलकलश घेण्यासाठी सत्ता घ्यावीच लागली, तर ध्येयसिद्धी होताच राजीनामा देऊन मोकळे व्हायचे असे त्यांचे मत होते. १९५७ साली अभूतपूर्व विजय मिळाल्यानंतर आणि एसेम जोशी विरोधी पक्षनेते झाल्यानंतर एका पार्शी सद्गृहस्थानी एसेमना सांगितले की, 'काँग्रेसविरोधी असे एकूण १६१ सदस्य तुमच्या मागे आहेत. तुम्ही भाऊसाहेब हिरे यांच्याशी हातमिळवणी करून बहुमत का करून घेत नाही? भाऊसाहेब आपल्याबरोबर ३६ सभासद घेऊन विरोधी बाकावर बसतील' एसेम म्हणाले, 'असे जर आहे तर त्यांना अडचण कशाची आहे?' पार्शी सद्गृहस्थ म्हणाले, 'तुम्ही मुख्यमंत्री व्हाल या भीतीने ते येत नाहीत.' एसेम त्यावर म्हणाले, ''माझ्यापुरते असे असेल तर मी आता तुम्हाला लिहून देतो की, भाऊसाहेब हिरे आम्हास येऊन मिळाल्याने संयुक्त महाराष्ट्र जर मिळत असेल तर मुख्यमंत्रीपदाच्या स्पर्धेत मी व्यक्तिश: उतरणार नाही'' (जोशी, १९८६ : २२० ते २२२). मराठी जनता संयुक्त महाराष्ट्रासाठी निर्धाराने आज लढत आहे. तो लढा एका संकुचित मागणीसाठी चालला आहे असा बोभाटा अन्याय करणाऱ्या सत्ताधिष्ठित लोकांनी खुशाल करावा. त्या लढ्याचे स्वरूप अन्यायाचा प्रतिकार करण्यासाठी आहे असेच इतिहासात नमूद करावे लागेल. महाराष्ट्रातील बहुसंख्य जनता आज ह्या लढ्याच्याच बाजूने उभी आहे असे एस.एम.जोशींचे मत होते (दै. कैसरी : १९५८).

## प्रतापगडचा मोर्चा

संयुक्त महाराष्ट्र समितीच्या कार्याच्या अखेरच्या पर्वाची सुरुवात प्रतापगडाच्या मोर्चाने झाली. काँग्रेसने प्रतापगडावर शिवाजी महाराजांच्या अश्वारूढ पुतळ्याचे अनावरण पंडित नेहरूंच्या हस्ते करावे असे ठरवून एक पेच निर्माण केला (टिळक, १९९५ : १९२). प्रतापगडावरील शिवाजी महाराजांच्या पुतळ्याचे अनावरण ही कल्पना मुळात मालोजीराजे निंबाळकर आणि यशवंतराव चव्हाण यांची होती. महाराष्ट्रात पंडित नेहरूंना आणून काँग्रेसचा प्रभाव वाढवावा असे त्यांना वाटले; कारण स्थानिक स्वराज्य संस्थांच्या निवडणुकीतही फक्त सांगली नगरपालिकेचा अपवाद वगळता सर्व ठिकाणी समितीनेच निवडणुका जिंकल्या होत्या. समिती ही महाराष्ट्रात कम्युनिझम आणणार, कम्युनिस्टांचे बळ ती वाढवीत आहे असा आरोप जनसंघ करू लागला. पंडित नेहरूंच्या हस्ते शिवछत्रपतींच्या पुतळ्याचे अनावरण या गोष्टीचे जनसंघीयांनी समर्थनच केले. मोरारजीभाईंनी शिवाजी महाराजांना विश्वासघातकी म्हटले होते. पंडित नेहरूंचेही मत अशाच प्रकारचे होते. मराठी जनतेवर अन्याय करणाऱ्या पंडित नेहरूंना शिवाजी महाराजांच्या पुतळ्याचे अनावरण करण्याचा अधिकारच पोहोचत नाही; हे लोकांना पटवून देणे जरुरीचे होते (जोशी, १९८६ : २१७-२१८).

एस.एम.जोशी यांनी शनिवारवाड्यावरील सभेत असे सांगितले की, ''पंडित नेहरूंना शिवाजी महाराजांच्या पुतळ्याचे अनावरण करण्याचा काय अधिकार आहे? अफजुलखानाने भेटीसाठी बोलावले त्यावेळी त्याने मिठी मारल्यावर शिवाजी महाराजांनी त्याच्या पोटात वाघनखे खुपसली व त्याची आतडी बाहेर काढली हे कृत्य पंडित नेहरूंना विश्वासघातकी वाटत होते (टिळक, १९९५ : १९२). शिवाजी महाराजांनी येथे स्वराज्य स्थापन केले. त्या स्वराज्य संस्थापकाचा तो पुतळा आहे. पंडित नेहरूंनी तर महाराष्ट्राची घटक राज्याची मागणीच नामंजूर केली आहे. त्यांना या पुतळ्याचा अनावरण करण्याचा मुळीच अधिकार नाही.''

एस. ए. डांगे यांनी सुचविले की, 'क्रांतिसिंह नाना पाटील यांच्या आईच्या हस्ते पुतळ्याचे अनावरण करावे अशी भूमिका आपण मांडूया' एसेम म्हणाले, 'अशी फक्त मागणी करता येईल. पण नेहरू यायचे ते येणारच. नेहरूंच्या आगमनाच्या वेळी आपण प्रचंड शिस्तीत निदर्शने करू' शिवाजी महाराजांच्या पुतळ्याचे अनावरण करण्यास भारताचे पंतप्रधान येतात तर हे समितीचे लोक विरोध करतात असा समितीविरोधी खूप प्रचार त्यावेळी काँग्रेस, जनसंघ इत्यादींनी केला. पंडित नेहरूंना एसेमनी पत्र लिहिले व मोरारजीभाईंनी अफजुलखानाच्या वधाच्या संदर्भात शिवाजी महाराजांबद्दल काढलेले उद्‌गार निखालस चुकीचे आहेत असे त्यांना कळविले. पंडित नेहरूंनी एसेमच्या पत्राचे उत्तर दिले व शिवाजी महाराजांसंबंधीची स्वत:ची चुकीची मते आपण आता दुरुस्त

करून घेतली आहेत असा खुलासा केला. आचार्य अत्रे व एसेम या दोघांनी संयुक्तपणे निदर्शनाचा ठराव केला. त्यात म्हटले होते, 'संघराज्याच्या मंत्रिमंडळापैकी काहींची शिवछत्रपतींबद्दल अनादराची भावना व्यक्त झालेली असताना त्यांच्या पुतळ्याचे अनावरण करण्यासाठी पंडित नेहरू महाराष्ट्रात येत आहेत. या समारंभाचा मुख्य उद्देश शिवाजी महाराजांबद्दल आदर व्यक्त करण्याचा नसून द्वैभाषिक मजबूत करण्याचा आहे; म्हणून नेहरूंच्या आगमनप्रसंगी जनतेने प्रतापगडावर मोर्चा काढून आपली तीव्र नापसंती व्यक्त करावी' (जोशी, १९८६ : २१८-२१९).

प्रतापगडावर पंडित नेहरूंच्या सभेला लोक जमविण्यासाठी काँग्रेसला खेडोपाडी ट्रक्स पाठवून भाड्याने लोक जमवावे लागले तर समितीच्या हाकेला 'ओ' देऊन २५००० लोक स्वखर्चाने व कित्येक सायकलवरून आणि पायी चालत प्रतापगडापाशी आले होते (राजहंस, १९५८ : ६१). बेळगाव, मिरज, सांगली भागातून अनेक कार्यकर्ते आणि निदर्शक सायकलीवरून आले होते. बहुसंख्य निदर्शक हे खेडेगावातले शेतकरी वर्गातले होते. उपस्थित निदर्शकांची स्वयंस्फूर्त सभा भरली. त्यात एस.एम.जोशी म्हणाले, "महाराष्ट्राची जनता द्विभाषिक राज्य कधीही मान्य करणार नाही. मराठी भाषिकांचे राज्य निर्माण करणे हे आमचे ध्येय आहे. हे ध्येय साध्य होईपर्यंत आम्ही एकसारखे झगडत राहणार" (अत्रे, १९५७ : ४२४-४२५). ३० नोव्हेंबर १९५७ रोजी पंडित नेहरूंची गाडी वाईस आली. निदर्शकांचा मोर्चा पाचगणी, महाबळेश्वर, पसरणी घाटात उभा होता. काँग्रेसने जमा केलेली मंडळी ही वाईतून दुसऱ्या मार्गाने नेण्यात येत होती. निदर्शक हे या पाचगणीच्या घाटात सर्रास दुतर्फा उभे होते. यशवंतराव चव्हाणांचे बोलणे होऊन पंडित नेहरूंची मोटार मात्र स्वयंसेवकांच्यामधून नेण्यात आली. स्वयंसेवक शिस्तीने उभे होते. एकही पाऊल त्यांनी पुढे टाकले नाही. पंडित नेहरूंना या मोर्चाने महाराष्ट्राची भावना किती तीव्र आहे हे समजले (टिळक, १९९५ : १९३).

कोणताही अनिष्ट प्रकार न होता सारे निदर्शन अत्यंत शिस्तीने आणि शांततेने पार पडले. यात एस.एम.जोशी यांनी महत्त्वपूर्ण भूमिका बजावली. प्रतापगड मोर्चा यशस्वी करण्यात एसेमचा सिंहाचा वाटा होता. निदर्शनाचा कार्यक्रम पार पडताच समिती निदर्शकांची विराट सभा झाली. या सभेत एस.एम.जोशी म्हणाले, "आजचे ऐतिहासिक कार्य अत्यंत शांततेने आणि संयमाने आपण पार पाडलेले आहे. काँग्रेसने आपल्या विरुद्ध जातीयवाद पेरण्याचा खूप प्रयत्न केला; पण तो निष्फळ ठरला. काँग्रेसच्या कोणत्याही धमक्यांना आम्ही घाबरत नाही आणि मरणाला आम्ही भीत नाही, ही गोष्ट आज आपण सिद्ध केली. शिवछत्रपतींचे दर्शन जरी आज आपल्याला झाले नसले तरी त्यांचा संदेश आज आपण आचरणात आणलेला आहे. छत्रपतींच्या साक्षीने आपण संयुक्त महाराष्ट्र निर्माण करण्यासाठी आज प्रतिज्ञाबद्ध झालेले आहोत" (अत्रे, १९५७ : ४२९).

पंडित नेहरू बंद गाडीतून पाचगणीकडे गेले होते. 'संयुक्त महाराष्ट्र झालाच पाहिजे, आम्हाला मुंबई हवी' अशा घोषणा झाल्या होत्या. पंडित नेहरू यशवंतराव चव्हाण यांच्यासह प्रतापगडाकडे मोटारीतून जात होते. समिती निदर्शकांच्या घोषणा ऐकून पंडित जवाहरलाल नेहरूंनी यशवंतराव चव्हाणांना विचारले, 'या लोकांना काय पाहिजे आहे? कशाकरिता या घोषणा चालल्या आहेत?' तेव्हा यशवंतराव चव्हाणांनी पंडित नेहरूंना सांगितले, 'ते म्हणतात आम्हाला मुंबई पाहिजे.' त्यावर नेहरूंनी पुन्हा प्रश्न केला, ''पण त्यांना एवढी घाईगर्दी का सुटली आहे?'' काही दिवसांनी मुंबई महाराष्ट्रात जाणार असेच तर त्यांना सूचित करावयाचे नव्हते?

प्रतापगडचा कार्यक्रम आटोपून पंडित नेहरू परत गेले (जोशी, १९८६ : २१९). वाईमार्गे पंडित नेहरू व यशवंतराव चव्हाण पुण्याला येत असता, अनेक निदर्शक पायी वा सायकलवरून परत फिरत असताना भेटत होते. ते उत्साही होते. पंडित नेहरूंना पाहिल्यावर 'मुंबई महाराष्ट्राला मिळालीच पाहिजे' अशा घोषणा करीत. यशवंतराव चव्हाणांना पंडित नेहरू म्हणाले की, 'पंजाबीही रागावलेले आहेत. (त्यावेळी पंजाबी सुभ्याचा प्रश्न होता.) पण पंजाबी रागावतातही लवकर व विसरतातही लवकर. परंतु तुम्ही मराठी लोक मोठे विलक्षण आहात. तुम्हाला लवकर राग येत नाही व आल्यावर तुम्ही तो लवकर विसरत नाही' (प्रधान, २००० : ९६).

प्रतापगड मोर्चा सत्याग्रहाने पंडित नेहरूंना मराठी लोकांच्या तीव्र भावनेची दखल घेणे भाग पडले आणि त्यातूनच द्विभाषिक मुंबई राज्याच्या भवितव्याचा फेरविचार करण्याची प्रक्रिया सुरू झाली.

## एस.एम.जोशींची मुंबई राज्य विधानसभेतील भूमिका आणि कार्ये

१९५२ मध्ये झालेल्या मुंबई विधानसभेच्या पोटनिवडणुकीमध्ये एस.एम.जोशी पुणे मतदार संघातून निवडून आले आणि तेव्हापासून त्यांचे संसदीय कार्य सुरू झाले. त्यानंतर पुन्हा १९५७ मध्ये ते दुसऱ्यांदा विधानसभेवर निवडून आले. आमदार या नात्याने एस.एम.जोशी यांनी विधानसभेच्या कामकाजावर आपल्या स्पष्टवक्तेपणामुळे आणि नि:पक्षपातीपणामुळे चांगलीच छाप पाडली. विरोधातही त्यांची विधायकता दिसून येत असे. विरोधी पक्षनेता हा आळीपाळीने सर्व विरोधी पक्षांमधून निवडावा या मान्य झालेल्या तत्त्वानुसार एस.एम.जोशी हे काही काळ संयुक्त विरोधी पक्षाचे नेते होते. विरोधी नेते म्हणून फक्त ठरावीक काळापुरते असले तरी एसेम यांना सर्वजण मान देत व विरोधी पक्ष प्रत्येक प्रश्नावर त्यांचा सल्ला घेत. अशा रीतीने आपल्या पहिल्याच आमदारकीच्या काळात एसेम एक चांगले संसदपटू झाले. याच वेळी संयुक्त महाराष्ट्राच्या चळवळीची त्यांनी उभारणी केली (पाटील, १९९२ : ५).

महाराष्ट्राचे तत्कालीन मुख्यमंत्री यशवंतराव चव्हाणांनी म्हटले आहे, 'एस.एम.जोशी विधानसभेत विरोधी पक्षाचे नेते होते व संयुक्त महाराष्ट्र चळवळीचेही धुरीण होते. विधानसभेतील त्यांच्या भाषणामुळे चर्चेची पातळी नेहमीच वरची राहात असे. विरोध करताना कणखरपणे विरोध करूनही त्यांनी निष्कारण 'कटु शब्द' कधी वापरले नाहीत आणि संयुक्त महाराष्ट्राच्या चळवळीसाठी विधानसभेचे व्यासपीठ कुशलतेने वापरूनही संसदीय प्रथांचा कधी भंग होऊ दिला नाही.' त्यांची कळकळ, ध्येयनिष्ठा, स्पष्टवक्तेपणा व ध्येयाशी समरस होण्याचे त्यांचे हे गुण त्यांच्या भाषणातही स्पष्टपणे दिसत होते. त्यांच्या मनाला जे पटेल तेच ते सांगत. श्रोत्यांना आवडेल तेवढेच बोलावयाचे असा राजकारणी डाव त्यांच्याजवळ नव्हता, म्हणून कित्येकवेळा त्यांच्या काही उद्गारांवर त्यांचे मित्र व सहकारी देखील नाराज होत (खांडेकर : १७-१८). विधानसभेत प्रश्नोत्तरांच्या तासाचा एसेमनी सुरुवातीला चांगला उपयोग करून घेतला. भूदान पथकात जाण्याने आणि ट्रेड युनियनमध्ये काम करीत असल्यामुळे त्यांनी अनेक प्रश्न विचारून सरकारपक्षाला बोलते केले. १९५२ साली कोणी किती प्रश्न विचारावेत यावर बंधन नसे. भाऊसाहेब हिरे एकदा एसेमना म्हणाले, "एसेम, तुम्ही इतके प्रश्न आणि तेही ग्रामीण भागातील, अगदी दुर्गम अशा खेड्यापाड्यातले मिळवता तरी कसे?" साने गुरुजी सेवापथकामुळे व भूदान पथकामुळे एसेमना विविध प्रश्नांची माहिती होत असे. एस.एम.जोशी म्हणत, 'विधानसभा हे सर्वपक्षीय व्यासपीठ आहे. येथे आपण जी भाषणे करतो ती चौपाटीवरील सभेपुढची भाषणे नव्हेत. येथे विचारपूर्वक बोलले पाहिजे. विधानसभा हे 'विक्रमादित्याचे न्यायासन' आहे' (जोशी, १९८६ : १८०, १८२). विरोधी पक्ष डोळ्यात तेल घालून दक्ष राहिला तर विधिमंडळात सरकार पक्षाची अडवणूक करून त्यास चुकीच्या मार्गावरून परावृत्त करता येते असे एसेमचे मत होते.

एस.एम.जोशींनी विधानसभेच्या प्रतिनिधित्वाच्या काळात विधानसभेत मांडल्या गेलेल्या विधेयकांपैकी ४६ विधेयकांच्या चर्चेत भाग घेतला होता. त्यांनी स्वत: देखील काही प्रस्ताव सभागृहात सादर केले होते. १९५३ ते १९५६ या कालावधीत एसेमनी एकूण १८ विधेयकांच्या चर्चेत भाग घेतला; तर १९५७ ते १९६१ या काळात २८ विविध विषयांच्या चर्चेत भाग घेऊन दुरुस्त्या व उपाययोजना सुचविल्या होत्या. प्रसंगी विधायक टीका केल्या. विधानसभेतील भाषणातून एसेमची अभ्यासू वृत्ती प्रकर्षाने जाणवते. सरकारला मार्गदर्शन करून त्यांनी मौलिक सूचनाही केल्या होत्या (विसपुते, २००० : २३९). एस.एम.जोशींनी प्रामुख्याने शिक्षणविषयक विधेयक, शेतकरी व कुळासंबंधीचे विधेयक, कामगारांसंबंधीचे विधेयक, आर्थिक विचार, अंदाजपत्रकावर चर्चा, राज्यपालांचे अभिभाषण, घटनादुरुस्ती, राज्यपुनर्रचना विधेयक, अविश्वास ठराव, सहकारी संस्था, सामान्य प्रशासन, ग्रामीण उद्योगधंदे, सामाजिक व आर्थिक विषमता निर्मूलन,

इतर विविध विषयांवरील विधेयकांविषयी चर्चा करून एसेमनी आपली भूमिका विशद केली होती.

### शिक्षणविषयक प्रश्न

एस.एम.जोशींनी विधानसभेत शिक्षणविषयक विधेयकावर वेळोवेळी आपली भूमिका स्पष्ट केली होती. प्राथमिक शिक्षण, उच्च शिक्षण, शिक्षक-प्राध्यापकांचे प्रश्न, शिक्षणासंबंधी सरकारचे धोरण याविषयी विचार मांडले होते. ६ मार्च १९५४ रोजी Policy of Education Department या विधेयकावरील जी कपात सूचना मांडण्यात आली होती तिला एसेमनी पाठिंबा दिला होता. त्यांच्या मते, आज शिक्षणखात्यात पुष्कळसे धरसोडीचे वर्तन चालले आहे. प्राथमिक शिक्षणापासून कॉलेजमधील शिक्षणाच्या बाबतीत सरकारचे धोरण उलटेसुलटे चालले असून त्यात सुसूत्रपणा नाही. शिक्षण लष्करी साचेबंदीसारखे होत आहे. शिक्षणक्षेत्रात सरकारने एकसारखी ढवळाढवळ करणे हे केव्हाही योग्य नाही. शिक्षकांच्या बाबतीत आज सरकारचे जे धोरण आहे ते अत्यंत असमाधानकारक आहे. आपण शिक्षणक्षेत्रात शिक्षकांना स्वातंत्र्य दिले पाहिजे पण तसे न करता युनिव्हर्सिटी क्षेत्रातही सरकार अतिक्रमण करण्याचा प्रयत्न करीत आहे, ते योग्य नाही. विद्यार्थ्यांना खरोखरच ज्ञान द्यावयाचे असेल तर त्यांच्या मार्गातील अडचणी आपण दूर केल्या पाहिजेत. आपण सर्वसाधारणत: ज्यावेळी परकीय भाषेतून ज्ञान घेतो त्यावेळी आपणाला परकीय भाषेतूनच विचार करण्याची व ते मांडण्याची एक प्रकारची सवय लागते. या कारणास्तव मातृभाषेचा विकास होऊ शकत नाही. आपण मातृभाषेतून विचार करावयास शिकलो तर ज्ञान विकास जास्त होईल. महाराष्ट्रात मराठी भाषेतून शिक्षण दिले तर जास्त प्रगती होईल. १९५५ सालपर्यंत, हिंदी माध्यम झालेच पाहिजे अशी सक्ती करू नये. सरकारने आग्रह धरला पाहिजे की,ज्या प्रादेशिक भाषा आहेत त्याच माध्यम झाल्या पाहिजेत. विद्यार्थ्यांच्या डोक्यावर परकीय भाषेचे ओझे लादून त्यांचा विकास होणार नाही. या बाबतीत सरकारचे धोरण अत्यंत चुकीचे आहे असे एस.एम. जोशींचे मत होते. हिंदी सक्तीचे केल्यास या देशामध्ये हिंदी लोकप्रिय होण्याऐवजी लोक हिंदी भाषेपासून दूर जाण्याची शक्यता आहे, कारण निरनिराळ्या प्रादेशिक भाषांसंबंधी लोकांची जी मानसिकता आहे तिचा विचार केला असता विद्यापीठ क्षेत्रामध्ये हिंदी सक्ती करणे योग्य होणार नाही. कॉलेजचे प्राध्यापक असोत किंवा शाळांचे प्राथमिक शिक्षक असोत त्यांच्यावर हिंदीतून शिकविण्याची सक्ती करून सरकारने त्यांना आपल्या कल्पनेच्या लोखंडी साच्यात बसविण्याचा प्रयत्न केला तर तो योग्य ठरणार नाही; असे एम. एम. जोशींचे ठाम मत होते (मुंबई विधानसभा डिबेट, १९६० : ६८८-६८९).

२८ मार्च १९५८ रोजी शिक्षणमंत्र्यांनी Primary Education Amendment Bill

मांडले. त्या विधेयकाच्या चर्चेत एसेमनी सांगितले की, प्राथमिक शिक्षणासंबंधी सध्या अस्तित्वात असलेल्या कायद्यात खरोखरीच फार मोठी उणीव होती. प्रशासकीय अधिकाऱ्याच्या मताप्रमाणेच सर्व कारभार चालत असे. एकाच अधिकाऱ्याच्या हातात सर्व सत्ता असणे जनतेच्या दृष्टीने हानिकारक ठरते. शैक्षणिक क्षेत्रात जास्तीतजास्त स्वायत्तता असली पाहिजे, या विधेयकानुसार प्रशासकीय अधिकाऱ्याकडे असलेले अधिकार सरकार कमी करणार आहे ही गोष्ट स्वागतार्ह आहे. या विधेयकात अंतर्भूत असलेले तत्त्व बरेचसे चांगले होते म्हणून एसेमनी या विधेयकाला पाठिंबा दिला होता.

राज्यकारभाराचे लोकशाहीकरण होणे अत्यंत आवश्यक आहे. शिक्षकांना योग्य न्याय मिळण्यासाठी तीन सदस्यांचे एक बोर्ड नेमावे, त्यामध्ये डायरेक्टर ऑफ एज्युकेशन, व्हाईस चान्सलर आणि कायद्याची माहिती असणारा रिटायर्ड डिस्ट्रिक्ट जज्ज किंवा रिटायर्ड जज्ज या बोर्डात असावा. अशा प्रकारचे बोर्ड किंवा ट्रिब्यूनल नियुक्त करण्याची अत्यंत आवश्यकता आहे.

२ डिसेंबर १९६० रोजी Kindergarten and Montessori Systems of Education for Children below 6 years हा ठराव विधानसभेत मांडण्यात आला होता. या ठरावावरील चर्चेत एसेम म्हणाले, 'प्राथमिक शिक्षणासाठी जवळ जवळ १४ कोटी रुपये खर्च करीत आहोत. यापाठीमागे काही मूलभूत दृष्टी आहे. आर्थिक विकासासाठी जशी योजना करावी लागते तशीच माणसाच्या एकंदर विकासासाठी योजना करावी लागते. जी जिवंत माणसे आहेत त्यांना नवीन समाजरचनेत नवीन नागरिक तयार करण्याचे जे कार्य आहे त्यासाठी अधिक परिश्रम करावे लागतात. याचा प्रारंभ प्राथमिक शिक्षणापासून करावा. हे योग्य असले तरी त्याच्याही अगोदर गेल्याशिवाय हा प्रश्न सहजतेने सुटणार नाही. प्राथमिक शिक्षणाची जबाबदारी जशी सरकारने स्वीकारलेली आहे, तशीच बाय स्टेजेस पूर्व प्राथमिक शिक्षणाची जबाबदारी स्वीकारली पाहिजे. पूर्व प्राथमिक शिक्षण देणाऱ्या ज्या संस्था आहेत; त्यांना सबसिडी दिली पाहिजे. आपली जी आर्थिक परिस्थिती आहे ती विचारात घेऊन सरकारने मदत केली पाहिजे. सोशल एज्युकेशन ही फार मोठी गोष्ट आहे, पण पूर्व प्राथमिक शिक्षण हा त्याचाच एक भाग आहे.'

९ एप्रिल १९५३ रोजी मुंबई युनिव्हर्सिटीसंबंधी जे विधेयक मांडण्यात आले होते त्याला एसेमनी पाठिंबा दिला होता. त्या विधेयकाच्या चर्चेत एसेमनी सांगितले की, शिक्षणाचा प्रश्न खरोखर मूलभूत स्वरूपाचा आणि अत्यंत बिकट आहे. आपल्या देशात ज्यावेळी स्वातंत्र्याचे विचार प्रथम सुरू झाले त्यावेळी पहिल्या प्रथम जर कोणती मोठी गोष्ट हाती घेतली गेली असेल, तर ती शिक्षणाची होय. लोकमान्य टिळक, आगरकर, महात्मा फुले या थोर विभूतींनी प्रथमत: शिक्षणाकडे लक्ष दिले होते. महात्मा गांधींनीही १९२० साली जो कार्यक्रम आखून दिला त्यामध्ये राष्ट्रीय शिक्षणावर जोर दिला होता.

सध्याच्या शिक्षणात प्रामुख्याने कोणती उणीव असेल तर ती ही की, आपल्या या शिक्षणात समाजाचे जे एकंदर जीवन आहे त्याच्याशी अविभाज्य संबंध यावयास पाहिजे, तो येत नाही. सध्याचे शिक्षण नकली झालेले आहे. ते जीवनस्पर्शी नाही. विद्यापीठ, कॉलेजेसमध्ये गेलेले विद्यार्थी सुसंस्कृत करण्यात येतात, पण ती संस्कृती फार दिवस टिकत नाही. ही उणीव प्रथम दूर केली पाहिजे. एसेमनी अशी सूचना केली होती की, विद्यापीठामध्ये जसे निरनिराळे विभाग असतात तसे सोशल सर्व्हिसेसची एक फॅकल्टी निर्माण करून तिला या विधेयकात स्थान देण्यात आले पाहिजे. याशिवाय एसेमनी सांगितले की, दुय्यम शिक्षकांसाठी बी. टी. कॉलेजेस आणि प्राध्यापक शिक्षकांसाठी ट्रेनिंग कॉलेजेस आहेत, परंतु विद्यापीठाचे जे प्राध्यापक आहेत किंवा शिक्षक आहेत त्यांच्या शिक्षणाची व्यवस्था व्हावी या दृष्टीने या विधेयकात कोठेच तरतूद केलेली दिसत नाही (मुंबई विधानसभा डिबेट, १९५३ : पृ. २२६१, २२६२, २२६४, २२६७).

६ सप्टेंबर १९५५ रोजी सरदार वल्लभभाई विद्यापीठ विधेयक कायदेमंडळात मांडण्यात आले होते. या विधेयकानुसार नवे ग्रामीण विद्यापीठ स्थापन करण्यात येणार होते. या विधेयकावर भाष्य करताना एस.एम.जोशी म्हणाले, 'ग्रामीण विद्यापीठाची आपल्या येथे आवश्यकता आहे, याबद्दल दुमत नाही. हिंदुस्थानात लोकशाही जीवन निर्माण करायचे असेल किंवा लोकशाहीची वाढ करावयाची असेल तर आपल्या शिक्षणामध्ये आमूलाग्र बदल केला पाहिजे. याबद्दल दुमत होण्याचे कारण नाही. ग्रामीण विभागांमध्ये ८० टक्के लोक राहात आहेत, तेव्हा त्या लोकांचे जीवन सुसंस्कृत आणि संपन्न कसे होईल याबद्दल देशाच्या भाग्यविधात्यांनी चिंता करावी हे योग्य आहे. परंतु ग्रामीण विद्यापीठाची उद्दिष्टे आणि घटना या दोन्ही गोष्टी विचारात घेतल्यास मुख्य कल्पनेशी त्या विसंगत आहेत असे दिसते.' एसेमनी असे मत व्यक्त केले की, 'ग्रामीण विद्यापीठाची कल्पना चांगली आहे, परंतु खरोखरच खेड्यांतील प्रश्न सोडविण्याचे काम हे विद्यापीठ करणार आहे काय, हे पाहू लागल्यास निराशा पदरी पडते. विद्यापीठ स्थापन केल्यावर 'युनियन पब्लिक सर्व्हिस कमिशन' द्वारा होणाऱ्या परीक्षांना बसण्यासाठी विद्यार्थ्यांची तयारी करणे, हे एक ग्रामीण विद्यापीठाचे काम ठरविण्यात आले आहे. एसेमच्या मते, खेड्यातील प्रश्नांचा आणि स्पर्धात्मक परीक्षेचा संबंध येतो कोठे? खेड्यातील प्रश्न सोडविण्यासाठी एखादे विद्यापीठ काढले तरी हरकत नाही, पण अशा ग्रामीण विद्यापीठाने खरोखरच खेड्यातील प्रश्न सोडविले पाहिजेत. कर्मवीर भाऊराव पाटील यांच्या रयत शिक्षणसंस्थेत विद्यार्थ्यांना स्वावलंबनाने शिक्षण घेता यावे अशी तरतूद होती, तशी तरतूदही या विद्यापीठांत केल्याचे आढळत नाही. सगळीकडे मूलोद्योगाच्या शाळा काढल्यानंतर व रेसिडेंट सेकंडरी स्कूल इन व्हिलेजिस तयार केल्यानंतर हे विद्यापीठ काढले असते तर योग्य झाले असते; पण असे कोणतेही सयुक्तिक कारण नसताना हे विद्यापीठ काढणे म्हणजे एक प्रकारची

आत्मवंचना आहे असे एस.एम.जोशींचे मत होते. ग्रामीण लोकांचा प्रश्न सोडविण्यासाठी जर आपल्याला हे विद्यापीठ स्थापन करावयाचे असेल तर तेथे मातृभाषेतून शिक्षण देणे योग्य ठरेल.'

**शेतीविषयक प्रश्न**

एस.एम.जोशींनी शेतीविषयक विधेयकांवर बोलताना कुळाच्या प्रश्नांना प्राधान्य दिले. त्यांनी 'प्रत्यक्ष जमीन कसणाऱ्यांना जमीन मिळाली पाहिजे', अशी भूमिका आग्रहाने मांडली. महाराष्ट्रात उत्तर प्रदेश, मध्यप्रदेश किंवा बिहारसारखी परिस्थिती नाही, पण पुष्कळसे मोठमोठे जमीनदार असून त्यांची घरखेड जमीन आहे. गैरहजर जमीनदारांच्या स्वार्थामुळे जी प्रत्यक्ष शेती करणारी कुळे आहेत त्यांच्या जीवनामध्ये मोठ्या अडचणी निर्माण होतात. त्या अडचणी सोडविण्याच्या दृष्टीने मूळ कायद्यात दुरुस्ती किंवा सुधारणा करता यावी या हेतूने एस.एम.जोशी यांनी ३ मार्च १९५५ रोजी Tenancy and Agricultural Lands (Amendment) Bill कूळकायद्याच्या संदर्भात मांडले. १९३९ साली हा कायदा पास झाला त्यावेळी आपला देश पारतंत्र्यात खितपत पडला असल्यामुळे तेव्हा प्रांतिक सरकारांना असलेल्या मर्यादित अधिकाराचा वापर करून कुळांसाठी जेवढे करता येणे शक्य होते तेवढे करण्याचा प्रयत्न करण्यात आला होता. परंतु त्यावेळची परिस्थिती आणि स्वातंत्र्यप्राप्तीनंतरची स्थिती यात विस्मयजनक फरक पडला आहे. त्यामुळे १९३९ चा कायदा बदललेल्या परिस्थितीमुळे कालबाह्य ठरला आहे. तसेच, 'कसेल त्याची जमीन' हे ध्येय डोळ्यांसमोर ठेवून पूर्वीच्या कायद्यात बदल करण्याची अत्यंत आवश्यकता आहे असे एस.एम.जोशींचे मत होते.

जमीन मालक शेतकऱ्यांना केव्हाही काढून टाकतात. जे शेतकरी शेतीवर आपली उपजीविका करतात त्या लोकांना जीवनाची शाश्वती देणे आवश्यक आहे. खेड्यापाड्यात शेतकरी वर्ग विखुरलेला असतो, त्याच्याजवळ उपजीविकेचे दुसरे साधन नसते आणि त्यामुळे त्याला जीवन जगणे कठीण होते. या लोकांना जीवनाची शाश्वती मिळाली नाही म्हणून 'कसेल त्याची जमीन' हे तत्त्व अमलात आणले पाहिजे. आपल्या देशापुढे जमिनीच्या फेरवाटणीचा सर्वांत मोठा प्रश्न आहे. जमिनीची फेरवाटणी योग्य प्रकारे केली पाहिजे. आज कुळांना जो काही खंड द्यावा लागतो तो हप्त्या हप्त्याने देण्याची तरतूद पाहिजे. खंड जमिनीच्या ॲसेसमेंटच्या पाचपटीपेक्षा जास्त घेता कामा नये. खंडाची कमाल मर्यादा पाचपट ठेवली तर हळूहळू शेतकऱ्याला शेतीची मालकी मिळू शकेल. कित्येक जमीन मालकांनी आतापर्यंत मूळ कायद्यातील तरतुदींचा दुरुपयोग करून अनेक कुळांना काढून टाकले आहे. भडोच जिल्ह्यामध्ये ७,४८३ कुळांना मार्च १९५३ अखेरपर्यंत जमीन मालकांनी काढून टाकले आहे, त्याचप्रमाणे विजापूर जिल्ह्यामध्ये १०,८२१ आणि

पूर्व खानदेश जिल्ह्यामध्ये ६,७०० कुळांना काढून टाकण्यात आले आहे. एसेमनी असे सांगितले होते की लोकांना समानतेच्या पातळीवर ठेवावयाचे असेल तर जमीनदारांना जास्त सवलती देणे योग्य होणार नाही. आचार्य विनोबा भावे म्हणतात की, 'सब भूमि गोपालकी' म्हणजे सर्व जमीन समाजाच्या मालकीची आहे. तेव्हा समाजाच्या हिताच्या दृष्टीने जमिनीची सर्व मालकी समाजाकडेच आली पाहिजे. १९३९ सालापासून १९५५ पर्यंत जमीनदारांनी ज्या जमिनी खुद्द कसण्यासाठी घेतल्या त्यावेळी कुळांना दमदाटीही करण्यात येऊन जमिनी ताब्यात घेण्यात आल्या. ज्यावेळी जमीनदाराकडून शेतसारा दिला जात नाही त्यावेळी त्याच्या जमिनीचा सरकारतर्फे लिलाव होऊन त्या जमिनीवर असलेल्या संरक्षित कुळांचे हक्क धोक्यात येतात अशी सूचना एसेमनी सरकारला उद्देशून केली होती. लोकांना सामाजिक न्याय द्यावयाचा असेल आणि आपल्या घटनेतील जी मार्गदर्शक तत्त्वे आहेत त्यांचे पालन करावयाचे असेल तर खेड्यापाड्यांत जे गरीब लोक आहेत त्यांना योग्य ते संरक्षण मिळाले पाहिजे. कुळाला त्याच्या जमिनीची शाश्वती मिळून तो जमिनीचा मालक झाला पाहिजे असे एस.एम.जोशींचे मत होते (मुंबई विधानसभा डिबेट, १९५८ : ६३७ ते ६४१, ६४३).

२५ ऑगस्ट १९५३ रोजी कूळकायद्यासंबंधी दुरुस्ती विधेयक मांडण्यात आले होते. त्यावेळी एसेमनी सुचविले होते की, कुळांना योग्य वाटेल त्यावेळी वकील देण्याची सवलत असली पाहिजे. कुळांवर आतापर्यंत बराच अन्याय झालेला आहे. कुळांच्या वतीने बोलणाऱ्या संस्था आपल्या देशात फारशा वाढलेल्या नाहीत. कुळांना योग्य न्याय मिळण्याच्याच दृष्टीने सरकारने विचार केला पाहिजे (मुंबई विधानसभा डिबेट, १९५३ : ४४). १७ मार्च १९५५ रोजी सरकारने शेतीविषयक विधेयक मांडले होते. त्या विधेयकाच्या चर्चेत त्यांनी विहीर खुदाई सबसिडी संबंधी विचार मांडले होते. विहीर खुदाई सबसिडी संबंधातील शेतकऱ्यांच्या तक्रारी एसेमनी सरकारच्या निदर्शनास आणून दिल्या होत्या. शेतकऱ्यांनी सबसिडी मुदतीत अर्ज करूनही कित्येक ठिकाणी त्यांना सबसिडी मिळालेली नाही, याबद्दल त्यांनी कलेक्टरकडे तक्रारी केल्या, परंतु त्याचा काही उपयोग झाला नाही. ज्यांना विहिरीसाठी कर्ज दिले आहे त्या विहिरीला पाणी लागले नाही, तर त्या कर्जावर ६ टक्के व्याज घेतले जाते. तेव्हा अयशस्वी विहिरी निघाल्यास कर्जावर ६ टक्के व्याज आकारणे हा शेतकऱ्यांची स्थिती सुधारण्याचा मार्ग खास नाही, असे एसेम जोशींचे मत होते. वस्तुत: सरकारकडूनसुद्धा लाखो रुपये पाण्यात टाकले जातातच. सरकार ज्या योजना हाती घेते त्यांच्यापैकी कितीतरी योजना अयशस्वी होतात. परंतु शेतकऱ्याने हाती घेतलेली योजना जर अयशस्वी झाली, तर मात्र त्याचा भुर्दंड त्याला सोसावा लागतो. अशामुळे शेती सुधारणार नाही.

२५ ऑगस्ट १९५५ रोजी सरकारने कूळ कायद्यात दुरुस्ती करणारे विधेयक

सभागृहापुढे मांडले. त्या विधेयकाच्या चर्चेत एसेमनी भाग घेऊन सांगितले की, सरकारचे धोरण हे भांडवलशाही धर्तीच्या समाजरचनेवर आधारलेले आहे. समाजवादामध्ये वर्ग नाहीसे करण्याची कल्पना आहे. वर्गीय पिळवणूक बंद करणे हे समाजवादाचे मुख्य उद्दिष्ट समजले जाते. या विधेयकाने समाजसत्तावाद आणला जाणार आहे असे मुळीच वाटत नाही. अगोदर जे मोठमोठे जमीनदार आहेत ते कुळांची बेधडक पिळवणूक करीत आहेत. महाराष्ट्रात ३४, २२७ खेडी आहेत. या खेड्यांची पुनर्रचना करण्याच्या दृष्टीने काही गोष्टी करणे आवश्यक आहे. या खेड्यामध्ये राहणाऱ्या २ कोटी ४८ लाख लोकांचा विचार करावयाचा आहे. आज खऱ्या अर्थाने समाजवादी धर्तीची समाजरचना नाही. गरीब लोकांकडे कोणीच पाहात नाही. केवळ जमीनदारांना पाठीशी घालून समाजवाद आणता येणार नाही. या विधेयकात इकॉनॉमिक होल्डिंगचे जे थोतांड माजविण्यात आले आहे ते बरोबर नाही. त्यामुळे बेकारी वाढेल. जमीन कमाल मर्यादा ४८ एकर आणि किफायतशीर १६ एकर याप्रमाणे वाटणी करावयाची असेल तर कोट्यवधी लोकांना जमीन मिळणार नाही. म्हणून खेड्यामध्ये शेतीबरोबरच शेतकरी दुसराही धंदा करू शकेल अशी योजना आखली पाहिजे. उत्पादनवाढीसाठी शेतकऱ्यांना आवश्यक ती साधने पुरविली पाहिजेत. शेतकऱ्यांची मालकीची जमीन केली तरी त्या जमिनीची संपूर्ण किंमत फेडण्यासाठी १० वर्षे हप्ते द्यावे लागणार आणि हा हप्ता आज कुळांना जो १/६ खंड द्यावा लागतो त्यापेक्षा जास्त असण्याची शक्यता आहे. एसेम जोशींनी असेही सुचविले होते.

१) ज्या जमीनदाराजवळ कमाल मर्यादेपेक्षा जास्त जमीन आहे, ती विलंब न करता गरजू कुळांना आणि भूमिहीनांना वाटून टाकावी. ज्यांच्या जमिनी लुबाडलेल्या आहेत, त्यांना त्या परत कराव्या.

२) जी नुकसानभरपाई द्यावयाची आहे त्याबाबतीत काही नियम निश्चित असावेत. सर्व लोकांना ती एकाच मापाने दिली जावी. ज्याची जमीन जास्त त्याला नुकसानभरपाई कमी आणि ज्याची जमीन कमी त्याला नुकसानभरपाई जास्त अशी व्यवस्था असली पाहिजे. जमीन मालकी हप्त्याची मुदत १० वर्षांऐवजी २० वर्षे द्यावी. त्यामुळे हप्ता कमी बसून शेतकऱ्याच्या दृष्टीने ते उपयुक्त होणार आहे आणि त्यामुळे उत्पादन वाढेल आणि हप्ताही फिटू शकेल.

३) शेतीवर कूळ म्हणून काम करीत असतानासुद्धा काही लोकांची नावे वही नोंदणीवर मिळत नाहीत. त्यामुळे जे लोक शेतीवर कूळ म्हणून राबत असतील त्यांची नावे काढून तेथे कुळाचे नाव नोंदले पाहिजे. त्याचप्रमाणे जर कुळांनी बेकायदेशीररीत्या कब्जा मिळविला असेल तर त्याचेही नाव रद्द केले पाहिजे.

सर्वांना सारखी संधी व न्याय मिळाला पाहिजे. महात्मा गांधींनी असे सांगितले होते की, 'आमच्या देशात कोणीही कामाशिवाय राहणार नाही आणि भुका मरणार नाही

अशी हमी स्वराज्यात असली पाहिजे, नाहीपेक्षा ते स्वराज्यच नव्हे असे म्हणावे लागेल.' (मुंबई विधानसभा डिबेट, १९५५ : ३१८ ते ३२१, ३२३, ३२६, ३२७).

१४ सप्टेंबर १९५५ रोजी कूळकायदा दुरुस्ती विधेयकासंबंधी चर्चेत भाग घेऊन विचार व्यक्त केला होता, तसेच २५ सप्टेंबर १९५५ रोजी झालेल्या चर्चेत भाग घेऊन सांगितले की, सामाजिक न्याय प्रस्थापित करण्यात फार अडचणी आहेत. गरीब कुळांची आजची परिस्थिती लक्षात घेतली तर जमिनीच्या ज्या किमती ठरविण्यात येणार आहेत त्या किमती शेतकऱ्यांना परवडणाऱ्या नाहीत. कुळांना जमीन खरेदी करण्यासाठी कुळांना कर्जाऊ रक्कम देण्याची व्यवस्था सरकारने करावी (मुंबई विधानसभा डिबेट, १९५५ : १२१६-१२१७). १९ फेब्रुवारी १९५८ रोजी Land Improvement Schemes Extension and Amendment Bill सरकारने मांडले. शेतकऱ्यांची परिस्थिती सुधारण्याच्या दृष्टीने तसेच शेती उत्पादन वाढविण्याच्या दृष्टीने एस.एम.जोशींनी विचार मांडले होते. महाराष्ट्रात जी पिकाऊ जमीन आहे ती बहुतेक कोरडवाहू आहे. आपल्या राज्यात पावसाचे पाणी भरपूर असूनही ते समुद्रात वाहून जाते. तेव्हा ते पाणी शेतामध्ये अडवून त्यातील एक थेंबही पाणी वाहून जाऊ नये, त्याचा जास्तीतजास्त उपयोग शेती उत्पादनासाठी व्हावा हा मुख्य हेतू असला पाहिजे. शेती विकासासाठी विविध योजना अमलात आणल्या पाहिजेत. धरणे बांधून किंवा पाटबंधारे करून शेतीला पाणी पुरविण्याची योजना अमलात आणावी. ज्या शेतकऱ्यांच्या शेतीत पाणी देता येत नाही, त्या शेतकऱ्यांच्या शेतीत बंडिंगची योजना आखावी. आपल्या राज्यात ज्या ठिकाणी ताली बांधण्याचे काम शक्य होणार असेल त्या ठिकाणी पाहणी करून ताली बांधाव्यात. आपल्याकडे ज्या योजना केल्या जातात त्या भांडवलदार व कारखानदारवर्गाच्या फायद्याच्या ठरतात व शेतकऱ्यांची उपेक्षा केली जाते. शेतकऱ्यांच्या मालाला योग्य किंमत मिळत नाही. शेतकऱ्यांची आज अशी अवस्था आहे की, शेतामध्ये जास्त धान्य पिकेल तर ते स्वस्त भावामध्ये विकले जाते, कमी पिकले तर कमी पैशामध्ये विकले जाते. शेतकऱ्याला लागणाऱ्या ज्या वस्तू असतात त्या मात्र त्याला जास्त पैसे खर्च करून विकत घ्याव्या लागतात. शेतकऱ्यांची स्थिती सुधारावयाची असेल तर शेतकी धंद्याला प्राधान्य देऊन सुधारणा केली पाहिजे. शेतीला ऊर्जितावस्था आणण्यासाठी ज्या सुधारणा आवश्यक आहेत त्या केल्याशिवाय देशाची स्थिती सुधारणार नाही (मुंबई विधानसभा डिबेट, १९५८ : ५० ते ५३). १० फेब्रुवारी १९६१ रोजी महसूल मंत्र्यांनी Agricultural Lands Ceiling on Holdings Bill मांडले होते. या जमीन धारणावर कमाल मर्यादा ठरविण्याच्या विधेयकावर महत्त्वपूर्ण विचार एसेमनी मांडले होते. त्या विधेयकासंदर्भात एसेमनी सांगितले होते की, महाराष्ट्राचे राज्य सरकार निरनिराळ्या प्रश्नांच्या बाबतीत कोणत्या प्रकारचे धोरण स्वीकारते याकडे सर्व देशातील लोकांचे लक्ष

आहे. महाराष्ट्र राज्यात इतर काही प्रांतांप्रमाणे फार मोठे भांडवलदार नाहीत, धनिक नाहीत आणि बहुसंख्य लोक शेतकरी, कामगार या गरीब आणि मध्यम वर्गातील आहेत. मुंबई शहरासकट महाराष्ट्राच्या आर्थिक परिस्थितीचा विचार केला तर असे दिसून येईल की, या प्रांतातील मनुष्याचे दरडोई उत्पन्न मध्यप्रदेशातील मनुष्यापेक्षाही कमी आहे. मुंबई शहर सोडून उर्वरित महाराष्ट्राचा विचार केला तर महाराष्ट्राचा नंबर उत्पन्नाच्या बाबतीत ओरिसा राज्यापेक्षाही खाली जाईल इतके दारिद्र्य त्या राज्यात आहे; आणि ज्या राज्यात प्रामुख्याने शेतकरी आणि कामगार लोक राहतात त्या राज्यात जमीन धारणेच्या प्रश्नासंबंधाने कोणते धोरण स्वीकारले जाते याकडे या देशातील लोकांचे लक्ष आहे. जमीन धारणावर कमाल मर्यादा ठरविण्याचा जो प्रश्न आहे तो केवळ राज्यकर्त्या पक्षाचाच प्रश्न नाही. राज्यकर्त्या पक्षाने या विधेयकाच्या बाबतीत पक्षीय भूमिका घेऊ नये. जमीन धारणावर कमाल मर्यादा घालण्याचा प्रश्न एकदा ठरविला की त्यात बदल करता येणार नाही. अशा गोष्टीला ऐतिहासिक महत्त्व आहे. आपण प्रत्येकवेळी सीलिंग बदलू शकणार नाही. या बाबतीत जे धोरण ठरविले जाणार आहे त्याचे सातत्य राहणार आहे. या देशातील लोकांना लोकशाही जीवन जगावयाचे असेल तर जी धोरणे आखली जातात त्यांचे सातत्य ठेवावे लागते (मुंबई विधानसभा डिबेट, १९६१ : ५० ते ५३).

अशा प्रकारे एस.एम.जोशींनी शेतकरी कुळांच्यावर होणाऱ्या अन्यायाला वाचा फोडली. कुळाच्या हिताच्या दृष्टीने महत्त्वपूर्ण विचार मांडले, तसेच शेती सुधारणांसाठी विविध सूचना व उपाय सुचविले. सामाजिक समता, समाजवादी वाटचाल या दृष्टीने एसेमनी विधायक भूमिका स्वीकारली होती.

### कामगारविषयक आणि आर्थिक प्रश्न

औद्योगिक कामगारांचे प्रश्न आणि त्यांचे कल्याण हा एस.एम.जोशींना जिव्हाळ्याचा विषय वाटत होता. त्यांच्यावर होणारा जुलूम थांबविण्यासाठी आणि त्यांना न्याय मिळवून देण्यासाठी एसेम जोशी आपल्या परीने झगडत असत. शोषित आणि पीडित जनतेच्या हक्कासाठी एसेम जोशी प्राणपणाने भांडत असत (पाटील, १९९२ : ९). विधानसभेत कामगारविषयक, सरकारी नोकर संबंधित विधेयके सादर करण्यात आली, त्यावेळी एसेम जोशींनी अभ्यासपूर्ण विचार मांडले. १६ सप्टेंबर १९५३ रोजी Industrial Relations Amendment Bill यावरील चर्चेत एस. एम.जोशींनी सांगितले होते की, एक्सपेरिमेण्टल चेंज करण्याचा अधिकार मालकाला असू नये. यामुळे मालकाला सर्व रान मोकळे करून दिल्यासारखे होणार आहे. यामुळे कामगारांच्या हक्कावर गदा येणार असून, त्यांचे नुकसान झाल्याशिवाय राहणार नाही. मालकाची जास्तीतजास्त नफेबाजी चालू असताना, बेकारी वाढत असताना अशा प्रकारची दुरुस्ती आणणे म्हणजे मालकांच्या

हातात गळा देण्यासारखे आहे (मुंबई विधानसभा डिबेट, १२३०-१२३१). १७ एप्रिल १९५३ रोजी 'कामगार कल्याण निधी' (Labour Welfare Fund) विधेयकावरील चर्चेत एसेमनी सांगितले, कल्याण निधीतील पैसा कामगारांचा आहे. तो मालकाकडे पडून राहिलेला आहे व त्याचा उपयोग कामगारांसाठी झाला पाहिजे. कामगार कल्याण निधीत भांडवलदार वा मालक यांचा सहभाग किती असावा याचे बंधन नाही. या बाबतीत कामगार कल्याण निधीत कोणत्याही तऱ्हेने कॉंट्रिब्युशन देण्याचे बंधन मालकांच्यावर घालण्यात आलेले नाही. असे असताना त्यांचे प्रतिनिधी या बोर्डावर घेतले जातात. त्यांचे प्रतिनिधी जर या बोर्डावर घ्यावयाचे असतील तर त्यांच्यावर काहीतरी जबाबदारी टाकण्यात आली पाहिजे असे एसेम जोशींचे मत होते. कामगारांचे कल्याण झाले पाहिजे. एसेमनी सूचना केली होती की, हे बिल सरकारने आताच पास करून घेण्याची घाई न करता ते सिलेक्ट कमिटीकडे पाठवावे. सिलेक्ट कमिटीत बिलाचा सर्व बाजूंनी विचार होऊन आणि युनियनशी विचारविनिमय करून कामगारांच्या हिताच्या दृष्टीने यापेक्षा काहीतरी चांगली योजना पुढे आणता येणे शक्य आहे (मुंबई विधानसभा डिबेट, १९५३ : २६७२, २६७३, २६७५).

१५ सप्टेंबर १९५४ रोजी Industrial Relations Amendment Bill याला एस.एम.जोशींनी पाठिंबा दिला होता. त्यांनी चर्चेत भाग घेऊन सांगितले की, सर्व कामगारांना युनियनचे सभासद होणे अनिवार्य केले पाहिजे. ज्या संस्था अस्तित्वात असतील त्या संस्थांनी निवडणुकीला तयार राहावे आणि कामगारांचे प्रतिनिधित्व कोणी करावे, हे कामगारांनी ठरवावे. निवडणूक तत्त्व अत्यंत फलदायी आहे. कामगार चळवळीला ते पोषक आहे. युनियन्सना कार्यक्षम ठेवण्यासाठी या निवडणुका फार उपकारक ठरतात. मालक व कामगार यांच्यातील वाद मिटविण्यासाठी संयुक्त समित्यांची स्थापना करावी. अशा समित्यांमुळे कामगार व व्यवस्थापक निरनिराळ्या प्रश्नांची चर्चा करण्यासाठी एकत्र येतील आणि त्यामुळे त्यांचे प्रश्न सलोख्याने सुटून स्नेहसंबंध निर्माण होतील. सध्या निरनिराळ्या गिरण्यांत आधुनिक यंत्रसामुग्रीनी यंत्रांचा जास्तीतजास्त उपयोग करून कमी मजुरांकडून काम करून घेण्याचा प्रयत्न करण्यात येत आहे. यामुळे अनेक मजूर बेकार होतात. त्याच्याबद्दल सहानुभूती व्यक्त करण्यासाठी कामगार संपावर जातात. तो संप बेकायदेशीर ठरवून मालक कामगारांना कामावरून काढून टाकतात. तेव्हा कामगाराला कामावरून काढून टाकण्याचा अधिकार मालकांच्या हाती असू नये असे एसेम जोशींचे स्पष्ट मत होते. कामगारांना त्यांच्या पसंतीच्या युनियनमार्फत त्यांचे गाऱ्हाणे मांडण्याची संधी मिळाली पाहिजे, निवडणुकीच्या तत्त्वावर संयुक्त समित्या स्थापन झाल्या पाहिजेत व आधुनिक यंत्रसामुग्रीमुळे त्यांच्यावर बेकारी कोसळू नये इत्यादी कामगार हिताच्या तरतुदी केलेल्या या बिलाला पाठिंबा दिला होता (मुंबई

विधानसभा डिबेट, १९५४ : ४६८ ते ४७०).

२७ ऑगस्ट १९५८ रोजी मंजूर मंत्र्यांनी Relief Undertakings Special Provision बिल गिरण्यांच्या संदर्भात मांडले. या विधेयकावरील चर्चेत एस.एम.जोशींनी स्पष्ट केले की, एखादी गिरणी ताब्यात घेतल्यानंतर इंडस्ट्रिअल रिलेशन्स ॲक्टमुळे सरकारपुढे जी अडचण निर्माण होणार आहे ती दूर करून घेण्याकरिताचे हे बिल नसून गिरण्या ताब्यात का घ्याव्या आणि कोणत्या परिस्थितीत घ्याव्यात याबद्दल योजना करण्यासाठी आहे. बंद पडलेली गिरणी ताब्यात घेऊन दोन-तृतीयांश मजुरी देण्याचे कबूल केल्यावर त्याव्यतिरिक्त सरकारवर अधिक जबाबदारी आहे की नाही याविषयी विधेयकावरून काहीच बोध होत नाही. या विधेयकावर बोलत असताना एसेमनी स्पष्ट केले की, अन्नधान्याचा प्रश्न ज्याप्रमाणे आपण पक्षातीत समजतो त्याचप्रमाणे राज्यातील बेकारीचा प्रश्न हा पक्षातीत समजून तो सोडविण्याचा प्रयत्न झाला पाहिजे. देशात असणाऱ्या साधनसामुग्रीचा जास्तीतजास्त वापर करून उपभोग्य वस्तूंचे उत्पादन वाढविले पाहिजे. ज्या गिरण्या आपण चालवू शकतो त्या आपण चालविल्या पाहिजेत आणि जास्तीतजास्त कापडाचे उत्पादन काढले पाहिजे. कामगारांचे नुकसान होणार नाही व कामगारांवर दुष्परिणाम होणार नाही याची खबरदारी सरकारने घेतली पाहिजे. या विधेयकाच्या संदर्भात एसेमनी सरकारला अशी सूचना केली की, हे विधेयक कामगारांच्या हिताचे नाही. तसेच राज्यसरकारचे सध्याचे जे कामगारविषयक धोरण आहे तेही कामगारांच्या हिताचे नाही. सरकारने एकतर हे विधेयक तहकूब करावे, आपल्या धोरणाचा फेरविचार करावा अथवा याला सिलेक्ट कमिटीत पाठवावे (मुंबई विधानसभा डिबेट, १९५८ : ४२०, ४२३, ४२७).

१४ डिसेंबर १९५९ रोजी कामगार विधेयकाच्या दुरुस्ती विधेयकावरील चर्चेत एसेमनी भाग घेतला. त्या विधेयकासंबंधी असलेले दोष शासनाच्या निदर्शनास आणून दिले. या विधेयकाचे स्वरूप कामगारांच्या दृष्टीने निश्चितपणे भयानक आहे. कामगारांनी आज जगात जे हक्क वारंवार लढा देऊन, आपले रक्त सांडून, भांडवलशाहीशी अविरतपणे झगडून प्राप्त केले आहेत त्या हक्कांवर सहजासहजी रीतीने पाणी फिरविणे योग्य नाही. सरकारने अमुक अमुक मदत दिलेली आहे आणि ती चालू करण्याच्या मार्गात अडचणी निर्माण झाल्यामुळे त्या कारखान्याच्या फायद्यासाठी सवलत मिळणे आवश्यक आहे असा कोणताही मुद्दा मंजूरमंत्र्यांनी मांडलेला नाही. आज कामगारांची शक्ती फार कमी आहे. कायदेशीर रीतीने केलेला संप मागे घेतल्यानंतर पुन्हा काम मिळण्याचा अधिकार आजच्या समाजवादी समाजरचनेत असला पाहिजे. भांडवलशाही राष्ट्रातही हा अधिकार कायम आहे. एस.एम.जोशींनी सांगितले की, लंडनमधील ट्रान्स्पोर्ट वर्कर्सनी शंभर दिवसांपर्यंत संप केला होता. नंतर त्यांनी संप मागे घेतला. ते कामावर रुजू झाले. मालकांनी

कामगारांना कामावरून काढून टाकले नाही. मुंबई राज्य सर्वांत पुरोगामी समजले जाते परंतु कामगारांच्या बाबतीत मुंबई सरकारचे धोरण इतके प्रतिगामी स्वरूपाचे आहे की, या विधेयकात अंतर्भूत असलेले अधिकार दिल्यास कामगारांना हक्कच उरणार नाहीत. इंडस्ट्रियल डिसप्यूट्स ॲक्टप्रमाणे कामगारांना मिळालेले अधिकारही वापरता येणार नाहीत आणि कामगार बेकार होतील. एसेमनी स्पष्टपणे सांगितले की, सरकार कामगारांचे मूलभूत हक्क काढून घेत असेल तर त्या हक्कांचे संरक्षण करण्यासाठी प्राणपणाने झगडले पाहिजे (मुंबई विधानसभा डिबेट, १९५९ : ४९० ते ४९३).

विरोधही विधायक असावा असे एस.एम.जोशींना वाटत असे. १९६० मध्ये सोलापूरची नरसिंग गिरजी मिल बंद पडली. पाच हजार कामगार बेकार झाले. एसेम यांनी विधानसभेत आवाज उठवला. त्यांच्या या प्रयत्नामुळे शासनाने या मिलच्या पुनर्वसनासाठी योजना तयार करून तिच्या अंमलबजावणीसाठी एक नवीन व्यवस्थापक मंडळ नेमले; आणि एसेम जोशी यांची त्या मंडळावर सदस्य म्हणून नेमणूक केली. लवकरच या मिलच्या कामात सुधारणा झाली आणि ती नफ्यात चालू लागली. नंतरच्या काळात या प्रयोगावरून प्रेरणा घेऊन आजारी सूतगिरण्यांच्या पुनर्वसनाचे कार्यक्रम शासनाने हाती घेतले (पाटील, १९९२ : २५, २६). १८ नोव्हेंबर १९६० रोजी पी. डब्ल्यू. डी. खात्यातील मागण्यांच्यासंबंधी सरकारने मांडलेल्या विधेयकाच्या चर्चेत भाग घेऊन एस.एम.जोशींनी पी. डब्ल्यू. डी. खात्यातील नोकरांच्या कित्येक वर्षे अनिर्णित राहिलेल्या प्रश्नाकडे शासनाचे लक्ष वेधले. त्यांनी सांगितले की, गेली कित्येक वर्षे लोककर्म विभागातील कामगारांच्या मागण्यांचा विचार झालेला नाही. इतकेच नव्हे, तर देशात महागाई वाढल्यामुळे या खात्यातील इतर कामगारांना वाढ मिळाली परंतु रस्ते, कॅनॉल्स किंवा इमारती यांची देखभाल करणारा जो वर्ग आहे त्यांना काहीही भाग मिळालेला नाही. हा नोकरवर्ग कित्येक वर्षे रोजंदारीवरच आहे. महाराष्ट्रात या खात्यामध्ये काम करणारे १०-१५ हजार लोक आहेत. सुतार, लोहार, गवंडी, स्किल्ड वर्कर्सनासुद्धा कमी पगार दिला जातो. त्यांना नोकरीची शाश्वती नाही. ते सरकारी नोकर म्हणून मानले जात नाहीत. १९५३ साली हा प्रश्न प्रथम विधानसभेत उपस्थित करण्यात आला होता. त्यानंतर १९५४ साली त्यावेळच्या संबंधित मंत्र्यांना या कामगारांचे शिष्टमंडळ भेटले होते. त्यावेळी निदान ६० टक्के लोकांना नोकरीची शाश्वती दिली होती. परंतु नंतर काही झाले नाही. लोकल बोर्डातील कर्मचाऱ्यांची जशी कामे आहेत तशीच कामे या नोकरांचीही आहेत. परंतु लोकल बोर्डातील कर्मचाऱ्यांना थोडाफार न्याय मिळाला आहे. या कामगारांना रजा, सुट्ट्या, रिटायरमेंट बेनिफिट्स नाहीत. त्यांना कायद्याचे सनदशीर मार्ग उपलब्ध नाहीत म्हणून त्यांनी उपोषण केले तर त्यांच्याकडे बघत नाहीत. कामगारांच्या दृष्टीने ही स्थिती चांगली नाही. या प्रश्नाचा गांभीर्याने विचार सरकारने करावा असे मत

एस.एम.जोशींनी व्यक्त केले होते (मुंबई विधानसभा डिबेट, १९६० : ३०६ ते ३०८).

४ सप्टेंबर १९५३ रोजी (Payment of Wages Bombay Amendment Bill) यावर चर्चा करताना एस.एम.जोशींनी सांगितले की, 'कामगार हे आपल्या देशाचे भांडवल आहेत. त्यांच्या माना कापून भांडवल निर्माण करता येत नाही. त्यांना जास्त प्रभावी बनविले पाहिजे. कामगारांना केवळ त्यांच्या हक्कांची जाणीव करून देऊन चालणार नाही. त्यांना त्यांच्या कर्तव्याचीसुद्धा जाणीव करून दिली पाहिजे. प्रत्येकाने राष्ट्रासाठी जे करता येणे शक्य आहे ते केले, तरच राष्ट्राची उभारणी चांगल्या पायावर होईल. कामगार ज्याप्रमाणे आपल्या हक्कांसाठी झगडतात, त्याप्रमाणे त्यांनी राष्ट्रासाठी काहीतरी योगदान दिले पाहिजे. कामगारावर सुद्धा थोडीशी जबाबदारी टाकणारे हे जे बिल होते त्याला एसेम जोशींनी पाठिंबा दिला होता. पेमेंट ऑफ वेजेस अॅक्ट ही कामगारांच्या हक्कांची सनद आहे व ती जास्त प्रभावी व्हावयाची असेल तर तिच्यासाठी कामगारांनीही आपल्या ऐपतीप्रमाणे कर्तव्य बजावले पाहिजे. या कायद्यामुळे कामगारांचे हक्क मर्यादित होणार नसून, त्यांची शक्ती वाढविण्यास मदत होणार आहे. समाजक्रांती करण्यासाठी आपण आपल्या पायावर उभे राहिले पाहिजे. समाजक्रांतीसाठी आपल्याला जी शक्ती पाहिजे आहे ती कामगारांमध्ये आणि शेतकऱ्यांमध्ये आहे. या समाजक्रांतीसाठी कामगारांनीसुद्धा थोडेसे योगदान दिले पाहिजे. त्यादृष्टीने या बिलात जे तत्त्व ग्रंथित केलेले आहे ते खरोखरी स्वीकारण्यासारखे आहे.' त्यामुळे या कायद्याच्या रूपाने जी हक्कांची सनद मिळाली आहे तिला बाध न येता ती अधिक सामर्थ्यवान होणार असल्यामुळे या विधेयकाला एस.एम.जोशींनी पाठिंबा दिला होता (मुंबई विधानसभा डिबेट, १९५४ : ६१६ ते ६१८).

२४ सप्टेंबर १९५८ रोजी सरकारी नोकरांच्या पगार नूतनीकरणाचा (Committee to revise Government Servants Payscales) प्रस्ताव विधानसभेत मांडण्यात आला होता. या प्रस्तावावरील चर्चेत एस.एम.जोशींनी सांगितले की, अशा प्रकारचा प्रस्ताव सभागृहापुढे यावा या दृष्टीने बरेच दिवस प्रयत्न करीत होते. विलंबाने का होईना अखेर सरकारने हा प्रस्ताव चर्चेसाठी सभागृहापुढे मांडला, ही समाधानाची गोष्ट आहे. या चर्चेत एस.एम.जोशींनी सरकारी नोकरांची न्याय्य बाजू मांडली. केंद्र सरकारने पहिल्या वेतन आयोगाने ज्या शिफारशी केलेल्या होत्या त्याला अनुलक्षून राज्यसरकारने कोणतेही फेरफार केलेले नाहीत, ही गोष्ट सरकारच्या निदर्शनास आणून दिली होती. गाडगीळ समितीही मध्यवर्ती सरकारनेच नियुक्त केली होती. या कमिटीने आपल्या अहवालात सांगितले होते की मूळ पगार आणि महागाई भत्ता अशी जी विभागणी सध्या नोकरवर्गाच्या पगारात झालेली दिसते ती न्याय्य नाही आणि हा अन्याय दूर करण्याकरिता प्रत्येकाला मिळत असलेल्या महागाई भत्त्याच्या ५० प्रतिशत भाग मूळ पगारात विलीन करण्यात आला पाहिजे. मध्यवर्ती सरकारने या सूचनेला मान्यता दिली, परंतु मुंबई राज्य सरकारने या

बाबतीत काहीच विचार केलेला नाही. मिळत असलेल्या महागाई भत्त्याचा अर्धा हिस्सा मूळ पगारात समाविष्ट केला तर मूळ पगाराच्या रकमेत वाढ होऊन पेन्शनच्या दृष्टीने चतुर्थ वर्गाच्या नोकरांना याचा फायदा होईल. पेन्शनोत्तर त्यांना सुसह्य जीवन जगता येईल. मध्यवर्ती सरकारच्या धर्तीवर राज्य सरकारला जेवढे करणे शक्य आहे तेवढे तरी करावे. राज्य सरकारमध्ये हंगामी आणि कायमस्वरूपी अशा दोन वर्गांबरोबरच कायम हंगामी नोकरांचाही एक वर्ग आहे हे धोरण बरोबर नाही. ज्या नोकरांना कायम करणे शक्य असेल त्यांना सेवेत कायम करावे. कामगारांनीही आपले काम व्यवस्थित केले पाहिजे (मुंबई विधानसभा डिबेट, १९५८ : १२०६, १२०७, १२१०).

३ सप्टेंबर १९५३ रोजी  हातमाग विणकरांची बेकारी याविषयी ठराव मांडण्यात आला होता. एसेम जोशींनी त्याला पाठिंबा दिला होता. हातमाग धंद्यामध्ये जी बेकारी वाढत आहे त्यावर उपाययोजना करण्यासाठी हा ठराव मांडण्यात आला होता. त्यावरील चर्चेत एसेम जोशींनी सांगितले की, हातमागवाल्यांना जे सूत मिळते त्याचा उपयोग केला तरी त्यांनी तयार केलेला माल बाजारात खपत नाही. हा माल महाग विकावा लागत असल्यामुळे त्यांचा धंदा बसत आहे. हा प्रश्न हातमागाच्या धंद्यापुरता मर्यादित नसून देशात जी आर्थिक मंदी निर्माण झाली आहे तिच्याशी संबंधित आहे. आज हातमागाच्या धंद्यामध्ये जी बेकारी निर्माण झाली आहे ती इतकी मोठी आहे की तिचा ताबडतोब विचार करणे अत्यंत जरुरीचे आहे. लाखो लोकांची जी बेकारी निर्माण झाली आहे ती लक्षात घेऊन सरकारने त्यांना काम देण्याचा प्रयत्न केला पाहिजे. आपल्या देशातील परिस्थितीचा विचार करून जास्तीतजास्त लोकांना कामाला लावले पाहिजे आणि समाजवाद्यांचे सुद्धा हेच ध्येय आहे. समता हे समाजवादाचे मूळ तत्त्व व प्रेरणा आहे. देशात आर्थिक समता प्रस्थापित करण्याच्या दृष्टीने अधिक लोकांना काम मिळवून देणे जरूर आहे व हे उद्दिष्ट हातमागांना अधिक उत्तेजन दिल्यामुळे साध्य होणार आहे. आपल्या देशातील लाखो लोक जे बेकार आहेत त्यांच्यापैकी बराचसा मोठा वर्ग विणकऱ्यांचा आहे. त्यांना काम दिले पाहिजे. त्यांनी तयार केलेला माल विकत घेण्यास लोकांना प्रोत्साहन दिले पाहिजे (मुंबई विधानसभा डिबेट, १९५३ : ५०३ ते ५०५).

४ सप्टेंबर १९५८ रोजी नागपूर आणि भंडारा येथील बेकार झालेल्या विडी कामगारांचा प्रश्न विधानसभेत उपस्थित करण्यात आला होता. एस.एम.जोशींनी या प्रश्नावर चर्चा करताना सांगितले की, हा प्रश्न २ लाख कामगारांच्या पोटाचा आहे, त्यामुळे फार महत्त्वाचा आहे. सरकारला नोटीस न देता मालकांनी कारखाने बंद करून २ लाख कामगारांना बेकार केले आहे; तरीसुद्धा सरकार झोपेचे सोंग घेऊन कोर्टात जात नाही आणि कायद्यातील तरतुदीप्रमाणे सरकार त्यांना दंड करीत नाही. नोटीस न देता कारखाना बंद केला तर २५०० रुपये दंड आणि दररोज २०० रुपये दंड करावा अशी

कायद्यात तरतूद आहे, पण सरकारने या कारखान्याच्या मालकांवर कोणतीही कारवाई केलेली नाही. हा सर्व प्रकार भांडवलदारांच्या रक्षणाकरिता आहे असा उघड आरोप एस.एम.जोशींनी सरकारवर केला होता आणि सरकारने हा प्रश्न त्वरित सोडवावा अशी मागणी केली होती (मुंबई विधानसभा डिबेट, १९५८ : ५५४ ते ५५६). १० मार्च १९६१ रोजी विधानसभेत चर्चा करताना एस.एम.जोशी म्हणाले होते की, आपल्या या मागासलेल्या, आर्थिक दृष्टीने अप्रगत देशामध्ये आपली ही जी कामगार चळवळ आहे तिच्यामध्ये सुधारणा करणे आवश्यक आहे. इतर देशांमध्ये जशा चळवळी चाललेल्या आहेत तशा चळवळी येथे चालविण्याचा प्रयत्न केला तर त्या यशस्वी होणार नाहीत. म्हणून प्राथमिक व मौलिक अशा स्वरूपाच्या सुधारणा कराव्या लागतील. आपल्या देशामध्ये अजूनही तितके काही प्रभावी राजकीय पक्ष नाहीत. लोकशाहीमध्ये लोकांची जी एक प्रकारची संघटना लागते ती येथे दिसून येत नाही. तेव्हा या अशा परिस्थितीमध्ये ही लोकशाही जर वाढीला लावावयाची असेल तर ज्या संस्था नव्या समाजाच्या पायाभूत होणार आहेत त्यांनी तरी काही नियम पाळावयाला पाहिजेत असे एस.एम.जोशींचे मत होते. ग्रामपंचायतीमध्ये प्रामुख्याने कारभाराचे जे प्रश्न असतात तेथे पक्षबाजी होता कामा नये. पक्षाच्या भूमिकेवरून निवडणुका लढवू नयेत. सहकारी सोसायट्यादेखील अशा असाव्यात की तेथे पक्षबाजी नसावी. या सोसायट्या सर्व समाजाच्या पायाभूत अशा उत्पादन वाढवावयाच्या संस्था आहेत. यात कोणतीही पक्षबाजी असू नये. ट्रेड युनियनसारख्या संघटनेतही पक्षबाजी नसावी. एस.एम.जोशींच्या मते, ट्रेड युनियननी त्यांच्या हक्कासाठी झगडले पाहिजे आणि त्यांच्या हक्कांना जपले पाहिजे. आपल्या वर्गाला शिस्त लावण्याचे काम केले पाहिजे. एस.एम.जोशींचे असे स्पष्ट मत होते की, ट्रेड युनियनमध्ये राजकारण नसावे. राजकीय पक्ष या कामगारांचा आपल्या पक्षासाठी वाटेल तसा उपयोग करतात. बेसिक आणि पायाभूत अशा संस्था असाव्यात. त्यात पक्षबाजी नसावी. आपला देश जसा मागासलेला आहे तसेच हे कामगारसुद्धा मागासलेले आहेत (मुंबई विधानसभा डिबेट, १९६१ : १२१०, १२११, १२१३).

२८ फेब्रुवारी १९५८ रोजी या विषयावरील पुरवणी मागणी संदर्भात चर्चा करताना एस.एम.जोशींनी सांगितले की, शेतकऱ्यांच्या धान्याचे भाव सारखे घसरत आहेत तरी त्यांना प्राईस सपोर्ट देण्याच्या दृष्टीने सरकारचे धोरण निश्चित ठरलेले नाही. महाराष्ट्रात सबसिडाइज्ड शेती करणारे जे ८० टक्के शेतकरी उपजीविकेचे दुसरे साधन नाही म्हणून शेती करतात; त्यांना दुसरा धंदा नाही. शेतकऱ्यांचे धान्य स्वस्त भावाने विकत घेतले तरी शेतकरी त्याचा धंदा बंद करू शकत नाही. ८० टक्के शेतकऱ्यांची व्यापारी लुबाडणूक करीत आहेत. एस.एम.जोशींनी सरकारला सांगितले की, सरकारने आपले या बाबतीतील धोरण जास्त खुलासेवार सांगावे आणि ते शेतकऱ्यांच्या हिताचे राहील याची काळजी

घ्यावी. सरकारचे सगळे धोरण नासक्या दुधासारखे आहे असे वाटते (मुंबई विधानसभा डिबेट, १९५८ : ५०४ ते ५०७).

अशा प्रकारे एस.एम.जोशींनी कामगारविषयक विधेयकाचा सखोल अभ्यास करून कामगारांच्या हिताच्या दृष्टीने महत्त्वपूर्ण विचार मांडले. कामगारांची पिळवणूक होणार नाही, त्यांच्यावर अन्याय होणार नाही, देशातील कामगारांचा उत्पादनवाढीत महत्त्वपूर्ण सहभाग असावा या दृष्टीने प्रयत्न केला. सरकारलासुद्धा कामगारांच्या संबंधातील उणिवांची जाणीव करून दिली. समाजवादी समाजरचना प्रस्थापित व्हावी, आर्थिक समता आणि सामाजिक न्याय स्थापन होण्याच्या दृष्टीने निर्भीडपणे कामगारांचे विविध प्रश्न एसेम जोशींनी कायदेमंडळात मांडले आणि कामगारांच्या अन्यायाला वाचा फोडली.

**सहकार चळवळ आणि सत्तेचे लोकशाही विकेंद्रीकरण यासंबंधी प्रश्न**

२३ नोव्हेंबर १९६० रोजी सहकारमंत्री बाळासाहेब भारदे यांनी सहकारी चळवळीसंबंधी जे विधेयक मांडले होते, त्याचे एस.एम.जोशींनी स्वागत केले होते. त्या विधेयकावरील चर्चेत एस.एम.जोशींनी सांगितले की, आपला देश हा शेतीप्रधान देश असल्यामुळे या शेतीच्या धंद्याचे कशा प्रकारे पुनर्गठन करता येईल ते पाहिले पाहिजे. आपल्या देशात जी परिस्थिती आहे तिला अनुलक्षून समाजवादी समाजरचना निर्माण करण्यासाठी निरनिराळ्या संस्था निर्माण केल्या पाहिजेत. खेड्यातील लोकांना औद्योगिक किंवा उत्पादन क्षेत्रात आणि आर्थिक रचनेत महत्त्वाचे स्थान दिले पाहिजे. सहकार ही पक्षातीत गोष्ट आहे. सहकार चळवळ आणि समाजवादाची चळवळ यामध्ये विरोध नाही. आपल्या देशात समाजवाद निर्माण करावयाचा असेल तर सहकारी संस्थांना फार महत्त्वाचे स्थान द्यावे लागेल. सहकारी शेतीवर जोर दिला पाहिजे. या विधेयकात एसेम जोशींच्या दृष्टीने एक उणीव राहिली होती, ती म्हणजे सहकारी शेतीला यामध्ये विशेष स्थान दिलेले नाही. समाजपरिवर्तनासाठी सहकार शेती महत्त्वाची आहे. महाराष्ट्रात जेथे जमीन सर्वत्र विखुरलेली आहे, जमिनीचे लहान लहान तुकडे पडले आहेत तेथे सहकार शेती हे समाजपरिवर्तनाचे महत्त्वाचे साधन आहे. यामुळे दलितवर्गीय लोकांचे आर्थिक प्रश्न सुटण्यास मदत होईल. सहकारी शेती सोसायट्या काढल्या तर लोकांची चांगली सोय होईल. सत्तेचे विकेंद्रीकरण होण्यास मदत होईल. सहकारी चळवळ ही समाजवादी समाजरचनेला पोषक अशी चळवळ होईल. या विधेयकातील कलम २ नुसार रजिस्ट्रारला बराच व्यापक अधिकार दिला आहे. तसेच कलम १४ नुसार कोणत्याही सहकारी संस्थेचे नियम किंवा पोटनियम बदलण्याचा अधिकार त्याला आहे. सेक्शन १४५ मध्ये रजिस्ट्रारला जप्तीकरणाचा आणि मालमत्तेची विक्री करण्याचे अधिकार दिले आहेत. यामध्ये अपिलाची

तरतूद नाही. एसेम जोशींच्या मते ट्रिब्यूनलकडे अपील करण्याची तरतूद असली पाहिजे. सहकारी संस्थांच्या कारभारात सरकारने भागीदारी केली पाहिजे. आर्थिकदृष्ट्या दुर्बल लोकांची आर्थिक शक्ती वाढविण्यासाठी सरकारने प्रयत्न केले पाहिजेत. ग्रामपंचायती आणि को-ऑपरेटिव्ह सोसायट्या या लोकशाहीचे शिक्षण देणाऱ्या शाळा आहेत. या विधेयकासंबंधी मांडलेल्या सूचनांचा विचार करावा. महाराष्ट्र राज्याने एक नमुनेदार कायदा भारतासमोर ठेवावा (मुंबई विधानसभा डिबेट, १९६० : ४३९ ते ४४३, ४४६, ४४७).

सत्तेच्या लोकशाही विकेंद्रीकरणासंदर्भात शिफारशी करण्यासाठी एक समिती स्थापन केली होती. त्या समितीने सादर केलेल्या अहवालावर १२ एप्रिल १९६१ रोजी चर्चा चालू असताना एस.एम.जोशींनी सांगितले की, सत्तेचे लोकशाही पद्धतीने विकेंद्रीकरण केले पाहिजे. सत्तेचे विकेंद्रीकरण करताना तालुका हा प्रमुख घटक असावा. तसेच बहुसदस्य मतदार संघ असावेत आणि मत देण्याचा अधिकार सर्वांना असावा. मागासलेल्या जमातीतील लोक किंवा आदिवासी आणि स्त्रिया निवडून आल्या नाहीत तर ठरावीक लोकांना नॉमिनेट केले पाहिजे. आर्थिक विकास साधला पाहिजे आणि विकासाची कामे अधिक कार्यक्षमतेने झाली पाहिजेत. देशात एकापेक्षा अनेक पक्ष असले पाहिजेत. संसदीय लोकशाहीत विरोधी पक्ष असलाच पाहिजे. तालुक्याप्रमाणे डिस्ट्रिक्ट युनिटही महत्त्वाचे आहे. डॉ. लोहिया यांनी देशामध्ये लोकशाही यशस्वी करावयाची असेल तर लोकसभा, विधानसभा, जिल्हा बोर्ड आणि ग्रामपंचायत अशा चौखांबांचा विचार केला पाहिजे असे सांगितले होते (मुंबई विधानसभा डिबेट, १९६१ : १२७७ ते १२८०). २९ ऑगस्ट १९६९ रोजी लोकशाही विकेंद्रीकरणासंबंधी विधेयकावरील चर्चेत एस.एम.जोशींनी सांगितले की, लोकशाहीच्या दृष्टीने प्रस्तुतचे विधेयक प्रागतिक स्वरूपाचे आहे. आपला देश हा अर्धविकसित देश आहे. या देशात लोकशाही दृढमूल करण्यासाठी लोकांचा विकास करण्यासाठी पंचवार्षिक योजना अमलात आणाव्या लागतात. त्याशिवाय विकास होत नाही. विरोधी पक्षातील लोकांनाही विधायक कार्य करावयाची संधी मिळाली पाहिजे. सहकारी चळवळ वाढली तर खऱ्या अर्थाने श्रमजीवी उत्पादन लोकांच्या हातात येईल. सहकारी चळवळ ही लोकशाहीची चळवळ आहे असे म्हणता येईल. अशा प्रकारे लोकशाही विकेंद्रीकरणाच्या दृष्टीने एस.एम.जोशींनी महत्त्वपूर्ण विचार मांडून सहकारी चळवळीत महत्त्वपूर्ण योगदान दिले होते (मुंबई विधानसभा डिबेट, १९६१ : ११३१, ११३३).

### विधानसभेतील राज्यपालांच्या अभिभाषणावरील चर्चा

राज्यपालांनी विधान सभागृहात सादर केलेल्या अभिभाषणावर एस.एम.जोशींनी अभ्यास करून त्यातील उणिवा शासनाच्या निदर्शनास आणून दिल्या. २१ फेब्रुवारी

१९५८ रोजी राज्यपालांच्या अभिभाषणावर चर्चा करीत असताना त्यांनी सांगितले की, अशा भाषणात सामान्यत: सरकार आपले धोरण सांगत असते व कारभाराचा जो विकास झालेला असेल तो सांगण्यात येतो; पण हा केवळ कारभारविषयक अहवाल आहे असे म्हणावयास हरकत नाही. त्यात धोरणांच्या दृष्टीने दिग्दर्शन नाही. जी धोरणाची जुनी चौकट आहे ती जोपर्यंत कायम आहे तोपर्यंत या कारभाराविषयक अहवालाला मर्यादा पडतात. अधिकाधिक चांगल्या गोष्टी करावयाच्या असल्या तरी जोपर्यंत जुने धोरण चालू आहे तोपर्यंत प्रगती होऊ शकत नाही. हे द्विभाषिक आहे तोपर्यंत कितीही चांगल्या गोष्टी करण्याचा संकल्प केला तरी तो पूर्ण होणार नाही आणि लोकांचे समाधान होणार नाही. जनतेच्या इच्छा, आकांक्षा लक्षात न घेता आपले धोरण चालवावयाचा हट्ट सरकारने धरला तर त्याला लोकांचे सहकार्य मिळू शकत नाही. मुंबईचा प्रश्न सोडविता आला नाही म्हणून हे द्विभाषिक स्वीकारले आहे. हा प्रश्न सोडविण्याच्या दृष्टीने प्रयत्न केले पाहिजेत.

या अहवालात काही गोष्टी चांगल्या आहेत. ग्रामपंचायतीसंबंधी जी योजना करण्यात येणार आहे तिचा अधिक लोकांना फायदा मिळणार आहे. तसेच सोलापूरची नरसिंग गिरजी मिल बंद पडली होती, परंतु कामगारांच्या हिताच्या दृष्टीने सरकारने ती घेतली आणि चालविण्याचे ठरविले ही गोष्ट स्वागतार्ह आहे. त्याचप्रमाणे लोकांची अडचण पाहून शेतीच्या धंद्याला उत्तेजन देण्यासाठी बंडिंगची व विहिरी खोदण्याची योजना आखण्यात आली आहे, पण एवढ्याने समाधान होण्यासारखे नाही. या अहवालामध्ये राज्यात डेव्हलपमेंट बोर्ड्स स्थापन केले असे म्हटले आहे. लोकशाही राज्यसंस्थेची यंत्रणा एखाद्या पिरॅमिडसारखी असली पाहिजे. तळाला रुंद आणि मजबूत असली पाहिजे. महाराष्ट्रातील बहुसंख्य शेतकऱ्यांची जी परिस्थिती आहे त्या परिस्थितीकडे सरकारने कानाडोळा केलेला आहे. शेतकरी जो माल उत्पादन करतात त्या मालाच्या किमती स्थिर नाहीत; परंतु सरकार याबाबतीत मदत करावयास तयार नाही. महाराष्ट्रात हंगामी नोकर आणि कायम नोकर यांचे प्रमाण चुकीचे आहे. हंगामी नोकर ८० टक्के आणि २० टक्के कायम नोकर अशी उलट परिस्थिती आहे. म्हैसूर राज्यातील बेळगाव आदि भागातील मराठी भाषिकांच्यावर अन्याय होत आहे, पण त्याविषयी सरकारची भूमिका स्पष्ट नाही (मुंबई विधानसभा डिबेट, १९५८ : १८० ते १८२, १८४, १८५).

६ फेब्रुवारी १९६१ रोजी राज्यपालांच्या अभिभाषणाबद्दल त्यांचे आभारप्रदर्शन करणाऱ्या ठरावावरील चर्चेतही एस.एम.जोशींनी विचार मांडले होते. त्यात त्यांनी सांगितले होते की, समान संधी आणि समाजवाद याकडे आपल्याला जायचे आहे असे आपण नेहमीच म्हणतो. परंतु तिकडे जाण्यासाठी कोणती धोरणे सरकार आखणार आहे याची माहिती राज्यपालांच्या भाषणात नाही. माध्यमिक शाळांना अनुदाने देण्याची जी योजना सुरू केली आहे ती स्वागतार्ह आहे. तसेच राज्यपालांच्या भाषणाच्या परिच्छेद ९ मध्ये

असे म्हटले आहे की, 'अनुसूचित जाती व अनुसूचित जमाती, त्याचप्रमाणे नवबुद्ध यांच्या प्रगतीसाठी सरकार सर्वांगीण प्रयत्न करील व राज्याच्या अधिकारकक्षेत असतील अशा सर्व सवलती त्यांना देण्याचा कसोशीने प्रयत्न करील.' यातील 'राज्याच्या अधिकारकक्षेत' हा शब्द अधिक महत्त्वाचा आहे. परंतु बऱ्याचशा गोष्टी अशा आहेत त्या अधिकारकक्षेत असूनसुद्धा आपल्या राज्याने पूर्ण केलेल्या नाहीत ही गोष्ट एस.एम.जोशींनी शासनाच्या निदर्शनास आणून दिली होती. गुणवत्तेवर भर देण्याबाबत राज्यपालांच्या भाषणात जे विधान आहे त्यामुळे गैरसमज होण्याचा संभव आहे. अशा प्रकारे एस.एम.जोशींनी राज्यपालांच्या अभिभाषणावरील चर्चेत भाग घेऊन शासनाच्या उणिवा दाखवून दिल्या होत्या. तसेच विविध प्रश्नांवर उपाय सुचवून मार्गदर्शनही केले होते. त्यामुळे सभागृहात अभ्यासू संसदपटू म्हणून त्यांचा लौकिक होता (मुंबई विधानसभा डिबेट, १९६१ : ९०, ९१).

## अंदाजपत्रकावरील मोर्चा

एस.एम.जोशींनी विधानसभेत दरवर्षी सादर केल्या जाणाऱ्या अंदाजपत्रावरील चर्चेत भाग घेऊन अंदाजपत्रकातील उणिवा सरकारला दाखवून विधायक सूचनाही केली होती. अंदाजपत्रकावर त्यांची अभ्यासपूर्ण भाषणे असत. ३ मार्च १९५३ रोजी अंदाज पत्रकावरील चर्चेत एस.एम.जोशींनी सांगितले की, महाराष्ट्राचे अंदाजपत्रक आणि केंद्र सरकारचे अंदाजपत्रक बघितले तर असे दिसून येईल की, आपण अशा एका आर्थिक धोरणामध्ये जखडून गेलो आहोत की त्यामुळे आपण कल्याणकारी राज्याकडे जाऊ शकत नाही. जे गरीब लोक आहेत, त्यांना आधार दिला पाहिजे आणि जी आर्थिक व सामाजिक विषमता आहे ती नाहीशी करण्यासाठी प्रयत्न केला पाहिजे. आताचे हे अंदाजपत्रक गरिबांवर जास्तीतजास्त बोजा लादणारे आहे. दुष्काळामुळे महाराष्ट्रातील लोकांचे कोट्यवधी रुपयांचे नुकसान झालेले आहे. हे अंदाजपत्रक सकृत्दर्शनी शिलकी दिसणारे असले तरी ते केवळ दिखाऊ आहे. सरकारने जे मिश्र अर्थव्यवस्थेचे तत्त्व स्वीकारले आहे, तेच या सरकारला दुबळे करीत आहे असे एसेम जोशींचे म्हणणे होते. आपल्या समाजातील आर्थिक विषमता कमी होईल असे कर सरकारने लादले पाहिजेत. मोठमोठ्या भांडवलदारांवर सरकार कर लादत नाही आणि जे गरीब आहे त्यांच्यावर अप्रत्यक्ष पद्धतीने कर लादते. यामुळे गरिबांची क्रयशक्ती कमी होत आहे. आर्थिक आणि सामाजिक समानता निर्माण करण्याची तरतूद या बजेटमध्ये दिसत नाही. कम्युनिटी प्रोजेक्टवर जो पैसा खर्च होत आहे त्यामानाने कामाची प्रगती दिसत नाही. आपली प्रगती कुंठित झालेली आहे. या गोष्टीचा विचार सरकारने गंभीरपणे करावा अशी सूचना एस.एम.जोशींनी केली होती (मुंबई विधानसभा डिबेट, १९५३ : ६५४ ते ६५८).

१० मार्च १९५८ रोजी अंदाजपत्रकावरील चर्चेत भाग घेऊन एसेम जोशींनी प्रतिपादन केले होते की, या अंदाजपत्रकात काही नवीन नाही. विकास कार्यावरील खर्च वाढलेला दाखविला की आपल्या उद्दिष्टाच्या जवळ जात आहोत असा आभास निर्माण केला जातो. विकासकार्यावरील खर्च दाखवून लोकशाही आणि समाजवादाचे ध्येय साध्य करता येणार नाही. त्यासाठी समाजवादाकडे नेणारी धोरणे स्वीकारली पाहिजेत. भांडवलशाहीला आणि मोठ्या व्यापाऱ्यांना पोषक अशीच व्यवस्था होत आहे. या अप्रगत देशात समाजवाद आणण्याचा प्रयत्न करीत आहोत आणि औद्योगिक प्रगतीसाठी खाजगी भांडवलदारांवर अवलंबून राहू नये. या देशाची औद्योगिक प्रगती सरकारच्या प्रयत्नाने लवकर होईल. द्विभाषिक राज्यात अर्थनियोजन करावयाचे तर प्रादेशिक संघर्ष होणारच! त्यामुळे एकसंघता निर्माण केली पाहिजे. हिंदुस्थानात इतरत्र प्रत्येक माणसाला १६ औंस धान्य मिळते तर महाराष्ट्रातील लोकांना मात्र १० औंस धान्य खावयास मिळत आहे. अशी परिस्थिती असताना राज्याचा फार मोठा विकास झाला असे नाही. महाराष्ट्रामध्ये शेतकऱ्यांचे प्रमाण जास्त आहे. बेकारी नष्ट करण्यासाठी कोणतीही तरतूद बजेटमध्ये नाही. या अंदाजपत्रकाला एस.एम.जोशींनी विरोध करून असे सांगितले की, या 'अंदाजपत्रकात लोकशाहीचे प्रतिबिंब नाही, ते राज्याला समाजवादी समाजरचनेकडे नेणारे नाही, जो कर यात जनतेवर लादला गेला आहे तो सरकारच्या ध्येय आणि धोरणाशी विघातक आणि विसंगत असून गरिबांना अत्यंत हानिकारक आहे (मुंबई विधानसभा डिबेट, १९५८ : ८०९, ८१३, ८१५, ८१६).

१९५९-६० सालच्या अंदाजपत्रकावरील चर्चेत ५ मार्च १९५९ रोजी भाग घेऊन एस.एम.जोशींनी असे मत मांडले की, दोन सामाजिक शक्तींच्या संघर्षातून हे महाद्विभाषिक निर्माण झालेले असून विशिष्ट लोकांच्या हितसंबंधाचे रक्षण करण्याकरिता त्याची निर्मिती झालेली आहे. हल्लीचे युग हे भांडवलशाहीचे आणि यंत्राचे आहे तेव्हा किमतीवर ताबा ठेवण्याचा प्रयत्न केला नाही, तर गरिबांना लुबाडले जाईल. अंदाजपत्रकात नेहमी जमेला कमी आणि खर्चाला जास्त दाखवावयाचे अशी सरकारची पद्धत आहे. जीवनावश्यक वस्तूंचे भाव आज भरमसाठ वाढत असताना सरकार महागाई भत्ता वाढवून देण्यास तयार नाही. जीवनावश्यक वस्तूंचा जनतेला कमी दराने पुरवठा केला पाहिजे. जनतेला निदान अन्न तरी पुरेशा प्रमाणात व स्वस्त भावात मिळाले पाहिजे. सरकारने ३५ हजार विहिरी खणण्याचा संकल्प केला असला तरी जुन्या चाकोरीत राहून संकल्पित विहिरी पुऱ्या होणार नाहीत. एस.एम.जोशींनी असे विचार व्यक्त केले होते की, खेड्यातील लोकांना नव्या समाजरचनेत हक्काचे स्थान प्राप्त झाले पाहिजे. सरकारने शेतमालाच्या किमती नियंत्रित करण्याची योजना आखली पाहिजे. बंद गिरण्या सरकारने ताब्यात घेऊन त्या चालविल्या पाहिजेत. सरकारने हातमागाचा रिबेट कमी केला आहे. नागपूरला हातमागाच्या

धंद्यावर पोट भरणारे हजारो लोक आहेत. रिबेट बंद केल्यामुळे हातमागाच्या धंद्यावर विपरीत परिणाम होणार आहे याचा सरकारने विचार करावा. सरकारची लेबर पॉलिसी कामगाराविरुद्ध आहे (मुंबई विधानसभा डिबेट, १९५९ : १०६६, १०७० ते १०७२, १०७४, १०७५).

१ मार्च १९६१ रोजी अंदाजपत्रकावरील चर्चेत भाषण करताना एस.एम.जोशींनी सांगितले की, जमाखर्चाच्या तोंडमिळवणीच्या दृष्टीने हा अर्थसंकल्प चांगला आहे. आजचा काळ कल्याणकारी राज्याचा, समाजवादी रचनेचा आहे. केवळ राज्याचे बजेट बॅलन्स करून भागणार नाही. खऱ्या अर्थाने महाराष्ट्राचे हे पहिलेच अंदाजपत्रक आहे. तेव्हा या अंदाजपत्रकावर चर्चा करीत असताना महाराष्ट्रापुढे कोणते प्रश्न आहेत आणि ते सोडविण्यासाठी सरकारने योग्य मार्गांचा स्वीकार केला आहे का, हे पाहिले पाहिजे. महाराष्ट्र राज्य अन्नधान्याच्या दृष्टीने तुटीचे आहे. महाराष्ट्रात पाटबंधाऱ्यांच्या योजना फार कमी आहेत. विविध उद्योगधंदे काढून लोकांना कामे दिली पाहिजेत. महाराष्ट्र राज्याने या प्रश्नाची सोडवणूक केल्याशिवाय प्रगतीच्या दृष्टीने पुढे पाऊल टाकीत आहोत, हे सिद्ध होणार नाही. या अंदाजपत्रकाबद्दल एस.एम.जोशींचे असे मत होते की, हे बॅलन्सिंग बजेट आहे. यात जी ४॥ कोटी रुपयांची तूट आहे ती खरोखर तूट नाही. आपल्याला ६॥ कोटी रुपये गुजरातला द्यावयाचे आहेत व हा 'कॅपिटल एक्स्पेंडिचर' आहे. पे कमिशनच्या शिफारशी सरकारने काही अंशी मान्य केल्या आहेत. यामुळे सरकारी नोकरांचे काही अंशी समाधान होईल. त्यांचे पूर्ण समाधान होणार नाही. सरकारने दलित मागासवर्गीय लोकांच्या विकासासाठी विशेष प्रयत्न केले पाहिजेत. अनुसूचित जाती-जमातींना शिक्षण विषयक आणि नोकरीविषयीच्या सवलती दिल्या पाहिजेत. त्यासाठी सरकारने राष्ट्रपतींच्या वटहुकमाची वाट पाहात बसू नये. शिक्षणाच्या क्षेत्रात १२०० रुपये उत्पन्न असेल त्यांच्या मुलांना मोफत शिक्षण देण्याची सरकारची योजना आहे. परंतु ही योजना अमलात आणली तेव्हापासून इतर मागासलेल्या लोकांना ज्या सवलती मिळत होत्या त्या बंद करण्यात आल्या आहेत. महाराष्ट्रात तिलोरी, कुणबी वगैरे जमाती अत्यंत मागासलेल्या आहेत. या जमातींना कोणत्याही प्रकारे मदत मिळत नाही ही गोष्ट एस.एम.जोशींनी सरकारच्या निदर्शनास आणून दिली होती (मुंबई विधानसभा डिबेट, १९६१ : ९१८, ९१९, ९२३, ९२५).

अशा प्रकारे शेतकरी वर्गाची सुधारणा व्हावी, कामगारांना न्याय मिळावा, आर्थिक विषमता कमी व्हावी, बेकारी नष्ट व्हावी, सरकारी नोकरांना विविध सवलती मिळाव्यात, शेती उत्पादन वाढावे, महाराष्ट्राचा औद्योगिक विकास व्हावा, खेड्यातील ग्रामीण उद्योगधंदे विकसित व्हावेत, आर्थिक समता प्रस्थापित व्हावी तसेच कल्याणकारी समाजवादी समाजरचना प्रस्थापित करण्याच्या दृष्टीने एस.एम.जोशींनी अभ्यासू वृत्तीने

अंदाजपत्रकावरील चर्चेत भाग घेतला होता. सरकारला विविध सूचना केल्या होत्या, विशेष दुरुस्त्या सुचविल्या होत्या.

१६ फेब्रुवारी १९५५ रोजी मुख्यमंत्र्यांनी यासंबंधी प्रस्ताव विधानसभेत मांडला होता त्याला एस.एम.जोशींनी विरोध केला होता. 'ट्रेड अॅण्ड कॉमर्स' हा विषय राज्यसूचीतील होता, पण तो विषय राज्य सरकारकडून काढून घेऊन संघसूचित समाविष्ट करण्यासाठी ही घटनादुरुस्ती करण्यात आली होती. ट्रेड अॅण्ड कॉमर्ससारखे महत्त्वाचे धंदे केंद्रीय सरकार आपल्या ताब्यात घेणार होते. एकदा मध्यवर्ती सरकारकडे हा अधिकार गेल्यानंतर त्याबाबतीत राज्यसरकारला काहीही करता येणार नाही. मध्यवर्ती सरकार असे अधिकार घेऊ लागले तर सत्तेचे केंद्रीकरण होईल. या घटनादुरुस्तीने केंद्रसरकारकडे हळूहळू अधिकाधिक सत्ता जाईल आणि राज्यसरकारच्या हातात धोरण आखण्याचे काम राहणार नसून फक्त अंमलबजावणीचे काम उरणार आहे. राज्यसरकारचे स्वरूप एखाद्या ग्लोरिफाईड कॉर्पोरेशनसारखे होईल. राज्यसरकारची अवस्था स्थानिक स्वराज्य संस्थांप्रमाणे होणे योग्य नाही. जरी घटना करताना युनिटरी बायस होता तरी मध्यवर्ती सरकार निरनिराळ्या घटक राज्यांचा मिळून बनेल अशी दक्षता घेतली होती. तेव्हा मध्यवर्ती सरकारचे फेडरल स्वरूप यापुढेही असेच कायम राहील व घटक राज्ये ही राज्यसरकारचा केवळ एक विभाग होऊन फक्त केंद्र सरकारचे आदेश अमलात आणणारी होणार नाहीत याची काळजी घेण्याच्या दृष्टीने या घटनादुरुस्तीला एस.एम.जोशींनी विरोध केला होता. लोकांच्या जीवनाला कायदे करून वळण लावण्याचा अधिकार घटक राज्याला सध्या आहे, त्याप्रमाणे तो पुढेही असला पाहिजे असे एस.एम.जोशींचे मत होते. नियोजनाच्या दृष्टीने असे अधिकार केंद्राकडे पाहिजेत किंवा दुष्काळी परिस्थिती उद्भवल्यास तिला आळा घालण्यासाठी केंद्र सरकारला असा अधिकार देणे योग्य नाही. भारतीय घटनेने मध्यवर्ती सरकारला अशा परिस्थितीत उपाययोजना करण्याचे अधिकार दिलेले असल्यामुळे ही दुरुस्ती अनावश्यक आहे. म्हणून ही घटनादुरुस्ती मंजूर करू नये असे एस.एम.जोशींचे मत होते (मुंबई विधानसभा डिबेट, १९७५ : ६६, ६९, ७१ ते ७३).

१९५६ मध्ये घटक राज्यांची पुनर्रचना करण्यात आली. त्यामुळे घटनेत अनेक बदल करण्याची आवश्यकता निर्माण झाली. त्यासाठी सातवा घटनादुरुस्ती कायदा ११ सप्टेंबर १९५६ रोजी संसदेने मंजूर केला. अर्ध्या राज्यांची संमती मिळविण्यासाठी तो भारतातील घटक राज्यांच्याकडे पाठविण्यात आला. ६ ऑक्टोबर १९५६ रोजी या घटनादुरुस्ती प्रस्तावावर मुंबई राज्य विधानसभेत चर्चा करण्यात आली. या प्रस्तावाला एस.एम.जोशींनी विरोध केला होता. भारतात संसद सार्वभौम आहे. परंतु एखाद्या घटकराज्यातील जनइच्छेविरुद्ध संसदेला कायदा करता येत नाही. बेळगाव, कारवार आणि इतर मराठी भाषिक प्रदेश कर्नाटकात समाविष्ट केला होता. हा कायदा १ नोव्हेंबर

१९५६ रोजी अमलात आला. या कायद्यानुसार गुजरात व महाराष्ट्र यांचे द्विभाषिक राज्य अस्तित्वात आले. घटनेमध्ये बेळगाव-कारवार या बहुसंख्य मराठी भाषिक भागावर घोर अन्याय करण्यात आला आहे (मुंबई विधानसभा डिबेट, १९५६ : १२४, १२६, १३०). घटनेच्या ३३४ व्या कलमानुसार अनुसूचित जाती, अनुसूचित वनजाती व अँग्लोइंडियन जमातीकरिता घटना अमलात आल्यापासून १० वर्षांपर्यंत लोकसभेत व विधानसभेत जागा राखीव ठेवण्यात येतील असे म्हटले होते. या घटनादुरुस्तीने ही तरतूद आणखी १० वर्षे वाढविण्यासाठी संसदेने ८ व्या घटना दुरुस्तीस मंजुरी दिली. त्या दुरुस्तीला मान्यता देण्यासंबंधीचा प्रस्ताव मुंबई राज्य विधानसभेत २१ डिसेंबर १९५९ रोजी चर्चेसाठी ठेवला होता. या प्रस्तावावर मत व्यक्त करताना एस.एम.जोशींनी सांगितले होते की, या प्रस्तावाचा आपण गंभीरपणे विचार केला पाहिजे; कारण आपल्या देशात कमालीची आर्थिक विषमता आणि कमालीची सामाजिक विषमता आहे. या दोन्ही अडचणी नष्ट झाल्याशिवाय भारतात लोकशाही सदृढ होणार नाही.

एस.एम.जोशींच्या मते, अस्पृश्यता निवारणाचा जो प्रश्न आहे तो बिकट असा प्रश्न आहे. महात्मा गांधींना त्यासाठी प्राणांतिक उपोषणही करावे लागले. 'हा स्वतंत्र मतदारसंघ नको' असे त्यांचे म्हणणे होते. आपल्याला सर्व परिस्थितींत एकच नियम लागू करता येत नाही. मागासलेल्या जमातींमध्ये अनुसूचित जाती आणि अनुसूचित जमाती असे दोन प्रकार आहेत. लोकांचे याबाबतीत एक मत दिसते की, राखीव जागा वन्य जमातींच्या बाबतीत तेवढ्या चालू राहाव्या. प्रश्न आहे तो अनुसूचित जातीसंबंधीचा ! प्रत्यक्षात आपण अस्पृश्यता नष्ट करू शकलेलो नाही. महाराष्ट्रामध्ये संयुक्त महाराष्ट्राच्या चळवळीच्या निमित्ताने लोकांची मने भारावून गेली असताना संयुक्त महाराष्ट्र समितीने सार्वत्रिक निवडणुकांत सर्वसाधारण जागांवर काही ठिकाणी अस्पृश्य उमेदवारांना उभे केले आणि अस्पृश्य उमेदवारांना मते देण्यासंबंधी आवाहन केले आणि सर्वसाधारण जागांवर उमेदवार निवडून देखील आले. एकंदर जागांपैकी १५ टक्के जागा स्त्रियांना राखीव ठेवल्या पाहिजेत असा काँग्रेस अध्यक्षांनी आदेश दिला होता पण त्याची अंमलबजावणी झाली नाही. डॉ. आंबेडकरांना संयुक्त महाराष्ट्र समितीत येण्यासंबंधी विनंती करण्यासाठी एस.एम.जोशी गेले होते तेव्हा डॉ. आंबेडकर म्हणाले होते, "आता केवळ आपल्या जमातीपुरते पाहून चालणार नाही. आता मोठ्या प्रवाहामध्ये गेले पाहिजे. परंतु हे करीत असताना मला तुमची कसोटी पाहावयाची आहे. ती अशी की, तुम्ही एखाद्या सर्वसाधारण जागेवर अस्पृश्यांना उभे करा आणि तुम्ही लोक निवडून देता की नाही ते पाहूया." एस.एम.जोशींनी डॉ. आंबेडकरांना सांगितले की, संयुक्त महाराष्ट्र समितीतर्फे अस्पृश्यांना निवडणुकीस उभे करू. त्याप्रमाणे सर्वसाधारण जागांवर अस्पृश्य उमेदवार निवडूनही आले.

एस.एम.जोशींनी सांगितले होते की, 'राखीव जागा ठेवाव्यात की नाहीत याबद्दल

राज्यांना ऑप्शन देण्यात यावा' घटनेत दुरुस्ती करीत असतानाच त्याप्रमाणे दुरुस्ती करण्यात यावी आणि त्याकरिता दुरुस्ती करण्यापूर्वी राज्यांना विचारण्यात यावे. आम्हाला आमच्या मुंबई राज्यात राखीव जागा नकोत असे आपण केंद्र सरकारला कळविले पाहिजे. या गोष्टीचा फेरविचार केला पाहिजे. राज्यकारभारात आपल्याला योग्य प्रतिनिधित्व मिळत आहे असा विश्वास त्या समाजाला वाटला पाहिजे. एस.एम.जोशी जिल्हा काँग्रेस कमिटीचे सेक्रेटरी असताना काही काँग्रेस कमिट्या अस्पृश्य समाजाच्या लोकांना घ्यावयास तयार नसल्यामुळे एस.एम.जोशींना त्या काँग्रेस कमिट्या बंद कराव्या लागल्या. सवर्णांना भीती होती की, महाराला काँग्रेस कमिटीमध्ये घेतले की उद्या तो काँग्रेस कमिटीचा सेक्रेटरी होईल; त्यांना एसेमनी स्पष्टपणे सांगितले की, ज्या काँग्रेस कमिटीमध्ये अस्पृश्यांना घेतले जाणार नाही अशा काँग्रेस कमिटीला परवानगी देणार नाही. एस.एम.जोशींच्या मते, राखीव जागांची तरतूद बंद करावी; कारण आज आपण १० वर्षांनी या घटनादुरुस्तीमध्ये मुदतवाढ करीत आहोत, आणखी १० वर्षांनी पुन्हा १० वर्षांची मुदतवाढ करण्याची वेळ येईल; म्हणून हा प्रस्ताव नामंजूर करावा. त्याशिवाय या प्रश्नाचा फेरविचार केला जाणार नाही. सर्वसाधारण जागांवर शेड्यूल्ड कास्टच्या उमेदवारांना उभे करून त्या उमेदवारांना निवडून दिले पाहिजे (मुंबई विधानसभा डिबेट, १९५६ : १२४, १२६, १३०).

अशा रीतीने एस.एम.जोशींनी घटनादुरुस्ती संदर्भात निर्भीडपणे आपले विचार मांडले होते आणि घटनादुरुस्तीतील उणिवा दाखवून दिल्या होत्या.

## सरकारविरुद्ध अविश्वासाचा प्रस्ताव

संयुक्त महाराष्ट्राच्या चळवळीतील गोळीबारात १२० व्यक्ती मृत्युमुखी पडल्याच्या निषेधार्थ १५ ऑक्टोबर १९५६ रोजी विरोधी सदस्यांनी मांडलेला अविश्वासाचा प्रस्ताव विधानसभेत चर्चेसाठी मांडण्यात आला होता. त्यावेळी एस.एम.जोशींनी आपले विचार व्यक्त करताना सांगितले की, या अविश्वासाच्या प्रस्तावामागे कोणताही पक्षीय दृष्टिकोन नाही. मुख्यमंत्र्यांनी एका प्रश्नाला उत्तर देताना सांगितले की, मुंबई राज्यात स्वातंत्र्यानंतर ११८५ वेळा गोळीबार झाला आणि या एस. आर. सी. प्रकरणात ५०० वेळा गोळीबार झाला. या गोळीबारात जवळ जवळ ३,००० गोळ्या झाडण्यात आल्या, १२० माणसे मृत्युमुखी पडली आणि ४०० च्या वर माणसे जखमी झाली. या मुंबई राज्यात इतक्या वेळा गोळीबार झाल्यानंतर आम्ही प्रगतीपथावर आहोत असे म्हणणे योग्य नाही. २१ नोव्हेंबरला फ्लोरा फाऊंटनजवळ जे गोळीबार झाले ते बेछूट होते. लोकांनी कोणत्याही प्रकारचे प्रक्षोभक वर्तन केले नसताना निष्कारण पिस्तुलाच्या गोळ्या झाडण्यात आल्या. दादरला जानेवारी महिन्याच्या दंगलीत एका पोलीस अधिकाऱ्याने असेच अत्यंत निंद्य वर्तन केले. जनतेशी लढाईच चालली आहे असे समजून ज्यांनी असे वर्तन केले त्यांना

या सभागृहामध्ये जनतेचे मंत्री म्हणून बसण्याचा काहीच अधिकार नाही. गोळीबारात १२० माणसे मारली गेली त्याबद्दल एक साधा दुखवट्याचा ठरावही घेतला नाही. याबाबतीत श्री. जयप्रकाश नारायण यांनी गोळीबारामध्ये जी काही माणसे मारली गेली असतील त्याबद्दल आपली चूक कबूल करून माफी मागण्याविषयी प्रजा समाजवाद्यांच्या त्रावणकोर मंत्रिमंडळाला सुचविले होते. एडवर्ड डीन या विलायततून आलेल्या विद्यार्थ्यांसमोर मुख्यमंत्र्यांनी शिवाजी महाराजांविषयी अनुद्गार काढले होते. महाराष्ट्र प्रांतिक काँग्रेस कमिटीने काँग्रेसच्या जाहीरनाम्यात भाषिक प्रांतासंबंधी आश्वासने दिली होती व त्या आश्वासनांचा उघड उघड विश्वासघात केलेला आहे. सरकारच्या बाजूने या बाबतीत फार गंभीर स्वरूपाच्या चुका झालेल्या आहेत. म्हणून त्याबद्दल प्रायश्चित्त म्हणून मंत्रिमंडळाला अधिकारापासून पदच्युत करण्यासाठी हा जो अविश्वासाचा ठराव मांडण्यात आला होता त्याला एस.एम.जोशींनी पाठिंबा दिला होता (मुंबई विधानसभा डिबेट, १९५६ : ४२२, ४२३, ४२५ ते ४२७, ४२९, ४३१).

पुण्याच्या पानशेत धरणफुटी प्रश्नावरून विधानसभेत सरकारवर अविश्वासाचा ठराव सादर केला होता. त्या ठरावाला एस.एम.जोशींनी विरोधी पक्षाचे प्रतिनिधी असून देखील विरोध दर्शविला आणि 'अविश्वासाची कारणे राज्यकर्त्यांवर टीका करणारी असली तरी सरकारने राजीनामा द्यावा एवढे ते प्रभावी नाहीत' असे मत व्यक्त केले. तरीदेखील त्यांना असे वाटत होते की, पानशेत धरणफुटीच्या प्रश्नावर सरकारने राजीनामा नैतिक जबाबदारी स्वीकारून दिला असता तर बरे झाले असते असे मत व्यक्त केले होते. एसेमनी सरकारला सूचित केले होते की, सरकारने धरणफुटीमुळे ज्यांचे नुकसान झाले त्यांना सहकार्य करावे. त्यांच्या मुलांना शैक्षणिक सुविधा पुरवाव्यात आणि नोकरी, व्यवसायात सवलती द्याव्यात असे विधायक मार्गदर्शन केले होते. सरकारने धरणफुटीच्या प्रश्नावर राजीनामा द्यावा व राज्यात अस्थिरता निर्माण व्हावी असे त्यांना वाटत नव्हते; तर सरकारने सढळ हाताने दु:खितांचे अश्रु पुसून त्यांना आर्थिक सहकार्य करावे असा मानवतावादी सल्ला दिला होता. त्यामुळेच त्यांच्याविषयी सरकारी पक्षात देखील विशेष दरारा असावयाचा (विसपुते, २००० : २६२-२६३).

१७ डिसेंबर १९५७ रोजी विधानसभेत राज्याच्या मंत्रिमंडळावर विशेषत: मजूर मंत्र्यांवर अविश्वास दर्शविणारा ठराव मांडण्यात आलेला होता, त्याला एस.एम.जोशींनी पाठिंबा दिला होता. महाराष्ट्रात कामगारविषयक जी गंभीर परिस्थिती निर्माण झाली आहे त्या परिस्थितीला सरकारची कामगारविरोधी नीति व धोरण जबाबदार आहे. एस.एम.जोशींच्या मते, सरकारची जी नीति आहे तीच मुळात समाजवादाविरुद्ध व लोकशाही विरुद्ध आहे. सरकारचे कामगारविषयक जे धोरण आहे ते कामगारविरोधी आहे. जे धोरण मजूरमंत्र्यांनी अमलात आणण्याचा प्रयत्न केला आहे ते धोरण

कामगारविरोधी आहे. सरकारचे धोरण हे मालकधार्जिणे आहे. इंटकची स्थापना झालेली असली तरी आज कामगारवर्गावर बेकारीची जी आपत्ती कोसळली आहे त्यातून सरकारची ही युनियन कामगारवर्गाला वाचवू शकत नाही अशी परिस्थिती निर्माण झाली आहे. सोलापूर, अंमळनेर, धुळे, चाळीसगाव येथील कापड गिरण्या चाळीसगाव सोडून सर्व ठिकाणी इंटक हीच युनियन कामगारांचे नेतृत्व करीत असताना बंद पडल्या. हजारो कामगार बेकार झाले, तरी इंटक किंवा सरकार काही करू शकले नाही. मुंबई राज्य हे औद्योगिक दृष्ट्या पुढारलेले, प्रगतिपर समजले जाते. परंतु एकट्या मुंबई शहरातच २५ ते ३० हजार लोक बेकार आहेत. सोलापूरची नरसिंग गिरजी मिल बंद पडल्यामुळे सोलापूर शहरात हजारो कामगार बेकार झाले आहेत. श्रमिक पत्रकार कायदा व वेतन मंडळाबाबतचा कायदा लोकसभेने केलेला असताना त्याची अंमलबजावणी होत नाही. बौद्ध धर्म स्वीकारल्यामुळे नवबौद्धांच्या सवलती काढून घेऊन त्यांच्यावर अन्याय केला आहे. मुंबई राज्य सरकारचे धोरण लोकशाही विरोधी आहे. या सरकारला कामगार वर्ग, दलित वर्ग आणि मध्यम वर्ग यांचा पाठिंबा मुळीच राहिलेला नाही. काँग्रेसचे लोक या राज्याला रामराज्य म्हणतात, परंतु एस.एम.जोशींच्या मते हे हराम राज्य आहे, भांडवलदार लोकांचे राज्य आहे. या सरकारला जनतेचा पाठिंबा नाही आणि म्हणूनच हा अविश्वासाचा ठराव या सरकारविरुद्ध मांडण्यात आला आहे, तो सभागृहाने मंजूर करावा असे सांगून एस.एम.जोशींनी त्याचे जोरदार समर्थन केले होते (मुंबई विधानसभा डिबेट, १९५७ : ८०४ ते ८१०).

## एस.एम.जोशींच्या विधानसभेतील कार्याचे मूल्यमापन

एस.एम.जोशी १९५२ साली पोटनिवडणुकीत निवडून आले आणि १९६२ पर्यंत ते विधानसभा सदस्य होते. विधानसभेत ते एक खंबीर विरोधी पक्ष आमदार म्हणून सुरुवातीपासूनच मानले जात. अन्यायावर तुटून पडणे हा त्यांचा स्वभाव होता. प्रसिद्धीची त्यांना हाव नव्हती. परंतु विधानसभेत ते सत्ताधारी पक्षावर जी घणाघाती टीका करीत त्यामुळे त्यांच्या भाषणांना प्रसिद्धी मिळत असे, मात्र विरोध म्हणजे वैर नव्हे हे पथ्य त्यांनी सतत पाळले. यशवंतराव चव्हाण हे १९५३ साली काँग्रेस मंत्रिमंडळात प्रमुख सदस्य होते आणि १९५७ ते १९६२ या काळात ते मुख्यमंत्री होते. एस.एम.जोशींच्या बद्दल त्यांनी लिहिले आहे, 'एस. एम. विरोध तीव्रतेने करीत, परंतु त्यात द्वेषाची भावना कोठेही दिसून आली नाही. एस. एम. यांच्या विधायक टीकेमुळे त्यांचा सभागृहात नैतिक प्रभाव होता. ते भाषण करीत असताना सभागृहातील सर्व सदस्य एकाग्र चित्ताने त्यांचे विवेचन ऐकत; कारण त्यांच्या भाषणात ते तात्त्विक विवेचन करतानाही लोकांच्या दैनंदिन जीवनात त्यांनी जे पाहिले त्याची उदाहरणे

देत.' एस.एम.जोशी अभ्यास करून बोलत आणि त्या बोलण्यामागे स्पष्ट वैचारिक भूमिका असे (प्रधान, २००१ : ६२).

वैधानिक कामकाज आपल्या प्रतिष्ठेला शोभणारे नाही असे एसेम कधीही मानत नसत. आमदार म्हणून विरोधी पक्षांच्या बाकावर बसून एसेम विधानसभेचे काम लक्षपूर्वक पाहात आणि विधायक सूचना करीत. त्यांची लोकशाही समाजवादी मूल्यांवर निष्ठा होती. शासनाच्या धोरणावर ते कधीच वायफळ टीका करीत नसत. विधानसभेत आरडाओरडा करण्याची किंवा सदस्यांना फोडून आपल्या गोटात आणण्याची कृत्ये त्यांनी कधीच केली नाहीत. आज संसदीय कामकाजाचा हाच मुख्य भाग झाला आहे. एसेम हे 'वक्ता दशसहस्रेषु' असे कधीच नव्हते आणि तसे होण्याची त्यांची आकांक्षाही नव्हती. परंतु सभागृहात ते जे काही बोलत, त्यात त्यांची आंतरिक निष्ठा, स्वच्छ हेतू आणि उपेक्षितांसाठी त्यांना वाटणारी कणव दिसून येत असे (पाटील, १९९२ : उपरोक्त, ६२).

एस.एम.जोशी आपली मते आत्मविश्वासाने आणि गंभीरपणे मांडत. विधानसभेत त्यांनी आपले एक आगळे स्थान निर्माण केले होते. त्यांच्याविषयी प्रा. ग. प्र. प्रधान म्हणतात की, "In the Legislative Assembly, S. M. was known for his outspoken and forthright criticism and for his constructive opposition. He was an effective parliamentarian and by his honestly and integrity earned the good will of all sections." (खांडेकर, उपरोक्त : १९२). सांसदीय लोकशाही मूल्यांवर त्यांचा दृढ विश्वास असला तरी रूढ अर्थाने त्यांना संसद म्हणजे पार्लमेंटरिअन म्हणता येणार नाही. राजकारण म्हणजे निवडणुकांची धमाल आणि संसदेतील वादविवाद एवढाच त्यांच्या दृष्टीने राजकारणाचा अर्थ नव्हता. संसदेच्या आणि विधानसभेच्या वादविवादांत वा चर्चेत त्यांचा महत्त्वपूर्ण सहभाग असायचाच आणि लोक आदराने त्यांचे म्हणणे ऐकतही असत. परंतु लोकांची मते प्रदर्शित करण्यासाठी संसद किंवा विधानसभा या जागा उपयोगाच्या असल्या तरी लोकांच्या आशा आकांक्षांना शासनाकडून योग्य प्रतिसाद मिळण्याचे ते स्थान नव्हे असे त्यांना आढळून आले; म्हणून त्यांनी लोकांच्या मागण्यांना वाचा फोडण्यासाठी विधान मंडळाचा उपयोग केला, पण त्याचबरोबर विधानमंडळाबाहेर लोकशक्ती जागवून 'जनता चळवळी' ते उभारत गेले. अशा दोन आघाड्या उघडल्या तरच शासन लोकांच्या गरजांची आणि त्यांच्या आशाआकांक्षांची दखल घेईल असे त्यांना वाटत होते.

विधानसभेतील आपल्या स्पष्टवक्तेपणामुळे आणि सडेतोड टीकेमुळे एसेम सर्वांच्याच परिचयाचे होते. शासनाची धोरणे किंवा शासनाने उचललेली पावले चुकीची आहेत असे त्यांना जेव्हा जेव्हा वाटत असे, तेव्हा तेव्हा ते शासनाला धारेवर धरत,

परंतु त्यांच्या भाषणात विखार नसे किंवा क्षुल्लक पक्षहिताचा विचार नसे. सभागृहाचा ऐब आणि सदस्यांचे हक्क सांभाळले जातील याबद्दल ते अत्यंत दक्ष असत. एसेम राज्य विधानसभेचे सदस्य असताना संयुक्त महाराष्ट्राच्या जनताभिमुख चळवळीने फार जोर धरला होता. एसेम यांची लोकशाहीवर निष्ठा होती आणि म्हणून ते भाषिक राज्याचे कट्टर पुरस्कर्ते होते. विधानसभेच्या सभागृहात तर त्यांनी या चळवळीचा पुरस्कार केलाच, पण संयुक्त महाराष्ट्र चळवळीला सुयोग्य नेतृत्वही एस.एम.जोशी यांनी दिले (पाटील, १९९२ : २५-२६).

**सीमा सत्याग्रह**

संयुक्त महाराष्ट्राची वाटचाल चालूच होती. १९५७ च्या निवडणुकीतील यशानंतर समितीच्या नेत्यांना अधिक आत्मविश्वास वाटू लागला. मात्र बेळगाव-कारवारचा प्रश्न फार बिकट आहे याची प्रकर्षाने जाणीव झाली. एस.एम.जोशींनी समितीतर्फे सीमाप्रश्नासाठी सत्याग्रह सुरू केला. १९५७ सालच्या निवडणुका महाराष्ट्र एकीकरण समितीने जिंकल्या व १ नोव्हेंबर १९५७ रोजी 'सीमा सत्याग्रह' सुरू झाला. जयंतराव टिळक पहिले सत्याग्रही होते. विशाल द्विभाषिक त्यावेळी अस्तित्वात आले होते. मुख्यमंत्रीपद यशवंतराव चव्हाणांच्याकडे होते. यशवंतराव चव्हाण एस.एम.जोशींना म्हणाले होते, 'सीमा प्रश्नावर तुम्ही लवाद का मागत नाही?' एस.एम.जोशी म्हणाले होते, 'सीमा प्रश्न तत्त्वाने सोडविला पाहिजे अशी आमची धारणा असल्याने आम्हाला लवाद नको आहे.' आंध्र व मद्रास यांच्यामधील सीमा निश्चितीसाठी हरिभाऊ पाटसकरांनी 'खेडे हा घटक, सलगता व भाषिक बहुसंख्या' असे जे सूत्र घालून दिले होते ते एस.एम.जोशींना आणि समितीला मान्य होते. आंध्र व मद्रास या दोन्ही राज्यांनी ज्याप्रमाणे हे सूत्र मान्य करून आपला प्रश्न सोडवून घेतला त्याप्रमाणे कर्नाटकानेही या सूत्रास मान्यता दिली असती, तर सीमा प्रश्न उरलाच नसता (जोशी, १९८६ : २२९). सीमा सत्याग्रहाबाबतची समितीची भूमिका स्पष्ट करणारे एक पत्र २१ ऑक्टोबर १९५८ रोजी श्री. एस.एम.जोशी यांनी म्हैसूरचे मुख्यमंत्री श्री. बी. डी. जत्ती यांना लिहिले होते, त्याचा मथितार्थ असा होता-

'राज्य पुनर्रचना समितीने मुंबई व म्हैसूर या दोन राज्यांतील सीमा अशास्त्रीय पद्धतीने ठरवल्यामुळे ही सध्याची दु:खद परिस्थिती निर्माण झाली आहे. म्हैसूर राज्य हे निव्वळ भाषिक पायावर उभारलेले असताना लाखो मराठी लोकांचा समावेश या राज्यात त्यांच्या जाहीर इच्छेविरुद्ध करणे ही गोष्ट कोणत्याही न्यायनीतीला धरून नाही. त्यामुळे बेळगाव, कारवार व बीदर या जिल्ह्यांतील मराठी जनता दुखावली गेली. तुमचे सरकार हा अन्याय दूर करण्यासाठी परिणामकारक उपाय योजील असे आम्हाला वाटत होते. म्हणून

बेळगावच्या संयुक्त महाराष्ट्र एकीकरण समितीला सबुरीचा सल्ला संयुक्त महाराष्ट्र समितीने दिला व तुमच्या सरकारविरुद्ध कोणत्याही प्रकारची चळवळ करू दिली नाही. परंतु तुम्ही व यशवंतराव चव्हाण यांच्यामधील बोलणी फिसकटल्यामुळे या दुर्दैवी प्रश्नाची सोडवणूक झाली नाही. समझोत्याच्या मार्ग फिसकटला.' श्री. एस.एम.जोशी आपल्या पत्रात पुढे म्हणतात की, 'बेळगाव आणि कारवार येथील कलेक्टर कचेऱ्यांपुढे आणि इतर ठिकाणी सरकारी कचेऱ्यांपुढे सत्याग्रहींच्या लहान लहान तुकड्या सत्याग्रह करतील. कोणत्याही परिस्थितीत हा सत्याग्रह नियमांचे उल्लंघन करणार नाही. आमची चळवळ ही म्हैसूर राज्यातील कन्नड जनतेच्याविरुद्ध नाही. या जनतेबद्दल आमच्या हृदयात बंधुभावाव्यतिरिक्त दुसरी कोणतीही भावना नाही.' (पेंडसे, १९६५ : ६४०-६४१).

१ नोव्हेंबर १९५८ रोजी माधवराव बागलांच्या नेतृत्वाखालील सत्याग्रह सीमाभागात विशेष गाजला होता. १६००० सत्याग्रहींनी त्यात भाग घेतला होता. त्यांनतर १९५९ साली एप्रिल - मे मध्ये करबंदीची चळवळ झाली, त्यामध्ये ग्रामीण भागातील जनतेला व आप्तांना अमानुष मारहाणीला तोंड द्यावे लागले. सीमाप्रश्नासाठी चाललेल्या लढ्याकडे पार्लमेंट व सरकार यांचे लक्ष वेधावे या हेतूने १८ डिसेंबर १९५८ रोजी दिल्लीस संसदभवनावर जो दुसरा मोर्चा समितीच्या वतीने गेला होता, त्यावेळी सीमा भागातून १२०० लोक सामील झाले होते (जोशी, १९८६ : २२९-२३०). समितीच्या दिल्ली केंद्राच्या हिशेबाप्रमाणे सत्याग्रहींची एकूण संख्या २२४० इतकी होती. या मोर्चात मुख्य घोषणा 'बंबई लेके रहेंगे', 'बेलगाम कारवार लेके रहेंगे' या होत्या. मोर्चात १९ खासदार, १०२ आमदार, ५४ म्युनिसिपल कौन्सिलर्स आणि १५० स्त्रियांनी भाग घेतला होता (पेंडसे, १९६५ : ६४०-६४१). मोर्चाच्या अग्रभागी साथी एस.एम.जोशी आणि भाई उद्धवराव पाटील हे 'तीन कोटी नहीं दबेंगे, सीमाप्रदेश लेके रहेंगे' ह्या घोषणेचा लाल फलक हातात धरून चालले होते. या सत्याग्रहाविषयी एस.एम.जोशी म्हणाले, 'आत्मक्लेशाच्या या अग्निदिव्यामधून आम्ही सुरक्षितपणे बाहेर पडत आहोत. बेळगाव, निपाणी, कारवारसह संयुक्त महाराष्ट्र हा आमच्या जीवनमरणाचा प्रश्न आहे. ही गोष्ट लोकसभेला नि लोकसभेमार्फत साऱ्या जगाला आम्ही या सत्याग्रहाने दाखविली आहे' (अत्रे, १९५७ : ५२७, ५३१). दिल्ली सत्याग्रहाचा असा जल्लोष होत होता तेव्हा समिती संकल्पाप्रमाणे खानापूर, बेळगाव, निपाणी, कारवार व भालकी या केंद्रांवर मोठ्या प्रमाणावर सत्याग्रह झाले व एका दिवसात ९४५ जणांनी त्यात भाग घेतला. त्यात १४९ स्त्रिया होत्या. एस.एम.जोशी म्हणतात की, 'बेळगावचा प्रश्न सर्व दृष्टींनीच अत्यंत महत्त्वाचा आहे. महाराष्ट्राच्या एकात्मतेचा तो प्रश्न आहे, म्हणून बेळगाव हाच महत्त्वाचा लढा असे मानूनच आपण लढले पाहिजे' (पेंडसे, १९६५ : ६५८, ६६४).

**संयुक्त महाराष्ट्राची स्थापना**

संयुक्त महाराष्ट्राची मागणी न्याय्य आहे हे देशातील जबाबदार पुढाऱ्यांना कळून चुकले. त्यासाठी समितीला सतत काम करावे लागेल. सत्याग्रहाचे पर्व संपले होते, पण लढ्याची धार टिकविणे आवश्यक होते. अशावेळी आचार्य अत्रे यांच्या लेखणीने अपूर्व कामगिरी केली. आचार्य अत्रे गर्जत होते आणि महाराष्ट्र त्यांना साथ देत होता. एस.एम.जोशी शब्द मोजकेच वापरत, पण तात्त्विक भूमिका कधी सुटू देत नसत. काँग्रेसश्रेष्ठींनाही परिस्थितीचा अंदाज येऊ लागला होता. लोकेच्छा फर काळ दडपता येत नाही हे त्यांच्या लक्षात आले होते. केंद्रीय गृहमंत्री पंडित गोविंद वल्लभ पंत महाराष्ट्रात आले तेव्हाही त्यांना 'मुंबई महाराष्ट्रात असलीच पाहिजे' ही जनमानसातील तीव्र भावना जाणवली. मुंबईचे राज्यपाल श्रीप्रकाश यांनी हा प्रश्न राज्यपालांच्या परिषदेत उपस्थित केला आणि पंडित नेहरूंनी दिलेल्या उत्तरावरून त्यांच्या भूमिकेतही बदल होत असल्याचे जाणवले. इंदिरा गांधी काँग्रेसच्या अध्यक्ष झाल्यावर नागपूर अधिवेशनाच्या वेळी ना. यशवंतराव चव्हाणांशी त्यांनी या प्रश्नाबाबत चर्चा केली, मात्र संयुक्त महाराष्ट्राची मागणी मान्य केल्यास पंजाबी सुभ्याची मागणी होईल अशी शंका पंडित नेहरूंना होतीच. जातीय तत्त्वावर पंजाबची विभागणी करण्यास ते तयार नव्हते. केरळमध्ये चळवळ करून काँग्रेसने पंडित नेहरूंना तेथील कम्युनिस्ट सरकारला बडतर्फ करायला भाग पाडले होते. अशावेळी महाराष्ट्रात समितीच्या रूपाने डावी आघाडी उभी राहणे त्यांना इष्ट वाटत नव्हते. त्यामुळे 'संयुक्त महाराष्ट्राची मागणी मान्य करणे' हा एकच मार्ग त्यांच्यापुढे होता. चंदीगडला काँग्रेस अधिवेशनात इंदिरा गांधींनी गुजरात व महाराष्ट्र यांच्यात समझोता करण्यासाठी ९ सदस्यांची एक समिति नेमली. या समितीचा अहवाल १९ डिसेंबर १९५९ ला प्रसिद्ध झाला आणि अहवालाच्या आधारे, 'गुजरातचे आर्थिक हितसंबंध सांभाळून मुंबईसह संयुक्त महाराष्ट्र करावा' हा व्यवहार दोन्ही बाजूंनी मान्य केला.

'द्वैभाषिक राबविणे ही माझी जीवननिष्ठा आहे' असे एका वेळी म्हणणाऱ्या यशवंतराव चव्हाणांनीच द्वैभाषिक मोडण्याचा ठराव महाराष्ट्र विधानसभेत सरकारतर्फे मांडला. मुंबई विधानसभेत १८ मार्च १९६० रोजी तो संमत झाला (प्रधान, २००१ : २६३). या विधेयकात पुढील महत्त्वाची कलमे होती -

१) सध्याच्या जोड राज्यातून गुजराथी भाषिकांचा कच्छ, सौराष्ट्र व गुजरातचा प्रदेश बाजूला काढून गुजरात राज्य करावे.

२) या गुजरात राज्यात डांग, पश्चिम खानदेशची १५६ खेडी व उंबरगाव तालुक्याची ५० खेडी घालावी.

३) उरलेल्या मराठी भाषी प्रदेशाचे मुंबई राज्य करावे.

४) गुजरात राज्याची तूट भरून काढण्यासाठी सुमारे ५६ कोटी रुपये नव्या मुंबई राज्याने द्यावे.

५) गुजरातच्या राजधानीसाठी १० कोटी रुपये द्यावेत (खोबरेकर, १९८९ : १०२, १०३).

मुंबई राज्य पुनर्रचना विधेयकावर आपली भूमिका मांडताना मा. मुख्यमंत्री यशवंतराव चव्हाण म्हणाले होते, 'मराठवाडा, विदर्भ आणि महाराष्ट्र यांच्यामध्ये एकभावना निर्माण झाली पाहिजे. मराठवाडा, विदर्भ, नवबौद्ध, मध्यमवर्ग या सगळ्यांच्या अडचणी आपल्याला सोडवावयाच्या आहेत; तेव्हा सगळ्यांनी महाराष्ट्रामध्ये एकजिनसी समाज निर्माण करण्याचे काम केले पाहिजे. नवीन राज्य व्हावे अशी सर्वांची इच्छा होती, ती स्वप्नपूर्ती होत आहे.' माझे मित्र एस.एम.जोशी यांना मी असे सांगत होतो की, द्विभाषिक राज्यातही एकभाषिक राज्याचे फायदे होत होते, आता असे म्हणेन की, एकभाषिक राज्य निर्माण झाल्यानंतर त्यात द्विभाषिकाचे फायदे होतील (खोबरेकर, १९८९ : १०२, १०३).

२८ मार्च १९६० रोजी लोकसभेत द्वैभाषिक भंगाचे विधेयक मांडण्यात आले आणि ते चिकित्सा समितीकडे पाठविण्यात आले. यावेळी महाराष्ट्र-कर्नाटक, महाराष्ट्र-मध्यप्रदेश यांच्या सीमेवरील प्रदेशापैकी बहुसंख्य मराठी भाषिक असलेला प्रदेश महाराष्ट्रात यावा म्हणून संयुक्त महाराष्ट्र समितीच्या नेत्यांनी आणि एस.एम.जोशींनी खूप प्रयत्न केले, पण त्यांना यश आले नाही. २१ एप्रिल १९६० रोजी लोकसभेत मुंबईसह संयुक्त महाराष्ट्राच्या निर्मितीचे विधेयक संमत झाले. २३ एप्रिल १९६० रोजी लोकसभेत मुंबईसह संयुक्त महाराष्ट्राच्या निर्मितीचे विधेयक संमत झाले. २३ एप्रिल १९६० रोजी राज्यसभेने या विधेयकास मान्यता दिली आणि अखेर मराठी जनतेचे स्वप्न साकार झाले. १ मे १९६० रोजी मुंबईसह संयुक्त महाराष्ट्र झाला (प्रधान, २००१ : २६३, २६४).

## संयुक्त महाराष्ट्र चळवळीत एस.एम.जोशी यांचे योगदान

१९५६ साली राज्यपुनर्रचना आयोगाचा निर्णय बाहेर आला आणि संयुक्त महाराष्ट्राचा लढा पेटला. मोर्चे, घेराव, अश्रुधूर, लाठी हल्ले, गोळीबार, हुतात्म्यांचे बलिदान आणि ग्रामपंचायती ते लोकसभेपर्यंतच्या निवडणुका या सर्व मार्गांनी लढा पेटत राहिला. सर्वत्र मराठी जनसागर उसळत होता, गर्जत होता व अक्राळविक्राळ रूपही धारण करीत होता. या चळवळीने पक्षभेद मिटविले आणि जेधे, डांगे, एस.एम.जोशी यांच्या नेतृत्वाखाली लढा धारदार होत गेला. श्री. एस.एम.जोशी यांच्या स्फूर्तिदायी व विधायक नेतृत्वामुळे

या चळवळीला कोठेही अनिष्ट वळण येऊ शकले नाही. या चळवळीचे वर्णन 'संयुक्त महाराष्ट्राचे महाभारत' या शब्दानेच होऊ शकते. लढा यशस्वी होईपर्यंत मराठी स्त्री-पुरुष संयुक्त महाराष्ट्राचाच जणू श्वासोच्छ्वास घेत होता. गोवा आणि संयुक्त महाराष्ट्र या लढ्यामुळे महाराष्ट्राची अस्मिता धगधगू लागली (सुराणा, १९८८ : ६-७). संयुक्त महाराष्ट्र आंदोलन हा एस.एम.जोशींच्या नेतृत्वगुणांचा उच्चबिंदूच मानावा लागेल. संयुक्त महाराष्ट्र आंदोलनातील १९५५ ते १९६० पर्यंतचा काळ हा एसेमच्या आयुष्यातला पराकाष्ठेच्या कर्तृत्वाचा नि लोकप्रियतेचा काळ होय. एस.एम.जोशींच्या दृष्टीने संयुक्त महाराष्ट्राची मागणी ही प्रादेशिक मागणी नव्हतीच उलट लोकशाही सबळ करण्यासाठी, सत्ता निम्न स्तरावर नेण्यासाठी आणि १९२० पासून काँग्रेसने जे भाषावार प्रांतरचनेचे उद्दिष्ट ठेवले होते ते अमलात आणण्यासाठी हा लढा होता. संयुक्त महाराष्ट्र लढा राष्ट्रीय एकात्मतेविरोधी नाही याची त्यांना खात्री होती, त्यामुळे प्रजा समाजवादी पक्षातून महाराष्ट्र शाखा अलग केली जाणार, असा निर्णय होऊ घातला असताही एस.एम.जोशी आपल्या भूमिकेवर ठाम राहिले. आचार्य नरेंद्र देव व जयप्रकाश नारायण यांचाही पाठिंबा त्यांच्या पाठीशी सदैव राहिला. त्यांना एस.एम.जोशींच्या राष्ट्रनिष्ठेबद्दल संशय येण्याचा सुतराम संभव नव्हता.

काँग्रेसवाल्यांच्या अवसानघातानंतर महाराष्ट्राला नेतृत्व देण्याची महान कामगिरी एस.एम.जोशींनी बजाविली ते महाराष्ट्र कदापि विसरू शकणार नाही. एस.एम.जोशींच्यामुळेच हे आंदोलन शांततापूर्ण राहिले आणि त्याला प्रचंड जनप्रक्षोभाचे स्वरूप प्राप्त झाले. 'मुंबईचे स्वतंत्र राज्य राहिले तर बरेच' ही डांगेंची भूमिका एस.एम.जोशींनी उधळून लावली. 'संयुक्त महाराष्ट्राचा प्रश्न हा देशात समाजवादी क्रांती घडवून आणून समाजवाद प्रस्थापित करण्याच्या मुख्य प्रश्नाचे एक अंग आहे.' हीच निष्ठा एस.एम.जोशींनी अखेरपर्यंत ठेवली. त्यामुळे सत्ताप्राप्तीची अभिलाषा त्यांना विचलित करू शकली नाही. 'संयुक्त महाराष्ट्र झाला तरी मी मुख्यमंत्री होणार नाही' या त्यांच्या घोषणेमागे सामाजिक परिस्थितीचे जसे भान आहे, त्याचप्रमाणे मूळ उद्देश महाराष्ट्रनिर्मिती हाच आहे याकडे कोणालाही दुर्लक्ष करता येऊ नये हाही प्रयत्न होता. सत्ताप्राप्ती हे उद्दिष्ट बनताच ऐक्य भंग पावेल इतकी राजकारणाची व्यावहारिक जाणीवही त्यांना होती. डॉ. बाबासाहेब आंबेडकरही याबाबत त्यांच्याशी सहमत होते. प्रतापगड मोर्चासारखे कार्यक्रम इतरांच्या विरोधाची पर्वा न करताच एस.एम.जोशींनीच अमलात आणले आणि अखेरीस दहा पक्षांची मोट एकत्रित ठेवण्याचे काम एस.एम.जोशींसारखा प्रभावी, स्पष्ट दृष्टीचा व निरपेक्ष वृत्तीचा माणूसच करू शकला. त्या काळात महाराष्ट्राचे मनोदय एस.एम.जोशींच्या मुखानेच प्रकट होत (सुराणा, १९९७ : १८९).

एस.एम.जोशी संयुक्त महाराष्ट्र समितीचे सरचिटणीस झाले. समिती ही केवळ एक

सत्याग्रहाची आघाडी व्हावी अशी एसेमची आणि प्रजासमाजवाद्यांची मूळ भूमिका होती. समितीचे व्यासपीठ होऊ नये, समितीच्या निशाणाखाली निवडणुका लढवू नयेत आणि समिती हा एकजिनसी पक्ष होऊ नये अशी समितीतील बहुसंख्य घटक पक्षांची भूमिका होती. प्रजा समाजवादी पक्षाने जास्त चिडचिड व खळखळ केली. त्यामुळे एसेमना स्वपक्षीयांचा विलक्षण त्रास, मत्सर आणि द्वेष सहन करावा लागला. प्रजासमाजवादी पक्षाच्या काही अखिल भारतीय नेत्यांनी तर त्यांचे पाय ओढण्याचा अनेकदा प्रयत्न केला. परंतु त्यांनी समितीच्या नेतृत्वाची जबाबदारी आणि संयुक्त महाराष्ट्रावरची आपली निष्ठा जरासुद्धा ढळू दिली नाही. त्यांच्या अंगी असलेले संयम, सौजन्य आणि सोशिकता हे सद्गुण त्यावेळी कसोटीला लागले असे म्हणायला हरकत नाही. महाराष्ट्रात त्या काळी एसेम जोशी लोकप्रियतेच्या अक्षरशः शिखरावर जाऊन बसले होते. एसेम जोशी हे प्रजासमाजवादी पक्षाचे आहेत हे लोक विसरून गेले होते. ठाण्याच्या तुरुंगात असताना कॉ. डांगे, प्र. के. अत्रे यांना म्हणाले होते की, ‘‘उद्या समितीचे राज्य महाराष्ट्रात प्रस्थापित झाले, तर आपण मुख्यमंत्री पदाची माळ एस.एम.जोशींच्याच गळ्यात घालू.’’ यावरून एसेम जोशींचे नेतृत्व समितीमधल्या सर्व घटक पक्षांना किती मान्य होते हे दिसून येते (अत्रे, १९६९ : २१८-२१९). एस.एम.जोशींच्यामुळे संयुक्त महाराष्ट्राचे आंदोलन गतिमान झाले. एसेम जोशींच्या धैर्यशील आणि कुशल नेतृत्वामुळेच हे आंदोलन यशस्वी झाले याबद्दल दुमत नाही.

महाराष्ट्रातील विविध पक्षांच्या आणि विविध मतप्रवाहांच्या लोकांना एकत्र आणण्याचे कार्य एसेम जोशी यांच्याशिवाय कोणालाही जमण्यासारखे नव्हते. हा प्रवास म्हणजे एक उभी चढण होती. एसेम जोशी यांच्या निःस्वार्थ, निःपक्ष आणि आंतरिक सच्चेपणावर सर्वांचा पूर्ण विश्वास होता. या सर्व प्रकारच्या लोकांना जोडण्याच्या प्रयत्नात असताना त्यांना आपल्याच पक्षातील लोकांकडून कडक टीका सहन करावी लागली. ‘महाराष्ट्राच्या निर्मितीचे श्रेय कुणाचे’ यावर त्यावेळी महाराष्ट्रात सर्वत्र चर्चा सुरू होती. काही नेत्यांच्या दृष्टीने संयुक्त महाराष्ट्र झाला तो त्यांच्यामुळेच. काहीजण हे श्रेय इंदिरा गांधी किंवा यशवंतराव चव्हाण यांना देत. परंतु संयुक्त महाराष्ट्राच्या निर्मितीचे संपूर्ण श्रेय हे निःसंदिग्धपणे श्री. एस.एम.जोशी यांच्याकडेच जाते हे एक निर्विवाद ऐतिहासिक सत्य आहे (पाटील, १९९२ : ४७-४८).

संयुक्त महाराष्ट्राचा लढा लढविताना एस.एम.जोशींच्या जीवनमूल्यांची अग्निपरीक्षाच होती. या जनतेच्या लढ्याचे ते नेते होते. विविध पक्षाच्या नेत्यांना, कार्यकर्त्यांना आणि सामान्य जनतेला बरोबर न्यावयाचे आणि सत्याग्रही मार्गाने लढा यशस्वी करावयाचा हे सोपे काम नव्हते. आपला कणखरपणा न सोडता सर्वांना सांभाळणे हा एक सुप्त गुण आहे. एसेम जोशी यांच्याजवळ तो गुण होता. संयुक्त महाराष्ट्राच्या लढ्यामध्ये

एस.एम.जोशी यांनी सतत नैतिक भूमिका घेतली; प्राण पणाला लावण्याचे धैर्य दाखविले आणि पंडित नेहरू, छत्रपती शिवाजी महाराजांच्या पुतळ्याचे अनावरण करण्यासाठी प्रतापगडावर आले असताना निर्भयतेने आणि संयमाने मराठी जनतेचे प्रचंड निदर्शन करून दाखविले. आचार्य अत्रे, भाई डांगे, उद्धवराव पाटील आदी नेत्यांचेही संयुक्त महाराष्ट्र चळवळीत फार मोठे योगदान होते. संयुक्त महाराष्ट्राच्या निर्मितीपर्यंत संयुक्त महाराष्ट्र समितीचे ऐक्य अभंग राहिले (विसपुते, २००० : ७).

एस.एम.जोशींच्या राजकीय जीवनात संयुक्त महाराष्ट्राचे त्यांनी केलेले नेतृत्व हा सर्वोच्च बिंदू होता. हे सारे कसे घडले याचे निरीक्षण केल्यावर, एक जबरदस्त आव्हान पुढे ठाकल्यावर एस.एम.जोशी यांच्या अंगभूत गुणांचा आणि त्यांच्या सुप्त शक्तींचा आविष्कार झाला हे समजून येते. समर्पण वृत्तीने जगणारा, तत्त्वांच्या बाबतीत कधीही तडजोड न करणारा, नैतिक मूल्यांचे पालन करताना स्वजनांचीही अप्रियता सहज स्वीकारणारा आणि प्रतिपक्षांच्या विखारी टीकेचीही तमा न बाळगणारा अनासक्त वृत्तीने सत्तास्थानाकडे पाठ फिरविणारा, एक उत्तुंग व्यक्तिमत्त्वाचा नेता अशी एस.एम.जोशी यांची प्रतिमा मराठी माणसांच्या मनात निर्माण झाली. पंतप्रधान पं. नेहरूंसारख्या तेजोवलयांकित नेत्याला आणि केंद्र शासनाच्या सत्तेला विरोध करून संयुक्त महाराष्ट्राची मराठी माणसाची आकांक्षा पूर्ण करणे हे एक जबरदस्त आव्हान होते. एस.एम.जोशी यांनी हे आव्हान केवळ व्यक्तिश: स्वीकारले नाही. महाराष्ट्रातील जनतेला शांततेच्या मार्गाने पण खंबीरपणे संघर्ष करण्याची प्रेरणा दिली. प्रदीर्घ संघर्ष करून महाराष्ट्रातील जनतेने आपली न्याय्य मागणी अखेर पंडित नेहरूंना मान्य करावयास लावली. या अग्निदिव्यातून मराठी जनता तावूनसुलाखून निघाली आणि मुंबईसह संयुक्त महाराष्ट्र मिळविण्याचे स्वप्न साकार झाल्यावर नव्या आत्मविश्वासाने वाटचाल करू लागली (प्रधान, २००१ : ५३).

संयुक्त महाराष्ट्राच्या लढ्याचे नेतृत्व केल्याबद्दल एस. एम. यांचा गौरव करणारे उद्गार बॅ. जयकर यांनी काढले. त्यावेळी एस. एम. म्हणाले, 'आमच्या यशाचे खरे मानकरी महाराष्ट्रातील लोक आहेत. जनतेच्या पाठिंब्यामुळे, त्यागामुळे हा लढा यशस्वी झाला. शिवाय आचार्य अत्रे यांची लेखणी तलवारीसारखी प्रतिपक्षावर तुटून पडत होती. समितीतील भाई डांगे, उद्धवराव पाटील आदी सहकाऱ्यांमुळेच आम्ही संयुक्तपणे लढा दिला. समितीच्या अंतर्गत वादाचा एस.एम.जोशी यांनी कधी उल्लेखही केला नाही.' संयुक्त महाराष्ट्राच्या स्थापनेनंतर महाराष्ट्रातील काँग्रेसजन, 'यशवंतराव चव्हाणांनी संयुक्त महाराष्ट्राचा सुवर्ण कलश आणला' असे म्हणू लागले. एका वृत्तपत्रकाराने एस.एम.जोशींना याबद्दल विचारले असता ते म्हणाले, 'सत्याची जाहिरात करावी लागत नाही' एस.एम.जोशी एका भाषणात म्हणाले, 'प्रत्येक चळवळीला नेता लागतो. संयुक्त

महाराष्ट्राच्या लढ्यात भाई डांगे, उद्धवराव पाटील, मी आणि समितीच्या कार्यकारिणीतले आमचे सहकारी संयुक्तपणे नेतृत्व करीत होतो. त्याचबरोबर लोकांनीही आम्हाला उत्स्फूर्तपणे प्रचंड पाठिंबा दिला म्हणून आमचे नेतृत्व प्रभावी ठरले. मराठी जनतेने संयुक्त महाराष्ट्र समितीच्या नेतृत्वाखाली लढून संयुक्त महाराष्ट्राचा सुवर्ण कलश आणला. सिंहासनावर कोण बसले आहे याचे मला महत्त्व वाटत नाही' (प्रधान, २००१ : ५९). एस.एम.जोशींनी संयुक्त महाराष्ट्र लढ्याचे नेतृत्व अत्यंत निष्ठेने केले. संयुक्त महाराष्ट्र निर्मितीत एस.एम.जोशींचा सिंहाचा वाटा होता.

प्रकरण चौथे

# संयुक्त समाजवादी पक्षाचे राजकारण

## (इ. स. १९६१ ते १९७१)

संयुक्त महाराष्ट्राचा प्रश्न 'जीवनमरणाचा प्रश्न' समजून एस.एम.जोशी लढले. महाराष्ट्रावर झालेल्या अन्यायाच्या प्रतिकारार्थ ते तळमळीने उभे राहिले. काँग्रेस नेत्यांनी संयुक्त महाराष्ट्र परिषदेतून काढता पाय घेतल्यावर निर्माण झालेली पोकळी एसेमनी भरून काढली. महाराष्ट्राची अस्मिता जागृत करण्यासाठी प्रसंगी स्वत:च्या पक्षाची नाराजी देखील त्यांनी पत्करली (खांडेकर, १९६४ : २०९). संयुक्त महाराष्ट्राच्या चळवळीत त्यांची 'लोकमान्य टिळकांशी' तुलना झाली पण एसेम धुंद झाले नाहीत. राजकारणाच्या बहुरंगी, बहुढंगी अशा चंचल वातावरणात जे अक्षर व उदात्त आहे त्याची सतत जाणीव त्यांनी ठेवली (खांडेकर, १९६४ : २९).

### संयुक्त महाराष्ट्र समिती बरखास्तीचे राजकारण

संयुक्त महाराष्ट्र समितीने दीर्घ सायासाने महाराष्ट्र मिळविला, तिचेच विसर्जन करावे अशा वल्गना वृत्तपत्रांतून उमटू लागल्या. लगेच प्रजासमाजवाद्यांनी तशी सूचना समितीपुढे मांडली. समितीवरच नव्हे तर महाराष्ट्राच्या - पर्यायाने भारताच्या - भावी राजकारणावरच हा वज्राघात होता. कधी नव्हती अशी जनतेची एकजूट मागल्या काही वर्षांत झाली होती. पक्षापक्षांत वाद असले तरी त्यांना मुरड घालून एकत्रपणे काम करण्याची नवी पद्धती रुजू लागली होती. अन्य प्रांतांतील विरोधी गट आपापल्या प्रांतात या एकजुटीच्या तंत्राचे अनुकरण कसे करता येईल याचा विचार करू लागले होते (पेंडसे, १९६५ : १४). एका महान ऐतिहासिक लढ्यातून समितीचा जन्म झाला होता. ज्या समितीला एवढे अनन्यसाधारण महत्त्व प्राप्त झाले होते तिचा इतक्या लवकर अस्त होईल असे वाटले

नव्हते. समिती म्हणजे केवळ संयुक्त महाराष्ट्राच्या सत्याग्रहासाठी वापरण्याचे एक हत्यार एवढीच त्याकडे पाहण्याची समाजवाद्यांची प्रारंभीची भूमिका होती. समितीची संघटना होऊ नये किंवा तिचे व्यासपीठ बनू नये यासाठी त्या काळात फार सावधगिरी बाळगली होती. संयुक्त महाराष्ट्राच्या लढ्यासाठी निराळी संघटना न काढता सर्वांनी प्रजा समाजवादी पक्षात दाखल व्हावे असे आवाहनही करण्यात आले होते. पुढे सार्वत्रिक निवडणुका जशा जवळ येऊ लागल्या तशा समितीमार्फत निवडणुका लढवावयाच्या किंवा काय, हा वाद सुरू झाला. त्यावेळी प्रजा समाजवादी पक्षाने अशी भूमिका घेतली होती की, निवडणुका जिंकल्या तरी सत्ता हाती घ्यायची नाही. निवडून आल्यानंतर राजीनामे द्यावयाचे अन् पेचप्रसंग निर्माण करावयाचा. त्याही अवस्थेतून समिती पुढे गेली आणि मुंबईसह संयुक्त महाराष्ट्राच्या प्रश्नावर निवडणुका लढवायचे अकोला येथे ठरले. त्यानंतर २५ सप्टेंबर १९५६ मध्ये द्विभाषिक विरोधी परिषद मुंबईत भरली. त्यावेळी समितीमधले घटक पक्ष जास्तीतजास्त परस्परांजवळ आले आणि म्हणूनच निवडणुकीसाठी अकरा कलमी कार्यक्रम तयार होऊ शकला. 'समाजवादी भारतात, समाजवादी महाराष्ट्र' हे घोषवाक्य याच परिषदेमध्ये जन्माला आले आहे. पुढे मुंबई विधानसभेत समितीचा विरोधी पक्ष स्थापन करण्याचा प्रश्न आला तेव्हा त्यात सामील न होता प्रजासमाजवादी आमदारांनी स्वतंत्र गट ठेवावा अशी योजना होती, परंतु एस.एम.जोशी यांनी त्याला खंबीरपणे विरोध केला; त्यामुळे हा प्रयत्न निष्फळ ठरला (अत्रे, १९९९ : ६४८, ६४९).

संयुक्त महाराष्ट्र निर्माण होताच डॉ. नरवणे, महाशब्दे पुन्हा काँग्रेसमध्ये गेले. जनसंघही बाहेर पडला. प्रजा समाजवादी पक्षाने संयुक्त महाराष्ट्र लढ्यात एस.एम.जोशींच्या नेतृत्वाखाली महत्त्वाची कामगिरी बजाविली होती. निवडणुकीनंतर विधानसभेत समिती गट स्थापून एक पक्षाच्या शिस्तीने वागले होते. इतकेच नव्हे तर 'महाराष्ट्र राज्य स्थापन होऊन ठरविलेला कार्यक्रम परिपूर्ण होईल तेव्हा खरेखुरे महाराष्ट्र राज्य निर्माण झाले नि समिती कार्याची परिपूर्ती झाली असे समजावे' असे एस.एम.जोशी म्हणत. समितीतून फुटून निघालेल्या शक्ती तिच्या विरोधाला उभ्या ठाकल्या होत्या. काँग्रेसने सुद्धा काही प्रमाणात तरी समिती पोखरण्याचे काम केले होते. समितीला नेस्तनाबूत करणे हेच काँग्रेस, प्रजासमाजवादी, जनसंघ व रिपब्लिकन कांबळी गट या सर्वांचे समान उद्दिष्ट होते. तशात समितीवर आणखी एक आघात कॉ. विष्णूपंत चितळे यांच्या आकस्मिक निधनाने झाला. ते समितीचे प्रवर्तक व जबरदस्त आधारस्तंभ होते. त्यांच्या निधनाने साताऱ्यापासून बेळगावपर्यंतच्या महाराष्ट्राचा समितीशी असलेला संबंधच तुटल्यासारखा झाला (पेंडसे १९६५ : ७३७, ७३९). समितीचे सरचिटणीस एस.एम.जोशी यांनी ४ मे १९६० रोजी एक सूचना पत्र काढून 'समिती चालू ठेवायची की नाही' तसेच प्रलंबित पडलेल्या सीमा लढ्याचा विचार करण्यासाठी दि. १३ व १४ मे १९६० रोजी समितीची सभा बोलाविली.

त्याचवेळी प्रजा समाजवादी पक्षाची सभा श्री. ना. ग. गोरे यांच्या अध्यक्षतेखाली चालू होती व एस.एम.जोशी तिला उपस्थित होते. प्रजा समाजवादी पक्षाने ठरावात महाराष्ट्र राज्याच्या स्थापनेचे स्वागत करून 'सीमा प्रश्न' न सुटल्याबद्दल खेद व्यक्त केला होता. त्यात पुढे म्हटले होते, 'सीमा प्रदेश महाराष्ट्रात समाविष्ट करून घेण्याच्या प्रश्नाव्यतिरिक्त समितीचे ऐतिहासिक कार्य आता संपलेले असल्यामुळे समितीचे क्षेत्र सीमा प्रश्नापुरतेच सीमित होणे अपरिहार्य आहे.' महाराष्ट्रातील स्थानिक स्वराज्य संस्थांमधील परिस्थिती लक्षात घेता निवडून आलेल्यांकडून समिती म्हणून कार्य करणे प्रत्यक्षात अशक्य झालेले दिसून येईल. काँग्रेसला विरोधी शक्ती म्हणून समिती आहे या स्वरूपात कायम ठेवावी या सूचनेबद्दल ठरावात म्हटले होते की, 'लोकशाही व राष्ट्रवाद याबद्दलची ज्यांची निष्ठा संशयास्पद आहे अशा कम्युनिस्ट पक्षाशी सहकार्य करून ही शक्ती उभारता येणार नाही. अशा परिस्थितीत कार्यकारिणीचे असे निश्चित मत आहे की, संयुक्त महाराष्ट्र समितीचे कार्यक्षेत्र सीमा प्रश्नापुरते मर्यादित ठेवावे व विधानसभा, महापालिका, नगरपालिका, ग्रामपंचायती आदी क्षेत्रांत प्रजा समाजवादी पक्ष सभासदांनी राष्ट्रवाद, समाजवाद व लोकशाही या नि:संशय श्रद्धा ठेवणाऱ्या पक्षांबरोबर सहकार्य करून लोकशाहीनिष्ठ अशी काँग्रेसविरोधी शक्ती संघटित करावी.' सीमा प्रश्नाबाबत ठरावात म्हटले होते की, 'लोकसभा व विधानसभा यावर निवडून आलेल्या महाराष्ट्रातील प्रतिनिधींनी आपापल्या जागांचे राजीनामे द्यावे.' समितीचे विसर्जन करावे ही प्रजा समाजवादी पक्षाची कित्येक महिन्यांपासूनची मागणी होती. महाराष्ट्र झाला नव्हता तोपर्यंत त्याला विशेष गांभीर्य आलेले नव्हते; पण आता त्या पक्षाने समिती विसर्जनाचा ठरावच करून टाकला व एस.एम.जोशी यांनी समितीचे सरचिटणीस या नात्याने याच प्रश्नाचा विचार करण्यासाठी समितीची सभा बोलाविली. यामुळे मात्र अपेक्षित पण अनिश्चित प्रश्नाला एकदम गांभीर्य आले (पेंडसे, १९६५ : ७४१-७४२).

एस.एम.जोशींच्या मते, संयुक्त महाराष्ट्र आंदोलनात कम्युनिस्टांनी प्रजा समाजवाद्यांशी क्वचितच रास्त वागणूक ठेवली. कामगारांच्या प्रश्नासंबंधी एस.एम.जोशींनी पंडित नेहरूंची मुंबईत भेट घेतली होती. या भेटीचा उद्देश संयुक्त महाराष्ट्राबद्दल नव्हता. ही बातमी सर्व वर्तमानपत्रांत आली. समितीमधील काही लोकांच्या मनात गैरसमज निर्माण झाले. प्रजा समाजवादी पक्षाच्या वतीने आगामी महाराष्ट्रामध्ये काँग्रेसबरोबर सहकार्य करण्याबाबत एसेमची भेट असावी असे काहींना वाटले (जोशी, १९८९ : २२५). यामुळेच मुंबई पदरात पडताच समितीची शक्ती क्षीण होऊ लागली. एस.एम.जोशींनी सांगितले की, मुंबईचा प्रश्न सुटला आहे आता आपण बेळगाव-कारवार प्रश्नावर शक्ती केंद्रित करू. तसे झाले तर प्रजा समाजवादी पक्ष महाराष्ट्र शाखेला समितीत राहू देईल अशी एसेमनी हमी दिली; पण त्यांच्या या सूचनेस डांगे, दत्ता देशमुख, आचार्य

अत्रे या सर्वांनी विरोध केला. त्यांनी समिती हा पर्यायी पक्ष बनविण्याचा 'थिसिस' पुढे ठेवला. एस.एम.जोशी म्हणाले, 'समिती हा पर्यायी पक्ष बनू शकत नाही. जे काम पुरे करण्यासाठी आपण एकत्र आलो तेवढे पुरे करायचे' पण कोणीच ऐकून घ्यायला तयार नव्हते. समितीचा पक्ष बनवू, निवडणुका जिंकू, हातात सत्ता घेऊ आणि सत्तेच्या जोरावर बेळगाव-कारवारचा प्रश्न सोडवू, ही त्यांची विचारधारा होती. मग हा प्रश्न त्यांनी मताला टाकला. प्रजा समाजवाद्यांनी त्यांच्याविरोधी मतदान केले. त्यावेळेपर्यंत समितीच्या बैठकीत मतदान घेण्याची पद्धत नव्हती. सर्व निर्णय सहमतीने होत; पण या प्रश्नावर मतदान झाले आणि एस.एम.जोशींनी सांगितले की, 'मी आता समितीचा सरचिटणीस राहू शकणार नाही, कारण पर्यायी पक्ष म्हणून समिती चालविणे त्यांना शक्यच नव्हते. त्यातून भांडणे निर्माण झाली असती इतकी पार्श्वभूमी या प्रश्नाला असल्यामुळे एस.एम.जोशींनी समितीच्या सरचिटणीसपदाचा राजीनामाच दिला. त्याच बैठकीत दाजीबा देसाईंची सरचिटणीसपदी निवड केली. या निवडीस बाबूराव ठाकूर, बा. रं. सुंठणकर, डॉ. जीवनराव याळगी यांनीही मान्यता दिली. एस.एम.जोशी बेळगाव-कारवार लढ्यावर समितीची शक्ती केंद्रित केली पाहिजे, असे म्हणत असताना सीमा भागातील या नेत्यांनी एस.एम.जोशींना पाठिंबा द्यायला पाहिजे होता. महाराष्ट्राची सत्ता समितीच्या हाती आली की बेळगाव सहज मिळवू हा त्यांचा अंदाज किती चुकीचा होता हे पुढील इतिहासाने दाखवून दिले आहे' (जोशी, १९८९ : २२५-२२६).

## एस.एम.जोशी आणि वादग्रस्त सीमाप्रश्न

मुंबईसह संयुक्त महाराष्ट्राची मागणी मान्य झाली त्यावेळी एस.एम.जोशी यांनी घेतलेली भूमिका फार महत्त्वाची होती. एसेमचे म्हणणे असे होते की, बेळगावच्या मराठी जनतेचा प्रश्न सुटेपर्यंत आपण संयुक्त महाराष्ट्राची मागणी मान्य झाली असे मानू नये. आज मुंबईसह महाराष्ट्र होत असला तरी आपण तो स्वीकारू नये. सीमावासीयांना न्याय मिळेपर्यंत आपण लढा थांबवू नये. या लढ्याचे एक पाऊल म्हणून आमदारांनी आपल्या पदाचे राजीनामे द्यावेत अशी भूमिका एस.एम.जोशी यांनी समाजवादी पक्षामध्ये मांडली. परंतु त्यांची ही भूमिका समाजवादी पक्षात मान्य झाली नाही आणि संयुक्त महाराष्ट्र समितीनेही ही भूमिका घेतली नाही. समाजवादी पक्षाच्या कार्यकर्त्यांच्या बैठकीत एस.एम.जोशी म्हणाले होते, ''आपण आता जर सीमावासीयांचा प्रश्न धसाला लावला नाही तर पुढे त्यांना न्याय मिळवून देणे कठीण होईल. मुंबई-बेळगाव-कारवारसह संयुक्त महाराष्ट्र मिळाल्यावर आपण आपला लढा थांबविणे हे सीमावासीयांचा विश्वासघात करणारे ठरेल.'' एस.एम.जोशी यांचे म्हणणे प्रत्यक्ष खरे ठरले आहे. बहुसंख्य मराठी भाषिकांना मुंबईसह संयुक्त महाराष्ट्र निर्माण होणे हेच महत्त्वाचे वाटत होते. तो प्रश्न सुटल्यावर महाराष्ट्र-

कर्नाटक सीमावासीयांच्या प्रश्नाला समितीच्या अनेक नेत्यांनी आणि बहुसंख्य मराठी भाषिकांनी गौण लेखले, हे कटू सत्य आहे (विसपुते, २००० : १२५).

एस.एम.जोशींच्या मते, सारस्वत नेतृत्व विरुद्ध मराठा नेतृत्व हा वाद नाही म्हटले तरी सीमाभागात थोडाफार होताच. या लढ्यातील आणखी एक तिढा असा की सीमा भागातील कम्युनिस्ट या लढ्यात ज्या ईर्षेने उतरले होते ती ईर्षा आणि जिद्द मुंबईतील कम्युनिस्टात नव्हती. प्रजा समाजवादी पक्षाचेही या लढ्यात काही चुकले नाही असे म्हणता येणार नाही. समितीतून बाहेर पडल्यानंतर प्रजा समाजवादी पक्षीय आमदारांनी बेळगावच्या प्रश्नावर राजीनामे द्यायला हवे होते. संसदीय आचारसंहितेस धरून ते झाले असते. समितीतून बाहेर पडण्याच्या कृतीमागे राजीनाम्याच्या त्यागाचे सामर्थ्य उभे करावयास हवे होते. प्रजा समाजवादी समितीतून का बाहेर पडले, हे जनतेला समजावून देण्यासाठी एसेमनी महाराष्ट्रभर दौरा केला; पण सीमा लढ्यावर शक्ती केंद्रित केली पाहिजे हा विचार जनतेला पटला आहे असे एस.एम.जोशींना फारसे कोठे दिसून आले नाही (जोशी, १९८६ : २३०).

## संपूर्ण महाराष्ट्र समितीची स्थापना

सीमा लढ्यापुरते एकमत कायम ठरवून आचार्य अत्रे यांच्या प्रयत्नाने एस.एम.जोशींनी संपूर्ण महाराष्ट्र समिती स्थापन केली. परंतु त्या समितीत प्रजा समाजवादी पक्ष सामील झाला नाही, कारण मध्यंतरीच्या काळात प्रजा समाजवादी पक्षामध्ये फूट पडून प्रजा समाजवादी पक्ष आणि संयुक्त समाजवादी पक्ष अशी विभागणी झाली होती (जोशी, १९८६ : १०). सीमा प्रश्नाच्या सोडवणुकीसाठी सेनापती बापट यांनी २० मे १९६६ ते २५ मे १९६६ अखेर वसंतराव टिळक, उद्धवराव पाटील, दाजीबा देसाई इत्यादींशी बोलणी केली व बेळगावचा प्रश्न सोडविताना 'लोकेच्छा प्रमाणभूत मानावी' असे सांगितले. सेनापती बापटांनी नाथ पै पुण्यात येताच उपोषण सोडले. परंतु बेळगावचा प्रश्न सुटलाच नाही (टिळक, १९९५ : १९४).

## महाजन आयोगाची नेमणूक

१७ ऑक्टोबर १९६६ रोजी महाजन कमिशन नेमले गेले; पण निश्चित कार्यकक्षा ठरवून न देताच नेमले गेले. महाराष्ट्र काँग्रेसच्या अध्यक्षांनी यशवंतराव चव्हाणांकडे आग्रह धरला, पण त्यांना गप्पच बसावे लागले आणि कमिशनला रान मोकळे झाले. न्या. महाजन यांचा महाराष्ट्राबाबत ग्रह काही चांगला नव्हता. १९५६-५७ च्या सुमारास त्यांनी एका लेखात म्हटले होते, 'या महाराष्ट्रीयनांनी अमराठी भाषिकांवर मुंबईत आणि अन्यत्र अनन्वित अत्याचार केले आणि आता बेशरमपणे न्यायालयीन चौकशीची ते मागणी करीत आहेत.' संपूर्ण महाराष्ट्र समितीने त्यामुळेच कमिशनवर बहिष्कार टाकला; पण

त्याचा काही उपयोग झाला नाही. ते न्यायमूर्ती आहेत. आपल्याला ते न्याय देतीलच अशा भ्रमात महाराष्ट्र काँग्रेस व एकीकरण समितीचे काही नेते असावेत. त्यांनी कमिशनला सहकार्य केले. त्यापुढे साक्षीही दिल्या. परंतु अखेरीस कमिशनच्या शिफारशी महाराष्ट्राच्या पूर्णपणे विरुद्ध गेल्या. मराठी काँग्रेस नेत्यांच्या आग्रहामुळेच कमिशनची नियुक्ती झाली होती. कर्नाटकचा त्याला विरोध होता, म्हणूनच अलीकडे कन्नड नेते असे सांगत असतात की, महाराष्ट्राने त्या शिफारशी मानल्या पाहिजेत. मात्र शिफारशी विरुद्ध गेल्याने महाराष्ट्राच्या विधानसभेमध्ये महाजन अहवाल एकमताने फेटाळण्यात आला (जोशी, १९८६ : ११).

एस.एम.जोशींनी सीमा प्रश्नात पुन्हा लक्ष घालण्याची वेळ नोव्हेंबर १९६९ मध्ये आली. पंतप्रधान इंदिरा गांधींनी एस.एम.जोशींना बेळगाव सीमाप्रश्नाची माहिती घेण्यासाठी निवासस्थानी भेटावयास बोलाविले. एस.एम.जोशींनी इंदिरा गांधींना सांगितले की, 'हा जो विवाद्य भौगोलिक सीमाभाग आहे तो भाग गोव्याला जोडला, तर ते एक टुमदार राज्य बनेल. भाषेच्या दृष्टीने कोकणी भाषा आणि मराठी भाषा दोघांनाही समजतात, मात्र हा तोडगा तुमचा म्हणून सीमा विभागातील लोकांना सांगितला पाहिजे.' या प्रश्नात वसंतराव नाईक, कर्नाटकचे मुख्यमंत्री वीरेंद्र पाटील आणि सीमा समितीशी वाटाघाटी केल्या पाहिजेत (जोशी, १९८६ : २३२-२३३). समितीची सभा दिल्लीत त्यावेळेस खासदार झालेल्या एस.एम.जोशी यांच्या घरी भरली असता महाराष्ट्राचा विवाद्य सीमा भाग गोव्यात घालावा अशी एक सूचना एस.एम.जोशींनी मांडली. त्यास सर्वांनी पाठिंबा दिला. यशवंतरावांची त्यास काहीशी मान्यता मिळाली; पण वसंतदादा पाटील विरुद्धच होते. श्रीमती इंदिरा गांधी काहीशा तयार झाल्या होत्या परंतु हेही काही घडले नाही. संपूर्ण महाराष्ट्र समितीही पुढे बरखास्त झाली (टिळक, १९९५ : १९४).

## १९६२ ची सार्वत्रिक निवडणूक

१९५७ च्या सार्वत्रिक निवडणुकीमध्ये भाषिक प्रश्नांना प्राधान्य मिळाले. राज्य पुनर्रचनेमुळे निर्माण झालेली वादळे शांत व्हायला बराच वेळ लागला. तोपर्यंत १९६२ च्या सार्वत्रिक निवडणुकीचे वेध लागले होते. मुंबईसह महाराष्ट्राची निर्मिती होऊन संयुक्त महाराष्ट्र समितीतून प्रजा समाजवादी पक्ष बाहेर पडला होता. या पार्श्वभूमीवर निवडणुकीच्या राजकारणाला पुन्हा महत्त्व चढून अशोक मेहतांनी नव्याने कंबर कसली. परंतु तिसऱ्या सार्वत्रिक निवडणुकीमध्ये देखील समाजवाद्यांना यश मिळाले नाही. स्वत: अशोक मेहता पराभूत झाले. डॉ. लोहियांच्या समाजवादी पक्षाला देखील आपले वैशिष्ट्य दाखविता आले नाही. प्रजा समाजवादी पक्षाच्या जनरल कौन्सिलची बैठक पाटण्याला भरली तेव्हा अशोक मेहता आणि त्यांच्या विचाराचे लोक अगदी हताश आणि निष्प्रभ झाले होते. कारण त्यांच्या धनुष्याला विधिमंडळाच्या राजकारणाची एकच दोरी होती.

त्यांच्यापैकी काही मंडळींची मजल तर पक्षाचे विसर्जन करावे असे सुचविण्यापर्यंत गेली होती. पक्षाच्या बहुसंख्य कार्यकर्त्यांना हा आत्मघातकी सल्ला पटणे शक्यच नव्हते. अशावेळी त्यांच्यापुढे एकच मार्ग मोकळा होता. समाजवादी पक्षाबरोबर बोलणी करून दोन्ही पक्षांचा मिळून एकच पक्ष निर्माण केला तर समाजवादी चळवळीला दलदलीतून वर काढता येईल असे त्यांच्या मनाने घेतले. त्यांनी तसा ठराव पास केला; परंतु डॉ. लोहियांच्या समाजवादी पक्षाकडून त्याला पुरेसा पाठिंबा मिळाला नाही (बेडेकर, १९९३ : ४०६).

१९६२ च्या निवडणुकीत प्रजा समाजवादी आणि समितीचा एक पक्ष बनला पाहिजे असे म्हणणाऱ्यांचाही प्रचंड पराभव झाला. एकूण २६५ जागांपैकी २१४ जागा काँग्रेसला मिळाल्या. १९५७ साली पश्चिम महाराष्ट्रात समितीला १११ व काँग्रेसला ३६ जागा मिळाल्या होत्या. यावेळी समितीला फक्त १२ जागा आणि काँग्रेसला १३६ जागा मिळाल्या. लालजी पेंडसे आपल्या ग्रंथात म्हणतात, 'समितीतून फुटून गेले त्यांची गोष्ट बाजूला राहो पण जे तिच्यात राहिले त्यांच्यातही एकत्वाची भावना दिसली नाही.' या निवडणुकीत एस.एम.जोशींचा पराभव राम तेलंग यांनी केला, याचे कारण पूर्वी ब्राह्मणेतर समाजातील जे लोक संयुक्त महाराष्ट्राच्या प्रश्नावर त्यांच्याबरोबर होते ते आता काँग्रेसकडे वळले होते हे होय (जोशी, १९८६ : २३०, २३१).

१९५७ च्या निवडणुकीनंतर द्वैभाषिक राज्याचे मुख्यमंत्री असताना यशवंतराव चव्हाणांनी विरोधी पक्ष नेत्यांशी आणि आमदारांशी सौजन्याने वागून स्नेहाचे संबंध प्रस्थापित केले. १९६० नंतर मात्र त्यांनी धूर्तपणे सत्तेच्या राजकारणातील डावपेच खेळण्यास सुरुवात केली. 'महाराष्ट्राचे भविष्य घडविताना मला कर्तबगार सहकारी हवेत. बहुजन समाजातील कर्तबगार व्यक्तींनी विरोधाचे नकारात्मक राजकारण करण्याऐवजी सत्तेत सहभागी होऊन महाराष्ट्राचे हित साधावे' असे स्पष्ट आवाहन त्यांनी केले आणि शेतकरी, कामगार पक्ष, समाजवादी पक्ष यांमधील यशवंतराव मोहिते, रामभाऊ तेलंग, भाऊसाहेब शिरोळे आदी अनेक तडफदार कार्यकर्ते विरोधी पक्ष सोडून काँग्रेस पक्षात गेले (प्रधान, २००१ : ६०). यशवंतराव चव्हाणांनी संधिसाधू पक्षांतराचे आणि जातीय अस्मितांना गोंजारून डाव्या पक्षांना सुरुंग लावण्याचे काम केले. यशवंतरावांच्या या भेदनीतीमुळे डावे पक्ष महाराष्ट्राच्या राजकारणात पुन्हा उभे राहू शकले नाहीत. त्यामुळे १९६२ पर्यंत काँग्रेसला आव्हान देण्याचे त्राण कोणत्याही पक्षात राहिले नाही (कारखानीस, २००० : २६).

### १९६२ च्या विधानसभा निवडणुकीतील एस.एम.जोशींचा पराभव

१९५७ च्या निवडणुकीत संयुक्त महाराष्ट्र चळवळीच्या पार्श्वभूमीवर एस.एम.जोशी यांनी बाबुराव सणस यांच्यासारख्या लोकप्रिय काँग्रेस उमेदवारावर नेत्रदीपक विजय

मिळविला होता. परंतु १९६२ ला सर्व चित्र पालटले होते. १९५७ साली शुक्रवार पेठेत एस.एम.जोशींच्या प्रसार मोहिमेतील एक नेते, स्वातंत्र्य चळवळीत एस. एम. बरोबर कार्य केलेले कार्यकर्ते आणि एक वर्षापूर्वीच समाजवादी पक्षातर्फे पुण्याच्या महापौरपदी निवडून आलेले नगरसेवक रामभाऊ तेलंग यांनी काँग्रेसमध्ये प्रवेश केला होता आणि काँग्रेसने त्यांनाच एस.एम.जोशींविरुद्ध उभे केले होते. निवडणूक चुरशीची झाली आणि रामभाऊ तेलंग हे एस.एम.जोशींचा पराभव करून निवडून आले. अनेकांना मोठा धक्का बसला. नानासाहेब गोरेही लोकसभेच्या निवडणुकीत पराभूत झाले आणि काँग्रेसचे शंकरराव मोरे निवडून आले. एस. एम. आणि गोरे यांच्या पराभवामुळे समाजवादी पक्षाच्या महाराष्ट्रातील कार्यकर्त्यांना फार दु:ख झाले. परंतु निवडणुकीच्या निकालानंतर पुण्यामध्ये झालेल्या समाजवादी पक्षाच्या प्रांतिक कार्यकर्त्यांच्या बैठकीच्या वेळी एस. एम. मात्र नेहमीप्रमाणे उत्साही आणि आनंदी होते. ते कार्यकर्त्यांना म्हणाले, "राजकारणात यशाने हुरळून जाता कामा नये. आपण सर्वजण समाजवादी समाजरचना व्हावी म्हणून झगडतो आहोत. पाच वर्षं या उद्दिष्टासाठी मी असेंब्लीत आणि नानासाहेबांनी पार्लमेंटमध्ये काम केले. परंतु समाजवादासाठी कार्य करण्याच्या त्याच केवळ जागा नाहीत. तुमच्यापैकी बहुसंख्य - जवळजवळ सर्व कार्यकर्ते आमदार-खासदार नसताना श्रमिकांचे लढे लढवता. आता आम्ही दोघेही तुमच्याबरोबर काम करू. निराश झालात तर कामावर परिणाम होईल. ते होऊन चालणार नाही. सामाजिक न्यायासाठी आपण सुरू केलेली लढाई चालूच राहिली पाहिजे" (प्रधान, २००१ : ६०-६१).

१९६२ च्या झालेल्या निवडणुकांत काँग्रेसने दणदणीत विजय मिळविला आणि यशवंतराव चव्हाण यांच्या नेतृत्वावर शिक्कामोर्तब झाले. समितीतही फूट पडली आणि पुढची साडेतीन दशके राज्यात निर्विवादपणे काँग्रेसचेच वर्चस्व राहिले. तसे घडले नसते आणि एस.एम.जोशी किंवा श्री. अ. डांगे यांना मुख्यमंत्रीपदावर बसण्याची संधी मिळाली असती तर महाराष्ट्राच्या राजकारणाला वेगळे वळण लागले असते. पुरोगामी आणि कामगार हिताच्या दृष्टीने आवश्यक अशी काही पावले पडली असती. शेतकऱ्यांच्या हिताचेही काही निर्णय होऊ शकले असते आणि मुख्य म्हणजे 'साखर सम्राटां'च्या अंदाधुंद कारभाराला महाराष्ट्रात पाय ठेवायला जागा मिळाली नसती. पण ते झाले नाही आणि काँग्रेसच्याच मुख्यमंत्र्यांची मालिका पुढे सुरू राहिली (वागळे, २००० : १७६).

## गोवा मुक्ती आंदोलन

गोव्यात ४५० वर्षे राज्य करणाऱ्या पोर्तुगालच्या सालाझारची हुकूमशाही अस्तित्वात होती. या राजवटीने गोमंतकीयांना नागरी स्वातंत्र्यही नाकारले होते. भारत स्वतंत्र झाला त्यावेळी गोवा, दीव, दमण आणि दादरा नगरहवेली यावर पोर्तुगीजांची राजवट होती, तर

पाँडेचेरीवर फ्रेंचांची राजवट होती, ब्रिटिशांप्रमाणे पाँडेचेरीवरील ताबा सोडण्यात फ्रेंचांनी जो शहाणपणा दाखविला, तो पोर्तुगीजांकडून गोवा, दीव, दमण व दादरा-नगरहवेलीवरील सत्ता सोडण्याबाबत दाखविला गेला नाही.

गोव्यात स्वातंत्र्यलढ्याची ज्योत भारतातील समाजवादी विचारवंत डॉ. राम मनोहर लोहिया यांनी १८ जून १९४६ रोजी चेतविली. या ज्योतीने गोव्यात जनजागरणाचे मोठे कार्य केले. त्यानंतरच गोवा नॅशनल काँग्रेस, आझाद गोमंतक दल, गोवा लिबरेशन आर्मी या गोव्याच्या स्वातंत्र्यासाठी लढणाऱ्या संस्था अधिक सक्रिय झाल्या. गोवा मुक्ती संग्राम यशस्वी होण्यासाठी भारतीयांचा या लढ्यात सक्रिय सहभाग प्राप्त होणे आवश्यक होते. हे सहकार्य खऱ्या अर्थाने १९५४-५५ या कालावधीमधील गोवा मुक्ती सत्याग्रह पर्वाने साधले गेले (महाराष्ट्र टाइम्स : २०००). १५ ऑगस्ट १९५४ पासून खुद्द गोव्यात वास्तव्य करणाऱ्या, तसेच गोव्याबाहेर राहणाऱ्या गोवेकरांनी सत्याग्रह सुरू केला होता. गोव्यातील नॅशनल काँग्रेसला पुण्यात स्थापन झालेली गोवा विमोचन साहाय्यक समिती मदत करीत होती. ३० एप्रिल १९५५ पर्यंत अडीच हजारांहून जास्त गोवेकरांनी सत्याग्रह केला होता. गोवा नॅशनल काँग्रेसने आपले अधिवेशन खुद्द गोव्यात म्हापसे येथे भरविण्याचे जाहीर केले होते. सुधाताई जोशी अधिवेशनाच्या अध्यक्षा होत्या. त्यांनी गुप्तपणे गोव्यात प्रवेश करून अध्यक्षीय भाषण केले व चौकात सत्याग्रह केला. त्यांच्या समवेत ५० सत्याग्रही होते. त्यांना अमानुष रीतीने वागविल्यामुळे सुधाताईंनी अन्नसत्याग्रह सुरू केला होता. या घटनेच्या निषेधार्थ टिळक स्मारक मंदिरात एस.एम.जोशींच्या अध्यक्षतेखाली सभा आयोजित केली होती. यावेळी नानासाहेब गोरे एसेमना म्हणाले, "एसेम, गोवामुक्तीसाठी गोव्यातील वा गोव्याबाहेरील गोवेकरांनीच काय म्हणून सत्याग्रह करायचा? गोवा हा जर आपल्या देशाचा हिस्सा असे आपण म्हणतो तर त्यांच्या मदतीला आपण का जाऊ नये? मला असे वाटते की आपणही सत्याग्रह करावा. तुम्हाला काय वाटते?" एस.एम.जोशींनी नानासाहेब गोरे यांच्या विचाराला पाठिंबा दिला होता. एसेमनी त्यांना प्रोत्साहन दिले; पण एस.एम.जोशींना मात्र गोव्याच्या सत्याग्रहात जाता येत नव्हते. एसेम भूदानाला एक वर्ष देऊन आधीच त्यात गुंतले होते; म्हणून गोवा विमोचन साहाय्यक समितीच्या कार्यकारिणीवर एसेमनी राहावे असे ठरले. गोवा विमोचन साहाय्य समितीत एसेमनी महत्त्वपूर्ण कार्य केले होते (जोशी, १९८६ : १९२-१९३).

### गोवा सत्याग्रहातील पेच

गोव्याच्या सत्याग्रहाच्या वेळची एस.एम.जोशींच्या संदर्भातील एक महत्त्वपूर्ण घटना आहे. मे-जून १९५५ पासून हा सत्याग्रह सुरू झाला होता. प्रारंभी सेनापती बापट, नानासाहेब गोरे, मधु लिमये, शिरूभाऊ लिमये आदी नेत्यांनी सत्याग्रह केला व ते

अटकेत पडले. या सत्याग्रहाचा पोर्तुगीज राज्यकर्त्यांवर परिणाम न झाल्याने १५ ऑगस्ट १९५५ रोजी गोव्यात सामूहिक सत्याग्रह योजला होता. हा सत्याग्रह शांतपणे पार पडेल असे वाटत होते पण वेगळेच घडले. पोर्तुगीजांनी बेदरकारपणे सत्याग्रहींवर गोळ्या झाडल्या. सुमारे १५-२० हजार सत्याग्रही देशाच्या निरनिराळ्या प्रांतांतून तेथे हजर झाले होते. या सत्याग्रहाच्या वेळी उपस्थित रहावे म्हणून इतर नेत्यांप्रमाणेच एस.एम.जोशीही १५ ऑगस्ट १९५५ रोजी बेळगाव येथून निघाले. सत्याग्रहाची सर्व आखणी गोवा विमोचन समितीचे श्री. केशवराव जेधे, श्री. जयंतराव टिळक, पी. पीटर अल्वारीस यांनी केली होती. ती मंडळी आधीच सावंतवाडीत हजर होती. एस.एम.जोशी प्रभृती इतर मंडळी तेथे पोहोचेपर्यंत सत्याग्रह सुरू झाला होता. गोळीबारामुळे काही सत्याग्रही धारातीर्थी पडले होते. मोठाच पेचप्रसंग निर्माण झाला होता. सत्याग्रही म्हणत होते की, गोव्यात प्रवेश करावयाचाच. पोर्तुगीजांनी तर सत्याग्रहींची मोठी संख्या पाहून अधिक शस्त्रधारी सैनिक आणून उभे केले. नेत्यांच्या पुढेही पेच निर्माण झाला होता.

शेवटी सत्याग्रह तेथे स्थगित केला. जेधे, डांगे आदींनी तेथे सत्याग्रहींपुढे भाषण केले. सर्व सत्याग्रहींची बैठक भरवून पुढील निर्णय घेण्याचे ठरले. वातावरण तर फारच तंग झाले होते. एकूण परिस्थिती लक्षात घेऊन निर्णय घेणे आवश्यक होते. सत्याग्रही तेथून जे निघाले ते एका मोठ्या सभागृहात पोहोचले. सभा सुरू झाली. गोवा विमोचन समितीचे सरचिटणीस श्री. जयंतराव टिळक यांनी सभेची सूत्रे त्या गंभीर प्रसंगी एस.एम.जोशी यांच्यावर सोपविली. ते बेळगाव येथून सकाळी निघाले, त्यावेळी तीन तासात केवढी मोठी जबाबदारी आपणावर येऊन पडेल याची कल्पनाही त्यांना नसावी. फार मोठी समयसूचकता दाखवून सत्याग्रह स्थगित करण्याचा निर्णय एसेमनी सत्याग्रहींकडून मान्य करून घेतला. त्याबाबत एकच अट होती. बेळगाव येथून पायी निघालेले सुमारे दीड हजार सत्याग्रही सावंतवाडी येथे पोहोचल्यावरच अंतिम निर्णय घ्यावयाचा. प्रा. मधु दंडवते, श्री. विनायक भावे, श्री. बंडू गोरे यांच्या नेतृत्वाखालील हे सत्याग्रही तीन दिवसांनी सावंतवाडी येथे पोहोचल्यावर फक्त ९० सत्याग्रहींना दुसऱ्या दिवशी सत्याग्रह करण्याची परवानगी देण्यात आली. परंतु १५ ऑगस्ट रोजी सर्व परिस्थिती कौशल्याने हाताळण्यात एस.एम.जोशी यांना यश आल्याने योग्य निर्णय घेण्यात आला (नवशक्ती, मुंबई : १९८९).

गोवा मुक्ती सत्याग्रहात एसेम जोशी प्रत्यक्ष गोव्यात गेले नव्हते, पण सत्याग्रहासाठी महाराष्ट्रातून सत्याग्रहींची पथके पाठविण्याचे कार्य केले होते. जेव्हा गोवा मुक्ती सत्याग्रहाला गती आली, तेव्हा महाराष्ट्रात जनजागृती करून स्त्रिया व पुरुषांच्या कार्यकर्त्यांची सत्याग्रहासाठी मानसिकता तयार केली. सुधाताई जोशी यांच्या नेतृत्वाखाली स्त्री सत्याग्रहींची तुकडी गोव्यात पाठविली. पोर्तुगीज सरकार गोळीबार करीत असे; त्यात जे

जखमी झाले त्यांची शुश्रूषा त्यांनी करवून घेतली व मार्गदर्शन केले. गोवेकरांवरील पोर्तुगीज सरकारचा अन्याय दूर व्हावा, त्यांना भारतीय स्वातंत्र्यात स्थान मिळावे ही एसेम जोशींची भूमिका होती. संयुक्त महाराष्ट्र आंदोलनातून ज्या वेळेला संधी मिळेल तेव्हा गोवा मुक्ती सत्याग्रहास मदत पाठविण्याचे, सत्याग्रहींचे व गोवेकरांचे मनोबल वाढविण्याचे कार्य एसेमनी केले. त्यातून गोवा मुक्तीत आपले योगदान दिले होते. त्यांच्या प्रेरणेतून महाराष्ट्रात गोवा सत्याग्रहात मदतीची भावना निर्माण होऊन महाराष्ट्रातील जनतेने गोवा सत्याग्रहात सहयोग देऊन सत्याग्रह यशस्वितेसाठी प्रत्यक्ष-अप्रत्यक्षपणे सहयोग दिला होता (विसपुते, २००० : २१४). १७ डिसेंबर १९६१ रोजी भारतीय जवानांनी गोवा मुक्त केला. एसेम यांनीही गोवा मुक्ती समिती संघटित करण्यात महत्त्वाचा भाग घेतला होता. संयुक्त महाराष्ट्राच्या चळवळीव्यतिरिक्त एसेम जोशी यांनी गोवामुक्ती संग्रामाचेही नेतृत्व केले होते.

## एस.एम.जोशी यांची प्रजा समाजवादी पक्षाच्या अध्यक्षपदी निवड

एस.एम.जोशी यांनी राज्यस्तरावर आपले लक्ष मर्यादित ठेवले होते खरे; पण त्यांच्या कर्तृत्वाची, त्यागाची माहिती देशभरातील राजकीय पक्षांच्या कार्यकर्त्यांना होती. केंद्रीय कर्मचाऱ्यांचा लढा, गोवा मुक्ती आंदोलन, भूदान, संयुक्त महाराष्ट्र चळवळ यात एसेम जोशी यांचा मोठा वाटा होता. यामुळे त्यांचा सर्वत्र परिचय होता; असे असले तरी समाजवादी पक्षाच्या नेतृत्वात राष्ट्रीय स्तरावर प्रारंभी अच्युतराव पटवर्धन, नानासाहेब गोरे अधिक क्रियाशील होते. १९६३ मध्ये एसेम यांना प्रजा समाजवादी पक्षाच्या अध्यक्षपदाची जबाबदारी स्वीकारावी लागली. हे अवघड काम होते. एकतर १९६२ साली झालेल्या सार्वत्रिक निवडणुकीत प्रजा समाजवादी पक्षाचा मोठा पराभव झाला होता. उत्कृष्ट संसदपटू, लढवय्ये आणि बुद्धिमान असा लौकिक असणाऱ्या अशोक मेहतांचे अवसान गळाले होते. दुसरीकडे कम्युनिस्टेतर राजकीय पक्षांशी सहकार्य करून काँग्रेसचा पाडाव करावा अशी व्यूहरचना समोर येत होती. कम्युनिस्टेतर पक्षांपैकी जनसंघ हा मोठा पक्ष होता. चीन युद्धानंतर त्याने नियोजन, अलिप्ततावाद, सार्वजनिक क्षेत्र या बाबींवर हल्ला चढवला होता. डॉ. राममनोहर लोहिया 'बडी आघाडी'ची कल्पना मांडत होते. त्यात समाजवादी पक्षाला स्थान असेल असे ते म्हणत. अशोक मेहता, ईश्वरभाई देसाई, हरेश्वर गोस्वामी, गेंदासिंग यांच्यासारख्या विविध राज्यांतील काही कार्यकर्त्यांचे असे मत होते की, काँग्रेस पक्षाने समाजवादी मूल्यांशी सुसंगत असा कार्यक्रम राबविण्याचे मान्य केले आहे.

चीन युद्धासारख्या राष्ट्रीय संकटानंतर तर व्यापक समान कार्यक्रम स्वीकारण्याची गरज निर्माण झाली आहे असे श्री. अशोक मेहता मानत. याउलट, डॉ. लोहिया असे

म्हणत की, ज्या सरकारला देशाच्या सीमांचे संरक्षण करता आले नाही ते सरकार सत्तेवर राहणे लज्जास्पद आहे. अशा सरकारला पर्याय म्हणून विरोधकांची व्यापक पर्यायी आघाडी उभी राहिली पाहिजे. या आघाडीत कम्युनिस्टांना स्थान नसावे असे डॉ. लोहिया म्हणत. या पार्श्वभूमीवर जून १९६३ मध्ये भोपाळ येथे प्रजा समाजवादी पक्षाच्या भोपाळ अधिवेशनात एस.एम.जोशी यांची अध्यक्षपदी निवड झाली. अध्यक्षपदाच्या निवडणुकीत एसेम जोशी यांचे प्रतिस्पर्धी हरिविष्णू कामतांसारखे आदरणीय गृहस्थ होते. श्री. कामत हे जनसंघ, स्वतंत्र पक्ष या आघाडींशी समझोता करावा या मताचे होते. भोपाळ अधिवेशनात पंडित नेहरू मंत्रिमंडळाच्या राजीनाम्याची मागणी करण्यात आली. पक्षाच्या काँग्रेसविरोधी भूमिकेला यामुळे धार आली. या अधिवेशनानंतर चार महिन्यांनी अशोक मेहता यांनी नियोजन आयोगाचे उपाध्यक्षपद स्वीकारले. काँग्रेसशी सहकार्य करण्याच्या भूमिकेचा त्यांनी पुनरुच्चार केला. त्यानंतर पक्षांतर्गत मतभेदाला उधाण आले. डॉ. लोहिया यांच्या ऐक्य प्रस्तावाने वातावरणात भर टाकली; कारण आपला ऐक्य प्रस्ताव हा 'बडी आघाडी' च्या दृष्टीने एक पाऊल असल्याचे डॉ. लोहिया म्हणाले होते आणि एसेम जोशी यांच्या नेतृत्वाखालील प्रजा समाजवादी पक्षाने 'बडी आघाडी'ची कल्पना यावेळी फेटाळली होती (एसेम स्मृति विशेषांक : १९८९).

१९६३ मध्ये अशोक मेहता योजना आयोगाचे उपाध्यक्ष झाले. संयुक्त राष्ट्रसंघाच्या बैठकीसाठी नियुक्त केल्या गेलेल्या सरकारी शिष्टमंडळाचे एक सभासद म्हणून ते न्यूयॉर्कला गेले. १९५२-५३ सालापासून ते सहकारवादाचे पुरस्कर्ते बनले होते. १९४७-४८ सालात त्यांना काँग्रेस सोडण्याची घाई झाली होती. मुंबईत काँग्रेसविरुद्ध म्युनिसिपल निवडणुका लढवायलाही त्यांनी कमी केले नव्हते. समाजवादी पक्षाची बांधणी करण्यासाठी ते ४-५ वर्षे अहोरात्र खपले; पण पहिल्या सार्वत्रिक निवडणुकीतील पराजय ते पचवू शकले नाहीत. स्वतंत्र व वैकल्पिक पक्ष उभारण्याची त्यांची कल्पना जणू खचून गेली. निराशेच्या पोटी सहकारवादाचा जन्म झाला. १९६२ च्या निवडणुकीनंतर पक्ष बरखास्त करावा असा विचार ते बोलून दाखवू लागले होते. प्लॅनिंग कमिशनमधील उपाध्यक्षपद नैराश्याच्या पोटीच त्यांनी स्वीकारले होते. एस.एम.जोशी तेव्हा प्रजा समाजवादी पक्षाचे अध्यक्ष होते. एसेमना व इतर बऱ्याच लोकांना अशोक मेहतांचे वागणे पसंत पडले नाही (लिमये, १९८४ : २८). एस.एम.जोशी प्रजा समाजवादी पक्षाचे अध्यक्ष होताच प्रथमच अशोक मेहतांचे सदस्यत्व स्थगित करण्याचा कटू निर्णय कार्यकारिणीमध्ये घ्यावा लागला. पक्षाच्या राष्ट्रीय कार्यकारिणीचे असे मत झाले होते की, काँग्रेस व प्रजा समाजवादी यांचे सहकार्य वाढावे म्हणून अशोक मेहतांनी हे विचारपूर्वक उचललेले पाऊल होते. एसेमनी अशोक मेहतांना खूप समजावले. एस.एम.जोशी म्हणाले की, "नियोजन मंडळाचे उपाध्यक्ष तुम्हाला व्हायचे असेल तर व्हा; पण ते पद पक्षातीत असावे असा संकेत आहे. पक्ष

सदस्यत्वाचा राजीनामा द्या आणि गोडीने जा.'' एसेमनी पुढे सांगितले की, ''पक्षाची आता नव्याने सदस्यनोंदणी होईल त्यावेळी आपण सदस्य बनणार नाही असे एका निवेदनाद्वारे जाहीर करा. तेवढे केलेत तरी आपत्ती टळेल.'' पण एसेम जोशींचा कोणताही निर्णय त्यांना मान्य झाला नाही. ते उलट एसेमना म्हणाले, ''मी काही एकटाच चाललो नाही. माझ्याबरोबर माझी माणसे पण घेऊन जाणार आहे.'' एसेमना वाटले की, ''मी अध्यक्ष झालो आणि पक्ष फुटला की, पक्ष फुटला आणि मी अध्यक्ष झालो. याची संगती मी लावू लागलो. माझी शक्ती कमी होत होती. पक्षाचे बळ घटत होते. समाजवादी आंदोलनाचे पाऊल आत येत होते; पण इलाज नव्हता.'' एसेमनी अत्यंत दुःखी मनाने अशोक मेहतांचे पक्ष सदस्यत्व रद्द केले (जोशी, १९८६ : २९७-२९८). प्रजा समाजवादी पक्षातून अशोक मेहतांचा गट बाहेर पडला. त्यामुळे पक्षाला थोडी अवकळा आली होती. तरीदेखील एस.एम.जोशींनी धैर्याने पक्ष बांधणीचे कार्य केले आणि प्रजा समाजवादी पक्ष वाचवून समाजवादी चळवळीला नवी शक्ती प्राप्त करून दिली. पक्ष बांधणीसाठी त्यांनी भारतभर प्रवास केला आणि अनेक नवीन कार्यकर्ते मिळविले. पक्षाला बळकटी आणली (विसपुते, २००० : १८८). समाजवादी ऐक्यासाठी जो प्रयत्न चालू होता, त्याला एस.एम.जोशींनी मनापासून साथ दिली व ते ऐक्य १९६४ साली साकार झाले. ते ऐक्य टिकू शकले नाही हा भाग वेगळा. अर्थात, त्यात एस.एम.जोशींचा दोष नव्हता (लिमये, १९८४ : २८).

### चिनी आक्रमणाबाबत भूमिका

समाजवादी शक्ती परत एकत्र येण्याचे अधूनमधून प्रयत्न सुरू झाले. परंतु त्या प्रयत्नांना यश आले नाही. १९६२ सालच्या सार्वत्रिक निवडणुकीत कोणाही समाजवादी पक्षास उल्लेखनीय यश मिळाले नाही. दोन्हीही पक्षांचा भ्रमनिरास झाला; पण १९६२ ला चिनी आक्रमणाच्या वेळी प्रजा समाजवादी पक्षाने घेतलेली भूमिका व दाखविलेली दूरदृष्टी उल्लेखनीय होती. १९५८ पासून चीन आक्रमणाची तयारी करीत होता. तिबेटवर चीनने आक्रमण केले त्याचवेळी भारतावर होणाऱ्या संभाव्य आक्रमणाची ही नांदी आहे असा इशारा प्रजा समाजवादी पक्षाने दिला होता. भारत सरकारच्या चीनविषयक दुबळ्या धोरणावर प्रजा समाजवादी पक्षाने सतत टीका केली. आचार्य कृपलानी, ना. ग. गोरे, ह. वि. कामत, सुरेंद्र द्विवेदी, नाथ पै इत्यादी खासदारांनी चिनी आक्रमणाच्या प्रश्नांवर झोड उठविली होती. चिनी आक्रमण परतवून लावण्याबाबतचा संसदेने मंजूर केलेला ठराव प्रजा समाजवादी पक्षाने मांडला होता, हे नमूद करण्याजोगे आहे. समाजवाद्यांनी केवळ सामाजिक समतेचा पुरस्कार केला नाही, तर वेळोवेळी राष्ट्रीय भावना, अहंकारही जागा केलेला आहे (दुंडगेकर, १९८० : १४३, १४४).

पुण्याच्या 'प्रभात' दैनिकाचे संपादक श्री. वालचंद कोठारी यांनी भारत-चीन संबंधाबाबात एक सर्वपक्षीय सभा आयोजित केली होती. एसेम जोशी सभेचे अध्यक्ष होते. सभा चालू असतानाच एका श्रोत्याने एसेमना उद्देशून एक चिठ्ठी पाठविली. त्यात लिहिले होते की, 'चीनशी आपण होऊन बोलणी करणे राष्ट्र-विघातक होईल. अध्यक्षांचे मत काय आहे हे आम्हाला कळले पाहिजे.' एसेम आपल्या भाषणात म्हणाले, 'चीनशी थेट बोलणी करण्याबाबत आपण उपक्रमशीलता दाखवावी असे म्हणण्यामध्ये राष्ट्रद्रोहीपणा कोठे येतो? आपल्याला एकाच वेळी पाकिस्तानशी आणि चीनशी लढता येणार नाही. तेव्हा पाकशी लढत असताना चीनशी दोस्ती करावी असे कोणी म्हटले तर ते राष्ट्रद्रोही ठरते असे मला वाटत नाही. तत्त्वत: असा विचार मांडण्यात काही चूक आहे असेही मला वाटत नाही.' या सभेचा वृत्तांत प्रसिद्ध झाल्यानंतर नानासाहेब गोरे यांनी एसेम जोशी विरोधी एक निवेदन काढून एस.एम.जोशींचे प्रतिपादन अराष्ट्रीय आहे असा अभिप्राय व्यक्त केला. वर्तमानपत्रातूनही त्यावर टीका झाली. यावर बरेच वादळ उठले. मग एसेमच्या समर्थनार्थ काकासाहेब गाडगीळांनी मात्र एक निवेदन काढले. त्यांनी लिहिले, 'एस.एम.जोशींना तुम्ही अराष्ट्रीय म्हणता याचा मला काही अर्थच समजू शकत नाही. चीनशी थेट संवाद साधावा असे त्यांना वाटत असेल तर त्यात काय चूक आहे? भिन्न मत व्यक्त करण्याचा हक्क असू शकतो की नाही?' एसेमना अराष्ट्रीय म्हणणाऱ्यांना असे प्रश्न काकासाहेब गाडगीळांनी विचारले होते. काकासाहेब गाडगीळांच्या निवेदनानंतर ते टीकेचे वादळ शमले; पण काही दिवस एसेमना क्लेश झालेच. नानासाहेब गोरेंनी एसेम विरुद्ध निवेदन काढले होते याची एसेमना खंत वाटली (जोशी, १९८६ : ३०९ ते ३११).

एस.एम.जोशींच्या मते, '१९६२ मध्ये चिनी आक्रमण झाले त्यावरून विद्यमान राज्यकर्त्यांचा नकर्तेपणा अधिकच प्रत्ययास आला. तीन पंचवर्षीय योजना केल्यानंतरही ते श्रमजीवी जनतेला पोटभर भाकरीची हमी देऊ शकत नाहीत आणि आपल्या मातृभूमीच्या सीमांचे रक्षणही करू शकत नाहीत असे अनुभवास आले. प्रबळ विरोधी पक्षांच्या अभावी ते अधिकाधिक सत्तालोलुप, धनिकधार्जिणे, स्वार्थी आणि भ्रष्टाचारी होऊ लागले. देशात त्यामुळे राजकीय आणि नैतिक अराजकाच्या शक्ती उत्तरोत्तर वाढू लागल्या. अशा पौरुषहीन आणि साधारण जनतेच्या दृष्टीने निकामी ठरलेल्या पक्षाला लवकरातलवकर पदभ्रष्ट केले नाही, तर देशाच्या स्वातंत्र्यास धोका निर्माण होईल हे ओळखून समाजवाद्यांनी आपल्या धोरणांची आखणी केली पाहिजे. लवकरातलवकर प्रभावी विरोधी पक्ष उभा राहील अशा प्रक्रिया सुरू करून त्यांना चालना दिली पाहिजे. निवडणुकी आणि जनआंदोलन या दोन्ही आघाड्यांवरील कार्य असे असले पाहिजे की, ज्यामुळे शोषित जनतेचा प्रभावी लोकशाहीवादी विरोधी पक्ष लवकरातलवकर उभा होऊ शकेल' (जोशी, १९६५ : १५). १९६२ मध्ये चिनी आक्रमण झाले, त्यावेळी प्रजा समाजवादी पक्षाचे नेते या नात्याने

एसेम जोशींनी आपल्या अनुयायांना फार मोठ्या त्यागास सिद्ध होण्याचे आवाहन केले होते. चीनशी वाटाघाटीसाठी शांततेचा मार्ग स्वीकारला पाहिजे अशी त्यांनी भूमिका घेतली होती.

## प्रजा समाजवादी पक्ष आणि समाजवादीपक्ष विलीनीकरण

एस.एम.जोशी प्रजा समाजवादी पक्षाचे अध्यक्ष झाल्यानंतर डिसेंबर १९६३ मध्ये गोव्यात विधानसभा आणि लोकसभेच्या निवडणुका झाल्या. एसेमच्या पुढाकाराने गोव्यात प्रजा समाजवादी पक्ष आणि भाऊसाहेब बांदोडकरांचा महाराष्ट्र गोमंतकवादी यांच्यात निवडणूक समझोता झाला होता. पीट अल्वारीस प्रजा समाजवादी पक्षामार्फत लोकसभेवर निवडून आले. भाऊसाहेब बांदोडकरांच्या पक्षाचेही विधानसभेत बहुमत झाले, पण हा समझोता पक्षशाखेला स्वीकारावयास लावताना एसेमना फार कष्ट पडले. केंद्रशासित गोव्यातील निवडणुकीमुळे प्रजा समाजवादी पक्षाला थोडेसे प्रोत्साहन मिळाले. याच पार्श्वभूमीवर प्रजा समाजवादी पक्ष आणि डॉ. लोहियांचा समाजवादीपक्ष यांचे ऐक्य घडवून आणण्याच्या प्रश्नाला एक नवी चालना मिळाली. दोन्ही पक्षांचा मिळून एक पक्ष करावा अशी आपली इच्छा असल्याचे प्रजा समाजवादी पक्षाने वेळोवेळी ठराव करून जाहीर केले होते. परंतु लोहियावाद्यांनी त्याला कधीच प्रतिसाद दिला नाही. याचा अर्थ असा नव्हे की, प्रजा समाजवादी पक्षातील सर्वच मंडळींना ऐक्य हवे होते. अशोक मेहता आणि त्यांच्या विचारांचे लोक मनापासून ऐक्याच्या बाजूचे नव्हते. १९६२ साली सार्वत्रिक निवडणुकीत प्रजा समाजवादी पक्षाला अपयश मिळाल्यानंतर पाटण्यास प्रजा समाजवादी पक्षाच्या जनरल कौन्सिलची बैठक झाली. पुन्हा एकदा दोन्ही पक्षांचे ऐक्य करण्यासाठी एस.एम.जोशींनी आवाहन करावे असे बहुसंख्य मंडळींनी सुचविले. जे प्रथम ऐक्यविरोधी होते, त्यांनीही कोणतीही अट न घालता लोहियावादी तयार असतील तर ऐक्य करण्यास आपण तयार आहोत अशी सूचना केली. ही सूचना मान्य झाल्यावर हा ऐक्याचे आवाहन करणारा ठराव सर्वानुमते मंजूर झाला. जे विरोधक होते त्यांना अशी खात्री वाटत होती की, विनाअट विलीनीकरणास लोहिया कधीच तयार होणार नाहीत.

१९६३ मध्ये उत्तर प्रदेशातील फारूकाबाद या मतदार संघातून लोकसभेच्या जागेसाठी निवडणूक झाली. या निवडणुकीत डॉ. लोहिया कॉंग्रेस उमेदवाराचा बहुमताने पराभव करून निवडून आले. यात प्रजासमाजवादी पक्षाचा दारुण पराभव झाला (जोशी, १९६५ : २९९ ते ३०१). डॉ. लोहियांनी सतत ५-७ वर्षे आपला पक्ष प्रभावी करण्याचा प्रयत्न केला. अगदी तळापासून संघर्षात्मक भूमिका घेऊन पक्ष उभारण्याचा त्यांचा प्रयत्न होता; पण त्यात त्यांना यश येऊ शकले नाही. म्हणूनच डॉ. लोहियांना लोकसभेच्या व्यासपीठाचाही उपयोग आपली विचारसरणी जनतेपर्यंत नेऊन पोहोचविण्यासाठी करावा

ही कल्पना सुचली असावी. १९६३ च्या पावसाळी अधिवेशनात डॉ. लोहियांच्या कारकिर्दीची सुरुवात झाली. डॉ. लोहियांनी अनेक वर्षे काँग्रेसमध्ये राहून स्वातंत्र्यलढ्याचे नेतृत्व केले होते, त्यामुळे लोकसभेमध्ये त्यांच्या कर्तृत्वाला चांगलाच बहर आला. संसदीय व्यासपीठाद्वारे लोकसभेत निरनिराळे संघर्ष करून समाजवादीपक्ष जनतेपुढे येण्यास मदत होईल. त्यासाठी पक्षाचे काही महत्त्वाचे पुढारी लोकसभेत असलेच पाहिजेत. त्यासाठी पक्ष व्यापक केला पाहिजे, असे डॉ. लोहियांचे मत होते. एप्रिल १९६४ मध्ये परदेशी जाण्यापूर्वी डॉ. लोहियांनी राजनारायण, मधू लिमये यांना आवश्यक तर विनाअट प्रजासमाजवादी पक्षाबरोबर ऐक्य करण्याच्या सूचना दिल्या होत्या (जोशी १९६५ : ३०२ ते ३०३).

अशोक मेहतांच्या बाबतीत प्रजा समाजवादी पक्षाने जी ठाम भूमिका घेतली त्यामुळे राजकीय शक्तींच्या फेरमांडणीस चालना मिळाली. काँग्रेसबद्दल सहानुभूती बाळगून जी मंडळी प्रजासमाजवादी पक्षामध्ये घुटमळत राहिली होती ती सर्व मंडळी श्री. अशोक मेहता यांच्याबरोबर काँग्रेस पक्षात रीतसर सामील झाली. त्याचबरोबर प्रजा समाजवादी पक्ष आणि समाजवादीपक्ष यांच्या एकीकरणाच्या प्रक्रियेसही चालना मिळाली. १९६२ च्या समाजवादी पक्षाच्या निवडणूक जाहीरनाम्याच्या आधारेच प्रजा समाजवादी पक्ष आणि समाजवादीपक्ष यांचे एकीकरण होऊ शकेल हा समाजवादी पक्षाचा पूर्वीचा आग्रह मावळला, आणि कोणत्याही पूर्व-अटी न लादता प्रजा समाजवादी पक्ष व समाजवादी पक्ष यांच्या एकीकरणाची प्रक्रिया सुरू झाली (दंडवते, उपरोक्त : ९५). नवी दिल्ली येथे १८ विसंडर पॅलेस येथे बोलणी होऊन ऐक्य करण्याचे निश्चित झाले. एस.एम.जोशींनी नव्या पक्षाचे अध्यक्ष व्हावे व राजनारायण आणि प्रेम भसीन या दोघांनी चिटणीस म्हणून काम करावे व पक्षाचे नाव 'संयुक्त समाजवादी पक्ष' ठेवावे असे ठरले. नव्या पक्षाच्या नावाने बिहारमधील मुंगेर या लोकसभा मतदार संघातून पोट निवडणूक झाली. त्यात मधू लिमये निवडून आले. डॉ. लोहियांना एक चांगला मदतनीस मिळाला. समाजवादी ऐक्यामुळेच मधू लिमये निवडून आले हे महत्त्वाचे होते (जोशी, १९६५ : ३०३).

एसेम जोशींनी एकीकरणाबाबत प्रजा समाजवादी पक्षात असा ठराव केला होता की, 'ही एकजूट राजकीय संधीसाधुपणाची असता कामा नये, तर ते अंत:करणाचे ऐक्य असले पाहिजे. श्रेष्ठत्वाचा अहंकार किंवा मोठेपणाची भावना मनात असेल तर ते ऐक्य साध्य होणार नाही. पूर्वग्रह सोडून समानतेची भूमिका घेतली तरच ते शक्य होईल.' अशी एसेम जोशी यांची दोन्ही पक्षांच्या एकीकरणामागील भूमिका होती. दोन्ही पक्षांचे ऐक्य होऊन देशाच्या राजकीय क्षितिजावर एक प्रभावी शक्ती बनविण्यासाठी काँग्रेस, कम्युनिस्ट, जनसंघ यांच्याशी स्पर्धा करणे इष्ट ठरेल असे आवाहनही त्यांनी केले होते (विसपुसे, २००० : १९७).

प्रजा समाजवादी आणि समाजवादी पक्षाची विलीनीकरणासंबंधी ७ आणि ८ मे १९६४ ला एक महत्त्वपूर्ण बैठक झाली. प्रजा समाजवादी पक्षाचे १४ आणि समाजवादी पक्षाचे ११ अशा २५ प्रतिनिधींची विलीनीकरण समिती दोन्ही पक्षांकडून निवडण्यात आली होती. या समितीला पक्षाचे ध्येयधोरण ठरविण्याचा तसेच पक्षाचा झेंडा आणि निवडणूक चिन्ह याबाबत निर्णय घेण्याचा अधिकार देण्यात आला होता. प्रजा समाजवादी पक्षाचे राष्ट्रीय अधिवेशन रामगड येथे १७ ते २० मे १९६४ या कालावधीत संपन्न झाले. पक्षाचे अध्यक्ष एस.एम.जोशी यांनी पक्षाच्या नवीन दृष्टिकोनाविषयी सांगितले. (त्यागी, १९९४ : २० ते २२).

रामगड येथे भरलेल्या प्रजा समाजवादी पक्षाच्या अधिवेशनात प्रजा समाजवादी आणि समाजवादी पक्षांच्या ऐक्यास मंजुरी देण्यात आली व रामगड अधिवेशनात श्री. ह. वि. कामत यांनी ठरावात उपसूचना मांडली. प्रजा समाजवादी पक्षाने बिनशर्त एकीकरण करण्याऐवजी प्रजा समाजवादीपक्ष व समाजवादी पक्ष यांच्या प्रतिनिधींनी ध्येय धोरण-कार्य व कार्यपद्धती याबाबत मतैक्य प्रस्थापित करावे; ते दोन्हीही पक्षांच्या अधिवेशनांकडून मंजूर करून घ्यावे आणि नंतरच दोन्हीही पक्षांचे विसर्जन करावे असे कामत यांनी उपसूचनेद्वारे सुचविले.

हे श्री. ह. वि. कामत यांचे रामगड अधिवेशनातील उद्‌गार मोठे सूचक होते (दंडवते, उपरोक्त : ९५, ९६). २४ मे १९६४ ला समाजवादी पक्षाचे गया येथे अधिवेशन झाले. या अधिवेशनात दोन्ही पक्षांच्या विलीनीकरणाला मान्यता देण्यात आली.

## संयुक्त समाजवादी पक्षाची स्थापना आणि एस.एम.जोशी यांची अध्यक्षपदी निवड

प्रजासमाजवादी पक्ष आणि समाजवादी पक्ष यांच्या एकीकरणाचे तपशील ठरविण्यासाठी जी प्राथमिक बैठक झाली त्यास शेतकरी कामगार पक्षाचे प्रतिनिधीही हजर होते. नव्या एकजुटीच्या पक्षाच्या नावात 'संयुक्त' उपाधी असेल तर नंतर शेतकरी कामगार पक्षासही या पक्षात सामील होताना सोईचे वाटेल असा दावा शे. का. प. तर्फे करण्यात आला. नावातच 'संयुक्त' हा शब्द असेल तर नवा पक्ष हा निरनिराळ्या पक्षांचा मिळून झालेला आहे, ही कायमची भावना राहणार व अशा प्रकारची भावना असणे योग्य नव्हे हा दृष्टिकोन मांडण्यात आला. परंतु ऐक्य साधण्याच्या दृष्टीने त्याचा विशेष विचार झाला नाही आणि 'संयुक्त समाजवादी पक्ष' हेच पक्षाचे नाव निश्चित करण्यात आले. 'सामाजिक, राजकीय आणि आर्थिक शोषणापासून मुक्त असा समाज लोकशाही आणि शांततामय मार्गाने स्थापन करणे' हे नव्या पक्षाचे उद्दिष्ट ठरविण्यात आले. आपले उद्दिष्ट साध्य करण्यासाठी ज्या मार्गाचा आणि साधनांचा वापर करावयाचा त्यांचा उल्लेख करताना

स्पष्टपणे जाहीर करण्यात आले की, 'पक्ष शांततामय क्रांतिकारी वर्गसंघर्ष, सामुदायिक लढे आणि सविनय कायदेभंगाच्या चळवळी संघटित करील व त्यांचे नेतृत्व करील. रचनात्मक कार्यास चालना देईल आणि संसदीय मार्गाने राजकीय सत्ता संपादन करून या सत्तेचा वापर सर्व प्रकारचा अन्याय आणि सरंजामदारी-भांडवलदारी पिळवणूक नष्ट करण्यासाठी करील' (दंडवते, उपरोक्त : ९७).

प्रजासमाजवादी पक्ष आणि समाजवादी पक्ष यांच्या नऊ वर्षांच्या विभाजनानंतर ६ आणि ७ जून १९६४ रोजी संयुक्त समाजवादी पक्षात विलीनीकरणाबाबत निर्णय घेण्यात आला. नव्या संयुक्त समाजवादी पक्षाचे अध्यक्ष म्हणून एस.एम.जोशी यांची निवड करण्यात आली. राजनारायण यांची सचिव आणि प्रेम भसीन, सुरेंद्र मोहन आणि वासुदेव सिंग यांची सरचिटणीस म्हणून निवड करण्यात आली (त्यागी, १९९४ : २२). नव्या पक्षाचे आस्थापना अधिवेशन जानेवारी १९६५ मध्ये वाराणसीस घेण्याचे ठरले. या सर्व घडामोडी डॉ. लोहियांच्या गैरहजेरीतच झाल्या होत्या. परदेश दौऱ्याहून परत आले तेव्हा डॉ. लोहिया एसेमना म्हणाले, "आपल्याला जर हे राजकारण आणि तेही लोकशाही राजकारण करायचे असेल तर जनसंघाबरोबर सुद्धा जमवून घ्यावे लागेल." 'डॉ. लोहिया अद्यापि रीतसर पक्षाचे सदस्यही झालेले नसता ते संयुक्त समाजवादी पक्षाचे धोरणही ठरवायला लागले की!' असे प्रजा समाजवादी पक्षातील मंडळींना वाटू लागले.

पक्षाचे आस्थापना अधिवेशन बनारसला होण्याआधीच लोहियावादी आणि प्रसोपावादी यांच्यामध्ये मतभेद सुरू झाले होते. मुख्य प्रश्न डॉ. लोहियांचे संयुक्त समाजवादी पक्षामध्ये काय स्थान राहणार, हा होता. शिवाय जनसंघासकट, कम्युनिस्टांसह सर्वांची काँग्रेसविरोधी आघाडी बनविण्याची लोहियांची कल्पना प्रसोपावाल्यांनी स्वीकारणे शक्य नव्हते. समाजवादी चळवळीतील जयप्रकाश नारायण, अच्युतराव पटवर्धन अगोदरच पक्षापासून दूर गेले होते. आचार्य नरेंद्र देव कालवश झाले होते. जुन्या पुढाऱ्यांच्यापैकी लोकमानसावर ज्याचा ठसा उमटेल असे एकच पुढारी डॉ. लोहिया समाजवादी चळवळीत होते. अशावेळी संयुक्त समाजवादी पक्षाचे नेतृत्व स्वाभाविकच त्यांच्याकडे जाणे अपरिहार्यच होते. डॉ. लोहिया यांचा हिंदी भाषा पुरस्कार आणि विशेषत: इंग्रजीवरचा राग प्रसोपावाल्यांपैकी कित्येकांना न रुचणारा होता. त्यामुळे हे ऐक्य कसे चालणार याबद्दल शंका निर्माण होऊ लागली. त्यातही कामगार चळवळीतील जॉर्ज फर्नांडिस यांचे स्थान त्यावेळी विशेष होते. हिंद मजदूर पंचायत आणि हिंद मजदूर सभा यांचे एकीकरण झाल्यास जॉर्ज फर्नांडिसच वरचढ होऊन बसतील असे प्रसोपातील कामगार नेत्यांना वाटू लागले होते. या साऱ्या गोष्टी लक्षात घेता प्रजा समाजवादी पक्षातील कित्येक लोक या ऐक्याचे विरोधक बनले होते. त्यातच राजनारायण वगैरे मंडळींची कार्यपद्धती आक्रमक स्वरूपाची होती याचीही भर पडली. अशा मतभेद आणि तणाव यांनी बिघडलेल्या

वातावरणात जानेवारी १९६५ मध्ये संसोपाचे आस्थापना अधिवेशन झाले (जोशी, १९६५ : ३०३-३०४). या कठीण परिस्थितीत संसोपाचे नेतृत्व एसेम जोशी सांभाळत होते. अन्य पक्षांशी मूलभूत धोरणविषयक मतभेद असताना वेगळी अशी समाजवादी शक्ती बांधावी आणि प्रखर काँग्रेसविरोध कायम ठेवावा असे एसेम जोशी म्हणत असत. डॉ. लोहिया यांना एसेम यांची ही भूमिका मान्य नव्हती (मराठवाडा, एसेम स्मृति विशेषांक, १९६५ : ५).

जानेवारी १९६४ मध्ये भुवनेश्वर येथील काँग्रेस अधिवेशनात लोकशाही समाजवाद आणण्यासाठी परत ठराव करण्यात आला. आर्थिक आणि सामाजिक क्रांती भारतीय समाजात व्हावी म्हणून काँग्रेस प्रयत्नशील आहे असे ठरावात म्हटले होते (दुंडगेकर, १९८० : १४८). भुवनेश्वर येथील अधिवेशनातील काँग्रेसने समाजवादाची घोषणा केल्यानंतरही संयुक्त सोशलिस्ट पार्टीमध्ये काँग्रेसच्या तथाकथित समाजवादाबद्दल कोणताही संभ्रम निर्माण झाला नाही. समाजरचनेत मूलभूत बदल घडवून आणण्याबाबतची उदासीनता, सामाजिक मालकीच्या प्रश्नाबाबतची थातुरमातुर वृत्ती, अन्नधान्याच्या घाऊक व्यापाराचे सामाजिकीकरण करण्यास नकार, आर्थिक विषमता वैविध्यास कारणीभूत ठरणारी आर्थिक धोरणे आणि सर्वांत महत्त्वाची बाब म्हणजे सामाजिक परिवर्तनाची एक प्रेरक शक्ती म्हणून शांततामय वर्गसंघर्षाचा पुरस्कार करण्यास स्पष्ट विरोध, या सर्वांमुळे काँग्रेसने भुवनेश्वर येथे पुरस्कारलेला 'काँग्रेस-समाजवाद' बेगडी स्वरूपाचा आहे याबाबत नव्याने स्थापन झालेल्या संयुक्त समाजवादी पक्षात एकमत होते.

परंतु कम्युनिस्ट, जनसंघ, स्वतंत्र, मुस्लीम लीग आदी पक्षांबाबत लढ्याच्या त्याचप्रमाणे निवडणुकीच्या राजकारणाच्या क्षेत्रात कोणते संबंध ठेवावयाचे याबाबत संसोपामध्ये तीव्र मतभेद होते. एक दृष्टिकोन असा होता की, विशिष्ट प्रश्नांवर विरोधी पक्षांशी संयुक्त कृती करावी आणि विरोधी पक्षांच्या मतांची विभागणी होऊ नये म्हणून विरोधी पक्षांशी जागांच्या वाटपासाठी निवडणूक करार करावा आणि हे सर्व करीत असताना ध्येय-धोरणविषयक आणि तात्त्विक मतभेदांचा विचारही करू नये. दुसरा दृष्टिकोन असा होता की, संयुक्त समाजवादी पक्षाने आपल्या स्वतःच्या आणि मित्रपक्षांच्या शक्तीवरच अवलंबून राहावे आणि समाजवादी पक्ष म्हणून आपली प्रतिमा सुस्पष्ट आणि रेखीव करण्याचा प्रयत्न करावा. हा दृष्टिकोन मानणाऱ्यांनादेखील काँग्रेसविरोधी मतदान विभागू नये हे मान्य होते. परंतु केवळ जिथे आपली संघटनात्मक शक्ती आहे, मतदारांचा भरघोस पाठिंबा आहे अशा मतदार संघावर लक्ष केंद्रित करून एकतर्फीपणे संसोपाने काँग्रेस-विरोधी मतदानाची विभागणी टाळावी. त्यासाठी मात्र कम्युनिस्ट आणि जातीयवादी यांच्याशी तत्त्वशून्य तडजोडी करून आपली समाजवादी प्रतिमा धूसर करू नये असा आग्रह हा दृष्टिकोन बाळगणाऱ्यांचा होता.

## वाराणसीत ऐक्याचा भंग

वाराणसी येथे जानेवारी १९६५ मध्ये भरलेल्या संयुक्त सोशॅलिस्ट पार्टीच्या स्थापना अधिवेशनापूर्वीच काही महिने पक्षांतर्गत संघर्ष वाढत गेले. पक्षाच्या कार्यकारिणीने एक निर्णय घ्यावयाचा आणि पूर्वीचे प्रजासमाजवादी पक्षीय आणि समाजवादी पक्षाचे नेते यांनी परस्परविरोधी कृती करावयाची अशी कार्यपद्धती सुरू झाली होती. अन्नधान्याच्या प्रश्नावरील आंदोलन संसोपा स्वतंत्रपणे चालवील असा निर्णय पक्षाच्या राष्ट्रीय अस्थायी समितीने घेतलेला असूनही, पूर्वाश्रमीच्या समाजवादी नेत्यांनी कम्युनिस्ट पक्ष, हैदराबादची इलहाद-उल-मुसलमीन ही संघटना, जनसंघ, स्वतंत्र पक्ष आणि द्रविड मुन्नेत्र कळघम या संघटनांच्याबरोबर संयुक्त कृती करण्यासाठी पावले टाकली. श्री. मधू लिमये यांनी कम्युनिस्ट पक्षाच्या केंद्रीय नेतृत्वाशी स्वतंत्रपणे संयुक्त कृतीसाठी वाटाघाटी केल्या. पक्षाचे धोरण धुडकावून देऊन लोकसभेमध्ये संसोपा गटातील सोशॅलिस्ट पार्टीचे खासदार पक्षाच्या गटाच्या धोरणाची अंमलबजावणी करण्याऐवजी अद्यापि पक्षात प्रवेश न केलेल्या डॉ. लोहियांच्याच धोरणानुसार वागू लागले. पक्षाच्या लोकशाही निर्णयांची अंमलबजावणी करण्याऐवजी पक्षामध्ये व्यक्ति-माहात्म्याचे स्तोम वाढवण्यात येऊ लागले. वाराणसी येथील परिषदेपूर्वी भरलेल्या राष्ट्रीय अस्थायी कार्यकारिणीच्या बैठकीत पूर्वीच्या बैठकीचे प्रतिवृत्त मंजूर करण्यासाठी तासनूतास लागले. ह्या सर्वावर कळस म्हणजे स्थापना परिषदेच्या प्रसंगी आयोजित केलेल्या प्रजा समाजवादी कार्यकर्त्यांवर समाजवादी पक्षाच्या कार्यकर्त्यांनी हल्ला चढवला, कारण त्यांनी डॉ. राममनोहर लोहियांच्या व्यक्तिमाहात्म्याचे स्तोम माजवण्यास संमती दिली नाही (दंडवते : ९८ ते १००).

अशा मतभेद आणि तणाव यांनी बिघडलेल्या वातावरणात बनारसला ३० जानेवारी १९६५ रोजी संसोपाचे आस्थापना अधिवेशन झाले. बनारसला जाण्यापूर्वी प्रेम भसीन यांनी एस.एम.जोशी यांच्याशी फोनवरून बोलणी केली. त्यावरून एकंदर परिस्थिती आटोक्याबाहेर गेली आहे हे एसेमच्या लक्षात आले. एसेमना प्रेम भसीन यांनी फोन करून सांगितले की, ''आपले आणि समाजवादी पक्षाच्या मंडळींचे जमेल असे दिसत नाही. बनारसला आपल्याला अलग होऊन आपले वेगळे अधिवेशन घ्यावे लागेल.'' एसेम म्हणाले, ''नाहीच जमले तर काय करायचे ते पाहू. कदाचित आपल्याला अलग व्हावे लागेल, पण ते टाळण्याचा अधिकाधिक प्रयत्न झाला पाहिजे.'' वेगळे अधिवेशन करावेच लागेल हे गृहीत धरून एका सभेसाठी निराळी जागाही प्रजा समाजवाद्यांनी ठरवून ठेवली होती. संयुक्त कार्यकारिणीची बैठक सुरू होण्याआधी एसेम गुजरातचे सनतकुमार मेहता यांना भेटले. त्यांनी स्पष्ट सांगितले की, ''तुमचे अध्यक्षीय भाषण झाल्यावर ही संयुक्त परिषद संपणार आहे. या मंडळींशी आपले जमणार नाही.'' तेव्हा

एसेमच्या लक्षात आले की, काही मंडळी पक्षातून बाहेर पडण्याचा निर्णयच घेऊन तेथे पोहोचली आहेत. ३० जानेवारी रोजी रात्री बऱ्याच उशिरापर्यंत संयुक्त समाजवादी पक्षाच्या अस्थायी कार्यकारिणीची बैठक झाली. रात्री उशिरा महाराष्ट्राच्या प्रतिनिधींची बैठक सुरू झाली. संसोपात राहावयाचे नाही असे बरीच मंडळी सांगू लागली. एस.एम.जोशींनी त्यांना सांगितले की, ''आपण बिनशर्त विलीनीकरण मान्य केले आहे. आपण शब्द दिलेला आहे. तो मोडता येणार नाही. आपले आणि त्यांचे भांडण कशावर आहे ते तर कळले पाहिजे. संसोपाचे धोरण परिषदेत ठरणार. त्यात आपल्याला तत्त्वाविरुद्ध काही आढळले तर अलग व्हावे, हे ठीक! पण अद्यापि कशास काही ठिकाणा नसता नदीच्या ऐन मध्यावर त्यांना सोडायचे हे बरोबर नव्हे (जोशी, १९६५ : ३०४, ३०५).

अशा सर्व वातावरणामध्ये सोशॅलिस्ट पार्टीच्या लोकशाहीविरोधी कार्यपद्धतीशी मतभेद झाल्याने आणि पक्षात राहून केवळ एकमेकांविरुद्ध कारवाया करत बसणे आणि समाजवादी आंदोलनाच्या प्राथमिक गरजांकडे दुर्लक्ष करणे प्रजा समाजवादी कार्यकर्त्यांना पसंत नसल्याने प्रजा समाजवादी राष्ट्रीय कार्यकारिणीच्या १४ सदस्यांपैकी १२ सदस्यांनी एक निवेदन तयार केले आणि श्री. ह. वि. कामत यांनी हे निवेदन स्थापना परिषदेपुढे वाचून दाखविले. पक्षांतर्गत वातावरण हे लोकशाहीस अनुकूल नाही आणि प्रजासमाजवादी पक्षाने संसोपामध्ये राहणे हे ज्या मूल्यांसाठी आम्ही आजपर्यंत झगडत आलो त्याच्या दृष्टीनेही हितावह नाही, अशा आशयाचा नि:संदिग्ध उल्लेख त्या निवेदनात होता. हे निवेदन वाचून दाखविल्यानंतर प्रजा समाजवादी पक्षाचे बहुसंख्य प्रतिनिधी संसोपा अधिवेशनातून बाहेर पडले आणि ३१ जानेवारी १९६५ रोजी वाराणसी येथील डी. ए. व्ही. कॉलेजमध्ये भरलेल्या विशेष अधिवेशनात प्रजा समाजवादी पक्षाचे पुनर्संघटन करण्याचा निर्णय घेण्यात आला. या अधिवेशनास वाराणसी येथील संसोपा अधिवेशनास आलेल्या ८०० प्रजा समाजवादी पक्षीय प्रतिनिधींपैकी ६२५ प्रतिनिधी हजर होते. या दृष्टीने त्या अधिवेशनात घेतलेला विलीनीकरण रद्द करण्याचा आणि प्रजा समाजवादी पक्षाचे पुनर्संघटन करण्याचा निर्णय हा प्रजासमाजवादी पक्षाचा प्रातिनिधिक निर्णय होता हे स्पष्ट झाले (दंडवते, उपरोक्त : १००, १०१).

एस.एम.जोशींनी परिषदेचे काम पुढे चालविले. सर्व मंडळींच्या आग्रहावरून एस.एम.जोशी संयुक्त समाजवादी पक्षाचे अध्यक्ष झाले. तिकडे प्रजा समाजवादी पक्षाच्या प्रतिनिधींची बैठक होऊन नानासाहेब गोरे अध्यक्ष झाले (जोशी, १९६५ : ३०३). वाराणसी येथे भरलेल्या संयुक्त समाजवादी पक्षाच्या पहिल्या अधिवेशनाच्या अध्यक्षपदावरून बोलताना एस.एम.जोशी म्हणाले होते (जोशी, १९७१ : २०, २२, ३२).

प्रजा समाजवादीपक्ष आणि समाजवादीपक्ष यांच्या ऐक्याचा प्रयत्न हा अल्पजीवी

ठरला. प्रजा समाजवादीपक्ष आणि समाजवादी पक्ष यांच्या बिनशर्त ऐक्यास दोन्ही पक्षांनी मान्यता दिल्यानंतर, दोन्ही पक्षांच्या राष्ट्रीय कार्यकारिणीच्या सदस्यांची मिळून नव्याने स्थापन होणाऱ्या संयुक्त समाजवादी पक्षाची तात्पुरती राष्ट्रीय कार्यकारिणी मानण्यात यावी व वाराणसी येथे संयुक्त अधिवेशनात नव्या पक्षाची रीतसर स्थापना करावी असे ठरले. परंतु अधिवेशनाच्या आधीपासूनच दोन पक्षांतील नेत्यांत मतभेद होऊ लागले व अखेर वाराणसीच्या अधिवेशनातून प्रजा समाजवादीपक्ष पुन्हा बाहेर पडला आणि हे ऐक्य दुभंगले (भणगे, १९७३ : २५-२६). दुर्दैवाने नवा पक्ष फार काळ टिकला नाही. शेतकरी कामगार पक्ष विलीनीकरणात सामीलच झाला नाही आणि दोन्ही समाजवादी पक्षांचे विलीनीकरण १९६५ साली वाराणसी येथे झालेल्या 'संयुक्त समाजवादी' पक्षाच्या पहिल्याच अधिवेशनात संपुष्टात आले. वाराणशीतच प्रजा समाजवादी पक्षाचे पुनर्संघटन करण्याचा निर्णय घेण्यात आला (दुंडगेकर, १९८० : १४४-१४५). मात्र अल्पकाळ वाराणसी येथे पुन्हा एकदा पुढाऱ्यांचे लहरीमुळे दृष्टिपथात आलेले ऐक्य हाती लागले नाही. वाराणसी येथे समाजवादी व प्रजा समाजवादी कार्यकर्त्यांचे संयुक्त अधिवेशन जमले होते, तेव्हा धोरणाच्या प्रश्नावर दोन भिन्न मतप्रवाह उघड होते. काँग्रेसचा पराभव करण्याच्या हेतूने सर्व विरोधी पक्षांनी एकमेकांशी किमान जागा वाटपाचे मर्यादित सहकार्य करावे अशी भूमिका डॉ. लोहिया व प्रजा समाजवादी पक्षातील एस.एम.जोशी यांनी घेतली होती, तर प्रजा समाजवादी पक्षातील बाकीच्या पुढाऱ्यांनी कोणत्याही परिस्थितीत कम्युनिस्टांबरोबर सहकार्य करावयाचे नाही असा आग्रह धरला होता. वस्तुत: या दोन्ही मतांची चर्चा होऊन बहुमताचा निर्णय लोकशाही पद्धतीने घ्यावयास हवा होता, पण राजनारायण प्रभृती समाजवादी पक्षातील काही नेत्यांना लोकशाही कार्यपद्धतीचे वावडे होते. तसेच समाजवाद्यांनाही हे ऐक्य मनापासून पसंत नव्हते. कारण नव्या पक्षात आपल्या नेतृत्वाला पूर्वीसारखे महत्त्व राहणार नाही अशी त्यांना भीती होती, म्हणूनच त्यांनी वाराणसीच्या अधिवेशनात सुरुवातीपासून शिवीगाळ व गुंडगिरी करण्यास सुरुवात केली. प्रजा समाजवादी पक्षातही अशोक मेहतांचा वारसा सांगणारे काही नेते होतेच. त्यांनाही कडवा काँग्रेसविरोध पसंत नव्हता, म्हणून राजनारायण यांनी केलेल्या गुंडगिरीचा फायदा घेऊन आपल्या बहुसंख्य कार्यकर्त्यांना त्यांनी ऐक्यातून बाहेर काढले. प्रजा समाजवादी पक्षातील काही पुढाऱ्यांना डॉ. लोहियांचे नेतृत्वही पसंत नव्हते. डॉ. लोहिया व त्यांचे व्यक्तिगत जमत नसे व नव्या पक्षाचे नेतृत्व डॉ. लोहियांकडे जाणार ही गोष्ट उघड दिसत होती. त्यामुळे परिषदेमध्ये धोरणाची चर्चा करण्यास हे लोक थांबलेच नाहीत. प्रजा समाजवादी नेत्यांनी केलेली ही चूक समाजवादी चळवळीला फार महाग पडली, कारण १९६७ च्या निवडणुकीनंतर नव्या संसोपा व जुन्या प्रसोपाच्या धोरणात विशेष फरक दिसत नव्हता. प्रजा समाजवादी पक्षाच्या नेत्यांनी आपला कम्युनिस्ट विरोधही बाजूला ठेवला होता.

याच गोष्टीची जाण ठेवून प्रसोपाचे नेते वाराणसीच्या ऐक्य परिषदेत राहिले असते तर १९६७ च्या काँग्रेसविरोधी वातावरणाचा फायदा घेऊन देशव्यापी असा पर्यायी समाजवादी पक्ष उभा राहण्याची शक्यता होती. तसेच डॉ. लोहियांच्या मृत्यूनंतर जुन्या समाजवादी पक्षातील राजनारायणसारख्या नेत्यांनी नकारात्मक भूमिका घेऊन संयुक्त समाजवादी पक्षाची जी वाताहत केली तीही प्रजा समाजवादी पक्षाचे नेते संयुक्त समाजवादी पक्षात राहिले असते तर वाचविता आली असती (भणगे, १९७३ : २१). मात्र अल्पकाळ टिकलेल्या विलीनीकरणाचा फायदा समाजवादी पक्षालाच अधिक झाला. प्रजा समाजवादी पक्षाचे उत्तर प्रदेश आणि बिहारमधील अनेक महत्त्वाचे कार्यकर्ते एस.एम.जोशींच्या बरोबरच संयुक्त समाजवादी पक्षातच राहिले. त्याचप्रमाणे ज्या केरळमध्ये पूर्वीचा सोशॅलिस्ट पक्ष नाममात्रच होता, तेथेही सोशॅलिस्ट पार्टीला प्रजा समाजवादी पक्षाची जवळ जवळ संपूर्ण शाखा मिळाली. तौलनिक दृष्ट्या प्रजा समाजवादी पक्षाचे मात्र या तात्पुरत्या ऐक्याच्या प्रयोगामुळे नुकसानच झाले (दंडवते, उपरोक्त : १०१, १०२). मूलभूत मतभेद नसतानाही दोन्ही समाजवादी पक्ष एकत्र राहू शकले नाहीत ही भारतीय समाजवादी चळवळीची फार मोठी शोकांतिका म्हणावी लागेल. १९६५ साली समाजवाद्यांचे झालेले विलीनीकरण टिकले असते व त्यात शे. का. पक्ष सामील झाला असता तर त्याकाळी भारतात प्रभावी विरोधी पक्ष निर्माण झाला असता; कारण त्या काळात काँग्रेस पक्ष जनमानसातून पूर्णपणे उतरला होता. काँग्रेस पक्ष भ्रष्टाचार, वशिलेबाजी, ध्येयशून्यता यांनी पोखरला गेला होता. याचा परिणाम म्हणून १९६७ च्या सार्वत्रिक निवडणुकीत काँग्रेसला प्रचंड हादरा बसला (दुंडगेकर, १९८० : १४५).

एस.एम.जोशी संयुक्त समाजवादी पक्षात राहिल्यामुळे निष्ठावान सेवादल सैनिकांना अत्यंत वाईट वाटले. वाराणसी ऐक्य भंगानंतर पुण्यात गेल्यावर प्रजा समाजवादी पक्षाच्या लोकांनी टिळक स्मारक मंदिरात एक सभा आयोजित केली होती. त्या सभेस नानासाहेब गोरे यांच्याबरोबर एसेम जोशींनाही बोलावले होते. आपल्याला फिरून ऐक्य जमवता आले तर जमविले पाहिजे असे नानासाहेब गोरे यांच्या मनात होते. एसेमनी नानासाहेब गोरे यांना पुण्याचे महापौर बनविण्याची इच्छा व्यक्त केली होती. १९६७ साली नानासाहेब गोरे पुण्याचे महापौर झाले याचा एसेमना आनंद झाला होता. एका विशिष्ट परिस्थितीत पक्ष दुभंगून एसेम जोशी एकीकडे आणि अनेक वर्षांचे सहकारी - सोबती दुसरीकडे असे झाले असले तरी पुन्हा एकोप्याचा विचार बळावेल, माझ्याबद्दलची स्नेहबुद्धी लोपणार नाही, अशी एस.एम.जोशींची अपेक्षा होती. १९६५ ते १९७१ अखेरपर्यंतची ही सहा-सात वर्षे आत्मक्लेशाचीच गेली असे एसेम जोशी म्हणतात (जोशी, १९७१ : ३०६ ते ३०८). स्वत:बद्दल बोलताना एस.एम.जोशी म्हणाले होते की, ''माझे जुने व निष्ठेचे सहकारी सोडून गेले याबद्दल मला खेद होतो. परंतु मी आता पूर्ण आझाद झालो

असून कोण दुखावेल, कोण रागावेल या विचारांनी आता माझ्या कर्मवादाची गती रोखली जाणार नाही. मी फार मोठा विचारवंत आहे असा माझा दावा नाही. परंतु श्रमजीवी जनतेची दु:खे नाहीशी करण्यासाठी सातत्याने कार्य करणारा असा मी एक नम्र कृतिवादी आहे. काँग्रेस राजवटीमध्ये जनतेवर होणाऱ्या प्रत्येक अन्यायाविरुद्ध निश्चयपूर्वक कृतीसाठी जनतेचे सामर्थ्य संघटित केले पाहिजे अशी माझी धारणा आहे. याचसाठी संसोपामध्ये राहून जनतेची सेवा करण्याचा माझा निर्धार आहे. माझ्या या निर्धाराला 'पुढारीपणाची हाव' असे संबोधून मला कोणी हिणविण्याचा प्रयत्न केला तरी मी मुळीच नाउमेद होणार नाही. अत्यंत कठीण परिस्थितीतही काम करणारा मी एक शिपाई आहे. मला तुम्ही सेनापती बनविले आहे. मी मैदानातून पळ काढणार नाही. संयुक्त समाजवादी पक्षाची ताकद जनतेच्या पाठिंब्यावर अवलंबून आहे. तिच्या इच्छेवर आधारलेली आहे. ती गुप्त सरस्वती आहे. सोडून गेलेले, ती सरस्वती आपल्याबरोबर घेऊन जाऊ शकणार नाहीत.'' (जोशी, १९७१ : २२-२३).

१९६५ साली बनारस येथे समाजवादी पक्षात फाटाफूट होऊन प्रजा समाजवादी पक्ष आणि संयुक्त समाजवादी पक्ष एकमेकांपासून अलग झाले. हे ज्या रीतीने घडले त्यामुळे फार मोठी कटुता निर्माण झाली. समाजवादी चळवळीतील हा अत्यंत दुर्दैवी क्षण होता. या फाटाफुटीबद्दल अनेक कार्यकर्ते राजकारणापासून बाजूला झाले. या पक्षफुटीबद्दल नानासाहेब गोरे म्हणतात की, ''या वेळच्या फाटाफुटीमुळे मी फार दु:खी आहे. विशेषत: एसेम आणि मी दोन वेगळ्या पक्षांत गेलो याचे मला वाईट वाटते. एसेम आता जरी डॉ. लोहियांच्याबरोबर गेले असले तरी त्यांना तेथील वातावरण मानवणार नाही असे मला वाटते.'' (बापट, १९९४ : ८-९). १९६५ मध्ये वाराणसी येथील अधिवेशनातील आपल्या अत्यंत जवळच्या व दशकानुदशके विश्वासपात्र असलेल्या मित्रमंडळीतून बाहेर पडण्याचा त्यांचा निर्णय हा लोकशाही समाजवादासाठी दिलेल्या लढ्यात अग्रभागी असण्याचा दावा करणाऱ्या राजकीय पक्षाच्या लोकशाहीवादी कार्यप्रणालीच्या बाजूने एसेम जोशींनी घेतलेली तत्त्वनिष्ठ भूमिकाच दर्शविते. भारताच्या राजकीय इतिहासाच्या नेहरूंनंतरच्या चिंताजनक परिस्थितीतील संयुक्त समाजवादी पक्षाच्या डॉ. लोहिया यांच्या नेतृत्वाबद्दल एसेम यांना खात्री होती. १९६७ मध्ये बऱ्याच राज्यांत काँग्रेसने आपले बहुमत जेव्हा गमावले आणि लोकसभेतही अल्प बहुमतात ती होती, तेव्हा एसेम जोशी यांचे हे मत खरे ठरले (पाटील, १९९२ : २२). संयुक्त समाजवादी पक्ष सोडला नाही. कारण संयुक्त समाजवादी पक्षाचा विचार देशहिताचा आहे. जनतेची संघटना बांधून, लोकमत तयार करून आपली चळवळ आपणास संघटित केली पाहिजे (दै. पुढारी : १९६५).

## संयुक्त समाजवादी पक्षातील एस.एम.जोशी यांची भूमिका (१९६५ ते १९७१)-

समाजवादी जीवननिष्ठांचा स्वीकार करून अखेरपर्यंत त्यासाठी लढा देणारे एस.एम.जोशी यांचे आयुष्य एखाद्या दीपस्तंभाप्रमाणे आहे. प्रारंभीपासून समाजवादी पक्षात असणाऱ्या अनेकांनी आपले मार्ग बदलले, पण एसेम यांनी कधीच मार्ग बदलला नाही. संयुक्त समाजवादी पक्षाने उभारलेल्या विविध लढ्यांचे नेतृत्व एसेम जोशी यांनी केले. १९६७ च्या निवडणुकीनंतर संयुक्त समाजवादी पक्षाला मोठे स्थान मिळाले. एसेम जोशी लोकसभेत आले. त्यानंतर समाजवादी पक्षांच्या ऐक्यासाठी त्यांनी अथक परिश्रम केले (मराठवाडा, एसेम स्मृति विशेषांक १९६५ : ५). महाराष्ट्रात १९६४ ते १९६७ या काळात महागाईच्या प्रश्नावर कामगारांचे लढे मोठ्या प्रमाणावर संघटित झाले होते. दुष्काळनिवारण, शेतीमालाला किफायतशीर भाव बांधून मिळावेत, शेतसारा रद्द व्हावा, शेतमजुरांना किमान वेतन ठरवून मिळावे आदी मागण्यांवर समाजवाद्यांनी आंदोलने केली होती (रेगे, उपरोक्त : २२).

मागासलेल्या वर्गाच्या राखीव जागांसंबंधी एस.एम.जोशी म्हणतात की, ''मागासलेला वर्ग हा देशातील सर्वांत मोठा वर्ग असल्याने समाजातील आपले स्थान मिळविण्यासाठी त्याला सर्व सोयी उपलब्ध झाल्या पाहिजेत. निरनिराळ्या नोकऱ्यांतील काही जागा या मागासवर्गांसाठी राखून ठेवल्या पाहिजेत आणि जागांची टक्केवारी मागासवर्गांसाठी नियुक्त करण्यात आलेल्या समितीच्या शिफारशीपेक्षा कमी असू नये.'' (दै. पुढारी : १९६५).

मार्च १९६५ मध्ये केरळमध्ये राष्ट्रपती राजवट लागू करण्यात आली होती. त्यावर प्रतिक्रिया व्यक्त करताना एसेम जोशी म्हणाले होते, ''केरळात राष्ट्रपतींची राजवट चालू करण्याची सरकारची लोकशाहीविरोधी वर्तणूक सहन केली गेली तर कॅन्सरच्या रोगाप्रमाणे ती झपाट्याने पसरत जाईल आणि नजीकच्या काळात लोकशाहीचा नाश हाईल, म्हणूनच या गोष्टीला आपल्या शक्तीनिशी प्रतिकार करण्याचे प्रत्येकाचे कर्तव्य आहे. केरळच्या जनतेवरच केवळ हा अन्याय झाला नसून, सबंध जनता त्यात गुंतली असून, राष्ट्रीय पातळीवरील हा प्रश्न म्हणूनच तो हाताळला पाहिजे. मंत्रिमंडळ स्थापन करता येते का नाही हे नवीन विधानसभेच्या प्रतिनिधींना आजमावून पाहण्याची संधी न देताच ती बरखास्त करणे याचा अर्थ सरकारने लोकमताचा अनादर केला असा होतो. सरकार स्थापन करू इच्छिणाऱ्या पक्षाला विधानसभेत विश्वासाचा ठराव पास करून घ्यायला सांगायला पाहिजे होते; जर असा विश्वासाचा ठराव कुठल्याच पक्षाच्या बाजूने पास झाला नसता तर राष्ट्रपतींची राजवट अपरिहार्य ठरली असती आणि कोणाच्या तक्रारीला जागा राहिली नसती. ज्याप्रमाणे राष्ट्रपतींचा जाहीरनामा लागू करण्यात आला त्यावरून लोकशाहीच्या अखेरची ही सुरुवात असल्याचे मानावे लागेल (दै. पुढारी : १९६५).

सप्टेंबर १९६५ मध्ये भारत-पाकिस्तान यांच्या युद्धादरम्यानच्या काळात पुण्यात गणपती उत्सवाचा धुमधडाका सुरू होता. कोणाच्यातरी मनात जातीय दंगली पेटविण्याची आसुरी लालसा निर्माण झाली. मंडईतील गणपतीची मूर्ती भंगल्याचा बोभाटा होताच जातीय दंगलीची ठिणगी भडकली. २ सप्टेंबर रोजी दुपारी तीनच्या सुमारास नाना पेठेतील इस्लामपुरा या भागात भयावह परिस्थिती निर्माण झाली. इंडियन एक्सप्रेसचे पुण्याचे प्रतिनिधी प्रभाकर गोखले आणि एसेम जोशी त्या भागात धावून गेले. इस्लामपुरा भागात मुस्लीम स्त्रिया व मुले कडी लावून खोल्यांत बसलेले असताना पेटते बोळे टाकून खोल्यांना आगी लावण्याचे अमानुष कृत्य घडले. पोलिसांनी बघ्याची भूमिका घेतली होती. एसेमनी आणि प्रभाकर गोखले यांनी पेटत्या घरात घुसून स्त्रिया आणि मुलांना सुखरूप बाहेर काढले. अर्थातच त्या वस्तीवर याचा चांगला परिणाम झाला. या संकटविमोचन कार्याची बातमी मुंबई, दिल्ली, चंदीगड, बंगलोर, मद्रास अशा देशातील विविध ठिकाणच्या वृत्तपत्रांतून प्रसिद्ध झाली. या वृत्तपत्रांनी एसेम जोशींच्या निर्भयतेचा गौरव केला होता (जोशी, १९७१ : ३०८-३०९).

एसेम एक ज्वलंत व प्रभावी भाषण करणारे वक्ते तर होतेच, पण बहुप्रसू लेखक म्हणूनही ते प्रसिद्ध होते. आपल्या तरुण वयापासूनच त्यांचा लेखनाकडे ओढा होता. आपल्या विद्यार्थीदशेत त्यांनी 'किर्लोस्कर' मासिकातून साहित्यिक दृष्ट्या उत्कृष्ट लिखाण केले होते. १९३० च्या पूर्वार्धात फ्री प्रेस जर्नल या दैनिकाचे वृत्त प्रतिनिधी म्हणूनही त्यांनी काम केले. पुणे कौन्सिल हॉलमध्ये त्यावेळी लेजिस्लेटिव्ह कौन्सिलचे कामकाज होत असे. या कामकाजाचे वृत्त ते फ्री प्रेस जर्नलला पाठवत. 'पूना डेली न्यूज' या पुण्यातून निघणाऱ्या इंग्रजी दैनिकाचे संपादनही त्यांनी काही काळ केले होते. मुंबईतून निघणाऱ्या 'लोकमित्र' या मराठी दैनिकाचे १९५८ ते १९६२ या कालावधीत ते संपादक होते. समाजवादावरही त्यांचे उत्कृष्ट लेख मराठी नियतकालिकांत व वृत्तपत्रांत प्रकाशित झाले होते. 'एस.एम.जोशी व्यक्ति आणि लेखणी,' 'सोशॅलिस्ट क्वेस्ट फॉर राइट पाथ' या ग्रंथात त्यांनी समाजवाद, संयुक्त समाजवादी पक्षाची वाटचाल याविषयी माहिती दिली आहे. १९८४ मध्ये 'मी एस. एम.' हे त्यांचे मराठी आत्मचरित्र प्रसिद्ध झाले (पाटील, १९९२ : ११). त्यांची आणखी 'आगळी वेगळी माणसं,' 'ऊर्मी', 'नेताजींचे सीमोल्लंघन,' 'सीमा सत्याग्रह आणि राष्ट्रीय एकात्मता,' 'राष्ट्रसेवादल परिवर्तनाचे मुक्त विद्यापीठ' अशी पुस्तके प्रसिद्ध झाली आहेत.

संयुक्त समाजवादी पक्षाचे दुसरे वार्षिक अधिवेशन कोटा येथे ३ एप्रिल १९६६ रोजी संपन्न झाले (जोशी, १९७१ : ५२). या अधिवेशनात एसेम जोशी अध्यक्ष होते. त्या अधिवेशनात आदिवासी, शोषित आणि दलित या सर्वांना समाजवाद्यांबद्दल आपलेपणा वाटू लागला होता. या उपेक्षित समाजाची प्रगती इतर विकसित समाजांच्या

प्रगती बरोबरीने घडवून आणण्यासाठी त्यांना केवळ समान संधी देणे पुरेसे वाटत नव्हते, म्हणून त्यांच्यासाठी विशेष संधी उपलब्ध करून दिली पाहिजे, तरच असमतोल दूर होईल असे त्यांनी प्रतिपादन केले होते. त्यानुसार संयुक्त समाजवादी पक्षाची भूमिका असल्याचे स्पष्ट होते. त्यामुळेच संयुक्त समाजवादी पक्षाला वाढता पाठिंबा मिळत होता. पक्षाची शक्ती वाढविण्याचे व पक्ष प्रचाराचे कार्य त्यांनी अविरतपणे सुरू ठेवले होते. त्याचबरोबर समाजवादी पक्षाचे जे एकीकरण भंगले होते, ते पुन्हा साधण्याचा प्रयत्न देखील सुरू ठेवला होता. समाजवादी पक्षात फूट पडून समाजवादी, प्रजा समाजवादी, संयुक्त समाजवादी अशी नावे बदलली तरी एस.एम.जोशींनी पक्षावरील निष्ठा मात्र ढळू दिली नाही. त्यांनी पक्षाच्या मूळ गाभ्याशी कधीही प्रतारणा केली नाही. पक्षाची नावे बदललीत पण त्यांनी समाजवादी विचारसरणीची कायम जोपासना केली आणि त्या विचारसरणीचे चिंतन करून आपल्या पक्षीय कार्याला दिशा देण्याचा प्रयत्न केला. अन्यायाविरुद्ध आपल्या पक्षाची शक्ती उभारली होती.

'बस्तर' प्रकरणात एसेम जोशींनी पुढाकार घेतला होता. बस्तरमध्ये झालेल्या गोळीबाराची न्यायालयीन चौकशी झाली पाहिजे. केवळ मध्यप्रदेशचे न्यायाधीश श्री. पांडे त्यासाठी न नेमता चौकशी मंडळात सुप्रीम कोर्टाचे एक न्यायमूर्ती आणि मध्यप्रदेश शिवाय अन्य राज्यांतील एक हायकोर्ट जज्ज यांचा समावेश असला पाहिजे. आदिवासी व वन्य जमातींची वस्ती असलेल्या भागाचा कारभार केंद्र सरकारने आपल्याकडे घ्यावा या प्रमुख मागण्या त्यांनी केल्या होत्या. बस्तरबाबत एसेमनी संयुक्त समाजवादी पक्षात पुढील ठराव मांडला होता. 'गेला एक महिना बस्तरमधील केसरपाल आदि ठिकाणी अर्धपोटी, त्रस्त व भोळ्या आदिवासींवर राज्यसरकारने पोलिसांमार्फत लाठी हल्ला व मारहाण करून अमानुष दडपशाही केली. त्यामुळे शेकडो लोक जखमी झाले, अपंग झाले. संयुक्त समाजवादी पक्षाचे हे प्रादेशिक संमेलन या पोलीस अत्याचाराची न्यायालयीन चौकशी करण्याची मागणी करीत आहे.' माडीया आदिवासींची मोठ्या प्रमाणात धरपकड मध्यप्रदेश सरकारने केली होती आणि त्यांची जामिनावर मुक्तता केली नव्हती, त्यामुळे गंभीर परिस्थिती निर्माण होईल, असा इशारा एसेम जोशींनी मध्यप्रदेश सरकारला दिला होता. संयुक्त समाजवादी पक्षाचे अध्यक्ष म्हणून त्यांच्या अखिल भारतीय कार्याची अशी वाटचाल सुरू होती (विसपुते, २००० : २०५-२०६).

## चौथी सार्वत्रिक निवडणूक (१९६७)

१९६७ साली देशाच्या राजकारणात महत्त्वपूर्ण बदल सुरू झाला. पंडित नेहरूंच्या निधनामुळे काँग्रेस पक्ष कमकुवत बनला होता. आर्थिक प्रश्न सोडविण्यात व आर्थिक विकासाची गती वाढविण्यात सरकारला फारसे यश येत नव्हते. १९६२ साली झालेल्या

चिनी आक्रमणामुळे भारताचा झालेला पराभव व १९६५ सालचे पाकिस्तानबरोबरचे युद्ध यामुळे सरकारी तिजोरीवर व एकंदर अर्थव्यवस्थेवर ताण पडला होता. दक्षिणेत व पूर्वेकडे भाषिक दंगली झाल्या होत्या. भ्रष्टाचार बोकाळला होता. १९६६ सालच्या दुष्काळामुळे व महागाईमुळे सामान्य जनता त्रस्त झाली होती (रेगे, उपरोक्त : २३). अशा वातावरणात फेब्रुवारी १९६७ मध्ये सार्वत्रिक निवडणुका होणार होत्या. त्यामुळे संयुक्त समाजवादी पक्षाचे अध्यक्षपद पुन्हा एस.एम.जोशींच्याकडेच आले. एसेम जोशी डॉ. लोहियांना म्हणाले होते की, ''वाराणशीला पक्ष अडचणीत होता म्हणून मला अध्यक्ष केलेत हे ठीक. पण आता मला मोकळा करा. दुसऱ्या कोणावर तरी ही जबाबदारी टाका. मधु लिमये आहेत.'' एसेमचे वाक्यही पुरे न करू देता डॉ. लोहिया म्हणाले, 'नहीं, नहीं, तुमको रहना चाहिए अभी इलेक्शन का जमाना है। तुमको रहना चाहिए।' डॉ. लोहियांच्या आग्रहामुळे एसेम संसोपाच्या अध्यपदी राहिले होते (जोशी, १९७१ : ३११).

काँग्रेसच्या हाती जी सर्वंकष सत्ता एकत्रित झाली होती, त्यामुळे कार्यक्रमाधिष्ठित राजकारण परिणामकारक होत नव्हते. परिणामी परिवर्तनाच्या शक्ती कुंठित झाल्या होत्या. म्हणूनच समाजपरिवर्तनाचा मार्ग मोकळा करण्यासाठी प्रथम काँग्रेसची एकाधिकारशाही नष्ट केली पाहिजे अशी भूमिका डॉ. लोहिया यांनी मांडली होती. त्यासाठी १९६७ च्या सार्वत्रिक निवडणुकीपूर्वी कसून प्रयत्नही केले. या सर्व प्रयत्नामागे समाजपरिवर्तनाची प्रक्रिया सुरू करून, तिला गती द्यावी अशी त्यांची इच्छा होती. केवळ काँग्रेसच्या जागी बिगर काँग्रेसवाल्यांना बसवल्याने हे काम पूर्ण होणार नाही याची स्पष्ट जाणीव त्यांनी सर्वांना करून दिली होती; म्हणून गैरकाँग्रेसच्या मंत्रिमंडळांनी शपथग्रहण केल्यापासून ६ महिन्यांच्या आत मूलभूत कार्यक्रमांपैकी एखादा मुद्दा अमलात आणून परिवर्तनाची प्रक्रिया सुरू केली नाही तर त्यांना खुर्चीवरून खाली खेचावे लागेल असाही इशारा त्यांनी दिला होता. स्वातंत्र्यानंतर २० वर्षांतही गरिबी, महागाई, बेकारी, आर्थिक व सामाजिक विषमता कमी झाली नाही. भ्रष्टाचार वाढत आहे, राज्यकर्त्यांचा ऐषआराम व उधळपट्टी वाढत आहे याची त्यांना खंत होती. या सर्व गोष्टींवर आघात करण्यासाठी डॉ. लोहियांनी सर्व विरोधी पक्षांना सहकार्याचे आवाहन केले होते (महाराष्ट्र टाइम्स, मुंबई : १९७०). चौथ्या सार्वत्रिक निवडणुकीचे निकाल पुढीलप्रमाणे होते.

मतदान : १५ फेब्रुवारी १९६७ आणि २८ फेब्रुवारी १९६७, एकूण जागा: ५२०

| अ.नं. | राजकीय पक्ष | जागा लढविल्या | जागा मिळाल्या | मतांची टक्केवारी |
|---|---|---|---|---|
| १) | काँग्रेस पक्ष | ५१२ | २८३ | ४०.७९ |
| २) | स्वतंत्र पक्ष | १७९ | ४४ | ०८.४९ |
| ३) | कम्युनिस्ट | १०८ | २३ | ०४.८८ |
| ४) | मार्क्सवादी कम्युनिस्ट | ५९ | १९ | ०४.४९ |
| ५) | प्रजा समाजवादी पक्ष | १०९ | १३ | ०३.०१ |
| ६) | संयुक्त समाजवादी पक्ष | १२२ | २३ | ०४.९८ |
| ७) | भारतीय जनसंघ | २५१ | ३५ | ०९.३७ |
| ८) | इतर पक्ष | ८९ | ४३ | ०७.६४ |
| ९) | स्वतंत्र उमेदवार | ८६५ | ३५ | १४.३५ |

या निवडणुकीच्या निकालाचा सर्वांत महत्त्वाचा परिणाम म्हणजे भारतीय राजकारणात उत्साहाचे नवे वारे संचारले. काँग्रेसला निसटते बहुमत मिळाले. लोकसभेत विरोधी पक्षाच्या खासदारांचे बळ चांगलेच वाढले. भारतीय लोकशाहीच्या इतिहासात प्रथमच बलवान असा विरोधी पक्ष लोकसभेत अस्तित्वात आला (पाटील, १९७८ : २९६). चिनी आक्रमणानंतर 'राष्ट्रीय शर्मकी सरकारका पराजय अत्यावश्यक है' हे या डॉ. लोहियांचे सूत्र एस.एम.जोशींना मनापासून पटले. १९६७ च्या निवडणुकीत काँग्रेसविरोधी व्यापक आघाडी निर्माण करण्यात एसेम जोशींनी महत्त्वाची भूमिका बजावली. वस्तुत: संयुक्त महाराष्ट्र समिती ही एक अशाच प्रकारची आघाडी होती. तिचा एकसूत्री कार्यक्रम होता. 'मुंबईसह संयुक्त महाराष्ट्र झालाच पाहिजे.' आता 'काँग्रेस हटाओ, देश बचाओ' ही घोषणा होती. गैरकाँग्रेसवाद व जनता पार्टी ही संयुक्त महाराष्ट्र समितीच्या प्रयोगाचीच पुनरावृत्ती आहे अशी एस.एम.जोशींची भूमिका होती. (लिमये, १९८४ : २८-२९).

**एस.एम.जोशी यांची लोकसभेवर निवड**

१९६२ च्या निवडणुकीत एस.एम.जोशींचा पराभव झाला होता. सर्वत्र या निवडणुकीत प्रजा समाजवादी पक्षाचा पराभव झाला होता, पण तरीदेखील एस.एम.जोशी

यांची पक्षनिष्ठा कमी झाली नाही की अपयशाने ते खचून गेले नाहीत. पक्षांतर करण्याचा विचार त्यांनी आपल्या मनात शिरू दिला नव्हता. पक्षाच्या अपयशाने डगमगून न जाता त्यांनी पक्षाची शक्ती वाढविण्यासाठी, पक्ष संघटनेच्या रचनात्मक कार्यासाठी अधिकाधिक वेळ दिला. त्याचा परिणाम असा झाला होता की १९६७ च्या लोकसभा निवडणुकीत त्यांना जनतेने योग्य प्रतिसाद दिला. ते १९६७ मध्ये संयुक्त समाजवादी पक्षाच्या तिकिटावर निवडून आले होते. निवडणूक प्रचारासाठी केलेल्या जाहीरनाम्यात संयुक्त समाजवादी पक्षाचे अध्यक्ष म्हणून एसेम जोशींनी जनताभिमुख कार्यक्रम दिला होता. तो पुढीलप्रमाणे-

१) विरोधी पक्षांच्या एकीकरणावर भर.
२) सुयोग्य आणि कार्यक्रम नेतृत्वावर आणि शेती सुधारणाकडे विशेष लक्ष.
३) अकार्यक्षम काँग्रेस पक्षाला पराभूत करण्यासाठी जनजागृती.
४) दारिद्र्य, भ्रष्टाचार व दुष्काळ निवारण्याच्या कार्यक्रमांवर भर.
५) संयुक्त समाजवादी पक्षाचे शांततापूर्ण क्रांतीसाठी संघटन व मार्गदर्शन करणे इत्यादी.

ह्या महत्त्वाच्या बाबींवर एसेम जोशींनी भर दिला होता. काँग्रेस पक्ष सत्तेवरून हटविण्यासाठी काँग्रेस विरोधी पक्षांच्या एकीकरणासाठी प्रयत्न करून विरोधी पक्षांना काँग्रेस विरोधाचे महत्त्व पटवून दिले. त्यांना कार्यकर्त्यांकडून चांगला प्रतिसाद मिळाला होता. त्यांच्या निवडणूक धोरणामुळे कार्यकर्त्यांनी उत्स्फूर्त सहकार्य केले. वास्तविक त्यावेळी परिस्थिती अतिशय बिकट होती. अतिशय चुरशीच्या निवडणुकीत, पुणेकरांनी आपले मतभेद बाजूला ठेवून एसेम जोशी यांना आपला प्रतिनिधी म्हणून लोकसभेत पाठविण्याचे ठरवून सर्व कार्यकर्ते सतर्क राहिले व जोमाने कार्य केले. एसेम वैयक्तिक प्रभावाने व स्वकर्तृत्वाने यशस्वी झाले. त्या निवडणुकीत त्यांनी आपल्या प्रभावातून व कर्तृत्वातून संयुक्त समाजवादी पक्षाचे २३ प्रतिनिधी लोकसभेवर निवडून आणले. वास्तविक समाजवादी शक्ती, प्रजा समाजवादी व संयुक्त समाजवादी अशा दोन विभागांत विभागली गेली होती; पण मनोधैर्य व आत्मविश्वासाने संयुक्त समाजवादी पक्षाला त्यांनी २३ प्रतिनिधी देऊन पक्षाची प्रतिष्ठा उंचावली होती (विसपुते, २००० : २३६-२३७).

१९६७ च्या सार्वत्रिक निवडणुकीपूर्वी विरोधी पक्षांनी बेळगाव आदी सीमा प्रश्नांवर एकत्र येऊन संपूर्ण महाराष्ट्र समिती बनवली; पण त्याने जनमानसाची पकड घेतली नाही. संपूर्ण महाराष्ट्र समितीला फार थोड्या जागा मिळाल्या (रेगे, उपरोक्त : २१). एसेम जोशी संपूर्ण महाराष्ट्र समितीच्या तिकिटावर पुण्यातून लोकसभेच्या जागेसाठी उभे होते. संपूर्ण महाराष्ट्र समितीचा व संयुक्त समाजवादी पक्षाचा पाठिंबा एसेमना असल्यामुळे ब्राह्मणेतरांची बरीच मते एसेम जोशींच्या बाजूने होती. १९६५ सालच्या जातीय दंग्यातील कामगिरीमुळे पुष्कळसे मुसलमानही त्यांना अनुकूल होते. १९६७ सालच्या या सार्वत्रिक निवडणुकीत श्री. एस.एम.जोशी पुणे शहराच्या लोकसभा मतदार संघातून निवडून आले. त्यांना त्यांचे

प्रतिस्पर्धी काँग्रेसचे विठ्ठलराव गाडगीळ यांच्यापेक्षा १३५३५ मते जास्त पडली होती. लोकसभेतही संयुक्त समाजवादी पक्षाला २३ जागा, तर प्रजा समाजवादी पक्षाला १३ जागा या निवडणुकीत मिळाल्या होत्या. या निवडणुकीत ३८ टक्के मते आणि २८३ जागा मिळवून काँग्रेस कशीबशी सत्तेवर आली होती. संयुक्त विधायक दलांनी राज्यावर येण्याचा प्रयोग काही प्रांतांत झाला. प्रसोपवाल्यांची निवडणूकपूर्व संयुक्त आघाडी बनविण्यास तयारी नव्हती, पण संयुक्त मंत्रिमंडळे बनू शकतात असे दिसताच संसोपाबरोबर आणि दोन्ही कम्युनिस्टांबरोबर सत्तेत भागीदारी करून मंत्रिमंडळे बनविण्यास ते तयार झाले. समाजवादी आंदोलन आता पुन्हा जोर धरील अशी आशा वाटत असतानाच त्या आंदोलनास एक प्रचंड धक्का बसला. १२ ऑक्टोबर १९६७ रोजी. डॉ. लोहियांचे निधन झाले. व्यापक चिंतन करणारा एक महान समाजवादी नेता काळाच्या पडद्याआड गेला. डॉ. लोहिया आणखी काही वर्षे जगले असते तर १९७७ नंतर एक वेगळेच चित्र दिसले असते यात शंका नाही (जोशी, १९७१ : ३११, ३१२).

१९६७ साली राज्य विधानसभांच्या निवडणुकांत काँग्रेसला बसलेला फटका तर भलताच जबरदस्त होता. पश्चिम बंगाल, केरळ, मद्रास, राजस्थान, पंजाब, ओरिसा, बिहार व उत्तरप्रदेश या राज्यांच्या विधानसभांत काँग्रेसला बहुमत मिळू शकले नाही. यापैकी राजस्थानचा अपवाद वगळता इतर राज्यांत काँग्रेसेतर पक्षांची मंत्रिमंडळे अस्तित्वात आली. विधानसभांच्या निवडणुकीत काँग्रेसला पीछेहाट सहन करावी लागण्यास अनेक गोष्टी कारणीभूत झाल्या. स्वातंत्र्यानंतरच्या २० वर्षांच्या कालावधीत सामान्य लोकांच्या इच्छा-आकांक्षा पुऱ्या करण्यात काँग्रेसला अपयश आले होते. भारतीय मतदार आता राजकीय दृष्ट्या जागृत होऊ लागला होता. त्यामुळे केवळ पूर्वपुण्याईवर मते मिळविणे काँग्रेसला शक्य नव्हते. लोकांची तिच्याकडून काही ठाम कृतीची अपेक्षा होती. ती पूर्ण झाली नाही. विशेषत: आर्थिक आघाडीवर काँग्रेस सरकारला आलेले अपयश लक्षणीय होते. काँग्रेस नेत्यांच्या भ्रष्टाचाराला, गैरकारभारालाही लोक वैतागले होते, त्यामुळे आजपर्यंत काँग्रेसच्या पाठीशी असलेले मतदार तिच्यापासून दूर गेले. काँग्रेसची जोरदार पीछेहाट झाली, याचे महत्त्वाचे कारण विरोधी पक्षांची आपआपसातील एकजूट हे होते. गेल्या तीन सार्वत्रिक निवडणुकांच्या अनुभवांवरून आपल्यात मतांची विभागणी झाल्यामुळेच काँग्रेसला प्रचंड यश मिळते, हे विरोधकांच्या लक्षात आले होते. या अनुभवावरून शहाणे होऊन १९६७ च्या निवडणुकीत त्यांनी आपापसातील मतांची विभागणी टाळली. त्यामुळे त्यांना अपेक्षेबाहेर यश मिळाले (पाटील, १९७८ : २९६-२९७).

डॉ. लोहियांनी 'काँग्रेस हटाव' ही घोषणा देऊन विरोधी पक्षांना किमान कार्यक्रमाच्या आधारावर एकत्र येण्याचे आवाहन केले होते. निवडणुकीपूर्वी त्यांच्यात आघाडी स्वरूपाचे

किंवा जागा वाटपाच्या स्वरूपाचेसुद्धा सहकार्य झाले नव्हते, तरीही काँग्रेसचा पराभव झालेल्या राज्यांत विरोधी म्हणजे बिगर काँग्रेसी पक्षांना सत्तेवर जाण्याची संधी चालून आली. त्यासाठी विधिमंडळ पातळीवर संयुक्त विधायक दले निर्माण करण्यात आली व त्यांनी मंत्रिमंडळे बनविली. संयुक्त समाजवादी, प्रजा समाजवादी, भारतीय कम्युनिस्ट, मार्क्सवादी कम्युनिस्ट, जनसंघ आदी राष्ट्रीय पातळीवरचे व भारतीय क्रांतिदल, फॉर्वर्ड ब्लॉक यासारखे प्रादेशिक पक्ष या आघाड्यांत व संयुक्त मंत्रिमंडळात सामील झाले. ज्या राज्यात काँग्रेसला नाममात्र बहुमत होते तेथील असंतुष्ट काँग्रेसवाले बाहेर पडून बिगर काँग्रेस आघाड्यांत सामील झाले. सत्ताप्राप्तीसाठी पक्षांतर करण्याचे प्रकार मोठ्या प्रमाणावर होऊ लागले. पक्षांतरामुळे अनेक राज्यसरकारे कोसळली व नवी बनली. संधीसाधुपणाला ऊत आला (रेगे, उपरोक्त : २३).

१९६७ च्या निवडणुकीनंतरच्या परिस्थितीविषयीची एसेम जोशी म्हणाले होते की, ''सध्या केरळपासून ते हरियानापर्यंत आठ निरनिराळ्या राज्यांत बिगर-काँग्रेसी संमिश्र मंत्रिमंडळे अस्तित्वात असून, राजस्थानवर राज्यपालांची राजवट लादण्यात आली आहे. या साऱ्याच बिगर-काँग्रेसी संमिश्र मंत्रिमंडळांनी निवडणुकीपूर्वी किमान कार्यक्रम आखलेला नव्हता; परंतु ज्यांनी त्यांना मते दिली, त्यांच्या मनात काही निश्चित स्वरूपाच्या मागण्या होत्याच. साऱ्या देशभर आज सर्वसामान्य माणूस भाववाढ, बेकारी, उपासमार, घरटंचाई व भ्रष्टाचार अशा नाना प्रकारच्या व्याधींनी नाडलेला आहे. या साऱ्या आपत्तींना २० वर्षांची काँग्रेसी राजवट जबाबदार आहे याची पक्की खूणगाठ त्याने मनोमन बांधली व ठिकठिकाणी काँग्रेसला निर्धारपूर्वक सत्ताभ्रष्ट केले. सर्वसामान्य माणसाचा हा प्रक्षोभ इतका प्रचंड होता की, बिगर-काँग्रेसी पक्षांत प्रभावी निवडणूक समझोते न होऊनही बंगाल, बिहार, उत्तरप्रदेश, केरळ, हरियाना, पंजाब या राज्यांत काँग्रेसला निर्णायक पराभव पत्करावा लागला. काँग्रेसला सत्ताभ्रष्ट करून जनतेने बिगर-काँग्रेसी संमिश्र मंत्रिमंडळे अस्तित्वात आणली. तसेच मतदारांना याचीही जाणीव करून दिली पाहिजे की, मध्यवर्ती सत्ता काँग्रेसच्या हाती असेपर्यंत हे प्रश्न प्रभावीरीत्या हाताळता येणार नाहीत'' (गोरे, १९६७ : ११).

### एसेम जोशींची शुद्धी सेनेची कल्पना

भ्रष्टाचाराचे निर्मूलन करण्यासाठी व देशातील युवाशक्ती विधायक कार्यात गुंतविण्यासाठी एस.एम.जोशींनी शुद्धीसेना स्थापन करण्याची कल्पना मांडली होती. राष्ट्राचे संपूर्ण शरीर भ्रष्ट झाले आहे आणि म्हणून सर्वांगीण उपाययोजना झाली पाहिजे. सर्वांगीण उपाययोजना करायची म्हटले म्हणजे लोकशक्ती त्यातून वगळता येत नाही. संतानम समितीने भ्रष्टाचार निर्मूलनासाठी सूचना केल्या; परंतु त्याचा प्रभाव पडला नाही.

भ्रष्टाचार निर्मूलनाचा प्रयत्न शासनाच्या पातळीवर झालाच पाहिजे, परंतु आम जनतेला शुद्धी आंदोलनाने कवेत घेतले पाहिजे. देशात सर्वत्र कष्ट न करता श्रीमंत-संपन्न होण्याची आकांक्षा वाढत आहे. शहरी जीवनात भागपरायणता, डामडौल, भपका वाढला आहे. त्यासाठी काहीही करायला चांगली सुशिक्षित माणसेही मागेपुढे पाहात नाहीत. भ्रष्टाचाराचे मूळ या ठिकाणी आहे. ही परिस्थिती पालटण्यासाठी सैनिकी तडफेने, निर्धाराने आणि प्रसंगी कष्ट सोसून प्रयत्न करावे लागणार आहेत, त्यामुळेच 'शुद्धीसेना' हा शब्द एसेमनी वापरला होता. शुद्धीसेनेचे काम सर्व पातळ्यांवर करावे लागेल.

शुद्धीसेनेमुळे सामान्य जनतेला अभय मिळेल आणि लाचलुचपतखोरांना वचक निर्माण होईल. जेथे जेथे लाचलुचपत, वशिलेबाजी आणि भ्रष्टाचार चालू असेल तेथे तेथे शुद्धी सेना जाईल व तिचे निखंदन करण्याचा प्रयत्न करील. रेल्वे तिकीटघर, रेशनची दुकाने, दूधविक्रीची केंद्रे असे दैनंदिन जीवनातील कितीतरी प्रश्न शुद्धी सेनेला हाताळता येतील. शुद्धीसेना सबंध राष्ट्राच्या जीवनात एक अनुशासन निर्माण करण्याचा प्रयत्न करू शकेल. देशावर आक्रमण करणारे जसे घातक तसे भ्रष्टाचार करणारे देखील घातकच. ते आतून देश पोखरत असतात. त्यांच्यावरही शत्रूप्रमाणे तुटून पडले पाहिजे. ती भावना तरुण पिढीत निर्माण झाली पाहिजे. तरुणांच्या लढाऊ वृत्तीला शुद्धीसेना वाव देईल आणि त्यामुळे ती फोफावू शकेल असा एसेम जोशींना विश्वास वाटत होता. आपल्या लोकांना खर्चीकपणाची सवय लागली आहे, पण देशाची बांधणी करायची तर बचतीची सवय लागली पाहिजे. या दृष्टीनेही शुद्धीसेना पावले उचलू शकेल. शासन, संस्था आणि व्यक्ती या सर्वांच्या जीवनात शुद्धीसेना आली पाहिजे. परंतु देश-काल-पात्र यांच्या संदर्भातच कार्यक्रमाचा विचार केला पाहिजे. शहरात हे आंदोलन सुरू केले पाहिजे. शहरात शुद्धीसेना कार्य करू लागली की अवघ्या देशातल्या वातावरणात फरक पडलेला आपल्याला दिसेल. गांधीजी म्हणत की, भारत खेड्यात वसलेला आहे आणि ते आजही खरेच आहे. परंतु ह्या खेड्यांच्या सर्व नाड्या शहरांच्या हाती आहेत. शहरातून त्यांच्याही जीवनाला वळण मिळत आहे. शहरांचा आदर्श ती गिरवीत आहेत. शहरी जीवनाला भ्रष्टाचार, लाचलुचपत, डामडौल, भपका, खर्चीक सवयी यांचा दुर्धर रोग जडल्यानंतर त्यांची लागण खेड्यांतही पसरते. शहरी जीवनाचे ग्रामीण लोक साहजिकच अनुकरण करतात. शहरातून वळण घेतलेले प्रशासक, शिक्षक, व्यापारी, कार्यकर्ते खेड्यांच्या जीवनात ते विष पसरवीत आहेत. देशाच्या दुराचाराचे उगमस्थान शहरात आहे. भारत खेड्यात जरूर वसला आहे पण देशाची नवी भलीबुरी घडण मात्र शहरे करीत आहेत. त्यामुळे शुद्धीसेनेने शहरातूनच आंदोलन सुरू केले पाहिजे असे एसेम जोशींचे मत होते. स्त्रीशक्ती जागृत झाली तर शुद्धीसेनेला चांगलेच बाळसे चढेल आणि तरुणांप्रमाणे तरुणीही ह्या सेनेत दाखल होतील असे एसेम जोशींचे मत होते (साने गुरुजी, १९६७ : ३ ते ५).

एसेम जोशींच्या मते, चारित्र्यवान माणसांनी या चळवळीचे नेतृत्व करावे. ज्या ठिकाणी उधळपट्टी, डामडौल, भपका, थाटमाट, भ्रष्टाचार आढळून येईल त्या ठिकाणी शुद्धीसेनेच्या स्वयंसेवकांनी निदर्शने केली पाहिजेत. लाचखाऊ व्यक्तीचा शोध घेऊन त्यांची सामाजिकरीत्या अप्रतिष्ठा केली पाहिजे व त्यासाठी कायद्याने मिळणारी शिक्षा सत्याग्रही वृत्तीने सोसण्याची तयारीही ठेवली पाहिजे. एसेमनी सत्याग्रही वृत्तीवर विशेष भर दिला होता, कारण त्यामुळे फक्त पेटलेलीच माणसं या सेनेत सामील होतील व तिचे स्वत:चे स्वरूप शुद्ध ठेवतील.

शुद्धीसेनेने एका बाजूने अशी प्रतिकारात्मक कामे हाती घ्यावी व दुसऱ्या बाजूने श्रमदान, साक्षरता प्रसार, कुटुंब नियोजन प्रचार, आंतराजातीय विवाह अशी रचनात्मक कामे हाती घ्यावी. संघर्ष व रचना यांच्या आधारावर सत्याग्रही समाजवादाचे राष्ट्रीय आंदोलन आता उभारलेच पाहिजे. मूठभर धनिकांनी जनताद्रोही प्रतिक्रांती टाळण्यासाठी व जनहिताच्या आर्थिक सामाजिक क्रांतीचा मार्ग मोकळा करण्यासाठी हे आव्हान आता स्वीकारलेच पाहिजे असे एसेम जोशी म्हणतात (गोरे, १९६७ : ११).

## एस.एम.जोशींचे लोकसभेतील कार्य

संसद सदस्य म्हणून एस.एम.जोशी यांना भरपूर लोकप्रियता मिळाली आणि ते लोकांचे नेते म्हणून समजले जाऊ लागले. राष्ट्रपतींच्या अभिभाषणावरील चर्चेत सहभागी होताना, महाराष्ट्रातील भूधारण सुधारणांच्या संबंधात बोलताना किंवा अनुसूचित जाती व जमाती यांच्या संबंधातील चर्चेत किंवा बेकायदेशीर कृतिविरोधी बिल (१९६७) किंवा त्याच्या १९६९ मधील सुधारणा विधेयकावर चर्चा करताना एसेम म्हणाले होते की, यामुळे शासनाला हुकूमशाहीचे जुलूम करण्याचे अधिकार मिळतात. लोकांच्या लोकशाही हक्कांच्या बाबतीत ते कोणतीच तडजोड करण्यास राजी नसत. अनुसूचित जाती व जमाती यांच्या संबंधातील शासनाच्या धोरणाबाबत ते फार टीका करीत.

एसेम जोशी यांना सुरुवात म्हणून संसदीय लोकशाही हवी होती. कालांतराने राजकीय सत्ता जनतेच्या हाती निश्चितपणे येणे त्यांना अपेक्षित होते. गांधीजी म्हणाले होते की, "पार्लमेंट खरे तर वांझोटेच आहे. भारतात त्याचे स्वरूप बदलेल असे मला वाटत नाही. आपले पार्लमेंट वांझच राहील. दुष्ट मुलाला जन्म देणार नाही या आशेवर मी जगतो. पार्लमेंटचा आवाज हा खऱ्या अर्थाने लोकांचा आवाज राहील आणि तो भाडोत्री मतदारांचा नसेल हे खात्रीपूर्वक साधण्यासाठी मी अनेक प्रकार सुचवत आहे. भारताला जास्तीतजास्त हितावह ठरेल अशा पद्धतीच्या शोधात आम्ही आहोत." या संदर्भात हे लक्षात ठेवणे आवश्यक आहे की, एसेम जोशी यांना येथील लोकशाही ही अधिक वास्तव करावयाची होती. देशाचा कारभार चालवण्यात प्रत्येकाने सहभागी व्हावे व आपली भूमिका पार

पाडावी असे त्यांना वाटत असे. पार्लमेंट म्हणजे केवळ एक सांकेतिकपणे काम करणारी संस्था असे त्यांना नको होते (पाटील, १९९२ : १८-१९). त्यानुसार त्यांनी विवेकाने शक्य तेथे विरोध व शक्य नसेल तेथे स्वागत करून विधेयकांना दुरुस्त्या सुचविल्या. त्यांच्या लोकसभेतील कालावधीत मांडलेल्या विधेयकांपैकी ४० विधेयकांवरील चर्चेत त्यांनी भाग घेतला होता. काही ठरावांवर आपले मत व्यक्त केले होते. जागृत लोकसभा सदस्य म्हणून त्यांचे लोकसभेतील कार्य अभिनव स्वरूपाचे होते.

लोकसभेत दरवर्षी पहिल्या अधिवेशनात राष्ट्रपती जे अभिभाषण करतात त्या अभिभाषणाचा अभ्यास करून निर्भीडपणे त्यावर समीक्षण केले. १९६७ एप्रिल मधील राष्ट्रपतींच्या अभिभाषणावर बोलताना त्यांनी आरोप केला की, राष्ट्रपतींच्या अभिभाषणात त्यांनी जनतेचा दृष्टिकोन डोळ्यांसमोर ठेवलेला नसून केवळ सत्तारूढ पक्षाचाच विचार केलेला आहे; कारण अभिभाषणात चौथ्या सार्वजनिक निवडणुकीत काँग्रेसला मिळालेले बहुमत याविषयीच अधिक चर्चा केलेली आहे. त्यावर एसेमनी विरोधी पक्षांना उद्देशून सभागृहात स्पष्ट केले होते की, जनतेला काँग्रेसच्या विरोधात दुसरा बलवान पक्ष स्थापन होईल असे वाटत होते, पण तसे मात्र झाले नाही, म्हणून जनतेने विरोधी पक्षांना धडा शिकविण्यासाठी केंद्रात काँग्रेसला बहुमत दिले, पण निम्म्यापेक्षा जास्त राज्यांतून काँग्रेस पक्षाला सत्तेवरून दूर केले. विरोधी पक्षांनी हा अनुभव लक्षात घेऊन संघटित व्हावे, आपले कर्तव्य पाळावे अशी जाणीव करून दिली होती. तसेच सरकारच्या लक्षात आणून दिले की, जनतेने केंद्रात दिलेला प्रतिसाद म्हणजे काँग्रेसच्या वर्चस्वी धोरणामुळे विजय झालेला नाही (विसपुते, २००० : २६५,२६६).

१५ फेब्रुवारी १९६८ रोजी एस.एम.जोशींनी राष्ट्रपतींच्या अभिभाषणावरील चर्चेत भाग घेऊन सांगितले होते की, राष्ट्रपतींचे अभिभाषण नीरस, रुचिहीन आणि कोरडे आहे.

यावरून काँग्रेस पक्ष आणि सरकारमध्ये समजूतदारपणा आला आहे अशी माझी समजूत होती असे एसेमनी सांगितले. देशाची परिस्थिती सुधारण्यासाठी आणि खास करून लोकशाही यशस्वी करण्यासाठी फक्त कायदा आणि शस्त्रांचा वापर करणे योग्य नाही. लोकशाहीमध्ये लोकांना फार महत्त्व आहे आणि लोकांचे विरोधी पक्षातील जे प्रतिनिधी आहेत त्यांच्याशी सत्ताधारी पक्षाने सल्लामसलत करून आपल्या देशासमोर ज्या समस्या आहेत त्यावर मार्ग शोधण्याचा प्रयत्न केला पाहिजे. आम्हाला आपल्या देशात लोकशाही मार्गाने नवी समाजव्यवस्था निर्माण करावयाची आहे. त्या दृष्टीने सत्ताधारी पक्ष काहीच वाटचाल करीत नाही. पुढील काळात काय होईल याची चिंता आहे. राष्ट्रपतींचे अभिभाषण हे काँग्रेस पक्षाच्या इच्छेचेच प्रतीक आहे. सध्या काँग्रेस पक्ष ज्या अयोग्य मार्गाचा अवलंब करीत आहे त्याचे विवेचन होणे गरजेचे होते. डॉ. बाबासाहेब आंबेडकरांनी घटना परिषदेत भाषण करताना स्पष्टपणे सांगितले होते की, घटनेनुसार राजकीय समानता

दिलेली आहे. परंतु आर्थिक आणि सामाजिक समानता आपल्या देशात प्रस्थापित झाली नाही तर घटना भंग होईल, परंतु सरकारने वीस वर्षांत त्या दृष्टीने काहीही वाटचाल केलेली नाही. काँग्रेसची स्थिती गतिरोधाची आहे. स्वातंत्र्यपूर्व काळात उद्दिष्टानुसार लोकांच्या इच्छा-आकांक्षांनुसार आर्थिक, सामाजिक परिस्थिती निर्माण करता आली नाही. काँग्रेसने समाजवादाला त्या काळात विरोध केला होता; म्हणून समाजवादी विचारसरणीच्या लोकांनी काँग्रेसचा त्याग करून काँग्रेस समाजवादी पक्षाची स्थापना केली होती. नंतरच्या काळात पंचवार्षिक योजना सुरू करून काँग्रेसने काहीअंशी समाजवादाचा पुरस्कार केला. राष्ट्रपतींनी अभिभाषणात सांगितले आहे की, लोकशाही संस्थांच्यावर आमचा भविष्यकाल अवलंबून आहे. त्यासाठी लोकशाही संस्था चांगल्या प्रकारे चालविल्या पाहिजेत. परंतु एसेमनी लोकशाही संस्था आपल्या देशात चांगल्या प्रकारे चालविल्या जात नाहीत अशी खंत व्यक्त केली होती. काँग्रेस जेव्हा शक्तिशाली होती तेव्हा विरोधी पक्षात फूट पाडून त्यांना दुर्बल, कमकुवत बनविण्याचा प्रयत्न केला. आज काँग्रेसमध्ये सरंजामी विचारांचे लोक आहेत अशी टीका एसेम जोशींनी केली होती. काँग्रेसच्या या धोरणामुळे बंगाल, बिहार, उत्तरप्रदेश, आसाम या राज्यांत अस्थिरता निर्माण झाली आहे. लोकशाही तत्त्वांची काँग्रेस पक्षाकडून पायमल्ली होत आहे. विरोधी पक्षांना महत्त्व दिले जात नाही. त्यांची अशी समजूत आहे की, काँग्रेस हेच राष्ट्र आहे. अशीच स्थिती पुढे चालू राहिली तर लोकशाही जिवंत राहणार नाही, असे मत एसेम जोशींनी व्यक्त केले होते.

म्हैसूर आणि महाराष्ट्र यांच्यातील सीमा तंटा सोडविण्यासाठी न्या. महाजन कमिशनची नियुक्ती केली, त्यावेळी विरोधी पक्षाशी विचारविनिमयही केला गेला नाही. सीमाभागातील लोकांनाही विश्वासात घेतले नाही. संपूर्ण महाराष्ट्र समितीबरोबर विचार विनिमय करणे गरजेचे होते. त्यांनी हिंदी भाषेचे समर्थन केले होते. देशात हिंदी ही संपर्क भाषा असली पाहिजे, असे त्यांचे मत होते. एसेम जोशींच्या मते, राष्ट्रपतींनी अभिभाषणात सांगितले होते, परंतु हे सरकार पुरातनवादी आहे. त्याच्यात कोणताच बदल होत नाही. त्यामुळे कोणताही डायनेमिक बदल दिसत नाही, म्हणून एसेम जोशींनी सांगितले होते की, 'कुंठितावस्था नष्ट केली पाहिजे. समाजवादी विचारसरणीच्या लोकांनी एकत्र येऊन भारतात समाजवादी समाजरचना प्रस्थापित केली पाहिजे' (लोकसभा डिबेट, १९६८ : ११५०, ११५८, ११५९).

१९६९ मधील अभिभाषणाच्या चर्चेत २२ फेब्रुवारी रोजी आपल्या भाषणात एस.एम.जोशींनी सांगितले की, आजच्या परिस्थितीला अनुकूल ज्या सुधारणा करणे आवश्यक आहे, त्यांची तरतूद राष्ट्रपतींच्या अभिभाषणात केलेली नाही. देशातील कामगारांचे प्रश्न, कापड गिरण्या बंद होणे, बेकारी, विद्यार्थ्यांमधील असंतोष, भाषिक व

प्रांतिक झगडे या बाबतीतही तरतूद नाही. सरकारला जाणीव आहे की, देशातील सर्वांगीण आर्थिक विकासासाठी व ती समस्या सोडविण्यासाठी राजकीय स्थैर्याची आवश्यकता आहे. स्वातंत्र्य मिळाल्यानंतर जनतेला असे आश्वासन दिले होते की, आम्ही गरिबांसाठी युद्धपातळीवर लढू आणि त्यासाठीच पंचवार्षिक योजना बनविली. राष्ट्रीय उत्पन्न वाढावे, मजुरांचे राहणीमान उंचावावे आणि बेरोजगारी नष्ट व्हावी, परंतु त्याबाबत अभिभाषणात पूर्तता केलेली नसल्याची खंत व्यक्त केली होती. पंचवार्षिक योजनेतून गरिबी व श्रीमंती यातील दरी कमी झालेली नाही, तर ती उलट वाढत आहे असे पुरावे सादर करून सरकारच्या लक्षात आणून दिले व सभागृहाला पटवून दिले. सरकार जाणूनबुजून गरिबांकडे दुर्लक्ष करून ठरावीक लोकांचेच हित साधते, असा आरोप केला होता. घटकराज्यांना देखील समानतेने विकासाची संधी दिली जात नाही, त्यामुळे देशातील संतुलन बिघडते, म्हणून सरकारला सूचित केले होते की, जोपर्यंत समतोल साधला जात नाही तोपर्यंत देशात स्थैर्य प्राप्त होत नाही. गरीब आणि श्रीमंत यांच्यातील अंतर कमी व्हावे म्हणून प्रयत्न केले पाहिजेत. 'जोपर्यंत गरीब आणि श्रीमंत यांच्यातील संघर्ष चालू राहील, तोपर्यंत माझ्यासारखे लोक गरिबांना मदत करीत राहतील.' अशा प्रकारे देशातील विषमता निर्मूलनासाठी सरकारला महत्त्वपूर्ण मुद्यांवर मार्गदर्शन केले होते. लोकशाही मूल्यांची जोपासना व्हावी म्हणून संसदीय मार्गाने सरकारची कानउघडणी केली (विसपुते, २००० : २६८-२६९).

७ ऑगस्ट १९६७ रोजी अनुसूचित जाती व अनुसूचित जमाती यांच्या बाबतीतील आयुक्तांचा चौदावा (१९६४-६५) व पंधरावा (१९६५-६६) अहवाल यावरील लोकसभेतील चर्चेत एस.एम.जोशींनी सांगितले की, या अहवालावर जितक्या गंभीरपणे विचार करावयास पाहिजे तितक्या गंभीरपणे आपण तो करीत नाही हे खरोखरच खेदजनक आहे. केवळ आकड्यांच्या आधारे विचार न करता गुणात्मक बदल घडवून आणण्याच्या आपण मागे लागले पाहिजे. महाराष्ट्राच्या सुदैवाने येथे अनुसूचित जातींचा एक महान नेता, एक उद्धारकर्ता उदयास आला. परंतु त्याही राज्यात अनुसूचित जातींच्या लोकांची स्थिती वाईट होती. त्यानंतर त्यांची स्थिती बरीच काही सुधारली. परंतु काही वर्षांपूर्वी डॉ. बाबासाहेब आंबेडकरांनी त्या राज्यात भूमीसाठी एक मोठी चळवळ सुरू केली. एसेम जोशी म्हणतात की, 'त्यावेळी त्या राज्यात अनुसूचित जातीतील लोकांनी सुरू केलेल्या या चळवळीइतकी मोठी चळवळ स्वातंत्र्योत्तर काळात आम्ही पाहिली नव्हती.' याचा अर्थ असा की, या प्रश्नाला पुरेसे महत्त्व देण्यात आलेले नव्हते. त्या चळवळीतील मागण्या काही प्रमाणात मान्य करण्यात आल्या, परंतु त्यासंबंधातील कार्यवाही पूर्णपणे करण्यात आलेली नाही. वरच्या जातीच्या लोकांची मानसिकता अजून बदललेली नाही. महाराष्ट्रात जेथे डॉ. बाबासाहेब आंबेडकरांच्या नेतृत्वाखाली विशाल चळवळ सुरू करण्यात

आली, अशा महाराष्ट्रात जर अनुसूचित जातींच्या लोकांना वाईट वागणूक मिळत असेल आणि त्यांना अन्याय सहन करावा लागत असेल तर या जातींच्या लोकांची अन्य राज्यांत काय स्थिती असेल याची कल्पनाच केलेली बरी. मुंबई आणि पुणे यासारख्या शहरांत लोकांना गलिच्छ वस्त्यांतच राहावे लागते. या शहरांत त्यांना घरेच मिळत नाहीत. या लोकांसाठी घरे बांधण्याकरिता जागाच ठेवलेली नाही. या लोकांना राहण्यासाठी घरे मिळाली पाहिजेत, परंतु असे होत नाही.

एस.एम.जोशींच्या मते, अनुसूचित जातींचे लोक लाचारीने मागतात म्हणून त्यांच्यासाठी नोकरीत आरक्षण आहे असे नाही; पण नोकरशाही आणि उच्चवर्णीय यांचा त्यांच्या विरोधात जो गलिच्छ कट आहे, तो हाणून पाडता यावा म्हणून त्यांना हे आरक्षण असायला हवे. बिहारमधील काँग्रेस सरकारने अनुसूचित जातींच्या लोकांसाठी घरकुल कायदा केला आहे, परंतु त्याची अंमलबजावणी सरकारने केलेली नाही. पूर्णिया जिल्ह्यात बळजबरीने लोकांना घरांतून हाकलण्यात येते. शेत बटाईने लावण्यासंबंधी एक दुसरा कायदा आहे, पण तोही काही उपयोगाचा नाही असे दिसून आले आहे. बटाईदार जमीन कसतो, पण सुगीच्या वेळी त्यांचे सर्व पीक नेले जाते. बटाईदार म्हणून त्यांच्या नावाची नोंद देखील होत नाही. यासाठी केवळ कायदा करून उपयोग नाही. लोकमत तयार केले पाहिजे व लोकांची चळवळ उभी केली पाहिजे (पाटील, १९६७ : ७७ ते ७९).

वेतन-गोठण धोरणावरील ठरावावर ११ ऑगस्ट १९६७ रोजी एस.एम.जोशींनी चर्चेत भाग घेऊन स्पष्ट केले की, पगार आणि किमती गोठवल्या पाहिजेत अशी चर्चा सुरू आहे, परंतु हे चुकीचे आहे. कामगारांचे पगार अगोदरच गोठवले गेले आहेत. पगारात कोणतीही वाढ दिली जात नाही. आज आमचा लढा आहे तो यासाठी की भविष्यात कामगारांना आज जे वेतन घेतात त्यापेक्षा त्यांना वास्तविक वेतन (रिअल वेजेस) कमी मिळू नये. प्रत्यक्षात आम्ही हे गोठलेले पगार खुले करण्याच्या प्रयत्नात आहोत. वास्तविक वेतन कमी होऊ नये असे आम्हाला वाटते. आम्ही जास्त काही मागत आहोत असा गैरसमज पसरवला जात आहे, हे बरोबर नाही. विरोधी पक्ष नेते मोरारजी देसाईंना भेटले तेव्हा ते म्हणाले की, महागाई भत्त्याबाबतच्या गजेंद्रगडकर समितीच्या शिफारशी अमलात आणल्या तर त्यांना १७५ कोटी रु. खर्च करावे लागतील आणि त्यांच्या मते, कामगारांच्या हाती १७५ कोटी रुपये पडले तर किमती आणखी वाढतील.

त्यांना असे सांगण्यात आले की, असे होणार नाही. रिझर्व्ह बँकेचे असे मत आहे की, ‘पगारामुळे किमती वाढत नाहीत. उलट वस्तुस्थिती अशी आहे की, किमती वाढल्या म्हणजेच पगार वाढवण्याची मागणी केली जाते. परंतु श्री. मोरारजी देसाई हे कधीच मानणार नाहीत. भांडवलदारांचा आणि मोठ्या लोकांचा प्रश्न असेल तर मोरारजीभाई

कठोर पावले उचलणार नाहीत.' परंतु कामगारांच्या हिताची गोष्ट असेल तर मोरारजीभाई त्याला कडाडून विरोध करतील. कामगार संपावर गेले की, त्यांना चिरडण्याचाच विचार ते करतात. परंतु एसेमनी स्पष्ट सांगितले की, 'हे चालणार नाही. इंटकने आणि अन्य कामगार संघटनांनी आता ठरवले आहे की, अशी मुस्कटदाबी चालू द्यायची नाही.' ह्याचा संबंध कोणत्याही एका पक्षाशी नाही. कामगारांच्या हिताचा हा प्रश्न आहे. सामाजिक न्यायाचा हा प्रश्न आहे. एसेमनी असे सुचविले होते की, भाववाढ जर रोखावयाची असेल तरी एकच मार्ग आहे आणि तो म्हणजे ज्यांच्याजवळ एक लाखांहून अधिक पैसा आहे त्यांनी विशेष कर भरावा किंवा लेव्ही द्यावी. कामगारांच्या महागाईभत्त्यात वाढ हेच काही किमती वाढण्याचे एकमेव कारण नाही. मोठे भांडवलदार यासाठी जबाबदार आहेत; असे सांगून एसेम जोशींनी या प्रस्तावाचे समर्थन केले होते. त्याचबरोबर एसेमनी सरकारला असेही सांगितले होते की, कामगारांच्या मागण्या दडपून त्यांच्यावर अन्याय झाल्यास सहन केले जाणार नाही (पाटील, १९६७ : ८१ ते ८४).

२४ नोव्हेंबर १९६७ रोजी कायदेमंडळ सदस्यांच्या पक्ष बदलासंबंधीच्या प्रस्तावावरील चर्चेत एसेमनी सांगितले की, असे प्रस्ताव आणून किंवा कायदे करून देशातील सद्य:स्थिती आम्ही बदलू शकत नाही. आपल्या देशातील जीवन कसे घसरणीला लागले आहे त्याचे हे एक लक्षण आहे. केवळ कायदा करून ही स्थिती सुधारता येणार नाही. मा. यशवंतराव चव्हाण मुख्यमंत्री असताना म्हणाले होते की, महाराष्ट्र एका संक्रमण अवस्थेतून जात आहे. परिस्थिती गोंधळाची आहे आणि राजकीय निष्ठा बदलत आहेत. अशा संक्रमण काळात पक्ष बदलण्याचा किंवा सभागृहातही दल बदलण्याचा त्यांना हक्क आहे. यशवंतराव चव्हाण मुख्यमंत्री होते आणि एसेम जोशी विरोधी पक्षनेते होते तेव्हा यशवंतराव चव्हाण एसेमना म्हणाले होते की, 'तुमच्या पक्षातले काही लोक आमच्या पक्षात येणार आहेत.' याबाबतीत एसेमचे मतही त्यांनी विचारले. एसेम जोशी त्यांना म्हणाले की, ''पक्ष सोडणाऱ्या लोकांना आपल्या पक्षात त्यांना घ्यायचे असेल तर ते घेऊ शकतात. परंतु अशा लोकांना किमान पाच वर्षे अलग ठेवले पाहिजे. मगच किती सदस्य आमच्या पक्षातून तुमच्या पक्षात येतात हे निश्चित कळेल.'' परंतु त्यांनी तसे केले नाही. उलट, अशा दलबदलू लोकांना त्यांनी मंत्रिपद दिले आणि मग हा दलबदलूपणाचा तमाशा सुरू झाला. असा दलबदलूपणा रोखण्यासाठी काही उपाय योजले पाहिजेत. काहीतरी संकेत निश्चित केले पाहिजेत, कारण अशा संकेतांशिवाय केवळ कायदा करून आपल्याला आपले उद्दिष्ट साधता येणार नाही, असे एसेम जोशींचे मत होते (पाटील, १९६७ : ८५ ते ८८).

दिल्लीतील शिक्षकांच्या आंदोलनासंदर्भात २९ फेब्रुवारी १९६८ रोजी झालेल्या लोकसभेतील चर्चेत एसेम जोशींनी सांगितले, शिक्षकांच्यावर अन्याय केला गेला आहे

आणि ते बरोबर नाही. त्यांनी संपावर जायला नको होते हे बरोबर आहे, पण शासनाचीही शिक्षकांच्या बाबतीत काही जबाबदारी आहे, ती शासनाने घेतली पाहिजे. शासन जबाबदारी घेत नाही. उलट, शिक्षकांनाच दोषी ठरविले जाते हे योग्य नाही. कोठारी आयोगाच्या अहवालाचा संदर्भ देऊन एसेमनी सांगितले होते की, सरकारकडे पैसे नाहीत म्हणून ते शिक्षकांना देऊ शकत नाहीत. यावर एसेम जोशींनी उपाय सांगितला होता की, शिक्षक आणि शासन यांनी एक लवाद नेमावा. त्याच्यासमोर दोघांची चर्चा व्हावी. लवादाने सांगितले की, शिक्षकांना पैसे दिले पाहिजेत तर ते आपण मान्य केले पाहिजे आणि सरकार नाही म्हणाले तर आपण सर्व लोकांनी मोरारजी देसाईंना घेराव घातला पाहिजे (पटवर्धन, १९९१ : ४९ ते ५०).

वृत्तपत्र कर्मचाऱ्यांच्या संपाविषयी ३० जुलै १९६८ रोजी एस.एम.जोशींनी लोकसभेत सांगितले की, वृत्तपत्र उद्योगातील पत्रकार व अन्य कर्मचारी यांचा संप सुरू झाला आहे आणि वृत्तपत्रवाचक आणि भारतीय कामगार चळवळ यांच्या दृष्टीने ही एक विशेष बाब आहे. एस.एम.जोशींच्या मते शक्यतो संप टाळावेत. दुसरा कोणताही उपाय शिल्लक नसेल तरच संपाचा अवलंब करावा. औद्योगिकदृष्ट्या आपल्या देशाने अद्याप पुरेशी प्रगती केली नाही. शक्यतोवर आपल्या देशात संप नसावेत. उत्पादन चालू राहावे आणि औद्योगिक शांतता पाळली जावी. सामूहिक वाटाघाटी कराव्या. म्हणजे औद्योगिक शांतता व सुसंवाद राखला जाईल. वेतनासंबंधी सामूहिक वाटाघाटीचा मार्गच उत्तम वाटतो (पाटील, १९६७ : ९०-९१). एस.एम.जोशींनी १४ ऑगस्ट १९६८ रोजी ग्रामीण गृहनिर्माण विकास (निवासी) ठरावावरील चर्चेत भाग घेऊन या ठरावाला त्यांनी पाठिंबा दिला होता. त्यांनी सांगितले की, आपल्याला देशात सामाजिक परिवर्तन घडवून आणावयाचे आहे. अजूनही ग्रामीण भागात घरे आणि वस्त्या ह्या जातीप्रमाणे उभारल्या जातात. महाराष्ट्रात अनुसूचित जातींचे लोक आणि बिगर अनुसूचित जातींचे लोक वेगवेगळे राहतात. यावरून असे दिसते की, आपला समाज अजूनही जातिनिहाय विभागला आहे. हा ग्रामीण गृहनिर्माण विकास कार्यक्रम जर आपण जातीनिरपेक्ष तत्त्वावर हाती घेतला तर आपण एक योग्य काम हाती घेतले असे होईल. एवढेच नाही तर एक सामाजिक क्रांतीचा विचार आम्ही प्रस्तुत केला असेही होईल आणि आपल्या ग्रामीण बांधवांच्या जीवनाला एक वेगळाच आकार आपण देऊ शकू. खेड्यात जेव्हा आम्ही घरबांधणीसाठी पैसा खर्च करू तेव्हा आम्ही एक अशी अट त्यात घालू की, या योजनेखाली बांधली जाणारी घरे अशाच लोकांना दिली जातील की, त्यांची जात कोणतीही असली तरी ते एकाच एकसंध समाजाचे म्हणून राहतील. महाराष्ट्रात कोयनेची दुर्घटना घडली तेव्हा सभागृहात एसेमनी सांगितले होते की, हीच एक चांगली वेळ आली आहे की, आपण नवी खेडी आणि नवी घरे जातिनिहाय न बांधता सर्वांसाठी एकत्र बांधावीत व त्यांना तेथे राहणे थोडेसे भाग

पाडावे. आपण आपला ग्रामीण गृहनिर्माण कार्यक्रम अशा रीतीने पार पाडला तर ते सामाजिक परिवर्तनाचे आणि सामाजिक क्रांतीचे एक साधन ठरेल. देशामध्ये खऱ्या अर्थाने यामुळे सामाजिक क्रांती येऊ शकेल (पाटील, १९६७ : ९५ -९६).

केंद्रीय कर्मचाऱ्यांच्या मागण्यांवरील प्रस्तावावरील चर्चेत भाग घेऊन ३० ऑगस्ट १९६८ रोजी एस.एम.जोशींनी सांगितले की, १९६० च्या केंद्रीय कर्मचाऱ्यांच्या संपालाही मीच जबाबदार होतो. आमच्यावर असा आरोप करण्यात येतो की, आम्हाला नेतृत्व टिकवायचे असते आणि आमचे हितसंबंध जोपासावयाचे असतात आणि म्हणून आम्ही लोकांना संपावर जाण्यास चेतवतो. खरे तर मी अशा लोकांपैकी एक आहे की, जे नेहमीच समझोता घडवू पाहतात. परंतु समझोत्यालाही मर्यादा असतात. १९६० मध्ये कर्मचाऱ्यांना महागाई भत्ता मिळावा अशी मागणी करण्यात आली होती आणि जेव्हा ही मागणी फेटाळण्यात आली तेव्हा संप केल्याशिवाय त्यांना गत्यंतर नव्हते. हा काही फक्त सचिवालयीन कर्मचाऱ्यांचाच प्रश्न नाही तर रेल्वे, संरक्षण, बांधकाम विभाग, पोस्ट व तार खाते आणि उत्पादनाशी संबंधित असलेल्या महसूल देणाऱ्या आणखी काही आस्थापनांतील कर्मचाऱ्यांशी याचा संबंध आहे. टाटांच्या कारखान्यातील कामगारांना संपाचा हक्क असेल आणि संरक्षण सामग्री उत्पादन, दारूगोळा कारखाने इत्यादींमध्ये काम करणाऱ्या कामगारांना जर तो नसेल तर त्यांना अन्य मार्ग उपलब्ध असले पाहिजेत.

एस.एम.जोशींनी स्पष्ट सांगितले की, ''आपल्या देशातील कर्मचाऱ्यांना न्याय मिळाला नाही, तर ते आपल्या देशाची चांगली सेवा करू शकणार नाहीत, आपली कार्यक्षमता वाढवू शकणार नाहीत आणि सरकार या सर्वांना जबाबदार असेल.'' सरकार आणि कर्मचारी दोघांनीही कराराचे पालन केले पाहिजे. काही दिवसांपूर्वी पंजाबमधील 'रोडवेज' संबंधात करार करण्यात आला. सरकारने तो मोडला आणि त्याच्या निषेधार्थ कर्मचारी संपावर गेले. त्यांना कामावरून काढण्यात आले. खरे तर हा प्रश्न आपल्या नैतिकतेचा प्रश्न आहे. आपण करार करतो व तो पाळत नाही, यात नैतिकता नाही. परकीय देशांशी केलेले करार आपण पाळतो, पण आपले आपसातले करार पाळत नाही. एसेमनी असेही सुचविले होते की, ''कर्मचाऱ्यांनी आपल्या न्याय्य हक्कांसाठी जरूर लढावे त्याचबरोबर त्यांनी आपली कर्तव्येही निष्ठापूर्वक पार पाडावीत.'' कर्मचाऱ्यांना जेव्हा संपावर जाणे भाग पाडले जाते, तेव्हा त्यांच्या हातूनही एक राष्ट्रीय कार्य होत असते (पाटील, १९६७ : ९७, ९९, १००).

३ एप्रिल १९६८ रोजी शिक्षणविषयक मागणीसंदर्भातील प्रस्तावावर चर्चा करताना एसेमनी स्पष्ट केले की, स्वातंत्र्यानंतर आमचे नेते शिक्षणाकडे पूर्णपणे लक्ष देतील, परंतु असे झाले नाही. राष्ट्रनिर्माण कार्यात मुलांच्या शिक्षणाला प्रथम प्राधान्य दिले पाहिजे. या देशात जे मोठमोठे नेते झाले त्यांनी आपल्या जीवनात शिक्षणाला फार महत्त्व दिले होते.

राजा राममोहन रॉय, महात्मा फुले, डॉ. आंबेडकर, लोकमान्य टिळक, महात्मा गांधी यांनी सांगितले होते की, आम्ही आमच्या मुलांना चांगल्या प्रकारे शिक्षण दिले नाही तर जो स्वतंत्र भारत आपण बनवू इच्छितो तो बनवू शकणार नाही. १९२० साली महात्मा गांधींनी असहकार चळवळ सुरू केली होती. स्वदेशीप्रमाणेच राष्ट्रीय शिक्षणाचाही कार्यक्रम दिला होता. स्वतंत्र भारतात आदर्श नागरिक निर्माण करण्यासाठी योग्य शिक्षण दिले पाहिजे. घटनेतील मार्गदर्शक तत्त्वांनुसार १० वर्षांच्या आत १४ वर्षांखालील मुलांना मोफत आणि सक्तीचे शिक्षण मिळाले पाहिजे. शिक्षणाकडे आपण दुर्लक्ष केल्यामुळेच आज देशाची ही दुर्व्यवस्था झाली आहे. बिहार, बंगाल, उत्तर प्रदेश अशा राज्यांत शिक्षणाकडे दुर्लक्ष केले जात आहे. भारतात विविधता असल्यामुळे धर्मनिरपेक्षतेचे शिक्षण दिले पाहिजे. आज देशात कम्युनॅलिझमचे वातावरण पसरत आहे. सर्व राज्यांमध्ये हिंदीचा स्वीकार केला पाहिजे. मुलांच्या इच्छेनुसार, त्यांच्या आवडीनुसार शिक्षण दिले पाहिजे. (लोकसभा डिबेट, १९६८; पृ. १९८७ ते १९९०, १९९३, १९९५).

लोकसभेत बिहार राज्यातील राष्ट्रपती राजवटीसंदर्भात ठराव मांडला होता. या प्रस्तावावरील चर्चेत एसेम जोशींनी २५ जुलै १९६८ रोजी भाग घेऊन सांगितले की, बिहारमध्ये राज्यघटनेनुसार लोकशाही पद्धतीने राज्यकारभार करणे अशक्य आहे, म्हणून राष्ट्रपती राजवट लागू करण्यात आली आहे. राष्ट्रपती राजवट लागू करणे अयोग्य आहे परंतु तेथील कारभार लोकशाही मार्गाने चालू होईपर्यंत राष्ट्रपती राजवट अनिवार्य आहे. बिहार हे महत्त्वाचे राज्य आहे, कारण बिहार हे देशाच्या सीमेलगतचे राज्य आहे. अशा राज्यात अस्थिरता निर्माण होणे देशाच्या सुरक्षिततेच्या दृष्टीने धोकादायक आहे. बिहारमध्ये जमीनदारी मोठ्या प्रमाणात आहे. तेथील भूमिहीन कुळांच्या हलाखीच्या परिस्थितीचा सरकारने विचार करावा. बिहारमधील शेतकरी व बटाईदार यांच्या मागण्या पूर्ण करता आल्या नाहीत. काँग्रेस सरकारने बटाईदारांच्यासाठी १९५९ मध्ये कायदा केला होता, परंतु त्याची अंमलबजावणी झाली नाही. जेव्हा संविदचे सरकार बिहारमध्ये आले तेव्हा मा. जयप्रकाश नारायण, महामाया बाबू आणि इतर संविद नेत्यांनी निर्णयाची अंमलबजावणी करण्याचा निर्णय घेतला, पण तसे काही घडले नाही. बिहारात कुळांच्यावर मोठ्या प्रमाणावर अन्याय होत आहे. जो जमीन कसतो, स्वकष्टाने पीक पिकवतो त्याला काहीच मिळत नाही. त्यामुळे कायदा झाला तो १४ शेर मालकाला आणि २६ शेर शेतकऱ्याला मिळाले पाहिजे; पण कायदा होऊनही तो कार्यवाहीत आलाच नाही. ५०-५० चा सुद्धा कायदा नाही. एक प्रकारे शेतकऱ्याला लुटले जाते. अशा प्रकारे अन्याय होत असल्यामुळे तेथील लोकांत असंतोष निर्माण झाला आहे त्यातूनच ही अस्थिरता निर्माण झाली आहे (लोकसभा डिबेट, १९६८ : १६१६ ते १६१९).

१९६७ साली एस.एम.जोशी हे संसदेत निवडून गेल्यानंतर बिहारचा पूर्णिया जिल्हा

हा एका अर्थाने दत्तक घेतला होता असे म्हणावयास हरकत नाही. त्यावेळच्या संयुक्त सोशॅलिस्ट पक्षाने भूमिमुक्ती आंदोलन मोठ्या प्रमाणात हाती घेतले होते आणि एस.एम.जोशी हे संयुक्त सोशॅलिस्ट पक्षाचे अध्यक्ष असल्यामुळे त्यांनी बिहारला पूर्णिया जिल्ह्यात हे आंदोलन संघटित केले. अगोदरच बिहार हा मागासलेला व जमीनदारांचे मोठ्या प्रमाणात वर्चस्व असलेला प्रांत; त्यातच पूर्णिया जिल्ह्यात ही स्थिती होती. जवळजवळ १०-१० हजार एकराचे मालक जमीनदार पूर्णिया जिल्ह्यात होते. हे जमीनदार गोरगरीब शेतकऱ्यांकडून व भूमिहीन लोकांमधून बटाईदार पद्धतीने आपली शेती करून घेतात. ही पद्धत एका दृष्टीने आपल्याकडच्या कूळपद्धतीप्रमाणे आहे. या कुळांना बिहारमध्ये कोणत्याही प्रकारची शाश्वती नाही. गरिबी मोठ्या प्रमाणात असल्यामुळे जमीनदारांची जमीन बटाईने मिळण्यासाठी कुळांमध्ये आपआपसांत भांडणे लावून देण्याने जमीनदारांना यश मिळते.

बिहारमध्ये बटाईदारासंबंधी जो कायदा झाला आहे त्या कायद्यानुसार बटाईदारांची नोंद करण्याची तरतूद आहे. नोंदलेल्या बटाईदारांना कायद्याप्रमाणे जमिनीवरून हुसकावून देता येत नाही, परंतु जमीनदार व महसूल खात्याचे अधिकारी हे उच्च जातीचे असल्यामुळे आपसात साठगाठ करून कुळांची नोंदच होऊ देत नाहीत व त्यामुळे पोटासाठी जमीनदार सुचवेल त्या अटीवर बटाईने जमीन करण्यासाठी गरीब व भूमिहीन शेतकरी लाचारीने तयार होतात. बिहारचा दुसरा प्रश्न म्हणजे बिहार सरकारच्या मालकीची हजारो एकर जमीन आहे. ही जमीन भूमिहीनांना मिळावी अशी कल्पना आहे. परंतु बऱ्याच ठिकाणी बड्या जमीनदारांनी सरकारी जमिनीवरती देखील कब्जा करून गरिबांना जमिनीपासून वंचित केले आहे. बिहारमध्ये कायद्याचे राज्यच अस्तित्वात नाही. शेतमजुरांना कायद्याप्रमाणे किमान वेतन मिळत नाही. जमीनदारांचे गुंड आणि सरकारी अधिकारी हे एकत्र होऊन वाटेल तसा नंगानाच घालतात व गरिबांची पिळवणूक करतात. बटाईदारांन आपल्या हक्कांची मागणी केली तर पोलिसांच्या साहाय्याने त्यांच्यावर खोटेनाटे आरोप करून त्यांना तुरुंगात डांबण्यात येते आणि वर्षानुवर्षे ते अंडर ट्रायल म्हणूनच राहतात. अशा वातावरणात गरीब लोकांची आपला हक्क मागण्याची हिम्मत होत नाही. लाचारी आणि दारिद्र्यता या टाचांखाली बिहारच्या खेड्यापाड्यातले बटाईदार, शेतमजूर व भूमिहीन लोक दडपले गेले होते. अशा परिस्थितीत पूर्णियात जाऊन या लोकांत उभारी निर्माण करणे, त्यांना अन्यायाविरुद्ध लढण्यासाठी उभे करणे व संघटित करून त्यांना न्याय मिळवून देणे हे अत्यंत कठीण काम एस.एम.जोशींना त्यावेळी हाती घ्यावे लागले. एसेम यांचे बिहार राज्यावर विशेष लक्ष होते. त्यांच्या प्रेरणेने असंख्य लोक संघर्षास सिद्ध झाले. एस.एम.जोशी १९६६ पासून १९८३ सालापर्यंत अनेकवेळा पूर्णिया जिल्ह्याचे दौरे करून लोकांच्या तक्रारी ऐकून घेत, त्यांना मार्गदर्शन करीत. या गरिबांना जमीनदारांची

गुंडगिरी व सरकारी अधिकाऱ्यांची दडपशाही यांच्याविरुद्ध आवाज उठविण्यास तयार केले आणि विशेष म्हणजे हे सर्व आंदोलन शांततामय मार्गाने चालविले होते. पूर्णिया जिल्हा तसा नक्षलवादाला जवळ आहे. नक्षत्रमालाकार नावाच्या एका नक्षलवादी नेत्यानेही स्टक चळवळ संघटित करण्याचा प्रयत्न केला. परंतु एस.एम.जोशी यांच्या मार्गदर्शनाने प्रभावित होऊन शेकडो तरुण कार्यकर्ते आणि हजारो गरीब लोक पूर्णिया जिल्ह्यात आता आपल्या हक्कांसाठी संघर्ष करण्यास तयार झाले आहेत (मराठवाडा एसेम स्मृति विशेषांक, १९६५ : १६).

एसेम जोशींना शरीर जोपर्यंत साथ देत होते तोपर्यंत अन्यायाविरुद्ध सतत संघर्ष केला. दु:खितांचे अश्रू पुसले आणि त्यांना न्यायासाठी, समतेसाठी चळवळ करण्याची, लढा देण्याची प्रेरणा दिली. एसेम जोशी ज्यांच्या जीवनात आले ते त्यांना कधीच विसरू शकले नाहीत. सर्वसामान्य माणसांशीही ते जिव्हाळ्याने बोलत असत. १९६६ साली बिहारमध्ये दुष्काळ पडला होता. तेव्हा एसेम बिहारमध्ये गेले होते आणि १९६८ साली पूर्णिया जिल्ह्यामध्ये कर्पुरी ठाकूर यांच्या नेतृत्वाखाली भूमिहीनांचे आंदोलन सुरू झाले त्यावेळी एसेम तेथे तीन महिन्यांहून जास्त काळ राहिले. एसेमना पूर्णियातील लोक 'महाराष्ट्राचे गांधी' म्हणत. एसेम जोशी म्हणाले होते की, ''आपण समाजवादी कार्यकर्ते कामगारांना संघटित करतो, ते आवश्यक आहे. पण भारतात समाजवाद यायचा असेल तर मुख्यत: येथील जमिनीचे फेरवाटप झाले पाहिजे. भूदान आंदोलनाला विनोबाजींनी संघर्षाची जोड दिली असती तर हा प्रश्न देशाला सोडवावा लागला असता. तो जर सोडवला नाही, तर रक्तपात होईल. पूर्णियामधील भूमिहीनांचे कंगाल जीवन पाहून माझे काळीज फाटून गेले. संतापाचा आगडोंब माझ्या मनात उठला. मी पूर्णियातील भूमिहीनांना म्हणालो, 'या जमिनीचे तुम्ही मालक आहात. जमीनदारांनी ती अन्यायाने बळकावली आहे. आपल्याला ती सत्याग्रह करून परत मिळवावी लागेल. हे झाले नाही तर तिथे रक्तपात होईल.' काही वर्षांपूर्वी भारताचे माजी पंतप्रधान चंद्रशेखर यांनी भारत यात्रा काढली होती. या यात्रेनंतर चंद्रशेखर एसेमना भेटायला आले. त्यावेळी एसेम जोशी त्यांना म्हणाले, ''तुम्ही आता दिल्लीत राहू नका. देशाच्या सगळ्या भागांत तुम्हाला जावे लागेल. शोषितांना धीर द्यावा लागेल आणि अन्यायाविरुद्ध, हिंसेविरुद्ध आवाज उठवावा लागेल'' (दाभोळकर, १९९९ : २).

लोकसभेत मांडल्या गेलेल्या शेतकऱ्यांच्या संदर्भातील ठरावावर व विधेयकांवरील चर्चेत भाग घेऊन एसेम जोशींनी शेतकऱ्यांची न्याय्य बाजू मांडून त्यांना योग्य त्या सवलती मिळाल्या पाहिजेत, शेतकऱ्यांच्या शेतीमालास योग्य भाव असावा; यासाठी अट्टाहासाने विचार मांडून सूचना केल्या होत्या. २६ नोव्हेंबर १९६८ रोजी भुईमूग निर्यातीबाबतच्या ठरावातील सरकारच्या धोरणाला विरोध करून सरकारच्या लक्षात आणून दिले की,

'आमच्या देशात भुईमुगाचे उत्पादन होत असताना आपण सोयाबीन आयात करतो आणि भुईमुगाची निर्यात करतो. त्यामुळे त्याची किंमत घसरते, ही काय योजना आहे? आपल्या देशातील शेतकऱ्याला त्याच्या उत्पादित मालाची योग्य किंमत मिळाली पाहिजे. सरकारच्या अयोग्य धोरणामुळे गरीब अधिक गरीब होत आहेत. त्यांच्यावर विविध संकटे येत आहेत.' असे निर्धाराने सांगितले होते. म्हणजे सरकारने शेतकऱ्यांच्या हिताच्या योजना राबवाव्यात. शेतकरी आपत्तीतून, संकटातून मुक्त करावा असा त्यांचा प्रयत्न होता. जोपर्यंत या दृष्टीने सरकार विचार करून निर्णय घेत नाही, तोपर्यंत सरकार यशस्वी होणार नाही, हे देखील नमूद केले होते. त्यासाठी निग्रहपूर्वक सांगितले की, सरकारने भांडवलशाहीचा त्याग करावा, अशा प्रकारची गंभीर सूचना केली होती. तसेच सरकारच्या साखरविषयक धोरणाच्या ठरावाला उद्देशून ९ डिसेंबर १९६८ रोजी चर्चेतून सरकारला मार्गदर्शन केले होते. ऊस उत्पादक शेतकऱ्यांचे हित व वर्षभरातील त्यांचे श्रम डोळ्यांसमोर ठेवून उसाचा भाव निर्धारित केला पाहिजे. शेतकऱ्यांची जी उसाची भावाची मागणी आहे ती सरकारने सहानुभूतीपूर्वक विचार करून मान्य करावी. जो भाव सद्य:स्थितीत दिला जातो तो कमी असल्यामुळे शेतकरी योग्य भावाची अपेक्षा करतात. त्याच्या कष्टाचा योग्य मोबदला मिळत नाही, त्यामुळे ऊस उत्पादक कर्जबाजारी बनतो, याची सरकारला जाणीव करून दिली होती.

लोकसभेत असतानाच्या काळात एसेम जोशींनी राष्ट्रीय ऐक्य जोपासण्याच्या दृष्टीने प्रयत्न केला. प्रांतिक स्वायत्तता अबाधित राहावी म्हणून राज्यांची बाजू मांडली होती. घटक राज्यांचा विकास व्हावा आणि सरहद्दीच्या राज्यांच्या हक्काकडे सरकारने लक्ष द्यावे यासाठी आपली आग्रही भूमिका मांडली होती. राज्यात किरकोळ कारणांवरून राष्ट्रपती राजवट आणू नये व केंद्राने राज्यांच्या कारभारात अनावश्यक हस्तक्षेप करू नये अशी त्यांची भूमिका होती. ३ नोव्हेंबर १९६७ रोजी काश्मीर राज्यासंबंधीच्या विधेयकाच्या चर्चेत सरकारला सांगितले, 'आमच्या देशाची स्थिती फार वाईट आहे आणि काश्मीरची स्थिती यापेक्षा शोचनीय आहे, त्यामुळे आपल्या देशाचे स्वातंत्र्य धोक्यात येण्याची शक्यता आहे, त्यामुळे या प्रश्नाचा आपण गंभीरतेने विचार केला पाहिजे.' त्यातून काश्मीर प्रश्नावर तोडगा काढला पाहिजे, कारण तेथील सत्तेला जनता आज अनुकूल नाही म्हणून जनता ज्या सत्तेवर विश्वास करेल अशीच सत्ता त्या ठिकाणी प्रस्थापित करावी असे एसेमनी सूचित केले होते. भारत-पाकिस्तान या दोन देशांत झालेल्या ताश्कंद कराराची अंमलबजावणी पाकिस्तान करीत नाही, त्यामुळे काश्मीरमध्ये पाकिस्तानी घुसखोरीची समस्या निर्माण होते. ती समस्या काश्मीरमध्ये राष्ट्रपती राजवट आणून दूर होणार नाही. त्यासाठी सरकारने दुसरा पर्याय शोधावा. काश्मिरी जनतेला विश्वासात घ्यावे असे मत एसेमनी मांडले होते (विसपुते, २००० : २६९ ते २७१).

लोकसभेत ११ नोव्हेंबर १९६८ रोजी सरकारवरील अविश्वास ठराव चर्चेसाठी ठेवला होता, त्याचे एसेम जोशींनी समर्थन केले होते. रेडिओ आणि वर्तमानपत्रे यांच्याकडून असा प्रचार केला जातो की आम्ही लोक जी नीड-बेस्ड-वेजेसची मागणी करतो आहोत ती देण्याची आमच्या शासनाची परिस्थिती नाही. हे सर्व चुकीचे आहे. हा कामगारांचा प्रश्न आहे. यात काही राजकारण नाही. एस.एम.जोशींनी स्पष्ट केले की, जरुरी नसताना शासनाने कामगारांसंदर्भात वटहुकूम काढला आहे. ही लोकशाहीची हत्या होत आहे. नागरिकांचे अधिकार काढून घेतले जात आहेत. कामगारांची जी नीड बेस्ड वेजेसची मागणी आहे ती देशहिताच्या विरुद्ध नाही. नीड बेस्ड वेज हे लिव्हिंग नाही. जेव्हा मनुष्य काम करतो आणि दुसऱ्या दिवशीही जेव्हा तो कामावर जातो तेव्हा त्याची ताकद, त्याची शक्ती, त्याची प्रसन्नता इतकीच असली पाहिजे, जेवढी ती पहिल्या दिवशी असते. ज्या कार्यक्षमतेने त्याने पहिल्या दिवशी काम केलेले असते त्याच कार्यक्षमतेने त्याने दुसऱ्या दिवशीही काम केले पाहिजे. हेच नीड बेस्ड वेज आहे. एसेमनी सांगितले की, कामगारांनी जे काही केले त्याच्यासाठी त्यांना आपण लाचार बनवू पाहात आहात; तर मग त्यांना घेऊन आपण आपल्या देशाचे रक्षण करू शकणार नाही (पटवर्धन, संघवी, १९६८ : ५८, ६२, ६८, ७०).

६ डिसेंबर १९६८ रोजी जम्मू आणि काश्मीरचे स्थान या संबंधातील ठराव श्री. अटलबिहारी वाजपेयी यांनी मांडला होता. या ठरावावरील चर्चेत भाग घेऊन एस.एम.जोशींनी स्पष्ट केले होते, हा ठराव फार महत्त्वपूर्ण आहे. आमच्या संविधानातून अनुच्छेद ३७० गाळण्यासंबंधीचा हा ठराव आहे. सध्याची देशातील परिस्थिती लक्षात घेता त्या ठरावाला आणखी महत्त्व आले आहे. देशाची एकात्मता सुरक्षित ठेवणे हा श्री. वाजपेयी ह्यांचा उद्देश आहे. परंतु फुटकळ उपाय योजून ही एकात्मता साधता येणार नाही. एकात्मतेचा प्रश्न इतका महत्त्वाचा झाला आहे की, देशाच्या विशाल हितसंबंधाच्या दृष्टिकोनातून त्याचा विचार आपण केला पाहिजे. आपल्याला जर देशाची एकात्मता टिकवावयाची असेल तर लोकशाहीचा आधार भक्कम करूनच ती तशी टिकविता येईल. संविधान तयार करताना डॉ. बाबासाहेब आंबेडकरांनी देशाच्या काही वेगळ्या गोष्टींकडे आपले लक्ष वेधले होते. ह्या गोष्टी म्हणजे तेथील एकांगी विकास, भाषिक विविधता आणि लोकांचे भिन्न धर्म आणि पंथ या गोष्टी बरोबर घेऊनच आपल्याला पुढे जावयाचे आहे. म्हणून कायदा करून एका दिवसात आपणाला एकात्मता साधता येणार नाही. आपल्या दैनंदिन जीवनात ती हळूहळू यायला पाहिजे.

आपला देश विशाल आहे. येथे धर्म, भाषा भिन्न आहेत. या साऱ्या गोष्टी ध्यानात घेऊन आपल्याला पुढे जायचे आहे. तेथील लोकांची आपण मने जिंकली पाहिजेत. मुस्लिमांबद्दल सहानुभूती असली पाहिजे. देशातील अल्पसंख्याकांपैकी बहुसंख्याकांनी

वेगळ्या पाकिस्तानची मागणी केली. त्यामुळे देशाची फाळणी झाली. अशा रीतीने त्यांनी येथील लोकांना दुखावले आहे, ही गोष्ट विसरता येण्यासारखी नाही. दुहेरी निष्ठा असू शकत नाही. तो दुबळेपणा आहे. त्यांच्या मुलांमध्ये आपल्याला राष्ट्रीय भावना बिंबवायला पाहिजे. विशेषत: सध्याच्या गोंधळाच्या स्थितीमध्ये आणि वातावरण तापलेले असताना आपण घिसाडघाईने काही केले तर लोकशाहीसाठी ते घातक ठरेल. डॉ. राममनोहर लोहिया म्हणत की, देशात एकी राखायची असेल आणि लोकशाहीचे रक्षण करावयाचे असेल तर त्यासाठी महासंघ स्थापन करावा लागेल. हा दृष्टिकोन घेऊन आपण पुढे गेले पाहिजे. एसेमनी सांगितले की, घाईने कोणतीही कार्यवाही करू नये आणि प्रस्ताव मतास टाकण्याचा आग्रह धरू नये (पाटील, १९६८ : १०१, १०२, १०४, १०५).

सार्वजनिक सेवा योजनेचा विचार (निवासविषयक आवश्यकता) सुधारणा विधेयक लोकसभेत १७ मार्च १९६९ रोजी चर्चेसाठी सभागृहापुढे मांडले होते. त्याला एस.एम.जोशींनी पाठिंबा दिला होता, परंतु मागासवर्गीयांच्या हक्कांची तरतूद करून हे बिल जास्त व्यापक केले पाहिजे होते असे एसेमनी सांगितले. तेलंगणामध्ये स्वतंत्र राज्याची चळवळ चालू होती. एस.एम.जोशींनी सांगितले की, तेलंगणात चळवळीला कोणत्याही राजकीय पक्षाचा पाठिंबा नाही. कोणताही विरोधी पक्ष त्या चळवळीला पाठिंबा देत नसतानाही, तेथील विद्यार्थ्यांनी ही इतकी मोठी चळवळ चालू ठेवली होती. एसेम म्हणाले होते की, त्यांचा बेकारीचा प्रश्न वेगळे तेलंगण राज्य करून सुटणार नाही. परंतु तेलंगणातील एसेमच्या पक्ष कार्यकर्त्यांनी सांगितले की, राज्य पुनर्रचना आयोगाने वेगळ्या तेलंगण राज्याची शिफारस केली. परंतु ती शिफारस अमलात आणली गेली नाही, कारण त्यावेळच्या तेलंगण आणि आंध्रच्या बहुतांश नेत्यांना असे वाटले की, तेलगू भाषिक लोक जर एकजुटीने राहिले तर ते आपली प्रगती वेगाने करू शकतील. तेलंगणाच्या लोकांनी त्यांना विशेष संरक्षण मिळेल या शर्तीवर हा त्यांचा विचार स्वीकारला. करारावर सह्या झाल्या, पण तो पाळण्यात आला नाही. एवढेच नाही, तर या कराराच्या विरुद्ध काही गोष्टी करण्यात आल्या. इतर प्रदेशांतील लोकांना तेलंगणात नोकऱ्या दिल्या. त्यांची संख्या जवळ जवळ ४०,००० इतकी आहे. अशी वृत्ती असणे धोक्याचे आहे. एसेमनी सांगितले की, सर्व पक्षांनी लक्षात घेतले पाहिजे की तेलंगणाला स्वतंत्र राज्य हवे असते तर ते तसे त्यांचे झालेच असते. राज्य पुनर्रचना आयोगाने असा निर्णय घेतल्यामुळे त्यासाठी आंदोलन छेडण्याची गरज नव्हती, परंतु त्या वेळच्या मोठमोठ्या नेत्यांनी तेलंगणातील लोकांची अशी खात्री पटवून दिली की, सर्व तेलगू भाषिकांचे एक राज्य होणे हे राष्ट्राच्या हिताचे आहे. तेलंगणातील लोकांनी हे ऐकले आणि त्याचा दृश्य परिणाम म्हणजे आजही ते मागासलेले राहिले. महान नेत्यांचे ऐकल्यावर जर अशी स्थिती होत

असेल तर लोकांचा नेत्यांवर विश्वासच राहणार नाही. आपल्या देशाने उन्नती करावी असे वाटत असेल तर असे प्रसंग घडावयास नकोत.

एसेम जोशींच्या मते, हा काही नगण्य प्रश्न नाही. हा फार महत्त्वाचा प्रश्न आहे. तेलंगणात जे होत आहे ते अन्य ठिकाणीही होऊ शकते. भाषावार राज्य रचना आंध्रपासून सुरू झाली. आंध्र प्रदेशचे जेव्हा भाषिक राज्य झाले तेव्हा कर्नाटक आणि महाराष्ट्र यांनी आपली मागणी पुढे रेटली आणि अशा रीतीने शृंखला प्रतिक्रिया सुरू झाली. ह्या बाबतीत आपल्याला उदार दृष्टिकोन स्वीकारावा लागेल आणि आंध्र व तेलंगण ह्यांचे एकच राज्य व्हावे यासाठी दोघांचीही मने वळवावी लागतील. ते जर सहमत झाले नाहीत, तर वेगवेगळ्या छोट्या-छोट्या राज्यांच्या अनेक मागण्या पुढे येत राहतील (पाटील, १९६९ : १०६ ते १०९).

१९६९ साली २२ वी घटनादुरुस्ती करण्यात आली. या घटनादुरुस्तीनुसार अशी तरतूद केली की, संसदेला कायदा करून आसाम या घटकराज्यामध्ये काही वनजाती विभागांचे मिळून स्वायत्त राज्य बनविता येईल. अशा या स्वायत्त राज्याकरिता स्थानिक कायदेमंडळ व मंत्रिमंडळाची निर्मिती करता येईल. अशा प्रकारच्या संसदेने मंजूर केलेल्या कोणत्याही कायद्याने स्वायत्त राज्याच्या कार्यकारी सत्तेची मर्यादा ठरवून दिली पाहिजे (देशमुख, १९७७ : १६२). घटनादुरुस्ती विधेयकावरील चर्चेत एसेम जोशींनी भाग घेऊन या विरोधकाला पाठिंबा दिला होता. या विधेयकाचे समर्थन करताना एसेम जोशींनी सांगितले की, आमच्या देशाची सुरक्षितता, संरक्षण फक्त लष्करामार्फत होऊ शकत नाही. परंतु ज्या प्रदेशाचे आम्हाला संरक्षण करावयाचे आहे, तेथील जनता एकात्म होऊन आपल्या प्रदेशाचे आणि आपल्या देशाचे संरक्षण करण्यासाठी कटिबद्ध होईल तेव्हा खऱ्या अर्थाने देशाचे संरक्षण होईल. जेव्हा समाजातील काही घटक असंतुष्ट असतात तेव्हा देशाचे संरक्षण करणे आणि विशेष करून सीमा प्रदेशात लक्ष देणे आवश्यक असते. पहाडी प्रदेशातील जे लोक आहेत त्यांचा आम्ही विश्वास संपादन केलेला नाही. पहाडी प्रदेशातील लोकांच्यासाठी काहीतरी सुरक्षितता राखायला पाहिजे होती, परंतु त्यांच्यासाठी सरकारने काहीही केले नाही. त्यामुळे लोकांच्यामध्ये असंतोष मोठ्या प्रमाणात पसरला आहे आणि हा असंतोष दूर करण्यासाठी या प्रदेशात फेडरेशन केले पाहिजे. एसेम जोशींनी पंतप्रधानांना पत्र लिहून तसे कळविलेही होते. एसेमनी सांगितले होते की, 'लोकशाहीत सत्ता जेव्हा वरून खाली तळापर्यंत येईल, तेव्हाच लोकशाही यशस्वी होईल.' एसेमनी लोकशाही विकेंद्रीकरणाचे समर्थन केले होते. गरिबांना जेव्हा सत्ता देण्याचा प्रश्न येतो तेव्हा उच्च श्रेणीचे लोक जातीयता, संपत्ती या आधारावर त्याला विरोध करतात. डॉ. बाबासाहेब आंबेडकरांच्या मते, राजकीय समानतेबरोबरच सामाजिक आणि आर्थिक समता प्रस्थापित झाली पाहिजे; आणि असे झाले नाही तर गरिबांच्यावर अन्याय होईल,

विषमता वाढत जाईल आणि घटना मोडीत निघेल. देशाची एकता, एकात्मता राखण्याच्या दृष्टीने २२ वी घटनादुरुस्ती महत्त्वाची आहे. कोणत्याही प्रकारचा विरोध न करता विधेयक मंजूर करावे अशी एसेमनी सभागृहाला विनंती केली होती. त्यांनी या विधेयकाचे स्वागत आणि समर्थन केले होते (लोकसभा डिबेट, १९६९ : २४७ ते २५०, २५२, २५३).

घटनादुरुस्तीची प्रक्रिया घटनेच्या ३६८ व्या कलमामध्ये सांगितली आहे. या प्रक्रियेनुसार घटनेमध्ये अनेकदा बदल करण्यात आले. मूलभूत हक्कांच्या तिसऱ्या प्रकरणाच्या सुरुवातीला कलम १३ मध्ये असे म्हटले आहे की, 'राज्याला असा कोणताही कायदा करता येणार नाही की जो या प्रकरणात नमूद केलेले हक्क हिरावून घेईल किंवा मर्यादित करील. संसदेला घटनादुरुस्ती कायदा मंजूर करून मूलभूत हक्कांच्या प्रकरणामध्ये दुरुस्ती करता येत नाही.' असा या तेराव्या कलमाचा अर्थ सर्वोच्च न्यायालयाने १९६७ साली गोलकनाथ खटल्यात निकाल देताना लावला. त्यामुळे सबंध देशभर खळबळ माजली. मूलभूत हक्कांच्या या तिसरा प्रकरणामध्ये केव्हाही दुरुस्ती करता येणार नाही अशी स्थिती निर्माण झाली. दुरुस्तीचा संसदेचा हा अधिकार परत मिळविण्यासाठी २४ वा घटनादुरुस्ती कायदा करण्यात आला. (देशमुख, १९७७ : १६२).

एस.एम.जोशींनी २४ व्या घटनादुरुस्ती विधेयकाच्या चर्चेत भाग घेऊन सांगितले की, कायदा आणि सुव्यवस्था किंवा करार या सगळ्या गोष्टी मोठ्या लोकांसाठी आहेत, त्या कराराला पावित्र्य वगैरे आहे आणि जेव्हा छोट्या लोकांसाठी, गरिबांसाठी करार केला जातो, तेव्हा त्या कराराला पावित्र्य वगैरे नसते. एसेमनी पूर्णिया या बिहारमधील जिल्ह्यातील परिस्थितीची माहिती दिली. तेथील लोकांवर कसे अन्याय होतात याविषयी त्यांनी प्रधान मंत्र्यांना पत्र लिहून वारंवार कळविले होते. जमिनीचे प्रश्न घेऊन जे लोक लढत आहेत त्यांना कलम १०९ खाली २/२ वर्षे आत डांबून ठेवले आहे. मालकांनी पोलिसांशी साटेलोटे करून त्यांना तुरुंगात ठेवले आहे. आपल्या देशात लोकशाही तंत्राने आपल्याला मूलभूत परिवर्तन केले पाहिजे. समतेवर आधारलेली एक नवी समाजव्यवस्था बनवायची आहे. आपल्या देशाची सामाजिक आणि आर्थिक व्यवस्था लोकशाहीच्या मार्गाने बदलायची असेल तर हे विधेयक मंजूर केले पाहिजे.

आजही ग्रामीण भागात मोठ्या प्रमाणात दारिद्र्य आहे. आज गरीब भूमिहीनांसाठी नक्षलवादी जे मागताहेत, जमिनीची व्यवस्था बदलण्याची मागणी करताहेत, त्या मागण्या आपण कायदेशीररीत्या मान्य केल्या नाहीत, शांततेने सोडविल्या नाहीत, तर मग नक्षलवाद्यांच्या मार्गाने गरीब, असाहाय्य जनतेला जाण्यास भाग पाडल्यासारखे होईल. घटनेमध्ये काही ध्येये आहेत; आपण ज्याला मार्गदर्शक तत्त्वे म्हणतो आणि सुप्रीम कोर्टाचा निर्णय आहे की घटनेतील काही तरतुदी कार्यवाहीत आणता न येण्यासारख्या आहेत. परंतु कार्यवाहीत आणणे शक्य असेल तर न्यायाधीशांनी काही विचार करून सध्याच्या

परिस्थितीत घटनेच्या तरतुदींचा अन्वयार्थ लावला असता तर बरे झाले असते. जर आपणाला खऱ्या अर्थाने लोकशाही आणायची असेल तर आपल्याला लोकशाही तंत्राने मूलभूत बदल या देशात करावे लागतील. सध्या गरिबांवर होणाऱ्या अन्यायामुळे त्यांच्यात असंतोष वाढत आहे. गरिबांना काही विकल्प मिळाल्याशिवाय ते स्वस्थ बसणार नाहीत. महात्मा गांधींनी सांगितलेल्या मार्गाने सामाजिक परिवर्तन करता येईल. एसेम जोशींनी २४ व्या घटनादुरुस्ती विधेयकाचे समर्थन केले होते (पटवर्धन, संघवी, १९९१ : ७१, ७२, ७५, ७६).

अशा प्रकारे लोकसभेतील खासदार या नात्याने एस.एम.जोशींनी महत्त्वाची कामगिरी बजावली. राष्ट्रीय एकता व एकात्मता शेतकरी कामगार वर्गाचे व अनुसूचित जाती जमातींचे हक्क अशा विविध प्रश्नांवर अत्यंत सोप्या भाषेत ते लोकसभेत बोलत. त्यांचे बोलणे मुद्देसूद आणि युक्तिवाद प्रभावी असे. एसेम जोशी हे खऱ्या अर्थाने लोकशाहीवादी होते. जीवनाच्या प्रत्येक क्षेत्रात, राजकारणातसुद्धा नैतिक मूल्यांची नितांत गरज आहे असे ते म्हणत. आपल्या देशातील आयाराम गयाराम ही प्रवृत्ती देश अधोगतीस जात असल्याची सूचना आहे आणि केवळ कायदा करून ह्या प्रवृत्तीला अटकाव करता येणार नाही. श्री. एसेम जोशी यांनी केलेले राजकीय विश्लेषण किती अचूक होते, ही प्रवृत्ती किती घातक होती याचा प्रत्यय संसदेने प्रदीर्घ प्रयत्नानंतर १९८५ मध्ये जो बदलविरोधी कायदा पास केला यावरून दिसून येते.

भारतात अनंत काळापासून दिसून येणाऱ्या 'विविधतेत एकता' या तत्त्वावर एसेम यांचा दृढ विश्वास होता. भावनिक ऐक्यावर त्यांचा भर होता. जम्मू-काश्मीरच्या दर्जाबाबतच्या प्रस्तावावर लोकसभेत बोलताना ते म्हणाले होते, ''आमच्या संविधानाचे एक वैशिष्ट्य हे आहे की, आम्ही द्वैतातही अद्वैत पाहतो. आम्ही लोकशाही स्वीकारली आहे. याचा अर्थ येथील प्रत्येक व्यक्ती आम्ही 'व्यक्ती' म्हणून ओळखतो. त्या व्यक्तीचा जसा आत्मा आहे तसा देशाचाही एक आत्मा आहे. व्यक्तीचा आत्मा आणि देशाचा आत्मा एकजीव झाला पाहिजे'' (पाटील, १९६९ : ६).

मुळात एसेम हे कामगार चळवळीतून पुढे आलेले राजकीय नेते होते. त्यामुळे अर्थातच कामगार संघटना आणि त्यातून उद्‌भवणारे राजकीय प्रश्न यात त्यांना रुची होती. संसदेतील त्यांची भाषणे किंवा विचारावयाचे प्रश्न यासंबंधातच असत. त्यांनी लोकसभेतील चर्चेत जास्त भाग घेतला नसला तरी ते जेव्हा बोलत किंवा जे काही बोलत तेव्हा ते त्यांचे बोलणे लोक एकाग्रपणे ऐकत. केंद्रीय मंत्रीही त्यांचे म्हणणे आदराने ऐकत. अत्यंत निःपक्षपणे आणि वस्तुनिष्ठ पद्धतीने ते आपले म्हणणे मांडत. याचा परिणाम सरकारवरच होत नसे तर सर्व संसदेत तो जाणवत असे (पाटील, १९६९ : ३२).

एस.एम.जोशींच्या संसदीय कार्याविषयी यशवंतराव चव्हाण म्हणतात की,

‘‘एस. एम. ने जसे मुंबई असेंब्लीत काम केले तसेच लोकसभेतही काम केले आहे. लोकसभेच्या कामात ते अधूनमधून भाग घेत असत. परंतु त्यात त्यांनी फारसा रस घेतला असे मला दिसले नाही. त्यांनी निवडणुका कधी जिंकल्या, कधी हरल्या पण या यशापयशाच्या कल्पनेच्या पलीकडे ते गेले आहेत असे मी पाहिले आहे’’ (लिमये, १९८४ : ९). महाराष्ट्र विधानसभेचा विविध प्रकारचा पुरेसा अनुभव त्यांच्याजवळ होता. तरीही आपण एक नामवंत संसदपटू ठरावे म्हणून त्यांनी कसलाही उत्साह दाखवला नाही. खंदा वक्ता म्हणून काही त्यांची प्रसिद्धी नव्हती. संसदेत भाषणबाजी करण्यातही त्यांना विशेष रस नसायचा. असे असूनही सभागृहापुढे आलेल्या प्रश्नांपैकी कोणताही महत्त्वाचा प्रश्न त्यांच्या नजरेतून सुटत नसे. ते नेहमी मनापासून बोलत. कोणत्याही चर्चेत जेव्हा ते भाग घेत तेव्हा ते नेमकेपणाने, स्पष्टपणे, वस्तुस्थितीला धरून मुद्देसूद असे बोलत असत. एक लढाऊ नेता म्हणून त्यांची प्रतिमा जनमानसात स्थिर झाली होती. आपल्या राजकीय चौऱ्यात त्यांनी संशयाला कुठेही जागा ठेवली नव्हती. त्यामुळे त्यांचे विचार सभागृहात आदराने ऐकले जात आणि त्यांची कदर केली जाई. त्यावेळच्या पंतप्रधान श्रीमती इंदिरा गांधी यासुद्धा त्यांच्याशी आदराने वागत (पाटील, १९६९ : ६५).

मधु लिमये म्हणतात की, ‘‘लोकांची कामे करणे, त्यांना सर्व प्रकारे मदत करणे हा एस.एम.जोशींचा स्वभावधर्म आहे. एस.एम.जोशींच्या कुठल्याही कृतीत वैयक्तिक स्वार्थाचा भाग नसतो. हे सर्व लोककल्याणासाठी असते, किंबहुना माणसे जोडण्याचे त्यांचे हे तंत्र आहे असेही म्हणता येईल. एस. एम. जन्मभर ज्या विचारसरणीसाठी लढले, ज्या मूल्यांसाठी त्यांनी देह तीळतीळ झिजवला, ती मूल्ये भारतीय जनतेच्या दृष्टीने शाश्वत आहेत. लोकशाही, धर्मनिरपेक्ष राज्य, सामाजिक समानता, आर्थिक न्याय या तत्त्वांवर त्यांची गाढ श्रद्धा होती’’ (लिमये, १९८४ : ३१). निर्मळ चारित्र्याची, पारदर्शक, प्रामाणिक निष्ठेची माणसे सध्याच्या राजकारणात अभावानेच दिसतात. सगळीकडे सत्तालोलुपता, भ्रष्टाचार, खुर्चीचे राजकारण यांचा सुळसुळाट झाला आहे. परंतु सामाजिक विषमतेबद्दल घृणा बाळगणारे, ध्येयासाठी व मूल्यांसाठी वनवास पत्करणारे एसेम जोशी यांच्यासारखे नेतृत्व दुर्मीळ झाले आहे (लिमये, १९८४ : ६३).

## एस.एम.जोशी यांची कामगार चळवळीतील भूमिका

१९३० च्या सुमारास राष्ट्रीय चळवळीत पडलेले अनेक तरुण रशियन राज्यक्रांतीमुळे मार्क्सवादाकडे आकर्षित झाले होते. साहजिकच त्यांनी समाजवादाचा स्वीकार करून कामगार चळवळीत भाग घेण्यास सुरुवात केली होती. अशाच अनेक तरुणांपैकी एस.एम.जोशी हे एक होते (बापट, १९९४ : ३३). स्वातंत्र्य आंदोलनात भाग घेतल्याने

एक स्वातंत्र्यसैनिक म्हणून लोक एसेमना ओळखतात; पण त्याचबरोबर कामगारांचा पुढारी म्हणजेच एक ट्रेड युनियनिस्ट म्हणूनही ते प्रसिद्ध आहेत. समाजवाद्यांना कामगार चळवळीचे महत्त्व वाटावे हे साहजिकच आहे. वर्गविग्रहाच्या साधनानेच समाजवादी क्रांतीच काय, पण सर्व समाजपरिवर्तने होत असतात हा कार्ल मार्क्स यांचा सिद्धांत आहे, परंतु एसेम समाजवादी होण्याआधी देखील त्यांचा संबंध कामगार चळवळीशी आला होता.

१९३० साली जी. आय. पी. रेल्वेच्या कामगारांचा संप बरेच दिवस चालू होता. कॉ. रुईकर हे संपकरी कामगारांचे नेते होते. पुणे विभागात काकासाहेब गाडगीळ त्याचे मार्गदर्शन करीत होते. काकासाहेब युवक संघाचे अध्यक्ष असल्यामुळे एसेम सारखी युवक मंडळी त्यांना साहाय्य करीत असत. एसेम जोशींनी त्यावेळी कामगारांना आर्थिक साहाय्य म्हणून निधी गोळा केलेला होता. कामगारांच्या चळवळीमध्ये एसेम जोशींनी या निमित्ताने प्रवेश केला होता. युवक संघाच्या कार्यक्रमामध्ये कामगार संघटनेचा उल्लेख नव्हता. परंतु स्वातंत्र्य मिळविण्यासाठी आवश्यक त्या सर्व चळवळींमध्ये भाग घेणे आवश्यक मानले जाई. म्हणजे कामगार चळवळ आपल्या देशात सुरू झाली, ती प्रामुख्याने स्वातंत्र्य लढ्याचा भाग म्हणूनच होती.

स्वातंत्र्य आंदोलनाचा भाग म्हणून कामगार चळवळीमध्ये पदार्पण केले म्हणजे आपोआपच स्वातंत्र्य लढ्यातील सिद्धांत आणि जीवनमूल्ये सांभाळूनच कार्य करावे लागे. कामगार चळवळीमध्ये एसेम जोशी भाग घेऊ लागले, तेव्हापासून सतत महात्मा गांधीजींनी शिकवलेल्या जीवनमूल्यांची कदर करीत राहिले. सन १९३३ साली विसापूरच्या तुरुंगातून एस.एम.जोशींची सुटका झाली त्यावेळी मात्र एसेम विचाराने सोशॅलिस्ट बनले होते. कॉ. मानवेंद्रनाथ रॉय यांच्या विचारांची छाप त्यांच्या मनावर पडलेली होती. त्यावेळी वसंतराव कर्णिक, मणिबेन कारा, डॉ. शेट्टी वगैरे रॉय गटाचे पुढारी मुंबई गिरणी कामगार युनियनमध्ये काम करीत असत. त्या युनियनचे एक पुढारी कांदळकर यांची आणि एसेमची दोस्ती १९३० च्या चळवळीमध्ये ठाण्याच्या तुरुंगात झालेली होती. १९३४ मध्ये अखिल भारतीय कापड कामगार परिषद मुंबईस भरली होती. त्या परिषदेचे अध्यक्षस्थान कॉ.खेडगीकर यांनी भूषविले होते. पुण्याच्या राजा बहादूर गिरणीच्या कामगारांची चळवळ रॉय गटाचे कॉ. इनामदार, गोपाळराव खरे, डॉ. कर्णिक ही मंडळी चालवीत असत. त्यांच्याशी एसेमचे निकटचे संबंध होते. त्यामुळे पुण्याच्या गिरणी कामगारांचा प्रतिनिधी म्हणून एसेमनी परिषदेत भाग घेतला होता. त्यामुळे मुंबई गिरणी कामगारांच्या चळवळीत भाग घेण्याची संधी त्यांना मिळाली. सन १९३६ साली साबरमतीच्या तुरुंगातून सुटून आल्यानंतर मात्र एसेम कामगारांच्या चळवळीमध्ये जाणीवपूर्वक भाग घेऊ लागले (जोशी, १९७१ : २३८, २३९).

सुरुवातीला एस.एम.जोशींचे कार्य मुख्यत: पुणे शहरात असल्याने आणि १९३०-४० च्या दरम्यान पुण्यामध्ये उद्योगधंदे फारसे नसल्याने, त्या काळात त्यांचे कामगार क्षेत्रातील कर्तृत्व फारसे फोफावले नाही. त्याही काळात पुण्यामध्ये दारूगोळा निर्माण करणारे सरकारी कारखाने होते; पण तेथे संघटना करण्यास बंदी असल्याने या काळात पुण्यात कामगार संघटनेला फारसे बाळसे धरता आले नाही, तरीही बिडी कामगार, भांडी कामगार, अशा काही फुटकळ कामगार संघटना बांधण्याचा एसेम यांचा व त्यांच्या सहकाऱ्यांचा प्रयत्न होता, पण तो काळ प्रामुख्याने राष्ट्रीय स्वातंत्र्यसंग्रामाचा असल्याने एसेम जोशी यांचा बहुतेक वेळ त्या काळात ते आंदोलन तीव्र करण्यात गेला. १९४६ साली स्वराज्य दृष्टिक्षेपात आल्यावर कामगार क्षेत्रातील त्यांच्या कार्याला खरा बहर आला (बापट, १९९४ : ३३). महात्मा गांधींनी अहमदाबादच्या कापड गिरणी कामगारांमध्ये आपल्या तत्त्वानुसार काम केले. त्यातूनच तेथे 'टेक्स्टाईल लेबर असोसिएशन' उभी राहिली. स्वातंत्र्य चळवळीचा भाग म्हणून लाला लजपतराय, पंडित जवाहरलाल नेहरू, नेताजी सुभाषचंद्र बोस यांच्या पुढाकाराने ऑल इंडिया ट्रेड युनियन काँग्रेसची स्थापना करण्यात आली होती. ए. आय. टी. यू. सी. मध्ये निरनिराळ्या विचारांची म्हणजे राष्ट्रवादी, रॉयलवादी, समाजवादी, कम्युनिस्ट इत्यादी मंडळी होती. कामगार चळवळीला देखील सुरुवातीपासून राजकीय रंग होताच. मवाळ विचारसरणीच्या लोकांची मात्र नॅशनल फेडरेशन ऑफ लेबर ही अलग संघटना होती. त्यामध्ये जमनादास मेहता, व्ही. व्ही. गिरी, एस.एम.जोशी, जीनवाला इत्यादी मंडळी होती. कम्युनिस्ट पक्षाचे लोक ए. आय. टी. यू. सी.मध्येच होते. परंतु नेताजी सुभाषचंद्र बोस यांच्या अध्यक्षतेखाली ऑल इंडिया ट्रेड युनियन काँग्रेसचे अधिवेशन कोलकात्याला झाले, त्यावेळी बहुतेक कम्युनिस्ट पुढारी मीरत कटाच्या खटल्यामुळे तुरुंगातच होते. त्यावेळी सहाव्या कम्युनिस्ट इंटरनॅशनल काँग्रेसने दिलेल्या मार्गदर्शनाची अंमलबजावणी करण्याच्या प्रयत्नामध्ये कम्युनिस्ट मंडळी कॉ. बी. टी. रणदिवे यांच्या नेतृत्वाखाली ए. आय. टी. यू. सी. मधून बाहेर पडली होती. परंतु लवकरच त्यांनी आपला मार्ग बदलला आणि पुन्हा ते ए. आय. टी. यू. सी. मध्ये आले. एन. एफ. यू. टी. देखील ट्रेडयुनियन काँग्रेसमध्ये विलीन करावी असे प्रयत्न चालू होते. शेवटी १९४० मध्ये एसेम जोशी नाशिकच्या तुरुंगात असताना विलीनीकरणाचा ठराव झाला. परंतु १९४८ साली समाजवाद्यांचे कम्युनिस्टांबरोबर जमण्यासारखे नसल्याने त्यांनी त्यावेळी बाहेर पडून आपली हिंदमजदूर सभा काढली (जोशी, १९७१ : २४०).

स्वातंत्र्याच्या आकांक्षा खडकी, देहूरोड येथील संरक्षण खात्यात काम करणाऱ्या कामगारांच्या मनातही उमटू लागल्या. १९४२ च्या आंदोलनात तेथील काही लोकांनी बाँब बनविण्याच्या आणि स्फोटक द्रव्ये स्वातंत्र्यसैनिकांना पुरविण्याच्या कामात भाग

घेतला होता; पण हा सारा चोरीचा मामला होता. स्वातंत्र्य जसजसे जवळ येऊ लागले, तसतसे आजवर ज्यांना दडपून टाकले होते ते लोकही संघटित होण्यास उत्सुक होऊ लागले. पुण्याच्या आसपास खडकी देहूरोड या भागात त्या काळात जवळजवळ ६० ते ७० हजार कामगार काम करीत होते. परंतु त्यांना कोणत्याही प्रकारचे अधिकार किंवा कामाची शाश्वती नव्हती. दुसऱ्या महायुद्धाच्या काळात या निरनिराळ्या कारखान्यांमध्ये हजारो लोकांची रोजंदारीवर, तात्पुरत्या स्वरूपात भरती करण्यात आली होती. त्यांना पगार-श्रेणी, सुट्ट्या, रजा, निवृत्तीवेतन वगैरे कोणत्याही सवलतींचा फायदा मिळत नव्हता. दरवर्षी ३१ मार्चला हजारो लोकांना नोकरीवरून काढून टाकण्यात येत असे. अशा परिस्थितीत या लोकांना आपल्या नोकरीचे रक्षण करण्यासाठी संघटना करण्याशिवाय तरणोपाय नव्हता. आपल्या संघटनेचे नेतृत्व आणि मार्गदर्शन करण्यासाठी साहजिकच त्यांनी एस.एम.जोशी यांच्याकडे धाव घेतली.

१९४६ पासून खडकी व देहूरोडच्या ॲम्युनिशन फॅक्टरी व ५१२ कमांड वर्कशॉप आणि अन्य सर्व डेपोंमध्ये एसेम जोशी यांच्या नेतृत्वाखाली संरक्षण कामगारांच्या संघटना सुरू झाल्या. परंतु सुरुवातीला या संघटनांसाठी चळवळ करणे, होणाऱ्या अन्यायांचे परिमार्जन करणे हे फार कठीण काम होते. संरक्षण खात्यात बऱ्याच ठिकाणी अधिकारी वर्ग हा लष्करातील असल्यामुळे त्याला, कामगारांनी आपले हक्क मागणे अशा गोष्टी रुचत नसत. त्यामुळे धीर येऊन एकजुटीने संपाच्या किंवा अन्य मार्गाने अन्यायाचा प्रतिकार सुरुवातीला करणे फार कठीण गेले. अशा काळात एसेम जोशींना स्वत:चे प्राण धोक्यात घालूनही कामगारांच्या चळवळीचे रक्षण करावे लागले (बापट, १९९४ : ३३). ५१२ वर्कशॉप हे अत्यंत महत्त्वाचे प्रतिष्ठान होते. त्या ठिकाणी रणगाड्यापासून मशीनगनपर्यंत सर्व युद्धाची अवजारे आणि साधने दुरुस्त केली जात. अत्यंत कुशल कामगारांची व तंत्रज्ञांची तेथे भरती केली जाई. डिफेन्स मिनिस्ट्रीमध्ये निरनिराळ्या विभागांसाठी दिल्लीला संचालनालये असत. कमांड वर्कशॉप ज्यांच्या नियंत्रणाखाली होते त्याला इलेक्ट्रिकल मेकॅनिकल डायरेक्टर म्हणत. ५१२ कमांड वर्कशॉपच्या कामगारांनी आपली संघटना केली व के. एम. मॅथ्यू यांना संघटनेचे सरचिटणीस म्हणून निवडले. एसेम जोशी यांची अध्यक्ष म्हणून निवड करण्यात आली होती. वर्कशॉपचा मुख्य अधिकारी त्या वेळी एक ब्रिटिश अधिकारी होता. त्याने मॅथ्यूला कोणतेही कारण नसताना नोकरीवरून काढून टाकले. या प्रश्नाचा विचार करण्यासाठी एसेमनी युनियनच्या कार्यकारिणीची एक खास बैठक बोलावली, पण या अन्यायाचा सामुदायिक प्रतिकार करण्याची शक्ती कामगारांत अजूनपर्यंत आली नव्हती. एसेमच्या कर्तृत्वाला ते एक आव्हानच होते. संप करण्यासाठी तर कोणाचीच तयारी नव्हती. शेवटी एक निषेधाचा ठराव मंजूर करून बैठक संपली आणि एसेम जोशी टांग्यातून घरी परत जावयास निघाले. परंतु वाटेत त्यांच्या मनातील

बेचैनी सारखी वाढू लागली. आपण या अन्यायाला काहीतरी विरोध केलाच पाहिजे असे वाटून त्यांनी वाटेतूनच टांगा परत फिरवायला सांगितला. युनियनच्या कार्यालयात पुन्हा परत येऊन त्यांनी मॅथ्यूवर झालेल्या अन्यायाविरुद्ध दुसऱ्या दिवसापासून उपोषण करण्याचे घोषित केले.

स्वराज्य येऊन एक वर्ष देखील झाले नव्हते आणि एसेमसारख्या प्रसिद्धी पावलेल्या स्वातंत्र्यसैनिकाला बेमुदत उपोषणाला बसावे लागते ही घटनाच गंभीर होती. नानासाहेब गोरे, विनायकराव कुलकर्णी, शिरूभाऊ लिमये, राजाभाऊ कुलकर्णी, अण्णा तेलगू, रावसाहेब पटवर्धन इत्यादी एसेम जोशींची सहकारी मंडळी धावपळ करू लागली. उपोषणाला ९ दिवस झाले तेव्हा अच्युतराव पटवर्धन दिल्लीशी संपर्क साधून मध्यस्थी करायला पुढे सरसावले. त्यांनी केंद्रीय नेत्यांना सांगितले की, ''एस.एम.जोशीसारख्याला उपोषणाला बसावे लागते म्हणजे काहीतरी गंभीर घटना आहे, हे लक्षात घ्या. त्यांना उपोषण करावे लागते म्हणजे काहीतरी अन्याय असला पाहिजे. चार दिवस उपोषण करतील आणि मग सोडून देतील अशा भ्रमात राहू नका. मी एस.एम.ला चांगला ओळखतो. मी दोन्ही बाजू ऐकल्या आहेत. चालढकल केली तर त्याचे फार दुष्परिणाम होतील.'' अच्युतरावांनीच हा पवित्रा घेतल्यामुळे डिफेन्स मिनिस्ट्री तडजोड करण्यास तयार झाली (जोशी, १९७१ : २४१ ते २४३).

त्यानंतर मॅथ्यू यांची बडतर्फी योग्य की अयोग्य याचा विचार करण्यासाठी एक त्रिपक्षीय कमिटी नेमण्यात आली. त्या कमिटीवर कर्नल ली हा वर्कशॉपचा अधिकारी, स्वत: एसेम जोशी हे कामगारांचे प्रतिनिधी व असिस्टंट लेबर कमिशनर हे मजूर खात्याचे अधिकारी यांची नियुक्ती करण्यात आली. मॅथ्यू यांची बडतर्फी अयोग्य असल्याचा निष्कर्ष कमिटीने जाहीर केला व मॅथ्यू यांना नोकरीवर परत घेण्यात आले. या घटनेमुळे ५१२ कमांडच्या कामगारांचे मनोधैर्य इतके वाढले की, त्यानंतर या वर्कशॉपमध्ये झालेल्या सर्व अन्यायांचा प्रतिकार या कामगारांनी आपल्या एकजुटीच्या जोरावर सामुदायिक पुरुषार्थ दाखवून केला आहे आणि या वर्कशॉपमधील कामगारांची युनियन ही एक अत्यंत लढाऊ संघटना म्हणून अजूनही आपले कार्य चोख पार पाडीत आहे (बापट, १९९४ : ३४).

संरक्षण कामगारांच्या या पहिल्या लढ्यात एसेम जोशींना यश मिळाले. १० दिवसांच्या त्यांच्या उपोषणाचे चीज झाले. अधिकारी वर्गावर त्यांचा नैतिक प्रभाव पडला. एसेमचा संघर्ष तात्त्विक भूमिकेवरून असतो, याबद्दल त्यांची खात्री झाली. त्याहीपेक्षा महत्त्वाची गोष्ट म्हणजे शुद्ध साधनांचा उपयोग केल्याने विरोधकांचेही मतपरिवर्तन होऊ शकते हे सिद्ध झाले (जोशी, १९७१ : २४४).

खडकी कँटोन्मेंट बोर्डातील सफाई कामगारांना बेकायदेशीरपणे काढून टाकले होते. कँटोन्मेंट बोर्डाला औद्योगिक कलह निवारण कायदा लागू असल्यामुळे त्यांच्या बडतर्फीचा

प्रश्न औद्योगिक कोर्टाकडे सोपवावा अशी कामगारांची रास्त मागणी होती, पण कायद्याप्रमाणे एखादा प्रश्न कोर्टाकडे सोपवावा किंवा नाही यासंबंधीचे अधिकार सरकारकडे असल्यामुळे सरकारने तो प्रश्न कोर्टाकडे नेण्यास नकार दिला. तेव्हा प्रचलित कायद्याचा फायदा कामगारांना मिळावा यासाठी देखील एसेम जोशी यांना ७ दिवसांचे उपोषण करावे लागले.

आपल्यासाठी हा माणूस आपला जीवही धोक्यात घालावयास तयार आहे, हे पाहून खडकी देहूरोड येथील कामगार एसेम जोशी यांच्या नेतृत्वाखाली फार झपाट्याने संघटित झाले. दोन वर्षांच्या अवधीत केवळ खडकी व देहूरोड नव्हे तर देशातील अन्य ठिकाणचे संरक्षण कामगार देखील संघटित होऊन १९४८ साली कोलकाता येथे 'ऑल इंडिया सिव्हिलियन डिफेन्स एम्प्लॉइज फेडरेशन'ची स्थापना झाली. श्री.जयप्रकाश नारायण अध्यक्ष व एसेम जोशी हे जनरल सेक्रेटरी म्हणून निवडले गेले.

१९४८ ते १९५३ ही पाच वर्षे संरक्षण कामगारांच्या आंदोलनातील एसेम जोशींच्या कर्तृत्वाची व अचूक मार्गदर्शनाची वर्षे म्हणून त्यांच्या इतिहासात सुवर्ण अक्षरांनी नोंदण्यासारखी आहेत. या काळात १९५१ व १९५३ साली एसेम जोशी यांनी फार मोठे संप लढविले. संपात मुख्य मागणी अशी होती की, संरक्षण खात्यात काम करणाऱ्या कामगारांना नोकरीत सुरक्षा मिळाली पाहिजे, कारण सरकारचा असा चमत्कारिक खाक्या होता की एका ठिकाणी कामगार जादा आहेत म्हणून ते शेकडो कामगारांना काढून टाकत असत, तर त्याच वेळी दुसऱ्या ठिकाणी त्याच खात्यात शेकडो कामगारांची भरती होत असे. कामगार फेडरेशनची अशी मागणी होती की, एका ठिकाणचे जादा कामगार दुसऱ्या ठिकाणी भरती करावयाची असेल तेथेच सामावून घेतले पाहिजेत; पण ही मागणी मान्य करून घेण्यासाठी खडकी व देहूरोडच्या कामगारांना १९५१ साली ४ दिवस व १९५३साली २३ दिवस संप करावा लागला. या संपाच्या काळात एसेम जोशी हे स्वत: प्रत्येक ठिकाणी गेटावर जाऊन कामगारांच्या सभेत त्यांना दिलासा देण्याचे व त्यांचे मनोधैर्य वाढविण्याचे काम करीतच; पण त्याचबरोबर संप हा शांततेने चालला पाहिजे यासंबंधी त्यांचा कटाक्ष असे. १९५३ च्या संपात देहूरोड येथे एक सभा चालू असताना काही तथाकथित कम्युनिस्टांनी आपला 'लढाऊ' पणा दाखविण्यासाठी दगडफेक सुरू केली. तेव्हा दगडफेक आवरण्यासाठी स्वत: एसेम जोशी पुढे झाले. त्यांच्या कपाळावर एक दगड लागून तेथे खोक पडली. त्यातून भळभळा रक्त वाहू लागले. तरीही त्यांनी न डगमगता कामगारांना शांततेचे महत्त्व पटवून दिले. देहूरोडच्या या सभेत त्यांचे जे रक्त सांडले त्यानंतर गेल्या ३५ वर्षांत या भागात अनेक संप, मोर्चे, धरणे असे लढाऊ कार्यक्रम झाले; पण कोठेही कामगारांच्या हातून हिंसेचा एकही प्रकार घडला नाही. एसेम जोशी यांच्या विचारांचा या कामगारांवर किती प्रभाव होता याचे हे द्योतकच म्हणावे लागेल.

या २३ दिवसांच्या प्रदीर्घ संपानंतर त्यावेळचे संरक्षणमंत्री श्री. गोपालस्वामी अय्यंगार व संरक्षण कामगारांचे फेडरेशन यांच्यात एक करार होऊन जादा कामगारांना प्रथम अर्धकायम व नंतर कायम करण्याची मागणी शासनाने मान्य केली. हा लढा लढले फक्त खडकी व देहूरोडचे कामगार पण त्याचा फायदा मात्र देशातल्या ४-५ लाख संरक्षण कामगारांना मिळाला. त्या काळात संरक्षण कामगारांमध्ये तीन वेगवेगळ्या प्रकारच्या संघटना काम करीत होत्या. एक एसेम जोशी यांच्या नेतृत्वाखालील हिंद मजदूर सभेस जोडलेली संघटना, दुसरी डॉ.मैत्रेयी बोस यांच्या नेतृत्वाखालील इंटक प्रणीत संघटना व तिसरी एस.एम.बॅनर्जी यांच्या नेतृत्वाखालील कानपूरची संघटना होती. संरक्षण कामगारांचे गुंतागुंतीचे प्रश्न सोडवावयाचे असतील तर अशा वेगवेगळ्या संघटना न ठेवता त्यांची एकच संघटना तयार केली पाहिजे, या दृष्टीने एसेम जोशी यांच्या नेतृत्वाखाली हालचाल सुरू झाली व त्यांच्या व्यापक आणि निरपेक्ष दृष्टिकोनामुळे १९५४ साली कानपूर येथे या तिन्ही संघटनांचे एकत्रीकरण होऊन श्रीमती बोस ह्या अध्यक्ष तर एसेम जोशी जनरल सेक्रेटरी अशी निवड होऊन 'ऑल इंडिया डिफेन्स एम्प्लॉइज फेडरेशन' या नावाने संरक्षण कामगारांची एकच संघटना स्थापन झाली. एसेम जोशी यांनी या संघटनेत कधी राजकारण आणले नाही; कारण या संघटनेत समाजवादी, कम्युनिस्ट, काँग्रेस व अपक्ष अशा सर्व विचारांचे लोक काम करीत होते. सर्वांना बरोबर घेऊन जाण्याची एसेम जोशी यांची प्रथमपासून प्रवृत्ती होती. पुढे संयुक्त महाराष्ट्राच्या काळात तर ११ विविध पक्षांच्या आघाडीचे त्यांनी कुशलपणे नेतृत्व केले; पण फेडरेशनमधील काँग्रेसवाल्यांनी एसेम जोशी हे समितीचे राजकारण करतात, समितीचा संघर्ष हा पंडित नेहरूंच्या विरुद्ध आहे. तेव्हा अशा माणसाबरोबर आपल्याला सहकार्य करता येणार नाही अशी भूमिका घेऊन कानपूर येथे झालेली एकजूट मोडून काढली आणि इंटकवाले फेडरेशनमधून बाहेर पडले. तरीही समाजवादी, डावे आणि उजवे कम्युनिस्ट व अपक्ष असे सर्व लोक ऑल इंडिया डिफेन्स फेडरेशनच्या नेतृत्वाखाली अभेद्य राहिले. याचे बरेचसे श्रेय एसेम जोशी यांच्या मार्गदर्शनालाच द्यावे लागेल. गेल्या ३०-३५ वर्षांत समाजवादी, कम्युनिस्ट व काँग्रेस यांच्यात अनेकवेळा फूट झाली. ए.आय.टी.यू.सी.चे दोन तुकडे झाले. हिंद मजदूर सभेतून 'हिंद मजदूर पंचायत' चे लोक बाहेर पडले. पण एसेम जोशी यांच्या नेतृत्वाखाली निर्माण झालेल्या ऑल इंडिया डिफेन्स फेडरेशनचे ऐक्य मात्र अभेद्य राहिले. फाटाफुटीच्या वातावरणातील हा एक चमत्कारच मानावा लागेल (बापट, १९९४ : ३४, ३५).

एस.एम.जोशी यांनी कामगारांना जसे त्यांचे न्याय्य हक्क मिळवून दिले, तसा त्यांच्या बेजबाबदार वर्तनाला पायबंदही घातला. ५१२ वर्कशॉपसमधील कामगारांच्या बेकायदेशीर सावकारीला आळा घातला. कुटुंबकल्याणाचे महत्त्व युनियनमार्फतच कामगारांना पटविण्यात आले. एसेम जोशींनी दारू पिणाऱ्या कामगारांची कधीच गय केली नाही.

एकदा पोलिसांनी पिऊन झिंगलेल्या अवस्थेतल्या काही कामगारांना पकडून पाच दिवस तुरुंगात डांबले. त्यांना नोकरीवरून काढण्यात आले. ते एसेमकडे येऊन गयावया करू लागले. एसेमनी त्यांना चांगलेच चोपले; पण 'त्यांच्या पोराबाळांच्या तोंडचा घास का जावा?' या विचाराने एसेम अस्वस्थ झाले. ते कर्नल लातूरसिंगकडे गेले अन् म्हणाले, 'लष्करातील तुम्ही मंडळी दारू पिणे काही पाप मानत नाही. या लोकांनी चूक केली कबूल; पण त्याची शिक्षा त्यांच्या बायकापोरांना का? यांनी तुरुंगाची शिक्षा भोगली आहे. त्यांच्या माणसांचा घास काढून घेऊ नका.' कर्नलसाहेब विरघळले आणि एसेम जोशींच्या शब्दाखातर या कामगारांना कामावर घेतले. खडकी देहूरोडच्या युनिटमधील कामगारांनी एसेमचा आदर्श पुढे ठेवून त्यांच्या पावलावर पाऊल टाकले. मतभेद असले तरी त्यांनी एकमेकांच्या अडचणीत एकमेकांना मदतीचा हात पुढे केला. काही झाले तरी आपण प्रथम माणूस आहोत तसेच 'एकमेकां साहाय्य करू अवघे धरू सुपंथ' हे ते विसरले नाहीत. याचे उत्तम उदाहरण म्हणजे खडकी ॲम्युनिशन फॅक्टरीतील एखाद्या कामगाराचा फॅक्टरीत मृत्यू झाल्यास त्याला सरकारी मदत मिळे; पण त्या मदतीची वाट न पाहता इतर कामगार काही रक्कम जमवून त्याच्या कुटुंबाला आर्थिक मदत करीत. हा एसेमनी घालून दिलेला पायंडा कामगारांनी मनापासून जोपासला होता. वर्कशॉप युनियन असो, नाशिकची सिक्युरिटी प्रेस युनियन असो, एसेमनी तेथील कामगारांच्या अगर कर्मचाऱ्यांच्या अडचणी निवारण्याचा प्रयत्न केला; पण त्यांना त्यांच्या हक्कांच्या जाणिवेबरोबरच कर्तव्याचीही जाणीव करून दिली. एस.एम.जोशी स्टेट बँकेच्या युनियनचे अध्यक्ष होते त्यावेळी त्यांनी स्टेट बँकेच्या कर्मचाऱ्यांना स्वत:चे घर बांधणीसाठी बँकेमार्फत बिनव्याजी कर्ज मिळण्याची सोय करून दिली (मुळ्ये, १९८८ : ८१ ते ८२).

पुणे शहराची लोकसंख्या पाच लाखांपेक्षा जास्त वाढल्यामुळे त्या शहराला 'बी' एरिया म्हणून मान्यता मिळावी ही संरक्षण विभागातील कामगारांची मागणी होती. 'बी' एरिया म्हणून मान्यता मिळाली की, शहर भरपाई भत्ता वाढणार होता आणि इतरही फायदे मिळावयाचे होते. 'बी' एरियाची मागणी मान्य झाली तर त्याचा फायदा केवळ संरक्षण कामगारांनाच मिळणार नव्हता. सर्व केंद्रीय सरकारच्या नोकरांना आणि त्या अनुषंगाने राज्य सरकारच्या नोकरांनाही मिळणार होता. 'बी' एरियाबाबत सरकारचे धोरण अत्यंत अवाजवी आणि खोडसाळपणाचे होते. जनगणना करताना पुणे कँटोन्मेंट ही निराळी संघटना म्हणून त्यात राहणाऱ्या लोकांची गणती पुणे कार्पोरेशनच्या लोकांत करीत नसत. पुणे कॅन्टोनमेंट हा पुणे शहराचाच एक भाग होता. तसेच आवश्यकतेपेक्षा अधिक लोक सेवेत आहेत म्हणून केव्हाही लोकांना कामावरून दूर करणे आणि त्याचवेळी त्याच विभागातील एखाद्या प्रतिष्ठानामध्ये नवीन नवीन नोकरांची भरती करणे असा गोंधळ त्या वेळी चालू होता. हा प्रश्न संरक्षण खात्यात काम करणाऱ्या देशभरच्या कामगारांना

जिव्हाळ्याचा वाटणारा होता. त्यासाठी पुणे-देहूरोड विभागातील कमांड वर्कशॉप, डेपो, फॅक्टरी अशा निरनिराळ्या क्षेत्रांतील कामगारांनी संप केला. हा संप तीन आठवडे चालला. एसेम त्या वेळी आजारी होते. त्यांच्या वतीने विनायकराव कुलकर्णी यांनी डिफेन्स मिनिस्ट्रीबरोबर बोलणी केली. त्यांनी संरक्षण मंत्री गोपालस्वामी अय्यंगार यांची भेट घेऊन तडजोडीचा एक मसुदा तयार केला. 'बी' एरियाबाबत सहानुभूतीपूर्वक विचार करण्याचे आश्वासन डिफेन्स मिनिस्टरनी दिले हाते. नोकरकपातीबाबत एक योजना सुचविण्यात आली. प्रत्येक प्रतिष्ठानने वेळोवेळी आपल्याकडे आवश्यकतेहून अधिक कामगार किती आहेत आणि कोणत्या ठिकाणी हे मध्यवर्ती केंद्रांना कळवावे, कामगारांना कमी करताना त्यांना पर्यायी नोकरी अन्य जागी असेल तेथे देऊ करावी, त्यांच्या नोकरीचे सातत्य टिकवावे, दुसरीकडे काम देताना ते पूर्वीसारखे असावे इत्यादी गोष्टी पर्यायी नोकरीच्या योजनेत होत्या. ही तडजोड मान्य करावी की नाही असा प्रश्न होता. परंतु एस.एम.जोशींनी ही तडजोड मान्य करावी अशी कामगारांना विनंती केली.

एस.एम.जोशींचा निर्णय मान्य करून कामगार कामावर हजर झाले, पण प्रत्यक्ष हाती काहीच लागले नव्हते. संपाच्या दिवसांचा पगार मिळणार नव्हता. एसेमनी सभा घेतली आणि घोषणा केली, 'बी' एरियासाठी तुम्ही जितके दिवस संप केलात तितके दिवस मी उपोषण करीन. परंतु एस.एम.जोशींचा हा संकल्प बरोबर नाही असे त्यांचे राजकीय क्षेत्रातील मार्गदर्शक आचार्य जावडेकर यांनी एसेमना इस्लामपूरहून पत्राने कळविले. त्यामुळे एसेमनी उपोषणाचा विचार सोडून दिला. दरम्यान ह्या प्रश्नाबाबत खटपट करण्याची जयप्रकाश नारायण यांना विनंती केली. पुण्याला 'बी' शहराचा दर्जा देण्याचे सरकारने मंजूर केले. श्री.गोपालस्वामी अय्यंगार यांच्या शब्दावर विसंबून संप मागे घेतला; ते बरोबर केले याबद्दल एसेम जोशींना समाधान वाटले.

१९५९ साली नाशिकमधील सिक्युरिटी प्रिंटिंग प्रेसमधील कामगारांनी कामाच्या तासांबाबत संप केला होता. नाशिक रोडला दुसरा एक मध्यवर्ती सरकारचा छापखाना होता. त्या गव्हर्नमेंट प्रिंटिंग प्रेसमध्ये कामाचे आठवड्याला ४५ तास होते आणि सिक्युरिटी प्रिंटिंग प्रेसमध्ये ४८ तास होते. कामगारांची मागणी होती सिक्युरिटी प्रिंटिंग प्रेसमध्येही कामाचे तास ४५ करावे. २९ दिवस त्यांचा संप चालला होता. कामगार असाहाय्य बनले. कामगारांना अर्थिक साहाय्य देता येईल इतकी कामगार संघटना सामर्थ्यशाली नव्हती. विधानसभेमध्ये एसेम जोशी विरोधी पक्षाचे पुढारी होते. मुख्यमंत्री यशवंतराव चव्हाण होते. याबाबतीत एसेमनी पंडित नेहरूंची भेट घेऊन त्यांना आपली बाजू समजावून दिली. गुलजारीलाल नंदा मजूरमंत्री होते. 'त्यांच्याशी बोलेन' असे नेहरूंनी सांगितले. एसेमनी ही भेट राज्यपालांच्या बंगल्यावर घेतली होती. पंडित नेहरूंच्या भेटीनंतर एसेमनी मुख्यमंत्री यशवंतराव चव्हाण यांची भेट घेतली. त्यांना संपकऱ्यांचे गाऱ्हाणे सांगितले.

त्यांनी नंदांना भेटून कामगारांची मागणी मान्य करून घ्यावी असे सुचविले. त्यांना ती मागणी सयुक्तिक वाटली. ती मान्य होऊ शकेल असा विश्वास त्यांनी दिला. एसेम जोशींनी कामगार पुढाऱ्यांबरोबर विचारविनिमय केला. मुख्यमंत्र्यांच्या शब्दावर विसंबून संप मागे घ्यावा असा सल्ला दिला. यशवंतरावांनी गुलजारीलाल नंदांना भेटून एसेम जोशींची मागणी मान्य करवून घेतली. शेवटी कामगारांचा विजय झाला (जोशी, १९७१ : २५४ ते २५७).

कामगार चळवळीबाबत श्री.एस.एम.जोशी यांचा विधायक दृष्टिकोन दिसून येतो. उठता बसता संपाच्या अन्य लढ्याच्या आगलाव्या घोषणा करण्यापेक्षा कामगारांची गाऱ्हाणी शांततामय मार्गांनी निवारण करण्याकडे त्यांचा कल होता. संप म्हटला की, हजारो कामगार कुटुंबांवर हालअपेष्टांत राहण्याची पाळी येते. उत्पादनात खंड पडून देशाचेही नुकसान होते. मालकांची टिकाव धरण्याची शक्ती मोठी असल्यामुळे संपामुळे ते शरण येतीलच याचा भरवसा नसतो. त्याऐवजी एसेम जोशी यांनी आपली नैतिक शक्ती पणास लावून प्रसंगी उपोषणाचा मार्ग अवलंबून कामगारांना न्याय मिळवून दिला होता. महात्मा गांधीजींच्या आत्मक्लेशाच्या आणि सत्याग्रहाच्या शांततापूर्ण नीतींशीच हे धोरण मिळते जुळते आहे (खांडेकर, १९६४ : ३९).

संयुक्त महाराष्ट्राच्या आंदोलनाच्या काळात सोलापूरच्या नरसिंग गिरजी गिरणीच्या कामगारांचा प्रश्न उभा राहिला. ती गिरणी बंद पडली आणि पाच हजार कामगार बेकार झाले. त्याचा परिणाम सोलापूरच्या समाजजीवनावरही पडल्यावाचून राहिला नाही. एस.एम.जोशींनी हा प्रश्न विधानसभेत धसास लावला. सरकारने हा प्रश्न सोडविला नाही तर त्यासाठी सत्याग्रहाचे आंदोलन सुरू करण्याचे एसेमनी घोषित केले. मुख्यमंत्री यशवंतराव चव्हाणांनी एसेमना भेटीला बोलावले. त्या वेळी गिरणी दिवाळखोरीत निघून हायकोर्टाकडे तिचा ताबा होता. एसेमनी यशवंतरावांना सुचविले की, सरकारने गिरणी ताब्यात घेऊन स्वत: चालवावी. हायकोर्टाकडून गिरणीच्या वापराबद्दल नाममात्र रक्कम देण्याचे मान्य करून ती लीजवर घ्यावी. सरकारने गिरणी चालवायला घेण्याचे तत्त्व मान्य केले. गिरणी चालविण्यासाठी एक बोर्ड स्थापन करण्यात आले. एस.एम.जोशींचा त्यात समावेश केला गेला. जे.के.मारू हे मॅनेजिंग डायरेक्टर म्हणून नियुक्त झाले. त्यांनी फार मेहनत घेऊन गिरणीचे संचालन केले आणि ती नफ्यात चालवून दाखविली. नरसिंग गिरजी मिलच्या या उदाहरणापासून सरकारी वस्त्रोद्योगाचा प्रारंभ झाला. नंतरच्या काळात या प्रयोगावरून प्रेरणा घेऊन आजारी गिरण्या आणि कारखाने यांचे पुनर्वसन करण्याचे ठरविले (जोशी, १९७१ : २६२-२६३).

संरक्षण कामगारांच्या नेतृत्वातून एसेम जोशी यांनी सर्व केंद्रीय सरकारी कर्मचाऱ्यांचे नेतृत्वही किती प्रभावीपणे केले याचे उदाहरण म्हणजे १९६० साली देशातील लक्षावधी केंद्रीय कर्मचाऱ्यांचा झालेला विलक्षण संप हे होय. भारत सरकारच्या त्रिपक्षीय मजूर

परिषदेत १९५५ साली गरजेनुसार किमान वेतनाची कल्पना एकमताने मान्य झाली, पण सरकार आपल्या स्वत:च्या कर्मचाऱ्यांना मात्र ते वेतन देण्यास तयार नव्हते. सरकारी कर्मचाऱ्यांच्या विविध संघटनांनी एकत्र येऊन आपणास गरजेनुसार वेतन मिळावे अशी मागणी केली. पंडित नेहरू त्याकाळी पंतप्रधान होते. इंग्लंडमधील कामगारांचा संप तेथील टोरी सरकारने मोडून काढला होता, तेव्हा पंडित नेहरूंनी त्याला कडाडून विरोध केला होता. त्यामुळे पंडित नेहरू हे कामगारांच्या मागण्यांचा सहानुभूतीपूर्वक विचार करतील अशी भावना आपल्या कामगार चळवळीचे पुढारी बाळगून होते. याच पार्श्वभूमीवर केंद्रीय कर्मचाऱ्यांचे कृति-समिती-अध्यक्ष म्हणून एसेम जोशी यांनी पंडित नेहरूंची मुलाखत मागितली होती. या मुलाखतीपूर्वी सर्व केंद्रीय कर्मचाऱ्यांनी आपल्या मागण्या मान्य न केल्यास ११ जुलै १९६० रोजी एका दिवसाचा लाक्षणिक संप करण्याची नोटीस दिली होती. परंतु पंडित नेहरूंनी कामगार पुढाऱ्यांबरोबर वाटाघाटी करण्याऐवजी सर्व केंद्रीय कर्मचाऱ्यांना अत्यावश्यक सेवा कायदा लागू करून त्यांचा संप बेकायदेशीर म्हणून घोषित केला. सर्व युनियनच्या मान्यता काढून घेण्यात येतील अशी धमकी दिली. या धमकीने कामगार डगमगतील आणि संप मागे घेतील अशी सरकारची कल्पना होती. पण इतर वेळी लोण्याप्रमाणे मऊ असणारे एसेम तत्त्वाचा प्रश्न आला म्हणजे वज्राप्रमाणे कठोर होत. त्याच कठोर तत्त्वनिष्ठेने पंडित नेहरूंच्या सरकारचे आव्हान त्यांनी स्वीकारले. सर्व दडपशाहीला तोंड देऊन ११ जुलैचा संप यशस्वी करून दाखविला. या संपात हजारो केंद्रीय कर्मचाऱ्यांना सरकारने तुरुंगात टाकले. तितक्याच लोकांना कामावरून काढून टाकण्यात आले. संघटनांची मान्यता काढून घेतली. परंतु कामगार डगमगले नाहीत (बापट, १९९४ : ३५). एसेम जोशी, बॅ. नाथ पै, पीटर अल्वारिस, आचार्य अत्रे यांना अटक करण्यात आली. या सर्वांना आठ दिवस तुरुंगात रहावे लागले. हा संप पूर्णपणे यशस्वी झाला नाही; तरीपण पंडित नेहरूंनी इंग्लंडमधील व्हिटले कौन्सिलच्या धर्तीवर एक मशिनरी तयार केली. त्याला 'जॉईंट कन्सल्टेटिव्ह मशिनरी' म्हणजेच जे.सी.एम. असे नाव होते. जे.सी.एम.च्या योजनेमुळे कामगारांच्या बारीक सारीक मागण्या आणि गाऱ्हाणी सोडविण्यास पुष्कळच मदत झाली होती (जोशी, १९७१ : २६५-२६६).

१९६७ साली पुन्हा एकदा केंद्रीय कर्मचाऱ्यांचा नुसता लाक्षणिक नव्हे तर ७ दिवसांचा संप एसेम जोशी यांच्या नेतृत्वाखाली घडून आला. या काळात ज्या खडकी व देहूरोड कामगारांमध्ये एसेम जोशींनी आपली हयात घालविली तेथेच संप झाला नाही. एसेम यांच्या मनाला ही गोष्ट फार लागून राहिली; कारण त्यांची नेहमी अशी शिकवण असे की, कामगाराने ज्याप्रमाणे कामाच्या वेळी काम केले पाहिजे, त्याचप्रमाणे संघटनेने लढ्याची हाक दिली तर सर्वांनी लढ्यात उतरलेच पाहिजे. दुर्दैवाने पुण्याचे कामगार त्यांची ही शिकवण विसरल्यामुळे हा आपलाच दोष समजून त्याबद्दलचे प्रायश्चित्त म्हणून

एसेम जोशींनी ७ दिवसांचे उपोषण केले (बापट, १९९४ : ३५). एस.एम.जोशींनी विविध क्षेत्रांतील कामगार संघटनांचे नेतृत्व केले होते. अखिल भारतीय संरक्षण कामगारांचेही ते नेते होते. युनियनचे कार्य करताना केवळ 'आर्थिक अन्याय दूर करण्यासाठी युनियन' असे मर्यादित स्वरूप त्यांना मान्य नव्हते. संघर्ष करीत असतानाच अन्याय्य पद्धतीने कमी केल्या गेलेल्या कामगारांचे जीवन उद्ध्वस्त होता कामा नये यासाठी कामगारांनी आपल्या पगारातील एक दिवसाचे वेतन बाजूस काढावे आणि कमी केलेल्या आपल्या कामगार बंधूंच्या कुटुंबीयांकरिता द्यावे अशी सामुदायिक नैतिक जाण त्यांनी कामगारांमध्ये निर्माण केली होती.

पुणे जिल्ह्यात तळवडे येथे साने गुरुजी सेवापथकाचे रस्ता तयार करण्याचे शिबिर चालू होते. त्या विभागातील संरक्षण युनियनच्या कामगारांनी आठवड्यात एक दिवस सेवा पथकावर येऊन सामुदायिक श्रमकार्य करावे असे एसेमनी सांगितले. परिणामी युनियनचे कार्यकर्ते व कामगार यांनी या श्रमकार्यात भाग घेऊन आपला वाटा उचलला. कामगारांत व्यापक भ्रातृभावना वाढविण्याचा आणि समतेच्या व्यापक आंदोलनातील सहभागाचे महत्त्व त्यांना पटविण्याचा हा प्रयत्न होता (बापट, १९९४ : ४६).

१९६८ मध्ये एस.एम.जोशी लोकसभेचे सदस्य असतानाच्या काळात केंद्रीय कर्मचाऱ्यांनी पुन्हा सरकारला संपाची नोटीस आपल्या प्रलंबित मागण्या सरकारने मंजूर करून न्याय द्यावा म्हणून दिली होती. 'नीड बेस्ड वेज' आणि महागाई भत्ता ह्या दोन प्रमुख मागण्या होत्या. केंद्रीय कर्मचारी संघटनांनी तो प्रश्न लवादाकडे पाठवावा अशी सरकारकडे मागणी केली होती; पण सरकार हा प्रश्न लवादाकडे देखील पाठवायला तयार नव्हते. सरकारने १९६० च्या 'कौन्सिल ऑफ ॲक्शन' चे पुनरुज्जीवन केले. एसेम जोशी ह्या कौन्सिलचे अध्यक्ष होते, पण ह्या कौन्सिलमध्ये कर्मचाऱ्यांच्या प्रश्नाचा निर्णय लागला नाही म्हणून सर्व केंद्रीय कर्मचारी नोकरांच्या संघटनांनी एक दिवस संपावर जाण्याचा निर्णय एसेम जोशी यांच्या नेतृत्वात घेतला. सरकार त्या एक दिवसीय संपाने देखील संतापले आणि वटहुकूम काढून एक दिवसाचा संपदेखील बेकायदेशीर ठरविला. १९६० ची पुनरावृत्ती केली व संप दडपून टाकण्यासाठी दडपशाहीच्या मार्गाचा अवलंब केला. एसेम जोशींसह अनेक कर्मचारी नेते तुरुंगात पाठविले. तेव्हा केंद्रीय कर्मचारी नेता म्हणून, 'सरकारने करारभंग केला यासाठी उपोषण केले पाहिजे, न्याय मिळविला पाहिजे वा सरकारने कर्मचाऱ्यांचे अधिकार तरी दिले पाहिजेत, कारण लोकशाहीची हत्या होत आहे.' अशा प्रकारचा संताप व्यक्त केला होता. केंद्रीय कर्मचाऱ्यांचा प्रश्न सुटावा म्हणून एसेमनी आमरण उपोषण केले होते. त्यांचे उपोषण सुटण्यासाठी नानासाहेब गोरे, रावसाहेब पटवर्धन यांनी प्रयत्न केला. कर्मचारी व इतर कामगार संघटनांच्या नेत्यांनीही गळ घातली त्यामुळे एसेम यांनी उपोषण सोडले. तडजोडवादी भूमिका स्वीकारून अतिरेकी भूमिका

त्यांनी स्वीकारली नव्हती, पण उपोषण सोडण्याची चूक केल्याची जाणीव त्यांना होत होती आणि ती खंत त्यांच्या मनात कायम होती. कामगारांचा विश्वासघात केल्यासारखे त्यांना वाटत होते. सरकारच्या दडपशाही व अन्याय्य धोरणाची जाणीव त्यांनी लोकसभागृहाला देखील करून दिली. लोकसभेत त्यांनी स्पष्टपणे सांगितले होते की, 'जेव्हा कामगारांनी कोणताही गुन्हा केला नव्हता. आपला निषेध व्यक्त करण्यासाठी एक दिवस काम बंद केले तर सरकार वटहुकूम काढून त्यांना शिक्षा देते. रोजीरोटीसाठी वंचित केले जावे हा सरकारचा मोठा गुन्हा आहे. हे सरकार वटहुकुमाचे आहे का लोकशाहीवादी आहे? कर्मचाऱ्यांचा विश्वासघात सरकारने केला.' अशी परखड टीका सरकारच्या धोरणावर केली होती (विसपुते, २००० : ३२२, ३२३).

१९७४ साली रेल्वे कर्मचाऱ्यांनी वेतनवाढ आणि बोनस मागण्यासाठी संप केला होता. रेल्वे कर्मचारी संपाची गंभीर परिस्थिती होती. त्यात तोडगा निघावा म्हणून एस.एम.जोशींनी प्रयत्न केला होता. त्यांनी केलेल्या प्रयत्नांना यश येऊन रेल्वे कर्मचाऱ्यांचा वीस दिवस चाललेला संप रेल्वे कर्मचाऱ्यांच्या नेत्यांशी बोलून बिनशर्त मागे घेतला होता. त्या संपाविषयी एसेम म्हणतात की, ''कामगार चळवळीच्या जीवनातले एक नवे पर्व या संपामुळे सुरू झाले. आपल्या स्वातंत्र्याच्या चळवळीला कामगार चळवळीने शक्ती दिली, पण आपापल्या व्यवसायात, उद्योगात संघटनेपुरते बघण्याचा दृष्टिकोन निर्माण झाला. त्यामुळे राष्ट्रीय असे कामगारांचे धोरण राहिले नाही. आतापर्यंत चौकट कायम ठेवून लाभ उठविण्याच्या प्रयत्नांना रेल्वे कर्मचाऱ्यांच्या संपामुळे धक्का बसला.'' एसेमनी रेल्वे कर्मचारी संघटनेला मौलिक मार्गदर्शनही केले. रेल्वे कर्मचाऱ्यांना आपली एकजूट अभेद्य ठेवण्याचा व संघर्ष केवळ वेतनवाढ व बोनसपुरता मर्यादित नाही असा संदेश दिला होता. कामगार चळवळीतील आपल्यापुरते पाहण्याची व सामाजिक उद्दिष्टांची उपेक्षा थांबली पाहिजे अशा प्रकारची अपेक्षा व्यक्त केली होती.

एसेम जोशी पुणे विद्यापीठाच्या कार्यकारिणीवर सदस्य असतानाच्या काळात त्यांच्या अध्यक्षतेखाली 'कोड ऑफ कॉंडेक्ट' म्हणजे वर्तणुकीचे नियम ठरविण्यासाठी समिती नेमलेली होती. महाविद्यालयाच्या चालकांचे प्रतिनिधी व शिक्षकांचे प्रतिनिधी यांची ती समिती होती. शिक्षकांच्या हक्कांना धक्का न लावता त्यांच्या कर्तव्याची पूर्ण जाणीव कायम राहील व संस्था चालकांना मनमानी कारभार करता येऊ नये अशी एसेमनी खबरदारी घेतली होती (विसपुते, २००० : ३२६-३२७).

### एस.एम.जोशी यांचे कामगार आंदोलनातील अपयश

एस.एम.जोशींनी कामगार चळवळीत फार महत्त्वाचे काम केले आणि अनेक क्षेत्रांतील कामगारांना न्याय मिळवून दिला. कामगार आंदोलनात कार्य करीत असताना

एसेमना काही आंदोलन कार्यात अपयशसुद्धा आले. कॅण्टोन्मेंट बोर्डाच्या सफाई कामगारांवर झालेल्या अन्यायाविरुद्ध एसेम जोशी यांनी केलेले उपोषण अयशस्वी ठरले. डेपोमधील अगर फॅक्टरीमधील सफाई कामगारांना जो पगार मिळतो तो कॅण्टोन्मेंट बोर्डाच्या कामगारांना मिळत नसे. बोर्डाच्या अधिकाऱ्यांना वेळोवेळी भेटून आणि अर्ज-विनंत्या करून काही भागेना म्हणून अखेरीस संपाची नोटीस त्या युनियनचे प्रमुख अण्णा तेलगू यांनी दिली. आवश्यक सेवेमध्ये काम करणाऱ्यांना ही नोटीस द्यावीच लागते. नोटीस देऊन १४ दिवस झाल्यावर मगच संपावर जाता येते. ह्या अटी पूर्ण केल्या नाहीत तर संप बेकायदेशीर ठरतो. सहा-सात दिवस संप शंभर टक्के यशस्वीपणे चालला. पावसाळ्याचे दिवस होते. बोर्डाच्या परिसरात एक कॉलऱ्याची केस झाली अशी बातमी वर्तमानपत्रात प्रसिद्ध झाली. कामगारांना मदत करण्यासाठी इतर कामगारांची विशेष काही करण्याची तयारी दिसत नव्हती. कॉलऱ्याची साथ वाढेल या भीतीने आणि लोकमत आपल्या विरुद्ध जाऊ नये म्हणून एसेमनी अण्णा तेलगूंना संप मागे घेण्याचा सल्ला दिला; पण एसेमचा सल्ला बरोबर नव्हता हे नंतर त्यांच्या लक्षात आले. एसेम जोशींची अशी समजूत होती की संप मागे घेतला म्हणजे संबंधित झाडू आणि भंगी कामगारांना पुन्हा कामावर घेतले जाईल; पण बोर्डाच्या अधिकाऱ्यांनी संपातील कामगारांना काढून टाकले. खरे म्हणजे कामगारांनी संप केला हा काही गुन्हा नव्हता; पण बोर्डामध्ये निम्मे सदस्य लष्करी अधिकारी होते. त्यांनी एसेमच्या वाढत्या नेतृत्वाला सुरुंग लावायचा पवित्रा घेतला. संप मागे घेण्यात चूक झाली. त्यामुळे कामगारांची रोटी गेली. त्यांच्या मुलाबाळांचे हाल होणार हे स्पष्ट झाले. महात्मा गांधींच्या तत्त्वानुसार दलित वर्गाकडे इतरांआधी लक्ष दिले पाहिजे, ही एसेम जोशींची विचारसरणी होती. एसेमनी बेमुदत उपोषण करण्याचे ठरविले. एसेम आणि त्यांचे सहकारी राजाभाऊ कुलकर्णी उपोषणाला बसले. उपोषणाला १२ दिवस झाल्यानंतर रावसाहेब पटवर्धनांनी मध्यस्थी केली. बोर्डाचे अध्यक्ष खानबहादूर मोलेदिना यांच्याबरोबर त्यांनी बोलणी केली. सफाई कामगारांना परत नोकरीवर घेतले जाईल असे आश्वासन दिले. उपोषण सोडले त्या दिवशी मोलेदिना यांनी कामगारांच्या पुढे भाषण करून सांगितले की, ''हम सब मजूदरोंको कामपर लेंगे। अब वह जिम्मेदारी मेरी । अगर वैसा नही हुआ तो मै अनशन करूँगा । जोशीजी को उपोषण करना नहीं पड़ेगा।'' एसेमनी उपोषण सोडले पण मोलेदिना आपला शब्द खरा करू शकले नाहीत. बोर्डातील लष्करी अधिकाऱ्यांनी मोलेदिनांच्या प्रस्तावाविरुद्ध बहुमत केले आणि ठराव नापास केला. हे प्रकरण अॅडज्युडिकेशनकडे नेले. तेथे कामगारांच्या बाजूने निर्णय झाला. बोर्डाने खालच्या कोर्टाच्या निर्णयाविरुद्ध अपील केले. अपेलेट ट्रायब्यूनलने एक नवाच मुद्दा ग्राह्य धरून खालच्या कोर्टाचा निर्णय रद्दबातल केला. कामगारांचा संपच बेकायदा होता असा त्यांनी निर्णय दिला आणि म्हणून बोर्डावर कामगारांना परत कामावर घेण्याची जबाबदारी नाही

असे ठरविले. कायद्यानुसार १४ दिवसांची नोटीस पाहिजे, परंतु १४ दिवसांमध्ये एक दिवस कमी पडतो आहे हा बोर्डाचा दावा मान्य करून, हा निर्णय दिला गेला. एसेमना हा कामगार चळवळीतील मोठा पराभव वाटला. एसेमना याची आयुष्यभर खंत वाटत होती. काही दिवसांनी युनियनचे वजन वापरून एसेमनी सफाई कामगारांची नेमणूक निरनिराळ्या डेपोंमध्ये करून दिली. या घटनेविषयी आपल्या भावना व्यक्त करताना एसेम जोशी म्हणतात की, ''त्या गरीब कामगारांनी आमच्याविरुद्ध काहीही केले नाही. गोरगरिबांची अंत:करणे खूप विशाल असतात हेच यावरून दिसून येते'' (जोशी, १९७१ : २४६-२४७).

संयुक्त महाराष्ट्राच्या आंदोलनाच्या काळातील कामगार चळवळीत असाच एक दु:खद अनुभव आला होता. फियाट गाडी कुर्ल्याला ज्या कारखान्यात तयार होते त्या कारखान्यावर संप चालू होता. आठ-दहा कामगारांना बडतर्फ करण्यात आले होते. युनियनचे नेतृत्व आर.जे.मेहता या कामगार पुढाऱ्याकडे होते. दीड महिना संप चालला तरी बोलणी काही सुरू होत नव्हती. विधानसभेतील संयुक्त महाराष्ट्र चळवळीतील पुढारी म्हणून आर.जे.मेहतांचे कामगार एसेमकडे आले. एसेम जोशींनी त्यासाठी खूप प्रयत्न केले; पण यश आले नाही. त्यांनी गुलजारीलाल नंदा यांच्याबरोबरही फोनवर बोलणी केली. त्यांनी सुचविले की, संप मागे घेतल्यास काढून टाकलेल्या कामगारांचा प्रश्न ॲडज्युडिकेशनकडे पाठविता येईल. एसेमना हा तोडगा मान्य होता, पण आर.जे.मेहता याविषयी टाळाटाळ करीत राहिले. शेवटी एसेम जोशींनी अशी भूमिका घेतली की, तुम्ही कार्यकारिणीची बैठक घेऊन निर्णय करणार नसाल तर मला सरळ कामगारांना माझा निर्णय सांगावा लागेल. मग बैठक झाली आणि संप मागे घेण्यात आला. केंद्रसरकारच्या सेक्रेटरीनी रिपोर्ट देताना एसेम जोशींच्या एका भाषणाचा चुकीचा रिपोर्ट दिला. एस.एम.जोशी यांनी शिस्त वाऱ्यावर सोडून दिली. त्यांच्या भाषणामुळे हिंसेला प्रोत्साहन दिले गेले असा रिपोर्ट दिला गेला. हिंसेला प्रोत्साहन देणे, शिस्तीला वाऱ्यावर सोडणे हे आरोप एसेमचे विरोधकही करणार नाहीत.

संयुक्त महाराष्ट्राच्या आंदोलनातील काळात एस.एम.जोशी स्टेट बँकेच्या कर्मचाऱ्यांच्या संघटनेमध्ये गुंतले होते. त्या वेळी स्टेट बँकेची मुंबई, मद्रास, कोलकाता आणि दिल्ली अशी सर्कल्स होती. प्रत्येक सर्कलच्या कर्मचाऱ्यांच्या निरनिराळ्या युनियन्स असत आणि त्यांचे एक फेडरेशन असे. निरनिराळ्या सर्कल्सच्या युनियनचे अध्यक्ष आळीपाळीने फेडरेशनचे अध्यक्ष होत. प्रथम एसेम मुंबई सर्कल युनियनचे अध्यक्ष बनले. एसेम जोशी अध्यक्ष असताना २१ दिवसांचा एक संप झाला, पण तो यशस्वी झाला नाही. कर्मचाऱ्यांची मागणी ॲडज्युडिकेशनकडे गेल्याने संप बेकायदेशीर आहे म्हणून जाहीर करण्यात आले. या संपाविषयी एस.एम.जोशी म्हणतात की, ''या संपाच्या निमित्ताने

सरकारने आडमुठी भूमिका घेतली. आमच्या वाजवी मागण्यादेखील धुडकावून लावल्या. सरकारलाच समंजस नेतृत्वाची कदर नाही. त्यामुळे कामगारांच्या लढ्याला विधायक वळण देण्याचा प्रयत्न करणारे, त्यांना सामाजिक बांधिलकीची शिकवण देऊ पाहणारे नेतृत्व पुढे येऊ द्यायचे नाही, असाच जणू लोकशाहीच्या गप्पा मारणाऱ्या आणि गांधीजींच्या नावाने प्रवचने झोडणाऱ्या, सत्तेवर आरूढ झालेल्या पुढाऱ्यांनी चंग बांधला होता. आपल्याला विरोध करणारी पर्यायी शक्ती उभीच राहू नये असा हा अट्टाहास लोकशाहीच्या मुळावर आल्याशिवाय राहात नाही'' (जोशी, १९७१ : २६०-२६१). एसेम जोशींनी १९६० आणि १९६८ साली महागाई भत्ता वाढीसंबंधी संप घडवून आणला होता, पण हे संप पूर्ण यशस्वी होऊ शकले नाहीत.

### एस.एम.जोशींच्या कामगार चळवळीतील कार्याचे मूल्यमापन

एस.एम.जोशी हे एक प्रभावी समाजवादी राजकीय नेते होते. राजकारण, समाजकारण याबरोबरच कामगारांच्या गाऱ्हाण्यांची दाद लावण्यासाठी त्यांनी आपले जीवन वेचले. त्याला सत्य आणि प्रामाणिकपणा यांची जोड होती. हक्काबरोबर कर्तव्य आणि जबाबदारीची जाणीवही कामगारांना सतत देत राहिले (बापट, १९९४ : १४). कामगारांच्या अयोग्य मागण्यांचा पुरस्कार एस.एम.जोशी यांनी कधीच केला नाही. पण त्याचबरोबर नीतीच्या नावाखाली कामगारांच्या कुटुंबीयांना त्रास किंवा शिक्षा होऊ नये म्हणून त्यांची दखल घेण्यास ते कधीच विसरत नसत. १९६७ नंतर एस.एम.जोशी हे संयुक्त समाजवादी पक्षाचे अध्यक्ष झाल्यामुळे आणि लोकसभेत निवडून गेल्यानंतर राजकारणामध्ये त्यांना अधिक वेळ देणे शक्य नव्हते. परंतु त्यांनी आपल्या २० वर्षांच्या सक्रिय काळात इतके कार्यकर्ते निर्माण केले की, त्यांनी उभी केलेली चळवळ तशीच नेटाने पुढे चालू राहिली.

आपल्या देशाच्या कामगार चळवळीत आता एक नवे स्थित्यंतर घडवून आणले पाहिजे असे गेल्या २५ वर्षांत त्यांचे मत झाल्याचे प्रकर्षाने दिसून येते. संघटित क्षेत्रातील कामगारांची स्थिती आता तौलनिक दृष्ट्या पुष्कळ चांगली आहे. त्यांना पगार, भत्ते, नोकरीची शाश्वती, रजा, बोनस, निवृत्ती वेतन, वैद्यकीय साहाय्य वगैरे बऱ्याच सवलती मिळतात, पण असंघटित व असुरक्षित जे लक्षावधी कामगार आहेत त्यांची परिस्थिती फारच भयानक असल्यामुळे आता कामगार चळवळींनी असुरक्षित श्रमिकांना न्याय मिळवून देण्यावर आपले लक्ष केंद्रित केले पाहिजे असे एसेम जोशी आग्रहाने सांगत. त्याचप्रमाणे कामगार चळवळीने केवळ पैशांचा विचार न करता सामाजिक अन्यायाचा व मूलभूत अधिकारांचाही विचार केला पाहिजे असा त्यांचा आग्रह असे. महाराष्ट्रात 'रोजगार हमी योजना' चालविण्याकरिता संघटित कामगार वर्गावर व्यवसाय कर बसविला तेव्हा

सवयीप्रमाणे कामगार चळवळीतील लोकांनी त्याला विरोध केला. परंतु हा पैसा ग्रामीण भागातील बेरोजगारांना रोजगार देण्यासाठी जाणार आहे, तेव्हा आपण त्याला विरोध करू नये अशी समजूत त्यांनी मोठ्या शिकस्तीने घातली आणि या विरोधाला कोठेही डोके वर काढू दिले नाही. देशभर आदिवासी व दलित स्त्रियांवर होणाऱ्या अन्यायाची दखल कामगार चळवळ घेत नाही, त्यामुळे कामगार कार्यकर्त्यांचे मन प्रक्षुब्ध होत नाही याची व्यथा त्यांच्या मनाला शेवटपर्यंत होती, म्हणून आपल्या आयुष्याच्या अखेरीस एसेमनी श्रमिकांच्या संघटनेशी सहकार्य केले. १९७५ साली आणीबाणीच्या आदल्या दिवशी ग्रामीण श्रमिकांची संघटना निर्माण करण्याकरिता हिंद खेत मजदूर सभेचे पहिले अधिवेशन बिहारच्या पहाडी भागात बोलावले. त्याला एसेम आवर्जून हजर राहिले, एवढेच नव्हे तर त्यांनी या संघटनेचे अध्यक्षपद स्वीकारण्यास मान्यता दिली. पूर्णिया जिल्ह्यात गावोगाव फिरून त्यांनी ग्रामीण श्रमिकांना उभे करण्याचा प्रयत्न केला. ज्या ज्या ठिकाणी शक्य असेल तेथे शेतमजुरांच्या व ग्रामीण श्रमिकांच्या संघर्षाला पाठिंबा देण्यासाठी ते जात असत. १९८३ साली प्रकृती बरी नसताना देखील पूर्णिया जिल्ह्यातील मेळाव्याला व शिबिराला ते हजर राहिले होते. शेतमजुरांच्या संघटनेचे काम कसे चालले आहे याची ते आवर्जून चौकशी करीत असत. कामगार चळवळीत जोपर्यंत कोट्यवधी असुरक्षित व असंघटित कामगार संघटित व जागृत होत नाहीत तोपर्यंत आपली कामगार चळवळ खऱ्या अर्थाने परिवर्तनाचे साधन बनणार नाही अशी त्यांची ठाम समजूत होती. परंतु ग्रामीण भागातील राजकीय कार्यकर्ते व संघटित कामगारांचे मान्यवर नेते तिकडे डोळेझाक करतात याची त्यांना फार मोठी खंत होती (बापट, १९९४ : ३६).

शोषित आणि पीडित जनतेच्या हक्क रक्षणासाठी एस.एम.जोशी प्राणपणाने भांडत असत. औद्योगिक कामगारांचे प्रश्न आणि त्यांचे कल्याण हा त्यांना जिव्हाळ्याचा विषय वाटत होता यात आश्चर्य नाही. त्यांच्यावर होणारा जुलूम थांबविण्यासाठी आणि त्यांना न्याय मिळवून देण्यासाठी एसेम जोशी आपल्या परीने झगडत असत. त्याचवेळी देशाचे हित आणि देशाची संपत्ती यांकडेही ते तितकेच लक्ष देत. कामगारांनी आपल्या हक्कांकडे तसेच आपल्या कर्तव्याकडेही पाहावे यावर एसेम भर देत असत. असे झाले तरच उद्योगांची चक्रे सुरळीतपणे फिरत राहतील आणि देशाची प्रगती होईल. १९६१ मध्ये केंद्रीय कर्मचाऱ्यांनी आपल्या मागण्या सादर केल्या आणि संपावर जाण्याची धमकी दिली तेव्हा एसेमनी त्यांना पाठिंबा दिला नाही. परंतु जेव्हा त्यांची महागाई भत्त्याची मागणी सरकारने नाकारली तेव्हा त्यांनी स्वत:च संप घडवून आणला. सेनादलाच्या संरक्षण साहित्याची निर्मिती करणाऱ्या कारखान्यातील कामगारांना ह्या सचोटीच्या कामगार नेत्यांची अशी शिकवण होती की, त्यांनी आपल्या मागण्या सरकारपुढे ठेवाव्यात, पण त्याचबरोबर जास्तीतजास्त उत्पादनाकडेही लक्ष द्यावे. काही

महत्त्वाच्या मोठ्या सार्वजनिक उपक्रमांच्या कामगार संघटनांचेही नेतृत्व एस.एम.जोशी यांच्याकडेच होते. अखिल भारतीय संरक्षण कामगार महासंघाचे आणि अखिल भारतीय स्टेट बँक कामगार महासंघाचे ते महासचिव होते आणि राज्य परिवहन कामगार संघटनेचे कार्याध्यक्ष होते (पाटील, १९६९ : ९, १०).

१९७२ साली एस.एम.जोशी यांना रिझर्व्ह बँकेचे संचालक नेमण्यात आले. श्रमिकांचा प्रतिनिधी म्हणून त्यांची नियुक्ती झाली होती. एसेम राष्ट्रीयकरणाचे कट्टर पुरस्कर्ते होते. राष्ट्रीयकृत बँकांचे ध्येय-धोरण ठरविण्याच्या कामात त्यांना आस्था होती. किंबहुना या भूमिकेतून त्यांनी हे पद स्वीकारले होते. इंदिरा गांधींनी केलेली नेमणूक त्यांनी स्वीकारली म्हणून समाजवाद्यांमध्ये राग होता. त्यांच्यावर बरीच टीका झाली, म्हणून मधु लिमयांनी आक्षेप घेतला. पक्षाला आपले सहकार्य पाहिजे असेल तर एसेम जोशी यांनी संचालकपद सोडावे किंवा पक्ष सोडावा असे मधु लिमये म्हणाले. एसेम यांनी १३ एप्रिल १९७२ रोजी रिझर्व्ह बँकेच्या संचालक पदाचा राजीनामा दिला. काही दिवसांत पक्षसदस्यत्वही सोडले. या घटनेची तीव्र प्रतिक्रिया कार्यकर्त्यांत उमटली. एसेम जोशी यांनी पक्ष सोडला तरी त्याच्या कामात त्यांना रस होता. जॉर्ज फर्नांडीस यांच्या नेतृत्वाखाली रेल्वे कर्मचाऱ्यांनी १९७४ मध्ये लढा उभारला तेव्हा एसेम जोशींनी संपूर्ण सहकार्य केले. मात्र १९७२ नंतर एसेम यांनी प्रत्यक्ष राजकारणापेक्षा अन्य विधायक कामांत लक्ष घातले (मराठवाडा, एसेम स्मृतीविशेषांक, १९६५ : ५).

एस.एम.जोशींच्या कामगार चळवळीतील कार्यासंबंधी मधु लिमये म्हणतात की, 'एस.एम.व्यावसायिक ट्रेड युनियन पुढारी कधीच नव्हते; पण समाजवादी पक्ष काँग्रेसमधून बाहेर आल्यानंतर हिंद मजदूर सभेच्या रूपाने इंटक व आयटक पासून सर्वस्वी स्वतंत्र अशा कामगार चळवळींची मुहूर्तमेढ रोवल्यानंतर एस.एम. ही ट्रेड युनियन संघटनेत लक्ष घालू लागले. खडकीच्या परिसरात संरक्षण खात्याचे अनेक प्रकल्प आहेत. तेथील कामगारांना संघटित करण्यात एस.एम.जोशींचा वाटा होता. अखिल भारतीय संरक्षण कामगारांचे फेडरेशन स्थापन करण्याच्या प्रयत्नातही एसेमना यश आले. या फेडरेशनचे अनेक वर्षे एस.एम.पदाधिकारी होते. संरक्षण खात्याबरोबर होणाऱ्या वाटाघाटीतही ते सक्रिय भाग घेत असत. त्यांनी अनेक लढे लढविले. केंद्रीय सरकारच्या कर्मचाऱ्यांच्या लढ्यातही त्यांचे फार मोठे योगदान होते, पण त्यांचा पिंड एकूण ट्रेड युनियन चळवळीला अनुकूल नव्हता असे म्हटल्यास वावगे होणार नाही. केवळ कर्तव्य बुद्धीने ते ट्रेड युनियन चळवळीत पडले होते. अवास्तव मागण्या करणे, अपप्रवृत्तींना प्रोत्साहन देणे, राणा भीमदेवी थाटाची भाषणे करून सवंग लोकप्रियता मिळविणे हे त्यांच्या स्वभावात नव्हते. देश, काल, परिस्थितीचा विचार करून ट्रेड युनियन चळवळ चालवली पाहिजे. असंघटित व शोषित समाजथराचा विचार नेहमी केला पाहिजे व लोकशाही रक्षणाची राजकीय

जबाबदारीही कामगारांनी ओळखली पाहिजे असे एस.एम.जोशींना वाटते. हे त्यांचे मत व्यावसायिक पुढाऱ्यांना कित्येक वेळा रुचत नाही' (लिमये, १९८४ : २६). एस.एम.जोशींच्या कामगार चळवळीच्या भूमिकेविषयी मा. यशवंतराव चव्हाण यांनी म्हटले आहे की, "मी महाराष्ट्राचा मुख्यमंत्री असताना कामगारांच्या अनेक प्रश्नांबाबत एस.एम.जोशींच्याबरोबर विचार विनिमय करण्याचा प्रसंग माझ्यावर आला. त्या वेळी कामगार चळवळीकडे पाहण्याची त्यांची एक वेगळी दृष्टी असल्याचे मला दिसून आले. किंबहुना, बंद गिरण्यांचा प्रश्न सोडविण्याच्या बाबतीत त्यांच्या अनेक सूचना सरकारला मोठ्या विचारार्ह वाटल्या. त्यांच्या सहकार्याने बंद गिरण्या सुरू करण्याचा एक नवा प्रयोग आम्ही महाराष्ट्रात सुरू करू शकतो" (खांडेकर, १९६४ : १८).

## एस.एम.जोशींचा शेतकरी आणि शेतमजूर यांच्याविषयीचा लढा

एस.एम.जोशींनी कामगार चळवळीत फार महत्त्वाचे काम केले आणि अनेक क्षेत्रांतील कामगारांना न्याय मिळवून दिला. कामगारांच्याप्रमाणेच शेतकऱ्यांना न्याय मिळावा हा आग्रह त्यांनी स्वातंत्र्य चळवळीपासून धरलेला होता. १९३७ साली मुंबई राज्यामध्ये बाळासाहेब खेर यांच्या नेतृत्वाखाली काँग्रेस विधिमंडळ सत्तारूढ असताना एस.एम.जोशी आणि ना. ग. गोरे यांनी मोर्चा काढला होता आणि त्या मोर्चाला ना. खेर सामोरे आले होते. स्वातंत्र्य चळवळीच्या काळापासूनच 'कसेल त्याची जमीन' अशी भूमिका समाजवादी पक्षाने घेतली होती. भाऊसाहेब हिरे हे महसूलमंत्री असताना 'कसेल त्याची जमीन' या तत्त्वानुसार कुळांना जमीन देणारा कायदा झाला. या कायद्याची कार्यवाही व्हावी यासाठी एस.एम.जोशी यांच्या मार्गदर्शनाखाली महाराष्ट्रातील ठाणे, कुलाबा, रत्नागिरी या जिल्ह्यांमध्ये आणि अन्यत्रही काही ठिकाणी फार महत्त्वाचे कार्य कार्यकर्त्यांनी केले. कायदा केला तरी प्रस्थापित व्यक्ती नोकरशाहीशी हातमिळवणी करून त्या कायद्याची अंमलबजावणी होऊ नये आणि त्यांचे हितसंबंध कायम राहावे यासाठी कारवाया करतात. याविरुद्ध ठाणे जिल्ह्यात काही ठिकाणी सत्याग्रहाचे लढेही करावे लागले. कुळांच्याकडे जमिनीची मालकी आली पाहिजे हे एस.एम.जोशी यांनी अनेक ठिकाणी दौरे करून लोकांना पटवूनही दिले. एस.एम.जोशी म्हणाले, "महाराष्ट्रात रयतवारी पद्धत असल्यामुळे कूळकायद्याची अंमलबजावणी बहुतेक ठिकाणी झाली. विदर्भात जेथे मालगुजारीची पद्धत होती तेथे मी जाऊ शकलो नाही. परंतु उत्तरप्रदेश आणि बिहारमध्ये गेल्यावर मला या प्रश्नाचे उग्र स्वरूप समजून आले. उत्तर प्रदेश, बिहार येथे जमीनदारी होती आणि जमीनदारी नष्ट करणारा कायदा होऊनही प्रत्यक्षात ती कायमच राहिली. तेथील जमीन कसणारी कुळे शेतमजूरच राहिली. आणि जमीनदार त्यांचे शोषण करीत राहिले. याविरुद्धही तेथील समाजवादी पक्षाने लढे केले, पण आम्हाला फारसे यश आले नाही.

एस.एम.जोशी १९६८ साली बिहारमधील पूर्णिया जिल्ह्यात गेले आणि तेथील किसानांच्या अनेक ठिकाणच्या लढ्यांना त्यांनी गती दिली. जयप्रकाश नारायण यांनीही भूमिहीनांसाठी अनेक ठिकाणी संघर्ष केले. या संदर्भात एस.एम.जोशी यांनी एका भाषणात या प्रश्नाची फार उद्‌बोधक मांडणी केली होती. ते म्हणाले होते की, ''आपल्या देशातील जमिनीचा प्रश्न फार बिकट आहे. महाराष्ट्रात जमीनदारी नाही, रयतवार पद्धत आहे. त्यामुळे इथे हा प्रश्न बिकट नाही. कूळकायदा केल्यावर तो पुष्कळसा सुटला आहे. परंतु उत्तर प्रदेश आणि बिहार, बंगाल, मध्यप्रदेश, आंध्रप्रदेश आदी ज्या ठिकाणी मोठे जमीनदार आहेत तेथे कसणारा शेतकरी हा केवळ शेतमजूर आहे आणि त्याला अनेक ठिकाणी अद्याप गुलाम म्हणूनच वागवले जाते. मी बिहारमध्ये पूर्णिया जिल्ह्यात ते फार जवळून पाहिले. संयुक्त समाजवादी पक्षाने तेथे भूमि-मुक्ती आंदोलन केले, त्यामुळे बरीच जागृती झाली पण प्रश्न सुटला नाही'' (विसपुते, २००० : १० ते १३).

श्री.जयप्रकाश नारायण यांनी शांततापूर्ण मार्गाने चालणाऱ्या अशा लढ्यांना पाठिंबा दिला होता. एस.एम.जोशींच्या मते भूमिमुक्ती आंदोलनातील काही तत्त्वे पाळली पाहिजेत -

१) आंदोलकांनी बळकावलेल्या जमिनीवर सत्याग्रह करावा.

२) मुक्त जमिनी आपल्याच हस्तकांना वाटायचा प्रयत्न कोणत्याही पक्षाने करू नये. ग्रामसभा भरवून सर्वांसमक्ष व सर्वानुमतीने वाटप करावे. भूमिहीन ज्यात सहभागी नाहीत अशा सभेने निर्णय घेऊ नये.

३) चळवळ शांततेच्या मार्गानेच चालावी. सरकारी यंत्रणेने प्रक्षुब्ध करण्यासारखे वर्तन केले तरी सुसंघटितपणे आणि शिस्तीने लढा चालविला जावा. या तीन अटी पाळल्या तरच भूमिमुक्तीचे आंदोलन यशस्वी होऊ शकेल (साने गुरुजी, १९७० : ३).

९ ऑगस्ट १९७० रोजी संयुक्त समाजवादी पक्षाने सुरू केलेल्या भू-आंदोलनात हजारो भूमिहीनांनी भाग घेतला होता व तुरुंगवास सोसला. या सत्याग्रहात भाग घेतल्याबद्दल ४० हजार किसान व पक्ष कार्यकर्त्यांना अटक करण्यात आली होती. पक्षाच्या पंधरा वर्षांच्या इतिहासातील हे सर्वांत मोठे आंदोलन होते. उत्तर प्रदेश, बिहार व मध्यप्रदेश या राज्यांत तर हे आंदोलन फारच प्रखरपणे चालविले गेले आणि त्यामुळे संयुक्त समाजवादी पक्षास ग्रामीण भागात चांगलेच बळ मिळाले (महाराष्ट्र टाइम्स, १९७१). भूमी मुक्ती आंदोलनाविषयी आपली भूमिका विशद करताना एस.एम.जोशी म्हणाले होते की, ''भूमी मुक्ती आंदोलन हे मुळी कुठल्या एका पक्षाचे आंदोलन नाही. ते 'जनता युद्ध' आहे. जोवर जनता माघार घेत नाही, तोवर सेनानींनी पळ काढला म्हणून युद्ध थांबणार नाही. मी माझ्या वतीने वचन देतो की, माझ्या आयुष्यातले हे मी शेवटचे आंदोलन समजतो. हा प्रश्न किंवा मी यातील एक संपेपर्यंत हे युद्ध मी लढत राहीन. आपल्यापुढे महात्मा गांधींचा

सत्याग्रहाचा मार्ग आहे आणि आपले कार्य या लोकांमध्ये सामाजिक परिवर्तन सत्याग्रहाच्या मार्गानेही घडवून आणता येईल हा विश्वास निर्माण करणे हे आहे. आपले अंतिम उद्दिष्ट तर एकच आहे - दारिद्र्यमुक्ती, समता आणि समाजवाद हे होय'' (साने गुरुजी, १९७० : १२).

## १९६९ ची काँग्रेसमधील फूट

सन १९६६ ते १९७० ही पाच वर्षं भारताच्या राजकारणामध्ये अत्यंत घडामोडीची गेली. मिळालेल्या संधीचा फायदा घेऊन समाजवाद्यांनी आपली शक्ती एकवटून जनतेच्या निकडीच्या आणि दैनंदिन गाऱ्हाण्यांची दाद लावून घेण्याचा सर्वशक्तीनिशी प्रयत्न केला असता तर त्यांना आपली संघटना मजबूत बनवता आली असती. समाजवादी ऐक्यासाठी ही अत्यंत चांगली गोष्ट होती. परंतु डॉ.राममनोहर लोहियांच्या निधनानंतर ऐक्याबाबत समाजवादी उदासीन बनले. काही अटींवरच ते प्रजासमाजवादी पक्षाबरोबर ऐक्य करण्यास तयार होते. डॉ.लोहिया हयात होते तेव्हा बिनशर्त ऐक्याची तयारी त्यांनी अनेकवेळा बोलून दाखविली होती. प्रजा समाजवादी पुढाऱ्यांनीदेखील ऐक्याबाबत पुरेशी उत्सुकता दाखविली नाही. बिगर काँग्रेस मंत्रिमंडळापैकी अन्य पक्षांनी संधीचा उपयोग करून घेतला. त्यांनी आपली संघटना वाढविली, परंतु समाजवाद्यांनी मात्र चालून आलेली संधी फुकट घालविली. परिणामत: गोरगरीब आणि शोषित समाजाला आपला कैवारी वाटावा असा पर्यायी पक्ष निर्माण होऊ शकला नाही. दरम्यान, काँग्रेस पक्षामध्ये सत्तास्पर्धेचे राजकारण सुरू झाले (बेडेकर, १९९३ : ४१०, ४११).

राष्ट्रपती झाकीर हुसेन यांचे ३ मे १९६९ रोजी निधन झाले व नवीन राष्ट्रपती निवडण्याची गरज उपस्थित झाली. खरे म्हणजे राष्ट्रपती हा राज्याचा घटनात्मक प्रमुख असतो व त्याच्या हाती व्यावहारिकदृष्ट्या काही अधिकार नसतात. तेव्हा या प्रश्नावर काँग्रेसचा अंतर्गत संघर्ष सुरू व्हावा हे आश्चर्यकारक होते; पण सिंडीकेटची अशी योजना होती की, आपल्यापैकी कोणी एक राष्ट्रपती निवडून आणावयाचा, नंतर काँग्रेसच्या काही खासदारांनी राष्ट्रपतींकडे 'इंदिरा गांधींना आपला पाठिंबा नाही' असे पत्र द्यावयाचे व त्या पत्राच्या आधारावर राष्ट्रपतींनी इंदिरा गांधी यांना बडतर्फ करून मोरारजी देसाई यांना पंतप्रधान करावयाचे. या योजनेची कुणकुण इंदिरा गांधींना लागली होती. झाकीर हुसेन यांच्या निधनानंतर राष्ट्रपती पदाच्या उमेदवारांची चर्चा सुरू झाली. इंदिरा गांधी मोरारजी देसाई यांना म्हणाल्या, ''पूर्वीचे सारे राष्ट्रपती फार महान असल्याने आताही तसाच कोणीतरी हवा.'' त्यांनी गिरींच्या नावाचा उल्लेख केला. मोरारजींनी गिरींना राष्ट्रपती करण्यास विरोध केला. राज्यसभेत त्यांचे अध्यक्ष म्हणून काम चांगले झाले नाही असे मोरारजींचे मत होते. मग इंदिरा गांधींनी असे सुचविले की, गांधी जन्मशताब्दीचे हे वर्ष

असल्याने एखादा हरिजन या पदावर निवडावा (मराठे, १९७२ : २५४, २५५). काँग्रेसच्या संघर्षाला खरी सुरुवात राष्ट्रपतींच्या निवडणुकीमुळे झाली. राष्ट्रपती झाकीर हुसेन यांच्या निधनामुळे उपराष्ट्रपती व्ही.व्ही.गिरी हे हंगामी राष्ट्रपती म्हणून पदभार सांभाळत होते. आतापर्यंत उपराष्ट्रपती हेच राष्ट्रपती पदावर निवडले जात. परंतु निजलिंगप्पा आणि अन्य काँग्रेस श्रेष्ठींनी नीलम संजीव रेड्डी यांना अधिकृत उमेदवार करण्याचा निर्णय बेंगलोर येथील काँग्रेस वर्किंग कमिटीच्या बैठकीत घेतला. गिरींच्या नावाला इंदिरा गांधींच्या व्यतिरिक्त फक्त फक्रुद्दीन अली अहमद यांनी पाठिंबा दिला. यानंतर इंदिरा गांधींनी आक्रमक पवित्रा घेऊन प्रथम अर्थमंत्री मोरारजी देसाई यांना त्यांच्या पदावरून दूर करण्याचा निर्णय घेतला तेव्हा मोरारजी देसाई यांनी उपपंतप्रधान आणि अर्थमंत्री या दोन्ही पदांचा राजीनामा दिला. त्यानंतर त्याच दिवशी संध्याकाळी हंगामी राष्ट्रपती गिरी यांनी बँकांच्या राष्ट्रीयीकरणाचा अध्यादेश जारी केला. यानंतर इंदिरा गांधी यांनी उघडपणे श्रेष्ठींच्या विरुद्ध बंडाचा पवित्रा घेऊन काँग्रेसमध्ये फूट पाडली आणि त्यांच्या पाठिंब्यामुळे व्ही. व्ही. गिरी हे राष्ट्रपती म्हणून निवडून आले. अखेर काँग्रेस फुटली. संघटना काँग्रेस आणि इंदिरा गांधींची नव काँग्रेस असे काँग्रेस पक्षाचे विभाजन झाले. या फुटीमुळे इंदिरा गांधींच्या बाजूला लोकसभेत २१० आणि राज्यसभेत १०४ सदस्य राहिले. परंतु त्या अल्पमतात होत्या तरी द्र. मु. क., कम्युनिस्ट पक्ष आणि काही अपक्ष यांच्या पाठिंब्यामुळे त्या सत्तेवर राहू शकल्या (व्होरा, २००० : २२६).

१९६९ साली काँग्रेस पार्लमेंटरी बोर्डाने बहुमताने राष्ट्रपती पदासाठी श्री.संजीव रेड्डी यांचे नाव ठरविले यामुळे काँग्रेसची पहिली फाळणी झाली असा समज आहे. वरकरणी हे कारण बरोबर असले तरी या फाळणीचे बी फार पूर्वीच रुजले होते. श्री.कामराज यांचा पाठिंबा नसता तर श्री.मोरारजी देसाई यांच्या विरोधात श्रीमती इंदिरा गांधी या पंतप्रधान होऊच शकल्या नसत्या; पण श्री.कामराज यांच्याशीही त्यांचे थोड्याच दिवसांत बिनसले. पुढे श्री.कामराज हे काँग्रेस अध्यक्षपदावर इंदिरा गांधींना नकोसे झाले. त्यानंतर कर्नाटकचे माजी मुख्यमंत्री निजलिंगप्पा काँग्रेस अध्यक्ष झाले (दै. पुढारी : १९७९).

अखेरीस राष्ट्रपतीपदासाठी काँग्रेसमार्फत कोणाला उभे करावे या प्रश्नावरील भांडणाचे पर्यवसान काँग्रेसची दोन छकले पाडण्यात झाले. इंडिकेट आणि सिंडीकेट अशी फाळणी होऊन त्यांचा सत्तासंघर्ष सुरू झाला. सत्तेच्या भांडणाला इंदिरा गांधींनी जहाल विरुद्ध स्थितीवादी असे स्वरूप दिले. तसे करण्यामध्ये फार मोठी जोखीम त्यांनी घेतली होती. श्री.व्ही.व्ही.गिरी यांनी निवडणूक जिंकली, परंतु अत्यल्प मताधिक्याने चार-दोन मते इकडे तिकडे झाली असती तर संजीव रेड्डी निवडून आले असते आणि श्रीमती इंदिरा गांधींचे नेतृत्व उखडले गेले असते. परंतु त्यांनी साहस केले आणि त्या जिंकल्या. जिंकल्याबरोबर त्यांनी बँकांचे राष्ट्रीयीकरण आणि संस्थानिकांचे तनखे आणि जादा हक्क

समाप्त करण्याबाबत विधेयके आणून आपण प्रगतिशील आहोत असे दाखविले. त्यांची पावले हुशारीने पडत गेली आणि त्यांनी सर्वसामान्य लोकांची मने आपल्याकडे आकृष्ट करून घेतली. सर्वसामान्य जनतेला इंदिरा-काँग्रेस जवळची वाटू लागली. त्यांची दोलायमान निष्ठा नव-काँग्रेसच्या ठिकाणी जाऊन स्थिर झाली. काँग्रेस दुभंगली तेव्हा इंदिरा गांधींना लोकसभेमध्ये निर्विवाद बहुमत नव्हते. त्यांना विरोधी पक्षातील कम्युनिस्टांच्या आणि स्वातंत्र्याच्या मतावर अवलंबून राहावे लागत होते. अशावेळी प्रजासमाजवादी आणि संयुक्त समाजवादी यांचा एकच पक्ष असता तर समाजवादी चळवळ शक्तिशाली आणि अधिक दृढमूल करण्यास त्याचा निश्चितच उपयोग झाला असता, असे एस.एम.जोशी यांचे मत होते (बेडेकर, १९९३ : ४०९). एस.एम.जोशी म्हणतात की, ''श्री.व्ही.व्ही.गिरी यांची राष्ट्रपतीपदावर निवड होऊन काँग्रेसचे विघटन घडून आल्यानंतर देशात नवी परिस्थिती निर्माण झाली असून समाजवादी पक्षाने मूल्यामापन केले पाहिजे. इंदिरा गांधींच्या काँग्रेसकडून समाजवादाची प्रस्थापना होऊ शकणार नसली तरी यापुढे ठोकबाज 'काँग्रेसहटाव' चा (नॉन-काँग्रेसिझम) पवित्रा घेऊन चालणार नाही; तर सरकारच्या पुरोगामी उपक्रमांना पाठिंबा देण्याची तयारी पक्षाने दाखविली पाहिजे. मात्र त्याचबरोबर इंदिरावादी काँग्रेसला दिलेली आश्वासने पुरी करण्यास भाग पाडण्यासाठी जनशक्तीचा प्रचंड रेटा उभा करावा लागेल.'' यालाच एस.एम.जोशी विधायक संघर्षाची भूमिका (कन्स्ट्रक्टिव्ह कॉंबॅटिझम) म्हणतात व पक्ष कार्यकर्त्यांनी या कार्याला वाहून घ्यावे असे आवाहन त्यांनी केले होते (भणगे, १९९३ : २७).

एस.एम.जोशींच्या मते, 'काँग्रेसमध्ये आता तट पडलेच आहेत. यामुळे 'काँग्रेसला विरोध' ही डॉ.लोहियांची कल्पना सद्य:परिस्थितीत अनावश्यक, संदर्भहीन झाली आहे. काँग्रेसचे सरळ सरळ दोन पक्ष झाल्यानंतर 'कोणाच्याही साहाय्याने काँग्रेसला खाली खेचले पाहिजे' ही घोषणा चालू ठेवण्यात आता अर्थ नाही. श्रीमती इंदिरा गांधी यांचे नवे सरकार हे बंडखोर (प्रॉटेस्टंट) काँग्रेसजनांचे आहे. तेव्हा नव्या परिस्थितीच्या संदर्भात पुन्हा नव्याने आपल्या धोरणाचा विचार करण्याची गरज आहे. सध्याच्या सरकारऐवजी स्वतंत्र, जनसंघ आणि सिंडीकेट यांच्या गटाचे सरकार यावे असे तरी समाजवाद्यांना निश्चितच वाटणार नाही. या गटाचे सरकार लोकांच्या आकांक्षा पुऱ्या करू शकणार नाही. इंदिरा गांधी यांचे सरकार उलटून टाकण्यास समाजवादी स्वतंत्र-जनसंघ-विरोधी काँग्रेस यांना हातभार लावतील तर आपल्या हाताने स्वत:च्याच कार्याचे ते नुकसान करून घेत आहेत असे म्हटले पाहिजे.'

याचा अर्थ अंधपणे इंदिरा गांधींच्या सरकारला पाठिंबा द्यावा असे मुळीच नाही. पण त्याचबरोबर भांडवलवाल्यांच्या व 'जैसे थे' प्रवृत्तीच्या काळ्या शक्तीविरुद्ध पंतप्रधान

लढत असता त्यांच्यावरच हल्ला चढविणे समाजवाद्यांच्या दृष्टीने आत्मघातकीपणाचे ठरेल. इंदिरा गांधी यांचे सरकार समाजवादी सरकार आहे असे कोणीच मानत नाही, पण त्याचबरोबर हे लक्षात ठेवले पाहिजे की, आज सर्व समाजवाद्यांनी आपसातले मतभेद विसरून एकत्र आले पाहिजे व श्रीमती इंदिरा गांधी समाजवादाच्या मार्गावर योग्य दिशेनेच चालत राहाव्या यासाठी त्यांच्यावर दडपण आणले पाहिजे; यादृष्टीने इंदिरा गांधींच्या सरकारपुढे ठेवण्यासाठी एस.एम.जोशींनी पुढील कार्यक्रम सुचविला होता. या कार्यक्रमाची अंमलबजावणी व्हावी म्हणून लोकनियंत्रण निर्माण करण्यासाठी समाजवाद्यांनी आपली शक्ती खर्च केली पाहिजे.

## एस.एम.जोशींनी सुचविलेला कार्यक्रम

१) भूमिहीन शेतकऱ्यांना व कुळांना जमीन कालखंडाची हमी देण्याच्या दृष्टीने जमीन सुधारणा कायद्यात बदल केला पाहिजे. ज्या राज्यात राष्ट्रपतींची राजवट आहे, तेथे राष्ट्रपतींनी असा वटहुकूम काढावा व इंदिरा गांधींच्या सरकारला पाठिंबा देणाऱ्या विविध राज्यसरकारांना असा कायदा करण्याची ताबडतोब सूचना द्यावी.

२) गरिबांना घरे पुरविण्याच्या दृष्टीने शहरी भागातील जमिनींच्या किमती गोठवाव्या.

३) स्थानिक संस्थांच्या नोकरवर्गात घरे पुरविण्याची जबाबदारी केंद्राने घ्यावी व हे काम १९७० पर्यंत पुरे करावे.

४) सध्याचे कामगारविरोधी धोरण बदलून ते कामगारांना अनुकूल केले पाहिजे. एक हिंसेचा आरोप सोडला तर बाकी आरोपांखालील कर्मचाऱ्यांना ताबडतोब त्यांच्या पूर्वीच्या जागी कामावर घ्यावे. कर्मचारी संघटनांची व फेडरेशनची मान्यता पुन्हा द्यावी. निवडणूक-पद्धतीने कामगार संघांना मान्यता देण्याचे धोरण सर्वत्र सक्तीचे करावे.

५) मोफत प्राथमिक शिक्षणाची जबाबदारी राज्यांवर टाकू नये. या संबंधातील मार्गदर्शक तत्त्व राबविण्याची जबाबदारी केंद्राने अंगीकारावी व हे काम १९७१ पर्यंत पुरे करावे.

६) बेकारांना दुष्काळी तत्त्वावर काम द्यावे. सुरक्षिततेच्या दृष्टीने महत्त्वाच्या व मागास विभागात अशी कामे देता येतील.

एस.एम.जोशींच्या मते, लोकांमधील असमाधान आज स्फोटक अवस्थेत जाऊन पोहोचले आहे. सामाजिक व आर्थिक क्षेत्रात मूलगामी, क्रांतिकारी स्वरूपाच्या बदलाची निकड आहे. हे काम शांततापूर्ण व लोकशाही मार्गाने केले नाही तर जनता लोकशाही व शांततापूर्ण मार्गावर भरवसा नसणाऱ्यांच्या मागे जाईल. असा काही प्रकार टाळण्याची जबाबदारी मुख्यत: स्वत:ला लोकशाही समाजवादी म्हणविणाऱ्यांच्यावर आहे. लोकशाही

व शांततापूर्ण मार्गाने जलद सामाजिक बदल घडवून आणण्याच्या दृष्टीने जनतेने उठाव करण्यासाठी त्यांनी एकत्रितपणे प्रयत्न केले पाहिजेत. लोकांना स्थिर व पुरोगामी विचारांचे सरकार लाभेल अशी स्थिती देशात निर्माण करणे ही समाजवादी पक्षांचीच जबाबदारी आहे.

एस.एम.जोशी म्हणतात की, ''काँग्रेसमधील दुफळीने देशामध्ये खरोखरीच अभूतपूर्व परिस्थिती निर्माण झाली आहे. खरा पेचप्रसंग पुढेच आहे आणि त्याची दखल केवळ काँग्रेस पक्षीयांनीच नव्हे, तर विरोधी पक्षीयांनीही घेतली पाहिजे. काँग्रेस पक्षाचे स्वरूप आणि त्याची कार्यपद्धती हाच राष्ट्रीय विकासातील खरा अडथळा आहे, असा लोकशाही समाजवाद्यांचा आजपर्यंतचा दावा होता. काँग्रेस पक्षाच्या विशिष्ट स्वरूपामुळे देशाची आर्थिक प्रगती खुंटली व त्यामुळे श्रमजीवी वर्गाचे हाल अधिकच वाढले. काँग्रेस दुभंगणे हा एकच उपाय समाजवाद्यांना या परिस्थितीवर दिसत होता, तरच देशात खऱ्या अर्थाने ध्रुवीकरण होईल असा त्यांचा विश्वास होता, यामुळे निर्माण झालेल्या नव्या परिस्थितीस तोंड देण्यासाठी साऱ्या समाजवादी विचारांच्या माणसांनी धीराने एकत्र उभे ठाकले पाहिजे. प्रभावी अशा मोठ्या विरोधी पक्षाच्या अभावी गेली २२ वर्षे काँग्रेसची या देशात एकपक्षीय राजवट आहे. काँग्रेसमधील सध्याची दुफळी मूलतः सत्तासंघर्षातून झालेली आहे, हे खरेच! पण पंतप्रधान व त्यांचे अनुयायी यांना जनता पुरोगामी मानते ही वस्तुस्थिती आहे. सामान्य माणसाला समाधान व न्याय प्राप्त करून देण्याच्या दृष्टीने क्रांतिकारी बदल घडवून आणण्याची खरी ताकद पंतप्रधानांच्या नेतृत्वाखालील गटातच आहे'' (महाराष्ट्र टाइम्स, १९६९).

### मार्च १९७१ च्या निवडणुका-संयुक्त समाजवादी पक्ष आणि प्रजासमाजवादी पक्ष यांचा पराभव

काँग्रेसचे १९६९ मधील विभाजन ही भारतीय राजकारणातील एक महत्त्वपूर्ण घटना होती. या विभाजनामुळे इंदिरा गांधींच्या नेतृत्वाखाली नवकाँग्रेस आणि श्री.निजलिंगप्पा, श्री.मोरारजी देसाई, श्री.कामराज इत्यादी नेत्यांच्या नेतृत्वाखाली संघटना काँग्रेस असे दोन काँग्रेस पक्ष अस्तित्वात आले. काँग्रेस पक्षाबद्दल जनसामान्यांत आस्था राहिलेली नाही हे पाहून त्यावेळी पंतप्रधान असलेल्या इंदिरा गांधींनी स्वतःची पुरोगामी प्रतिमा बनविण्याचा प्रयत्न सुरू केला. कम्युनिस्ट पक्ष व काही प्रादेशिक पक्षांचा पाठिंबा मिळवून केंद्रीय मंत्रिमंडळासाठी लोकसभेत बहुमत टिकवले. महाराष्ट्रातील काँग्रेस पक्ष राष्ट्रपती निवडणुकीच्या वेळी सिंडीकेटच्या बाजूने होता; पण त्या निवडणुकीत इंदिरा गांधींची सरशी झालेली पाहून यशवंतराव चव्हाणांनी बाजू बदलली. दोन्ही कम्युनिस्ट पक्ष केंद्रात काँग्रेसला पाठिंबा देत होते, तर महाराष्ट्रात त्या पक्षाच्या सरकारला विरोध करीत होते.

संयुक्त समाजवादी पक्ष 'काँग्रेस हटाव' भूमिकेवर चिकटून होता, तरी राष्ट्रपती निवडणुकीत त्यानेही इंदिरा गांधींचे उमेदवार व्ही.व्ही.गिरी यांना पाठिंबा दिला होता (रेगे : २३).

इंदिरा गांधींच्या काँग्रेसला लोकसभेमध्ये निर्विवाद बहुमत नव्हते आणि त्यामुळे कित्येक प्रश्नांवर त्यांना विरोधी पक्षाबरोबर बोलणी करून पडते घ्यावे लागत होते. आपली प्रतिमा उजळ राखण्याच्या दृष्टीने हे सोयीचे नव्हते. या अडचणीच्या परिस्थितीतून कसा मार्ग काढावा याचा विचार त्यांनी चालवलाच होता. संस्थानिकांचे विशेष अधिकार आणि तनखे रद्द करण्याबाबतचे विधेयक अवघ्या १/३ मताने नापास झाले. तेव्हा विरोधकांना वाटले की, आपण सत्ताधारी काँग्रेसवर मात केली. वास्तविक इंदिरा गांधी यांना ते विधेयक पुढच्या अधिवेशनामध्ये नव्याने आणून पास करून घेता आले असते. परंतु त्यांनी तसे केले नाही. त्याऐवजी लोकसभा विसर्जित करून मध्यावधी निवडणुका घेण्याचे ठरविले (बेडेकर, १९९३ : ४०९, ४१०). काँग्रेसच्या विभाजनानंतर निर्माण झालेल्या या अस्थिरतेच्या परिस्थितीचा शेवट करण्यासाठी इंदिरा गांधींनी लोकसभेची मुदत संपण्याच्या एक वर्ष अगोदर लोकसभा विसर्जित करून मध्यावधी निवडणूक घेण्याचा सल्ला राष्ट्रपतींना दिला. २७ डिसेंबर १९७० रोजी राष्ट्रपती व्ही.व्ही.गिरी यांनी लोकसभेचे विसर्जन केले आणि पंतप्रधानांच्या सल्ल्यानुसार त्यांनी देशात मध्यावधी निवडणुका घेण्याचा आदेश दिला.

या निवडणुकीत कम्युनिस्ट स्वतंत्रपणे लढले. प्रजा समाजवादी पक्ष इंदिरा काँग्रेसशी सहकार्य करायला तयार झाला होता, पण त्यांना आयत्यावेळी तोंडघशी पाडण्यात आले. संयुक्त समाजवाद्यांनी संघटना काँग्रेस, स्वतंत्र पक्ष, जनसंघ आदी उजव्या समजल्या जाणाऱ्या पक्षांबरोबर बडी आघाडी बनविली. बँकांचे राष्ट्रीयीकरण व संस्थानिकांचे तनखे रद्द करणे यांसारख्या उपक्रमांमुळे इंदिरा गांधींची प्रतिमा पुरोगामी बनली होती. लोकसभा निवडणुकीत त्यांना प्रचंड यश मिळाले. देशातल्याप्रमाणे महाराष्ट्रातले काँग्रेसविरोधी पक्षही साफ धुतले गेले. निवडणूक जिंकण्यासाठी इंदिरा गांधींनी 'गरिबी हटाव' चा नारा दिला होता (रेगे : २३). पण विरोधी आघाडीने 'इंदिरा हटाव' या नकारात्मक भूमिकेवरून निवडणूक लढविली. त्यामुळे मतदारांनी या आघाडीला सपशेल नाकारले. या निवडणुकीत विरोधकांचे पानिपत झाले आणि इंदिरा गांधींची प्रतिमा उजळून निघाली. ते एक चक्रीवादळ ठरले. भारतीय मतदाराने विरोधकांना धूळ चारली. पहिल्यांदा निवडणुकीच्या मुद्यावर आणि राजकीय पर्यायावर निर्णय दिला असे म्हणता येईल. या निवडणूक निकालाचे पुढीलप्रमाणे विश्लेषण करता येईल.

**पाचव्या लोकसभेची निवडणूक मार्च १९७१**

मतदान : १ मार्च १९७१ आणि १३ मार्च १९७१, एकूण जागा : ५१८

| अ. नं. | राजकीय पक्ष | जागा लढविल्या | जागा मिळाल्या | मतांची टक्केवारी |
|---|---|---|---|---|
| १) | नवकाँग्रेस पक्ष(इंदिरा) | ४४१ | ३५२ | ४३.७ |
| २) | काँग्रेस (ओ) | २३८ | १६ | १०.४ |
| ३) | स्वतंत्र पक्ष | ५७ | ०८ | ०३.१ |
| ४) | जनसंघ | १६० | २२ | ०७.४ |
| ५) | संयुक्त समाजवादी पक्ष | ९३ | ०३ | ०२.४ |
| ६) | प्रजा समाजवादी पक्ष | ६३ | ०२ | ०१.० |
| ७) | कम्युनिस्ट | ८७ | २३ | ०४.७ |
| ८) | मार्क्सवादी कम्युनिस्ट | ८५ | २५ | ०५.१ |
| ९) | इतर पक्ष | ४२७ | ५३ | १३.८ |
| १०) | स्वतंत्र उमेदवार | ११३४ | १४ | ०८.४ |

राज्यांमध्ये या निवडणुकीचे जबरदस्त पडसाद उमटले. म्हैसूर, उत्तरप्रदेश, गुजराथमध्ये संघटना काँग्रेस पक्ष सत्तेवर होता, त्याचे विघटन झाले, आणि ती सरकारे धडाधड कोसळली. ओरिसातील संमिश्र सरकार काही महिनेच टिकले. तामिळनाडूचे डीमके सरकार मात्र टिकले, कारण ते संमिश्र नव्हते. इंदिरा गांधींच्या कणखर आणि आक्रमक धोरणाला इथून सुरुवात झाली. त्यांनी पक्षात अभूतपूर्व प्राण फुंकला. पक्षात इंदिरानिष्ठा अत्याधिक महत्त्वाची ठरली (क्षीरसागर, १९९२ : १९७-१९८). या निवडणुकीत प्रजा समाजवादी पक्ष आणि संयुक्त समाजवादी पक्ष यांनी स्वीकारलेली धोरणे आत्मघातकी ठरली. त्यांच्या धोरणामुळे इंदिरा काँग्रेसलाच फायदा झाला आणि दोन तृतीयांशपेक्षा अधिक जागा सत्ताधारी पक्षाला मिळाल्या. प्रजासमाजवादी पक्षाला दोन आणि संयुक्त समाजवाद्यांना अवघ्या तीन जागा मिळाल्या. १९६७ च्या सार्वत्रिक निवडणुकीमध्ये दोन्ही पक्षांना मिळून ३६ जागा मिळाल्या होत्या. त्यांनी ऐक्य केले असते तर आणखी काही जागा मिळाल्या असत्या. मध्यवर्ती निवडणुकीतील पराभवामुळे

दोन्ही समाजवादी पक्षांना चांगलाच हादरा बसला. कार्यकर्ते दिङ्मूढ होऊन गेले. पुन्हा एकवेळ प्रजा समाजवादी पक्ष आणि संयुक्त समाजवादी पक्ष यांच्या मीलनाची हाक देण्यात आली (बेडेकर, १९९३ : ४१०).

१९७१ मध्ये एस.एम.जोशींनी यापुढे निवडणुका लढवायच्या नाहीत असा ठाम निर्णय घेतला. बँक राष्ट्रीयीकरण व संस्थानिकांचे तनखे रद्द करणे इत्यादी चमत्कृतिपूर्ण पवित्र्यांनी इंदिरा गांधी लोकप्रिय झाल्या होत्या. इंदिरा गांधी एस.एम.जोशींसाठी पुण्याची जागा सोडतील असे बोलले जाई; पण निवडणूक लढवायची नाही या आपल्या निर्धारापासून एसेम जराही ढळले नाहीत. १९६७ साली एसेम जोशी पुण्याच्या मतदारसंघातून पक्षाच्या सामर्थ्याच्या जोरावर नव्हे, तर स्वत:च्या वैयक्तिक लोकप्रियतेच्या जोरावर लोकसभेत निवडून आले होते. १९७७ च्या जनता पार्टीच्या लाटेत ते महाराष्ट्रातील कुठल्याही मतदार संघातून सहजगत्या निवडून आले असते; पण निवडणुकीला उभे राहायचे नाही असे त्यांनी ठरविले ते कायमचे. त्यांचा विश्वास संघर्ष व रचनात्मक कार्य यावर टिकून राहिला. १९६४ साली केलेला ऐक्याचा प्रयत्न विफल ठरला असला तरी समाजवादी ऐक्याबद्दलची त्यांची आस्था यत्किंचितही कमी झाली नव्हती. १९७१ साली हे ऐक्य अखेर साकार झाले; पण तोपर्यंत प्रजासमाजवादी पक्ष निष्प्राण झाला होता व संयुक्त समाजवादी पक्षातही आता त्राण उरले नव्हते. समाजवादी पक्ष हा पर्यायी पक्ष बनेल ही आशा सहकारवाद, सर्वोदयवाद व अखेर बिगर काँग्रेसवाद यामुळे कायमची लुप्त झाली होती (लिमये, १९८४ : २९). एस.एम.जोशींच्या मते, डॉ.राममनोहर लोहियांनी गैरकाँग्रेसवादाचे जे धोरण सांगितले होते ते एका विशिष्ट परिस्थितीचा सामना करण्यासाठी होते. ते धोरण होते, सिद्धांत नव्हता. परिस्थिती बदलली म्हणजे धोरण बदलावे लागते. परिस्थिती बदलली तरी त्याच धोरणाला चिकटून राहिल्यामुळे मध्यावधी निवडणुकांमध्ये संयुक्त समाजवाद्यांना पराभव पत्करावा लागला. इंदिरा काँग्रेसची जडणघडण आणि तिचे धोरण समाजवादी नसूनही प्रजासमाजवाद्यांनी नवकाँग्रेसबरोबर निवडणूक समझोता करण्याचा अयशस्वी प्रयत्न केला आणि निवडणुकीच्या मैदानामध्ये त्यांचीही दाणादाण झाली. इंदिरा काँग्रेसने आकर्षक घोषणा करून आणि वारेमाप आश्वासने देऊन लोकसभेमध्ये प्रचंड बहुमत मिळविले (महाराष्ट्र टाइम्स : १९७१).

### संयुक्त समाजवादी पक्ष आणि प्रजा समाजवादी पक्षाचे एकीकरण

समाजवादी चळवळीचे नेतृत्व करताना १९६७ मध्ये सार्वत्रिक निवडणुकीच्या वेळी डॉ.राममनोहर लोहिया यांनी 'बिगर काँग्रेसवाद' हा विचार मांडला. काँग्रेसची राजकीय सत्तेवरील मगरमिठी सुटावयाची असेल तर सर्व विरोधी पक्षांनी एकत्र आले पाहिजे हा विचार मांडून डॉ.लोहिया यांनी डाव्या कम्युनिस्टांपासून भारतीय जनसंघापर्यंत

सर्व विरोधी पक्षांना एकत्र येण्याचे आवाहन केले आणि त्यांची आघाडी निर्माण केली. या आघाडीच्या संयुक्त विधायक दलाच्या हातात काही राज्यांमध्ये सत्ता आली, परंतु मतभेदांमुळे ती टिकली नाही. दुर्दैवाने डॉ.लोहिया यांचे निधन झाले आणि प्रयोग तेथेच संपला (दाभोलकर, १९९८ : १९). डॉ.लोहिया यांच्या निधनाने एस.एम.जोशींच्या मनात पुन: प्रश्न आला. संयुक्त समाजवादी पक्षाचे काय? दोन्ही पक्ष ऐक्य करतील तर किती बरे होईल! पण संसोपा आणि प्रसोपा यांचे पुन्हा विलीनीकरण होण्यास ९ ऑगस्ट १९७१ हा दिवस उजाडावा लागला. एस.एम.जोशींना तर आत्मक्लेशकारक अनुभव आलेच पण समाजवादी पक्षाच्या द्वारा आपणाला काही ऐतिहासिक कार्य करावयाचे आहे, याचाच काही प्रमुख व्यक्तींना विसर पडला होता हे ठळकपणे जगाला दिसले.

डॉ.लोहियांच्या निधनानंतर श्रीमती मिश्रा, जॉर्ज फर्नांडिस, राजनारायण ही मंडळी एसेमना भेटावयास आली. फक्त मधु लिमये तेवढे त्यांच्याबरोबर नव्हते. एस.एम.जोशींनीच संयुक्त समाजवादी पक्षाचे अध्यक्षपद सांभाळावे असा आग्रह त्यांनी चालविला. एसेमनी सुरुवातीला नकार दिला होता. एस.एम.जोशी म्हणाले, ''आता गयेला जी परिषद होईल त्या परिषदेत प्रसोपा-संसोपा विलीनीकरण झाले पाहिजे हा मुद्दा मी मांडणार. तो तुम्हाला पटायचा नाही. मी संपूर्ण महाराष्ट्र समितीच्या तिकिटावर निवडून आलो आहे तेव्हा सीमा प्रश्नाबाबत मी आग्रह धरला तर तेही तुम्हाला पटणार नाही. भाषिक प्रांत रचनेबाबत तुम्हाला पहिल्यापासून आस्था नाही असा माझा अनुभव आहे. मग मला अध्यक्ष करून भांडणे कशासाठी करीत बसायचे? आणखीही एक मुद्दा आहे, मला तुम्ही अध्यक्ष करणार आणि सरचिटणीस रामसेवक यादव यांच्या जागी नवी व्यक्ती निवडणार, असे काय म्हणून?''

यावर ती मंडळी म्हणाली, 'विलीनीकरणाबाबत तुम्ही काय हवे ते म्हणा, प्रसोपावाले तयार होतील असे काही आम्हाला वाटत नाही. सीमा प्रश्नाबाबत महाराष्ट्रात आणि लोकसभेत तुम्ही तुमची भूमिका मांडायला आमची हरकत नाही.' ती मंडळी खासदार महाराजसिंग भारती यांना सरचिटणीस पदासाठी उभी करू इच्छित होती. 'जुन्या अध्यक्षाला ठेवणार तर जुन्या सरचिटणिसाला का काढता?' ही एस.एम.जोशींची भूमिका होती. एसेम म्हणाले, ''मीच अध्यक्ष रहावे असा आग्रह तुम्ही धरता तर अध्यक्ष म्हणून माझे ऐकणार आहात की नाही? रामसेवक यादव यांच्याविरुद्ध महाराजसिंग भारतींना उभे करण्याचा हट्ट काहींनी चालविला; पण रामसेवक यादव हेच अधिक मते मिळून विजयी झाले.'' (जोशी, १९७१ : ३१३-३१४).

बिहारमध्ये गया येथे २८ डिसेंबर १९६७ रोजी संयुक्त समाजवादी पक्षाचे तिसरे अधिवेशन झाले. एस.एम.जोशींनी अध्यक्षीय भाषणात सार्वत्रिक निवडणूकपूर्व आणि त्यानंतरची परिस्थिती, भाषेची समस्या, समाजवादी ऐक्य, परराष्ट्रीय धोरण इत्यादी

विषयांचा परामर्श घेऊन त्यांनी अत्यंत स्पष्ट शब्दात सांगितले की, ''अन्याय्य अशा सामाजिक व आर्थिक परिस्थितीविरुद्ध उघडपणे शांततापूर्ण विद्रोह करण्याखेरीज आता गत्यंतरच उरलेले नाही.'' गैर काँग्रेसी सरकारच्या कारभाराबद्दल स्वच्छ शब्दांत हजेरी घेऊन सभासदांना इशारा दिला की, त्यांनी सत्ताकांक्षी न राहता समाज परिवर्तन करू शकेल अशी समर्थ संघटना बनविली पाहिजे. समाजवादी ऐक्याबद्दल बोलताना एस.एम.जोशींनी डॉ.लोहियांचे मत उद्धृत केले की, 'समाजवादी ऐक्य ही या घडीची नव्हे तर या क्षणाची नितांत गरज आहे. ऐक्यासाठी आम्ही कासावीस आहोत. प्रसोपावाल्यांना भेटण्यास व ऐक्यासाठी नेटाचा प्रयत्न करण्याबाबत आम्ही कधीही नकार देणार नाही' (साने गुरुजी, १९६८ : ५ ते ७).

राजकीय धोरणाबाबतचा ठराव खासदार मधु लिमये यांनी मांडला व खासदार राजनारायण यांनी त्याला अनुमोदन दिले. राजकीय ठरावामध्ये हे स्पष्टपणे मांडण्यात आले की, केंद्रस्थानी काँग्रेसची एकाधिकारशाही नष्ट करून राष्ट्रीयता, लोकशाही व क्रांतिकारी परिवर्तन यावर विश्वास असलेले समाजवादी सरकार स्थापन करणे हे आपले उद्दिष्ट आहे. त्यासाठी 'काँग्रेस हटवा देश वाचवा' हे धोरण कायम ठेवून किमान कार्यक्रमावर विरोधी पक्षांची एकजूट करावी लागेल; आणि गैर काँग्रेसी संयुक्त मोर्चाचे धोरण चालू ठेवावे लागेल. त्याकरिता आपल्या धोरणांवर विशिष्ट प्रश्नावर लढे द्यावे लागतील. गैर काँग्रेस सरकारे कार्यक्रमोन्मुख बनवावी लागतील. सत्ताभिमुखच राहिली तर त्यांनाही हटवावे लागेल. त्याचबरोबर दीर्घकालीन व महत्त्वपूर्ण भाग म्हणजे संसोपाचे जनकार्य व संघटन वेगाने वाढवून समाजवादी ऐक्य घडविले पाहिजे (जोशी, १९७१ : ३१४).

गया येथील संसोपा अधिवेशनात एस.एम.जोशी यांनी संसोपा आणि प्रसोपा यांचे विलीनीकरण करण्याचे आवाहन केले. पुण्यात नानासाहेब गोरे यांना त्या आवाहनात वेगळाच अर्थ दिसला. त्यांचे पुण्या-मुंबईच्या वर्तमानपत्रातून एक पत्रक प्रसिद्ध झाले. 'एसेमना संसोपात बहुमताचा पाठिंबा नाही, म्हणून दोन्ही पक्षांचे विलीनीकरण करून एसेम आपले बहुमत करू बघत आहेत की काय, अशी शंका येते.' असे त्यांनी पत्रकात म्हटले होते. एसेमना याची फार मोठी खंत वाटली; खरे तर वाराणशीची परिषद यशस्वी झाली असती तर तेथेच नानासाहेबांचे नाव अध्यक्षपदासाठी सुचवून बाजूला व्हायचे असे एसेमच्या मनात होते; पण तेव्हापासून अशा क्लेशदायक घटना घडू लागल्यावर त्यांच्या मनात राजकारणातून निवृत्त होण्याचेच विचार येऊ लागले होते. एसेम जोशी म्हणतात की, 'आपण पक्ष फोडला असे लोकांचे म्हणणे आहे. दोन्ही पक्षांचे एकदा विलीनीकरण करून टाकू नि हात धुऊन मोकळे होऊ. कोठेतरी शिक्षणाच्या क्षेत्रात काम करू, बस झाले राजकारण.' त्यांना त्या काळी जीवनच असह्य झाले होते असे म्हटले तरी चालेल (भणगे, १९७३ : २१, २२).

१९६७ ते १९६९ या तीन वर्षांत देशातील समाजवाद्यांना एक संधी प्राप्त झाली होती; पण संसोपाच्या नेत्यांनी नकारात्मक गैर काँग्रेसवाद व प्रसोपाच्या नेत्यांनी काँग्रेसबरोबर अर्थपूर्ण संवाद चालवून समाजवादी चळवळीची प्रतिमा डागाळवली. काँग्रेसमध्ये फूट पडण्याची शक्यता निर्माण झाली तेव्हा जनतेमध्ये परिवर्तनाच्या आकांक्षा निर्माण झाल्या होत्या व ती फूट प्रत्यक्ष पडल्यावर जनतेच्या या अपेक्षा फार वाढल्या. या आकांक्षा संघटित करून पर्यायी पक्ष बनविण्याची संधी समाजवाद्यांपुढे होती. याच हेतूने एस.एम.जोशी यांनी संयुक्त समाजवादी पक्षाच्या जबलपूर परिषदेमध्ये ऐक्याचा प्रस्ताव मांडला होता, पण ज्याप्रमाणे संसोपाच्या नेत्यांनी त्याला विरोध केला, त्याचप्रमाणे प्रसोपाच्या नेत्यांनीही त्याला साथ न देता काँग्रेसबरोबर अर्थपूर्ण संवाद करण्याची भूमिका घेतली व समाजवाद्यांपुढे आलेली आणखी एक संधी वाया घालवली. (भणगे भा. शं. (संपादक) : उपरोक्त, मार्च-एप्रिल १९७३, पृ. २१, २२) समाजवादी पक्षांच्या ऐक्यासंबंधी आवाहन करताना एस.एम.जोशी म्हणाले होते की, "सध्या या देशात कित्येक समाजवादी पक्ष आहेत. स्वातंत्र्य लढ्याच्या वेळी जे समाजवादी आंदोलन सुरू झाले, त्यातूनच हे छोटेमोठे पक्ष बनलेले आहेत. हे सारे पक्ष असा दावा करतात की, ते शोषित व पीडित जनतेचे कैवारी आहेत; असे असूनही ते बारीकसारीक मुद्यांवर परस्परांत भांडत बसतात. क्रांतीच्या घोषणा सतत देत असतानाच बारीकसारीक अधिकारांच्या जागांसाठी लोभावून बसतात. आपली धोरणे आणि कार्यक्रम यांना त्यामुळे हरताळ फासला जात आहे याची जाणीवही त्यांना राहात नाही. उत्तर प्रदेशातील संविद मंत्रिमंडळ आणि ५२ मंत्री असलेले व संयुक्त समाजवादी पक्षाच्या नेतृत्वाखाली चाललेले बिहारमधील मंत्रिमंडळ हा आज एक चेष्टेचा विषय होऊन बसलेला आहे. आमच्या क्रांतिकारक पक्षांचे जोवर असे चाळे चालले आहेत तोपर्यंत जनतेने काय करावे? देशापुढील समस्या बिकट आहे. बांगला देश व पश्चिम पाकिस्तान यांच्यामध्ये जो संघर्ष चालू आहे, त्यामुळे परिस्थिती अधिकच गुंतागुंतीची होणार आहे. अशावेळी जनतेच्या मनाची पकड घेईल असा पर्यायी समाजवादी पक्ष बनवायचा असेल तर या सर्व फुटकळ पक्षांना मोडीत काढून समाजवाद्यांच्या ध्येयाशी एकनिष्ठ असलेल्या सर्व कार्यकर्त्यांचा एकच एक लोकशाही समाजवादी पक्ष तत्काळ संघटित केला पाहिजे. त्यासाठी निरनिराळ्या समाजवादी पक्षांतील नेत्यांनी पुढाकार घेऊन आजपर्यंत केलेल्या चुका कबूल करून सर्व समाजवाद्यांनी एकजूट करण्याच्या कामास लागले पाहिजे" (महाराष्ट्र टाइम्स : १९७१).

एस.एम.जोशी यांनी १९६९ साली संयुक्त समाजवादी पक्षाच्या अध्यक्षपदाचा त्याग केला. एस.एम.जोशींच्या नंतर मे १९६९ मध्ये कर्पुरी ठाकूर संसोपाचे अध्यक्ष झाले आणि जॉर्ज फर्नांडिस संसोपाचे सरचिटणीस बनले (त्यागी, १९९४ : ६०). संसोपा

व प्रसोपा यांचे विलीनीकरण होणे इष्ट मानून एसेम जोशी जे प्रयत्न करीत होते त्याला दिवंगत डॉ.लोहियांचाही पठिंबा होता असे म्हणता येईल. ३० सप्टेंबर १९६७ रोजी जेपी, डॉ.लोहिया आणि एसेम हे बोलत बसले असता डॉ.लोहिया जेपींना म्हणाले, 'जयप्रकाश, तुमने तो यह सब छोड़ दिया। अब यह पार्टी इसी तरह नहीं चलेंगी। दो पार्टियोंकी एक करना चाहिए। मासेस को हिलाना चाहिए। जनता को तुमही हिला सकते हो, दूसरे कोई नहीं हिला सकते। तो पहिले दो पार्टियोंको एक करना चाहिए।' डॉ.लोहियांचे अकाली निधन झाले नसते तर कदाचित दोन्ही पक्ष लवकर विलीन झाले असते. ती घटना घडून येण्यास आणखी चार वर्षे वाट बघावी लागली नसती. १९६९ साली इंडीकेट आणि सिंडीकेट अशी काँग्रेसचीच फाळणी झाल्याने संसोपाची बिगर काँग्रेसवादाची कल्पना, संदर्भच बदलून गेल्याने कालविसंगत झाली. इंदिरा गांधींना समाजवादाच्या मार्गावर ठेवण्यासाठी समाजवाद्यांचे ऐक्य आवश्यक होते असे एस.एम.जोशींना वाटत होते. ९ ऑगस्ट १९७१ रोजी संसोपा प्रसोपा यांचे विलीनीकरण होऊन सोशॅलिस्ट पार्टी स्थापन झाली. कर्पुरी ठाकूर अध्यक्ष व प्रा.मधु दंडवते सरचिटणीस झाले. जुन्या 'प्रसोपा' पैकी सुरेंद्र द्विवेदी आणि जुन्या 'संसोपा' पैकी राजनारायण यांची ऐक्यास असलेली मान्यता तेवढीशी मनापासून नव्हती. राजनारायण यांचा दोन्ही पक्षांच्या विलीनीकरणास शेवटपर्यंत विरोध होता. मधु लिमये व जॉर्ज फर्नांडिस यांचाही सुरुवातीला विरोधच होता; पण पुढे या दोघांनी राजनारायण यांची संगतच सोडली. तेव्हा विलीनीकरण झाले (जोशी १९७१ : ३१५). नवीन समाजवादी पक्ष ९ ऑगस्ट १९७१ रोजी अस्तित्वात आला. २९ वर्षांपूर्वी याच दिवशी काँग्रेस समाजवादी पक्षाने 'चलेजाव' चळवळ सुरू केली होती. केरळ, बिहार, पश्चिम बंगाल, उत्तर प्रदेश येथील समाजवादी पक्षही नवीन समाजवादी पक्षात विलीन झाले (त्यागी, १९९४ : १५८). पण समाजवादी पक्षांच्या विलीनीकरणाला खूपच उशीर झाला. विलीनीकरणाच्या वेळी दोन्ही पक्ष अतिशय रोडावले होते. तशात डॉ.लोहिया, बॅ.नाथ पै यांच्यासारखे प्रखर दीप मालवले होते. एस.एम.जोशी, ना. ग. गोरे यांसारखे ज्येष्ठ नेते वयोवृद्ध झाले होते. त्यामुळे दोन्ही पक्ष एक झाले तरी काँग्रेसला पर्यायी विरोधी पक्ष ते निर्माण करू शकले नाहीत (दुंडगेकर, १९८० : १४६).

प्रसोपा आणि संसोपा यांच्या विलीनीकरणानंतर एस.एम.जोशी म्हणाले होते की, ''नव्या समाजवादी पक्षाला नजीकच्या भविष्यामध्ये फार मोठ्या आव्हानाचा स्वीकार करावा लागणार आहे. भारतीय समाजवादी चळवळीमध्ये एक नवे पर्व सुरू होत आहे. आतापर्यंत समाजवादी चळवळीने काहीच कामगिरी बजावली नाही असे नव्हे. समाजवादी विचारसरणी लोकांच्या गळी उतरविण्याचे बरेच मोठे श्रेय त्यांनाच द्यावे लागेल. समाजवादाचा आश्रय घेतल्याशिवाय भारतातील बहुसंख्य गोरगरिबांचे प्रश्न सुटू शकत

नाहीत, ही गोष्ट राज्यकर्त्या पक्षाला देखील आज मान्य करावी लागत आहे. किंबहुना, आपली सत्ता टिकविण्यासाठी त्यांना समाजवादाचीच घोषणा करावी लागते. शोषित जनतेच्या वर्गीय संघर्षावर आणि सामाजिक प्रबोधनाच्या कार्यावर भर दिला पाहिजे. जनआंदोलन प्रभावी आणि व्यापक करून लोकांमध्ये मोठ्या प्रमाणावर समाजवादी जागृती निर्माण केली पाहिजे (महाराष्ट्र टाइम्स : १९७१).

## एस.एम.जोशी : भारतीय समाजवादी चळवळीचा एक प्रणेता

एसेम जोशी हे प्रवृत्तीने कर्मवादी होते आणि मानवतावाद हा त्यांचा आदर्श होता. त्यांच्यावर मार्क्सिस्ट विचारांचा पगडा होता हे खरे, पण विविध प्रश्नांची सोडवणूक ते आपल्या विशिष्ट पद्धतीने करीत. व्यक्तिगत जीवनात ते खऱ्या अर्थाने समाजवादी होते. केवळ बुद्धीला पटते म्हणून ते समाजवादी नव्हते. त्यांनी समाजवादाला आपले जीवन सर्वस्व मानले. समाजवाद हे एसेमचे प्राणतत्त्व होय. त्यासाठी आयुष्यभर ते समाजवादी आंदोलनात राहिले. त्यांची खात्री होती की समाजवादाच्या द्वारेच 'नाही रे' वर्गाचे प्रश्न सुटतील. समाजवादाची सूक्ष्म तत्त्वे त्यांनी आत्मसात केली होती. गांधी तत्त्वज्ञानाच्या मुळाशी असलेल्या मानवतावादातील नैतिक तत्त्वेही त्यांनी आपल्या जीवनात मुरवली होती. एसेमच्या जीवनात ह्या दोन्ही गोष्टींचा योग्य मिलाफ झाला होता; म्हणूनच बहुतेकजण त्यांच्याकडे गांधीवाद्यांतील समाजवादी आणि समाजवाद्यांतील गांधीवादी म्हणून पाहात असत. सुरुवातीला ते इतरांप्रमाणे राष्ट्रीय काँग्रेस पक्षाकडे आकर्षित झाले होते. परंतु लवकरच एसेम स्वत: जयप्रकाश नारायण, डॉ. राममनोहर लोहिया, ना. ग. गोरे, युसुफ मेहेरअल्ली आणि इतर या सर्वांनी राष्ट्रीय चळवळीला जास्त विधायक आणि लढाऊ दिशा देण्यासाठी काँग्रेस अंतर्गतच काँग्रेस समाजवादी पक्ष स्थापन केला.

१९४७ मध्ये भारत स्वतंत्र झाला आणि एसेम यांचे एक स्वप्न खरे ठरले. तथापि सामाजिक-आर्थिक धोरणांबाबत या झुंझार समाजवाद्यांचे सरकारबरोबर खटके उडू लागले. एप्रिल १९४८ मध्ये नाशिक येथे झालेल्या संघटनेच्या मेळाव्यात समाजवाद्यांनी काँग्रेसमधून फुटून आपला स्वतंत्र समाजवादी पक्ष स्थापण्याचा निर्णय घेतला. एसेम हे महाराष्ट्राचे कार्याध्यक्ष झाले. समाजवादी पक्षाचे नेते म्हणून एसेम हे जनसामान्यांच्या दु:खाशी तद्रूप झाले. राष्ट्रसेवा दलाच्या तुकड्या घेऊन त्यांनी खेडोपाडी श्रमदान केले. महाराष्ट्रात त्यावेळी पडलेल्या दुष्काळातही त्यांनी मदतकार्यात स्वत:ला झोकून दिले.

समान ध्येय-धोरणे असणाऱ्या पक्षांच्या एकीमध्ये एसेम यांना विश्वास होता. समाजवादी पक्ष आणि किसान मजदूर प्रजापक्ष यांनी एक व्हावे या मताचे ते होते. हे दोन्हीही पक्ष प्रजासमाजवादी पक्ष या नावाने एक झाले. तथापि काही कालावधीनंतर वैचारिक मतभेदांमुळे डॉ.राममनोहर लोहिया आपल्या अनुयायांसह या पक्षातून फुटून

बाहेर पडले. १९६२ साली चिनी आक्रमण झाले. प्रजा समाजवादी पक्षाचे नेते ह्या नात्याने एस.एम.जोशींनी आपल्या अनुयायांना फार मोठ्या त्यागास सिद्ध होण्याचे आवाहन केले. त्याचबरोबर देशातील समाजवादी चळवळ मजबूत करणे आवश्यक आहे या गोष्टीवर त्यांनी भर दिला. यामुळे सामाजिक, आर्थिक परिवर्तनाची प्रक्रिया सुरू होऊन दिलासा मिळाला असता आणि अंतर्गत विघटन आणि परकीय आक्रमण थोपवता आले असते. १९६३ मध्ये भोपाळ येथे झालेल्या प्रजा समाजवादी पक्षाच्या अधिवेशनात ह्या लढाऊ राजकीय धोरणाला पक्षाने पाठिंबा दिला आणि एसेम यांनीच पक्षाचे कार्याध्यक्ष व्हावे अशी मागणी केली.

प्रजा समाजवादी पक्षाचे कार्याध्यक्ष या नात्याने एसेम जोशी यांनी देशातील सर्व समाजवादी गटांना एकत्र आणण्याची पराकाष्ठा केली. अशोक मेहता आणि काही सदस्य यांचे पक्षनेत्यांशी मतभेद झाल्यामुळे त्यांनी पक्ष सोडला. जून १९६४ मध्ये प्रदीर्घ चर्चेनंतर संयुक्त समाजवादी पक्ष (एस. एम. पी.) स्थापण्यात आला. या पक्षाचेही अध्यक्षपद एसेमकडेच आले आणि १९६९ पर्यंत ते या पदावर होते. या काळात त्यांनी भारतभर दौरा केला. जयप्रकाश नारायण यांच्या समवेत १९७७ मध्ये जनता पक्षाच्या उभारणीत एसेम यांचाही महत्त्वाचा वाटा होता. त्यानंतरच्या वर्षी महाराष्ट्रात पीपल्स डेमॉक्रेटिक फोर्सचे मंत्रिमंडळ आणण्यातही त्यांचा महत्त्वपूर्ण सहभाग होता. एसेम जोशी यांना भारतीय समाजवादी आंदोलनाचे शिल्पकार म्हणतात ते खरेच आहे (पाटील, १९६९ : ६ ते ८).

समाजवादी विचारधारा देशात प्रसृत करण्यासाठी त्यांनी फार मोठे योगदान दिले. समाजवादी लढ्याचे ते बिनीचे पाईक होते. भारतातील समाजवादी चळवळीला एक नवीन दिशा देण्याचे कार्य एसेम यांच्या हातून घडले. समाजवाद्यांमध्ये समाजवादासाठी एसेमइतक्या हालअपेष्टा कुणालाच सहन कराव्या लागल्या नसतील. जातिभेदाच्या, जातीयवादाच्या, प्रांतिकतेच्या सर्व भिंती ओलांडून त्यांनी वैश्विक दृष्टिकोन जोपासला आणि खऱ्या अर्थाने ते जगाचे नागरिक बनले (पाटील, १९६९ : ४९). एसेम यांची समाजवादाची जातकुळी वेगळी होती. मार्क्सवाद आणि इतर समाजवादी वाङ्मय त्यांनी वाचले असले तरी कोणत्याही सिद्धांतापेक्षाही दलित आणि शोषित यांच्याबद्दल वाटणारी उपजत कणव हीच त्यांच्या समाजवादामागची खरी प्रेरणा होती. मार्क्सच्या सुरुवातीच्या लिखाणात जी मानवतावादी दृष्टी आहे तिचा प्रभाव एसेमवर पडलेला होता (बापट, १९९४ : ४९). मागासवर्गीय, अनुसूचित जाती-जमाती आणि स्त्रिया यांना अधिक सवलती देऊन भारतात सध्या ह्या वर्गावर होत असलेला अन्याय नाहीसा करण्यासाठी व त्यांच्यातील आर्थिक, सामाजिक विषमता दूर करावी ह्या डॉ.राममनोहर लोहियांच्या समाजवादी लढ्याला एसेम यांनी मनापासून पाठिंबा दिला होता (पाटील, १९६९ : ६९).

एस.एम.जोशी यांचा आग्रह होता की, संसदीय राजकारणापेक्षा जनआंदोलनास जास्त महत्त्व द्यावे. सत्तारूढ काँग्रेसविरोधी सबगोलंकार आघाडीमध्ये स्वत:ला गुरफटून घेण्यापेक्षा जनतेच्या मूलभूत मागण्यांवर संसोपाने लक्ष केंद्रित करून तिच्यामार्फत परिवर्तनाच्या प्रक्रियेला गती मिळवून द्यावी; पण दुर्दैवाने एस.एम.जोशींची ही भूमिका समजून न घेता केवळ त्यांनी इंदिराविरोधी सबगोलंकार आघाडीस विरोध केला म्हणून काही वृत्तपत्रांनी व त्यांच्याही काही मित्रांनी त्यांच्यावर 'इंदिरावादी' बनल्याचा शिक्का मारला (महाराष्ट्र टाइम्स : १९७०).

मधु लिमये यांनी म्हटले आहे की, 'एस.एम.जोशींची विधायक कार्य आणि संघर्ष यावर निष्ठा होती. १९६४ मधील समाजवादी पक्षाच्या एकीकरणाचे प्रयत्न फोल ठरले असतील. परंतु अशा एकीकरणावरील त्यांची निष्ठा अढळ होती.' अखेरीस १९७१ मध्ये अशी एकता प्रस्थापित झाली. परंतु एव्हाना प्रजा समाजवादी पक्ष निष्क्रिय झाला होता आणि संयुक्त समाजवादी पक्षदेखील कसातरी टिकून होता. संयुक्त समाजवादी पक्ष हा एक पर्यायी पक्ष बनेल ही आशा कायमची दुरावली. सहकारवाद, सर्वोदयवाद आणि गैरकाँग्रेसवादी धोरण यामुळे असे झाले (पाटील, १९६९ : ४९). एसेम जोशी म्हणतात की, 'जनजागृती आणि वर्गीय संघर्ष याकडे दुर्लक्ष करून केवळ निवडणुकीच्या द्वारा सत्ता हस्तगत करण्याचा हव्यास धरला. भारतीय समाजवादी चळवळीचे हे फार मोठे अपयश म्हणावे लागेल. समाजवादी पक्षाची आजची अवस्था अत्यंत चिंताजनक आहे. समाजवाद्यांना यापुढे केवळ अंधविरोधाची व अकरणात्मक भूमिका घेऊन भागणार नाही. त्यांनी आता दूरदर्शीपणे विधायक कार्यांना वाहून घ्यायला हवे. प्रामुख्याने शोषित व दलित जनतेला जागृत करण्यावर भर द्यायला हवा. स्वराज्याचा प्रकाश झोपडीपर्यंत पोहोचवायला पाहिजे' (महाराष्ट्र टाइम्स : १९७२).

मा.यशवंतराव चव्हाण यांनी म्हटले आहे की, 'गेल्या ५० वर्षांत एस.एम.नी अनेक चळवळींत भाग घेतला आहे. राजकारणाच्या दिशा त्यांनी अधूनमधून बदलल्या. सुरुवातीला ते काँग्रेस सोशॅलिस्ट झाले, त्यानंतर प्रजा सोशॅलिस्ट झाले आणि नंतर ते जनता पक्षात गेले. त्यांच्या पक्षाची नावे कितीतरी बदललेली असली तरी एस.एम.जे काल होते तेच आज आहेत. सर्व राजकीय प्रवासात एस.एम.चे व्यक्तिमत्त्व कायम राहिले. महाराष्ट्राच्या सार्वजनिक जीवनात फार थोडी माणसे अशी आहेत की, ज्यांच्याबद्दल कोणत्याही परिस्थितीत आदर वाटावा. एस.एम. यामध्ये अग्रगण्य आहेत' (लिमये, १९८४ : ८). ज्येष्ठ समाजवादी विचारवंत सुरेंद्र मोहन म्हणतात की, 'समाजवादी जीवननिष्ठांचा स्वीकार करून अखेरपर्यंत त्यासाठी लढा देणारे एसेम यांचे आयुष्य एखाद्या दीपस्तंभासारखे आहे. प्रारंभीपासून समाजवादी पक्षात असणाऱ्या अनेकांनी आपले मार्ग बदलले पण एसेम यांनी कधीच मार्ग बदलला नाही' (मराठवाडा, एसेम स्मृतीविशेषांक : ५).

## भारतातील समाजवादी पक्षाच्या कार्याचे मूल्यमापन

भारतात लोकशाही समाजवादाचा विचार प्रथम समाजवादी पक्षाने मुख्यत: मांडला. राष्ट्रवाद, लोकशाही व समाजवादी यांची सांगड घालण्याचा सक्रिय प्रयत्न त्याच पक्षाने केला. परंतु एखादा नवा विचार जनतेत प्रस्तुत केला तरी त्या विचाराशी सुसंगत असा नवा समाज निर्माण करण्याचे श्रेय मात्र तो विचार प्रस्तुत करणाऱ्याला मिळतेच असे नाही. समाजवादी पक्षाचेही तसेच झाले आहे. भारतीय जनतेला समाजवादी विचार सांगणारा हा पक्ष तो विचार लोकमान्य आणि राजमान्य झाल्यानंतर मात्र जनतेपासून संपूर्णपणे अलग पडला असून आपले अस्तित्व टिकवून धरण्यासाठी त्याला कमालीची धडपड करावी लागली (भणगे, १९७१ : ४१).

समाजवादी पक्षाची एकूण वाटचाल पाहता या पक्षाने जनतेच्या मनात समाजवाद रुजविण्याचे मोठे कार्य स्वातंत्र्यपूर्व आणि स्वातंत्र्योत्तर काळात केले असल्याची नोंद करावी लागेल. या पक्षाला चारित्र्यवान नेते लाभले हे विशेष होय. हा पक्ष नेहमीच गरिबांच्या बाजूने उभा राहिला आणि अन्यायाच्या विरुद्ध लढा देणारा पक्ष असा लौकिक संपादन केला. संघर्षात आघाडीवर आणि संघटनेत पिछाडीवर असलेला हा पक्ष जनता पक्ष होता तोवर अस्तित्व टिकवून होता. तेथून तो बाहेर पडला आणि त्याचे अस्तित्व संपुष्टात आले (दै. लोकमत : २०००).

भारतात समाजवादी पक्ष स्थापन झाल्यापासून आतापर्यंतचा आढावा घेतल्यास भारतीय समाजवाद्यांना राजकारणात अपयश आले असे म्हणावे लागेल. हा पक्ष प्रभावी संघटना निर्माण करू शकला नाही. शेतकऱ्यांत व मागासवर्गीयांत जेवढ्या प्रमाणात तो रुजावयास हवा होता तेवढ्या प्रमाणात तो रुजला नाही. १९५२-५३ च्या काळात अनेक लोक समाजवादी पक्ष सोडून बाहेर पडले. या धक्क्यातून पक्ष सावरला गेला नाही. ज्या दिवसापासून सत्ताधारी पक्षाने आर्थिक नियोजनाचा व समाजवादाचा पुरस्कार केला त्या दिवसापासून समाजवादी पक्षाविषयीचे लोकांचे आकर्षण कमी कमी होत गेले; कारण दोन्ही पक्षांनी समान ध्येयांचा पुरस्कार करण्यास सुरुवात केली. असे असले तरी समाजवादी पक्षाने भारतात लोकशाही समाजवादी विचार रुजविण्याचे व तो पसरविण्याचे अत्यंत मोलाचे कार्य केलेले आहे.

१९४८ साली समाजवादी गट काँग्रेसमधून बाहेर पडला, पण समाजवादी विचारांचे काही नेते काँग्रेसमध्येच राहिले. स्वत: नेहरू समाजवादी होते. काँग्रेसमधल्या डाव्या गटाचे नेतृत्व त्यांनी केले. १९३६ साली लखनौ येथील काँग्रेस अधिवेशनात त्यांनी जे अध्यक्षीय भाषण केले होते ते स्पष्टपणे त्यांच्या समाजवादावरील निष्ठेची ग्वाही देते. ''जगाचे आणि भारताचेही प्रश्न समाजवादाच्या मार्गाने सुटतील, भारतीय जनतेचे दारिद्र्य, दैन्य, बेकारी व पारतंत्र्य यांचा शेवट करण्यासाठी समाजवादाखेरीज दुसरा पर्याय नाही''

असे त्या वेळी पंडित नेहरू म्हणाले होते. काँग्रेसमधून बाहेर पडलेल्या समाजवादी गटाविषयी नेहरूंना जिव्हाळा होता. १९५३ साली त्यांनी जयप्रकाशजींजवळ समाजवाद्यांकडून सहकार्याची अपेक्षा व्यक्त केली होती. नेहरूंची समाजवादावरील श्रद्धा व समाजवादी पक्षाचा काँग्रेसवर कळत वा नकळत पडलेला प्रभाव यांचा परिणाम म्हणून १९५५ साली आवडी येथील अधिवेशनात काँग्रेसने समाजवादाचा स्वीकार केला. अधिवेशनातील ठरावात समाजवादी समाजरचनेच्या निर्मितीचा आदेश होता. प्रमुख उत्पादक साधनांची मालकी, वर्तमान उत्पादक आणि राष्ट्रीय संपत्तीचे न्याय्य वाटप असणारी समाजरचना असावी असे म्हटले होते. स्वत: नेहरू समाजवादाचा पुरस्कार करीत गेले. समाजवादी विचार लोकांपर्यंत नेऊन पोहोचविण्याचे फार मोठे श्रेय समाजवादी पक्षांना व नेहरूंना द्यावे लागेल.

जानेवारी १९६४ मध्ये भुवनेश्वर येथील काँग्रेस अधिवेशनात लोकशाही समाजवाद आणण्यासाठी परत ठराव करण्यात आला. आर्थिक व सामाजिक क्रांती भारतीय समाजात व्हावी म्हणून काँग्रेस प्रयत्नशील आहे असे ठरावात म्हटले होते. समान संधी व प्रगतिशील न्याय्य वाटा प्रत्येकास मिळाला पाहिजे. खास हक्क, विषमता आणि शोषण यांचे उच्चाटन झाले पाहिजे. खाजगी क्षेत्रात असलेली मालमत्ता आणि प्राप्ती यांच्यावर मर्यादा घालणे जरुरीचे आहे. काँग्रेसने समाजवादाचा स्वीकार केला होता हे स्पष्टच झाले, पण प्रत्यक्षात समाजवादाचे ध्येय गाठण्यासाठी विशेष प्रयत्न झाले नाहीत. हातात सत्ता आणि पाठीशी बहुमत असूनही काँग्रेसने समाजवादी समाजरचनेसाठी परिणामकारक उपाय योजले नाहीत.

नेहरूंच्यानंतर लालबहादूर शास्त्री व इंदिरा गांधी आल्या, पण परिस्थिती 'जैसे थे'च राहिली. समाजवादी समाजरचना व नियोजन या गोंडस शब्दांचा वापर केवळ निवडणुका जिंकण्यासाठी करण्यात आला. लोकांच्या मनात काँग्रेसविषयी अविश्वास निर्माण झाला. याचा परिणाम १९६७ च्या निवडणुकीवर झाला. अनेक राज्यांत काँग्रेसने बहुमत गमावले. पक्षात बंडखोरी, कुरबुरी सुरू झाल्या. बँकांचे राष्ट्रीयीकरण व राष्ट्रपतींची निवडणूक या निमित्ताने काँग्रेस पक्ष १९६९ साली दुभंगला असे इंदिरा गांधींच्या नेतृत्वाखालील नव काँग्रेसने सांगण्यास सुरू केले, पण वास्तववादी दृष्टिकोनातून दुफळीचे विश्लेषण केल्यास त्यापाठीमागे सत्तास्पर्धेचे राजकारण होते असे दिसते, कारण कामराज, अशोक मेहता यांसारखे पुरोगामी व समाजवादी विचारांचे नेते संघटना काँग्रेसमध्येच राहिले तर अनेक भांडवलशाही धार्जिणे इंदिरा गांधींच्या गोटात सामील झाले. समाजवादी ध्येयावरून काँग्रेस दुभंगली असे म्हणावयाचे झाल्यास दुफळीनंतर नवकाँग्रेसने समाजवादी समाजरचनेसाठी झपाट्याने पावले टाकावयास हवी होती; पण तसे काही घडले नाही. आवडी येथील अधिवेशनात १९५५ साली समाजवाद स्वीकारल्यापासून १९७१ सालापर्यंत काँग्रेसने समाजवादाकडे अशी वाटचाल केली. दरम्यान १९७१ ला झालेल्या

लोकसभेच्या मध्यावधी निवडणुकीत 'गरिबी हटाव'चा नारा देऊन इंदिरा गांधींच्या नवकाँग्रेसने भरघोस यश संपादन केले. कम्युनिस्टांनी व समाजवाद्यांनी प्रभावीपणे समाजवादी विचार पसरविला पण हातात सत्ता नसल्यामुळे त्यांच्या हातात काही नव्हते आणि काँग्रेसच्या हातात सत्ता असूनही प्रामाणिकपणाचा अभाव व कृतिशून्यता यामुळे समाजवादी समाजरचना भारतात निर्माण होऊ शकली नाही. वेगवेगळ्या प्रवाहांनी समाजवादी विचार भारतात आला व फोफावला पण समाजवादी समाजरचना निर्माण करण्याचे प्रत्यक्षात झाले नाही. भारतात समाजवादी समाजरचना निर्माण करावयाची असेल; तर सर्व समाजवाद्यांनी एकत्र येऊन प्रभावी विरोधी पक्षाद्वारे सत्ताधारी पक्षावर दडपण आणावे लागेल; पण सध्याच्या परिस्थितीत हे कार्य कठीण आहे असे म्हणावे लागेल (दुंडगेकर, १९८० : १४६ ते १४९, १५१).

जयप्रकाशजींच्या प्रेरणेने निघालेल्या जनता पक्षात इतरांच्या बरोबरीने समाजवादीही सामील झाले होते. १९८० नंतर जनता पक्षात फूट होऊन जनसंघाच्या लोकांनी आपला वेगळा भारतीय जनता पक्ष काढला. पुढे लोकदल जनता पक्षातून बाहेर पडल्यावर जनता पक्ष आणि लोकदल यांच्यामध्ये समाजवाद्यांची विभागणी झाली, मात्र काँग्रेसविरोध हाच त्यांचा एकमेव कार्यक्रम राहिला. जनता पक्ष, लोकदल आणि काँग्रेसमधून बाहेर पडलेले छोटे-मोठे गट यांच्यामधील युती व फुटी पुढील काळातही चालूच राहिल्या. जनता पक्ष व नंतर जनता दल यांनी निवडलेले सर्व पंतप्रधान काँग्रेस संस्कृतीतीलच होते. त्यामुळे इंदिरा गांधी सत्तेवर आल्यानंतर खुल्या बाजारपेठेच्या दिशेने देशाची जी वाटचाल चालली होती ती त्यांना थोपविता आली नाही. जनता दलातील विश्वनाथ प्रतापसिंग यांच्यासारखे काही नेते निदान हिंदुत्ववाद्यांच्या विरोधात तरी ठामपणे उभे राहिले; पण पूर्वाश्रमीच्या समाजवाद्यांना तेही जमले नाही. त्यांनी वारंवार हिंदुत्ववादी पक्षांशी संधिसाधु तडजोडी केल्या. इतर मागास जातींना राजकारणात पुढे आणण्याची डॉ. राम मनोहर लोहिया यांची खटपट होती. त्यांच्या पक्षाच्या मदतीने उत्तरेत पिछड्या जातींचे पक्ष उभे राहिले. महाराष्ट्रातील समाजवाद्यांना डॉ.लोहिया यांचे हे धोरण मान्य नव्हते. त्यांचे नेतृत्व वरिष्ठ जातींच्या परिघातच घोटाळत राहिले. त्यामुळे गेल्या दोन दशकांतील राजकारणामधून महाराष्ट्रातील समाजवादी शक्तींची वाताहात झाली (पंडित नलिनी, १९६६ : १९५, १९६). प्रा. ग. प्र. प्रधान म्हणतात की, '१९७२ पासून भारतातील अस्वस्थ युवक जयप्रकाशजींच्या भोवती गोळा झाले आणि जयप्रकाशजींनी भ्रष्टाचारविरुद्ध व विषमतेविरुद्ध देशव्यापी आंदोलन सुरू केले. इंदिरा गांधींनी हे आंदोलन चिरडण्यासाठी आणीबाणी जाहीर केली आणि सर्व विरोधी पक्षांच्या नेत्यांना व अनेक कार्यकर्त्यांना तुरुंगात टाकले. यामधून 'लोकशाही वाचविण्यासाठी सर्व विरोधी पक्षांनी एकत्र आले पाहिजे' हा विचार बळावला. आणीबाणी संपल्यानंतर जयप्रकाश नारायण यांनी सर्व

विरोधी पक्षांना निवडणुकीत एकत्र आणले आणि त्यातूनच जनता पक्ष निर्माण झाला. पुढे मूलभूत वैचारिक मतभेदांमुळे जनता पक्षही फुटला. डॉ.लोहियांनी बिगर काँग्रेसवाद हा विचार १९६७ मध्ये मांडला. १९७७ मधील जनता पक्षाची स्थापना हे या विचाराचे पुढचे पाऊल होते. या दोन्ही प्रयोगांमुळे समाजवादी चळवळीच्या मुळावरच आघात झाला' (प्रधान : २०००).

प्रकरण पाचवे

# जयप्रकाश नारायण यांची भ्रष्टाचारविरोधी चळवळ, आणीबाणी आणि एस.एम. जोशी (इ.स.१९७२ ते १९७६)

एस.एम.जोशी आणि जयप्रकाश नारायण हे जिवाभावाचे मित्र होते. एस.एम. यांना जयप्रकाशजींच्याबद्दल प्रेम आणि आदर वाटे. त्याचबरोबर ते योग्यवेळी जयप्रकाशजींना सुनावीतही असत. १९७३ साली देशातील भ्रष्टाचाराबद्दल जयप्रकाशजींनी तीव्र असमाधान व्यक्त करणारे लेख लिहिले. शासनावर त्यांनी कठोर टीकाही केली; त्यामुळे अनेक तरुणांना भ्रष्टाचारविरोधी आंदोलन करावे असे वाटू लागले (प्रधान, २००१ : ८५). देशात सर्वत्र पसरलेला भ्रष्टाचार पाहून जयप्रकाशजी उद्विग्न झाले. १९७२ च्या विविध राज्यांच्या आणि विशेषत: बिहार आणि उत्तरप्रदेश येथील निवडणुकांमध्ये प्रचंड भ्रष्टाचार झाले. जयप्रकाश नारायण यामुळे फार अस्वस्थ झाले. 'दिनमान' या साप्ताहिकास दिलेल्या मुलाखतीत ते म्हणाले, 'निवडणुकीतील भ्रष्टाचार पूर्वीही होता. परंतु आता तो अमर्याद झाला आहे; म्हणून लोकशाहीच्या रक्षणासाठी निवडणूक पद्धतीत आमूलाग्र बदल केला पाहिजे. लोकांचा सहभाग असलेल्या राज्यपद्धतीस मी लोकनीती म्हणतो, ती येणे मला जरुरीचे वाटते.' २२ जून १९७२ ला पत्रकारांना दिलेल्या मुलाखतीत जयप्रकाश नारायण म्हणाले, ''भारतात एकाधिकारशाहीचा धोका वाढू लागला आहे. विरोधी पक्षांची दुर्बलता आणि सर्व सत्तेचे एका पक्षाच्याच नव्हे तर एका व्यक्तीच्या हाती होणारे केंद्रीकरण यामुळे मला देशाच्या भवितव्याबद्दल चिंता वाटते.''

जयप्रकाशजींना असे वाटू लागले की, ढासळणाऱ्या राजकीय परिस्थितीबाबत लोकांशी संवाद साधून त्यांना जागृत केले पाहिजे. या उद्देशाने त्यांनी ७ जुलै १९७३ ला 'एव्हरी मन्थ्स विकली' नावाचे एक इंग्रजी साप्ताहिक सुरू केले. या साप्ताहिकाद्वारे त्यांनी स्वत:ची भूमिका मांडण्यास आणि वेगवेगळ्या घटनांबाबतच्या आपल्या प्रतिक्रिया

देण्यास सुरुवात केली (प्रधान, २००१ : ८४-८५). १९७२ च्या डिसेंबरमध्ये जयप्रकाशजींनी सर्व संसद सदस्यांना उद्देशून एक जाहीर पत्र प्रसिद्ध केले. त्यामध्ये वाढत्या राजकीय व कारभारविषयक भ्रष्टाचारामुळे देश पोखरला जात आहे, याकडे सर्व खासदारांचे लक्ष वेधून भ्रष्टाचाराच्या निर्मूलनासाठी निकराचे प्रयत्न करण्याचे आवाहन त्यांनी सर्व लोकप्रतिनिधींना केले. त्याचप्रमाणे मूलभूत अधिकार आणि न्यायालयाचे स्वातंत्र्य यांचे रक्षण करण्याची जबाबदारी खासदारांनी पार पाडली नाही, तर मतदारांनी दाखविलेल्या विश्वासाशी तो द्रोह ठरेल आणि याचा जाब त्यांना द्यावा लागेल असा इशाराही जयप्रकाशजींनी या पत्रात दिला होता.

### एस.एम.जोशींचा परखड सल्ला

जयप्रकाशजींच्या अशा लेखनाबद्दल त्यांचे दीर्घ काळचे निकटचे सहकारी एस.एम.जोशी यांनी त्यांची प्रतिक्रिया तिखट शब्दांत ११ सप्टेंबर १९७३ ला मुंबईला आचार्य विनोबा भावे यांच्या जयंतीनिमित्त मणिभवनात भरलेल्या सभेत व्यक्त केली. एस.एम.जोशी म्हणाले, ''जयप्रकाशजी, पक्षविरहित अशी लोकशाही या देशात अस्तित्वात आहे ती ठीक राहावी असे आपल्याला वाटते की नाही ? वाटत असेल तर ती ठीक ठेवण्यासाठी आपले काही कर्तव्य उरते ते आपण करणार नसाल तर निदान देशात धोकादायक परिस्थिती निर्माण झाली आहे, असे इशारे देणारे लेख तरी लिहू नका. आपण लेख लिहून लोकांना काही करण्यास उद्युक्त करता आणि त्यांचे नेतृत्व करण्यास मात्र जाग्यावर नसता.'' एस.एम.नी या सभेत सडेतोडपणे जयप्रकाशांना असे सांगितले की जयप्रकाशजींनी नेतृत्व केले, तर देशात अन्याय आणि विषमतेच्या विरुद्ध जनआंदोलन उभे राहू शकेल (प्रधान, २००१ : ८६-८७).

एस.एम.जोशी यांनी या भाषणात जयप्रकाशजींना जे खडे तात्त्विक बोल ऐकविले त्याचा योग्य तो परिणाम झाला. एस.एम. यांना काय म्हणायचे आहे ते जयप्रकाशजींच्या लक्षात आले आणि त्यांनी जनआंदोलनाचे नेतृत्व करावयाचा निर्णय घेतला. १९७४ साली गुजरातमधील विद्यार्थ्यांनी भ्रष्टाचारविरोधी जनआंदोलन करायचे ठरविले. तांदुळाची चोरटी निर्यात होत होती. मुख्यमंत्री चिमणभाई पटेल यांनी तेलगिरण्यांचे राष्ट्रीयीकरण लांबणीवर टाकण्यासाठी काही लाख रुपये घेतले, असा जाहीर आरोप केला जात होता. कॉलेजच्या वसतिगृहातील विद्यार्थ्यांचा भोजन खर्च एकाएकी तीस टक्क्यांनी वाढला. त्यामुळे ते एकदम बिथरले. ही अशांत परिस्थिती पाहून गुजरातमधील ज्येष्ठ सर्वोदयी नेते रविशंकर महाराज यांनी जयप्रकाशजींना तिकडे बोलावून घेतले. युवा शक्तीचा आविष्कार जयप्रकाशजींना दिसला, तेव्हा त्यांनी गुजरात येथील युवकांना भ्रष्टाचाराविरुद्ध व्यापक आंदोलन करण्यास सांगितले. आंदोलन सर्वत्र पसरले (प्रधान, २००१ : ८५-८६).

जयप्रकाशजींनी विद्यार्थ्यांना सांगितले की, तुमच्या मागणीप्रमाणे एका विधानसभेचे विसर्जन होईल; पण तिच्या जागी दुसरी येईल. भ्रष्टाचार चालूच राहील. तेव्हा आंदोलन चालवायचेच तर भ्रष्टाचाराविरुद्ध चालवा व ते पूर्णपणे अहिंसक असे चालवा. विद्यार्थ्यांनी जेपींचे सगळेच काही मानले असे नाही. त्या अर्थाने गुजरातच्या नवनिर्माण आंदोलनाचे नेतृत्व जयप्रकाशजींनी केले असे म्हणता येणार नाही; पण युवाशक्तीचा आविष्कार काय असतो, तिचे दर्शन जेपींना गुजरात मध्ये घडले. चिमणभाईंचे सरकार गेले आणि विधानसभाही विसर्जित झाली. नवनिर्माण आंदोलन तेथेच संपले (जोशी, १९८९ : ३३१-३३२).

१५ फेब्रुवारी १९७४ ला गुजरातचा दौरा आटोपून जयप्रकाश नारायण हे दिल्लीस पोहोचले. तेथे गेल्यावर त्यांनी पंतप्रधान इंदिरा गांधी यांची भेट घेतली. या वेळी एस.एम.जोशी हे दिल्लीमध्ये होते. एसेमशी बोलताना जयप्रकाशजी म्हणाले, "मी इंदिरा गांधींच्याजवळ देशातील वाढत्या भ्रष्टाचाराबद्दल बोललो आणि त्यांना सांगितले की, त्यांनी शासकीय पातळीवर कठोर कारवाई करावी. त्याचबरोबर मी लोकांमध्ये फिरून भ्रष्टाचार निर्मूलनासाठी तरुणांना उद्युक्त करीन" (प्रधान, २००१ : ८९).

## बिहार आंदोलन

बिहारमध्ये या वेळी अबदुल गफूर हे काँग्रेसचे मुख्यमंत्री होते. गुजरातच्या आंदोलनाच्या आवृत्त्या देशभर काढून एक फॅसिस्ट आंदोलन उभे करण्याचा विरोधकांचा विचार आहे असे एक विधान इंदिरा गांधींनी नुकतेच केले होते. त्याच सुमारास बिहारमधील विविध राजकीय प्रवृत्तीच्या विद्यार्थ्यांनी एकत्र येऊन आंदोलन सुरू केले. बिहारचे एक मंत्री विद्याधर यांनी आपल्या मुलाचे मार्क वाढवून घेऊन त्यास पास करविले. या घटनेने विद्यार्थी चिडलेले होते. १८ मार्च १९७४ रोजी पाटण्यास विधानसभेचे अधिवेशन सुरू होणार होते. त्यादिवशी शांतपणे एक मोर्चा घेऊन विधानसभेवर जावयाचे आणि निवेदन द्यायचे असे विद्यार्थ्यांनी ठरविले होते; पण मुख्यमंत्री गफूर यांना विद्यार्थ्यांचा हा मोर्चा हे आपल्या सत्तेला आव्हानच आहे असे वाटले व मोर्चावर त्यांनी लाठीमार व गोळीबार केला. या मोर्चाला बदनाम करण्यासाठी गुंडांकरवी 'सर्चलाईट' आणि 'प्रदीप' या वृत्तपत्रांच्या कार्यालयांना आगी लावल्या. या दडपशाहीचा निषेध करण्यासाठी पाटण्याच्या गांधी मैदानावर जाहीर सभा होऊन गफूर सरकारच्या राजीनाम्याची आणि विधानसभा विसर्जित करण्याची मागणी करण्यात आली. या मागणीच्या समर्थनार्थ बिहारभर विद्यार्थ्यांची निदर्शने सुरू झाली. १२ एप्रिल १९७४ रोजी गयेमध्ये विद्यार्थ्यांनी केलेल्या संपूर्ण अहिंसक निदर्शनावर पोलिसांनी अमानुष गोळीबार केला आणि चार विद्यार्थी ठार झाले. तेव्हा जयप्रकाशजींनी एक पत्रक काढून सरकारचा निषेध केला व विद्यार्थ्यांच्या

मागण्यांना पाठिंबा दिला. त्यामुळे जेपींसारखा लोकोत्तर अपक्ष नेता आपल्याला योग्य मार्गदर्शन करील अशी विद्यार्थ्यांची भावना झाली. हे विद्यार्थी जेपींकडे आले. जेपी म्हणाले, ''मी तुमच्या आंदोलनाचे नेतृत्व करीन; पण माझ्या काही अटी आहेत. तुम्ही तुमचा लढा पूर्णत: अहिंसकपणे चालविला पाहिजे.'' एप्रिल १९७४ रोजी पाटण्यात अभूतपूर्व शांतिमोर्चा काढून अहिंसक निदर्शने कशी करता येतात त्याचा आदर्श जेपींनी देशापुढे ठेवला होता. या मोर्चात विद्यार्थ्यांबरोबर बिहारमधील ख्यातनाम लेखक, कवी, कलावंत सामील झाले होते (जोशी, १९८९ : ३३२-३३३).

१९७४ च्या एप्रिलमध्ये रेल्वे कामगारांचा देशव्यापी संप जॉर्ज फर्नांडिस यांच्या नेतृत्वाखाली सुरू झाला. ५ जूनला निघालेल्या पाटण्यातील अहिंसक मूक मोर्चावर इंदिरा ब्रिगेडच्या लोकांनी गोळीबार केला. या छर्रेबाजीचा आचार्य विनोबा भावे यांनी निषेध केल्यामुळे जयप्रकाशजी फार अस्वस्थ होते. या वेळी एस.एम. जोशी सतत जयप्रकाशजींबरोबर होते. ते दोघेजण वर्धा येथील सर्व सेवा संघाच्या संमेलनास गेले. सर्वोदयाच्या नेत्यांमध्ये मतभेद झाले. एस.एम. म्हणाले, ''अन्याय आणि भ्रष्टाचार याविरुद्ध लढावयास आम्हाला महात्मा गांधींनीच शिकवले. जयप्रकाशजी आज तरुणांना तेच सांगत आहेत.'' सर्व सेवा संघाच्या कार्यकर्त्यांमध्ये एकमत होईना. तेव्हा आचार्य विनोबा भावे म्हणाले, ''ज्यांना कुरुक्षेत्रावर लढण्यासाठी जायचे असेल त्यांनी पाटण्यास जावे. ज्यांना युद्ध करावयाचे नसेल त्यांनी सर्वोदयास वाहून घ्यावे.'' यावर एस.एम. म्हणाले, ''आम्ही आता पाटण्यास जाऊन जयप्रकाशजींच्या नेतृत्वाखाली जनआंदोलन सुरू करणार आहोत'' (प्रधान, २००१ : ८६).

१९७४ च्या जुलैमध्ये वर्ध्याला सर्व सेवा संघाची जी परिषद झाली तिला बिहार आंदोलनाच्या दृष्टीने विशेष महत्त्व आहे. जीवनदायी जयप्रकाश नारायण सर्व सेवासंघाचे अध्यक्ष होते. बोधगया संमेलनात भूदान कार्यासाठी जेपींनी २० वर्षे दिली. 'हम लगातार बीस बरस तक ठंडे लोहेपर हाथोड़ा मारते रहे; परिणाम कुछ भी नहीं निकला!' या निष्कर्षावर ते भूदान कार्याबाबत आले होते. एस.एम.जोशींच्या मते, बिहारमध्ये जयप्रकाशजींनी विद्यार्थ्यांच्या मागण्यांपुरते नेतृत्व स्वीकारले ते ठीक होते; पण विधानसभेचे विसर्जन करा ही मागणी त्या मागण्यांना जोडली व जेपींनी तीही पूर्वीच्या मागण्यांना जोडून स्वीकारली तेव्हा तेथे राजकारण आले. ही मागणी त्यांनी आपल्या मनाविरुद्ध मान्य केली होती. आपले हे धोरण विनोबांच्या धोरणाशी सर्वोदयी व्यवहाराशी मेळ राखणारे नाही, हे जेपींच्या लक्षात आले असावे; पण त्यांनी ते आता पत्करले होते. ५ जून रोजी निघालेल्या अभूतपूर्व विराट मूक मिरवणुकीवर इंदिरा ब्रिगेडने गोळीबार केल्यानंतर सत्याग्रहात देखील अंश असतो असे मानणारे विनोबाजी त्या छर्रेबाजीचा धिक्कार करतील अशी अपेक्षा होती; पण विनोबाजींनी सांगितले की, 'पाटण्यात जे घडले ते ईश्वरार्पण

समजा.' ही प्रतिक्रिया वाचल्यावर जेपींनी दु:खी मनाने एक पत्रक काढले. विनोबा - जयप्रकाश मतभेद या पत्रकाने अगदी स्पष्ट झाले. १९७४ च्या जुलैमधील हे संमेलन आटोपले. जयप्रकाशजींनी सर्व सेवासंघाच्या अध्यक्षपदाचा पुढे राजीनामा दिला; कारण या वेळी बिहार आंदोलन बिहारपुरते मर्यादित न राहता सबंध देशभर त्याची व्याप्ती वाढली होती (जोशी, १९८९ : ३३५-३३७).

बिहार आंदोलन काळात एस.एम.जोशी अनेकवेळा बिहारला जात होते. तेथील अनुभवावरून 'बिहारमधील नवे पर्व' ही लेखमाला त्यांनी साधनेत लिहिली. एस.एम.जोशी म्हणतात की, 'बिहारच्या चळवळीने अवघा देशच ढवळून निघाला. बिहारच्या सार्वजनिक जीवनात हे जे नवे पर्व सुरू झाले होते व सबंध देशात ज्याचे पडसाद उठत होते, त्यासंबंधी मलाही उत्सुकता होती; म्हणून मी बिहारमध्ये जायचे ठरविले. एक नवे पर्व सुरू झाले आहे याची मला खात्री पटली' (साधना साप्ताहिक, १९७४ : ३). जयप्रकाशांच्या चळवळीला समाजातील बऱ्याच मोठ्या भागाचा पाठिंबा आहे हे बिहारमध्ये गेलेल्या कोणालाही सहज जाणवेल. जयप्रकाशांची चळवळ ही लोकांना मोठी आशा वाटते (साधना साप्ताहिक, १९७४ : १५). बिहारमध्ये सर्वत्र दहशत आणि भीती यांचे साम्राज्य निर्माण करण्याचा सरकारचा प्रयत्न चाललेला आहे असे मला आढळले. जयप्रकाशांची चळवळ हाच बिहारच्या सामान्य जनतेला एकमेव दिलासा आहे. भूदान ग्रामदानाचे बिहारमध्ये गेली दोन शतके जे कार्य झाले त्याचा हा पाया आहे म्हणूनच जयप्रकाशांची चळवळ अशा तऱ्हेने उभी राहू शकली ही गोष्ट विसरता कामा नये. तसेच जयप्रकाशांनी आज जी उठावणी केली ती केली नसती तर चळवळ निर्जीव, निष्प्राण होऊन निपचित पडली असती. बिहारच्या दुष्काळात जनतेच्या मदतीला जयप्रकाश धावून गेले. जयप्रकाशांनी पुढाकार घेतला नसता, तर त्याहीवेळी लाखो लोक टाचा घासून मेले असते. त्यांनी देशभरातून सेवाशील माणसे उभी केली आणि लोकांचे प्राण वाचवले. ग्रामीण भागाशी सर्वोदय कार्यकर्त्यांचा सतत आणि जिव्हाळ्याचा संबंध राहिला त्यामुळेच जयप्रकाशजींच्या उठावणीचे लोण थेट ग्रामीण भागापर्यंत पोहोचले आणि त्यात समाजातील सर्व जातीधर्मांचे लोक सामील झाले. दुबळे घटकही आले. नव्या जाणिवा झालेले शहरी विद्यार्थी आणि ग्रामीण भागातील दुबळे घटक यांचा असा संगम गेल्या २५ वर्षांत इतक्या व्यापक प्रमाणात कधी पाहायला मिळाला नव्हता.

देशातील सर्व राजकीय पक्षांनी गेल्या काही वर्षांत इतकी दुर्दशा करून घेतली आहे की त्यांच्यावर लोकांचा विश्वास नाही. सत्ताधारी पक्षाने आपली संपूर्ण पतच निकालात काढली असून सत्ताकांक्षी लोकांजवळ फारशी पत राहिलेली नाही. जयप्रकाश नारायण हेच लोकांना आशेचा किरण वाटतात. आपस्वार्थी सरंजामशाही, लुटारू भांडवलशाही आणि भ्रष्ट नोकरशाही या तीन आघाड्यांवर लढल्यावाचून आजची दुर्दशा

थांबविता येणार नाही. आजचे बिहार सरकार संपूर्ण दिवाळखोर बनले आहे. केंद्र सरकारने कृपावंत होऊन काही देऊ केले तरी नोकरशाहीच ते गडप करून टाकील. गुंड आणि गुन्हेगारांना हातांशी धरून राज्यकारभार चालविण्याचा प्रयत्न सरकार करीत आहे. आकाशवाणी, वृत्तपत्रे यांचा वापर जयप्रकाशांच्या चळवळीबद्दल गैरसमज पसरविण्यासाठी सर्रास केला जात आहे.

भारतीय लोकशाही परिशुद्ध आणि कार्यक्षम व्हायची तर ग्रामसभा बळकट कराव्या लागतील. ग्रामसभांचे कार्य विकसित केल्याशिवाय झोपाळू प्रातिनिधिक लोकशाहीला सहभागी लोकशाहीचे जिवंत रूप येऊ शकणार नाही. लोकांत हिंमत आणि कर्तव्याची जाणीव निर्माण करण्याच्या दृष्टीने ग्रामसभांचा चांगला उपयोग होऊ शकेल. ग्रामस्वराज्यावाचून देशाचे स्वराज्य परिपूर्ण होऊ शकणार नाही. जयप्रकाशांच्या ह्या चळवळीने लोकशाहीला एक अखेरची संधी दिली आहे असे एस.एम.जोशी यांचे मत होते (साधना साप्ताहिक, १९७४ : ७ ते ९). २८ जुलै १९७४ नंतर एक आठवडाभर एस.एम.जोशी बिहारमध्ये होते. बिहारच्या जीवनात जयप्रकाशजींच्या आंदोलनाने नवचैतन्य आणि नवी जाणीव उमटविल्याचे एसेमच्या प्रत्ययास आले. इंदिरा गांधींनी या आंदोलनाचा धसका घेतला होता. १८ जुलै १९७४ रोजी बिहार विधानसभेच्या २० रिकाम्या जागांसाठी नियमानुसार निवडणूक घेणे आवश्यक होते; पण इंदिरा गांधींनी निवडणूक आयुक्तावर दबाव आणून त्या पोट निवडणुका बेमुदत पुढे ढकलल्या (जोशी, १९८९ : ३३८).

### बिहारमधून एस.एम.जोशी हद्दपार

समाजवादी पक्षाचे नेते श्री.एस.एम.जोशी व अखिल भारतीय सर्व सेवा संघाचे अध्यक्ष श्री.सिद्धराज लड्ढा यांना १ डिसेंबर १९७४ रोजी बिहार शासनाने दोन महिने हद्दपार केले. बिहार आंदोलनासंदर्भात एस.एम.जोशी जयप्रकाश नारायण यांना भेटण्यासाठी पाटण्याला गेले होते. त्यांच्या गाडीत जनसंघाचे जगन्नाथराव जोशी होते. त्यांना आणि एसेमना दोघांनाही पकडून पाटण्यात प्रवेश करण्यास मनाई करावयाची व बिहारबाहेर नेऊन सोडून द्यायचे असे आदेश होते. दोघांच्याही नावांची वॉरंट्स होती. स्टेशनच्या फाटकातून बाहेर पडत असताना पोलीस अधिकाऱ्यांनी एसेमच्या हातात वॉरंटचा कागद दिला. त्यावर जगन्नाथराव जोशी यांचे नाव बघताच एसेमनी 'मी जगन्नाथराव जोशी नाही' असे सांगितले व तेथून जेपींच्या निवासस्थानी पोहोचले. जेपींचे सेक्रेटरी अब्राह्म यांनी लगेच डी. एस. पीं. ना फोन करून सांगितले की, "एस.एम.जोशीजी यहां आये हुए हैं। मगर उनको ऐसे कोई अंडरग्राऊंड वगैरा जानेकी इच्छा नहीं है। उनकी तबियत ठीक नहीं है - कल सुबह आप आ जाईये, फिर वे स्वाधीन हो जाएंगे।" डी. एस. पीं. नी

ते मान्य केले. काही लोहियावाद्यांचे मत, ‘एसेमनी त्या वेळी पकडून न घेता, बिहारात भूमिगत व्हायला हवे होते.’ असे होते; पण एसेम जोशींना वाटले की, भूमिगत जाण्याची ती वेळ नव्हे. खुल्लमखुल्ला निवडणुकीचे आव्हान जेपींनी स्वीकारले होते (जोशी, १९८९ : ३३९-३४०).

श्री.एस.एम.जोशी यांच्या बिहारमधील वास्तव्यामुळे तेथील कायदा आणि सुव्यवस्था यांना बाध येईल असा आक्षेप घेण्यात आला. त्यांना हद्दपार करण्यात आले होते. बिहार सरकारचा निर्णय करंटेपणाचा म्हणावा लागेल. एस.एम.जोशींसारख्या एका ज्येष्ठ, तपस्वी देशभक्त आणि गरिबांचा अपार कळवळा बाळगणाऱ्या नेत्याला, समाजवादासाठी, लोकशाहीसाठी ज्याने आपली अवघी हयात खर्च केली अशा कार्यकर्त्याला मानगूट धरून राज्याबाहेर घालवणाऱ्या सरकारला सत्तेची धुंदी आली होती. जयप्रकाशजींच्या आंदोलनाला आवर घालणे सरकारी दडपशाही, दहशतवाद आणि दांडगाई यांनाही साधले नाही. याची जाहीर कबुली एस.एम.जोशींच्या हद्दपारीच्या रूपाने बिहार सरकारने दिली होती. रेल्वे संपाच्या वेळी एस.एम.जोशींचा सल्ला इंदिरा गांधींनी जुमानला नाही आणि आता बिहारबाबतचा त्यांचा सल्ला नुसता धुडकावूनच लावण्यात आला नाही, तर एस.एम.जोशींनाच हद्दपार करण्यात आले होते. लोकांचा संघटित क्षोभ अनावर होऊ नये म्हणून जयप्रकाशजी प्रयत्न करीत होते आणि एस.एम.जोशींसारखी मंडळी त्यांना साथ देत होती. जयप्रकाशांची शांततापूर्ण चळवळ ही बिहार सरकारला भयावह वाटते. त्यांना खरोखरच लोकशाही मार्गाने समाजवादाची स्थापना करायची असती तर त्यांना जयप्रकाशजींच्या चळवळीचे भय वाटण्याऐवजी तिचे स्वागत करावेसेच वाटले असते. एस.एम.जोशींच्या हद्दपारीमुळे अनेक अर्थांनी काँग्रेसचे आणि उजव्या कम्युनिस्टांचे पितळ उघडे पडले होते (साधना साप्ताहिक, १९७४ : १५).

बिहारमधील आंदोलनाबाबत पंतप्रधान श्रीमती इंदिरा गांधी जोपर्यंत फेरविचार करण्यास तयार नाहीत तोपर्यंत श्री.जयप्रकाश नारायण व श्रीमती इंदिरा गांधी यांच्यात अर्थपूर्ण संवाद होण्याची शक्यता कमी आहे असे एस.एम.जोशींचे मत होते. ‘जनता’ या समाजवादी पक्षाच्या मुखपत्रात ‘बिहार मूव्हमेंट ऑब्जेक्टिव्हज् ॲण्ड पर्सपेक्टिव्हज्’ या लेखात एस.एम.जोशी म्हणतात की, बिहारमधील अलीकडच्या घडामोडी व श्रीमती इंदिरा गांधी यांनी विधानसभा बरखास्त करण्यास दिलेला नकार यावरून त्यांचे सध्याचे परिस्थितीबाबतचे अनुमान व प्रश्नाविषयीचा दृष्टिकोन हा जयप्रकाश नारायण यांच्या दृष्टिकोनापेक्षा मूलत: वेगळा आहे. विधानसभा बरखास्त करण्याची मागणी ही मागणी म्हणून फार महत्त्वाची नसेल, परंतु बिहारच्या सध्याच्या आंदोलनाच्या संदर्भात उच्च पदस्थात असलेल्या भ्रष्टाचाराशी अविभाज्यपणे ती निगडित आहे. भ्रष्टाचाराचे निर्मूलन

करण्यासाठी, बेकारी दूर करण्यासाठी व महागाईला आळा घालण्यासाठी जनतेचे सहकार्य घेण्याची पंतप्रधानांची खरीखुरी इच्छा असती तर त्यांनी बिहारमधील काँग्रेस सरकारला नीट वागायला सांगितले असते व त्यांनी हा आदेश पाळला नाही तर त्या सरकारला त्यांनी राजीनामा द्यायला लावले असते. परंतु त्यांचा दृष्टिकोन नेमका यांच्याविरुद्ध आहे. गफूर सरकारच्या दडपशाहीला आवर घालण्याऐवजी जयप्रकाशांच्या अहिंसेवर निष्ठा असणाऱ्या सहकाऱ्यांना हद्दपार करण्यास त्यांनी संमती दिली. बिहार आंदोलनाचा रोख बदलेल अशी कोणतीही कृती इंदिरा गांधींनी वैफल्याने करू नये. लोकशाही हा फार्स बनला आहे. विरोधी पक्ष हा सत्ताधारी पक्षाला काही पर्याय देऊ शकत नसल्याने 'एक पक्षीय - एक नेता' हुकूमशाही निर्माण झाली आहे. (महाराष्ट्र टाइम्स : १९७४).

१९७५ च्या फेब्रुवारी महिन्यात जयप्रकाशजींनी विरोधी पक्षांच्या सर्व पुढाऱ्यांची बैठक बोलावली. त्यांनी एस.एम जोशींना लिहिले, 'या बैठकीस तुम्ही येणे आवश्यक आहे.' एस.एम. प्रथम दिल्लीस गेले आणि १५ फेब्रुवारीस पाटण्यात विरोधी पक्ष नेत्यांच्या बैठकीस हजर राहिले. जयप्रकाशजींनी सर्व विरोधी पक्षांनी एकत्र येऊन भ्रष्टाचार विरोधी लढा करावा असे सांगितले. तेव्हा चौधरी चरणसिंग आणि काही नेत्यांनी विनंती केली की, जयप्रकाशजींनी पुढाकार घेऊन तिथे जमलेल्या सर्व पक्षांना आपापले पक्ष बरखास्त करावयास लावावेत आणि सर्वांचा मिळून एक पक्ष बनवावा. यावर जयप्रकाशजी म्हणाले, "हे माझे काम नाही. हे सर्व तुमचे राजकारण आहे. मला केवळ राजकीय लढा द्यावयाचा नाही. मला समाजपरिवर्तन करावयाचे आहे." एस.एम.जोशी यांनी जयप्रकाशजींच्या भूमिकेस पाठिंबा दिला. बैठकीहून पुण्यास परत आल्यावर एस.एम. जोशी यांनी 'साधना' या साने गुरुजींनी सुरू केलेल्या साप्ताहिकात लिहिले की, 'समाजपरिवर्तनाच्या चळवळीला केवळ सत्ता संघर्षाचे रूप आले तर आपले उद्दिष्ट सफल होणार नाही.' एस.एम. यांनी त्या लेखात लिहिले, 'जेपींचे ध्येय विरोधी पक्ष उभा करणे नाही. त्यांना तो उपद्व्याप करायला सांगणे म्हणजे, ज्या रांजणाला तळाशी छिद्र आहे तो भरायला सांगण्यासारखे आहे. इंदिराबाईंच्या राज्यातील भ्रष्टाचाराला जयप्रकाशजींचा आणि माझा विरोध आहे. या अध:पतनाला त्या जबाबदार आहेत. परंतु केवळ त्यांना सत्तेवरून हटवून समाजपरिवर्तन होणार नाही, हे विसरू नका.'

जयप्रकाश नारायण यांनी ६ मार्चला दिल्लीत भव्य मोर्चा काढण्याचा निर्णय जाहीर केला. मोर्चाच्या प्रचारासाठी एस.एम.जोशी दिल्लीत गेले. चंद्रशेखर आणि मोहन धारिया हे दोघेही काँग्रेसमध्ये होते. त्यांनी जयप्रकाश नारायण यांच्यावरील भ्रष्टाचार विरोधाच्या भूमिकेस पाठिंबा दिला होता. तेव्हा इंदिरा गांधींनी २ मार्चला मोहन धारियांना मंत्रिमंडळातून काढून टाकले. ६ मार्चला झालेला मोर्चा फारच प्रचंड होता. या मोर्चाने जनतेच्या मागण्यांची सनद लोकसभेला आणि राज्यसभेला सादर केली (प्रधान, २००१ : ८६, ८७).

**रचनात्मक संघर्ष हा चळवळीचा आत्मा**

बिहार आंदोलनासंदर्भात एस.एम.जोशी म्हणतात, 'बिहारचे आंदोलन मुख्यत: राज्यकर्त्यांच्या मदतीने सतत वाढत जाणाऱ्या भ्रष्टाचारविरोधी आहे, त्यांच्या चुकीच्या आर्थिक नियोजनामुळे वाढणाऱ्या बेकारी आणि महागाईविरुद्ध आहे. परंतु इंदिरा गांधी सांगत आहेत की, जयप्रकाशांचे हे आंदोलन त्यांना पदच्युत करण्यासाठी आहे. जयप्रकाशजींचे व्यक्तित्व आणि नेतृत्व हे जनतेच्या वाढत्या असंतोषाचे प्रतीक आहे.

देशामध्ये आज जी विस्फोटक परिस्थिती निर्माण झाली आहे आणि ठिकठिकणी विद्यार्थी आणि जनता अन्यायाविरुद्ध रस्त्यावर येत आहेत, त्याचे वैशिष्ट्य जे. पीं. नी. चांगले ओळखले आहे. इंदिरा गांधींनी नव्या काँग्रेसद्वारे गरिबी हटवायची घोषणा दिली. मतदारांनी मोठ्या उमेदीने त्यांना मते दिली. त्यांचे हात मजबूत केले; परंतु जनतेच्या आशा धुळीला मिळाल्या. असंतोषाची लाट उसळली आणि बिहारमध्ये त्याची परिसीमा झाली. प्रथम विद्यार्थी आणि नंतर तरुण आणि त्यांच्या मागोमाग जनता मैदानात उतरली. लोक स्वत: संघर्षाला आणि त्यागाला उभे ठाकले. जयप्रकाशजींच्या मार्गदर्शनाखाली बिहारची तरुण पिढी आणि जनता पुरुषार्थासाठी सिद्ध झाली. तरुणांच्या आणि जनतेच्या या कर्तृत्वशक्तीला संघर्षाबरोबरच रचनात्मक स्वरूपही जयप्रकाशजी देऊ पाहात आहेत. संघर्षात्मक रचना हा चळवळीचा आत्मा आहे (महाराष्ट्र टाइम्स, १९७४).

जयप्रकाशजींच्या चळवळीला आता राष्ट्रीय नवनिर्माण आंदोनलाचे स्वरूप आले होते; तर काँग्रेसचे नेते त्याला 'देशद्रोही' आणि 'फॅसिस्ट चळवळ' म्हणत होते. जेपींच्या भोवती आता विरोधी पक्ष जमा होऊ लागले होते. समाजवादी आणि जनसंघ अशा परस्परविरोधी पक्षांनीही जेपींचे नेतृत्व आणि संपूर्ण क्रांतीचे तत्त्वज्ञान उचलून धरले. जेपींच्या रूपाने गांधीजीच पुन्हा अवतरले आहेत, असाही साक्षात्कर काहींना झाला. लागोपाठ दोन निवडणुकांत सपाटून मार खाल्लेल्या विरोधी पक्षांना ही शेवटची संधी होती (सहस्रबुद्धे, १९८५ : ३११). एस.एम.जोशी म्हणतात की, 'आपल्या देशातच काय पण जगातही आज अशी परिस्थिती निर्माण झाली आहे की, लोकांना चारित्र्यवान नेते आणि प्रामाणिक माणसांची गरज तीव्रतेने जाणवू लागली आहे. त्यामुळे जयप्रकाशजींविरुद्ध इंदिरा गांधी आणि त्यांचे कम्युनिस्ट साथीदार हा लढा म्हणजे एक महाभारतच होऊ घातले आहे. स्वातंत्र्यप्राप्तीनंतर इतक्या मूलभूत स्वरूपाचा हा पहिलाच संघर्ष आहे, कारण जयप्रकाश राजसत्ता आपल्या हाती असावी म्हणून भांडत नाहीत. त्यांना सत्ता लोकांच्या हाती यायला हवी आहे. जयप्रकाशजी या वादळातून देशाची आणि भारतीय लोकशाही जीवनाची नौका पैलतीरी नेण्यासाठी पुढे सरसावले आहेत.' (साधना दिवाळी अंक : १०९).

जयप्रकाश नारायण यांच्या आंदोलनात आर्थिक, सामाजिक व सांस्कृतिक अशा

तिहेरी परिवर्तनाची शक्ती सामावलेली होती व त्या कार्यक्रमातून आमूलाग्र परिवर्तन घडून येईल असा त्यांचा विश्वास होता. जनसंघर्षातून अराजक निर्माण होईल असे मानणारे ते प्रामाण्यवादी नव्हते. त्यांना त्यांच्या समग्र क्रांतीच्या कृतीबद्दल व विचाराबद्दल जबर आत्मविश्वास होता. ते हटवादी नव्हते, तर व्यवहारवादी आणि प्रयोगशील होते. समाज बदलायचा असेल तर माणूस बदलला पाहिजे अशी त्यांची धारणा होती. ते भांडवलशाहीच्या विरोधी होते. व्यक्तिला बदलविण्याच्या प्रयत्नात भांडवलदारही बदलता येईल असे त्यांना वाटे. सत्ताधाऱ्यांना शांततामय उपायांनी वठणीवर आणण्याची शक्ती नागरिकांत असावी म्हणून त्यांनी गुजरात व बिहारच्या भावनाप्रधान तरुणांना एकत्र आणण्याचा प्रयत्न केला.

शांततामय संघर्षाने सत्ताधाऱ्यांचे हृदय परिवर्तन होईल आणि हे शक्य झाले नाही तर सत्तेचे परिवर्तन होईल अशी त्यांची भूमिका होती. त्यांच्या ह्या मोर्चाचे पडसाद सर्व देशभर उमटले. तेव्हा एस.एम.जोशी म्हणाले होते, "आमच्या पिढीने गांधीजी, सुभाषचंद्र बोस, पंडित नेहरू इ. महान नेत्यांकडून ज्या प्रेरणा घेतल्या आणि त्याप्रमाणे आचरण केले त्या प्रेरणा आणि जीवनमूल्ये आम्ही आपल्या तरुणांना देऊ शकत नाही. म्हणूनच ते आज स्वार्थी बनत आहेत, भ्रष्ट होत आहेत, पण जयप्रकाशजींच्या पुण्याईने आता ती मूल्ये स्वीकारून मैदानात उतरण्यास शेकडो तरुण सिद्ध झालेले पाहून मनाला समाधान झाल्याशिवाय राहात नाही. तरुणांनी जयप्रकाशजींच्या नेतृत्वात प्रज्वलित केलेल्या त्या ज्योती गोरगरिबांच्या झोपडीत प्रकाशासाठी न्याव्यात." अशा प्रकारे तरुणांना आवाहन करून जयप्रकाशजींवरील विश्वास व्यक्त केला होता. (विसपुते, २००० : ३४१).

**रेल्वे संप**

१९७४ या वर्षीच्या महत्त्वपूर्ण घडामोडीत रेल्वे संपाचा उल्लेख दोन कारणांनी आवश्यक ठरतो. एकतर इतक्या मोठ्या प्रमाणावर व इतक्या संयत, शिस्तबद्ध पद्धतीने पार पडलेला हा पहिलाच संप होय. दुसरे कारण हे, की या संपाकडे शासनाने ज्या दृष्टीने पाहिले आणि तो मोडून काढण्यासाठी ज्या कुटिल दमन यंत्राचा वापर केला तो समाजवादी म्हणविणाऱ्या कोणत्याही शासनाला शोभणार नाही. एका अर्थाने हा संप शासनाने त्याला सोयीच्या ठरणाऱ्या वेळी रेल्वे कामगारावर लादला होता. कामगार नेत्यांशी बोलणी करण्याचे नाटक एकीकडे करीत असतानाच दुसरीकडे शासन आपली व्यूहरचना गुप्तपणे करीत होते. मोर्चे बांधून नि:शस्त्र कामगारांशी युद्ध पातळीवरून दोन हात करण्याची तयारी करीत होते. कामगारांच्या मागण्या समजून घेण्यापेक्षा संप चिरडून टाकण्याकडेच शासनाचे अधिक लक्ष होते.

सरकारची भूमिका ओळखून कामगारांनी शासनाला २३ एप्रिल १९७४ रोजी संपाची नोटीस दिली. तत्काळ भारत संरक्षण कायदा जारी करून हा संभाव्य संप बेकायदेशीर

ठरविण्यात आला, आणि फिसकटलेली बोलणी २७ एप्रिलला सुरू होणार असताना तत्पूर्वीच पॅसेंजर गाड्या रद्द करून शासनानेच संपाला सुरुवात केली. मोठमोठ्या जाहिराती छापून लोकमत संपविरोधी केले (भणगे, १९७५, १९७४ : ४७). रेल्वे कामगारांचे नेते जॉर्ज फर्नांडिसना तिहार जेलमध्ये नेऊन मिसाखाली अटकेत ठेवले. एक ट्रेड युनियनिस्ट म्हणून रेल्वे संपात लक्ष घालणे एस.एम.जोशींना आवश्यक वाटले (जोशी, १९८९ : ३३३). रेल्वे संपाबाबत तडजोड करण्यासाठी एस.एम.जोशी यांनी २१ मे १९७४ रोजी पंतप्रधान इंदिरा गांधींची भेट घेतली. १४ दिवसांच्या रेल्वे संपाच्या कोंडीतून मार्ग काढला पाहिजे अशी विनंती एस.एम.जोशी यांनी पंतप्रधानांना त्यांच्या भेटीवेळी केली (दै. पुढारी : १९७४). एस.एम.जोशी इंदिरा गांधींना म्हणाले की, “किमानपक्षी रेल्वे वर्कशॉप्समधून प्रोत्साहनपर असे काही देण्यात येईल एवढे आश्वासन देऊन बोलणी सुरू केली तरी आपल्याला हे संपप्रकरण मिटवता येईल. ज्या रेल्वे कर्मचाऱ्यांनी हिंसा, घातपात वगैरेत भाग घेतला नाही त्यांना तुम्ही लगेच कामावर घेतले पाहिजे. तशी घोषणाच झाली पाहिजे.’ पी. एन. धर त्यावेळी इंदिरा गांधींचे सेक्रेटरी होते. इंदिरा गांधी एसेमना म्हणाल्या की, ‘धर यांना सुद्धा समजावून सांगा.’ एसेमनी धर यांना विचारले, ‘अंदाज काय आहे ? काही होईल का ?’ त्यांनी जे सूचक उत्तर दिले त्यावरून इंदिरा गांधींना काहीही करायचे नाही हे एसेम जोशींच्या लक्षात आले. यामुळे १९६९ साली बँकांचे राष्ट्रीयीकरण केल्यापासून इंदिरा गांधींच्याबद्दल एसेमच्या मनात जे थोडेफार आदराचे स्थान निर्माण झाले होते त्याला फार मोठा तडा गेला. २८ मे १९७४ रोजी संप मिटला. इंदिरा गांधी सचोटीने वागल्या नाहीत (जोशी, १९८९ : ३३३-३३४).

रेल्वे कामगारांच्या सगळ्या मागण्या बोलणी करण्यायोग्यही नाहीत अशी जी शासनाने मख्ख भूमिका घेतली, ती संतापजनक होती. इतर कामगारांसाठी असलेले कायदे रेल्वे कामगारांनाही लागू केले जावेत, अस्थायी कामगारांना स्थायी केले जावे. रेल्वे कामगारांना ट्रेड युनियनविषयक हक्क मिळावेत इत्यादी मतभेदातीत आणि आर्थिक नसलेल्या मागण्यांबद्दलही शासनाची तीच ताठर भूमिका दिसली; कारण त्याच्यासाठी हा प्रश्न केवळ रेल्वे कामगारांच्या मागण्यांचा नव्हताच, तर शासनाला रेल्वे कामगारांचा संप चिरडून सरकारी व खाजगी क्षेत्रांतील समस्त कामगार वर्गालाच धडा शिकवायचा होता. रेल्वे कामगारांना गुन्हेगार ठरवून डांबायचे होते. कामगारांच्या मागण्या मान्य केल्यास रेल्वेवर चारशे ते पाचशे कोटी रुपयांचा बोजा पडेल आणि तो पेलण्याची क्षमता रेल्वेची नाही असे शासनातर्फे सांगण्यात आले. दुसरेही एक हास्यास्पद कारण सरकारच्या वतीने पुढे करण्यात आले होते, ते असे की, ‘इतर दुर्बल वर्गांचा व बेरोजगारांचा विचार याच्याशी शासनाला अधिक कर्तव्य आहे.’ जणू संघटित कामगारांना सवलती दिल्यामुळेच आजपर्यंत अर्थव्यवस्था कुंठित झाली आहे, विकास मंदावला आहे व बेकारांना रोजगार देण्यास

शासन असमर्थ ठरले आहे. श्रीमंत शेतकऱ्यांना त्यांच्या उत्पादनावर ४० टक्के भाववाढ देणे, व्यापाऱ्यांना मनसोक्त नफेबाजी करू देणे, वरिष्ठ नोकरशाहीचे पगार उत्तरोत्तर लठ्ठ करणे आणि आयकरात सूट देऊन कोट्यवधी रुपयांचा धनिकांना नजराणा देणे या शासनाला पेलवते, पण कामगारांना ओंजळभर दिल्याने मात्र त्यांची गंगाजळी आटू पाहते ही केवढी विलक्षण विचित्रावस्था होती!

काहीच पदरात न पडता हताश मनाने व जळफळत्या अंत:करणाने रेल्वे कामगार कामावर रुजू झाले, पण शासनाने हे लक्षात ठेवले पाहिजे की, हा त्याचा निर्णायक विजय नाही. रेल्वे कामगारांना डी.आर.आर. आणि मिसाखाली दडपले याचा दुष्परिणाम रेल्वेच्या औद्योगिक पर्यावरणावर तर होईलच; पण आर्थिक परिस्थितीत अपयशाखेरीज दुसरे काही न दाखवू शकणाऱ्या शासनाविरुद्ध प्रत्यही नव्या नव्या क्षेत्रातील कामगार उठल्याशिवाय राहणार नाहीत, याची नोंद शासनाने घेतली पाहिजे होती (भणगे, ४७-४८). विरोधी पक्षांनी कोणतीही चळवळ सुरू केली की तिच्यात इंदिरा गांधी यांना आपल्याला सत्तेवरून दूर करण्याचे कारस्थान दिसे. १९७४ च्या मे मध्ये वेतनवाढीच्या मागणीसाठी जेव्हा रेल्वे कर्मचाऱ्यांनी संप केला तेव्हा संपाच्या नेत्यावर इंदिरा गांधींनी हाच आरोप केला होता. रेल्वे कर्मचाऱ्यांचा संप मोडून काढण्यासाठी सरकारने कठोर उपाय योजले, कारण हा संप यशस्वी झाला तर देशभर संपाचे वातावरण निर्माण झाले असते आणि आर्थिक अरिष्ट आवाक्याबाहेर गेले असते. रेल्वे कामगारांच्या संपाच्या अगोदर इंडियन एअरलाइन्समधील कर्मचाऱ्यांनीही याच मार्गाचा अवलंब करून सरकारवर दबाव आणण्याचा प्रयत्न केला होता. परंतु इंदिरा गांधींनी निर्धारपूर्वक तो उधळून लावला आणि रेल्वे कर्मचाऱ्यांनाही २० दिवसांनंतर संप मागे घ्यावा लागला. संप मागे घेण्यात आल्यावर रेल्वे कर्मचाऱ्यांबाबत सहानुभूती दाखवायला इंदिरा गांधींची तयारी नव्हती. साडेतेरा लाख कर्मचाऱ्यांपैकी १० हजार कामगारांना नोकरीतून कमी करण्यात आले आणि ८-९ लाख कर्मचाऱ्यांना सेवेत खंड पडल्याचे जाहीर करण्यात आले (वाळिंबे, १९७७ : १८५). रेल्वे संपाबाबत एस.एम.जोशी म्हणाले की, ''रेल्वे कर्मचाऱ्यांनी आपली एकजूट अभेद्य ठेवावी. एखाद्या चकमकीत अपयश आले तरी युद्ध हरले असे मानण्याचे कारण नाही. युद्ध आहे ते वेतनवाढ, बोनस एवढ्यापुरते मर्यादित नाही. सध्याची अन्यायकारक चौकट मोडून नवी रचना करण्याची ही लढाई आहे. कामगार चळवळीत जी आपल्या कामापुरते पाहण्याची वृत्ती बळावत होती व व्यापक सामाजिक उद्दिष्टांची जी उपेक्षा होत होती, ती यापुढे थांबली पाहिजे. कामगारांच्या क्रांतिकारी वर्गीय शक्तीचे संगोपन करणारी एक व्यापक आघाडी उभी राहिली पाहिजे. समाजवादाच्या व्यापक लढ्याचा विचार केल्याशिवाय आता रेल्वे कर्मचाऱ्यांच्या संघटनेसारख्या प्रचंड संघटनेला देखील चालणारच नाही. या अर्थाने रेल्वे कामगारांचा हा संप हा एक महत्त्वपूर्ण

टप्पा म्हणावा लागेल. एका अर्थाने नवजागृतीची ही पहाट आहे असे मला वाटते.'' (साधना साप्ताहिक, १९७४ : १, ६).

## संपूर्ण क्रांती

जयप्रकाशजींना आमूलाग्र परिवर्तन हवे होते. राजकारणामुळे होणाऱ्या भ्रष्टाचाराला त्यांचा विरोध होता. त्याचप्रमाणे आपल्या समाजातील सामाजिक विषमतेला, जातींच्या उतरंडीला, अस्पृश्यतेला त्यांचा विरोध होता. जयप्रकाशजींना पाठिंबा देणाऱ्यांमध्ये ज्याप्रमाणे समाजवादी विचारांचे तरुण होते, त्याचप्रमाणे राष्ट्रीय स्वयंसेवक संघाचे कार्यकर्तेही होते. एस.एम. आंदोलनात येणाऱ्या तरुणांना विचारीत, ''जयप्रकाशजी ज्या वेळी संपूर्ण क्रांतीची भाषा बोलतात, त्या वेळी ते जातिव्यवस्थेचे निर्मूलन झाले पाहिजे असे सांगतात. हे करण्याची तुमची तयारी आहे का?'' अस्पृश्यतेचे निर्मूलन झाले पाहिजे, हे सर्व तरुणांना मान्य होते. परंतु 'जानवी तोडा', 'हुंडा घेऊ नका' आदी गोष्टी चळवळीत नकोत, असे संघातील प्रमुख कार्यकर्त्यांनी एस.एम. यांना सांगितले. ६ मार्चला दिल्ली येथे झालेल्या मोर्चामुळे जयप्रकाशजींचे आंदोलन बिहारपुरते मर्यादित न राहता देशव्यापी झाले. अनेक विचारवंत जयप्रकाशजींच्या आंदोलनाला पाठिंबा देत होते. अशा विचारवंतांमध्ये सुप्रीम कोर्टाचे सेवानिवृत्त न्यायाधीश बॅ.तारकुंडे हेही होते. जयप्रकाशजी आणि तारकुंडे यांची चर्चा झाल्यावर 'सिटीझन्स फॉर डेमॉक्रसी' अशी संस्था काढून नागरी हक्काच्या संरक्षणाचे कार्य या संघटनेने करावे असे ठरले. बॅ.तारकुंडे आणि एस.एम. जोशी हे शाळेपासून एकमेकांचे मित्र होते. एस.एम.जोशी बॅ.तारकुंडे यांना म्हणाले, 'महाराष्ट्रात मी तुम्हाला सिटीझन्स फॉर डेमॉक्रसीच्या कामासाठी धडाडीचे कार्यकर्ते मिळवून देईन.' एस.एम. यांनी महाराष्ट्रातील विचारवंतांना नागरी हक्काच्या संरक्षणासाठी स्थापन झालेल्या या संघटनेत येण्याचे आवाहन केले आणि समाजवादी पक्षातील काही ज्येष्ठ कार्यकर्त्यांवर ही संघटना वाढविण्याचे काम सोपविले.

मे १९७५ मध्ये पुण्याजवळील हडपसर येथे देशातील प्रमुख समाजवादी कार्यकर्त्यांचे एक शिबिर झाले. शिबिरात एस.एम.जोशी, नानासाहेब गोरे, मधु लिमये, कर्पुरी ठाकूर, हरभजनसिंग, मधु दंडवते आदी नेत्यांनी भाग घेतला. इंदिरा गांधींनी सर्व राजकीय विरोधकांविरुद्ध आक्रमक पवित्रा घेतला असल्यामुळे अल्पावधीत संघर्ष सुरू होईल असे सर्वांचे मत पडले. एस.एम.जोशी चर्चेत म्हणाले, ''मला केवळ राजकीय संघर्षात रस नाही. इंदिरा गांधींना विरोध केला पाहिजे. राजकीय लढा टाळता येणार नाही, टाळूही नये. परंतु तो करताना या देशातील गरिबांना आणि दलितांना न्याय मिळवून देणे हे आपले आद्य कर्तव्य आहे याचा विसर पडून चालणार नाही''(प्रधान, २००१ : ८७, ८८).

## इंदिरा गांधींची लोकसभेवरील निवड रद्द

अलाहाबाद उच्च न्यायालयाने १२ जून १९७५ रोजी श्रीमती इंदिरा गांधींना सहा वर्षे निवडणुकीस उभे राहण्यास अपात्र ठरविण्याचा अकल्पित निर्णय दिला. अलाहाबाद हायकोर्टाचा निर्णय इंदिरा गांधींच्या विरुद्ध गेला. त्याच्या दुसऱ्या दिवशी गुजरात मधील जनतेनेही आय काँग्रेस विरोधी कौल दिला व जनता आघाडीचे लोक बहुमताने निवडून आले. अलाहाबाद हायकोर्टाने श्रीमती इंदिरा गांधी या अविश्वसनीय साक्षीदार आहेत असा निकालपत्रात त्यांच्यावर आरोपच ठेवला होता.

अलाहाबाद उच्च न्यायालयाचा श्रीमती इंदिरा गांधींविरुद्धचा ऐतिहासिक निर्णय ज्या दिवशी लागला त्या दिवशी युनायटेड सोशॅलिस्ट पार्टीच्या कार्यकारिणीची सभा हडपसरला चालू होती. त्या सभेस एस.एम.जोशी उपस्थित होते. इंदिरा गांधींची लोकसभेतील जागा गेल्याची बातमी तेथे येताच श्रीमती गांधींनी काय करावे, हा विषय सुरू झाला. एस.एम.जोशी यांनी या निर्णयानंतर प्रतिक्रिया व्यक्त करताना म्हटले, 'इंदिरा गांधींनी राजीनामा देणे त्यांच्या हिताच्या दृष्टीने योग्य होईल. त्यामुळे न्यायसंस्थेचा आब राखण्याचे काम सत्तारूढ पक्ष करतो हे दिसून येईल.' परंतु इंदिरा गांधींनी राजीनामा दिला नाही(जोशी, १९८९ : ३४२).

२५ जूनला दिल्लीत रामलीला मैदानावर इंदिरा गांधींचा राजीनामा मागण्यासाठी जयप्रकाशजींनी जाहीर सभा घेतली. या विराट सभेत भाषण करताना जयप्रकाश नारायण यांनी लष्करातील शिपायांना उद्देशून सांगितले, ''लष्करी शिपायांना कायद्याच्या विरोधी असलेला हुकूम कोणी दिला तर तो त्यांनी नाकारावा.'' या त्यांच्या भाषणाच्या आधारे जयप्रकाशजी लष्करात बंडखोरी माजवू बघतात असा आरोप करून त्यांना अटक करण्यात आली आणि इंदिरा गांधींनी आणीबाणी जाहीर केली. मोरारजी देसाई, चंद्रशेखर, अटलबिहारी वाजपेयी, चौधरी चरणसिंग, मधु लिमये, मधु दंडवते आदी नेत्यांनाही अटक करण्यात आली. एस.एम.जोशी यांना मात्र अटक करण्यात आली नव्हती. नानासाहेब गोरे हे त्या वेळी अमेरिकेत गेले होते. ते राज्यसभेचे सदस्य होते. त्यांनी पंतप्रधान इंदिरा गांधींना तार केली. 'जर अजूनही आपण मला आपला मित्र मानीत असाल, तर आणीबाणी जाहीर करण्याचे पाऊल मागे घ्या.' नानासाहेब गोरे लगेच अमेरिकेतून भारतात आले. त्यांनाही अटक करण्यात आली(प्रधान, २००१ : ८८,८९).

## आणीबाणी - लोकशाहीवरील अरिष्ट

२५ जून १९७५ च्या सभेचे सर्व वृत्त इंदिरा गांधींना समजल्यावर त्यांनी देशात 'आणीबाणी' जाहीर करण्याचा निर्णय घेतला. भारतीय घटनेच्या ३५२ व्या कलमाप्रमाणे देशात अंतर्गत बंडाळी माजली; वा देशभर परकीय आक्रमण होऊन युद्धमान परिस्थिती

निर्माण झाली तर ‘आणीबाणीची परिस्थिती’ जाहीर करून जनतेचे मूलभूत हक्क स्थगित करण्याचा अधिकार राष्ट्रपतींना आहे. २५ जून १९७५ ला देशावर परचक्र आलेले नव्हते आणि अंतर्गत बंडाळी माजलेली नव्हती. सत्याग्रह शांततेच्या मार्गाने होणार होता आणि आतापर्यंतची चळवळही पूर्णपणे शांततेच्या मार्गानेच चालली होती. २५ जूनच्या सायंकाळी इंदिरा गांधी यांनी मंत्रिमंडळाची बैठक घेतली नाही. इतकेच नव्हे तर राष्ट्रपतींच्या बरोबरही त्यांनी चर्चा केली नाही. आणीबाणी जाहीर करण्याचा हुकूम इंदिरा गांधींनी राष्ट्रपती फक्रुद्दिन अली अहमद यांच्यासमोर ठेवला आणि त्या हुकमास कायदेशीर स्वरूप देण्यासाठी राष्ट्रपतींनी त्याच्यावर सही केली. आणीबाणी जाहीर करून इंदिरा गांधींनी देशातील सर्व नागरिकांचे भाषणस्वातंत्र्य, संघटनास्वातंत्र्य आदी मूलभूत हक्क हिरावून घेतले आणि त्यांचा न्यायालयात दाद मागण्याचा हक्कही रद्द केला. वर्तमानपत्रांना प्रसिद्धीपूर्वी शासनाची संमती असलेला मजकूरच छापता येईल असे बंधन घातले. हा भारतीय लोकशाहीच्या जीवनातील काळाकुट्ट क्षण होता. ‘आणीबाणी’ हा लोकशाहीचा गळा घोटणारा निर्णय होता(प्रधान, २००१ : ११७).

आणीबाणी जाहीर झाली तेव्हा एसेम पाटण्याला होते. आणीबाणीने भारताची लोकशाही खतम केली. एसेमनी ताडकन आपली प्रतिक्रिया व्यक्त केली ती अशी, "I shall resist the emergency with my life." “माझे प्राण पणाला लावून मी आणीबाणीचा मुकाबला करीन.” मिसाखाली अनेक समाजवादी कार्यकर्त्यांना स्थानबद्ध करण्यात आले होते; पण एसेम आणि नानासाहेब यांना मात्र मिसा लावण्यात आला नव्हता. पण ते दोघेही महाराष्ट्रभर हिंडून छोट्या-मोठ्या सभा घेऊन आणीबाणीविरोधी भावना जिवंत राहील यासाठी प्रयत्नशील होते (वर्दे : २००१). २४ व २५ जूनला एस.एम.जोशी बिहारमध्ये होते. एस.एम.जोशींच्या अध्यक्षतेखाली गयेजवळ अखिल भारतीय खेत मजूर या संस्थेची परिषद होती. सुरेंद्र मोहन, पन्नालाल सुराणा, बा. न. राजहंस हे सुद्धा परिषदेस आले होते. आणीबाणी जाहीर झाल्याची आणि जयप्रकाश नारायण यांच्या अटकेची बातमी एसेमना पाटण्यातच समजली. तेव्हा एसेमनी पाटणा येथे फोनवरून विद्यार्थ्यांशी संपर्क साधून सांगितले की, “जयप्रकाशजी तुमच्यासाठी तुरुंगात गेले आहेत, किमान एक दिवस तरी पाटणा बंद होऊन जाऊ द्या.” पण ते काही झाले नाही. लोक घाबरलेले होते. पाटण्यात काही होत नाही असे दिसताच एस.एम.जोशी पुण्याला आले(जोशी, १९८९ : ३४२-३४३).

**आणीबाणीत हुकूमशाही राजवटीचा एस.एम.जोशींनी केलेला प्रतिकार आणि जनजागृती**

नानासाहेब गोरे यांनी राज्यसभेत निर्भयपणे आणीबाणीवर टीका केली आणि लोकशाही पुन्हा प्रस्थापित करावी अशी आग्रहाने मागणी केली. एस.एम. त्या वेळी

खेड्यापाड्यांत जाऊन आणीबाणीसंबंधीचे विचार लोकांना समजावून सांगत. एकदा सासवडजवळच्या एका खेड्यात एसेम गेले आणि त्यांनी इंदिरा गांधींचे सरकार अन्याय कसा करते ते सांगितले. सभा संपल्यावर एक शेतकरी एस.एम.ना म्हणाला, "आम्हाला तुमचे म्हणणे पटते; पण तुम्ही लोक पन्नास पक्षांत वाटलेले आहात. त्यामुळे तुम्हाला मत देऊन उपयोग होत नाही. आम्ही विरोधी पक्षांना मते दिली की, काँग्रेस सरकार आमच्यावर सूड उगवणार. शेतकऱ्यांना कर्ज मिळणार नाही. स्वस्त खते मिळणार नाहीत. बाजार मिळणार नाही. यासाठी आम्हाला काँग्रेस सरकार मान्य करावे लागते. त्यामुळे दारुडा नवराही एखाद्या बाईला खपवून घ्यावा लागतो, तसं आमचं झालंय. तुम्ही थोडी आशा दाखविलीत की काँग्रेसचा पराभव शक्य आहे, तर मग आम्ही तुम्हाला मते देऊ." एसेम आपल्या आत्मकथेत म्हणतात, 'एका चहाच्या कपाबरोबर माझ्या विचारांना केवढी चालना दिली त्या शेतकऱ्याने. मी त्याचे प्रबोधन करायला गेलो होतो; पण मीच प्रबोधित होऊन आलो. आणीबाणी घालवायची असेल तर आपल्याला असे काहीतरी करावे लागेल या दिशेने माझ्या विचारांना चालना मिळाली'(जोशी, १९८९ : ३४८).

आणीबाणी काळातील आणीबाणीविरुद्धचा लढा स्वातंत्र्यासाठी, लोकशाही मूल्यांसाठी होता. त्या संघर्षात अनेक योद्ध्यांनी निष्काम कार्य केले. आणीबाणीविरुद्धच्या लढ्यात एस.एम.जोशींची महत्त्वाची भूमिका होती. अन्यायाविरुद्ध त्यांनी जनजागृती केली. देशभरातील शहराशहरात जाऊन, खेड्यापाड्यात जाऊन आणीबाणीचे दुष्परिणाम, हुकूमशाही आणि एकाधिकारशाहीविरुद्ध लोकमत तयार केले. बिहार, आसाम, महाराष्ट्र, उत्तरप्रदेश, मध्यप्रदेश इत्यादी प्रांतांत जाऊन काँग्रेस सरकारच्या अन्यायाविरुद्ध जनमत जागृत केले. जनतेला आणीबाणीविरुद्ध, लोकशाही मूल्यांसाठी सरकारविरुद्ध लढण्यास उभे केले. रात्रंदिवस ठिकठिकाणी सभा घेऊन विविध थरांतील लोकांशी आणीबाणीसंबंधी चर्चा केली. एस.एम.जोशी जनतेला सांगत, 'आणीबाणीविरुद्धचा लढा हा दुसरे स्वातंत्र्य युद्ध आहे. नागरिकांचे स्वातंत्र्य पुन्हा प्रस्थापित झाले पाहिजे' (विसपुते, २००० : ३४२-३४३).

पुण्यातील जबाबदार मंडळींनी आणीबाणीशी कसा मुकाबला करायचा यावर विचारविनिमय करण्यासाठी बैठक बोलविली होती. बैठकीस सदाशिव बागायतकर, विनायक कुलकर्णी, बापू काळदाते, जगन्नाथ जाधव, मृणाल गोरे, नारायण तावडे, ओक, प्रभुभाई संघवी, डॉ. जी. जी. पारीख आणि एस.एम.जोशी हजर होते. काही जणांनी भूमिगत होण्याचा निर्णय घेतला. काहींच्यावर भूमिगत पत्रिका काढण्याचे काम सोपविले. शंकरराव चव्हाण त्या वेळी मुख्यमंत्री होते. फारजणांना विनाकारण अटक करू नये असे त्यांचे धोरण सुरुवातीस होते. नंतर बहुधा दिल्लीहून तराटणी आली असावी. कायदा मोडून तुरुंगात जायचे नाही. उलट, खेडोपाडी जाऊन लोकशिक्षण करायचे असा

निर्णय एस.एम.जोशींनी घेतला होता. एस.एम.जोशींनी संकल्प केला की, देशातील किमान दोन लाख लोकांना देशामध्ये काय घडले आहे ते सांगायचे. कधी पायी तर कधी गाडीने जायचे. दिवसभर खेड्यात रहायचे. सर्वांशी बोलायचे. संध्याकाळी सभा घ्यायची. त्याप्रमाणे एसेम जवळपास दोनशे खेड्यांत गेले. केळीवेळी हे अकोला जिल्ह्यातील अकोट तालुक्यातील ग्रामदानी गाव आहे. एसेमनी तेथून प्रारंभ केला व चालत चालत अकोटपर्यंत गेले. निरनिराळ्या प्रांतांत आणि निरनिराळ्या जिल्ह्यांत दौरे केले. एसेम खेड्यात गेले की, सुरुवातीस दलित वाड्यात जायचे. सभेसाठी हुकमी श्रोते मिळत; मग गावात बंदिस्त जागी सभा होई. एसेम अशी भ्रमंती करीत आहेत हे गावोगाव पसरे आणि पुढे एसेम गावात आल्याचे कळताच लोक येऊ लागत. एस.एम.जोशींना सरकार पकडत का नाही, याबद्दल सामान्य लोकांना आश्चर्य वाटायचे. एसेम जोशींचा एक अलिखित नियम होता. जेथे नगरपालिका असेल तेथे भाषण करायचे नाही. जेथे ग्रामपंचायत असेल तेथे करायचे. भाषणाचा वृत्तांत लिहून घेण्यासाठी पोलीस यायचे. एसेम त्यांना विचारीत ''काय कळवणार तुम्ही माझ्याबद्दल?'' ''इंदिरा गांधी नेहमी वीस कलमी कार्यक्रम असे म्हणतात. हा कार्यक्रम येऊन पोहोचला आहे का तुमच्या गावात?'' एस.एम. जोशी म्हणतात की, ''माझ्यावर खटला का भरला नाही अगर मला अटकेत का टाकले नाही हे अजून मलासुद्धा कळत नाही. या लोकांना उगीचच्या उगीच महत्त्व कशाला द्या असे देखील इंदिरा गांधींच्या मनात आले असेल''(जोशी, १९८९ : ३४४-३४५).

आणीबाणीविरुद्ध एस.एम. जोशी व नानासाहेब गोरे यांनी ठिकठिकाणी फिरून लोकमत जागे केले. त्यांच्या या अखंड चाललेल्या भ्रमंतीने सामान्य कार्यकर्त्यापासून अनेक राजकीय पुढाऱ्यांना प्रेरणा मिळाली. ठिकठिकाणी अटकसत्राने, दमनसत्राने व नसबंदीच्या नावाखाली अनेक अत्याचार केले जात होते. वृत्तपत्रातून छापल्या जाणाऱ्या बातम्यांची विश्वासार्हता नष्ट झाली होती. या सगळ्या वातावरणात जुलूम जबरदस्तीपुढे मान न तुकवता अहिंसक मार्गाने प्रतिकार करण्याचे शिक्षण जनतेला एस.एम.जोशींनी दिले. एसेम गावोगाव फिरत, सभा घेत. त्या त्या गावातील मिसाबंदीच्या घराची चौकशी करून घरी जात. त्यांची विचारपूस करीत, धीर देत व मदत मिळवून देण्याचा प्रयत्न करीत. तुरुंगातील कार्यकर्त्यांशी, परप्रांतातील कार्यकर्त्यांशी सरकारशी व परदेशात त्यांचा सतत पत्रव्यवहार चालू होता (भुरे, १९८५ : ५). आणीबाणीत अनेक कार्यकर्ते गजाआड गेले, पण एसेमनी बाहेरची फळी सांभाळली. आणीबाणीच्या काळात स्वत:च्या प्रकृतीकडे दुर्लक्ष करून त्यांनी अमाप कष्ट केले. वणवण करून लोकांना जागृत राहण्याचे आवाहन करीत एसेम हिंडले. दिवसा लोकांत आणि रात्री प्रवासात असे कित्येक दिवस घालवले. आणीबाणी संपेपर्यंत एसेम सतत धगधगत राहिले (बापट, १९८९ : ६७). आणीबाणीच्या काळात दहशतीचे आणि दडपशाहीचे वातावरण होते. त्या भयग्रस्त वातावरणात

हुकूमशाहीला जाहीर आवाहन देण्याचे काम एस.एम.जोशींनी केले. अनेक ठिकाणी सभा घेऊन आणीबाणीविरुद्ध निर्भयपणे उभे राहण्याचे सामर्थ्य जनतेत निर्माण व्हावे म्हणून एसेम देशभर हिंडू लागले. त्या काळात त्यांच्याकडून लोकांना सतत मार्गदर्शन व कार्याची प्रेरणा लाभली. आणीबाणीच्या सर्वंकष वरवंट्याखाली भरडली जात असलेली जनता भयभीत झालेली होती. अशावेळी एस.एम.जोशी सबंध देशभर छोट्या-मोठ्या सभा घेऊन आणीबाणीच्या भयानकतेची जाणीव देत फिरत होते. आणीबाणी पुकारल्यानंतर आणीबाणीला ज्यांचा विरोध होता अशा सर्व पक्षांची आणि विचारवंतांची 'लोकसंघर्ष समिती' संघटित केली. एस.एम.जोशींनी अनेक लढे लढविले. तथापि आणीबाणीच्या काळात लोकांना बरोबर घेऊन त्यांना निर्भय बनविण्याचे आणि आणीबाणीच्या विरोधात संघटित करण्याचे जे कार्य त्यांनी केले ते सुवर्णाक्षरांनी लिहिण्यासारखे आहे. त्यांच्या ह्या प्रचारामुळे लोकसंघर्ष समितीने ठरविलेल्या सत्याग्रहालाही धार आली आणि सत्याग्रह करून शेकडो कार्यकर्ते तुरुंगात गेले (वर्दे, १९८७ : ७८, ७९).

एकदा मात्र पुण्यात एस.एम.जोशींच्यावर सत्याग्रह करण्याची परिस्थिती निर्माण झाली होती. पण डे. पोलीस कमिशनरनी माघार घेतल्याने ती टळली. इंदूताई केळकरांनी महात्मा गांधींच्या चित्रांचे एक प्रदर्शन प्रभातच्या वरच्या हॉलवर लावले होते. या प्रदर्शनाचे उद्घाटक एस.एम.जोशी होते. डे. पोलीस कमिशनर पारसनीस यांनी इंदूताई केळकरांना सांगितले की, 'प्रदर्शन भरवू देणार नाही.' इंदूताई केळकर एसेमना फोन करून म्हणाल्या, ''पारसनिसांनी प्रदर्शनावर बंदी घातली आहे. मी प्रदर्शन भरविणार आहे. उद्घाटनासाठी तुम्हाला यायचे असेल तर बंदी मोडून सत्याग्रह करून यावे लागेल. नाहीतर उद्घाटनास येणार नाही, असे तुम्ही कळवू शकता.'' एस.एम.जोशींनी सांगितले की, ''एकदा शब्द दिल्यानंतर मी नाकारीत नसतो. पारसनीसांनी माझ्यावर संकट घातलेच आहे, तर मी त्याला सामोरा जाईन.'' पारसनिसांना हे कळल्यावर त्यांनी एसेमना सांगितले, 'एसेम, आम्हाला अंधारात ठेवून काही करू बघताय. तुम्हाला अटक करावी लागेल.' एसेमनी सांगितले, 'अटक करायची असेल तर करा. मी कुठे नको म्हणतोय? खाजगी जागेत भरविलेल्या महात्मा गांधींच्या चित्रांच्या प्रदर्शनाला काय म्हणून बंदी?' पारसनिसांनी परिस्थितीची पाहणी करून खात्री करून घेतली. काही आक्षेपार्ह नाही असे ठरवून प्रदर्शनास परवानगी दिली. एस.एम.जोशींची अटक टळली. एस.एम.जोशींच्या मते, त्या वेळी परिस्थिती सत्ताधाऱ्यांच्या पूर्ण आटोक्यात आल्याने, 'आता उगीच यांना महत्त्व कशाला द्या?' असा विचार करून अटक न करण्याचे ठरले असेल; किंवा आणीबाणी गुंडाळायची ठरवून काही समझोत्यादाखल बोलणे करायचे असेल तर बाहेर कोणीतरी असलेले बरे म्हणूनही अटक केली नसेल.

पुण्याहून प्रकाशित होत असलेल्या 'साधना' साप्ताहिकाने सुद्धा आणीबाणीत सेन्सॉरला बराच उपद्रव दिला. अनेकवेळा त्यांनी आपला छापखाना बदलला. कित्येक वेळा नाव बदलले आणि अशा युक्त्या करून सेन्सॉरशिप कायद्यापासून बचाव करण्याचा साधनाने प्रयत्न केला. आणीबाणी जाहीर होताच 'साधना साप्ताहिकाचे काय करायचे ?' हा प्रश्न आला. एस.एम.जोशींनी यदुनाथ थत्ते आणि अच्युतराव पटवर्धन यांना सल्ला विचारला. यदुनाथ थत्ते म्हणाले, "आपण एकदम जहाल अंक काढावा. सरकारने छापा टाकून जप्त केला तर 'साधना' प्रकाशित करणे बंद करावे. अच्युतराव पटवर्धन म्हणाले, "अगदी खालच्या पट्टीत विरोध सुरू करा व मग आवाज चढवीत न्या." मग त्याप्रमाणे ठरले. प्रथम मुखपृष्ठच तेवढे काळे छापायचे. मग पूर्व तपासणी न करून घेता हवे ते छापायचे. तुरुंगात देखील तो पाठविला जात असे. गजाआडून आलेली पत्रं, वसंत बापटांच्या घणाघाती आणि मार्मिक कविता, निर्भय रिपोर्टिंग, लोकसभेचे तसेच विधानसभेचे अशी सदरे सुरू केली. आणीबाणी विरोधी मुलाखती छापण्यात येऊ लागल्या. पोलिसांनी साधना प्रेसवर छापा टाकून प्रेसलाच टाळे लावायचे ठरविले. तेव्हा एस.एम.जोशींनी पोलीस कमिशनरला सांगितले, 'साधना प्रेस म्हणजे केवळ 'साधना' साप्ताहिकाचे कार्यालय नव्हे. तेथे आंतरभारती कार्यालय आहे. आम्ही ग्रंथ प्रकाशन करतो व ती पुस्तके तेथे छापतो. तो व्यापारी छापखाना आहे.' असे सांगितल्यावर बंदी टळली; पण पुढे मग 'साधना' साप्ताहिकावर बंदीच घालण्यात आली. 'कर्तव्य' या वेगळ्या नावाने जनवाणी मुद्रणालयातून 'साधना' प्रसिद्ध होत राहिली. 'साधना' साप्ताहिकाच्या जप्त अंकांतील मजकुरावरून न्यायालयात खटला दाखल करण्यात आला. त्या खटल्याचा निर्णय साधनाकारांच्या बाजूने झाला. या खटल्यात एसेमनी फार मोठा त्याग केला होता. एसेमच्या मते तो फार मोठा विजय होता(जोशी, १९८९ : ३४५ ते ३४७).

आधी रचना नंतर संघर्ष की, आधी संघर्ष नंतर रचना की, संघर्षाला तळ बांधण्यासाठी रचना असे वाद जयप्रकाशजींच्या आंदोलनाच्या काळात नेहमी चालत. आणीबाणीत प्रत्यक्ष संघर्ष अशक्य म्हणून नरेंद्र दाभोलकरांच्यासारखे तरुण कार्यकर्ते वीस कलमांच्या आधारे दलितांच्या जमिनी सोडण्याचा अणि प्रत्यक्ष काम करण्याचा कार्यक्रम करीत होते. साताऱ्यापासून सहा मैल अंतरावरच्या गवडी गावात दलितांची अशीच १२ एकर गहाणवट सोडविली. कसण्यासाठी बँकेकडून मदत मिळाली. दलित मंडळी या तरुण मंडळींवर खूश होती आणि आणीबाणी विरोध चालू ठेवूनही हा रचनात्मक कार्यक्रम चालू ठेवल्याने ही तरुण मंडळीही खूश होती. अशावेळी एस.एम. जोशी साताऱ्याला आले होते. आणीबाणीत हिंडत असता खेड्यांमध्ये आणि तेही दलित वस्तीत जाऊन त्यांच्याशी बोलण्याचा अण्णांचा कटाक्ष होता. सातारच्या आसपास या दृष्टीने काम नरेंद्र

दाभोलकर आणि त्यांच्या सहकाऱ्यांचे होते. त्यामुळे गवडीला जायचे ठरले. मदत करणाऱ्या काँग्रेसच्या ताब्यातल्या सहकारी बँकेला हे समजले. त्यांनी दलितांना दम दिला. मदत ताबडतोब थांबवू. एस.एम.जोशी येऊन चालणार नाहीत. दलित मंडळी घाबरून दाभोलकरांच्याकडे आली. दाभोलकर त्यांच्यासाठी धडपडत होते. ठाऊक असल्याने त्यांनी ठरवलेला कार्यक्रम त्यांना मोडवत नव्हता, पण बँकेने नाडी आवळली तर सोडविलेल्या जमिनीची मशागत होणार नव्हती. हे त्यांना परवडत नव्हते. एस.एम.जोशींना हे सगळे समजावून सांगणेही अवघड होते. त्यांना गवडीचा कार्यक्रम रद्द केल्याचे सांगितले, तर त्यांना वाटले, ते आणीबाणीच्या भीतीपोटीच. एसेम म्हणाले, 'कोणी येऊ नका मी एकटा जातो' भलतीच अवघड अवस्था झाली. शेवटी दाभोलकरांनी दलितांची मन:स्थिती एसेमना सांगितली. कार्यक्रम रद्द झाला(खांडेकर, १९८२ : ५).

आणीबाणी काळात एस.एम.जोशी महाराष्ट्रातील ग्रामीण भागात फिरत होते. त्यांनी त्या हिंडण्याला 'लोकशिक्षण यात्रा' असे नाव दिले होते. हिंदुस्थान खेड्यात बसला आहे. देशात पाच लाख खेडी आहेत. या खेड्यांतून राहणाऱ्या जनतेला आणीबाणीचा अर्थ समजावून सांगावा, आणीबाणीमुळे देशातील सर्व जनतेचे स्वातंत्र्य निकालात निघाले आहे ते कसे, हे समजावून सांगावे, हा एस.एम. जोशींच्या हिंडण्यामागचा हेतू होता. देश स्वतंत्र झाल्यावर आपण लोकशाही व्यवस्था स्वीकारली. गांधीजींनी जी लोकशाहीची कल्पना केली होती ती सध्याच्या लोकशाहीहून भिन्न होती. देशाची आर्थिक, राजकीय, सामाजिक जी काही सुधारणा करायची त्यासंबंधी जे काही निर्णय घेण्याचे, ज्या काही योजना आखायच्या त्यामध्ये सामान्य जनतेचा प्रत्यक्ष सहभाग असला पाहिजे असे गांधीजी म्हणत. म्हणूनच 'खेड्यात चला' असे ते म्हणत. एस.एम.जोशींच्या मते, गेल्या पंचवीस वर्षांत आपल्या देशातील गंगा उलट्या दिशेने वाहात आहे. दिल्लीहून आदेश आले म्हणजे स्थानिक नोकरशहांनी लहरीप्रमाणे त्यांची अंमलबजावणी करायची अशी अवस्था आहे. परिणामत: ज्या काही योजना आखल्या जातात, जे काही कार्यक्रम राबवले जातात, त्यात जनता कोठे दिसतच नाही. साहजिकच जनता उदासीन आहे. तिच्यात काही सामाजिक कर्तव्यांची जाणीव निर्माण झाली आहे असे दिसत नाही. आपले हक्क काय आणि समाज म्हणून कर्तव्य काय हेही तिला दिसेनासे झाले आहे. अशा परिस्थितीत आणीबाणीनंतर जाहीर झालेल्या वीस कलमी कार्यक्रमाने ग्रामीण जीवनात नजरेत भरण्याइतपत फरक पडणार नाही.

ही दृष्टी ठेवूनच एस.एम.जोशी आपले विचार ग्रामीण जनतेसमोर मांडत असत. काही जागरूक तरुण एसेमना विचारीत, 'आणीबाणी केव्हा उठेल?' एसेम म्हणत, 'तुम्ही उठाल तेव्हा.' तुम्ही बसून राहिलात तर आणीबाणीही तुमच्या मानगुटीवर कायम बसून राहील. काहीजण विचारीत, 'आणीबाणी उठून आमचा काही फायदा होणार

आहे काय ? गेल्या कित्येक वर्षांपासून आमच्यावर अन्याय होतो आहे. राजकीय अन्याय, सामाजिक अन्याय... सर्वत्र अन्यायाचे आम्ही बळी आहोत. आणीबाणी नव्हती तेव्हाही अन्याय होतच होते. आणीबाणी जाहीर झाल्यानंतरही होतच आहेत. आम्हाला कोणी वालीच उरला नाही. तोंड उघडण्याचीसुद्धा सोय नाही, 'आमच्या जीवनात गेल्या हजारो वर्षांपासून आणीबाणीच आहे. सध्याची आणीबाणी उठल्यावर तरी अन्याय थांबणार आहेत काय ?' या प्रश्नाने एसेम फारच बेचैन होत. एस.एम.जोशी म्हणत की, 'देशातील साठ टक्के जनता अजूनही दारिद्र्यरेषेच्या खाली आहे. पिण्याच्या पाण्याची सोय सार्वत्रिक झालेली नाही आणि जेथे आहे तेथे हरिजनादि अस्पृश्य लोकांच्यावर अत्याचार होत आहेत. पाणी ही नैसर्गिक संपत्ती आहे, तरीही एका थेंबासाठी अस्पृश्यांना रक्त सांडावे लागते. भगिनींसाठी खेड्यातून शौचकूप नाहीत. मुलाबाळांच्या शिक्षणाची धड सोय नाही. देशातील सत्तर टक्के जनता अजूनही निरक्षरच आहे. जातीयतेने देश संपूर्ण पोखरला गेला आहे. ही खरी आणीबाणी आहे. आणीबाणी उठवायची, लोकशाहीची प्रस्थापना करायची तर या समस्येचा गंभीरपणे विचार झाला पाहिजे. लोकशाही ही केवळ एक व्यवस्था नसून ते एक जीवनमूल्य आहे, हे समजून घेतले पाहिजे. सध्याची संपूर्ण समाजव्यवस्थाच बदलली पाहिजे. जयप्रकाशजी संपूर्ण क्रांतिवादी आहेत. देशाला ते संपूर्ण क्रांतीची दीक्षा देऊ पाहात आहेत. आणीबाणीलाही विरोध आणि संपूर्ण क्रांतीलाही विरोध अशी भूमिका घेऊन चालणार नाही. केवळ कायदे करून हे प्रश्न सुटणार नाहीत. त्यासाठी लोकशिक्षण आणि लोकजागृती व्हायला पाहिजे' (पटवर्धन, संघवी १९९१ : २८ ते ३१).

एस.एम.जोशींच्या मते, लोकशिक्षणाची आणि रचनात्मक संघर्षाची पताका घेऊन तरुणांनी खेडी निवडून तेथे ठाण मांडून बसले पाहिजे. दलितवर्गीय आणि मागासलेल्या जमातींवर उच्चवर्णीयांकडून जो सामाजिक अन्याय होत असेल तो दूर करण्याचा प्रयत्न करावा. प्रसंगी सत्याग्रही संघर्षही करावा लागेल. लोकशाही समाजवादाचे ध्येय भारतासारख्या देशात साकार करून दाखविणे सोपे काम नाही. इतर देशांचे नुसते अनुकरण करून चालणार नाही. आपली परिस्थिती आणि परंपरा लक्षात घेऊनच नव्या अर्थव्यवस्थेचा आणि समाजव्यवस्थेचा आकृतिबंध ठरवावा लागेल. रचनात्मक संघर्षाच्या एका नव्या पर्वाला आता आरंभ करायचा आहे. आपल्या समाजातील अगदी तळचा घटक ग्रामसंस्था हा आहे. जयप्रकाशजी ग्रामदानाची आणि ग्रामस्वराज्याची शिकवण गेली वीस वर्षे देत आहेत, परंतु तरुण पिढीने तिकडे पुरेसे लक्ष दिले नाही. गेल्या दीड-दोन वर्षांतील आंदोलनामुळे आणि प्रामुख्याने आणीबाणीच्या काळात समाज ढवळून निघाला, लोकमानस बदलले आणि नव्या अभियानाला अनुकूल झाले आहे(पटवर्धन, संघवी, १९९१ : ४६-४७).

एस.एम. जोशी खेडोपाड्यात, झोपडपट्टीतून जेथे जमेल तेथे धावपळ करीत होते.

त्यामुळे अनेकांना प्रेरणा मिळत होती. कुटुंबातील ज्या मिळवत्या स्त्री-पुरुषांना 'मिसा' खाली डांबण्यात आले होते अथवा जे सत्याग्रह करून तुरुंगात गेले होते, त्यांच्या घरी प्रापंचिक खर्चासाठी दरमहा एक तारखेला विशिष्ट रक्कम पोचती झाली पाहिजे याविषयी एस.एम.जोशींनी दक्षता घेतली होती. डॉ.मंडलिक व प्रभुभाई संघवी यांच्या पुढाकाराने एक भली मोठी टीमच या कामात गुंतून पडलेली होती. हा पैसा मिळविण्यासाठी आचार्य दादा धर्माधिकारी, एस.एम.जोशी, अण्णासाहेब सहस्रबुद्धे, गोविंदराव शिंदे, आचार्य वि.प्र.लिमये, केदार नाथजी यांनी जनतेस आवाहन केले होते. 'साधना' व 'भूमिपुत्र' या दोनच पत्रांतून ते प्रसिद्ध झाले. इतर पत्रांना आणीबाणीजन्य निर्बंधामुळे शक्य झाले नाही. तरीदेखील या कामासाठी लगेच पैशांचा ओघ सुरू झाला. तुरुंगवासीयांना वाचनासाठी आवश्यक ती पुस्तके पाठविण्याची जबाबदारी घेतली होती (जोशी, १९८९ : ३५०). आणीबाणीच्या काळात विविध नियतकालिकांनी माहिती प्रसाराच्या दृष्टीने मोलाचे कार्य केले. बिहारमधून 'तरुण क्रांती' व 'क्रांतीनाद' दिल्लीतून 'आवाज' व 'चिन्गारी', तामिळनाडूतून 'रेझिस्टन्स', मुंबईहून गोरवालांचे 'ओपीनियन' व नानासाहेब गोरे संपादित इंग्रजीतील 'जनता', गुजरात मधून 'भूमिपुत्र' आणि महाराष्ट्रातून 'साधना' ही नियतकालिके आणीबाणीविरोधी युद्धात जनतेच्या बाजूने होती. लेखनस्वातंत्र्य, उच्चारस्वातंत्र्य आणि मुद्रणस्वातंत्र्य यासाठी ही निर्भय नियतकालिके लढा देत होती. सहकार प्रवृत्तीतून लोकमित्र मुद्रणालय निर्माण झाले होते. या मुद्रणालयातून 'ओपीनियन' सारखे आणीबाणीवर हल्ला करणारे नियतकालिक निघत असे. पुढे या मुद्रणालयास सील लावण्यात आले. 'जनता' या नियतकालिकावरही बंदी आली. त्या वेळी ना. ग. गोरे यांनी 'पीपल' (People) प्रकाशित करण्यास प्रारंभ केला (जोशी, १९८९ : ३५३).

देशाच्या निरनिराळ्या तुरुंगांत डांबण्यात आलेल्या स्थानबद्धांना आणीबाणी विरोधी आंदोलनाची आणि भूमिगत कार्याची समग्र माहिती पोहोचविण्याची यंत्रणा उभारण्यात एस.एम.जोशी व प्रभुभाई संघवी यांनी पुढाकार घेतला होता. आणीबाणीच्या काळात एस.एम.जोशी आणि नानासाहेब गोरे यांना मिळालेल्या स्वातंत्र्याचा फायदा घेऊन प्रभुभाईंनी आणि त्यांच्या सहकाऱ्यांनी खेड्यापाड्यातून आणीबाणीविरुद्ध जनजागरण करण्यासाठी गुप्त बैठका घेतल्या (साधना (साप्ताहिक) १९९८ : ८). एस.एम.जोशी आणि त्यांच्या सहकाऱ्यांकडून बी.बी.सी.ला सत्य समाचार नित्य पुरविला जात असे; शिवाय मुंबईहूनही संपर्क ठेवण्यात आला होता. एस.एम.जोशी व प्रभुभाई संघवी दिल्लीस गेले असता एका हितचिंतक मित्राकडून एका परदेशी राजदूताची व एस.एम.जोशींची भेट घडवून आणली. आणीबाणीचा प्रतिकार जनता कशा प्रकारे करीत आहे याची एस.एम.जोशींनी त्यांना माहिती दिली. आणीबाणी लागू झाल्यापासून तीन ते चार महिन्यांच्या आत भूमिगतांना विरोधी प्रचार साहित्य निर्मितीची जुळवाजुळव करता

आली. महत्त्वाच्या खऱ्या बातम्या, छायाचित्रे, बातम्यांच्या झेरॉक्स प्रती आणि परदेशात आणीबाणीविरुद्ध प्रसिद्ध झालेले लेख त्यांना मिळू लागले. आणीबाणी लादल्यानंतर काही दिवसांतच 'आणीबाणी का?' याचे अधिकृत उत्तर देणारी-श्वेतपत्रिका प्रसिद्ध झाली. त्या पत्रिकेला मुद्देसूद उत्तर देणारी भूमिगत पुस्तिका अमिया व बी.जी.राव यांनी तयार केली होती. संसदेतील विरोधी पक्षीय खासदारांची भाषणे वृत्तपत्रांतून प्रसिद्ध होत नसत, पण अशा भूमिगत बुलेटिनमध्ये ती छापून येत. वाचकवर्ग अशा बातम्यांवर तुटून पडे. 'एका हुकूमशाहीची कूळकथा' ही पुस्तिका म्हणजे जॉर्ज फर्नांडिस यांनी आणीबाणीची केलेली चिरफाडच होती. मुळात त्यांनी Anatomy of Dictatorship ही पुस्तिका लिहिली. त्या पुस्तिकेचे ते भाषांतर होते. जेपींची 'प्रिझनडायरी' ही पुस्तिका प्रसिद्ध झाली. त्याचा मराठी अनुवाद पु.ल.देशपांडे यांनी 'स्वगत' नावाने केला होता. तसेच १९५५ पासून जवळपास अकरा वेळा भारतास भेट देऊन गेलेले व अमेरिकेतही मानवी हक्क कसे पायदळी तुडविले जातात यावर संशोधन करणारे डॉ.होमर ए.जॅक यांनी आणीबाणीमुळे भारतात 'मूलभूत हक्कां'ना कशी वाळवी लागली आहे, ते विशद करणारी, 'The Erosion of Fundamental Rights in India Today' ही पुस्तिका लिहून फार मोठी कामगिरी केली (जोशी, १९८९ : ३५३-३५४).

आणीबाणीतील सतत भ्रमंतीमुळे सामान्य जनतेच्या प्रतिक्रिया एस.एम.जोशींना थेट जनतेकडूनच कळत. कोणीही 'आणीबाणी लादली हे बरे झाले' असे म्हटल्याचे आठवत नाही. आमच्या घरातील व्यक्तीस तुरुंगात पाठवू नका. अशा प्रकारे कोणीही सांगितले नाही अथवा तसे पत्र या १९ महिन्यांत आले नाही, असे एस.एम.जोशी म्हणतात. दूरचित्रवाणी आणि आकाशवाणीच्या द्वारा जेपी हे फॅसिस्ट असल्याचे दाखविले, ऐकविले जाई. त्या वेळेचा रेडिओ म्हणजे 'ऑल इंदिरा रेडिओ' झाला होता असे एस.एम.जोशींचे मत होते. आपल्या आकाशवाणी ऐवजी बी.बी.सी. ऐकणेच लोक अधिक पसंत करीत. आणीबाणीचा प्रतिकार भारतीय जनतेने कसकसा केला हे एस.एम.जोशींनी त्या १९ महिन्यांत अगदी जवळून बघितले होते. एसेम जोशींच्या मते, त्या प्रतिकाराला दुसरे स्वातंत्र्ययुद्धच म्हटले पाहिजे. 'मिसा' खाली आणि 'डी.आय.आर.' खाली अटकेत ठेवले. त्यांची संख्या विचारात घेतली तर त्यातील भयानकता दिसून येते. 'मिसा' खाली ३४ हजार ९८८ आणि 'डी.आय.आर.' खाली ७५ हजार ८१८ इतक्या लोकांना अटक करण्यात आली होती. म्हणजे आणीबाणीच्या कालावधीत एकूण १ लक्ष १० हजार ८०६ जण राजबंदी होते. ही संख्या 'छोडो भारत' आंदोलनातील राजबंदीपेक्षा जास्त होती.

आणीबाणीच्या काळात एस.एम.जोशी महाराष्ट्रातील सर्व तालुक्यांत हिंडले. काही तालुक्यांत तर अनेकदा गेले. बिहार, प. बंगाल, दिल्ली, गुजरात आणि उत्तर प्रदेश या

राज्यांतून हिंडले. सर्व थरांतील माणसांना भेटले, त्यांच्याशी चर्चा केली. काही ठिकाणी सभा घेतल्या. काही ठिकाणी तुरुंगात जाऊन स्थानबद्धांनाही भेटले (जोशी, १९८९ : ३५७). विदर्भ, मराठवाड्यातील काही जिल्हे, ठाणे, कुलाबा, रत्नागिरी, सांगली इत्यादी जिल्ह्यांतून एस.एम.जोशींनी भ्रमंती केली. पायी, बैलगाडी, बस. इ. काय मिळेल त्या वाहनातून त्यांचा प्रवास चालू असे (पटवर्धन, संघवी, १९९१ : ३१). एस.एम.जोशी ग्रामीण भागात हिंडत असताना तरुणांना स्फूर्ती, प्रेरणा देत. दलित तरुणांच्याबद्दल त्यांच्या मनात आदर असे. बारामती येथे विषमता निर्मूलन समितीचे शिबिर होते. महाराष्ट्रातील सर्व भागांतून आणि विविध क्षेत्रांत कार्य करणारे कार्यकर्ते आले होते. कर्नाटक-महाराष्ट्र सीमा भागात बेरड या गुन्हेगारी जमातीत कार्य करणारे भीमराव गस्ती सुद्धा या शिबिराला आले होते. बाबा आढाव, एस.एम.जोशी, प्रा. गं. बा. सरदार, शंकरराव खरात, प्रा. व. दि. देशपांडे या शिबिरास उपस्थित होते. शिबिराचे कामकाज सुरू झाले. एस.एम.जोशींनी भीमराव गस्तीला आपल्याजवळ बसवून घेतले आणि म्हणाले, "भीमराव, तुझं 'साधना' मधील लेखन छान असतं." नंतर ते त्यांना चळवळीसंबंधी विचारू लागले. बाबा आढावांनी भीमराव गस्तींना बेरड समाजासंबंधी बोलण्यास सांगितले. त्यांनी जो चंदगड तहसील कचेरीला मोर्चा काढला होता त्यातील अनुभव कथन केले. ते भाषण ऐकून एस.एम.जोशी त्यांची पाठ थोपटीत म्हणाले, "नेहमीच्या तूपरोटीपेक्षा आजची चटणी भाकरीच अधिक रुचकर आणि झणझणीत वाटली" (गस्ती, १९९३ : १११ ते ११३). अशा रीतीने एसेमनी एका दलित युवकाला लेखनाची प्रेरणा दिली.

आणीबाणीच्या काळात एस.एम.जोशींच्या तुरुंगात स्थानबद्ध लोकांशी, कार्यकर्त्यांशी पत्रव्यवहार चालू असे आणि त्या पत्रातून एसेम आणीबाणीच्या विरोधाची माहिती देत. एप्रिल १९७६ मध्ये बा. न. राजहंस यांना लिहिलेल्या पत्रात एस.एम.जोशी म्हणतात, 'वर्तमान परिस्थितीबाबत लोकांना माहिती देऊन त्यांना काहीतरी कार्य करण्यास प्रवृत्त करणे अशा हेतूने प्रचार करतो. लोकशिक्षणाचाच हा कार्यक्रम आहे. आपले लोकशाही अधिकार जनतेला धीटपणेच पुन्हा प्राप्त करून घ्यावे लागतील. आपण आक्रमक होऊन ते मिळवू लागलो तरच मिळतील. मग त्यामध्ये काही लोकांना क्लेश सहन करावे लागतील. तुरुंगवास देखील भोगावा लागेल. इंदिरा गांधी आपण होऊन आणीबाणी उठवतील असे वाटत नाही. लोकशाही स्वातंत्र्याची लढाई आता कोठे सुरू झाली आहे. त्यासाठी मोल द्यावे लागणार आहे. आता खेडोपाडी शेतमजूर आणि भूमिहीन लोकांना संघटित करायचे, सरकारने जे काही देऊ केले आहे ते त्यांना मिळवून द्यायचे, त्यासाठी संघर्ष करायचा, सामाजिक न्यायाची मागासलेल्यांची मागणी मिळवून द्यायची, त्यासाठी गावात राहणाऱ्या लोकांचा एक परिवार आहे, ही कल्पना सर्वांच्या मनावर बिंबवायची

आणि ग्रामसमाज जागृत करायचा असा अगदी तळचा कार्यक्रम करावा लागेल. आपल्याला लोकशाही समाजवादी रचना हवी असेल तर हे सारे करावेच लागेल' (साधना (साप्ताहिक), १९९७ : ४१, ४२).

एस.एम.जोशींच्या ७३ व्या वाढदिवसाच्या निमित्ताने बा. न. राजहंस यांनी पत्र पाठविले होते. त्याला उत्तरादाखल पाठविलेल्या पत्रात एस.एम.जोशी म्हणतात, 'आजच्यासारखी मनाला उदास करणारी परिस्थिती कधीच अनुभवावी लागली नाही. आपण जी स्वप्ने उराशी बाळगली, ती भग्न झाली. आजची हुकूमशाही नको. ती नुसतीच अन्यायी नाही तर अनैतिक देखील आहे. अशा परिस्थितीला शरण जाण्याची तयारी नाही. ती बदलण्यासाठी सतत प्रयत्नशील राहणे हा एकच मार्ग दिसतो. त्यासाठी लोकांमध्ये जितकी होईल तितकी जागृती करीत राहिले पाहिजे. सरकारच्या वतीने जे समारंभ होतील त्यांच्यावर बहिष्कार घातला पाहिजे. निदान एवढे प्रत्येकाला करणे शक्य आहे. ब्रिटिशांचे राज्य आम्हाला नको होते. म्हणून आम्ही गांधींच्या सांगण्यावरून सरकारने दिलेल्या पदव्या नाकारल्या होत्या व पदके वगैरे परत केली होती. तसाच प्रारंभ पुन्हा झाला पाहिजे. सरकारच्या वतीने जे ताम्रपट आम्हाला देण्यात आले आहेत, ते आमच्या स्वातंत्र्यलढ्यातील कामगिरीबद्दल आहेत. परंतु आता त्याच सरकारने आमचे वैयक्तिक स्वातंत्र्य हिरावले आहे. विनाचौकशी सामाजिक कार्यकर्त्यांना तुरुंगात डांबले आहे. म्हणून सरकारने दिलेले हे ताम्रपट आम्ही परत केले पाहिजेत. ते देण्याचा त्यांना नैतिक अधिकार नाही; कारण स्वातंत्र्य लढ्याच्या काळी ज्या नैतिक मूल्यांची म.गांधींच्या नेतृत्वाखाली आम्ही जोपासना केली त्या नैतिक मूल्यांना इंदिरा गांधींनी तिलांजली दिली आहे. म्हणूनच मी म्हणतो की, त्यांचे राज्य मी कबूल करण्यात तक्रार नाही. त्यांचा राजीनामा मागण्यास नव्याने सुरुवात केली पाहिजे. तसा प्रचार केला पाहिजे. माझ्या या कल्पनेमध्ये सरकारशी असहकार आणि आपल्या चळवळीत पार्टिसिपेशन अशी कल्पना आहे. तो विचार अधिकाधिक लोकांच्या मनावर बिंबवण्याचा प्रयत्न करणे हाच आजतरी माझ्यापुढे कार्यक्रम आहे.'

एस.एम.जोशी २५ ऑक्टोबर १९७६ रोजी बा. न. राजहंस यांना लिहिलेल्या पत्रात म्हणतात, 'आजच्या घटकेला देशामध्ये जी परिस्थिती आहे ती लक्षात घेता उत्तरोत्तर जनतेमध्ये असंतोष वाढत जाणार. हळूहळू लोकांची भीती कमी होऊ लागली आहे. आता लोक अधिक खुलेपणाने बोलू लागले आहेत. आर्थिक परिस्थिती बिघडत आहे. आणीबाणीच्या प्रारंभी लोकांना वाटायचे की, या अनुशासन पर्वामुळे गरिबांचे काही नुकसान होणार नाही; पण आता तो भ्रम दूर होत आहे. मुंबईतील १९, २० गिरण्यांमध्ये संप झाला ही घटना देखील लक्षणीय अशीच आहे. घटना दुरुस्ती केली म्हणजे सर्व काही जमेल अशी स्थिती नाही. इंदिरा गांधींना देखील त्याची जाणीव असावी.

विरोधक पराभूत झालेले नाहीत, ते शरण येत नाहीत, अशी त्यांची तक्रार होती. आता त्या म्हणतात की, 'कन्फ्रण्टेशन' नको, सहकार्य झाले पाहिजे. परंतु विरोधकांपैकी सहकार्याचा हात कोणीच पुढे करीत नाही. इंदिरा गांधींचे राज्य समाजाला अनैतिकेच्या खाईत नेणारे आहे. आम्हाला त्यांना पदच्युत करायचे आहे. हिंसेने ते होऊ शकत नाही; व्यवहार्य नाही. लोकशाही मार्गांनी आणि लोकशाहीच्या आणि सत्याग्रहाच्या साधनांनीच ते ऐतिहासिक कार्य पार पाडावे लागेल' (साधना (साप्ताहिक) १९९७ : ४४, ४५).

एस.एम.जोशी जनतेत लोकशाहीविषयी आस्था निर्माण व्हावी म्हणून तरुणांना रचनात्मक संघर्ष सुरू करण्याचे आवाहन करतात. एसेम ३ नोव्हेंबर १९७६ रोजी भाई वैद्य यांना पाठविलेल्या पत्रात लिहितात, 'रचनात्मक कार्य आणि त्यातून निर्माण होणारे संघर्ष यामुळेच लोकशाही मूल्ये खालच्या थरांपर्यंत दृढमूल होऊ शकतील. ही प्रक्रिया दीर्घ काळ चालू ठेवावी लागेल. तरुणांनी सामान्य लोकांना शिकवून जागृत करण्याचे काम करावे. जनजागृतीचे आणि लोकशिक्षणाचे कार्य खेड्यापाड्यांतून केले तरच लोकशाहीचा टिकाऊ पाया घालता येईल. जुलमी राजास शरण जाण्यापेक्षा जमेल तसे विरोध करणे श्रेयस्कर आहे. अर्थात मेणबत्तीप्रमाणे जळून लोकांना प्रकाश देणे मी पसंत करतो. रोमाँ रोलाँचे 'S shall not rest.' हेच वाक्य मला सध्या प्रेरणा देत आहे. इंदिरा गांधी लोकशाहीच्या मार्गावर येणार नाहीत हे त्यांनी ओळखले पाहिजे'(भुरे, १९८५ : ३५१, २५२).

एस.एम.जोशी आणीबाणीत गावोगाव हिंडले. जाहीर सभांना बंदी होती तरी देवळांतून सभा घेऊन निर्भयतेचा, स्वातंत्र्याचा व ग्रामीण विकासाचा संदेश घरोघर पोहोचविला. घबराटीची भावना दूर करून स्वतंत्र नागरिकाची कर्तव्ये पार पाडण्यासाठी जनतेला त्यांनी प्रेरित केले. स्वातंत्र्य, निर्भयता यांचे मूल्य प्रस्थापित केले. जनतेच्या प्रबोधनासाठी आणीबाणीच्या संधीचा खंबीरपणे वापर केला (बापट, १९८९ : ४८). एस.एम.जोशींच्या कार्याने प्रेरित होऊन त्यांच्या ७३ व्या वाढदिवसानिमित्त रामराव जाधव या तळागाळाच्या कार्यकर्त्याने भावपूर्ण पत्र एसेमना लिहिले होते. त्या पत्रातील आशय असा होता - 'आपली या वयातील धडपड, स्वाभिमान पाहून आम्हाला हृदयात स्फुरण चढते. आपल्या तळमळीबद्दल, शुद्ध हेतूबद्दल, प्रामाणिकपणाबद्दल सर्व महाराष्ट्र व भारत साक्ष देत आहे, हे इतिहास नमूद करीलच. समाजवादी परिवाराच्या हृदयात तुम्ही घर केले आहे. या वाढदिवसाच्या निमित्ताने मी अशी प्रतिज्ञा करतो की, तुम्ही ज्या कामासाठी जिवाचे रान व संसाराची होळी केली ती तपश्चर्या मी वाया जाऊ देणार नाही. त्यासाठी वाटेल ती किंमत देण्यास मी तयार आहे. क्रूर हुकूमशाही कितीही असली तरी मी तिच्यासमोर वाकणार नाही. सामना करीन व शेवटच्या श्वासापर्यंत लढत राहीन. येथे समाजवादी समाजरचना निर्माण करण्यासाठी मी अविरत झगडत राहीन' (भुरे, १९८५ :

२५६). यावरून एस.एम.जोशींनी सर्वसामान्यांच्या हृदयात स्थान मिळविले होते हे लक्षात येते. अन्यायाविरुद्ध झगडण्यास त्यांनी प्रेरणा कशी दिली होती याची जाणीव होते.

आणीबाणीच्या काळातील इंदिरा गांधींच्या हुकूमशाही राजवटीबद्दल सत्यप्रकाश मालवीय यांनी एस.एम.जोशींना ६ जुलै १९७६ रोजी तुरुंगातून पत्र लिहिले होते. त्या पत्रात ते लिहितात की, 'इतना तो एक सत्य है कि इंदिरा गांधीजी को एक निरंकुश तानाशाहीपर अग्रेसर है हालांकी नित्य ही वह लोकतंत्र की दोहोई देती रहती है, अनुशासन का पाठ पढ़ा करती है। केरल की नम्बुदरी पाथ की बहुमतवाली सरकार को जन आंदोलन के नामपर किसने गिराया था, यही उस समय काँग्रेस की सहपक्ष थी। तामिळनाडू की करुणानिधी की अपार बहुमत की सरकार को इन्होंने हटाया। और अब हाज नाटक चलाया जा रहा है। Indira is India, India is Indira. अपने अल्पवयीन लड़के को सत्तामें लानेका क्या षड्यंत्र चला गया है। रेडिओ, टेलीविजन, सरकारी अधिकारी सभी संजय गांधीका प्रचार कर रही हैं, उनकी सभा का और चौरोपर सरकारी साधनों और धन का दुरुपयोग किया जा रहा है और भारत की भोलीभाली जनता मूकदर्शन बनी सब देख रही है।

लेकिन फिर भी विरोध पक्ष एक होने में खतरा रहा है। अपनी गलतीयाँ, पीछले कटु अनुभव से लगता है अभी भी विरोधी पक्षने कुछ सीखा नहीं है अथवा सीखकर भी अनजान बन रहा है। आज देश में पचासों हजार राजनैतिक लोग लगभग एक वर्षसे जेलों मे पड़े हैं, कितनों के परिवार को देखभाल करनेवाला कोई नहीं है। कितने परिवार नष्ट हो गये किंतु फिर भी लोकतंत्र बच जाय तो कुरबानी का कोई मतलब रहेगा। प्रधानमंत्रीजी तो हर प्रकार से - येनकेन - प्रकारेण - गद्दीपर बना रहना चाहती है। जारी लोकतंत्र की मान्यताओं को खत्म कर दिया है किन्तु फिर भी दुहाई लोकतंत्र की ही देती रहती है। उनके अनुसार लोकतंत्र में चुनाव कोई जरूरी चीज नहीं है। नागरिक स्वतंत्रता, प्रेस स्वतंत्रता कोई जरूरी चीज नहीं है। आप एक तपे तपाए आज भी विचारशील, गतिशील राजनैतिक नेता हैं। इस स्थितीसे कैसे निपट जाय, कृपया बताएँ।' (भुरे, १९८५ : ४५७). या पत्रावरून इंदिरा गांधींच्या आणीबाणी कालखंडातील जुलमी राजवटीची कल्पना येते. त्यामुळेच एस.एम.जोशींनी आणीबाणीच्या हुकूमशाही राजवटीचा जोरदारपणे प्रतिकार केला होता. आणीबाणीच्या काळात एसेमनी जनजागृतीचे महान कार्य केले होते.

आणीबाणीच्या काळात एस.एम.जोशी उघडपणे कार्य करीत होते. भूमिगतांशी एस.एम. जोशींचा सतत संपर्क असे. तुरुंगातील लोकांनाही त्यांच्या पत्रांचा मोठाच दिलासा वाटे. इतक्या पद्धतशीरपणे आणीबाणीत प्रतिकार चालू असता ही चळवळ मागे घ्यावी या मताचे दबाव जेपींवर काहीजण आणीत होते. याला एस.एम.जोशींचा प्रखर विरोध होता. लढा मागे घेणार नाही, तत्त्वशून्य तडजोड करणार नाही अशी त्यांची ठाम

भूमिका होती. एस.एम.जोशींनी जेपींना सांगितले की, "सत्याग्रहाची चळवळ मागे घेण्याच्या मी विरुद्ध आहे. आपण ती मागे घेणारे कोण ? हा सत्याग्रह काही आपण सुरू केलेला नाही. तुम्हाला पकडल्यानंतर तो जनतेने सुरू केलेला आहे. दुसरे असे की एकदा आपण सत्याग्रह मागे घेतला असे जाहीर केले की, इंदिरा गांधी आपल्याला 'झीरो' बनविण्याचा प्रयत्न करतील." जयप्रकाशजी एस.एम. जोशींना म्हणाले, "एसेम तुम सुबह कह रहे थे की हम लोगोंको कुछ नहीं करना चाहिए। मगर मैं तुमसे यह पूछना चाहता हूँ की इंदिराजी तो डेमॉक्रसी नहीं चाहती। तो डेमॉक्रसी उसको नहीं चाहिए। डेमॉक्रसी हम लोगोंको चाहिए। तो हमारा कोई कर्तव्य है या नहीं ?" एस.एम.जोशी यावेळी म्हणाले, "आपले कर्तव्य जरूर आहे. आपण उपक्रमशीलता दाखवून इंदिरा गांधींना फार तर एक पत्र लिहावे." नानासाहेब गोरेही म्हणाले की, असेच करावे. त्याप्रमाणे इंदिरा गांधींना जेपींनी पत्र लिहिले; पण इंदिरा गांधींकडून पत्राची साधी पोचदेखील आली नाही. तेव्हा 'इंदिराजी तुम्हाला 'झीरो' बनविण्याचा प्रयत्न करतील' ह्या एस.एम.जोशींच्या इशाऱ्याचे मर्म सर्वांच्या ध्यानी आले. सत्याग्रहाची चळवळ मागे घ्यायची नाही हे निश्चित झाले(जोशी, १९८९ : ३५८-३५९).

आणीबाणीच्या काळात तुरुंगातील लोकांना एस.एम.जोशी सांगत की, 'तुम्हाला असे किती दिवस तुरुंगात ठेवतील ? 'इमर्जन्सी' 'अमर्जन्सी' तो नहीं हो सकती।' हुकूमशाहीशी लढा म्हणजे हालअपेष्टा, तुरुंगवास हे आलेच. आणीबाणीच्या १८ महिन्यांत एसेमनी खेडोपाडी जाऊन अव्याहत, उघड भाषणे केली. एसेम म्हणायचे, 'तुरुंगात असलेलेच खरे मुक्त, आम्ही बाहेरचेच खरे तुरुंगात आहोत' आणीबाणी आणि मीच राणी हे चालणार नाही, ही विरोधाची प्रेरणा एसेमनी भीतीने दबून गेलेल्या सामान्यांना दिली. आणीबाणीत सुब्रह्मण्यम स्वामी भूमिगत होते. एस.एम.जोशींचा त्यांच्याशी संपर्क होताच. स्वामी सरकारच्या हातावर तुरी देऊन प्रथम लंडनला गेले. तेथे ते जे बोलत त्याच्या सायक्लोस्टाइल कॉपीज येत. भूमिगत राहून चळवळ करणाऱ्यांमध्ये एस.एम.जोशींचे नाव चुकीने गुंतविले गेले. एसेम उघड कार्य करीत होते. अर्थात ही पत्रके सरकारी हातात पडतच होती. त्यानंतर एसेम जोशींच्या घराभोवती सी.आय.डी. चा सतत वॉच सुरू झाला. एस.एम.जोशी म्हणत, "मी कशाला त्यांना डरतोय ? त्यांची आमची सोबत १९२८ पासूनची आहे. त्यांना काय भ्यायचे ? आपल्याला ते मदतच करतात." एसेम नेहमी म्हणत व तुरुंगातील मित्रांना सांगत, आणीबाणी कायम टिकणारी आहे काय ? कधी ना कधी ती उठवावीच लागेल. थोडा धीर धरणे आवश्यक आहे(महाराष्ट्र टाइम्स, १९९२ : ३१).

१९७५ मध्ये आणीबाणीच्या सावल्या देशभर पसरू लागल्या होत्या; त्या वेळी जेपी आणि एसेम पुन्हा आणखी जवळ आले. आणीबाणीमध्ये जेपींच्या नेतृत्वाखाली

एसेम यांनी त्या दुसऱ्या स्वातंत्र्य लढ्याची ज्योत तेवत ठेवण्याची पराकाष्ठा केली. आणीबाणीच्या काळात एस.एम.जोशींच्या पत्रांमुळे बऱ्याच कुटुंबांना दिलासा मिळाला व ते त्या अस्थिर व गंभीर परिस्थितीला धैर्याने तोंड देऊ शकले. निधी गोळा करणे, कुटुंबांना मदत पोहोचवणे आणि जेलमधील व जेलबाहेरील पुढाऱ्यांशी संपर्क साधणे ही कामे आणीबाणीत एसेम यांनी केली. संकटात सापडलेल्या कुटुंबांना यामुळे फार मदत झाली(पाटील, १९९२ : ३१, ५८).

स्वातंत्र्य आंदोलनात लाखो लोक सामील झाले होते, परंतु स्वातंत्र्य मिळाल्यावर समाज गोरगरिबांना दारिद्र्यात ठेवू शकणार नाही. अशी व्यवस्था निर्माण करण्यासाठी झटणारी जी मंडळी तयार झाली त्यात एस.एम.जोशी यांचा सहभाग होता. पहिले स्वातंत्र्य मिळविण्यासाठी तर ते वीस वर्षे झटलेच, परंतु दुसऱ्या स्वातंत्र्य लढ्याच्या वेळीही त्यांनी तेवढ्याच जिद्दीने कार्य केले. इंदिरा गांधी यांनी १९७५ साली आणीबाणी जारी केली. त्या वेळी तर एस.एम. जोशींनी सत्तरी ओलांडली होती. परंतु १९४२ साली ज्या जिद्दीने एसेमनी कार्य केले त्याच जिद्दीने त्यांनी आणीबाणीतही काम केले. गावोगावी फिरून त्यांनी जनमत संघटित केले (दै.नवशक्ती : १९८९). आणीबाणीविरोधी सर्व चळवळींत एस.एम.जोशी सामील होतेच, परंतु सरकारने त्यांना अटक केली नाही, याचा फायदा घेऊन त्या वयातही सर्वत्र हिंडून एस.एम.जोशींनी आणीबाणीविरुद्ध वातावरण तयार केले. सर्वत्र पसरलेल्या भीतीच्या साम्राज्यामध्ये हिंडताना एसेमना खूप कष्ट घ्यावे लागले. कधी ट्रकमधून, तर कधी खेड्यातील खडबडीत रस्त्यांवरून स्कूटरवर बसून एसेमनी प्रचार केला. ते जेथे गेले तेथील अनेक लोकांनाही पकडण्यात आले. परंतु सगळीकडे जाऊन स्वातंत्र्याची ज्योत तेवत ठेवण्याचे काम एस.एम.जोशींनी केले - ते देशात अजोड मानावे लागेल. संयुक्त महाराष्ट्राच्या निर्मितीचा क्षण हा एसेमच्या जीवनातील उत्कट क्षण तर आणीबाणीचा अंत हा त्यांच्या जीवनातील परमोच्च आनंदाचा बिंदू होता.

प्रकरण सहा

# जनता पक्षाचे राजकारण आणि एस.एम.जोशी

## (इ. स. १९७७ ते १९८०)

मार्च १९७७ चा उत्तरार्ध भारतीय इतिहासातील एक अतिशय तेजस्वी व लोकशाहीचे पुनरुज्जीवन करणारा काळ होता असे मानावे लागेल. १६ मार्चला झालेल्या लोकसभेच्या निवडणुकीत भारतीय जनतेने इंदिरा गांधींच्या जुलमी, अत्याचारी व हुकूमशाही प्रवृत्तीच्या सरकारचा सपशेल पराभव केला आणि भारतीय जनता लोकशाही शासनावर जिवापाड प्रेम करते, जुलमी सत्तेची बटीक बनण्यास ती तयार नाही हे दाखवून दिले. भ्रष्ट नि अत्याचारी अशा इंदिरा गांधी सरकारचा भारतीय लोकशाहीप्रेमी जनतेने मत-पेटीद्वारे पराभव केला. हे लोकशाहीच्या प्रेमाचे प्रतीक होय.

१२ जून १९७५ ला अलाहाबाद उच्च न्यायालयाने इंदिरा गांधींची रायबरेली मतदार संघातील लोकसभेची निवडणूक अवैध ठरविली. पंतप्रधान पदावर त्या अपात्र ठरल्या, परंतु आपल्या पदाचा राजीनामा देण्याऐवजी सत्तेला चिकटून राहण्याचे त्यांनी ठरविले. त्यासाठी सर्व वैध-अवैध मार्गांचा अवलंब करण्यात सुरुवात केली. २५-२६ जून १९७५ ला मंत्रिमंडळाला विश्वासात न घेता लागू केलेली आणीबाणी त्याचाच परिपाक होती. आणीबाणीचा केंद्रबिंदू जनकल्याण अगर राष्ट्रहित नव्हता, तर इंदिरा गांधींची सत्तापिपासू वृत्ती हा होता. इंदिरा गांधींच्या मनोवृत्तीसंबंधी जयप्रकाशजी स्थानबद्धतेत असताना २२ जुलै १९७५ ला लिहिलेल्या दैनंदिनीत म्हणतात, ‘श्रीमती इंदिरा गांधींची लोकशाहीवर श्रद्धा नाही आणि त्यांच्या मनाचा कल आणि ठाम मत हुकूमशहा होण्याकडेच आहे, अशी माझी पहिल्यापासूनच कल्पना होती. दुर्दैवाने ती आता खरी ठरली आहे.’

आणीबाणी घोषित केल्यावर भारतीय लोकशाहीत रुजविली गेलेली अनेक मूल्ये

आणि तत्त्वे पायदळी तुडविण्यास सुरुवात झाली. प्रत्येक गोष्टीवर जाचक बंधने आली. इंग्रजांच्या काळी नव्हते एवढे भारतीय मन भयभीत झाले. भारतीय जनता भीषण अंधाराच्या खाईत लोटली गेली. हजारो निरपराधी लोकांना विनाचौकशी तुरुंगात डांबण्यात आले. त्यांचा अनन्वित छळ सुरू झाला. वर्तमानपत्रांची मुस्कटदाबी करण्यात आली आणि विचारांची नसबंदी केली गेली. संपूर्ण देशालाच एक भव्य तुरुंगाचे स्वरूप प्राप्त झाले. पाव शतक लोकशाहीत आणि विचारस्वातंत्र्यात वाढलेल्या भारतीय जनतेला हे जिणे असह्य झाले. भारतीय जनता अंधकारमय वातावरणातून वाटचाल करू लागली (दुंडगेकर, १९८० : ७२-७३). त्यावेळी एस.एम. जोशींनी निर्भयपणाने आणीबाणीविरुद्धची भूमिका जनतेपुढे मांडली आणि लोकांचे मनोधैर्य टिकविले. पुढे आणीबाणी उठल्यानंतर जनता पक्ष म्हणून समाजवादी पक्ष, जनसंघ, संघटना काँग्रेस आणि भारतीय लोकदल या पक्षांनी एकत्रितपणे निवडणुका लढविल्या आणि प्रचंड यश संपादन केले. जनता पक्षाच्या अभूतपूर्व विजयाला आणीबाणीची पार्श्वभूमी होती.

## जनता पक्षाची स्थापना आणि त्यातील एस.एम.जोशींची भूमिका

भारतीय राजकारणात उजव्या व डाव्या विचारसरणीमधील संघर्ष १९४८ पासून चालू आहे. हा संघर्ष निरनिराळ्या व्यक्तिंनी निरनिराळ्या व्यासपीठांवर चालू ठेवला आहे. १९७१ साली झालेली मुदतपूर्व निवडणूक संघटना काँग्रेस, जनसंघ, स्वतंत्र व संयुक्त समाजवादी पक्ष यांनी एकत्र येऊन लढविली. उजवे कम्युनिस्ट, अकाली दल, प्रसोपा यांच्या मदतीने इंदिरा गांधींनी ही निवडणूक जिंकली व पाच वर्षांसाठी उजव्यांना सत्तेबाहेर ठेवले (भणगे, १९७७ : २७७, २८९). देशात १९७२-७३ साली दुष्काळ पडला. शिक्षणाच्या सार्वत्रिक प्रसारामुळे आणि लोकशाहीच्या संख्यात्मक विस्तारामुळे लोकांच्या मनात तीव्र राजकीय जाणीव निर्माण झाली होती. हरित क्रांतीमुळे नवा शेतकरी वर्ग उदयास येत होता. वाढत्या कारखानदारीमुळे लढाऊ कामगारवर्ग वाढत होता. या निरनिराळ्या गटांत संघर्षास सुरुवात झाली. दरडोई मताधिकार आणि देशातील लोकशाही मार्गाने होणारी आधुनिकीकरणाची प्रक्रिया यांचा तो राजकीय आविष्कार होता. १९७३-७४ मध्ये संघटित क्षेत्रात आणि पांढरपेशा मध्यम वर्गात फार मोठ्या प्रमाणात असंतोष निर्माण झाला. जयप्रकाशांचे 'नवनिर्माण' आंदोलन या असंतोषाची अभिव्यक्ती होती. यातूनच राज्यपद्धतीवर प्रचंड दबाव आला आणि इंदिरा गांधींची लोकप्रियता पण घसरू लागली. त्यापासून निर्माण झालेल्या अडचणीतून निघण्यासाठी इंदिरा गांधींनी आणीबाणीची घोषणा केली(हर्डीकर, १९९८ : २५६).

जनता पक्ष हे जयप्रकाश नारायण यांचे आंदोलन आणि आणीबाणीचे अपत्य होते. सर्वत्र बोकाळलेला भ्रष्टाचार, बेकारी आणि हुकूमशाही हे जयप्रकाशजींच्या

आंदोलनाचे लक्ष्य होते आणि काँग्रेस पक्षाला पर्यायी असा दुसरा पक्ष निर्माण करण्याची धडपड होती. सत्ताधारी काँग्रेस पक्षाला राष्ट्रीय पातळीवर पर्याय निर्माण करण्यासाठी म्हणून समान विचारांच्या बिगर कम्युनिस्ट पक्षांच्या विलीनीकरण चळवळीमधून निर्माण झालेला असा हा जनता पक्ष आहे. आणीबाणीपूर्व काळातील इंदिरा राजवटीविरुद्ध उभारल्या गेलेल्या जयप्रकाशजींच्या आंदोलनापासून या पक्षनिर्मितीला चालना मिळाली. विलीनीकरण प्रक्रियेला जयप्रकाशांचा प्रभावी पाठिंबा मिळाला. चार प्रमुख घटक पक्ष एका व्यासपीठावर येऊन कार्य करू लागले आणि त्यांच्या प्रतिनिधींनी सर्वमान्य असा सामाजिक व आर्थिक कार्यक्रम नव्या पक्षासाठी तयार केला. या कामासाठी नेमलेल्या मधु लिमये समितीचा कार्यक्रम सर्व पक्षांनी मान्य केला. सर्वमान्य कार्यक्रम स्वीकारला गेला तरी जनसंघ, संघटना काँग्रेस, भालोद आणि समाजवादी पक्ष एकत्र येऊ शकत नव्हते आणि विलीनीकरणाचा तोडगा त्यांना मान्य नव्हता. आणीबाणी घोषित होईपर्यंत अशा तऱ्हेचे प्रयत्न सातत्याने सुरूच होते. २० जून ते २४ जून १९७५ हे पूर्ण पाच दिवस जनसंघ, भालोद, संघटना काँग्रेस, समाजवादी पक्ष आणि अकाली दलाच्या राष्ट्रीय कार्यकारिणींचे अधिवेशन भरले. यात विलीनीकरणाचा प्रश्न चर्चिला गेला, परंतु त्याबाबत एकमत होऊ शकले नाही (नाईक, प्रथमावृत्ती : ३३, ३५). संसदीय लोकशाहीत राजकीय पक्ष दृढ पायावर उभे राहिलेले असणे आवश्यक असते. भारतात गेल्या तीस वर्षांत काँग्रेसला पर्यायी असा पक्ष उभा राहू शकला नाही. विरोधी पक्षांनी एकमेकांत स्पर्धा केलीच; पण समाजवादी पक्षाने अंतर्गत भांडणात स्वत:चा शक्तिपात जेवढा केला, तेवढा इतर कोणत्याही पक्षाने केला नसेल. या स्थितीत अखिल भारतीय पर्यायी पक्ष निर्माण होऊ शकला नाही (महाराष्ट्र टाइम्स : १९७६). अनेक परस्परविरोधी विचारांच्या पक्षांतून एक पक्ष होणे ही प्रक्रिया साधी नव्हती. एस.एम.जोशींच्या मते, एक पक्षाची स्थापना होणे ही काळाची गरज होती. एस.एम.जोशींचा जनता पक्षाच्या निर्मितीत व पर्यायाने हुकूमशाहीचा पाडाव करण्यात मोठा वाटा होता. या दृष्टीने एस.एम.जोशी १२ मे १९७६ रोजी किशोर पवार यांना लिहिलेल्या पत्रात म्हणतात, 'जे चार पक्ष आहेत, त्यात भर म्हणून पाचवा पक्ष नको. चारांचा एक पक्ष करायचा की दोन ठरविता येईल. आपल्या चळवळीने जर हुकूमशाहीला शह देता येईल इतकी जनशक्ती आपण उभी केली, तर चारांचे दोन होणार नाहीत, एकच राहील असा मला विश्वास वाटतो.' बाबा आढाव यांना लिहिलेल्या पत्रातही एस.एम.जोशींनी एक पक्ष निर्मितीबाबत मत व्यक्त केले होते. त्यात एसेम लिहितात, 'चळवळ चालू ठेवा. ती मागे घेऊ नका असा माझा आक्रोश आहे.' कारण या घडीला चळवळ मागे घेणे म्हणजे आत्मघातकच आहे. नव्या पक्षाचे समर्थन मी करतो, ते एवढ्यासाठी, नव्या पक्षाने या मुस्कटदाबीविरुद्ध सतत आणि ज्या मार्गाने होईल त्या मार्गाने संघर्ष चालू ठेवला पाहिजे. संघर्ष मागे घेऊन

आम्हावरील बंधने उठवा अशी भीक मागण्यासाठी जर नवा पक्ष जन्माला येणार असेल, तर त्याच्याशी मला काहीही कर्तव्य नाही. संघर्ष प्रभावीपणे चालविण्याचे एक हत्यार म्हणून जर नवा पक्ष जन्माला आला तर तो मला हवा आहे' (भुरे, १९८५ : २३१, २३६).

एस.एम.जोशी ४ नोव्हेंबर १९७६ रोजी गोपाळराव कोरेकर यांना लिहितात, 'जे. पी. लवकरच पाटण्यास चारही पक्षांच्या पुढाऱ्यांना बोलावून एक पक्षाबाबत चर्चा करणार आहेत. समाजवादी पक्षाचे चिटणीस सुरेंद्र मोहन आणि जनसंघाचे पुढारी ओम प्रकाश शर्मा यांनी मुंबईस जे.पी.ची भेट घेऊन त्यांना अशी विनंती केली की, त्यांनी पुन्हा एक वेळ चारही पक्षांच्या एकीकरणाचा प्रयत्न करावा. ते जमले नाही तर जी मंडळी राजी आहेत त्यांच्या सल्ल्याने नव्या पक्षाची कार्यकारिणी घोषित करावी. आज जनतेची एका नव्या पक्षाची मागणी आहे. हुकूमशाही विरुद्ध लोकशाही एकीकरणाचा पक्षच परिणामकारकपणे उभा राहू शकतो. तीच काळाची निकड आहे.' एस.एम. जोशींनी ११ जानेवारी १९७७ रोजी बाबा आढावांना पत्र लिहून नवीन पक्षाचा कार्यक्रम सांगितला होता. एस.एम.जोशींच्या मते, नव्याने स्थापन होणाऱ्या पक्षाने पुढील कार्यक्रम अमलात आणावा.

१) लोकसभा सदस्यांनी राजीनामा देणे, विधानसभा लांबविल्यास त्याचाही राजीनामा देणे.

२) नव-पक्षाच्या पुढाऱ्यांनी देशभर दौरे करावेत. वसंतराव नारगोलकर यांच्या उपवासाची माहिति लोकांना करून द्यावी. निदान ३ दिवसांचे देशभर एकाचवेळी उपोषण करावे. आणीबाणी उठवा, राजबंदी मंडळींना सोडा, सेन्सॉरशिप रद्द करा, निवडणुका घ्या या मागण्यांसाठी ५-१० हजार लोक तरी पुढे यावेत असे प्रयत्न कसोशीने करावेत.

३) निदान १०० जणांनीतरी 'कपॅसिटी फास्ट' करावा आणि या कल्पनेचा प्रचार करावा.

४) डिफेन्स फंड, परिवार साहायता निधीसाठी अधिकाधिक लोकांकडून मदत मिळविणे.

५) ग्रामीण विभागात जावे, पक्षातर्फे वा लोकाधिकार समितीतर्फे लोकप्रबोधन व रचनेचे काम चालवावे.

६) त्यामध्ये शेतमजूर संघटना आली.

७) शासनाच्या समारंभांवर बहिष्कार टाकावा. ताम्रपट वगैरे परत करणे यांसारख्या विशिष्ट गोष्टींवर बहिष्काराचा कार्यक्रम आपल्या विचारांच्या लोकांना देणे इत्यादी कार्यक्रम नव्या पक्षाने करावे (भुरे, १९८५ : २४९, २६०).

यावरून एस.एम.जोशींना नव्या पक्षाविषयी किती आत्मीयता, तळमळ होती, याची जाणीव होते. यावरून नव्या पक्षाच्या स्थापनेविषयी एसेम जोशींची दूरदृष्टी दिसून

येते. जनता पक्षाच्या स्थापनेची ही नांदीच होती.

भारतीय घटनेनुसार आणीबाणी असताना निवडणुका १ वर्षं पुढे ढकलण्याचा अधिकार संसदेला आहे. या अधिकाराचा वापर करून १९७६ च्या मार्चमध्ये असलेल्या निवडणुका १ वर्षांपर्यंत पुढे ढकलण्यात आल्या. १९७६ च्या नोव्हेंबर महिन्यात पंतप्रधान इंदिरा गांधी यांनी या निवडणुका आणखी एक वर्षं पुढे ढकलल्या. निवडणुका घेण्याची शासकांना अजिबात घाई दिसत नव्हती आणि निवडणुका या अगोदर घेण्यात येतील असे कुणीही अपेक्षित केले नव्हते. परंतु इंदिरा गांधींनी लोकसभा विसर्जनाची आणि १९७७ च्या मार्चच्या मध्यावधीत सार्वत्रिक निवडणुका घेण्याची घोषणा केली (कोलारकर, १९९७ : १७५). १९७७ च्या जानेवारीत इंदिरा गांधींनी लोकसभेच्या निवडणुका घेण्याची घोषणा केली. लोकशाहीच्या हक्कांसाठी लढणाऱ्यांना लोकजागृती करून लोकमत संघटित करण्याची एक चांगली संधी मिळाली. लढ्याच्या निवडणूक आघाडीवर एकाधिकारशाहीवर मात करायची असेल तर निरनिराळ्या विचारसरणींच्या पक्षांनी आपले पक्ष विसर्जित करून एक संघ जनता पक्ष स्थापन करावा असा जयप्रकाशजींनी आग्रह धरला. 'अन्यथा मला निवडणुकीमध्ये रस नाही, मी अलिप्त राहीन' असे त्यांनी सांगितले. समाजवादी पक्षाच्या लोकांचेदेखील तेच मत होते(थत्ते, १९७९ : ४).

दि. १८ जानेवारी १९७७ रोजी सायंकाळी लोकसभा विसर्जित करून इंदिरा गांधींनी निवडणुका जाहीर केल्या. मोरारजी देसाई, अटल बिहारी वाजपेयी इत्यादी नेते दिल्लीला जमून पुढील दिशा ठरवीत होते. योगायोगाने एस.एम.जोशी त्या वेळी पाटण्याला होते. जयप्रकाश नारायण यांच्याशी त्यांचा सतत संपर्क होता. एक पक्ष न केल्यास काँग्रेसी राजवट संपणार नाही अशी एस.एम.जोशींची खात्री होती. इकडे दिल्लीला मात्र या चार पक्षांच्या विलीनीकरणाला काहींचा विरोधच होता. 'ग्रँड अलायन्स' वर ते एकत्र येऊ मागत होते. एसेम तातडीने दिल्लीला आले. मोरारजींना भेटले. 'तुम्ही एक पक्ष केला नाही तर जे.पीं.चा पाठिंबा तुम्हाला मिळणार नाही' असे सांगितले. जे.पीं.नी एक पत्रकही काढले, ''एक पक्ष करण्याची संधी आपण गमावली तर इतिहासात आपले नाव लोकशाहीचे मारेकरी असे नोंदले जाईल.'' असेही एस.एम.जोशी म्हणाले (महाराष्ट्र टाइम्स : १९७७).

नव्या पक्षाचे नाव काय ठेवायचे, हा प्रश्न निर्माण झाला. मोरारजी देसाई आणि त्यांचे अनुयायी यांना पक्षाच्या नावात 'काँग्रेस' हा शब्द हवा होता. समाजवादी लोकांना 'समाजवादी' या विशेषणाला स्थान मिळालेच पाहिजे असे वाटत होते. जॉर्ज फर्नांडिस, सुरेंद्र मोहन, जाबीर हुसेन, मोरारजी देसाई आणि एस.एम.जोशी यांच्या उपस्थितीत सुरेंद्र मोहन यांनी 'जनता पक्ष' हे नाव सुचविले. मग त्या नावाला कोणाचाच विरोध राहिला नाही (जोशी, १९८९ : ३६२). शेवटी जनता पक्ष स्थापन झाला. पक्षाचे अध्यक्ष मोरारजी

देसाईंना करावे अशी एस.एम.जोशींची चरणसिंगांशी बोलणी सुरू झाली. चरणसिंगांनीच मोरारजींना अध्यक्ष व्हावयास बैठकीमध्ये सांगावे अशी एसेमनी सूचना केली. चरणसिंग उपाध्यक्ष व्हावे असे त्यांनी म्हटले. अशा तऱ्हेने जनता पक्षाच्या संकल्पना घडणीमध्ये श्री.एस.एम.जोशी यांचा सिंहाचा वाटा आहे असे म्हटले पाहिजे(महाराष्ट्र टाइम्स : १९७७).

**एस.एम.जोशी : महाराष्ट्र जनता पक्षाचे अध्यक्ष**

महाराष्ट्रात जनता पक्ष कसा बनवायचा याचा विचार झाला, तेव्हा सर्वजण म्हणाले, 'एसेमनी अध्यक्ष झाले पाहिजे.' एस.एम.जोशी निवडणुकीस उभे राहणार नव्हतेच. म्हणून त्यांनी महाराष्ट्र जनता पक्षाचे अध्यक्षपद स्वीकारले. निवडणूक तिकीट वाटपानंतर चौपाटीवर प्रचंड सभा झाली. मोरारजींचे वर्णन या सभेत एस.एम.जोशींनी असे केले की, "मोरारजीभाईंचे स्थान या पक्षात एखाद्या मोठ्या यंत्रातील कळसूत्राप्रमाणे आहे." इंडियन एक्सप्रेसने याच वाक्याला अग्रक्रम दिला; तेव्हा काहींनी एसेम जोशींच्यावर आक्षेप घेतला. 'जयप्रकाशना मागे ठेवून मोरारजींना प्राधान्य कशाला दिलेत ?' त्यावर एसेम जोशी म्हणाले, 'चुकता आहात तुम्ही. मूळ डिझाइन जयप्रकाशजींचेच आहे. मात्र मोरारजी त्यातील कळसूत्र आहेत.' जनता पक्ष स्थापन झाला असला तरी एक पक्ष होण्यात अजिबात धोके नव्हते असे नाही. घटक पक्षांत परस्पर विश्वासाचा अभाव होताच. याविषयी एसेम जोशी म्हणाले की, "आणीबाणी जारी असतानाही या अभावाचा अनुभव मला आला होता. पण लढाई जिंकायची असली म्हणजे स्वकीयांनी पेरलेले सुरुंगही बाजूला काढून आगेकूच करावी लागते" (जोशी, १९८९ : ३६२-३६३). आणीबाणी उठल्यानंतर 'जनता पक्ष' म्हणून समाजवादी पक्ष, लोकदल व जनसंघ यांनी एकत्रित निवडणुका लढविल्या आणि प्रचंड यश संपादन केले. यानंतर दिल्लीमध्ये या तीन पक्षांनी जनता पक्षात विलीन होण्याचा निर्णय घेतला. पक्षाच्या विलीनीकरणाच्यावेळी समाजवादी पक्षातील अनेक कार्यकर्ते साशंक होते. परंतु एसेम जोशी आणि नानासाहेब गोरे यांनी जयप्रकाशजींची भूमिका पूर्णपणे मान्य करून समाजवादी पक्ष बरखास्त करण्याच्या निर्णयाचे जोरदार समर्थन केले(बापट, १९४५ : ९).

जनता पक्षात विसर्जित झालेल्या सर्व घटक पक्षांच्या एकमताने या नव्या पक्षाची उद्दिष्टे पुढीलप्रमाणे ठरविण्यात आली -

१) संसदीय पद्धतीवर आधारलेल्या समाजवादाची स्थापना करावी.
२) सर्व धर्म समभाव अशी नव्या पक्षाची भूमिका असावी.
३) लोकशाही मार्गाने व शांततामय वातावरणासाठी पक्ष बांधलेला असावा.
४) समाजवादी पक्ष, जनसंघ, भारतीय लोकदल आणि संघटना काँग्रेस या पक्षांनी

आपले स्वतंत्र अस्तित्व संपवून जनता पक्षात विलीन व्हावे.

५) नव्या पक्षाची कार्यकारिणी परस्पर विचाराने ठरेल आणि त्यात काही अडचणी आल्या तर जयप्रकाशजी यांचा सल्ला घ्यावा.

जयप्रकाशजींचा विचार या सर्व घटक पक्षांच्या नेत्यांना, कार्यकर्त्यांना पटवून देण्याचे अवघड कार्य एस.एम.जोशींनी केले होते. त्यांच्या चातुर्य व संघटनकुशलतेने संघटन यशस्वी झाले होते(विसपुते, २००० : ३५२).

## १९७७ च्या निवडणुका आणि जनता पक्षाचा देशातील आणि महाराष्ट्रातील विजय

१८ जानेवारी १९७७ रोजी लोकसभेच्या निवडणुकांसंबंधी इंदिरा गांधींनी घोषणा केली. या घोषणेनंतर चारच दिवसांनी जनसंघ, संघटना काँग्रेस, समाजवादी पक्ष, भारतीय लोकदल (यात स्वतंत्र पक्ष पूर्वीच समाविष्ट झाला होता.) या चार पक्षांनी एकत्र येऊन 'जनता पक्ष' स्थापन केला. २ फेब्रुवारी १९७७ रोजी काँग्रेसचे ज्येष्ठ नेते बाबू जगजीवनराम, बहुगुणा, नंदिनी सत्पथी, गणेश इत्यादी नेत्यांनी पक्षाचा राजीनामा देऊन लोकशाहीवादी काँग्रेस (Congress for Democracy) पक्षाची स्थापना केली. या घटनेचे जनता पक्षाने स्वागत केले. जनता पक्ष आणि लोकशाहीवादी काँग्रेस यांनी संघटितरीत्या काँग्रेस पक्षाशी निवडणुकांत सामना द्यायचे ठरले. तसेच अकाली दल, मार्क्सवादी कम्युनिस्ट, शेतकरी कामगार पक्ष, द्र.मु.क. यांच्याशी निवडणूक समझोते करून संघटित विरोधी आघाडी उभारली.

काँग्रेस पक्षाने निवडणुकीमध्ये आणीबाणीचे समर्थन करणारी बचावात्मक भूमिका घेतली, तर जनता पक्षाने आपल्या जाहीरनाम्यात म्हटल्याप्रमाणे - जनतेपुढे दोन स्पष्ट पर्याय आहेत. स्वातंत्र्य आणि गुलामी, लोकशाही आणि हुकूमशाही, लष्करी धाकदपटशा आणि राष्ट्र विनाश यांच्या गर्तेत लोटणारा मार्ग या दोन्हींतील काय हवे ते जनतेने ठरवावयाचे आहे. आपल्या निवडणूक जाहीरनाम्यामध्ये जनता पक्षाने लोकशाहीच्या पुन:स्थापनेचे निखळ आश्वासन दिले होते (रेगे, १९८६ : ६१). अचानक निवडणुकीची घोषणा झाल्यामुळे जनता पक्षाची स्थापना २१ जानेवारीला झाली आणि ११ फेब्रुवारी १९७७ ला जनता पक्षाचा जाहीरनामा इतका विस्तृत, समतोल आणि मुद्देसूद होऊ शकला ही उल्लेखनीय घटना होय. देशासमोर आपण पर्यायी पक्ष म्हणून उभे राहात आहोत याची जाणीव या जाहीरनाम्यात प्रतिबिंबित झाली होती. १९७४ सालापासून जनता पक्षातील घटक पक्ष इंदिरा गांधींच्या राजवटीविरुद्ध आंदोलने करीत होते. त्यांच्यावर मात करण्यासाठी इंदिरा गांधींनी आणीबाणी पुकारून हुकूमशाही मार्गाचा अवलंब केला होता. साहजिकच आणीबाणी

व हुकूमशाही राजवटीवर जनता पक्षाच्या जाहीरनाम्यात कडाडून टीका करण्यात आली होती. ४२ वी घटनादुरुस्ती ही तर स्वातंत्र्य चळवळीच्या वारसांशी केलेली प्रतारणा आणि जनतेचा केलेला विश्वासघात आहे असे जाहीरनाम्यात म्हटले होते. जनतेचे लोकशाही हक्क आणि जीवनमान यांचे संरक्षण करण्यासाठी जनता पक्ष अस्तित्वात आला आहे असे सांगून पुढे म्हटले होते की, 'गांधीजींनी पुरस्कारलेली मूल्ये व घालून दिलेले आदर्श यांना जनता पक्ष बांधलेला आहे. आपली उज्ज्वल परंपरा आणि स्वातंत्र्य चळवळीचा गौरवशाली वारसा यांच्यापासून स्फूर्ती घेऊन भारतात लोकशाही व समाजवादी राज्य निर्माण करण्यासाठी तो कटिबद्ध आहे'(भणगे, १९७७ : २१४).

**जनता पक्षाचा जाहीरनामा**

जनता पक्षाने निवडणुकीसाठी जाहीरनामा तयार केला होता. त्यात पुढील गोष्टींचा प्रामुख्याने समावेश करण्यात आला होता.

१) आणीबाणी रद्द करणे.
२) नागरिकांचे मूलभूत हक्क पुन्हा प्रस्थापित करणे.
३) कायद्याचे राज्य प्रस्थापित करणे, कायद्यासमोर सर्वांना समान मानणे.
४) संविधानातील ३५२ वे कलम दुरुस्त करणे. कोणत्याही व्यक्तिला किंवा गटाला त्याचा गैरवापर करता येऊ नये अशी तरतूद करणे.
५) मूलभूत हक्कातून संपत्तीचा हक्क वगळणे.
६) काम करण्याचा हक्क मान्य करणे व रोजगाराची योजना करणे.
७) दारिद्र्याचे निर्मूलन करणे.
८) शेती विकासाला प्राधान्य देणे, व्यापार व उद्योगधंद्यांची वाढ करणे.
९) निरक्षरता दूर करणे.
१०) आरोग्य व पाण्याची सुविधा उपलब्ध करणे.
११) भ्रष्टाचाराचे उच्चाटन करणे.
१२) अनुसूचित जाती व जमातींसाठी नवे पुरोगामी धोरण स्वीकारणे.
१३) स्त्रियांचे हक्क व युवक कल्याणाविषयी धोरण आखणे.
१४) साम्राज्यवाद, नवसाम्राज्यवाद व वंशवाद याला विरोध करणे व सर्वांबरोबर मैत्रीचे संबंध वाढविणे ही परराष्ट्र धोरणाची सूत्रे स्वीकारली जातील.

इंदिरा गांधींनी आपल्या हुकूमशाही राजवटीच्या समर्थनार्थ गोरगरिबांना स्वातंत्र्यापेक्षा भाकरी महत्त्वाची वाटते असा प्रचार चालविला होता. तो खोडून काढण्यासाठी 'भाकरी

आणि स्वातंत्र्य दोन्हीसाठी' असे शीर्षक जनता पक्षाने आपल्या जाहीरनाम्याला दिले होते(भणगे, १९७७ : २१५-२१६).

## जनता पक्षाचा ऐतिहासिक विजय

१९७७ च्या निवडणुकांनी महाभारत घडले. मतपेटीने जणू भूकंप घडविला. सत्तारूढ काँग्रेसचा बालेकिल्ला समजल्या जाणाऱ्या उत्तरेकडील ९ प्रांतांत काँग्रेसचा पूर्ण पराभव झाला. या प्रांतात इंदिरा काँग्रेसला एकही जागा जिंकता आली नाही. काँग्रेसचे मातब्बर मंत्री प्रचंड मतांनी पराभूत झाले. यात स्वत: पंतप्रधान इंदिरा गांधी, संरक्षण मंत्री बन्सीलाल, घटनादुरुस्तीसाठी नेमलेल्या समितीचे अध्यक्ष सरदार स्वर्णसिंग, काँग्रेसचे माजी अध्यक्ष शंकर दयाळ शर्मा, माजी सभापती गुरुदयाळ धिल्लाँ, ४२ व्या घटनादुरुस्तीचे मुख्य प्रवर्तक कायदामंत्री हरिभाऊ गोखले, बॅ.विठ्ठलराव गाडगीळ इत्यादींचा समावेश होता. आणीबाणीच्या काळात कोणतेही शासकीय स्थान नसतानाही कारभारात प्रचंड दबाव आणणारे युवक काँग्रेसचे अध्यक्ष संजय गांधी यांचाही पराभव झाला. नव्याने जन्मलेल्या जनता पक्षास लोकसभेत स्पष्ट बहुमत प्राप्त झाले. दक्षिणेकडील कर्नाटक, आंध्र, केरळ, तामिळनाडू या राज्यांत मात्र काँग्रेस विजयी झाली. काँग्रेसला मिळालेल्या एकंदर १५४ जागांपकी १०१ जागा म्हणजे २/३ जागा या चार राज्यांत मिळाल्या. काँग्रेसशी सहकार्य करणाऱ्या पक्षांनीही दक्षिणेत यश मिळवले. स्वातंत्र्यानंतरच्या काळात प्रथमच काँग्रेसेतर पक्ष केंद्रात स्पष्ट बहुमताच्या जोरावर अधिकारावर आला(रेगे, १९८६ : ६२).

लोकसभेत जनता पक्षाला बहुमत मिळेल असे मात्र एस.एम.जोशींना निवडणूक निकाल जाहीर होईपर्यंत कधीच वाटले नव्हते. एस.एम.जोशींचे असे मत होते की, 'आपण जिंकणार आहोत. जिंकणार आहोत म्हणजे बहुमत आपल्याला मिळेल असे नाही; पण चांगली मते मिळतील, पुन्हा जनतेत जाण्याची संधी मिळेल. लोकशाहीतील सर्व लाभ मिळतील आणि वृत्तपत्रांना उघडपणे जे वाटते ते लिहिता येईल.' आचार्य दादा धर्माधिकारी यांनी अशी प्रतिक्रिया व्यक्त केली की, 'जयप्रकाशजींच्या विभूतिमत्वाला जनतेने या निवडणूक निकालांच्या रूपाने अभिवादन केले आहे.' खरोखर जयप्रकाशजींनी आपल्या आयुष्यातील अखेरची लढाई जिंकली होती. जनता पक्ष व मित्र पक्ष यांनी मिळून ५४२ पैकी ३७४ जागा जिंकल्या होत्या. जनता पक्ष प्रत्यक्षात १ मे १९७७ या दिवशी अधिकृतपणे अस्तित्वात आला, पण पक्ष स्थापन झालाच आहे असे मानून निवडणुका लढविल्या गेल्या व विजय मिळाला... ही लोकशाहीच्या दृष्टीने फार मोठी घटना होती. विजयातील सिंहाचा वाटा जनतेचा होता. साठ टक्के कर्तृत्व जनतेचे आणि चाळीस टक्के सर्व राजकीय कार्यकर्त्यांचे असे म्हणता येईल. केंद्रातील काँग्रेसचे राज्य

यापूर्वी कोणत्याही निवडणुकीत गेले नव्हते. त्यामुळे या विजयाचा जगभर बोलबाला झाला(जोशी, १९८९ : ३६६, ३६९).

अमेरिकेचे राष्ट्रपती जिमी कार्टर हे आपली प्रतिक्रिया व्यक्त करताना म्हणाले होते, ''भारतातील निवडणुकांपासून साऱ्या जगाला प्रेरणा मिळावी. भारताने लोकशाहीचे खरे मूल्यमापन केले आहे. इतक्या मोठ्या प्रमाणात स्वतंत्र, न्याय्य निवडणुकांत मतदान करून भारतातील लोकशाही खऱ्या अर्थाने परीक्षेला उतरली तर भारतातील सर्वसामान्य माणसाचा हा जय असून या निकालाचे आंतरराष्ट्रीय क्षेत्रात कौतुक झाले पाहिजे. सामान्य माणसाने हुकूमशाहीपुढे मान तुकविण्यास नकार दिला आहे.'' अशा शब्दांत ऑस्ट्रेलियन दैनिकांनी आपली प्रतिक्रिया व्यक्त केली होती. भारताची निवडणूक यंत्रणा ही किती निःस्पृहपणे कार्य करू शकते हेही या निवडणुकीने सिद्ध झाले होते (रेगे, १९८६ : ६३).

जनता पक्षाचा विजय हा संसदीय लोकशाहीचा विजय होता. ज्या मध्यमवर्गाने १९७१ साली इंदिरा गांधींना सत्तेवर आणले त्या वर्गानेच जनता पक्ष हा एक नवा पर्याय निर्माण करून त्यांना पदच्युत केले. जयप्रकाशांच्या नेतृत्वामुळे जनसंघ, भालोद व संघटना काँग्रेसचे मूळचे प्रतिगामी स्वरूप झाकोळले गेले आणि एक राष्ट्रीय पर्याय उभा राहिला. इंदिरा गांधींचा फार मोठ्या प्रमाणात पराभव झाला (हर्डीकर, १९९८ : २५६). देशात सरासरी ६०.५४ टक्के मतदान झाले. जनता पक्ष आणि लोकशाहीवादी काँग्रेस यांच्या आघाडीने ४३.१७ टक्के, तर इंदिरा गांधींच्या सत्तारूढ काँग्रेसने ३४.५४ टक्के मते मिळविली. काँग्रेसची १० टक्के मते घटली. दक्षिणेकडील राज्यात काँग्रेसला ४१.३७ टक्के, तर जनता-लोकशाही काँग्रेस आघाडीला २४ टक्के मते मिळाली. उत्तरेकडील ७ राज्यांत जनता आघाडीला ५० टक्क्यांहून अधिक मते मिळाली (रेगे, १९८६ : ६२). मार्च १९७७ मध्ये झालेल्या निवडणुकीचे विश्लेषण पुढीलप्रमाणे करता येईल -

**तालिका**

१९७७ ची लोकसभा निवडणूक

| | |
|---|---|
| एकूण मतदार | - ३१ कोटी ८० लाख |
| एकूण मतदान | - १९ कोटी ३८ लाख (६०.५४%) |
| एकूण वैध मतदान | - १८, ८४, ३८, ९१० (५८.९%) |

| अ. नं. | पक्षाची नावे | मिळालेली मते | शेकडा प्रमाण | मिळालेल्या जागा |
|---|---|---|---|---|
| १) | जनता - सी.एफ.डी. | ८,१३,५५,३३३ | ४३.१७ | २९९ |
| २) | काँग्रेस | ६,५०,८८,५२० | ३४.५४ | १५४ |
| ३) | मा.क.प. | ८१,०३,७२३ | ४.३० | २२ |
| ४) | भा.क.प. | ५३,१०,७७५ | २.८२ | ७ |
| ५) | इतर | १,७२,४७,१०० | ९.१५ | ५४ |
| ६) | अपक्ष | १,१३,३३,४५९ | ६.०२ | ६ |
| | **एकूण** | **१८,८४,३८,९१०** | **१००.००** | **५४२** |

मार्च १९७७ च्या निवडणुकीत काँग्रेसला भाकपसह निवडणुका लढवाव्या लागल्या. पण विरोधक एकत्र होते. काँग्रेसने ५४२ पैकी ४९२ जागा लढविल्या होत्या, तर जनता पक्षाने फक्त ३९१ जागाच लढविल्या होत्या; पण या वेळी १९६७ सारखीच काँग्रेस विरोधीच भावना लोकांच्या मनात निर्माण झाली होती. या भावनेस जनता पक्षाच्या निवडणूक प्रचारकांनी व्यवस्थित असा घाट दिला होता. या निवडणुकीचे वैशिष्ट्य म्हणजे उत्तर व दक्षिण भारतातील मतदारांनी इतक्या वेगळ्या स्वरूपात मतदानाला कौल कधीच दिला नव्हता(भणगे, १९७७ : ३४४).

निवडणुकांच्या निकालाचे स्वरूप पाहता ही केवळ नेहमीप्रमाणे निवडणूक नव्हती, हे एक सार्वमत होते. आणीबाणी आणि ४२ वी घटनादुरुस्ती याविरुद्ध हा स्पष्ट कौल होता. सहाव्या लोकसभेच्या या निवडणुकीमध्ये काँग्रेस पक्षाच्या झालेल्या पराभवाची कारणमीमांसा पुढीलप्रमाणे करता येईल -

१) अखिल भारतीय स्तरावर काँग्रेसला पर्यायी असा तुल्यबळ जनता पक्ष निर्माण झाला. सर्व विरोधी पक्षांच्या एकत्रिकरणामुळे विरोधी पक्ष मजबूत व तेजस्वी बनला. जनता पक्षाच्या वादळात काँग्रेस पक्ष भुईसपाट झाला.

२) काँग्रेस सरकारने आणीबाणी जाहीर केली आणि तिच्या आधारे मौखिक स्वातंत्र्यावर आघात केले. त्यामुळे व्यक्तिस्वातंत्र्याची गळचेपी करण्यात आली.

३) शासकांनी पाशवी, हिंसक, क्रूर, आंधळी, लहरी व जुलमी वर्तणूक निष्पाप नागरिकांना दिली.

४) वृत्तपत्रे, आकाशवाणी, दूरदर्शन व न्यायालयीन स्वातंत्र्य हिरावून घेण्यात आले.

५) स्वातंत्र्योत्तर काळात दिल्लीची सत्ता काँग्रेसच्याच हातात राहिली. या निरंकुश सत्तेमुळे काँग्रेस पक्षातही कितीतरी अपप्रवृत्ती निर्माण झाल्या होत्या. त्या दृष्टीने आत्मपरीक्षण करण्याची काँग्रेसला कधी गरजच भासली नाही. लोकशाही जमान्यात अशी उदासीनता समर्थनीय ठरत नाही.

६) नसबंदीची सक्ती हा एक कमालीचा भावनिक प्रश्न होता. त्यामुळे सर्वसामान्य जनतेच्या भावना दुखावल्या गेल्या. सनदी नोकरवर्गाच्या जुलूमशाहीला जनता कंटाळली होती.

७) जनता पक्षाच्या उदयाने लोकशाहीचे नवे पर्व सुरू झाले. शहरी, ग्रामीण तसेच मागास भागातील जनता मोठ्या प्रमाणात या पक्षाकडे आकर्षित झाली आणि काँग्रेस विरोधी मतदान केले.

८) जनता पक्ष आणि युतीने तरुण पिढीचा पाठिंबा मिळविण्यात यश मिळविले. लोकनायक जयप्रकाश नारायण यांच्यासारख्या प्रभावी नेत्यामुळे तसेच विरोधी पक्षाकडे पट्टीचे व व्यासंगी वक्ते असल्यामुळे जनमत ढवळून निघाले. इंदिरा लाट मागे पडली आणि जनता लाट उसळली. या पक्षाच्या स्थापनेबाबत श्री.मोहन धारिया म्हणाले होते की, ''ज्याप्रमाणे श्रीकृष्णाचा जन्म तुरुंगात झाला त्याप्रमाणे जनता पक्षाचा जन्म तुरुंगात झाला आहे.''

९) समाजातील साहित्यिक, वृत्तपत्रांचे संचालक, अभिनय क्षेत्रातील अनेकांनी काँग्रेसची दिंडी चोरांच्या आळंदीकडे कशी चालली होती हे दाखवून दिले.

१०) जनता पक्षाने 'भाकरी आणि स्वातंत्र्य' या दोन्हीची हमी दिल्याने बहुजन समाज या पक्षाकडे आकर्षित झाला होता(खापरे, १९९६ : ९२-९३).

मार्च १९७७ च्या लोकसभा निवडणुकीतील काँग्रेसच्या पराभवाची कारणमीमांसा करताना एस.एम.जोशी म्हणाले होते की, ''कोणत्याही गोष्टीचा विधिनिषेध बाळगायचा नाही, ही हुकूमशाही प्रवृत्ती आणि अलाहाबाद कोर्टाच्या निकालाने आपली सीट गेल्याचे कळल्यावर तर श्रीमती इंदिरा गांधींमधील हुकूमशाही प्रवृत्तीने अधिकच जोर केला. त्या आणि त्यांच्या पक्षाने राजकीय सत्ता हातची जातेय असे पाहून घटनेची उलथापालथ करावयास, घटना पायदळी तुडविण्यास प्रारंभ केला. आपले नेतृत्व लोक पुन्हा मानणार नाहीत. लोकांचा आपल्यावरील विश्वास उडाल्याची काँग्रेस पक्षीयांना खात्रीच पटल्यावर त्यांनी घटनाच बेजबाबदारपणे मोडून काढली. खरे बोलून भागत नाही असे वाटल्यावर माणूस 'सत्याचा अपलाप' करावयास धजावतो. श्रीमती इंदिरा गांधींनी हा जो असत्याचा मार्ग स्वीकारला त्याची स्पष्ट कारणे संभवतात ती अशी, श्रीमती इंदिरा गांधींना पक्षांतर्गत विग्रहावर नियंत्रण ठेवणे अशक्य झाले. आर्थिक परिस्थिती त्यांच्या हाताबाहेर गेली. भ्रष्टाचार कळसाला पोहोचला. मार्च १९७५ पासून किमती भरमसाठ वेगाने वाढू लागल्या

आणि जयप्रकाशजींच्या नेतृत्वाखाली जनतेचा असंतोष संघटित होऊ लागल्याची इंदिरा गांधींना स्पष्ट जाणीव झाली आणि अशा अगतिकतेच्या क्षणी पुत्र संजय गांधी त्यांचा सल्लागार मित्र बनला. त्यांनीच तशी कबुली दिली होती'' (दै. सकाळ : १९७७). या सर्व घटनांचा निवडणुकीवर परिणाम घडून आला.

### मार्च १९७७ मधील महाराष्ट्रातील लोकसभा निवडणुकीतील जनता पक्षाचा विजय

मोरारजी देसाईंना 'किंग पिन' म्हणत असताना आणि लोकसभेसाठी महाराष्ट्रातून जनता पक्षीय उमेदवार निश्चित करीत असताना आणीबाणीच्या काळातील अनेक घटना पुन:पुन्हा मनात डोकावून जात होत्या; पण परस्पर विश्वासाचा आधार काहीही झाले तरी सोडायचा नाही आणि युद्ध आघाडी भक्कम ठेवावयाची हा एस.एम.जोशींचा निश्चय कायम होता. अन्य राज्यांतून लोकसभेसाठी जनता पक्षातर्फे तिकिटे देताना बऱ्याच कटकटी झाल्या व दीर्घ काळ तिकीटवाटप कुचंबले. तसे महाराष्ट्रात झाले नाही. महाराष्ट्रात झटपट तिकीटवाटप झाले याचे प्रमुख कारण महाराष्ट्रात आपल्याला इतक्या जागा मिळतील असे कोणालाच वाटले नव्हते. तसे वाटले नाही म्हणून हमरीतुमरी झाली नाही. महाराष्ट्रातील जनता पक्ष २८ जागा मिळवील व काँग्रेसला २० जागा मिळतील असे एस.एम.जोशींनासुद्धा वाटले नव्हते. एस.एम.जोशींचे असे मत होते की, महाराष्ट्रात जास्तीतजास्त १५ जागा जनता पक्षास मिळतील. इतरांच्या मानाने व्यवस्थित व लवकर तिकीटवाटप उरकण्याचे आणखी एक कारण म्हणजे महाराष्ट्रात जनता पक्षाचे जे नेतृत्व होते, त्यामध्ये एस.एस.जोशी व नानासाहेब गोरे असे दोघे होते; नाही म्हटले तरी लोकांच्यावर या दोघांचाही थोडा प्रभाव होता. निवडणुकीस एस.एम.जोशी व नानासाहेब गोरे हे उभे राहणार नाहीत म्हणून सांगितल्यावर जनता पक्षाच्या लोकांना एसेम आणि नानासाहेबांचे थोडेफार मानावे लागले(जोशी, १९८९ : ३६५-३६६).

जनता लाट जोरात होती. महाराष्ट्र, दक्षिणेकडचा भाग काहीसा मंद असावा तथापि महाराष्ट्रातही आपलेच बहुसंख्य नेते निवडून येतील अशा सर्वांनी कमरा कसल्या होत्या. एस.एम.जोशींनी महाराष्ट्रात अव्याहत दौरा करून केलेल्या भाषणांना तोड नाही असे वाटते. एस.एम.जोशी म्हणायचे, ''या हुकूमशाही काँग्रेस सरकारला खाली खेचल्याखेरीज मला मरण येणार नाही'' (महाराष्ट्र टाइम्स : १९७७). महाराष्ट्रामध्ये लोकसभेच्या निवडणुकीत विरोधी पक्षांचा जो विजय झाला त्यामध्ये शेतकरी कामगार पक्षाच्या सहकार्याचा व इतर पक्षांच्या पाठिंब्याचा उपयोग झाला होता. यात एस.एम.जोशींचा महाराष्ट्र जनता पक्षाचे अध्यक्ष या नात्याने महत्त्वाचा पुढाकार होता (लिमये, १९८४ : २९). एस.एम.जोशींनी मतदारांना आवाहन केले होते की, ''आज जनतेमध्ये असंतोष

धुमसत आहे. अंधाराचे राज्य आले आहे. धर्म लोप पावला आहे. अधर्म बोकाळला आहे. सध्याचे हे अनुशासन पर्व नसून दु:शासनाचे पर्व आहे. तेव्हा धर्माची राजवट आणण्यासाठी जनता पक्षाला प्रचंड मतांनी निवडून द्या. गेल्या १९ महिन्यांत सत्तारूढ पक्षाने सत्ता टिकविण्यासाठी अनंत पापे केली. अनेक जुलूम केले. सुशिक्षितांच्या विचारांची त्यांनी नसबंदी केली. आपले आसन स्थिर करण्यासाठी पंतप्रधान इंदिरा गांधींनी आणीबाणी पुकारली'' (महाराष्ट्र टाइम्स : १८७७).

महाराष्ट्रात मार्च १९७७ मध्ये झालेल्या लोकसभा निवडणुकीत ४८ पैकी २८ जागा जनता व मित्र पक्षांनी जिंकल्या. काँग्रेसमध्ये उमेदवार निवडताना फार मोठ्या प्रमाणात असंतोष निर्माण झाला होता. त्यामुळे मुख्यमंत्री शंकरराव चव्हाण यांचे उमेदवार पराभूत करण्यासाठी काँग्रेसमधील असंतुष्ट लोकांनी प्रयत्न केला. काँग्रेस पक्षाचा मुंबई, पुणे, कोकण आणि मराठवाडा विभागात फार मोठ्या प्रमाणात पराभव झाला. काँग्रेसच्या आणीबाणीतील अतिरेकीपणामुळेसुद्धा लोक काँग्रेसवर नाराज झाले होते. आणीबाणीतील धोरणामुळे इंदिरा काँग्रेसला मतदारांनी नाकारले असे विजयी विरोधी पक्षांनी स्पष्ट केले. महाराष्ट्रात काँग्रेसच्या पराभवाचे कारण विरोधी मतांचे एकत्रीकरण हे होते. त्यामुळेच काँग्रेसला जवळजवळ ४७ टक्के मते पडली, तरीपक्ष अनेक जागा गमवाव्या लागल्या. १९७७ च्या लोकसभेच्या महाराष्ट्रातील निवडणुकीचे पक्षांचे बलाबल पुढीलप्रमाणे दाखविता येईल.

महाराष्ट्रातील १९७७ च्या लोकसभा निकालांची पक्षनिहाय स्थिती (कावळेकर, १९८६ : ८०).

एकूण जागा - ४८

| अ.नं. | पक्षाचे नाव | मिळालेल्या जागा | मतांची टक्केवारी |
|---|---|---|---|
| १) | काँग्रेस पक्ष | २० | ४६.३० |
| २) | जनता पक्ष | १९ | ३१.३२ |
| ३) | शेतकरी कामगार पक्ष | ६ | ६.३० |
| ४) | सी.पी.आय.(एम) | ३ | ३.०२ |
| ५) | इतर | - | १३.०६ |
| | **एकूण** | **४८** | **१००.००** |

महाराष्ट्रात काँग्रेसचा इतका निर्णायक पराभव पहिल्यांदाच झाला होता. त्याचा त्या पक्षावर परिणाम झाला. अंतर्गत बंडखोरांना ते निमित्तही मिळाले. शंकरराव

चव्हाणांनी मुख्यमंत्री झाल्यावर सूडाचे राजकारण केले. संधी मिळताच त्यांनी वसंतदादांचीच मंत्रिमंडळातून हकालपट्टी केली. पुढे आणीबाणीत हाती आलेली सत्ता शंकररावांनी आपल्याला हव्या त्या पद्धतीने राबवली आणि अखेर १९७७ च्या लोकसभा निवडणुकीत काँग्रेसला दारुण पराभवाला सामोरे जावे लागले. महाराष्ट्रातही काँग्रेसचा धुव्वा उडाला होता, तरीही शंकरराव चव्हाण राजीनामा द्यायला तयार नव्हते. त्यांच्याकडून मुख्यमंत्रीपद अक्षरश: हिसकावून घ्यावे लागले आणि वसंतदादा पाटील मुख्यमंत्री झाले (वागळे, २००० : १७९).

**जनता सरकारची स्थापना**

मार्च १९७७ च्या लोकसभा निवडणुकीत ३७४ जागा मिळवून जनता पक्षाला बहुमत मिळाले. एस.एम.जोशी म्हणाले की, "आपल्याच पापांच्या भाराखाली हुकूमशाही कोलमडली. लांब अंधाऱ्या बोगद्यातील प्रवास संपला आणि प्रकाश आला" (महाराष्ट्र टाइम्स : १९७७). या वातावरणात एस.एम.जोशी आणि नानासाहेब गोरे जनता पक्षाच्या नेता निवडीसाठी दिल्लीला गेले. पंतप्रधान कोण होणार ? हा प्रश्न होता. पक्षाने कोणाही एका व्यक्तीला आधीच बांधून घेतले नव्हते. बहुमताने नेता निवडावा हीच सर्वांची भावना होती. जनता पक्ष व जगजीवनराम यांनी लोकशाहीवादी काँग्रेस सहकार्याने एकाच चिन्हावर व एकाच व्यासपीठावरून निवडणुका लढविल्या असल्याने निवडणूक निकालाच्या भरघोस यशात लोकशाहीवादी काँग्रेसचाही वाटा होताच. त्यामुळे नेतेपदासाठी नावांचा विचार करताना जगजीवनराम यांच्या नावाचा विचार होणे अपरिहार्य होते. आदर्श ध्येयवादींच्या दृष्टीने जगजीवनराम यांना पंतप्रधानपदी निवडून देणे योग्य ठरेल. पहिला हरिजन पंतप्रधान निवडून दिल्याचे श्रेय जनता पक्षास मिळेल असे एस.एम. जोशी व नानासाहेब गोरे यांचे मत होते. समाजवाद्यांप्रमाणेच जनसंघाचे नेतेही जगजीवनराम यांनाच निवडू या मताचे होते. जनता पक्ष अद्यापि रीतसर निर्माण झालेला नव्हता. संघटना काँग्रेस, अकालीदल, स्वतंत्र असे अलग अलग प्रत्येक घटकाचे बळ किती यासंबंधी स्थूल अंदाज होते. त्यामुळे जनसंघ व समाजवादी यांनी पुढाकार घेतल्यास जगजीवनराम बहुमताने निवडून येतील असे वातावरण होते. महाराष्ट्रातील एक ज्येष्ठ पुढारी आपल्यापाशी काय म्हणाले याची माहिती एका पत्रकाराने एसेमजवळ सांगताच एसेमना देखील आश्चर्य वाटले. 'समाजवादी आणि जनसंघीय मंडळी प्रथमच शहाणपणाचे राजकारण करीत आहेत असे दिसते.' एस.एम.जोशींच्या मते, 'जगजीवनरामना पंतप्रधान करण्यात अनेक फायदे आहेत. राष्ट्रपतींची निवडणूक जिंकण्यास व काँग्रेसमध्ये आणखी फाटाफूट घडविण्यास बाबूजी जेवढे उपयोगी आहेत, तेवढे दुसरे कोणी नाही. शिवाय बाबूजी पंतप्रधान झाले तर ते मंत्रिमंडळ मोरारजी अथवा चरणसिंग यांच्या मंत्रिमंडळापेक्षा अधिक काळ टिकेल.'

तसा त्यांनी प्रयत्नही केला. चरणसिंग यांनी जेपींना कळविले होते, 'जगजीवनबाबूंना नेता निवडणे भालोदला पसंत नाही' हे सर्व पडद्याआड घडले. जयप्रकाश नारायण व आचार्य कृपलानींनी मोरारजी देसाईंची नेतेपदी निवड केली. नमूद करण्यासारखी गोष्ट म्हणजे या वेळी मोरारजी देसाईंच्या गळ्यात एकही हार घातला गेला नाही.

मोरारजी देसाईंची पंतप्रधानपदी निवड होताच जनता पक्षात असंतोष धुमसू लागला. चंद्रशेखर, नानाजी देशमुख, मधु लिमये, जगजीवनराम यांची समजूत काढू लागले. दरम्यान राजनारायण यांनी चौधरी चरणसिंगांना उपपंतप्रधानपद मिळाले पाहिजे असा दावा केला. अखेर उपपंतप्रधानपद ठेवायचे नाही असा निर्णय घेऊन कलहाची आणखी एक ठिणगी विझविण्यात आली. बाबूजींची समजूत पटली. नंतर मोरारजीभाईंनी चौधरी चरणसिंग व बाबू जगजीवनराम यांच्याशी चर्चा करून मंत्रिमंडळाबाबत ठरविले. बाबू जगजीवनराम यांनी मंत्रिमंडळात येण्याचे मान्य केले होते. १२ जणांचे मंत्रिमंडळ जाहीर करण्याचे ठरले होते; पण मोरारजीभाईंच्यावर दबाव आल्याने १९ नावे जाहीर करण्यात आली. जगजीवनबाबू पुन्हा भडकले. दिलेला शब्द पाळला नाही म्हणून त्यांनी शपथविधीस न जाण्याचा निर्णय घेतला. बहुगुणा, राजनारायण आणि जॉर्ज फर्नांडिस हे शपथविधीस गेले नाहीत. त्यामुळे १९ पैकी १४ जणांचाच २५ मार्च १९७७ रोजी शपथविधी झाला.

जगजीवनराम यांची समजूत काढण्याचा प्रश्न निर्माण झाला. एसेम जोशी, नानासाहेब गोरे व राजमोहन गांधी मोरारजीभाईंच्याकडे गेले. एसेम मोरारजीभाईंना म्हणाले, 'तुम्ही स्वत: बाबूजींकडे जाऊन त्यांचा गैरसमज दूर केला पाहिजे. लोकशाही काँग्रेस पक्ष बाहेरून पाठिंबा देणार हे काही बरोबर नाही. बाबूजी मंत्रिमंडळात आलेच पाहिजेत.' मोरारजींनी त्यावर नकार दिला. एसेम पुन्हा म्हणाले, "तुम्ही जायलाच हवे. तुम्ही काही राज्यशास्त्रातील संकेतानुसार क्लासिकल पंतप्रधान नाही आहात. बदलत्या परिस्थितीत तुम्ही बदलले पाहिजे; जमवून घेतले पाहिजे." पण मोरारजीभाई कबूल झाले नाहीत. चंद्रशेखर, धारिया, मधु लिमये हे बाबूजींशी वाटाघाटी करून थकले. जेपींकडून संदेश आणण्याचे ठरले. चंद्रशेखरकडे जेपींनी संदेश दिला. जेपींनी लिहिले होते, 'जगजीवनराम ही एक व्यक्ती नसून ती देशातील एक शक्तीचे प्रतीक आहे. ते जर मंत्रिमंडळात सामील झाले नाहीत तर जनता सरकार पूर्ण स्वरूप धारण करू शकणार नाही. तेवढ्यासाठी त्यांनी मंत्रिमंडळात सामील व्हावे अशी त्यांना माझी कळकळीची विनंती आहे.' या पत्राचा मात्र परिणाम झाला. बाबू जगजीवनराम यांनी मंत्रिमंडळात सामील व्हायचे ठरविले. अशा प्रकारे हा पेचप्रसंग टळला. राजनारायण आणि जॉर्ज फर्नांडिसना जनता पक्षातील युवा शक्तीने घेराव घालून मंत्रिपदे स्वीकारावयास लावली. जनता सरकार अस्तित्वात आले. १ मे १९७७ ला जनता पक्षाची विधिवत स्थापना झाल्यावर चंद्रशेखर अध्यक्ष

झाले (जोशी, १९८९ : ३६६ ते ३६९). जनता पक्षाच्या अभूतपूर्व विजयानंतर एस.एम.जोशी म्हणाले होते की, जनता पक्षाची बांधणी आणि उभारणी हा मूळच्या जनता पक्षाचा अग्रक्रमाचा कार्यक्रम आहे. राजकीय अव्यवस्था, आर्थिक गोंधळ आणि नैतिक अराजक हे समाजाला जडलेले 'त्रिदोष' आपल्याला दूर करावयाचे आहेत. सत्ता गेल्याने काँग्रेस पक्ष सैरभैर झाला आहे, तर जनता पक्ष असंघटित आहे. ही राजकीय अव्यवस्था आपल्याला दूर करावयाची आहे. आम्ही लढाई जिंकली असली तरी 'संपूर्ण क्रांती' ची लढाई अजूनही सुरूच आहे; आणि जनतेला बरोबर घेऊन ती लढाई जनता पक्षाला लढावयाची आहे'(दै. सकाळ : १९७७).

## १९७८ च्या महाराष्ट्रातील विधानसभा निवडणुका

जयप्रकाशजींच्या सांगण्यावरून १९७७ साली एस.एम.जोशींनी महाराष्ट्र जनता पक्षाचे अध्यक्षपद स्वीकारले. निवडणुका उंबरठ्यात येऊन ठेपल्या होत्या आणि 'होय' 'नाही' करावयास अवधीच नव्हता. त्या वेळी महाराष्ट्र जनता पक्षात वाद नव्हते. एकजुटीने व जिद्दीने निवडणुका लढविल्या गेल्या. त्यानंतर १९७८ सालच्या मार्चमध्ये महाराष्ट्र विधानसभेच्या निवडणुका आल्या तेव्हा गेल्या ५० वर्षांचा राजकीय व सामाजिक या दोन्ही क्षेत्रांतील महाराष्ट्राचा अनुभव विचारात घेऊन एस.एम.जोशींनी त्यांचे आडाखे पक्षापुढे व केंद्रीय नेतृत्वापुढे मांडले. केंद्रीय नेत्यांना एस.एम. जोशींची भूमिका सामान्यत: पटली, पण महाराष्ट्रातील जनता पक्षाला एसेम जोशींचे संपूर्ण धोरण मानवत नाही असे दिसून येते. एस.एम.जोशींचे असे मत होते की, 'काँग्रेसचा पराभव एकटा जनता पक्ष करू शकत नाही. त्याप्रमाणे शे. का. पक्षही करू शकत नाही. आज कोणाचीही एकट्याने काँग्रेसचा पराभव करण्याइतकी ताकद नाही. आपल्याला एकजूट टिकविली पाहिजे. सर्व मित्र पक्ष एकाच पातळीवर मानून काँग्रेसविरोधी संयुक्त मोर्चा काढण्याचे धोरण होते. मित्र पक्षांमध्ये कोणी मोठा नाही तसेच कोणी छोटा नाही. जनता पक्ष केवळ आपलेच बहुमत होईल अशा दृष्टीने आगामी विधानसभा निवडणुका लढविणार नाही.'

लोकसभा निवडणुकीत काँग्रेसचा पराभव झाल्यापासून एस.एम.जोशी म्हणत होते की, ''हे चक्र सुरू झाले आहे. विधानसभा निवडणुकीत काँग्रेसचा पराभव केल्याशिवाय हे चक्र पूर्ण होणार नाही. वर्तुळाची टोके एकमेकांना मिळणार नाहीत. त्याकरिता काँग्रेसचा पराभव झालाच पाहिजे. काँग्रेस पराभवासाठी जनता व त्याचे मित्रपक्ष एक राहिलेच पाहिजेत.'' काँग्रेसचा पराभव करून मित्र पक्षाने सत्तेत सहभागी व्हावे हा एस.एम.जोशी यांचा प्रयत्न होता. शे.का.पक्षाने सत्तेत सहभागी होण्याचे आश्वासन जनता पक्षाला दिले होते, जागा वाटपावरून कोंडी निर्माण झाली, तेव्हा एसेमनी जनता नेते व कार्यकर्ते यांची चांगलीच हजेरी घेतली. २९ डिसेंबर १९७७ रोजी एस.एम.जोशी यांनी शे.का.पक्षाला

६५ जागा देऊ केल्या. एवढ्या जागा स्वीकारण्यास शे.का.पक्ष तयार नव्हता.

जनता पक्षाबरोबर शे. का. पक्षाचे बिनसले असते तर ते काँग्रेसला पथ्यावर पडणार होते. पी.के.सावंत यांच्या प्रयत्नामुळे जनता - शे.का.प. यांच्यात तडजोड झाली. एस.एम.जोशी यांनी शे.का.पक्षाला ८० जागा देण्याचे जाहीर केले. एस.एम.जोशी यांचा निर्णय जनता पक्षाच्या इतर नेत्यांना आवडला नाही. १९७२ च्या विधानसभा निवडणुकीत शे.का.पक्षाने ८६ जागा लढविल्या होत्या. त्यामुळे एस.एम.जोशी यांनी ८० जागा देण्याचे मान्य केले होते (फडणीस, १९७८ : ७५ ते ७८). एसेमनी शे.का.पक्षाला ८० जागा देण्याचे ठरविल्यामुळे जनता नेते व कार्यकर्ते चिडले. त्यांनी एसेम विरुद्ध केंद्रीय नेतृत्वाकडे तक्रार केली. त्याचा काही उपयोग झाला नाही, मात्र एस.एम.जोशींनी १५ जानेवारी १९७८ रोजी महाराष्ट्र जनता पक्षाच्या कार्यकारिणीची बैठक बोलाविली. काही कार्यकर्त्यांनी एस.एम.जोशींच्यावर शे.का.प.ला ८० जागा दिल्याबद्दल दोष दिला. त्यावेळी एस.एम. जोशींनी स्पष्ट सांगितले की, ''पक्षाच्या महाराष्ट्र पार्लमेंटरी बोर्डाशी चर्चा करूनच मी शे. का. प. ला जागा देऊ केल्या आहेत. तुम्ही मला नेता केले आहे. माझे नेतृत्व तुम्हाला हवे असेल, तर काँग्रेसचा पराभव करण्यासाठी जे काही करणे आवश्यक वाटेल ते मी करीन. तुम्हाला माझे नेतृत्व नको असेल तर दुसरा नेता पाहा. मला नेतृत्वाची गरज नाही. महाराष्ट्रात पक्ष बांधावा म्हणून मी ही जबाबदारी स्वीकारली. या वयात नेतृत्व करावे आणि मिरवावे ही इच्छा नाही. पक्षासाठी मी हे करत आहे. मला काय गरज होती या आट्यापिट्याची ? पश्चिम बंगालचे राज्यपालपद मला दिले होते, पण पक्ष बांधणीसाठी मी राज्यपालपद नाकारले आहे. माझे नेतृत्व मान्य नसेल तर मी ते सोडून देतो; पण जर नेतृत्व स्वीकारले असेल तर चार-सहा जागा द्यावयाच्या की नाही, हे करू का हे विचारायला तुमच्याकडे येणार नाही. पक्षाच्या हितासाठी जे काही करता येईल ते मी करीन.'' असे एस.एम.जोशी यांनी ठणकावले. शे.का.पक्षाच्या ताकदीची कल्पना एस.एम.जोशींना होती व त्या पक्षाच्या पाठिंब्याचे महत्त्व किती आहे याची जाणीवही त्यांना असल्याने एसेमनी शे.का.पक्षाची मैत्री तुटू नये यावर भर दिला व ८० जागा देण्याचे कबूल केले होते (फडणीस, १९७८ : ३९, ८०).

या निवडणुकीत महाराष्ट्रात जनता पक्षाने १८३ जागा लढविण्याचे ठरविले आणि १०४ जागा आपल्या मित्रपक्षांना सोडल्या होत्या. जनता पक्षाच्या केंद्रीय कार्यकारिणीने शे.का.पक्षाला फक्त ३९ जागा देऊ केल्या. यावर एस.एम.जोशी म्हणाले, ''वाटाघाटीवेळी मी त्यांना ७७ जागा देऊ केल्या होत्या; पण जनता पक्ष निवडणूक समितीने वेगळा विचार केला. राज्याच्या व देशाच्या हिताच्या दृष्टीने मी ते मान्य केले होते. मी मान्य केलेल्या शे. का. पक्षाच्या ३८ मतदारसंघांत मी शे.का.पक्ष विरोधी प्रचाराला जाणार नाही' (दै. पुढारी : १९७८). शे.का.पक्षाला महाराष्ट्रात ज्या जागांबद्दल शब्द दिला त्यापैकी काही

जागांवर जनता पक्षाने आपले उमेदवार उभे करायचे ठरविले. येथेच अध्यक्षास शून्यावर आणून ठेवले गेले. खरोखर त्याचवेळी मी महाराष्ट्र जनता पक्षाच्या अध्यक्षपदाचा राजीनामा द्यायला हवा होता. पण पक्ष निवडणुकीस सामोरा जात असताना त्याचा अवसानघात नको म्हणून मी तो विचार बाजूस सारला व शे. का. पक्ष विरुद्ध जनता पक्ष अशी लढत होणार असलेल्या मतदारसंघात प्रचारासाठी न जाण्याचा निर्णय घेतला. त्यावरही आगपाखड झाली (जोशी, १९८९ : ३७५).

महाराष्ट्रात विधानसभेच्या निवडणुका १९७८ मध्ये व्हायच्या होत्या; पण त्या दरम्यान काँग्रेसमध्ये पुन्हा फूट पडली. महाराष्ट्रात यशवंतराव-दादा-पवार यांची 'पार्टी' वेगळी झाली आणि इंदिरा गांधींची वेगळी पार्टी उभी राहिली. महाराष्ट्रात श्री. नासिकराव तिरपुडे यांच्या नेतृत्वाखाली त्या पक्षाची शाखा संघटित झाली. इंदिरा काँग्रेसला विदर्भात विशेष पाठिंबा मिळाला. शंकरराव चव्हाण वगैरेंनी बाहेर पडून महाराष्ट्र समाजवादी काँग्रेस या पक्षाची स्थापना केली. विधानसभेच्या १९७८ च्या निवडणुकीत काँग्रेसमध्ये पडलेल्या फुटीचा लाभ जनता पक्षाला होईल आणि त्यांचीच सत्ता येईल असे अनेकांना वाटणे स्वाभाविक होते. त्याला अनुसरून महाराष्ट्र जनता पक्षाची भूमिका विशद करीत असताना सांगितले की, स्वातंत्र्य आणि लोकशाही यांची नव्याने प्राणप्रतिष्ठा केली हे जनता पक्षाचे श्रेय मोठेच आहे; पण केवळ या दोन मूल्यांच्या बळावर भारताचा विकास होऊ शकणार नाही. या गरीब देशात अन्न, वस्त्र, निवाऱ्याची, सर्व जनतेच्या सर्वांगीण शिक्षणाची आणि एकूण जीवनमान खूप उंचावण्याचीही गरज आहे. एका बाजूला स्वातंत्र्य आणि लोकशाहीची जपणूक आणि दुसऱ्या बाजूला रोटी-कपडा-मकान, शिक्षण आणि आर्थिक उन्नती अशा आपल्या राष्ट्रविकासाच्या दोन बाजू आहेत. या दोन्हींचे मोल मोठे आहे. जनता पक्षाने भाकरी आणि स्वातंत्र्याला समान महत्त्व दिले आहे.

हुकूमशाहीच्या बळावर मनमानी करून दुसरे आवाज दडपणे जनता पक्षाला नामंजूर आहे आणि लोकशाहीचा कैवार घेण्याचा आव आणून भारतीय जनसामान्यांच्या विकासाच्या दृष्टीने केलेल्या नियोजनाला खीळ घालणेही त्याला साफ अमान्य होते. त्यामुळे व्यक्तिपूजा, हुकूमशाही आणि वंशपरंपरेने सत्ता बळकावण्याचे कारस्थान असल्या बीभत्स संकटांचा नायनाट झाल्यावर जनता पक्षाला मोठ्या आव्हानांना आता सामोरे जायचे होते. लोकसभेच्या निवडणुकीमध्ये काँग्रेसचा 'न भूतो न भविष्यती' असा पराभव झाला. पाठोपाठ झालेल्या विधानसभांच्या निवडणुकीतही पुन्हा तोच कौल दिला. मतपेटीच्या माध्यमातून प्रचंड सत्तांतर होते आणि मूलगामी परिवर्तनाची प्रक्रिया सुरू होते हे अद्भुत दृश्य दुनियेने पाहिले. लोकनायक जयप्रकाशांसारख्या मूर्तिमंत नैतिक शक्तीच्या प्रेरणेने सुरू झालेली समग्र परिवर्तनाची प्रक्रिया फलपूर्णतेला नेणे हे आता जनता पक्षाचे व्रत होते.

तसे पाहिले तर आणीबाणी म्हणजे आकस्मिक उत्पात नव्हता. अनेक वर्षे राष्ट्राची घोर वंचना करणाऱ्या, आर्थिक-सामाजिक-राजनैतिक सर्व आघाड्यांवर अपयशी ठरलेल्या आणि सत्तेवर राहण्याचा नैतिक अधिकार गमावलेल्या भ्रष्ट राजवटीने सत्तेला चिकटण्यासाठी केलेला अखेरचा केविलवाणा पण अघोरी प्रयत्न म्हणजे तथाकथित आणीबाणी. या प्रवृत्तीचा आज बीमोड झाला आहे. त्यामुळे सत्ता एके सत्ता याशिवाय दुसरा पाढा माहीत नसणाऱ्या काँग्रेसला काडीचा आधारही राहिला नाही. जनता पक्षाला सत्तेचे पाठबळ अवश्य हवे आहे, पण ते लोकांच्या पुरुषार्थाची पाठराखण करायला. समग्र क्रांतीसाठी जनशक्ती जागवणे आणि समर्थ पण समरस शासनाच्या सर्व कल्याणकारी धोरणाची तिला जोड देणे हेच आजच्या आव्हानाला जनता पक्षाचे उत्तर आहे.

महाराष्ट्रासकट पाच राज्यांत आणि एका केंद्रशासित प्रदेशात निवडणुका झाल्या. उत्तर भारत आणि दक्षिण भारत यांचा महाराष्ट्र हा दुवा आहे. उत्तरेत सुरू झालेली परिवर्तनाची प्रक्रिया दक्षिणेत पोहोचवायची ऐतिहासिक कामगिरी आपल्याला करायची आहे. सत्तेची मक्तेदारी नष्ट करून नव्या दमाचे नवे सरकार प्रस्थापित करणे हा या कामगिरीचा प्राथमिक भाग झाला. खरे कार्य होते, समाजाची नव्या पायावर घडण करण्याचे. तीस वर्षांची अप्रतिहत सत्ता भोगून झाल्यावरही काँग्रेसच्या चुकीमुळे श्रीमंत अधिक श्रीमंत व गरीब अधिक गरीब बनले होते. दलितांना ३० वर्षे न्याय नाकारून त्यांचे रक्षणकर्ते आपणच असल्याचा दावा करणे शुद्ध ढोंगीपणाचे होते. जनता पक्ष मात्र तळच्यांचा विचार प्रथम करीत होता. शेती विकासाला जनता पक्ष प्राधान्य देतो. जनता पक्ष पाणीपुरवठ्याचा प्रश्न महत्त्वाचा मानतो. शेतीमालाला किफायतशीर भाव बांधून देणे, अडीच हेक्टरपेक्षा कमी जमीन असणाऱ्यांना शेतसारा माफ करणे, रोजगार हमी योजना, भूमिहीन साहाय्य योजना, दलितांचा विकास, राष्ट्रातील औद्योगिक विकासाचे विकेंद्रीकरण करणे असे कार्यक्रम राबविण्याचा जनता पक्षाचा निर्धार होता. असंघटित मजुरांना संरक्षण, कामगारांना व्यवस्थापन आणि तंत्र यांचे प्रशिक्षण, स्त्री-पुरुषांना समान कामाचे समान वेतन ही निकडीची कामे जनता पक्ष निश्चित हाती घेईल. मच्छीमार, जंगल-कामगार, विणकर यांना सहकारी तत्त्वावर संघटित करावे लागेल. आदिवासींना जमीन देणे किंवा वहिवाट असलेली जमीन त्यांच्या नावे करणे, बिगर दलितांनी लाटलेल्या दलितांच्या जमिनी दलितांना परत करणे, भूमिहीनांना जमीन कसण्यासाठी सर्व मदत करणे ही शासनाची कर्तव्ये होती. शिक्षणक्षेत्रातील अंदाधुंदी नष्ट करून, व्यवसायोपयोगी पण व्यापक दृष्टीने संस्कृतीची आणि समतेची प्रेरणा देणारे शिक्षण देण्याची योजना जनता पक्ष करील. दारूबंदी, कुटुंबनियोजनासाठी लोकशिक्षण दिले जाईल. समाज आत्मानुशासी व्हावा ही गांधीजींची प्रेरणा जनता पक्षाची शक्ती होती

(जोशी यांचे भाषण : १९७८).

१९७८ च्या मार्च महिन्यात महाराष्ट्र विधानसभेच्या निवडणुका झाल्या. जनता पक्षाने एकूण २८८ जागांपैकी २१४ जागा लढविल्या आणि ९९ जागांवर जनता पक्षाचे उमेदवार जिंकले. जनता-पुरस्कृत मुस्लीम लीगचे दोन उमेदवार निवडून आले होते. स्वर्णसिंग काँग्रेसचे ६९ आणि इंदिरा काँग्रेसचे ६२ उमेदवार निवडून आले होते. शे. का. पक्षाचे १३ होते (जोशी, १९८९ : ३७४). जनता पक्षाला सर्वाधिक म्हणजे ९९ जागा मिळाल्या, पण सत्तेसाठी आवश्यक ती संख्या मात्र ते गाठू शकले नाहीत. तरीही सर्वात मोठा पक्ष या नात्याने जनता पक्षालाच सरकार बनविण्यासाठी पाचारण केले जाईल अशी रास्त अपेक्षा होती. जनता पक्ष कोणाला नेता बनवते याबाबत कमालीचे कुतूहल निर्माण झाले होते.

जनता पक्षात त्या पदासाठी तेव्हा दोन दावेदार होते. निहाल अहमद आणि उत्तमराव पाटील. पक्षाच्या महाराष्ट्र शाखेचे अध्यक्ष या नात्याने सारी सूत्रे एस.एम. जोशी यांच्यासारख्या ज्येठ आणि अनुभवी नेत्याच्या हाती होती, पण त्यांचा सारा अनुभव हा विरोधी पक्षाचे राजकारण करण्यात खर्ची पडलेला होता. सत्तेच्या राजकारणातील खाचाखोचा त्यांना पुरत्या ठाऊक व्हायच्या होत्या (वागळे, २००० : १७९). एस.एम.जोशी म्हणाले की, खरे तर सर्वात मोठा राजकीय गट असेल त्याला सरकार बनविण्यासाठी अग्रक्रम दिला गेला पाहिजे अशी नवी भूमिका घेण्याची गरज आहे. जनता पक्ष हा महाराष्ट्रात सर्वात मोठा पक्ष बनला आहे. याच पक्षाचे सरकार केंद्रात आहे. स्थिर सरकार कोण देईल याचा विचार करताना या मोठ्या गटाला डावलले जाणे योग्य ठरणार नाही. काँग्रेस व काँग्रेस (आय) एकमेकांविरुद्ध लढत होते, ते आता एकत्र येऊन बहुमताचा दावा करतात. एकमेकांविरुद्ध लढणारे पक्ष स्थिर सरकार कसे देऊ शकणार ? (दै. पुढारी : १९७८). पक्षाचा विधिमंडळातील नेता म्हणून तात्काळ कोणाचीतरी निवड करून त्याच्यामार्फत सरकार बनविणूयाचा दावा राज्यपालांपुढे पेश करायला हवा, इतकी साधी बाब तेव्हा जनता पक्षाच्या हातून होऊ शकली नाही आणि एकमेकांच्या विरोधात लढलेले दोन काँग्रेस गट एकत्र येऊन त्यांनी सरकार स्थापनेचा दावा केला. तो मान्य करण्याशिवाय राज्यपालांपुढे पर्याय नव्हता. वसंतदादा पाटील यांनीच पुन्हा एकदा मुख्यमंत्रीपदाची शपथ घेतली (वागळे, २००० : १७९).

एस.एम.जोशींच्या मते, या वेळी राज्यपाल सादिक अली यांनी विधिमंडळ जनता पक्ष नेत्याला सर्वांत अधिक आमदार संख्येने निवडून आलेला पक्ष म्हणून मंत्रिमंडळ बनविण्याची संधी द्यायला पाहिजे होती. जी. एस. काँग्रेस, आय. काँग्रेसच्या विरोधात निवडणूक लढली ती संमिश्र मंत्रिमंडळ बनविते म्हणताच ते राज्यपालांनी मानले. एस.एम.जोशी म्हणतात, "खरे तर जनता पक्ष व स्वर्णसिंग काँग्रेस या दोघांत

एकाधिकारशाही विरोधाचा समान धर्म होता. पण यशवंतराव जनता पक्षाचा श्यामकर्ण वारू अडविण्याच्या इरेस पडले व आय. काँग्रेसचा लांडगा त्यांनी खुशाल घरात घेतला.'' हे त्यांचे अंदाज त्यांच्या अंगाशी आले. निर्विवाद बहुमत कोणत्याही पक्षास नसेल तर राज्यपालाने सर्वात अधिक संख्येने निवडून आलेल्या पक्षास मंत्रिमंडळ बनविण्याची पहिली संधी देणे हे त्यांचे घटनात्मक कर्तव्य होते. या दृष्टीने राज्यपाल सादिक अलींनी निराशाच केली.

निवडणुकीनंतर जनता पक्षाला निर्विवाद बहुमत नव्हते; पण एस.एम.जोशींच्या अंदाजानुसार डॉ. बापूसाहेब काळदाते यांना जनता विधिमंडळ पक्षाचे नेते म्हणून मान्यता मिळाली असती तर जनता पक्षाचे मंत्रिमंडळ बनू शकले असते. दादा व तिरपुडे यांचे संमिश्र मंत्रिमंडळ सत्तेवर येण्याचा मग प्रश्नच नव्हता. बापू काळदाते लोकसभेचे सभासद असल्याने त्यांनी निदान त्या परिस्थितीत जनता पक्षाच्या विधिमंडळ पक्षाचा नेता होऊ नये असे जनता पार्लमेंटरी बोर्डाचे मत पडले. एस.एम. जोशी नेता होण्यास मोरारजींची मान्यता होती. पण पक्षाच्या काही सरचिटणिसांची नव्हती (जोशी, १९८९ : ३७४-३७५). जनता पक्षाने १९७८ मध्ये एस.एम. जोशी यांची नेता म्हणून निवड केली असती तर ते निश्चितच मुख्यमंत्री झाले असते. निहाल अहमद किंवा उत्तमराव पाटील यापैकी कोणाचीही नेतेपदी निवड झाली असती, तर त्यांना सरकार बनविण्यासाठी आवश्यक त्या ४५ आमदारांना जमा करता आले असते का नाही या प्रश्नाचे उत्तर आज इतिहासाच्या पानांमध्ये गडप झाले आहे. पण जनता पक्षाने जर एस.एम. जोशी यांचेच नाव मुख्यमंत्रीपदाचे दावेदार म्हणून पुढे केले असते, तर त्यांच्या पाठीशी आवश्यक ते संख्याबळ अगदी सहज उभे राहू शकले असते. कदाचित, अनिच्छेने इंदिरा काँग्रेसबरोबर गेलेले वसंतदादा पाटील देखील 'एसेम' चे नेतृत्व मान्य करून, जनता पक्षासोबत जाऊ शकले असते, कारण तेव्हाची त्यांची भूमिका ही इंदिरा विरोधकाची होती.

पण तसे घडले नाही आणि एसेम जोशींची मुख्यमंत्री होण्याची संधी खऱ्या अर्थाने हुकली. अर्थात ही संधी हुकली असे म्हणणे तितकेसे बरोबर होणार नाही. एस.एम. जोशी यांनी सत्तापदांपासून दूर राहण्याचा निर्णय तेव्हा अगदी जाणीवपूर्वक घेतला होता असा निष्कर्ष त्यांचे एकूण राजकीय चारित्र्य आणि जीवन व्यवहार बघता सहज काढता येतो. मुख्यमंत्री होण्याचे त्यांनी ठरवले असते, तरीही कदाचित त्यांच्यावर तो उलटवला गेला असता असेही कुणी म्हणू शकेल; पण तेव्हा केंद्रात जनता पक्षाकडे असलेल्या सत्तेमुळे त्यांना अन्य कोणतेही अधिकारपद मिळू शकले असते. एसेमनी त्याचा विचारही मनात आणला नाही आणि त्याऐवजी जनता पक्षाचे महाराष्ट्राचे अध्यक्षपद सांभाळण्याचे पसंत केले (वागळे, २००० : १८०).

## महाराष्ट्रात पुलोद सरकारची स्थापना - एस.एम. जोशींची भूमिका

जनता पक्षाच्या निर्मितीत व नंतरच्या राजकीय घडामोडीत एस.एम. जोशी यांचे महाराष्ट्रातील राजकारणात प्रमुख स्थान होते. महाराष्ट्र विधानसभा निवडणुकीनंतर काँग्रेस (रेड्डी) व काँग्रेस (इंदिरा) यांच्या आघाडीचे सरकार वसंतदादा पाटील यांच्या नेतृत्वाखाली सत्तारूढ झाले होते. अल्पावधीतच हे सरकार कोसळले व पुरोगामी लोकशाही दलाचे शरद पवार यांच्या नेतृत्वाखाली महाराष्ट्रात पहिल्यांदाच बिगर काँग्रेसचे मंत्रिमंडळ सत्तेवर आले होते. या पुलोद आघाडीतील निर्मितीत एस.एम. जोशी यांचा सिंहाचा वाटा होता (दै. पुढारी : १९८९).

महाराष्ट्रात काँग्रेस-इंदिरा काँग्रेस युतीच्या सरकारातून शरद पवारांनी राजीनामा देऊन समांतर काँग्रेस स्थापन केली. तिला महाराष्ट्र विधानसभेतील चाळीस आमदारांची साथ होती. शरद पवारांच्या या उपक्रमाला यशवंतराव चव्हाणांची मूक संमती होती हे उघड गुपित होते (भोळे, १९८५ : ८६). जुलै १९७८ मध्ये शरद पवार यांना मुख्यमंत्री करून पुलोद सरकार स्थापन करायचे ठरले तेव्हा ते ठोस संमिश्र सरकार कसे बनेल हेच एस.एम. जोशींनी पाहिले. एसेमनी शरद पवार हेच आमचे नेते अशी घोषणा केली. त्यावेळी जनता पक्षातील अनेक लोक नाराज झाले. पण त्या वेळी त्यांच्या मनात व्यक्तीपेक्षा येथील सामाजिक वास्तवाचे स्वच्छ भान होते आणि ते स्पष्टपणे बोलून दाखविण्याची हिंमतही होती. त्या वेळी एसेम म्हणाले होते, ''महाराष्ट्रात आता एस.एम.चे नेतृत्व कोणी मान्य करणार नाही हे ओळखले पाहिजे. बहुजन समाजातील नेतृत्वाचेच आता संगोपन केले पाहिजे'' (डुम्बरे, १९९१ : २२०-२२१). आपल्याच पक्षाच्या हाती सत्ता येणे यापेक्षा देशात एकाधिकारशाही विरोधी लोकशाहीवादी शक्ती मजबूत करणे हे एसेम महत्त्वाचे मानत होते; पण पक्षातील लोकांना जे व्यवहारवादी नेतृत्व हवे होते ते एसेम देऊ शकत नव्हते. म्हणूनच त्यांनी पक्षाध्यक्ष पदावरून बाजूला व्हावयाचे असे ठरवले. शरद पवार यांच्याशी जनता पक्षाने संमिश्र मंत्रिमंडळ करावे यासाठी एसेमनी मोरारजीभाईंकडे प्रथम परवानगी मागितली तेव्हा ती त्यांनी नाकारली; पण हे काँग्रेसजन काँग्रेसमध्येच राहतील, पक्षांतर करून त्यांना जनता पक्षात घेतले जाणार नाही हे सांगितल्यावर पुलोद मंत्रिमंडळास परवानगी मिळाली. वसंतदादांचे मंत्रिमंडळ टिकणार नव्हते आणि चार महिन्यात पुन: विधानसभेची निवडणूक कोणालाही नको होती. यास्तव 'पुलोद सरकार' हाच लोकशाही मूल्ये जपणारा पर्याय त्या वेळी योग्य होता असे एस.एम. जोशींचे मत होते (जोशी, १९८९ : ३७५-३७६).

शरद पवारांच्या नेतृत्वाखाली पुलोद सरकार स्थापन झाले तेव्हा एस.एम. जोशी म्हणाले होते, ''महाराष्ट्रात प्रथमच काँग्रेसची राजवट जाऊन त्या ठिकाणी जनता पक्षाचे प्रभुत्व असलेल्या पुरोगामी लोकशाही आघाडीचे सरकार सत्तेवर आले असून महाराष्ट्राच्या

इतिहासात एक नवे पर्व सुरू झाले आहे. देशात श्रीमती इंदिरा गांधी व त्यांच्या काँग्रेस पक्षाच्या रूपाने डोके वर काढू पाहणाऱ्या व अराजकाच्या धोक्याच्या आव्हानाला तोंड देण्यासाठी या आघाडीमुळे लोकशाहीवादी शक्ती एकत्र येण्यास साहाय्य होणार आहे. हा केवळ मंत्रिमंडळातील किंवा सरकार बदलण्याचा भाग नसून सामाजिक व राजकीय बदलाचे ते साधन ठरणार आहे. या बदलाचे महाराष्ट्रात स्वागत होत असून गरीब माणसाला जीवन जगावेसे वाटेल अशी परिस्थिती निर्माण होईल अशी अपेक्षा आहे (दै. पुढारी, १९७८).

एस.एम. जोशींच्या मते, महाराष्ट्रातील लोकशाही आघाडीतील मंत्रिमंडळास उपेक्षित जनतेचा तोंडवळा असला पाहिजे. निवडणुकीच्या वेळी घटक पक्षांना जे महत्त्व दिले होते तसे मंत्रिमंडळ बनविताना देता येणार नाही. तसेच प्रादेशिक अथवा जिल्ह्यांना प्रतिनिधित्व देण्याच्या कल्पना सोडून द्याव्या लागतील. नवीन राजवटीबद्दल एस.एम. जोशी यांच्या फार मोठ्या अपेक्षा होत्या. सामाजिक संबंधाचे चित्रच आता बदलले जाईल अशी त्यांची उमेद होती. १९६० साली महाराष्ट्र राज्याची निर्मिती झाल्यावर सामाजिक परिवर्तनास मोठी गती मिळेल अशी आशा त्यांना वाटत होती. परंतु १८ वर्षे या राज्याची सूत्रे काँग्रेस या एकाच पक्षाच्या हाती असतानाही तसे काही घडले नाही अशी खंत त्यांनी अनेकदा व्यक्त केली होती. परंतु आता या राज्यात नवे युग निर्माण होईल असे त्यांना वाटत होते. त्यामुळेच ते पुन्हा एकदा नवीन उत्साहाने कामाला लागले होते. एसेम जोशींचे वय ७५ वर्षे असूनही रोज १८ तास अगदी अथकपणे कार्य करीत होते. नव्या प्रभातकाळाची स्वप्ने रंगवीत होते.

नवीन सरकारने विशिष्ट असा समयबद्ध आणि सामाजिक कार्यक्रम आखून अमलात आणला तर आजवर उपेक्षित राहिलेल्या वर्गासाठी आर्थिक व सामाजिक समतेचा मार्ग मोकळा होईल असे एस.एम. जोशींना वाटत होते. महाराष्ट्राच्या समाजजीवनात आज जे उपेक्षित वर्ग व जाती आहेत त्यांच्या जीवनात नवीन आशा व विकासाची ऊर्मी प्रभावी करता आली तर त्यांची दुर्बलता कमी करून, नागरिकत्वाचे खरेखुरे अधिकार आजच्यापेक्षा अधिक प्रमाणात त्यांना मिळवून दिले तरच आम्हाला अभिप्रेत असलेले समाजातील निरनिराळ्या शक्तींचे नवे समीकरण निर्माण करता येईल.

राज्याचे जे विभाग मागासलेले आहेत त्याकडे दुर्लक्ष करून चालणार नाही. त्या विभागाच्या समस्यांची चांगली जाण असलेले आणि त्या समस्या सोडविण्याची धमक असलेल्या लोकांची निवड करणे योग्य ठरेल. विदर्भ हा अविकसित भाग मानला जातो, परंतु या विभागातील श्री. वसंतराव नाईक यांच्याकडे राज्याची सर्व सूत्रे असताना तो विभाग अजून मागासलेला राहिला आहे. ते बारा वर्षे मुख्यमंत्री होते, परंतु विदर्भाच्या विकासास गती मात्र मिळाली नाही. संयुक्त महाराष्ट्र निर्माण झाल्यापासूनच नव्हे, तर

१९५७ पासून शेतकऱ्यांच्याबरोबर रक्ता-मासाचे नाते सांगणारे सत्तेवर होते. परंतु या राज्यातील शेतीला हवे तेवढे महत्त्व मिळाले नाही. याला एक अपवाद आहे तो म्हणजे सहकारी साखर कारखान्यांचा.

राज्यातील शेतीच्या विकासावर नवीन सरकार भर देईल. रस्त्याची सोय केली पाहिजे. आदिवासी भागात रस्ते व दळणवळण यांची व्यवस्था नाही ही परिस्थिती बदलावी लागेल. खेड्यातील जीवनाचा खालावत चाललेला स्तर उंचविण्यासाठी प्रयत्न केले पाहिजेत. जनता पक्षाचे औद्योगिक धोरण ग्रामाभिमुख आहे. खेड्यातील अत्यंत गरीब आणि सामाजिकदृष्ट्या उपेक्षिलेल्या मागासवर्गीय, दलित, आदिवासी यांचा जीवनस्तर उंचावला पाहिजे. दलितवाड्यांची आजची अत्यंत बकाल परिस्थिती बदलली पाहिजे. एस.एम. जोशींनी भारतातील अमेरिकेचे राजदूत प्रा. गालब्रेथ यांचे एक वाक्य सांगितले होते. प्रा. गालब्रेथ यांनी सांगितले आहे की, 'इतर वस्तूंऐवजी मानवामध्ये गुंतवणूक करण्याचे भारतीयांनी शिकले पाहिजे.' त्यांच्या या अभिप्रायानुसार खेड्यापाड्यातील लोकांचा जीवनस्तर वाढविण्यासाठी आवश्यक ते उपक्रम हाती घ्यावे लागतील. उपेक्षितांच्या दैनंदिन गरजांना प्राधान्य मिळाले पाहिजे.

नवीन संमिश्र सरकारकडून ठरलेल्या कार्यक्रमांची कार्यवाही होते यावर लक्ष ठेवण्यासाठी आघाडीतील घटकांच्या प्रतिनिधींची समन्वय समिती नेमली पाहिजे असा एस.एम. जोशी यांचा मानस होता. एसेम जोशी म्हणतात, 'सरकारकडून एखादा कार्यक्रम पार पाडण्यात कुचराई झाली तर मी पक्षातील कार्यकर्त्यांना सत्याग्रह करण्यास परवानगी देईन मात्र सत्याग्रह शुद्ध असावा. म. गांधी प्रणित असावा' (महाराष्ट्र टाइम्स : १९७८).

## पुलोदचा ४० कलमी कार्यक्रम

कष्टकरी व दुर्बल घटकांना न्याय मिळावा, छोटे शेतकरी, कामगार व असंघटित श्रमजीवी यांना किमान जीवनमानाची हमी मिळावी. दारिद्र्यरेषेखालील कुटुंबांना स्वत:च्या पायावर उभे राहता यावे म्हणून अन्त्योदयाचा कार्यक्रम घ्यावा यासाठी पुरोगामी लोकशाही दलाने केलेला ४० कलमी कार्यक्रम एस.एम. जोशी यांनी घोषित केला होता. सर्व पक्षांच्या प्रतिनिधींची एक समिती होती. या समितीने १० बैठका घेऊन सर्वांच्या विचारविनिमयाने हा कार्यक्रम ठरविला होता.

कार्यक्रमाची ठळक वैशिष्ट्ये सांगताना एस.एम. जोशी म्हणाले, 'येत्या ३ वर्षांत ८ हजार ग्रामीण वस्त्यांना पिण्याचे पाणी उपलब्ध करून देण्यात येईल. नवबौद्धांना केंद्रीय नोकऱ्यांत राखीव जागा ठेवण्यासाठी केंद्राला शिफारस करण्यात येईल. लोकसभेच्या गेल्या निवडणुकीनंतर कुटुंब कल्याण मोहिमेची पीछेहाट झाली. या मोहिमेला कुठूनतरी सुरुवात झाली पाहिजे. महाराष्ट्राने ती सुरुवात करण्याचे ठरविले आहे. जुलूम, जबरदस्ती

न करता ही मोहीम गतिमान करण्यात येणार आहे.'

दारिद्र्यरेषेखालील कुटुंबांसाठी आणि सध्या वेठबिगार चालू असलेल्या कुटुंबांसाठी राजस्थानातील अन्त्योदय पद्धतीने पुनर्वसन कार्यक्रम स्वीकारण्यात आला होता.

शेती विकासावर कार्यक्रमात भर देण्यात आला होता. अवर्षणग्रस्त भागातील बांधबंदिस्तीचे कर्ज माफ करणे, ८७ अवर्षणग्रस्त तालुक्यांतील खाजगी, सरकारी व सहकारी कर्जात सूट वा सवलत देणे, अल्पभूधारकांना सुलभ व कमी दराने कर्ज देणे, किमान एका पिकाची हमी मिळावी म्हणून पाटाचे पाणी आठमाही देणे, पाटाच्या व उपसा योजनेच्या दरातील तफावत कमी करणे, विजेचे दर कमी करणे असा कार्यक्रम होता.

ग्रामीण भागात २० हजारांपेक्षा कमी लोकसंख्येच्या क्षेत्रात भूमिहीन बेघरांना घर, जागा देणे, जरूर तर गावठाण वाढविणे, घरे दुरुस्त करण्यासाठी वा बांधण्यासाठी आर्थिक साहाय्य देणे असा खेडे विकासाचा कार्यक्रमही स्वीकारण्यात आला होता.

शेतमजुरांना किमान वेतन वाढवून देण्यासाठी तातडीने पाऊल उचलणे, रोजगार हमी कायद्याची अंमलबजावणी चांगल्या प्रकारे करणे व त्या मजुरीत वाढ करणे असा कार्यक्रम होता.

आदिवासी कल्याणाच्या दृष्टीने पुढील कार्यक्रम स्वीकारले होते. ३१ मार्च १९७८ पर्यंत गायरान, महसूल किंवा वनजमिनी प्रत्येक अतिक्रमक व व्यवसायहीन कुटुंबाला ५ एकरपर्यंत जमीन कायम पट्ट्याने देणे, आदिवासींच्या बिगर आदिवासींकडे गेलेल्या जमिनी त्यांना परत मिळवून देणे, तसे करताना कोणालाही भूमिहीन होऊ न देणे, हे तत्त्व बेकायदा हस्तांतरित झालेल्या महारवतन व इनाम जमिनींनाही लागू करणे, आदिवासी उपयोजनेची चांगल्या प्रकारे अंमलबजावणी करणे, त्यांच्या शेतीवर पंप बसविणे, रस्ते दुरुस्त करणे, आश्रमशाळांची संख्या वाढविणे.

प्राथमिक शिक्षण सार्वत्रिक करणे, ग्रामीण भागात शिक्षकांची संख्या व इतर सोयी वाढविणे, विद्यार्थ्यांना दुपारचे मोफत जेवण देणे, शिक्षकांच्या प्रशिक्षणाची सोय करणे.

दरवर्षी किमान एक लाख लोकांना रोजगार मिळावा म्हणून ग्रामीण व छोट्या उद्योगांना उत्तेजन देणे, उद्योगांना किमान वेतन कायदा लागू करणे, प्रकल्पग्रस्तांचे पुनर्वसन करणे.

छोट्या उत्पादकांचे उत्पादन वाढविण्यासाठी व ग्राहकांचे शोषण थांबविण्यासाठी सहकारी चळवळ निकोप करणे, शेतकऱ्यांच्या मालाला किफायतशीर भावाची हमी देणे, कापूस एकाधिकारातील दोष दूर करून अंमलबजावणी करणे, ३ हेक्टरपर्यंत वा १० रुपयांपर्यंत शेतसारा रद्द करणे.

सरकारी कर्मचाऱ्यांचे प्रश्न सोडविण्यासाठी यंत्रणा उभारणे, नव्या पिढीला शिक्षणाची

व खेळाची सोय वाढत्या प्रमाणात उपलब्ध करून ग्रामीण भागात क्रीडांगणे, खेळाडूंसाठी अतिथीगृहे बांधणे, शिष्यवृत्त्या वाढविणे. नव्या जनताभिमुख केंद्र सरकारशी सहकार्याचे व सलोख्याचे संबंध ठेवून राज्यात स्वच्छ व कार्यक्षम प्रशासन चालवावे आणि ४० कलमी कार्यक्रम अमलात आणावा असे एस.एम. जोशी यांनी सांगितले होते (महाराष्ट्र टाइम्स १९७८).

पुलोद आघाडीचे मुख्यमंत्री शरद पवार यांच्यावर एस.एम. जोशींचा प्रभाव होता. डॉ. बापूसाहेब काळदाते म्हणतात, ''शरद पवार यांच्यावर यशवंतराव चव्हाणांचा मोठा प्रभाव आहे. त्याचबरोबर एस.एम. जोशी यांच्या कृतिशील, चारित्र्यवान व्यक्तित्वाचाही प्रभाव आहे. पुलोद सरकारच्या काळात एस.एम. जोशी महाराष्ट्र जनता पार्टीचे अध्यक्ष होते. सरकार बनविण्यापासून चालविण्यापर्यंत एस.एम. जोशींशी वारंवार संपर्क आला. एसेम अण्णांचे निरागस व्यक्तित्व कोणालाही जिंकणारे होते. मराठवाडा विद्यापीठ नामविस्ताराची प्रबळ इच्छा हा या संस्काराचाच एक आविष्कार होता असे म्हणता येईल'' (दै. सकाळ : २०००).

## मराठवाडा विद्यापीठ नामांतराचा प्रश्न

एस.एम. जोशी म्हणतात, ''मराठवाडा विद्यापीठाच्या नामांतर प्रकरणी मराठवाड्यातील जनतेची मी समजूत काढू शकलो नाही, हाच आयुष्यातील माझा सर्वात मोठा पराभव होय असे मला वाटते.'' बाबासाहेबांसारख्या राष्ट्रपुरुषाबद्दल आदर, राष्ट्रीय एकात्मतेबद्दलचा आग्रह व दलितांबद्दलची कणव यामुळेच एसेम जोशी यात गुंतले (सुराणा, १९७७ : १९९). पुलोद मंत्रिमंडळाच्या कारभाराला गालबोट लागले ते नामांतराच्या प्रश्नामुळे! १९७७ मध्ये मराठवाडा विद्यापीठाच्या कार्यकारिणीने एका ठरावान्वये अशी शिफारस केली होती, की त्या विद्यापीठाला डॉ. बाबासाहेब आंबेडकरांचे नाव द्यावे. जनता, शेकाप, भाकप व रिपब्लिकन पक्षांनी त्याला पाठिंबा दिला. १९७८ च्या विधानसभा निवडणुकीच्या आधी व नंतर मुख्यमंत्री वसंतदादांनी त्यावर निर्णय घेतला नाही. पुढे पुलोद मंत्रिमंडळ आल्यावर जनता पक्षातल्या काही आमदारांनी 'डॉ. बाबासाहेब आंबेडकर मराठवाडा विद्यापीठ' असे नाव द्यावे अशी सूचना केली. तोपर्यंत मराठवाड्यातील काही संघटनांनी मराठवाड्याची अस्मिता जोपासण्याच्या दृष्टीने त्या विद्यापीठाच्या नावात काहीही बदल करू नये, अशी आग्रही भूमिका घेतली. १८ जुलै १९७८ रोजी विधिमंडळाच्या दोन्ही सभागृहांत डॉ. बाबासाहेब आंबेडकरांचे नाव मराठवाडा विद्यापीठाच्या नावाला जोडावे असा ठराव मंजूर झाला. एकाही सभासदाने ठरावास विरोध केला नाही. त्याबरोबर मराठवाड्यात दंगली उसळल्या. दलितांच्या वस्तीवर हल्ले झाले. त्यांची घरेदारे पेटविली गेली. मराठवाड्यातील जनतेला विश्वासात

घेतल्याशिवाय त्या ठरावाची अंमलबजावणी केली जाणार नाही असे निवेदन मुख्यमंत्र्यांनी केले. महाराष्ट्राच्या राजकीय व सामाजिक जीवनात हा प्रश्न खोलवर शिरला होता (रेगे, १९८४ : २६).

दंगलीच्या पहिल्या तीन दिवसांत एसेम जोशी येथे नव्हते. 'पुलोद' मंत्रिमंडळाच्या विस्तारासाठी संभाव्य मंत्र्यांची नावे निश्चित करावयाची असल्याने एसेमना दिल्लीस जावे लागले होते. १ ऑगस्ट रोजी नावे निश्चित करून मुंबईला शरद पवार, एसेम व बापूसाहेब काळदाते आले. शरद पवार एसेमना म्हणाले, "अण्णा, काळदात्यांनी या वेळी मराठवाड्यात जाऊ नये असे मला वाटते. तुम्ही त्यांना थांबवून घ्या ना." एसेम जोशी शरद पवारांना म्हणाले 'मी काळदात्यांना औरंगाबादेस जाण्यापासून परावृत्त करणार नाही; पण त्यांना एकट्यालाही जाऊ देणार नाही. मीही त्यांच्याबरोबर जाणार' (जोशी, १९८९ : ३९६). एस.एम. जोशी बापूसाहेब काळदाते यांच्यासह आल्याचे कळताच संतप्त विद्यार्थी व नागरिक खासदार काळदाते यांच्या घरी अक्षरश: धावून आले. काही विद्यार्थ्यांनी बंगल्यात घुसून एसेम जोशी व काळदाते यांना घेराव घातला. या वेळी स्फोटक वातावरण निर्माण झाले होते.

या वेळी एसेम जोशी म्हणाले, 'नामांतराचा ठराव लादला गेला, अशी या भागातील जनतेची भावना झाली असेल तर या नामांतराच्या ठरावावर नवीन परिस्थितीच्या संदर्भात फेरविचार करण्याची संधी विधिमंडळ सदस्यांना लवकरातलवकर देण्यात यावी. नामांतराचा ठराव आपल्याला व या विभागातील लोकांना विचारात न घेता घेतला गेला असे तरुण पिढीला व नागरिक यांना वाटते. अशा परिस्थितीत सतत विद्रोह चालू ठेवणे कोणाच्याही हिताचे नाही. त्यामुळे मुख्यमंत्र्यांनी लवकरातलवकर मराठवाडा विभागाला भेट देऊन समविचारांच्या लोकांशी चर्चा करावी. विधिमंडळात या प्रश्नावर विचारविमर्श सर्व आमदारांनी करावा; पण हा ठराव रद्द करणे वा चालू ठेवणे या प्रश्नावर मराठवाड्याच्या सदस्यांनीच फक्त मत द्यावे असे वाटते.'

नामांतराचा ठराव विधिमंडळात संमत होताना जनता पक्ष आमदारांना पक्ष आदेश दिला होता की नाही हे सांगता येत नाही. परंतु आता जनता पक्षाच्या आमदारांना कोणताही पक्षीय आदेश दिला जाऊ नये व हा प्रश्न खुला ठेवावा. नामांतराच्या प्रश्नावर माघार घेतली जाणार नाही असे आपण बोललो नसल्याचा खुलासाही एस.एम. जोशींनी केला. पूर्वी मंत्रिमंडळाच्या ज्या सदस्यांनी ठरावाला पाठिंबा दिला तेच आता ठराव मागे घेण्याचा आग्रह करू लागले आहेत. हा ठराव मागे घेतला तर मुख्यमंत्री शरद पवार हे प्रतिगामी आहेत असा प्रचारही करण्याचा या विरोधकांचा डाव असल्याचा आरोप एसेमनी केला होता (महाराष्ट्र टाईम्स : १७८). एसेम जोशी म्हणाले, 'वस्तुत: दलितवर्गीयांनी माझ्या बाजूने उभे राहावयास हवे होते. परंतु ते तर माझ्या बाजूने नाहीतच आणि सवर्ण तर

माझ्या विरुद्धच आहेत.'

एस.एम. जोशींनी आठवडाभर मराठवाड्याचा दौरा केला. प्रत्येक गावाची वास्तपुस्त करणे, जळालेली घरे पाहून त्यांची नोंद करणे, दलितांशी संवाद साधणे हे एसेमचे उद्दिष्ट होते. एसेम जोशी आणि पन्नालाल सुराणा नांदेडला गेले असता एका सभेत नरहर कुरुंदकरांसारख्या व्युत्पन्न मतीच्या पंडिताने 'मराठवाड्यात जे काही घडले आहे व घडत आहे त्याला एसेम व पन्नालाल सुराणा हेच पुढारी जबाबदार आहेत. दोन तपे ज्यांचे नेतृत्व आम्ही मिरवले, त्यांना असे वागताना पाहून वाईट वाटते. ज्यांच्या हातून हा सगळा बेजबाबदारपणा झाला आहे ती ही बेजाबाबदार माणसे आता आम्हाला 'शांतीपाठ' द्यायला आलेली आहेत.' असे म्हणावे म्हणजे बेजबाबदारपणाचा कळस होय. या वेळी एस.एम. जोशींनी सांगितले की, "तुम्ही तरुण माणसे आहात. तुम्ही दलितांची घरे पाडलीत. त्यांच्या भिंती जमीनदोस्त केल्यात. या भिंती आज-उद्या उभ्या करता येतील; पण या दोन समाजांत जी भिंत आपण शतकानुशतके उभी केलेली आहे ती पाडण्याचे काम आपण अजून केलेलेच नाही. तो पुरुषार्थ तुमच्या अंगी येवो. ती बुद्धी येवो. खरे तर नामांतर म्हणजे परिवर्तनाच्या वाटचालीतील मनोमिलाफ घडवून आणण्याचे ते एक पाऊल आहे आणि केवळ विद्यापीठाच्या नावाची पाटी बदलणे एवढेच महत्त्व त्यास नाही. त्याहीपेक्षा व्यापक अर्थ त्यात आहे हे समाजास पटवून देण्याची गरज आता निर्माण झाली आहे" (जोशी, १९८९ : ३९७ ते ३९९, ४०१).

एस.एम. जोशी स्वत: होऊन दंगलग्रस्त भागातील भयभीत बांधवांना आधार देण्यासाठी गावोगाव फिरत होते. उद्‌गीर या गावी काही नामांतरविरोधी तरुणांनी एस.एम.जोशींच्या गळ्यात जोड्यांची माळ घातली. ही घटना लाजिरवाणीच होती. तोच मुलगा नंतर नामांतरवादी होऊन एसेम यांच्या पाया पडला. त्याबाबत एस.एम. म्हणतात, "पराभवाच्या मिट्ट काळोखात अशी एखादी पणती यथाशक्ती प्रकाश देण्याचे काम करीत आहे, ही काही कमी समाधानाची बाब नव्हे." नामांतर प्रकरणाचा सत्तेच्या राजकारणातील एक प्यादे म्हणून वापर वसंतदादा आदी मंडळींनी करावा हे महाराष्ट्राचे खरोखर दुर्दैव आहे. पुलोद सरकार अजून चार दिवस जरी टिकले असते तरी वटहुकूमाने नामांतराचा प्रश्न सुटला असता अशी माझी भावना आहे. तसा शब्द श्री. शरद पवार यांनी मला दिलेला होता (सुराणा, १९७७ : ३९५).

मंत्रिमंडळात त्यांच्या शब्दावर कोणाचाही समावेश होईल अशी स्थिती असताना हा माणूस ते सर्व सोडून वणवण भटकत होता. म. गांधींचा हा वारसा खऱ्या अर्थाने नव्या तरुण पिढीला मिळाला असे प्रामाणिकपणे वाटते. शेवटपर्यंत नामांतराच्या प्रश्नासंबंधी बांधिलकी ठेवणारा व प्रसंगी जवळच्या लोकांना देखील स्पष्टपणे सुनावणारा असा एस.एम.जोशी यांच्यासारखा लोकनेता यापुढे लाभणे दुर्मीळ वाटते.

## जनता पक्षातील दुहेरी सदस्यत्वाचा प्रश्न

भारतीय लोकदल आणि जनसंघ यांच्यामधील मतैक्य फार दिवस टिकले नाही. समाजवादी पुढारी मधु लिमये यांनी राष्ट्रीय स्वयंसेवक संघ व जनता पक्ष यांच्या दुहेरी सदस्यत्वाचा प्रश्न निर्माण केला. लोकसभेचे व राज्याच्या कायदेमंडळाचे जनता पक्षाचे कित्येक सदस्य हे जनसंघ निर्माण होण्याअगोदर राष्ट्रीय स्वयंसेवक संघाचे सदस्य होते. जनसंघ जनता पक्षात विलीन झाला. परंतु जनता पक्ष आणि राष्ट्रीय स्वयंसेवक संघ यांचे सदस्यत्व कायम राहिले. राष्ट्रीय स्वयंसेवक संघ ही एक फक्त सांस्कृतिक संघटना आहे आणि ती राजकीय संघटना नाही असे या सदस्यांचे मत होते.

जनता पक्षाच्या कार्यकारी समितीत मधु लिमये यांनी या दुहेरी सदस्यत्वाचा प्रश्न निर्माण केला. जोपर्यंत लोकसभेचे मंत्री आणि सदस्य हे राष्ट्रीय स्वयंसेवक संघाचे सदस्य आहेत, तोपर्यंत जनता पक्षाच्या निधार्मिक धोरणाशी ते एकनिष्ठ राहू शकत नाहीत. असे त्यांनी म्हणणे मांडले. जनता पक्षाशी संलग्नित अनेक सांस्कृतिक संस्था आहेत, त्यापैकी कोणत्याही एका संस्थेमध्ये राष्ट्रीय स्वयंसेवक संघाने विलीन व्हावे अशी सूचना त्यांनी मांडली. परंतु राष्ट्रीय स्वयंसेवक संघ ही सूचना मान्य करायला तयार नव्हता.

जनता पक्ष जेव्हा तयार झाला, त्या वेळी सुद्धा दुहेरी सदस्याचाच प्रश्न निर्माण करण्यात आला होता, परंतु त्यावेळी इतर अनेक प्रश्न सोडवायचे असल्यामुळे या प्रश्नाला बगल देण्यात आली. परंतु आता हा प्रश्न जास्त महत्त्वाचा बनला. कारण उत्तर हिंदुस्थानात हिंदू व मुसलमान यांच्यातील तणाव हा जास्त वाढलेला होता. समाजवादी पक्ष आणि लोकशाहीकरिता काँग्रेस या पक्षाचे म्हणणे असे होते की, राष्ट्रीय स्वयंसेवक संघाशी आपण संबंधित असल्यामुळे काही राज्यांतून अल्पसंख्याकांच्या निवडणुकीमधून आपल्याला माघार घ्यावी लागली. याच सुमारास उत्तर हिंदुस्थानात जातीय दंगली झाल्या. त्याचा दोष राष्ट्रीय स्वयंसेवक संघावर ठेवण्यात आला. अर्थात त्याबाबत पुरावा काहीच मिळाला नाही. जनता पक्षाने हा दुहेरी सदस्यत्वाचा प्रश्न सोडविल्याशिवाय आपल्याला निवडणूक खऱ्या अर्थाने लढविता येणार नाही, कारण जनता पक्ष हा हिंदू पक्ष आहे आणि त्याला निधार्मिक पक्ष नाही असे लोकांना वाटते अशी भूमिका घेतली. भारतीय लोकदलाने हा प्रश्न निर्माण केला नाही, कारण अनेक राज्यांत जनसंघ आणि भारतीय लोकदलाची मंत्रिमंडळे स्थापन झाली होती. अगदी शेवटच्या क्षणी भारतीय लोकदलाने हा प्रश्न निर्माण केला (कोलारकर, १९९७ : २०७-२०८).

हिमाचल प्रदेशाचे मुख्यमंत्री जनसंघाचे होते. त्यांच्याशी झालेल्या संघर्षातून राजनारायण राजीनामा प्रकरण निर्माण झाले. जनसंघामुळे आपले मंत्रीपद गमावले, म्हणून जनसंघविरोधी मोहीम त्यांनी सुरू केली. जनसंघाचा वाढता प्रभाव मोरारजीभाईंचा गट सोडला तर इतर घटकांनाही मान्य नव्हता. तेही या मोहिमेत सहभागी झाले. राष्ट्रीय

स्वयंसेवक संघाच्या मदतीने जनसंघाने पक्षाची सभासद मोहीम मोठ्या प्रमाणावर केली होती आणि पक्षाच्या निवडणुकीतून ज्या नव्या समित्या निवडल्या जातील त्यातून पक्षाची सूत्रे जनसंघाकडेच जातील असे दिसू लागले होते; म्हणून निवडणुकांचा डावच भालोदने उधळून लावला आणि जनसंघाला पक्षात स्थान राहू नये म्हणून दुहेरी निष्ठेचा प्रश्न उपस्थित करण्यात आला आणि त्याच कारणाने १९७९ च्या जुलै महिन्यात जनता सरकार कोसळले (दै. सकाळ : १९७९).

दुहेरी सभासदत्वाबद्दल एस.एम. जोशी म्हणतात की, दुहेरी सभासदत्व महत्त्वाचे नाही. तेच केवळ काढून भागत नाही. केवळ त्याने प्रश्न सुटत नाही. बाहेर राहूनही घटकवाद लोक करू शकतील का? दुहेरी सभासदत्व रद्द करणे हा काही एकच उपाय असू शकत नाही. बंदी घालणे हा इंदिराजींचा हुकूमशाही मार्ग झाला. त्यांना अलग पाडणे ही काही वाट असत नाही. विचार बदलणे, कार्यक्रमातून एकजिनसीपणा आणणे, सर्वसंमत कार्यक्रम राबवणे हे घडायला हवे (दै. सकाळ : १९७९).

**जनता पक्षाचे विघटन आणि एस.एम. जोशींची भूमिका**

जयप्रकाश नारायण यांच्या प्रेरणेने जनता पक्ष स्थापन झाला. १९७७ च्या निवडणुकीत त्याने प्रचंड विजयही मिळविला, पण जनतेने त्याच्याबद्दल बाळगलेल्या मोठ्या अपेक्षा पुऱ्या झाल्या नाहीत आणि हा पक्ष टिकणार नाही या शंकाच अखेर खऱ्या ठरल्या. निरनिराळ्या विचारप्रणालींच्या पक्षांनी एकत्र येऊन एक प्रभावी पक्ष स्थापन करण्यासाठी सर्वात आवश्यक गोष्ट म्हणजे नेत्यांचा दृष्टिकोन व्यापक हवा. मतभेदांपेक्षा मतैक्यावर भर हवा. आपल्याच पूर्वीच्या पक्षाच्या धोरणांबद्दल आग्रह न धरता बहुमताने ठरेल ते धोरण मोकळेपणाने मान्य करण्याची तयारी हवी. सरकारमध्ये आणि पक्षात आपल्या गटालाच जास्त अधिकारपदे मिळावीत यासाठी कारवाया न करता बहुमताने मिळतील ती पदे स्वीकारण्याची तयारी हवी; पण हा व्यापक दृष्टिकोन नेत्यांजवळ नसल्याने मतभेद, भांडणे, संघर्ष वाढत जाऊन त्याचा शेवट अखेर पक्ष फुटण्यात आणि सरकार गडगडण्यात झाला.

काँग्रेसची सत्तेची मक्तेदारी नाहीशी करण्याचे आणीबाणीतील लोकशाहीवरचे निर्बंध रद्द करून लोकशाही पुन्हा प्रस्थापित करण्याचे महत्त्वाचे कार्य जनता पक्षाने केले. लोकशाही हक्क तर हवेतच, पण त्याचबरोबर जनतेच्या नित्याच्या गरजा भागवून आर्थिक परिस्थिती सुधारण्याचा आणि राहणीमानाचा दर्जा वाढविण्याचा कार्यक्रम हाती घ्यावयास हवा होता. या आघाडीवर मात्र जनता सरकारला अपयश आले आणि त्याचे महत्त्वाचे कारण आपसातील भांडणे मिटविण्यात नेत्यांचा एवढा वेळ जाऊ लागला की, सामाजिक-आर्थिक कार्यक्रमांकडे त्यांचे दुर्लक्ष झाले. त्यामुळे जनतेतही जनता पक्षाबद्दल अपेक्षाभंग,

असमाधान आणि असंतोष वाढू लागला. देशात हुकूमशाही प्रवृत्तीच्या शक्तींना पुन्हा डोके वर काढू द्यायचे नाही ही जनता पक्षाची मुख्य भूमिका होती; पण पंतप्रधानपद मिळविण्याच्या वैयक्तिक महत्त्वाकांक्षेपायी चरणसिंगांना आणि त्यांच्या साथीदारांना या भूमिकेचा विसर पडला. जनता सरकारला अनेक आव्हानांना तोंड द्यावे लागले आणि ही आव्हाने पेलण्यास मोरारजी देसाईंचे नेतृत्व अपुरे पडत असल्याचे दिसून आले (दै. सकाळ : १९७९).

एस.एम. जोशी म्हणतात, "१९७७ सालच्या मार्चपासून १९७९ जुलैपर्यंत सव्वादोन वर्षांत सर्वांनी आपल्या घटकाला सत्तेत अधिकाधिक वाटा मिळावा म्हणून आटापिटा केला नसता, विधानसभा निवडणुकांमध्ये आपल्या घटक पक्षालाच जास्त तिकिटे मिळावी म्हणून भांडणे केली नसती, आपल्याला तिकीट मिळाले नाही म्हणून ज्याला मिळाले त्याचा पराभव करण्यासाठी कारस्थाने रचली नसती तर १९७९ च्या जुलैमध्ये प्रवाहाच्या ऐन मध्यावर कडवट भावनेने एकमेकांचा निरोप घेण्याची पाळी खचित आली नसती." जनता पक्षातील धुरीण म्हणविणाऱ्यांचे व्यक्तिमानस मूलत: सत्ताबाजीचे होते. मोरारजींनी नाइलाज झाला तेव्हा पंतप्रधानपदाचा राजीनामा दिला पण पक्षनेतेपदाचा राजीनामा द्यायला त्यांनी फार खळखळ केली. परिणामी राष्ट्रपतींनी जगजीवन बाबूंना बोलाविलेच नाही. झटपट व चातुर्ययुक्त हालचाली झाल्या असत्या तर चरणसिंगांऐवजी जगजीवन बाबू पंतप्रधान झाले असते.

जनता पक्षाबाहेरून जनता पक्षावर नियंत्रण ठेवण्याचा ज्यांनी प्रयत्न केला त्यांनी देखील जनता पक्षाच्या विघटनाला मदतच केली. राष्ट्रीय स्वयंसेवक संघाची मंडळी असा प्रयत्न करतात असा अनेकांचा समज झाला होता. जॉर्ज फर्नांडिससारख्या आपल्या सहकारी मंत्र्याच्या बदनामीची मोहीम रा. स्व. संघीयांनी चालविली होती. जॉर्ज फर्नांडिसनी संबंधित मंडळींना सांगितले, पण त्याचा उपयोग झाला नाही. पक्षनेत्यांनी या गोष्टींना आळा घातला नाही, म्हणून पक्षाचे सरकार खाली खेचण्याच्या मसलतीत जॉर्ज फर्नांडिस सामील झाले, हे मात्र योग्य झाले नाही, असे एस.एम. जोशींचे मत होते.

या भीषण आणि बीभत्स नाट्यात मोरारजीभाईंचे एक विशिष्ट स्थान होते आणि राष्ट्रपती संजीव रेड्डी यांचेही एक विशिष्ट स्थान होते. मोरारजी देसाईंनी लोकसभा नेतेपदाचा राजीनामा देऊन जगजीवन बाबूंना साहाय्य करावे व पक्ष राखावा हे जयप्रकाशजींकडून कळवावे म्हणून एस.एम. जोशींनी श्रीमती सरला भादोरियांना पाटण्यास पाठवून जेपींचे पत्र आणविले. २ मार्च ७९ रोजी जेपींनी मोरारजींना पत्र लिहिले होते. संकटाच्या सावल्या त्यांना तेव्हाच दिसू लागल्या होत्या. मोरारजींना जेपींनी लिहिले होते, 'जनता पक्षाचे अपयशच जर पुन्हा हुकूमशाहीचा मार्ग निर्वेध करणार असेल तर भारतीय इतिहासातील ती सर्वाधिक दुर्दैवी घटना ठरेल. केंद्रातील व राज्यातील जनता सरकारे केवळ अकार्यक्षमच

नाहीत, तर त्यांचा कारभारही असंतोषजनक आहे. पक्षांतर्गत गटबाजी आणि घटकवाद उफाळून वर आला आहे. याला जबाबदार कोण ? जनता पक्षाची स्थापना एक कुटुंब समजून करण्यात आली आणि त्या कुटुंबाच्या प्रमुखपदी तुम्हाला बसविण्यात आले. हे कुटुंब विस्कळीत झाले, मोडले गेले तर कुटुंबप्रमुख म्हणून तुमच्यावर त्याची अधिक जबाबदारी राहील. पक्षात आणि पक्षाबाहेरही घटक पक्षांचे काम स्वतंत्रपणे सुरूच आहे. हे तुम्ही थांबविले पाहिजे. पक्षातील काही घटक पक्ष संपूर्ण पक्षावरच कब्जा करण्याच्या प्रयत्नात आहेत असे मला समजले. त्यामुळे त्यांना पक्षाबाहेरील आपल्या संघटना महत्त्वाच्या वाटतात. या लोकांना शिस्तीत राखण्यासाठी पक्षाबाहेरील त्यांच्या संघटना बरखास्त करण्यास सांगितले पाहिजे. हे काम फारच नाजूक आणि कठीण आहे, याची मला कल्पना आहे, परंतु पक्षाला जिवंत ठेवायचे असेल तर ते अपरिहार्य आहे.' मोरारजींनी जेपींचा सल्ला धुडकावला. १९७९ च्या जुलै महिन्यात 'जनता कुटुंबा'त भाऊबंदकी झालीच; मोरारजी ती टाळू शकले नाहीत.

राजनारायण यांनी सर्वप्रथम जनता पक्षात फूट पाडली. दहाजणांना घेऊन बाहेर पडले व जनता (एस - सेक्युलर) या पक्षाची स्थापना केली. १४ जुलै १९७९ रोजी जॉर्ज फर्नांडिस यांच्या निवासस्थानी एस.एम. जोशी यांच्या अध्यक्षतेखाली समाजवादी गटाची बैठक झाली. समाजवाद्यांचा एकूण गट ३५ खासदारांचा होता. एकोप्याने निर्णय घेऊन महात्मा गांधींच्या समाधीपुढे घेतलेल्या शपथेस जागावे, पक्षफोडीचे पाप समाजवादी गटाने करू नये या मताचे एसेम होते. जॉर्ज फर्नांडिस व एसेमनी एकत्र बसून पेचप्रसंगाच्यावेळी समाजवादी गटाने कोणती भूमिका घ्यायची हे निश्चित करायचे असे ठरले होते. पण जॉर्ज फर्नांडिस यांनी शब्द पाळला नाही. त्यांनी मंत्रिपदाचा राजीनामा दिला आणि जनता (एस.) मध्ये सामील झाले. इतकेही करून जॉर्ज फर्नांडिस बहुसंख्य खासदारांना आपल्याबरोबर घेऊन जाऊ शकले नाहीत. मोरारजीभाईंनी पंतप्रधानपदाचा राजीनामा दिला तेव्हा जनता पक्षाचे बळ २०० खासदारांचे उरले होते. एस.एम. जोशी म्हणतात, 'लोकसभेतील सर्वांत मोठा गट म्हणून जनता पक्षाच्या नेत्याला लोकसभेत बहुमत सिद्ध करण्याची संधी राष्ट्रपतींनी द्यावयास पाहिजे होती; पण राष्ट्रपतींनीही अपेक्षाभंग केला' (जोशी, १९८९ : ३७० ते ३७२).

एस.एम. जोशी म्हणाले की, "पक्षद्रोह करून जनता पक्षातून बाहेर पडलेल्या खासदार-आमदारांनी राजीनामे दिले पाहिजेत. ते तसे न देतील तर जरूर तर सत्याग्रहाचा अवलंब करून त्यांना राजीनामे द्यायला भाग पाडले पाहिजे. जनता पक्षाच्या तिकिटावर निवडून आलेल्यांनी पक्षांतर केलेले नसून पक्षद्रोह केलेला आहे. जे घडले ते पक्षांतर की, फूट हा काथ्याकूट व्यर्थ आहे. तसे म्हणायचे झाले तर मग पक्षांतरापेक्षा ही फूट म्हणावी लागेल. प्रधानमंत्री होण्यासाठी जनता पक्षामध्ये ही फूट घडवून आणण्याकरिता

श्री. राजनारायण यांनी पुढाकार घेतला. पक्षद्रोह करून मंत्रिमंडळ पाडले, केंद्रसत्ता खिळखिळी केली म्हणजे पक्षद्रोहापलीकडे हा जनताद्रोह आहे. गेल्या निवडणुकीत जनतेला काही आश्वासने देऊन सारे निवडून आले. देशात लोकशाहीची पुन: स्थापना करण्याचे आणि काँग्रेसला पर्यायी पक्ष म्हणून पुढे येण्याचे आश्वासन दिले होते. लोकांनी प्रत्यक्ष सत्ता हातात दिली. त्या लोकांशी केलेला हा द्रोह आहे.''

''लोकशाही जीवनमूल्यांची ही जोपासना मंत्री, सदस्य यापेक्षा त्यांना त्या पदावर बसविणाऱ्या जनतेच्या हाती आहे. अर्थात जनता हे सारे करू शकणार म्हणजे तिला जागृती यावयाला हवी. त्यासाठी सत्याग्रहही करायला हवा. अर्थात हे सर्व पूर्ण शांततामय मार्गाने व्हायला पाहिजे, त्यात कुठेही अशांती नको. काही लोक म्हणतात की, आता मुदतपूर्व निवडणुका घ्या. तसे म्हणणे त्यांना सर्वात सोपा मार्ग वाटतो. मुख्य प्रश्न जनतेत जागृती निर्माण होईल ते करा. निवडणुकीने गढूळ जागृती होते. निवडणुकीत आम्ही कार्यक्रम समजावून सांगतो; नाही असे नाही पण तो मर्यादित भाग असतो. एस.एम.जोशींच्या मते, लोकांनी जनता पक्षाच्या उमदेवारांना अभूतपूर्व परिस्थितीत निवडून दिले. हुकूमशाही नाहीशी करण्यासाठी निवडून दिले. पक्षात जो वाद झाला तो कार्यक्रमावर नाही. मंत्रीपदे, तिकीटवाटप, पक्षावर ताबा मिळविण्याचा प्रश्न यावर घटकवाद निर्माण झाला. खरे तर सारे घटक संपून एकजिनसी पक्ष बनविण्याचे साधन कार्यक्रम आहे. तो राबवण्याचा प्रयत्न जनता पक्षाने केला नाही. रेल्वे स्टेशनच्या प्लॅटफॉर्मशी पक्षाची तुलना करता येईल. गाडी आली की जायचे, तिकीट मिळेल त्याने घुसायचे. लोकशाहीच्या गप्पा मारल्या तरी त्यासाठी जे नैतिक अधिष्ठान आवश्यक ते मानले गेले नाही. लोकांशी करार केला तो पाळला नाही. लोकशाहीचे बाळकडूच मिळाले नाही.'' (दै. सकाळ : १९७९).

एस.एम. जोशी म्हणतात की, ''जनता पक्षाच्या प्रयोगात प्रशासन कसे करावे हे शिकण्याची संधी भाई वैद्य, निहाल अहमद, प्रा. सदानंद वर्दे या समाजवाद्यांना मिळाली. तशीच अटलबिहारी वाजपेयी, लालकृष्ण अडवाणी वगैरेंनाही मिळाली. सत्तेवरून पक्ष कोसळला आणि एकेकाचा कस काय ते दिसून आले, तरी या प्रयोगाचे जे काही अप्रत्यक्ष लाभ आहेत ते दृष्टीआड करून चालणार नाहीत, म्हणूनच जनता पक्ष अस्तित्वात आल्याने सारेच काही बिघडले असे मी मानीत नाही. जनता पक्ष स्थापन होणे, त्याचे सरकार येणे हे एकंदर लोकशाही प्रस्थापनेच्या दृष्टीने त्या मार्गावर चार पावले पुढेच जाणे झाले असे मी मानतो.'' जनता पक्ष सत्तेवरून खाली आला याचा धक्का जयप्रकाशजींना जेवढा जाणवला तेवढा अन्य कोणासही जाणवला नसेल. 'माझा बाग उद्ध्वस्त झाला.' असा टाहोच त्यांनी फोडला (जोशी, १९८९ : ३७६-३७७). एस.एम. जोशींचीही मन:स्थिती तशीच होती. एसेम म्हणाले, ''ही भयानक प्रतारणा आहे.''

एस.एम. जोशींची अशी अपेक्षा होती की, आज देशाला कशाची उणीव असेल, तर समाजाच्या निरनिराळ्या पातळ्यांवर नेक व कार्यक्षम नेतृत्वाची आहे. त्यासाठी आणि विशेषत: अगदी खालच्या पातळ्यांवर शोषित व पीडित जनतेतूनच नेतृत्व उभे करण्यासाठी सर्वांनीच प्रयत्नशील राहिले पाहिजे. या देशात लोकशाहीवर आधारलेल्या धर्म-जातीनिरपेक्ष समतावादी नवी समाजरचना निर्माण करण्याची निकड वाटते (साने गुरुजी, १९७८ : ८). तिकिटांसाठी झुंबड करणारांपेक्षा जास्त झुंबड तरुण कार्यकर्त्यांची कामासाठी उडावी. ग्रामीण जनतेला जनता पक्षाने आश्वासने दिली आहेत, त्यांची बांधीलकी मानणाऱ्या संघटना विविध पातळ्यांवर उभारल्या पाहिजेत. गेल्या तीन वर्षांत सत्तेचा हव्यास असा काही जबरदस्त पोसला आहे की, त्यावाचून सारे शून्य आहे असेच वाटू लागले आहे (साने गुरुजी, १९७८ : ७ ते ८). जनता पक्षाच्या कार्यकर्त्यांनी सत्ताभिलाषा न धरता ग्रामीण पातळीवरील जनतेची दु:खे दूर करण्यासाठी प्रयत्न करावा. अल्पकाळात जनता पक्षाने केलेल्या कार्याची ओळख राज्याच्या अतिदूरच्या कोपऱ्यापर्यंत करून देण्यासाठी कार्यकर्त्यांनी प्रयत्न करावा. सामाजिक समतेची व शोषणमुक्त समाजाची पुनर्स्थापना केली पहिजे (दै. पुढारी : १९७८). अशा रीतीने जनता पक्षाच्या व पुलोद सरकारच्या जडणघडणीमध्ये एस.एम. जोशींनी महत्त्वपूर्ण योगदान दिले आहे.

### एस.एम. जोशींची राजकारणातून निवृत्ती

केंद्रातील जनता सरकार जुलै १९७९ मध्ये कोसळले. केंद्रीय पातळीवर शेतकरी कामगार पक्ष, काँग्रेस (स) यांनी जनता पक्षाला विरोध केला असला तरी त्याचा महाराष्ट्रावर परिणाम होऊ देऊ नये असे संबंधित सर्वांनी ठरविल्यामुळे पुलोद मंत्रिमंडळ टिकून राहिले. जानेवारी १९८० मध्ये लोकसभेच्या निवडणुका झाल्या. त्यात पुलोदमधील सहकारी पक्ष एकमेकांविरुद्ध लढले. सबंध देशभर जनता पक्षाचा पराभव झाला व इंदिरा काँग्रेस पक्ष प्रचंड बहुमताने निवडून आला. १९७७ मधील पराभवाचा वचपा काढून इंदिरा गांधी १९८० मध्ये पुन्हा पतंप्रधानपदावर आरूढ झाल्या. केंद्रातील आपल्या स्थानाला कोणीही धक्का देऊ शकणार नाही हे त्यांच्या लक्षात आले होते. त्यांनी वेगाने हालचाली केल्या. आपल्या एकाधिकारशाहीचा विरोध करणाऱ्या शरद पवार यांच्या नेतृत्वाखालील पुलोद सरकार बरखास्त करून इंदिरा गांधींनी महाराष्ट्रात राष्ट्रपती राजवट जारी केली. पुलोद सरकार फारच अल्पायुषी ठरले.

जनता पक्षचे विघटन झाले. महाराष्ट्रातील पुलोद सरकार सत्ताभ्रष्ट झाले. या घटनांच्यामुळे एस.एम. जोशींच्या मनाला फार खंत वाटली. त्यांना मानसिक क्लेश झाले आणि या विमनस्क स्थितीत एस.एम. जोशींनी महाराष्ट्र जनता पक्षाच्या अध्यक्षपदाचा राजीनामा दिला. आपल्या वयाच्या पंचाहत्तराव्या वर्षी एसेमनी यापुढे कोणतेही पद न

स्वीकारण्याचा निर्धार केला. त्यांनी राजकारणातून निवृत्ती स्वीकारली. सामान्य कार्यकर्ता म्हणून सर्वसामान्य लोकांमध्ये काम करण्याचा निर्णय घेतला. एस.एम.जोशींनी आयुष्याच्या अखेरपर्यंत सीमा लढ्याची जबाबदारी स्वीकारली होती. एसेम सीमा समितीचे अध्यक्ष झाले आणि सीमा प्रश्नाला पुन्हा गती मिळाली. जनता सरकार आल्यावर काही नागबांधव जेपींना भेटले. तेव्हा जेपी म्हणले, 'मी विकलांग अवस्थेत आहे; पण एसेम जोशींना तुमच्या प्रश्नाबद्दल आस्था आहे. त्यांच्याशी तुम्ही बोलू शकता.' आपल्या ज्येष्ठ मित्राची आज्ञा मानून एस.एम. जोशी त्यासाठी प्रयत्न करीत राहिले व अखेरीस एप्रिल १९७९ मध्ये लंडनला जाऊन नागालँड आणि नागबांधव यांच्या संबंधाने या देशाचा एक नागरिक म्हणून मला काही कामगिरी पार पाडता आली याचे मोठे समाधान आहे.' पंजाब प्रश्नाच्या सोडवणुकीचा प्रयत्न करण्यासाठी ते पंजाबला गेले. एस.एम. जोशी आयुष्यभर विविध कामांत आघाडीवर राहिले. महाराष्ट्राच्या व देशाच्या राजकीय आणि सामाजिक जीवनातील कर्तृत्ववान माणूस म्हणून प्रकाशत राहिले.

### सीमा प्रश्नाचे भिजत घोंगडे

महाजन अहवाल फेटाळल्यानंतर महाराष्ट्र राज्य आणि मराठी जनता यांनी सीमा विभागातील लोकांना न्याय मिळवून देण्यासाठी विशेष काही केलेच नाही. मार्च १९८१ मध्ये शिवसेनेने बेळगाव गोव्यात घालावा हीच घोषणा देऊन विधानसभेवर मोर्चा नेला होता. १८ ऑगस्ट १९८१ पासून सीमा भागातील पाच आमदारांनी हुतात्मा चौकात बेमुदत उपोषण केले. मुख्यमंत्री अंतुले यांच्या आश्वासनावर विसंबून उपोषण सोडले. हा प्रश्न तसाच लोंबकळत राहिला. संयुक्त महाराष्ट्र समितीतून बाहेर पडल्यानंतर सीमा विभागातील नेत्यांनी ज्या ज्या वेळी मोर्चे काढले त्या वेळी एसेमना कधीच बोलाविले नाही. पुढे समाजवादी पक्ष आणि प्रजा समाजवादी पक्ष हे अलग होऊन स्पर्धेचे वातावरण निर्माण झाले असताना ना. ग. गोरेंना बोलावू लागले. प्रजा समाजवादी व संयुक्त समाजवादी एकत्र आल्यावर एस.एम. जोशींना आग्रह करून सीमा सत्याग्रहासाठी बोलावू लागले. मध्यंतरीच्या काळात बाळासाहेब ठाकरे यांनी हा प्रश्न जोरात उचलून धरला होता. मुंबई बंद करून ते तुरुंगात गेले; पण त्यातून काही निघाले नाही.

ना. ग. गोरे व एस.एम. जोशी, मधु दंडवते यांच्याबरोबर इंदिरा गांधींना भेटावयास गेले होते. तेव्हा सीमा प्रश्नासंबंधी एस.एम. जोशी म्हणाले, "आम्ही आता पिकली पाने झाली आहोत; केव्हा गळून पडू याचा नेम नाही. पण सीमाप्रश्नाची सोडवणूक झाली पाहिजे यासाठी वचनबद्ध आहोत. कोणत्याही बाजूने निकाल लागो. आम्ही सांगतो तसेच तुम्ही करा असे माझे म्हणणे नाही. तुमचा निर्णय लोकांना मान्य करावा लागेल. दोन तुकडे करून या प्रश्नाचा अंत झालाच पाहिजे. मी आणि नानासाहेब तुम्हाला

आश्वासन देतो की तुम्ही जो निर्णय द्याल तो आम्हाला पसंत न पडला तरी तो वाद पुढे चालविणार नाही.'' पण त्यांनी काही केले नाही. जानेवारी १९८३ मध्ये कर्नाटक विधानसभेची निवडणूक आली. काँग्रेसचे सेक्रेटरी म्हणून राजीव गांधी बेळगावकडे प्रचारासाठी आले होते. सीमावासीयांना उद्देशून राजीव गांधी एके ठिकाणी म्हणाले, ''तुम्ही आतापर्यंतच्या निवडणुका जिंकल्या आहेत हे ठीक आहे; पण ही निवडणूक जिंकून दाखवा.'' तेव्हा किशोर पवार यांच्या आग्रहावरून एस.एम. जोशींना सांगितले की, ''ही वेळ सीमावासीयांच्या कसोटीची आहे. या वेळी निवडणूक हरलात तर मग प्रश्न हातचा गेला; पण जिंकलात तर सुटण्याची शक्यता आहे. म्हणून मी निवडणूक प्रचारासाठी आलेलो आहे.''

सीमावासीयांनी ही निवडणूक जिंकली. त्यानंतर चंद्रशेखर यांच्याबरोबर पदयात्रेत असताना मुख्यमंत्री हेगडे हे काही काळ बरोबर होते. त्यांच्याशी सीमा प्रश्नाबाबत बोलणे झाले तेव्हा एस.एम. जोशी त्यांना म्हणाले, ''भाषेच्या बाबतीत जो 'गोकाक फॉर्म्युला' आहे, तो तुम्ही सीमा भागात लागू करू नका. तुम्ही त्यांना स्वातंत्र्य द्या. बेळगावचा प्रश्न तुम्ही आणि वसंतदादा पाटील बसाल तेव्हा एकदम हा प्रश्न अटीतटीला आणू नका. काय शिफारशी करता येतील तेवढे पाहा'' (जोशी, १९८९ : २३५ ते २३७). एस.एम. जोशी आजारी असताना १९८४ मध्ये रामकृष्ण हेगडे भेटण्यासाठी आले होते तेव्हा एसेम अण्णा अगदी कळवळून म्हणाले, ''हेगडे, तुम्ही बघतच आहात. मी आता मृत्युशय्येवर आहे. तेव्हा डोळे मिटण्यापूर्वी सीमा प्रश्नाचा काही ना काही निर्णय झालेला बघायला मिळाला तर मला सुखाचं मरण येईल'' (बाक्रे, १९९१ : ११). १२ नोव्हेंबर १९८४ रोजी ८१ व्या वाढदिवशी भेटीस आलेल्या पत्रकारांना उद्देशून एस.एम. जोशी म्हणाले, ''आगामी लोकसभा निवडणुकीत कोल्हापूरची लोकसभेची एक जागा महाराष्ट्र एकीकरण समितीच्या उमेदवारासाठी जनता पार्टी व काँग्रेस यांनी सोडून द्यावी अशी श्री. पी. के. पाटील व श्री. वसंतदादा पाटील यांना माझी विनंती आहे. कोल्हापूर परिसरात सीमावादाचे प्रतिबिंब पडत असल्याने मी ही सूचना करीत आहे. आजवर या प्रश्नास केवळ महाराष्ट्र विधानसभेत वाचा फुटत होती. तो प्रश्न लोकसभेत यावा म्हणून हा प्रयत्न केला पाहिजे'' (बाक्रे, १९९१ : १३, १४). १२ नोव्हेंबर १९८८ रोजी एस.एम. जोशींचे ८५ व्या वर्षांत पदार्पण झाले. त्यादिवशी नानासाहेब गोरे, डॉ. सत्यरंजन साठे, भाई वैद्य, प्रभातचे संपादक माधव खंडकर, गोपीनाथ तळवलकर व वृत्तपत्राचे वार्ताहर यांच्याशी बातचीत करताना एस.एम. जोशी म्हणाले, ''महाराष्ट्र-कर्नाटक सीमावादाचे रूपांतर दक्षिण विरुद्ध उत्तर होऊ द्यायचे नसेल तर वादग्रस्त सीमा भागात सार्वमत घेऊन हा प्रश्न त्वरित सोडविला पाहिजे'' (बाक्रे, १९९१ : १३, १४). १९८७ साली राजीव गांधी पुण्यात आले, तेव्हा सीमा प्रश्नाची तड लावण्यासाठी

एस.एम. जोशींनी भर पावसात नानासाहेब गोरे यांच्याबरोबर धरणे धरली होती. २४ जानेवारी १९८९ रोजी रुग्णशय्येवरून उठून हा प्रश्न सुटावा म्हणून एस.एम. जोशींनी पंतप्रधान राजीव गांधी यांची भेट घेतली होती (बाक्रे, १९९१ : ११५).

संयुक्त महाराष्ट्राची यशस्वी लढाई एस.एम. जोशी लढले, पण 'बेळगाव कारवार' हा मराठी भाषिक मुलूख आजही कर्नाटकात आहे. याबद्दल त्यांच्या मनातील विषाद शेवटपर्यंत कायम होता. एस.एम. जोशींचे निधन झाले त्याच्या आदल्याच दिवशी कर्नाटकातील आमदार व सीमावासीयांचे नेते राजाभाऊ माने व 'तरुण भारत' बेळगावचे संपादक किरण ठाकूर भेटले. प्रकृती साथ देत नसतानाही एस.एम. जोशी शेवटपर्यंत सीमा प्रश्नाबाबत रस घेत राहिले, परंतु मधली काही वर्षे अशी गेली की, सीमा प्रश्न पार बाजूला पडला. कर्नाटकात जनता सरकार आले. आपल्याच पक्षाविरुद्ध भूमिका घ्यायची वेळ आली. परंतु एस.एम. जोशी यांनी पक्षापेक्षा सीमा भागातील लोकांना दिलेले अभिवचन महत्त्वाचे मानले. 'लोकशाहीच्या सर्व मार्गांनी आपले मत व्यक्त करूनही त्यांना न्याय मिळत नाही' या विचाराने ते अस्वस्थ होत. 'कर्नाटक की महाराष्ट्र?' आणि 'काँग्रेसचे सरकार की जनताचे?' यापेक्षा लोकांच्या न्याय्य मागण्यांचे मोल त्यांच्या दृष्टीने अधिक होते. प्रदेश मिळविण्याची किंवा महाराष्ट्राचा नकाशा मोठा करण्याची त्यांची आकांक्षा कधी नव्हती. भाषावार प्रांतरचना हे तत्त्व मान्य केले असेल तर एवढ्या मोठ्या संख्येने सीमा भागाजवळ असलेल्या मराठी लोकांवर अन्याय का? हा त्यांचा प्रश्न होता. संकुचित प्रादेशिक किंवा भाषिक अभिमानी असा शिक्का त्यांच्यावर कोणी मारू नये. सीमा प्रश्न सुटला तर एस.एम. जोशी यांची अपूर्ण राहिलेली इच्छा पूर्ण होईल (डुम्बरे, १९९१ : २२२).

प्रकरण सात

# एस.एम. जोशी यांच्या विचारांची प्रासंगिकता

आधुनिक महाराष्ट्राच्या जडण-घडणीमध्ये श्री. एस.एम. जोशी यांची फार मोठी भागीदारी होती. एस.एम. जोशी हे स्वातंत्र्य चळवळ व नवभारत उभारणीतील दुवा होते. ते आयुष्यभर एक प्रखर ध्येयवादी जीवन जगले. त्यांचा मूळ पिंड राजकीय कार्यकर्त्याचाच होता. पण एसेम हे राजकारणाबरोबरच समाजकारणीही होते. त्यांच्या विचारांवर समाजवादी विचारसरणीचा प्रभाव होता; भारतातील समाजवादी पक्षाला एक नवीन दिशा देण्याचे कार्य एस.एम. जोशींनी केले. भारतातील समाजवादी पक्षाचे आधारस्तंभ या दृष्टीने त्यांच्याकडे पाहिले जाते. दलित आणि शोषित वर्गाला समाजवाद हाच एक दिलासा आहे असे त्यांचे मत होते. शोषणरहित नवसमाज निर्माण करण्यासाठी एस.एम. जोशींनी लोकशाही समाजवाद प्रस्थापित करण्यासाठी आयुष्यभर अखंड तपश्चर्या केली. तत्त्वमीमांसेपेक्षा आदर्शवादाचे मूल्य त्यांना अधिक प्रिय होते आणि सामाजिक-आर्थिक प्रश्नाकडे ते मानवातावादी दृष्टिकोनातून पाहात असत. राजकारणात राहून त्यांनी तत्त्वनिष्ठा आणि नीतिमूल्ये अखेरपर्यंत जपली. नैतिक मूल्यांच्या ओढीमुळेच एसेम म. गांधींच्या विचारांकडे आकृष्ट झाले. म. गांधींजींच्या साधन शुचिता, सत्य, अहिंसा आणि सत्याग्रह या मूल्यांचा एसेमवर प्रभाव होता.

एस.एम. जोशींनी विद्यार्थीदशेतच सामाजिक आणि राजकीय चळवळीत भाग घेण्यात सुरुवात केली होती. सायमन कमिशनला विरोध, यूथ लीगच्या स्थापनेत सहभाग, म. गांधींच्या कायदेभंग चळवळीत सहभाग, पर्वती मंदिर सत्याग्रह या विविध चळवळींत एस.एम. जोशींचा महत्त्वाचा सहभाग होता. १९४२ च्या 'चलेजाव' चळवळीतही त्यांनी महत्त्वाची भूमिका बजावली. भूमिगत राहून परकीय सत्तेविरुद्ध त्यांनी संघर्ष सुरूच ठेवला होता; पण त्यांना अटक झाली आणि तीन वर्षांचा तुरुंगवास भोगावा लागला. १९५५

च्या गोवामुक्ती आंदोलनात, विनोबा भावेंच्या भूदान चळवळीतही त्यांनी भाग घेतला होता.

एस.एम. जोशी प्रखर राष्ट्रवादी होते. संयुक्त महाराष्ट्र आंदोलनात त्यांचे महत्त्वाचे योगदान होते. ते लोकशाही, समाजवाद, धर्मनिरपेक्षता आणि मानवतावादाची उदात्त तत्त्वे मानणारे एक आदर्शवादी होते. कामगार चळवळीत त्यांनी पुढाकार घेतला होता. कामगारांचे विविध प्रश्न सोडविण्यासाठी त्यांनी सातत्याने प्रयत्न केले. विविध कामगार संघटना उभारण्यास मदत केली. सरकारी नोकरांच्या संपाचेही नेतृत्व एसेमनी केले. भारतात नवनिर्मितीसाठी सुसंस्कारित व आदर्श नागरिक तयार करण्यासाठी आणि विधायक आणि रचनात्मक कार्य करण्यासाठी एस.एम. जोशींनी राष्ट्रसेवा दल ही संघटना स्थापन करण्यात पुढाकार घेतला होता. महाराष्ट्राच्या प्रबोध आणि परिवर्तनाच्या इतिहासात एस.एम. जोशींचे महत्त्वपूर्ण स्थान आहे. आपल्या साठ वर्षांच्या राजकीय जीवनात त्यांनी देशापुढील कठीण प्रसंगी महत्त्वाची भूमिका बजावली. जनतेच्या विकासासाठी त्यांनी प्रामाणिक प्रयत्न केले. सर्वसामान्यांच्या उत्कर्षासाठी ते अखेरपर्यंत कार्यरत राहिले. विधानसभेत आणि लोकसभेत त्यांनी नेहमीच लोकांच्या विविध प्रश्नांना वाचा फोडली. स्वातंत्र्योत्तर भारतात रचनात्मक कार्य आणि संघर्षातून देशाची प्रगती व समृद्धतेसाठी त्यांनी आयुष्यभर प्रयत्न केले. एस.एम. जोशींचे हे सर्व प्रयत्न तपासून त्याचा सध्याच्या काळात मानवी प्रगतीसाठी आणि लोकशाही समाजवादाच्या प्रस्थापनेसाठी किती उपयोग आहे हे समजावून घेण्यासाठी प्रस्तुतचे संशोधन केले आहे. त्यांच्या त्यागमय जीवनाचा भारतातील तरुण पिढीला परिचय व्हावा हा उद्देश आहे.

### एस.एम. जोशी यांचा गौरव आणि मानसन्मान

एस.एम. जोशी यांच्या सामाजिक आणि राजकीय कार्याचा गौरव विविध सामाजिक घटकांकडून करण्यात आला. लोकमान्य टिळक स्मारक ट्रस्ट, पुणे यांच्या वतीने 'लोकमान्य टिळक सन्मान पारितोषिक' १ ऑगस्ट १९८३ रोजी एस.एम.जोशी यांना सर्वप्रथम देण्यात आले. पुणे महानगरपालिकेकडून ३१ डिसेंबर १९८५ रोजी एसेमना सन्मानपत्र देऊन गौरविण्यात आले. मुंबई महानगरपालिकेने २८ जानेवारी १९८६ रोजी गौरवपत्र देऊन सन्मान केला. पुणे विद्यापीठाने ३ एप्रिल १९८६ रोजी एसेमना डी. लीट. ही सन्माननीय पदवी दिली. ८ जानेवारी १९८७ रोजी रत्नागिरी नगरपालिकेने गौरवपत्र देऊन सन्मान केला. पेशव्यांच्या दरबारातील आदर्श न्यायमूर्ती रामशास्त्री प्रभुणे यांच्या स्मृतिप्रीत्यर्थ दिला जाणारा 'सामाजिक न्याय पुरस्कार' सामाजिक न्यायासाठी दिलेल्या अथक लढ्याबद्दल १० नोव्हेंबर १९८८ रोजी एस.एम.जोशी यांना देण्यात आला.

**एस.एम.जोशी यांच्या जीवन आणि कार्याचे मूल्यमापन -**

एस.एम. जोशी महाराष्ट्राच्या आणि देशाच्या सार्वजनिक जीवनातील एक निष्कलंक तपस्वी व्यक्तिमत्त्व होते. एसेम सहा दशके सार्वजनिक जीवनात कृतिशील होते. गांधी जयप्रकाशांचा वारसा सांगणारे हे आधुनिक ऋषी एखाद्या दीपस्तंभाप्रमाणे सार्वजनिक जीवनातील अनेक आदर्श जपत राहिले. स्वातंत्र्य लढ्याच्या काळात विद्यार्थी दशेत असताना एसेम सार्वजनिक कार्यात उतरले. गांधीजींच्या चळवळीत सहभागी झालेल्या या विद्यार्थ्याने पुढे आयुष्यभर गांधीवादाचा डोळस वारसदार म्हणून काम केले. आर्थिक आणि सामाजिक न्यायासाठी ते आयुष्यभर झटले. समाजपरिवर्तनाच्या लढ्यात झुंजत राहिले. विधायक, अहिंसक, लोकशाही मार्गाने संघर्ष करीत राहण्याचे व्रत त्यांनी निष्ठेने पाळले. राजकीय, सामाजिक व कामगार चळवळीत न्याय हेच त्यांच्या लढ्याचे उद्दिष्ट होते. निर्भयतेने व निष्ठेने अनेक प्रश्नांच्या वेळी परिणामाची पर्वा न करता ते आवाज उठवीत राहिले. प्रखर जिद्द व असीम आशा यांच्या जोरावर आयुष्यभर समाजहिताचे व समाज शिक्षणाचे व्रत चालवीत राहिले. एस.एम. जोशी यांच्या ऐंशीव्या वर्षानिमित्त लिहिलेल्या लेखात मा. यशवंतराव चव्हाण म्हणतात, 'गेल्या पन्नास वर्षांत एस.एम. नी. अनेक चळवळींत भाग घेतला आहे. राजकारणाच्या दिशा त्यांनी अधूनमधून बदलल्या. सुरुवातीला ते काँग्रेस सोशॉलिस्ट झाले. त्यानंतर ते प्रजा सोशॉलिस्ट झाले आणि नंतर ते जनता पक्षात गेले. त्यांच्या पक्षाची नावे कितीतरी बदलली असली तरी एस.एम. जे एस.एम. होते तेच राहिले. सर्व राजकीय प्रवासात एस.एम. चे व्यक्तिमत्त्व कायम राहिले. महाराष्ट्राच्या सार्वजनिक जीवनात फार थोडी माणसे अशी आहेत की, ज्याबद्दल कोणत्याही परिस्थितीत आदर वाटावा. एस.एम. यामध्ये अग्रगण्य आहेत.'

एसेम जोशी यांचे सारे जीवन चळवळीत-संघर्षात गेले. राजकीय नेतृत्व त्यांनी केले, पण सत्ता मिळवावी ही महत्त्वाकांक्षा त्यांच्या मनाला कधी शिवली नाही. त्यांनी विरोधी नेते म्हणून काम केले; पण विरोधासाठी विरोध केला नाही. सत्तारूढ पक्षाने केलेल्या चांगल्या गोष्टींचे त्यांनी नेहमीच स्वागत केले. ना. ग. गोरे म्हणतात, ''एसेम व्यावहारिकदृष्ट्या कोणत्याही उच्च स्थानापर्यंत पोहोचले नाहीत हे खरे. तसे होण्याची अनेक कारणे आहेत. महाराष्ट्रातील जातीयवाद हेही त्यातले एक प्रमुख कारण आहे. मग ते सुप्त असो की उघड असो. महाराष्ट्रात जर असा छुपा जातीयवाद नसता तर महाराष्ट्राची कळाच बदलली असती. तथापि हे मान्य केले पाहिजे की पदावाचून प्रतिष्ठा लाभलेली जी हाताच्या बोटावर मोजण्यासारखी माणसे समाजात असतात त्यापैकी एसेम एक आहेत. महाराष्ट्रात आणि इतर प्रांतांतही आपले नैतिक पितृत्व एसेमकडे जाते.'' एसेम नेहमी सत्तेपासून दूर राहिले. त्यामुळे राजकारणातील सर्वोच्च पद त्यांना भूषविता आले नाही.

राष्ट्रपती नीलम संजीव रेड्डी यांची मुदत संपली तेव्हा एसेमनी राष्ट्रपतीची निवडणूक लढवावी अशी सर्व पक्षीयांची इच्छा होती, पण एसेमनी नम्रतापूर्वक नकार कळविला. एसेम जातीयतेमुळे मागे पडले हे नानासाहेब गोरेंचे मत योग्य वाटत नाही. एसेमच्या व्यक्तिमत्त्वात काही कच्चे दुवे होते, पण ते जातीयतेमुळे मागे पडले असे म्हणता येणार नाही.

एसेम जोशींच्या जीवन आणि कार्याचा अभ्यास करताना त्यांच्या व्यक्तिमत्त्वाच्या काही मर्यादा आढळतात. संयुक्त महाराष्ट्राच्या चळवळीच्या रूपाने त्यांनी प्रादेशिक वादाला दिलेला आशीर्वाद आणि संयुक्त महाराष्ट्र समितीच्या नेत्यांना शेवटपर्यंत संघटित ठेवण्यात आलेले अपयश, त्यांनी नाकारलेले मुख्यमंत्रीपद, संयुक्त महाराष्ट्राचा मंगल कलश यशवंतराव चव्हाणांच्या हाती देणे, समाजवादी पक्षातील फाटाफुटीला आणि समाजवादी नेत्यांना आवर घालण्यात एसेमना आलेले अपयश, प्रसिद्धी पराङ्मुखता, जनता पक्षातील घटक पक्षांना आणि नेत्यांना एकात्म ठेवण्यात आलेले अपयश, शुद्धी सेना स्थापण्यात आलेले अपयश त्यामुळे भ्रष्टाचाराच्या समूळ उच्चाटनाचे त्यांचे स्वप्न अपूर्ण राहिले. कामगार चळवळीतही त्यांना काही प्रमाणात अपयश आले. तसेच राजकारणात केवळ शुद्ध चारित्र्य व आदर्श नीतिमत्ता उपयोगी नसते यांची दखल एसेमना घेता आली नाही. लोकशाही समाजवादी प्रस्थापनेच्या स्वप्नाची अपूर्णता असे काही एस.एम. जोशी यांच्या जीवन कार्यातील दुवे आढळतात.

एस.एम. जोशींच्या सात्त्विक राजकारणाचे मूल्यमापन करताना नानासाहेब गोरे म्हणतात, १९४२ च्या 'चले जाव' च्या आंदोलनात आणि १९५६ च्या संयुक्त महाराष्ट्राच्या आंदोलनात एसेमच्या कर्तृत्वाने आपली आगळी चमक दाखविली. परंतु एवढी कर्तृत्वाची झेप दाखवूनसुद्धा एसेमना अखिल भारतीय नेतृत्वाचे शिखर गाठता आले नाही; हा दैवदुर्विलास म्हटला पाहिजे. बेचाळीसच्या आंदोलनात त्यांच्याहून कमी ठोस काम केलेले आणि पुढे धरसोडीची वृत्ती दाखवलेले अनेक नेते अखिल भारतीय नेते बनले व एसेम मागे राहिले; यात त्यांचा दोष नव्हता की एसेमचा नव्हता. संयुक्त महाराष्ट्राची चळवळ मुळातच एकदेशीय होती. त्यामुळे तिला उत्तम यश प्राप्त होऊनही एसेम हे महाराष्ट्रापुरतेच नेते ठरले किंबहुना महाराष्ट्र देखील त्यांना विसरला असे म्हणता येईल.

गोपीनाथ तळवलकर म्हणतात, 'एसेमचे कर्तृत्व अखिल भारतीय स्वरूपाचे आहे की नाही हा वाद मला निरर्थक वाटतो. एसेमच्या कार्याची मर्यादा हवेली तालुक्यापुरती मर्यादित असती, तरी त्यांच्या व्यक्तिगत श्रेष्ठतेला काही उणेपणा आला असता असे मला वाटत नाही. शाळा-कॉलेजातल्या चळवळी, यूथ लीग, सत्याग्रह, राष्ट्र सेवा दल, बेचाळीसची क्रांती, संयुक्त महाराष्ट्राचे आंदोलन, समाजवादी पक्ष अशांमधून ते स्वत: अधिकाधिक प्रभाव दाखवीत गेले. संयुक्त महाराष्ट्राच्या चळवळीत त्यांची लोकमान्यांशी

तुलना झाली. पण एस एम धुंद झाले नाहीत. राजकारणाच्या बहुरंगी व बहुढंगी अशा चंचल वातावरणात जे उदात्त आहे याची सतत जाणीव त्यांना होती.'

एसेम जोशी हे सामाजिक क्रांतीच्या यशासाठी झटणारे होते. बॅ. नाथ पै म्हणतात, "एसेमांच्या आयुष्याचा कालखंड १९३० नंतरच्या महाराष्ट्राच्या इतिहासात अविभाज्य होऊन राहिलेला आहे. या कालावधीत महाराष्ट्रात एकही आंदोलन झाले नसेल, एकही चळवळ झाली नसेल, एकही लढा झाला नसेल ज्यांच्यात एसेम यांचा संबंध आला नाही. लौकिक यशापयशाच्या तराजूने त्यांच्या आयुष्याच्या फलश्रुतीचे मोजमाप करता येणार नाही. तत्कालीन परिणामांच्या दृष्टीने विचार केला तर अनेकदा अपयशच त्यांच्या वाट्याला आले; परंतु आधुनिक महाराष्ट्राची जडणघडण बनविण्यात एसेम यांच्या व्यक्तिमत्त्वाचा जो ठसा उमटलेला आहे तो कोणालाही नाकारता येत नाही. वैयक्तिक अपयशांचे हलाहल पचवून सामाजिक क्रांतीच्या यशासाठी झगडतच ते पुढे चालले होते."

एस.एम. जोशी यांचे व्यक्तिमत्त्व ऋषितुल्य होते. त्यांनी आपल्या जीवनाची दिशा बालपणीच निश्चित केली होती आणि त्याप्रमाणे त्यांनी आपले सारे आयुष्य घालविले असे म्हटले पाहिजे. समाजवादावर त्यांची अविचल निष्ठा होती आणि त्यांना असे वाटत होते की, लोकशाही बळकट होण्यासाठी समाजवादाचे अधिष्ठान पाहिजे. त्या विचारापासून ते कधीही दूर गेले नाहीत. मा. ज. श्री. टिळक म्हणतात, "राजकारण म्हणजे कोळशाची खाण आहे. अशा खाणीत एसेम जोशीसारखा एखादा हिरा सापडतो. सर्व पैलूंनी तो तळपतो पण तो सगळ्यांना मार्गदर्शक ठरतो, आदर्श ठरतो आणि मानदंड असतो. तसे एसेम हे मानदंडासारखे होते."

नागालँडची समस्या सोडविण्याची एसेमना तळमळ होती. कारण जयप्रकाशजींनी अंगावर घेतलेले ते शेवटचे काम होते व त्यांनीच नागभूमीतील कार्यकर्त्यांना 'मी हे काम आता एस.एम. वर सोपवत आहे' असे सांगितले होते. जयप्रकाशजींना दिलेल्या शब्दाप्रमाणे एसेम नागालँडला गेले आणि पुढे नागा नेते फिझोना यांना भेटण्यासाठी लंडनलाही गेले. जनता राजवट कोसळली नसती तर एसेम जोशींच्या प्रयत्नांना थोडेफार यश आले असते. फिझोना एसेमना म्हणाले, 'जयप्रकाश नारायण नंतर मी चांगला भारतीय तुमच्यात पाहिला.'

एस.एम. जोशी यांना राजकीय नेतृत्वाचे जणू बाळकडूच पाजले गेले होते. एस.एम. यांचा पिंड हा जनताभिमुख होता. एसेम यांच्याविषयी पक्षात गैरसमज निर्माण झाले आणि कधी कधी त्यांच्यावर प्रांतीयतेचाही आरोप करण्यात आला; पण एसेम यांना त्याची खंत नव्हती. द्वा. भ. कर्णिक म्हणतात, 'एसेम यांनी राजकीय नेतृत्वाचा एक असाधारण असा जो आदर्श निर्माण केला तो नैतिक बळावर आधारलेल्या जीवननिष्ठेमुळेच

होय. एस.एम. हे एक यशस्वी राजकीय नेता होते. ते पक्षात राहूनही पक्षातीत राहिलेले होते. विश्वव्यापी तत्त्वज्ञानाचे पाईक असूनही आपल्या प्रदेशाचे आधारस्तंभ होते. निष्कांचन राहूनही उदंड सदिच्छेचा संचय त्यांनी केला होता आणि जन्मभर संघर्षाचा पाठपुरावा करूनही शांततेचे, सहजीवनाचे, सहकार्याचे एक उपासक म्हणून ते ओळखले जातात.

एस.एम. जोशींनी स्वातंत्र्यलढ्यापासून आणीबाणीविरुद्धच्या लढ्यापर्यंत व पर्वती सत्याग्रहापासून नामांतर चळवळीपर्यंतच्या प्रत्येक कार्यात स्वत:ला झोकून दिले होते. त्यांच्या कार्यामागे स्वार्थी राजकारणाचे डावपेच नव्हते; एक सम्यक् दृष्टी होती. एसेम यांची पष्ठ्यब्दिपूर्ती साजरी झाली त्यावेळी नानासाहेब गोरे लिहितात, 'एसेमना राजकारण समजते, उत्तम समजते, त्यांना डावपेच समजतात, ते झकासपैकी डावपेच सुचवूही शकतात; पण ते राजकारणी नाहीत. त्यांच्यापाशी डावपेच नाहीत, महत्त्वाकांक्षा त्यांच्या गावीही नाही असा सर्वांचा समज करून देण्यात ते यशस्वी झालेले आहेत. हा त्यांच्या राजसगुणाचा मी परमोच्च बिंदू समजतो. राजकारण, डावपेच, महत्त्वाकांक्षा यांची सध्याच्या जमान्यात जी गलिच्छ व स्वार्थपरायण रूपे पदोपदी दिसून येतात त्यापासून ते सर्वथैव मुक्त आहेत हे मात्र खरेच आहे.' एस.एम. जोशींच्या निधनानंतर प्रख्यात साहित्यिक पु. ल. देशपांडे म्हणाले होते, एसेमच्या निधनामुळे सार्वजनिक जीवनातील शुचिता हरपली आहे. कवी बा. भ. बोरकर म्हणतात त्याप्रमाणे, "'मी'पण ज्यांचे पक्क फळापरी सहजपणे गळले हो, जीवन त्यांना कळले हो" असे ज्यांच्याबद्दल म्हणता येईल असे व्यक्तिमत्त्व हरपले. एक विलक्षण पोरकेपणाची भावना आता एसेमच्या सहवासात आलेल्या प्रत्येकाला जाणवल्याशिवाय राहणार नाही. "जेथे डोके टेकवावे, असे पाय गेले."

एस.एम. जोशींच्या राजकीय जीवनात संयुक्त महाराष्ट्राचे त्यांनी केलेले नेतृत्व हा सर्वोच्च बिंदू होता. संयुक्त महाराष्ट्राचा प्रश्न जीवनमरणाचा प्रश्न समजून ते लढले. जॉर्ज फर्नांडिस म्हणतात, इतिहासात जोपर्यंत महाराष्ट्र राहील, तोपर्यंत एसेम यांचे नाव कायम राहील. संयुक्त महाराष्ट्र आंदोलनातील एसेम यांच्या कार्याचे वर्णन करताना मृणालताई गोरे म्हणतात, "एसेम यांचे सारे आयुष्य चळवळीत गेले. संयुक्त महाराष्ट्राच्या चळवळीच्या काळात एसेम ही काय चीज आहे, याचा सर्वांना अनुभव आला. त्यांनी चळवळीचे नेतृत्व समर्थपणे सांभाळले. महाराष्ट्रातील अन्याय दूर केला पाहिजे असे बजावले. संयुक्त महाराष्ट्र चळवळीमुळे एसेम यांच्या नेतृत्वाने एक नैतिक उंची दिली. हा माणूस आपल्यावरील अन्याय दूर करणारा आहे अशी सर्वसामान्यांची भावना झाली."

एस.एम. जोशी हे मार्गदर्शक होते. भारतातील समाजवादी चळवळीला एक नवीन दिशा देण्याचे कार्य एसेम यांनी केले. मधु लिमये म्हणतात, "ज्या मूल्यांसाठी आणि विचारांसाठी एसेम आयुष्यभर प्राणपणाने लढले, त्यांना भारतीयांच्या दृष्टीने चिरंतन महत्त्व

आहे. लोकशाही, निधर्मी राज्य, सामाजिक समता, आर्थिक न्याय इत्यादी गोष्टींवर त्यांची नितांत निष्ठा होती. त्यांना सत्तेचा हव्यास नव्हता. संपत्तीचे प्रलोभन नव्हते. त्यांचे जीवन हे समर्पित जीवन होते.'' डॉ. बापूसाहेब काळदाते म्हणतात, ''एसेमनी अन्यायाविरुद्ध उभे ठाकण्यास, दुःख झेलण्यास आणि आदर्शांशी एकनिष्ठ राहण्यास शिकवले. त्यांचे आदर्श दीपस्तंभाप्रमाणे मार्गदर्शक म्हणून राहतील. आजच्या जटिल सामाजिक व राजकीय परिस्थितीत एसेम जोशींची उणीव तीव्रतेने भासेल. अनेक व्यक्तींच्या हृदयावर त्यांनी केलेले संस्कार कधीच पुसले जाणार नाहीत.''

एस.एम. जोशींच्या समाजवादी चळवळीतील कार्याविषयी प्रा. ग. प्र. प्रधान म्हणतात, ''मूलभूत वैचारिक मतभेदामुळे समाजवादी चळवळ दुभंगली. अशा सर्व आपत्तींतून जात असताना महाराष्ट्रात कार्यकर्त्यांना एकत्र ठेवण्याचे आणि त्यांच्यावर समाजवादी संस्कार करण्याचे कार्य एस.एम. जोशी यांनी केले. तीच समाजवादी चळवळीला त्यांनी दिलेली मोठी देणगी आहे.'' माजी पंतप्रधान चंद्रशेखर म्हणतात, ''एसेम की जिंदगी एकाकी जलनेवाली टिमटिमाता दीप नहीं, अपनी लौ से अनेकों दिलोंके दियोंको रोशन करनेवाली दीपशिखा है। अंधकार मिटे, निर्धनता, विषमता, पीडा, अशिक्षा का अंधकार मिटे-यही व्रत लिये जीवन के अस्सी वर्ष अथक चलते रहनेवाले इस राही की जिंदगी एक ऐसी कहानी है जिसके किसी भी एक पहलू को परखकर हम बहुत कुछ पा सकते हैं। शाश्वत सत्य की शोधमें निर्लिप्त भाव से चलनेवाला प्लेटो का दार्शनिक, सतत संघर्ष के पथ पर चलनेवाला लेनिन की कल्पना का क्रांतिकारी, परपीडा को अपना दर्द जाननेवाला गांधी कर्मनिष्ठ साधक - इन सबकी झलक हमें एक साथ देखने को मिलती है एस.एम. के व्यक्तित्व में।''

एस.एम. जोशींच्या कार्याचे मूल्यमापन करताना मधु दंडवते म्हणतात, ''एस.एम.जोशी कोण होते, हा प्रश्न इतिहास विचारील तेव्हा ह्या एकाच प्रश्नाला निरनिराळ्या मंडळींची उत्तरे निरनिराळी राहतील. सर्वोदयवाद्यांना वाटे की एस.एम. गांधीवादी, समाजवाद्यांची श्रद्धा की एस.एम. लोकशाही समाजवादी, डाव्यांना वाटे की ते डावे, भौतिकवाद्यांना वाटे की ते भौतिकवादी आणि अध्यात्मवाद्यांना वाटे की ते अध्यात्मवादीच, ट्रेड युनियन कार्यकर्त्यांना वाटे की एस.एम. ट्रेड युनियनवादी आणि शेतकऱ्यांना वाटे की ते शेतकऱ्यांचे नि शेतमजुरांचे कैवारी, क्रांतिकारकांना वाटे की ते दलितांचे खरे मित्र, संयुक्त महाराष्ट्रवाद्यांचे म्हणणे की एस.एम. म्हणजे संयुक्त महाराष्ट्र; तर मानवतावाद्यांच्या मते एस.एम. हे समता आणि ममता यांचे प्रतीक होते. प्रत्यक्षात मात्र एस.एम. म्हणजे एस.एम. च होते.''

वंचित आणि पददलित यांच्या सेवेमध्ये आपल्या आयुष्याची साठ वर्षे एस.एम.जोशींनी घालवली. वयाच्या ८५ व्या वर्षी १ एप्रिल १९८९ रोजी पुणे येथे

एस.एम.जोशी यांचे निधन झाले. भारताच्या या थोर सुपुत्राच्या दुःखद निधनाबद्दल साऱ्या देशाने, राष्ट्रपती, उपराष्ट्रपती, संसद, राज्य विधान मंडळ, वृत्तपत्रे आणि समाजातील सर्व थरांतील नेत्यांनी दुखवटा व्यक्त केला. श्री. एस.एम. जोशी यांच्या बहुविध व्यक्तिमत्त्वाची प्रशंसा करताना राष्ट्रपती श्री. आर. वेंकटरमण म्हणाले, "श्री. एसेम जोशी यांचे जीवन म्हणजे साधी राहणी आणि उच्च विचारसरणी यांचा एक आदर्श होते. ते गांधीवाद्यांमध्ये समाजवादी होते आणि समाजवाद्यांमध्ये गांधीवादी होते. त्यांनी कामगार चळवळीस लावलेले निरोगी वळण लोकांच्या नेहमीच लक्षात राहील."

राज्यसभेत एसेमना आदरांजली वाहताना उपराष्ट्रपती डॉ. शंकरदयाळ शर्मा म्हणाले, "श्री. श्रीधर महादेव जोशी यांच्या निधनाने एका युगाचा अंत झाला. स्वातंत्र्यापूर्वी असलेल्या गांधी युगाचा आणि स्वातंत्र्योत्तर काळातील देशातील राजकारणाचा - विशेषकरून महाराष्ट्रातील राजकारणाचा ते महत्त्वाचा दुवा होते. त्यांच्या निधनाने देश एका गांधीवादी व समाजवादी देशभक्ताला मुकला."

त्यावेळचे पंतप्रधान श्री. राजीव गांधी या दुःखद प्रसंगी म्हणाले, "श्री. एसेम जोशी यांच्या निधनामुळे गरिबांसाठी व पददलितांसाठी लढणाऱ्या एका महान स्वातंत्र्य सैनिकाला आम्ही मुकलो. श्री. एसेम जोशी हे प्रखर राष्ट्रवादी होते. देशाच्या प्रगतीशी व लोककल्याणाशी असलेली त्यांची बांधिलकी बराच काळ लोकांच्या लक्षात राहील." लोकसभेत आदरांजली वाहताना त्यावेळचे अध्यक्ष डॉ. बलराम जाखर म्हणाले, "श्री. एसेम जोशी यांची मूल्याधिष्ठित राजकारणावर नितांत श्रद्धा होती. सामाजिक न्यायासाठी त्यांनी पददलितांकरिता व वंचित समाजाकरिता झुंझार लढा दिला. देशामध्ये निकोप कामगार चळवळ उभी राहावी यासाठी त्यांनी फार महत्त्वाचे योगदान दिले."

## काही महत्त्वाचे निष्कर्ष

लोकशाही समाजवादाचे राजकारण - श्री. एस. एम. जोशी यांच्या जीवन आणि कार्याच्या अभ्यासाचे निष्कर्ष खालीलप्रमाणे सांगता येतील-

१) एस.एम. जोशी यांची लोकशाही समाजवादावर नितांत श्रद्धा होती. शोषित आणि पददलित यांच्याबद्दल वाटणारी उपजत कणव हीच त्यांच्या समाजवादामागील खरी प्रेरणा होती. शोषणरहित नवसमाज निर्माण करणे हे लोकशाही समाजवादाचे उद्दिष्ट एसेमना अभिप्रेत होते.

२) राष्ट्रसेवा दलाची उभारणी हे एस.एम. जोशी यांचे फार महत्त्वाचे कार्य होते. राष्ट्रसेवा दलाचे पहिले दलप्रमुख म्हणून एसेमनी महत्त्वपूर्ण योगदान दिले. राष्ट्र सेवा दलाने चांगले निष्ठावान सामाजिक कार्यकर्ते महाराष्ट्राला दिले. महाराष्ट्राचे सामाजिक व सांस्कृतिक जीवन समृद्ध करण्यासाठी या कार्यकर्त्यांचा फार उपयोग

झाला. राष्ट्रसेवा दलातील संस्कारांमुळे ज्यांनी उच्च सामाजिक मूल्ये जोपासलीत असे लोक अजूनही विविध विधायक कार्याची धुरा वाहात आहेत. वाढता हिंसाचार, भ्रष्टाचार व सांप्रदायिक विद्वेष यांच्या विळख्यातून देशाला वाचवायचे असेल तर राष्ट्रसेवा दल वाढविले पाहिजे अशी एसेम जोशींची भूमिका होती.

'फावडे, तुरुंग आणि मतपेटी' ही रचनात्मक कार्य, सत्याग्रह आणि लोकशाही ह्यांची समाजवादी आंदोलनातील प्रतीके मानण्यात आली होती. परंतु ह्या प्रतीकांपैकी 'फावडे' हे प्रतीक उपेक्षितच राहिले होते याची एसेमना खंत होती. सानेगुरुजी कला पथकाद्वारे एसेमनी रचनात्मक कार्यांवर अधिक लक्ष केंद्रित करण्याची प्रेरणा राष्ट्र सेवा दलाच्या कार्यकर्त्यांना दिली.

३) स्वातंत्र्यपूर्व काळातील विशेषत: १९४२ च्या 'चले जाव' चळवळीतील एस.एम.जोशींचे कार्य भूषणावह होते. बेचाळीसच्या आंदोलनात अच्युतराव पटवर्धन, अरुणा असफअली, शिरूभाऊ लिमये व क्रांतिसिंह नाना पाटील यांना जी प्रसिद्धी आणि महत्त्व प्राप्त झाले ते एस.एम. जोशी यांच्या वाट्याला आले नाही. स्वातंत्र्यप्राप्तीनंतर काँग्रेसच्या भांडवलशाहीला अनुकूल असलेल्या धोरणामुळे भ्रष्टाचारी आणि संधिसाधू लोकांच्या हातात सत्तासूत्रे गेल्यामुळे एस.एम. जोशींचा भ्रमनिरास झाला. शेतकरी, मजूर, कामगार, दलित यांचे हित पाहणारे लोकशाही समाजवादी राज्य येईल तेव्हाच खरे स्वराज्य प्रस्थापित होईल अशी त्यांची मनोधारणा होती.

४) एस.एम. जोशी यांच्या कुशल नेतृत्वामुळेच संयुक्त महाराष्ट्र आंदोलन यशस्वी झाले याबद्दल दुमत नाही. विविध पक्षांच्या संयुक्त आघाडीला एका लोकचळवळीचे स्वरूप देण्यात एसेम यशस्वी ठरले. संयुक्त महाराष्ट्राचे शिल्पकार म्हणून एसेमना श्रेय द्यावे लागेल. संयुक्त महाराष्ट्राची यशस्वी लढाई एसेम लढले. संयुक्त महाराष्ट्र निर्मितीच्या वेळीच सीमा प्रश्न सोडविण्याचा आग्रह धरावा ही एस.एम. जोशींची भूमिका महाराष्ट्रात प्रभावी ठरली नाही. 'बेळगाव-कारवार' हा मराठी भाषिक मुलूख आजही कर्नाटकात आहे. याबद्दल त्यांच्या मनातील विषाद शेवटपर्यंत कायम होता.

५) संयुक्त महाराष्ट्र समितीची प्रतिमा डावी होती. एस.एम. जोशींनी संयुक्त महाराष्ट्राचा मंगल कलश यशवंतराव चव्हाणांच्या हाती दिला. संयुक्त महाराष्ट्र समिती बरखास्त केली आणि एका डाव्या राजकीय पर्यायाला खीळ घातली. यशवंतराव चव्हाणांनी संधिसाधू पक्षांतराचे आणि जातीय अस्मितांना गोंजारून डाव्या पक्षांना सुरुंग लावण्याचे काम केले. त्यामुळे अनेक होतकरू नेत्यांनी पक्षांतर केले आणि कम्युनिस्ट व शेतकरी कामगार पक्ष या डाव्या पक्षांचे अतोनात नुकसान झाले.

यशवंतरावांच्या या भेदनीतीमुळे डावे पक्ष महाराष्ट्राच्या राजकारणात पुन्हा उभे राहू शकले नाहीत. १९७८ पर्यंत काँग्रेसला आव्हान देण्याचे त्राण कोणत्याही पक्षात राहिले नाही. तसे घडले नसते आणि एस.एम. जोशींना मुख्यमंत्री पदावर बसण्याची संधी मिळाली असती तर महाराष्ट्राच्या राजकारणाला वेगळे वळण लागले असते. पुरोगामी आणि कामगार हिताच्या दृष्टीने काही पावले पडली असती. शेतकऱ्यांच्या हिताचेही काही निर्णय होऊ शकले असते आणि मुख्य म्हणजे महाराष्ट्रात साखर सम्राटांच्या अंदाधुंद कारभाराला आळा घालणे शक्य झाले असते.

६) श्री. एस.एम. जोशी यांच्या स्फूर्तिदायी आणि विधायक नेतृत्वामुळे संयुक्त महाराष्ट्र चळवळीला कुठेही अनिष्ट वळण येऊ शकले नाही. या चळवळीमुळे काही लोकांनी असा समज करून घेतला की एस.एम. जोशी हे एखाद्या छोट्या प्रश्नासाठी झगडणारे प्रादेशिक नेते आहेत; पण हा समज अत्यंत चुकीचा आणि एसेमवर अन्याय करणारा आहे. एसेम हे खऱ्या अर्थाने आदर्श असे प्रखर राष्ट्रवादी होते.

७) संयुक्त महाराष्ट्र समितीला रिपब्लिकन पक्षाने पाठिंबा दिल्यामुळे आणि नेत्यांची विशेषत: एस.एम. जोशी यांची भूमिका दलितांच्या सामाजिक न्यायाबद्दल जागरूक राहण्याची असल्यामुळे महाराष्ट्रात सामाजिक अभिसरणाच्या प्रक्रियेला चांगली चालना मिळाली. अनेक दलित नेते सर्वसाधारण जागेवरही निवडून आले; पण दुर्दैवाने ही प्रक्रिया कायम राहिली नाही. पुढे सामाजिक समतेपेक्षा सत्ताकांक्षा प्रभावी ठरल्याने ही प्रक्रिया खंडित झाली.

८) एस.एम. जोशी धंदेवाईक ट्रेड युनियन पुढारी कधीच नव्हते; पण समाजवादी पक्ष काँग्रेसमधून बाहेर पडल्यानंतर हिंद मजदूर सभेच्या रूपाने इंटक आणि आयटकपासून सर्वस्वी स्वतंत्र अशा कामगार चळवळीची मुहूर्तमेढ रोवल्यानंतर एसेमनी ट्रेड युनियन संघटनेत लक्ष घालण्यास सुरुवात केली. खडकीच्या परिसरातील संरक्षण खात्यातील कामगारांना संघटित करण्यात एस.एम. जोशींचा महत्त्वाचा वाटा होता. अखिल भारतीय संरक्षण कामगारांचे फेडरेशन त्यांनी स्थापन केले. कामगारांचे अनेक लढे त्यांनी लढविले. केंद्रीय सरकारी कर्मचाऱ्यांच्या लढ्यातही त्यांचे फार मोठे योगदान होते; पण त्यांचा पिंड एकूण ट्रेड युनियन चळवळीला अनुकूल नव्हता. केवळ कर्तव्यबुद्धीने ते कामगार चळवळीत पडले होते. अवास्तव मागण्या करणे, अपप्रवृत्तींना प्रोत्साहन देणे, सवंग लोकप्रियता मिळविणे हे त्यांच्या स्वभावात नव्हते. देशकाल परिस्थितीचा विचार करून कामगार चळवळ चालविली पाहिजे. असंघटित व शोषित समाजघटकाचा विचार नेहमी केला पाहिजे व लोकशाही रक्षणाची राजकीय जबाबदारीही कामगारांनी

ओळखली पाहिजे असे एस.एम. जोशींना वाटत होते. एसेमची ही भूमिका तथाकथित धंदेवाईक पुढाऱ्यांना आवडणारी नव्हती.

९) एस.एम. जोशी यांच्या जीवनाकडे आपण पाहिले तर आपणास असे दिसून येईल की, त्यांचे सारे जीवन विविध प्रकारचे लढे देण्यात गेले. स्वातंत्र्य चळवळीत भाग घेतल्यापासून त्यांनी विविध संघटना उभारल्या आणि विविध लढ्यात भाग घेतला. कामगार, दलित, स्त्रिया, आदिवासी व शेतमजूरांच्या लढ्यांत त्यांना अतोनात त्रास सहन करावा लागला; त्याग करावा लागला. पण हे सर्व करताना राष्ट्राची अखंडता व एकात्मता यांना कुठेही बाधा येऊ नये यासाठी ते जपत असत. जातीय सलोख्याचेही ते प्रभावी समर्थक होते. अशा चळवळींच्या प्रसंगातून त्यांचे जीवन तेजोमय बनत गेले. एसेम जोशी केवळ चळवळे होते असे नाही तर विधायक कार्यातही त्यांना फार रस होता.

१०) विधानसभा कामकाजावर एस.एम. जोशी यांनी आपल्या स्पष्टवक्तेपणामुळे आणि नि:पक्षापातीपणामुळे चांगलीच छाप पाडली होती. विरोधातही त्यांची विधायकता दिसून येत असे. अनेक प्रश्न व समस्या विधानसभेत उपस्थित करून एसेमनी उत्कृष्ट प्रतिनिधित्व केले. १९५२ ते १९६२ या कालावधीत त्यांनी विरोधी पक्षाची बाजू मजबुतीने सांभाळली. एक वर्ष विरोधी पक्षनेता म्हणून महत्त्वाची कामगिरी पार पाडली. विधानसभेत त्यांनी वैशिष्ट्यपूर्ण स्थान निर्माण केले होते. सरकारवरही त्यांचा नैतिक प्रभाव पडत असे. जनतेची गाऱ्हाणी अभ्यासपूर्ण रीतीने त्यांनी वेशीवर टांगली.

१९६७ साली एस.एम. जोशींची लोकसभेवर निवड झाली. त्यांची संसदेतील कामगिरी संस्मरणीय होती. या कामगिरीमुळे त्यांनी आपले राष्ट्रीय जीवनही समृद्ध केले. शासनाच्या धोरणावर एसेम अयोग्य टीका करीत नसत. संसदसदस्य म्हणून त्यांचा कार्यकाल अल्प होता, तरीही नामवंत संसदपटू म्हणून त्यांचा लौकिक होता. संसदसदस्य म्हणून एसेमना लोकप्रियता मिळाली, परंतु एसेमनी लोकसभा कामकाजात फारसा रस घेतला नव्हता.

११) समाजवादी जीवननिष्ठा स्वीकारून अखेरपर्यंत त्यासाठी लढा देणारे एस.एम. जोशी यांचे आयुष्य एखाद्या दीपस्तंभाप्रमाणे होते. प्रारंभीपासून समाजवादी पक्षात असणाऱ्या अनेकांनी मार्ग बदलले, पण एसेमनी समाजवादी पक्षावरची निष्ठा ढळू दिली नाही. देशातील समाजवादी चळवळ मजबूत करण्यावर त्यांनी भर दिला. पण समाजवादी पक्षातील नेत्यांच्या मतभेदाला खंबीरपणे एसेम आवर घालू शकले नाहीत. प्रजा समाजवादी पक्ष आणि संयुक्त समाजवादी पक्षाचे अध्यक्ष या नात्याने एसेमनी सर्व समाजवादी गटांना एकत्र आणण्याची पराकाष्ठा

केली; परंतु त्याचे समाजवादी गट एकीकरणाचे प्रयत्न निष्फळ ठरले, 'लोकशाही समाजवादाच्या आधारेच समाजवादी पक्षाची सुधारणा केली पाहिजे' या सूत्राला धरूनच एसेमनी त्या पक्षात काम केले. अखेरीस १९७१ मध्ये समाजवादी पक्षांचे एकीकरण घडून आले; परंतु त्या वेळी प्रजा समाजवादी पक्ष निष्क्रिय झाला होता आणि संयुक्त समाजवादी पक्षही कसा तरी टिकून होता. संयुक्त समाजवादी पक्ष हा एक पर्यायी पक्ष बनेल ही एस.एम. जोशींची अपेक्षा कायमची दुरावली.

इंदिरा गांधींनी बँकांचे राष्ट्रीयीकरण, संस्थानिकांचे तनखे बंद करणे या पुरोगामी धोरणांचा पुरस्कार करून समाजवादी समाजरचना प्रस्थापित करण्याचा आभास निर्माण केला. त्यामुळे एस.एम. जोशींनी पंतप्रधान इंदिरा गांधींच्या धोरणांना पाठिंबा दिला होता. १९६९ साली राष्ट्रपती निवडणुकीतही इंदिरा गांधींच्या बाजूने संयुक्त समाजवादी पक्षाने पाठिंबा दिला होता. या वेळी एस.एम. जोशी यांच्यावर इंदिरानिष्ठ म्हणून आरोप करण्यात आला.

१२) भारतात समाजवादी पक्ष स्थापन झाल्यापासूनचा आढावा घेतल्यास भारतीय समाजवाद्यांना अपयशच आले असे म्हणावे लागेल. या पक्षात संघटना कौशल्याचा अभाव असल्यामुळे हा पक्ष ग्रामीण भागात आपले पाय घट्ट रोवू शकला नाही. समाजवादी पक्षात वारंवार फूट घडून आल्यामुळे हा पक्ष कायम कमजोर राहिला. सत्ताधारी पक्षाने समाजवादाचा पुरस्कार केला तेव्हापासून समाजवादी पक्षाविषयी लोकांचे आकर्षण कमी झाले. फाटाफुटीच्या व्याधीने ग्रस्त झालेला हा पक्ष कधीच त्यातून सावरला गेला नाही. तरीसुद्धा समाजवादी पक्षाने भारतात समाजवादी विचार रुजविण्याचे आणि पसरविण्याचे अत्यंत मोलाचे कार्य केले आहे असे म्हणता येईल.

१३) १९७४ साली जयप्रकाश नारायण यांनी युवकांच्या आंदोलनाला संपूर्ण क्रांतीचे अधिष्ठान दिले. जेपींनी भ्रष्ट समाजव्यवस्थेविरुद्ध संघर्षाची हाक दिली. कुठलेही परिवर्तन घडवून आणण्याची शक्ती या आंदोलनात होती. जनता पक्षाचा उदय झाला आणि सत्तांतर घडले; मात्र येथेच लोकांचा या लढ्याबाबत भ्रमनिरास झाला; कारण ज्या भ्रष्ट समाजव्यवस्थेविरुद्ध समाजाने प्रचंड असंतोष व्यक्त केला होता, त्याच समाजव्यवस्थेचे एकेकाळचे प्रतिनिधी या परिवर्तन लढ्याचे शिलेदार म्हणून पुढे आले होते. जेपींच्या या लढ्याला सत्तांतराचे श्रेय मिळाले; पण त्यामागे असणारी खरी प्रेरणा सत्तांतराने खुर्ची प्राप्त झालेले नेते विसरून गेले आणि एका असाधारण जनआंदोलनाची परिणती आंदोलनाचा मूळ हेतूच बाजूला पाडण्यात व लोकांचा भ्रमनिरास होण्यात झाली. जयप्रकाश नारायण यांचे 'संपूर्ण क्रांती' चे स्वप्न अपूर्ण राहिले याची खंत एस.एम. जोशींना होती.

१४) आणीबाणीविरोधी सर्व चळवळींत एस.एम. जोशी होते. आणीबाणीतील हुकूमशाही राजवटीचा एसेमनी प्रतिकार केला होता. दुसऱ्या स्वातंत्र्याची ज्योत तेवत ठेवण्याची महत्त्वपूर्ण कामगिरी एसेमनी पार पाडली होती. आणीबाणीनंतर जनता पक्षाच्या स्थापनेत एस.एम. जोशींचा महत्त्वाचा सहभाग होता. मार्च १९७७ च्या निवडणुकीत जनता पक्षाने अभूतपूर्व यश संपादन केले; परंतु या पक्षात फाटाफूट होणे हेही अपेक्षित व अपरिहार्य होते. कारण एखाद्या विशिष्ट मुद्द्यावर जरी विरोधी पक्षांसह सारे एकत्र आले तरी ते एकत्र येणे हे तात्पुरते असते. वैचारिकदृष्ट्या प्रत्येक पक्षाची बैठक वेगळी असते. त्यामुळे असे पक्ष फार काळ एकत्र राहू शकत नाहीत. जनता पक्षात निरनिराळी संस्कृती असणारे गट होते. एस.एम. जोशी., ना. ग. गोरे आणि मधु दंडवते हा समाजवाद्यांचा अतिशय कणखर परंतु सौम्य गट होता. याउलट, राजनारायण, मधु लिमये, जॉर्ज फर्नांडिस यांचा गट जास्त आक्रस्ताळी होता. इंदिरा गांधी द्वेषावर त्यांच्या राजकारणाची उभारणी होती.

१५) १९७७ साली समाजवादी पक्ष जनता पक्षात विलीन झाल्यानंतर समाजवाद्यांची स्वतःची ओळखच संपली. एस.एम. जोशी., ना. ग. गोरे यांनी जनता पक्षाला समाजवादी रंग चढविण्याचा प्रयत्न अटीतटीने केला; परंतु ते काम एवढे सोपे नव्हते. इंदिरा गांधींच्या एकाधिकारशाहीला समर्थपणे तोंड देणे एकट्या समाजवादी पक्षाच्या कुवतीबाहेरचे काम होते. समाजवादी पक्षाचा समाजवादी विचार सर्व सामाजिक घटकांना आकर्षक वाटत असला तरी कोणताही एक सामाजिक गट संपूर्णपणे पाठीशी उभा करण्याचे प्रयत्न समाजवादी पक्ष महाराष्ट्रातही करू शकला नाही. असा पक्ष भारतीय संदर्भात यशस्वी होणे अशक्य होते. त्यामुळे सत्तेवर येण्याची स्वप्ने पाहातच हा पक्ष संपून गेला.

१६) एस.एम. जोशी., ना. ग. गोरे यांनी अनेक पुरोगामी लढ्यांचे नेतृत्व केले. जातीयवादाशी सतत सामना केला. दीनदलितांच्या पाठीशी उभे राहिले. काँग्रेसची भांडवलशाही व एकाधिकारशाही यांच्याशी झुंज दिली. आयुष्यभर त्यांनी समाजवादी निष्ठेचे असंख्य तरुण तयार केले. मधु लिमये, नाथ पै, बापूसाहेब काळदाते, मधु दंडवते हे त्यातील अग्रणी होत. पंडित नेहरू, जयप्रकाश नारायण, आचार्य नरेंद्र देव, डॉ. राममनोहर लोहिया, एस.एम. जोशी असे मातब्बर नेते समाजवादाच्या बाजूने लढत आले तरीही भारतभूमीत समाजवाद रुजू शकला नाही.

१७) १९७८ साली विधानसभा निवडणुकीत काँग्रेसमध्ये पडलेल्या फुटीचा फायदा जनता पक्षाला होईल आणि महाराष्ट्रात जनता पक्ष सत्तेवर येईल असे वाटत होते;

परंतु महाराष्ट्रात जनता पक्षाला निर्विवाद बहुमत मिळाले नाही याचे मुख्य कारण शेतकरी कामगार पक्षाशी जागा वाटपाबाबत समझोता करावा हे एस.एम. जोशींचे म्हणणे जनता पक्षाला मान्य झाले नाही. जनता पक्ष, शेतकरी कामगार पक्ष, लोकशाही काँग्रेस व शरद पवार यांचा गट मिळून पुरोगामी लोकशाही आघाडीची स्थापना केली आणि शरद पवार मुख्यमंत्री झाले. पक्ष सोडलेल्या शरद पवारांना पुरोगामी आघाडीचे नेते करण्याच्या निर्णयात एस.एम. जोशी यांचा फार मोठा वाटा होता.

१८) जनता पक्षाने एस.एम. जोशी यांची नेता म्हणून निवड केली असती, तर एसेम निश्चितच मुख्यमंत्री झाले असते. जनता पक्षाने जर एस.एम. जोशी यांचेच नाव मुख्यमंत्री पदाचे दावेदार म्हणून पुढे केले असते तर त्यांच्या पाठीशी आवश्यक ते संख्याबळ अगदी सहज उभे राहू शकले असते. कदाचित अनिच्छेने इंदिरा काँग्रेसबरोबर गेलेले वसंतदादा पाटील देखील एस.एम. जोशी यांचे नेतृत्व मान्य करून जनता पक्षासोबत येऊ शकले असते; कारण तेव्हाची त्यांची भूमिका ही इंदिरा विरोधकाची होती; पण ते घडले नाही आणि एस.एम. जोशी यांची मुख्यमंत्री होण्याची संधी खऱ्या अर्थाने हुकली. एस.एम. जोशींनीसुद्धा मुख्यमंत्री होण्याबाबत खंबीर भूमिका घ्यावयास पाहिजे होती. अर्थात, ही संधी हुकली असे म्हणणे तितकेसे बरोबर होणार नाही. एसेम यांनी सत्ता संपादनापासून दूर राहण्याचा निर्णय १९७१ सालीच अगदी जाणीवपूर्वक घेतला होता असा निष्कर्ष त्यांचे एकूण राजकीय चारित्र्य आणि जीवन व्यवहार बघता सहज काढता येतो.

१९) एस.एम. जोशी सत्तेपासून कटाक्षाने दूर राहिले. सत्तेच्या साहाय्याने अनेक तात्कालिक बदल घडवून आणता येतात; पण शाश्वत स्वरूपाचे परिवर्तन माणसाच्या प्रवृत्तीत बदल घडवून आणूनच साधता येते अशी महात्मा गांधींप्रमाणे एसेम यांची श्रद्धा होती. आपल्या निष्कलंक चारित्र्याने व निरलस समाजसेवेने एसेमनी भारतीय जनतेवर खोल ठसा उमटविला होता. केंद्रात जनता पक्षाकडे सत्ता होती तेव्हा एसेमना कोणतेही महत्त्वाचे पद सहजपणे मिळाले असते; पण एसेमनी त्याचा विचारही मनात आणला नाही.

२०) बहुजन समाजातील नेतृत्वाचे आता संगोपन केले पाहिजे असे एसेम जोशी यांचे मत होते. एसेम जोशींचे हे विश्लेषण काहींना जातीय वाटेल. समाजवादासारखी, वैज्ञानिक पायावर आधारित विचारधारा मानणाऱ्याने अशा तऱ्हेच्या जातीय परिभाषेत बोलावे याचे वैषम्य वाटेल; परंतु येथील समाजव्यवस्थेचे सूक्ष्मपणे अवलोकन करणाऱ्याला आणि त्यातून पुढे जाण्याची दुर्दम्य इच्छा बाळगणाऱ्यांना पददलितांना झुकते माप द्यावेच लागेल. एस.एम. जोशींनी आयुष्यभर तेच केले.

त्यामुळे ते यशस्वी राजकारणी होऊ शकले नाहीत. पण त्यांच्याच शब्दांत सांगायचे तर एसेम म्हणतात, माझ्या जीवनाचा जमाखर्च लिहिणे जरा अवघडच काम आहे; तरीपण त्याला 'यशस्वी अपयश' किंवा Successful Failure असे म्हणता येईल. काही पराभवदेखील समाजाला चिरंतन प्रेरणा देतात. एस.एम. जोशींचा पराभव त्या उच्च प्रतीचा होता. मराठवाडा विद्यापीठाला डॉ. बाबासाहेब आंबेडकरांचे नाव देणे अवघड आहे हे माहीत असूनही, चपलांचा हार गळ्यात पडत असतानाही त्याचा पुरस्कार करीत राहणे याला प्रचंड मोठे धैर्य लागते. 'हरणाऱ्या लढाया' लढणारे सेनानी असा त्यांचा गौरव करता येईल.

२१) एस.एम. जोशी यांनी सीमा प्रश्नात शेवटपर्यंत रस घेतला; परंतु मधली काही वर्षे अशी गेली की, सीमा प्रश्न बाजूला पडला. कर्नाटकात जनता पक्षाचे सरकार आले. आपल्याच पक्षाविरुद्ध भूमिका घ्यायची वेळ आली; परंतु एस.एम. यांनी पक्षापेक्षा सीमाभागातील लोकांना दिलेले अभिवचन महत्त्वाचे मानले. 'लोकशाहीच्या सर्व मार्गांनी लोकांनी आपले मत व्यक्त करूनही त्यांना न्याय मिळत नाही' या विचाराने ते अस्वस्थ होत. कर्नाटक की महाराष्ट्र, आणि काँग्रेसचे सरकार की जनतेचे सरकार यापेक्षा लोकांच्या न्याय्य मागण्यांचे मोल त्यांच्या दृष्टीने अधिक होते. प्रदेश मिळविण्याची किंवा महाराष्ट्राचा नकाशा मोठा करण्याची त्यांची आकांक्षा कधीच नव्हती.

२२) सध्याच्या काळात समाजवादी पक्ष जवळजवळ संपुष्टात आला आहे. गरीब, शोषित, कामगार लोकांच्या कल्याणासाठी व लोकशाही समाजवादाचे ध्येय साध्य करण्यासाठी समाजवादी पक्षाची पुनर्रचना नव्या जोमाने करणे ही काळाची गरज आहे; म्हणून आधुनिक काळात ना. ग. गोरे, एस.एम. जोशी यांनी उराशी बाळगलेली स्वप्ने प्रत्यक्षात आणण्यासाठी एस.एम. जोशींच्या विचारांनुसार समाजवादी पक्षाची उभारणी केली पाहिजे. जातीयवादी आणि धर्मांध शक्तींना रोखण्यासाठी एस.एम. जोशी यांच्यासारख्या समाजवादी नेत्याचे आदर्श व विचार नव्या पिढीपुढे मांडणे आवश्यक आहे.

# संदर्भ ग्रंथ सूची


| | | |
|---|---|---|
| अत्रे प्र. के. | : | आषाढस्य प्रथम दिवसे - परचुरे प्रकाशन मंदिर, मुंबई, पहिली आवृत्ती - १९६९ |
| अत्रे प्र. के. | : | कऱ्हेचे पाणी (आत्मवृत्त) खंड पाचवा - परचुरे प्रकाशन मंदिर, मुंबई आवृत्ती - पाचवी, फेब्रुवारी १९९८ |
| अत्रे प्र. के. | : | सिंहगर्जना - परचुरे प्रकाशन मंदिर, मुंबई, पहिली आवृत्ती - १ ऑगस्ट १९५७ |
| अवचट अनिल | : | पूर्णिया - मेहता पब्लिशिंग हाऊस, पुणे, आवृत्ती - पाचवी, जुलै १९९७ |
| आढाव बाबा | : | सार्वजनिक जीवनातील आधारस्तंभ - एसेम स्मृति विशेषांक, मराठवाडा, १ मे १९८९ |
| आपटे राम | : | कर्नाटक-महाराष्ट्र सीमा आंदोलनाची अनेकांगी अपूर्वता - साधना, १ मे १९८६ |
| आपटे राम | : | राष्ट्र सेवा दलाने नवी दिशा घ्यावी - साधना, १४ डिसेंबर १९९१ |
| आमटे बाबा | : | एसेम तू अजून हवा आहेस - साधना, १९ ऑक्टोबर १९८४ |
| इंदूरकर गंगाधर | : | दिल्ली दिनांक - श्री विद्या प्रकाशन, पुणे, प्रथमावृत्ती - १ मार्च १९८२ |
| कंटक प्रेमा | : | सत्याग्रही महाराष्ट्र - सुलभ राष्ट्रीय ग्रंथमाला प्रकाशन, पुणे, प्रथमावृत्ती - ऑक्टोबर १९४० |
| कर्णिक द्वा. भ. | : | एस. एम. जोशी : राजकीय नेते - एस. एम. जोशी षष्ट्यब्दीपूर्ती गौरव ग्रंथ - १३ डिसेंबर १९६४ |
| कर्णिक द्वा. भ. | : | मानवेंद्रनाथ रॉय - पॉप्युलर प्रकाशन, मुंबई, पहिली आवृत्ती - १९६७ |
| कातगडे पुंडलीकजी | : | भारतीय स्वातंत्र्य लढ्यातील छोडो भारत पर्व - अरुणराज प्रकाशन, मुंबई, पहिली आवृत्ती - डिसेंबर १९७० |
| कामत मंगला | : | महाराष्ट्रातील समाजसुधारक - दास्ताने रामचंद्र आणि कं. पुणे, प्रथमावृत्ती - २००१ |
| कामत मुरलीधर | : | अण्णांची मृत्यूशी झुंज - साधना १ मे १९८९ |
| कारेकर म. सु. | : | क्रांतिकारक सौजन्यमूर्ती एसेम - पुढारी, कोल्हापूर दि. ३ एप्रिल १९८९ |

काळंदकर राजा : जेपींचे विचार तरुणांपर्यंत का पोहोचले नाहीत ? - साधना, ६ ऑक्टोबर २००१
काळदाते बापू : एसेम अण्णा - फक्त नेताच नाही तर अधिक काही तरी - नामवंत संसदपटू - ग्रंथमालिका - १४, १९९२
काळे (पाटील), बाळासाहेब रंगनाथ : 'संयुक्त महाराष्ट्राच्या चळवळीत सोलापूरचा सहभाग' - शिवाजी विद्यापीठ, कोल्हापूरच्या एम. फिल. (राज्यशास्त्र) पदवीसाठी सादर केलेला अप्रकाशित शोधप्रबंध, १९९१
काळे भगवान (संपादक) : संयुक्त महाराष्ट्र : काल आणि आज - संकेत प्रकाशन, जालना, प्रथमावृत्ती - २३ जानेवारी १९८८
कुरुंदकर नरहर : छाया प्रकाश, जनबोध प्रकाशन, पुणे, प्रथमावृत्ती - १९८०
कुरुंदकर नरहर : जागर - देशमुख आणि कंपनी, पुणे, प्रथमावृत्ती - जानेवारी १९६९
कुरुंदकर नरहर : वाटा माझ्या - तुझ्या - इंद्रायणी साहित्य प्रकाशन, पुणे, प्रथमावृत्ती - २१ सप्टेंबर १९९३
कुरुंदकर नरहर : समाजवाद : कल्पना व समस्या, साधना, १ मे १९७९
कुरुंदकर नरहर : समाजवादी शक्तींची पीछेहाट, समाज प्रबोधन पत्रिका, पुणे, वर्ष - ४, अंक - ४, जून-जुलै १९६७, पृ. १ ते ८
कुलकर्णी भीमराव : अस्मिता महाराष्ट्राची - मराठा मंदिर प्रकाशन, मुंबई, पहिली आवृत्ती - नोव्हेंबर १९७१
कुसुमाग्रज : मला जाणवलेले जोशी - एस. एम. जोशी षष्ट्यब्दीपूर्ती गौरव ग्रंथ - १३ डिसेंबर १९६४
केळकर इंदुमती : जयप्रकाश आणि डॉ. लोहिया - साधना, २६ जानेवारी १९७८
केळकर इंदुमती : डॉ. राममनोहर लोहिया - रुची प्रकाशन, पुणे, प्रथमावृत्ती - १९६७
केळकर श्रीपाद : छोडो भारत - १९४२ - कॉण्टिनेण्टल प्रकाशन, पुणे, प्रथम प्रकाशन - १९८३
केशवानंद (अनुवादक) : जयप्रकाश एक जीवनी - राधाकृष्ण प्रकाशन, नई दिल्ली, प्रथम संस्करण - १९७८
कोलारकर श. गो. : स्वतंत्र भारताचा इतिहास - श्री मंगेश प्रकाशन, नागपूर, द्वितीयावृत्ती - १९९७
क्षीरसागर के. श्री. : भारतीय राज्यव्यवस्था - विद्या प्रकाशन, नागपूर, प्रथमावृत्ती - १९९२
खरात शंकरराव : अण्णा : दलितांचे कैवारी - एस. एम. जोशी षष्ट्यब्दीपूर्ती गौरव ग्रंथ - २५ नोव्हेंबर १९८४
खांडेकर संजीव (संपादक) : संकल्प (सामाजिक चळवळीतील तरुणांच्या जाणिवांचा शोध) - ग्रंथाली अभिनव वाचक चळवळ, मुंबई प्रथमावृत्ती १९८२
खाडीलकर नीलकंठ : राष्ट्र सेवा दलाने नवी दिशा घ्यावी - साधना, १४ डिसेंबर १९९१
खाडीलकर र. के. : गेले ते दिवस - केसरी प्रकाशन, पुणे, प्रथमावृत्ती - १ मार्च १९८०
खापरे क. शि. : आधुनिक महाराष्ट्राचे शिल्पकार - एस. एम. जोशी - सकाळ, कोल्हापूर १ एप्रिल १९९९

खापरे कन्याप्पा शिवाप्पा : 'गडहिंग्लज तालुक्यातील पक्षीय राजकारण (१९८५ ते १९९५) - एक टीकात्मक अभ्यास' - शिवाजी विद्यापीठ, कोल्हापूरच्या एम. फिल. (राज्यशास्त्र) पदवीसाठी सादर केलेला अप्रकाशित शोधप्रबंध, १९९७

खोब्रेकर व्ही. जी. (संपादक) : यशवंतराव चव्हाण विधिमंडळातील निवडक भाषणे (१९४६-१९६२) - खंड पहिला - यशवंतराव चव्हाण प्रतिष्ठान, मुंबई, प्रथमावृत्ती - १९८९

खोले गजानन : एस. एम. जोशी यांचा उदात्त प्रेमविवाह - इंद्रायणी साहित्य प्रकाशन, पुणे, प्रथमावृत्ती - २ ऑक्टोबर १९७९

गडकरी माधव : संयुक्त महाराष्ट्र लढ्यातील महारथी - मनोविकास प्रकाशन, मुंबई, प्रथमावृत्ती - १ मे १९८७

गरुड शांताराम : कृषी औद्योगिक समाजाची २५ वर्षे - समाजवादी प्रबोधिनी, इचलकरंजी, प्रथमावृत्ती - १९८५

गरुड शांताराम : गेल्या पंचवीस वर्षांतील राजकारण - तात्पर्य, वर्ष - ८, अंक - ८६-८७, मे-जून १९८५, पृ. १२ ते २१

गरुड शांताराम : भारताचा स्वातंत्र्यसंग्राम-प्रमुख प्रवाह, सामर्थ्य, कमजोऱ्या, समाजवादी प्रबोधिनी - इचलकरंजी, प्रथमावृत्ती - १९८६

गरुड शांताराम : लोकशाही समाजवादाची शोकांतिका - तात्पर्य, वर्ष - ७, अंक - ७३, एप्रिल १९८४, पृ. १४ ते १५

गव्हाणे सुधीर : समकालीन सामाजिक-राजकीय वाद व प्रबोधन परंपरा - प्रचार प्रकाशन, कोल्हापूर, प्रथमावृत्ती - ३ एप्रिल १९९३

गस्ती भीमराव : आक्रोश - राजहंस प्रकाशन, पुणे, प्रथमावृत्ती - २६ जानेवारी १९९३

गाठाळ साहेबराव : आधुनिक भारत (इ. स. १८१८ मे १९७५) - कैलाश पब्लिकेशन्स, औरंगाबाद, प्रथमावृत्ती - जुलै १९९८

गाडगीळ ध. रा. : मुंबई शहराचे भवितव्य - संयुक्त महाराष्ट्र प्रकाशन, पुणे, प्रथमावृत्ती - १९५७

गाडगीळ न. वि. : पथिक (आत्मचरित्र) भाग दोन - व्हीनस प्रकाशन, पुणे, पहिली आवृत्ती - १५ ऑगस्ट १९६५

गाडगीळ न. वि. : पथिक (आत्मचरित्र) भाग पहिला - व्हीनस प्रकाशन, पुणे, पहिली आवृत्ती - १५ ऑगस्ट १९६४

गाडगीळ न. वि. : मी पाहिलेले एस. एम. - एस. एम. जोशी षष्ट्यब्दीपूर्ती गौरव ग्रंथ, १२ डिसेंबर १९६४

गाडगीळ पां. वा. : राजकीय कुरुक्षेत्र - डिव्हाईन प्रकाशन, मुंबई, प्रथमावृत्ती - १० मे १९८०

गाडगीळ पां. वा. : सोशॅलिझम अर्थात सुलभ समाजवाद - कॉण्टिनेण्टल प्रकाशन, पुणे, द्वितीयावृत्ती - १५ मार्च १९४६

गुहा समर : एस. एम. जोशी - लोकप्रतिनिधी, नामवंत संसदपटू - ग्रंथमालिका - १४, १९९२, पृ. ६४ ते ७०

गोखले मा. श्री. : जनता पक्षाकडून अपेक्षा - साधना, ९ एप्रिल १९७७

गोखले शरदचंद्र (संपादक) : केसरी १८८१ ते १९८१ (वैचारिक संदर्भ आणि वाटचाल) - केसरी प्रकाशन, पुणे, प्रथमावृत्ती - १९८१

गोरे ना.ग.(अनुवादक) : जवाहरलाल नेहरू (आत्मवृत्त) - औंध प्रकाशन ट्रस्ट औंध, द्वितीयावृत्ती - १९४७

गोरे ना.ग.(अनुवादक) : समाजवाद का ? - १९४० साधना प्रकाशन, पुणे -

गोरे ना. ग. : एस. एम. जोशी - एक आनंदी योद्धा, नामवंत संसदपटू-ग्रंथमालिका - १४, १९९२, पृ. ६० ते ६३

गोरे ना. ग. : एसेम यांच्या स्मृतिदिनानिमित्त - साधना, १ एप्रिल १९९०

गोरे ना. ग. : एसेम-एक विशेषनाम - साधना, १९ ऑक्टोबर १९८४

गोरे ना. ग. : ऐरणीवरील प्रश्न - जनवाणी प्रकाशन, पुणे, प्रथमावृत्ती - २४ डिसेंबर १९६५

गोरे ना. ग. : निष्ठा दृढ पण दृष्टी सर्वसमावेशक - राष्ट्र सेवा दल पत्रिका, पुणे,एप्रिल-मे १९८९

गोरे ना. ग. : माझा सहयात्री एसेम - साधना, १० नोव्हेंबर १९७९

गोरे ना. ग. : मी एकाकी ? आहे आणि नाही - साधना, १ मे १९८९

गोरे ना. ग. : सातमाळ्यांच्या डोंगरात कैलास लेणे खोदणाऱ्या पाथरवटाची कथा - एस. एम. जोशी षष्ट्यब्दीपूर्ती गौरव ग्रंथ, १३ डिसेंबर १९६४, पृ. १७३ ते १८१

गोरे ना. ग. : स्वत:ची मूर्ती घडवणारा पाथरवट - साधना, ८ एप्रिल १९८९

गोरे मृणाल : प्रखर वैचारिक निष्ठा - एसेम स्मृति विशेषांक, मराठवाडा, १ मे १९८९

चंद्रशेखर : संघर्ष पथ का अथक यात्री - एस. एम. जोशी गौरव ग्रंथ, २५ नोव्हेंबर १९८४, पृ. ३३ ते ३४

चव्हाण यशवंतराव : एस. एम. स्फटिक - एस. एम. जोशी गौरव ग्रंथ, २५ नोव्हेंबर १९८४, पृ. ८ ते ९

चव्हाण यशवंतराव : कृष्णाकाठ - प्रेस्टिज प्रकाशन, पुणे, प्रथमावृत्ती - १९८१

चव्हाण यशवंतराव : तत्त्वनिष्ठ एस. एम. - एस. एम. जोशी षष्ट्यब्दीपूर्ती गौरव ग्रंथ, १३ डिसेंबर १९६४, पृ. १७ ते १८

चौगुले एल. आर. : असा लढा असे लढवय्ये - राज्ञी प्रकाशन, बेळगाव, प्रथमावृत्ती - २७ एप्रिल २०००

चौसाळकर अशोक आणि इतर : विसाव्या शतकातील विचारप्रवाह - राष्ट्र सेवा दल, पुणे, प्रथमावृत्ती - फेब्रुवारी २०००

चौसाळकर अशोक : आचार्य जावडेकर यांचे राजकीय विचार - साधना, ११ डिसेंबर १९९९, पृ. ६ ते ८

चौसाळकर अशोक : नवरात्र - लोकवाङ्मय गृह, मुंबई, प्रथमावृत्ती - एप्रिल २०००

चौसाळकर अशोक : भारताची स्वातंत्र्य चळवळ व भारतीय राज्यघटना - समाजवादी प्रबोधिनी, इचलकरंजी, प्रथमावृत्ती - फेब्रुवारी १९९९

चौसाळकर अशोक : भारताचे बदलते राजकारण - समाज प्रबोधन पत्रिका, पुणे, वर्ष १६, अंक - ५, सप्टेंबर-ऑक्टोबर १९७९, पृ. ३४५ ते ३५३
चौसाळकर अशोक : संयुक्त महाराष्ट्राची चाळीस वर्षे - युगांतर, (साप्ताहिक) मुंबई, वर्ष - ४८, अंक - १७, २२ ऑक्टोबर २००० ते ४ नोव्हेंबर २०००, पृ. २६ ते २९
चौसाळकर अशोक : १९७७ च्या निवडणुकीतील मतदानाचे विश्लेषण - समाज प्रबोध पत्रिका, पुणे, सप्टेंबर-ऑक्टोबर १९७७, पृ. ३४१ ते ३४७
चौसाळकर अशोक : १९७७ च्या निवडणुकीमागील वैचारिक पार्श्वभूमी - समाज प्रबोधन पत्रिका, पुणे, जुलै-ऑगस्ट १९७७, पृ. २८८ ते २९२
जाधव ए. वाय. : 'महर्षी विठ्ठल रामजी शिंदे यांचे सामाजिक आणि राजकीय विचार' शिवाजी विद्यापीठ, कोल्हापूरच्या पीएच. डी. (राज्यशास्त्र) पदवीसाठी सादर केलेला अप्रकाशित शोधप्रबंध, १९९८
जावडेकर शं. द. : आधुनिक भारत - कॉण्टिनेण्टल प्रकाशन, पुणे, आवृत्ती - पाचवी, १९९४
जैन अशोक : महाराष्ट्राचे शासन आणि राजकारण - शेठ पब्लिशर्स, मुंबई, प्रथमावृत्ती - जून १९९३
जैन अशोक : सत्तांध - एस. पब्लिशिंग हाऊस, मुंबई, प्रथम आवृत्ती - नोव्हेंबर १९७७
जोशी एस. एम. पटवर्धन रावसाहेब : सतलजची हाक, ब्रह्मपुत्रेची तहान - सोसायटी फॉर कन्स्ट्रक्टिव्ह वर्क, पुणे, प्रथम आवृत्ती - ऑगस्ट १९८४
जोशी एस. एम. : आगळी वेगळी माणसं - साधना प्रकाशन, पुणे, प्रथमावृत्ती - ३१ मार्च १९८९
जोशी एस. एम. : आचार्यांना साधनेचा प्रणाम - साधना, १६ सप्टेंबर १९७२
जोशी एस. एम. : आज कॉ. रॉय जिवंत असते तर, साधना, २१ मार्च १९८७
जोशी एस. एम. : आजच्या तरुण पिढीला काळाचे आव्हान - साधना, १० एप्रिल १९७१
जोशी एस. एम. : आणीबाणीतील भ्रमंती - १ - कर्तव्य, १९७५
जोशी एस. एम. : आणीबाणीतील भ्रमंती - २ - साधना, २५ जानेवारी १९७६
जोशी एस. एम. : आपण करावे तरी काय? - साधना, २६ जानेवारी १९८४
जोशी एस. एम. : आमची जीवननिष्ठा - साधना, (साप्ताहिक), पुणे, १५ ऑगस्ट १९४८
जोशी एस. एम. : उर्मि, देशमुख आणि कंपनी - पुणे, प्रथमावृत्ती १९४७
जोशी एस. एम. : उर्मि, देशमुख आणि कंपनी, पुणे, प्रथमावृत्ती १९४७.
जोशी एस. एम. : एक जटिल समस्या - केंद्र राज्य संबंध - साधना, १५ ऑगस्ट - १९८३
जोशी एस. एम. : खाली ग्राम स्वराज्य आणि वरती जनता राज्य - साधना, नोव्हेंबर १९७४
जोशी एस. एम. : गांधीजींच्या काही आठवणी - साधना, गांधी जन्मशताब्दी अंक - १९६९
जोशी एस. एम. : गैर काँग्रेसवाद असामयिक - जनआकांक्षाओं की पूर्ती में समाजवादी आगे आयें - मुक्तधारा, २६ दिसम्बर, १९७०.
जोशी एस. एम. : जनता पक्षच का ?, साधना, २५ फेब्रुवारी १९७८

जोशी एस. एम. : जयप्रकाशजींच्या चळवळीची महती ओळखा - साधना, ११ जानेवारी १९७५

जोशी एस. एम. : त्यागावाचून ममता नाही, ममतेवाचून समता नाही - साधना, १५ ऑगस्ट १९८७

जोशी एस. एम. : दिल्लीतील घडामोडी - लोकांनी काय करावे ? - साधना, १५ ऑगस्ट १९७९.

जोशी एस. एम. : नव्या राज्यासाठी महाराष्ट्र धर्म - केसरी, प्रजासत्ताक दिन विशेषांक, १९६०

जोशी एस. एम. : नव्या राज्यासाठी महाराष्ट्र धर्म, केसरी प्रजासत्ताक दिनविशेषांक - १९६० पृ. ५ ते ११

जोशी एस. एम. : नागभूमीचा माझ्यावरील ठसा - साधना, १० मार्च १९७९

जोशी एस. एम. : निधर्मी समाजातील धर्माचे स्थान - साधना, दिवाळी अंक १९८३.

जोशी एस. एम. : नेताजींचे सीमोल्लंघन - ए. डी. प्रकाशन, बॉंबे, प्रथमावृत्ती - १९४९

जोशी एस. एम. : परार्था प्राणही द्यावे - साधना, २४ जून १९७८.

जोशी एस. एम. : प्रसोपा-संसोपा ऐक्याचे महत्त्व - साधना, २६ जून १९७१

जोशी एस. एम. : बंगाल मंत्रिमंडळात राहूनच डाव्या कम्युनिस्टांचा डाव उधळून लावला पाहिजे - आंदोलन. २४ जुलै १९६७

जोशी एस. एम. : बालपणीच्या गोष्टी - साधना प्रकाशन, पुणे, प्रथमावृत्ती - १३ डिसेंबर १९६४

जोशी एस. एम. : बिहारमधील दुसरी फेरी - साधना, १२ ऑक्टोबर १९७४.

जोशी एस. एम. : बिहारमधील नवे पर्व - लेखमाला १ - साधना, ३१ ऑगस्ट १९७४

जोशी एस. एम. : बिहारमधील नवे पर्व - लेखमाला २ - साधना, ७ सप्टेंबर १९७४

जोशी एस. एम. : बिहारमधील नवे पर्व - लेखमाला ३ - साधना, १४ सप्टेंबर १९७४

जोशी एस. एम. : बिहारमधील नवे पर्व - लेखमाला ४ - साधना, २१ सप्टेंबर १९७४

जोशी एस. एम. : बिहारी महाभारत - विशुद्ध लोकशाही प्रभावी झाल्याशिवाय राहणार नाही - साधना, दिवाळी अंक, १९७४

जोशी एस. एम. : बिहारी विद्यार्थ्यांत असणाऱ्या नव्या जाणिवा - साधना, १९ ऑक्टोबर १९७४

जोशी एस. एम. : भारतीय लोकशाही व्यवस्थेतील कमजोर दुवा - मराठी डायजेस्ट, १९७३

जोशी एस. एम. : भारतीय सांस्कृतिक क्रांतीची प्रक्रिया - साधना, १९ जून १९७१

जोशी एस. एम. : भ्रष्टाचाराविरुद्ध पोटतिडीक निर्माण झाल्याशिवाय काही होऊ शकणार नाही - प्रीतम - त्रैमासिक, भ्रष्टाचार विशेषांक, मे-जून-जुलै १९७४

जोशी एस. एम. : मदुराईची नवजागरण परिषद - साधना, ५ एप्रिल १९७५

जोशी एस. एम. : मध्यावधी निवडणुकीचे निकाल - शोध आणि बोध - साधना, २० मार्च १९७१

जोशी एस. एम. : मला दिसलेले नानासाहेब - आंदोलन, २४ जून १९६७

जोशी एस. एम. : महाराष्ट्र-मैसूर विवाद-कुछ समाधान - मुक्तधारा, १४ मार्च १९७०.

जोशी एस. एम. : मी. एस. एम. - कॉण्टिनेण्टल प्रकाशन, पुणे, द्वितीय आवृत्ती - १९८९

जोशी एस. एम. : रचनात्मक संघर्षाचे नवे पर्व - साधना, २६ जानेवारी १९७८

जोशी एस. एम. : रचनात्मक संघर्षाचे नवे पर्व - साधना, २७ मार्च १९७१

जोशी एस. एम. : राष्ट्र सेवा दल आणि समाजपरिवर्तन - साधना, २५ जुलै १९८५

जोशी एस. एम. : राष्ट्र सेवा दल परिवर्तनवाद्यांचे मुक्त विद्यापीठ - राष्ट्रसेवादल प्रकाशन, पुणे, प्रथमावृत्ती - १२ नोव्हेंबर १९९१

जोशी एस. एम. : लढाई संपली युद्ध चालूच आहे - साधना, २ जुलै १९७७

जोशी एस. एम. : लोकनीतीने राजनीतीवर मात केली पाहिजे - जनवाणी, महाराष्ट्र राज्य विशेषांक, १९६०

जोशी एस. एम. : लोकशाही वाचविण्यासाठी हे करणार काय ? - साधना, २६ जानेवारी १९७४

जोशी एस. एम. : लोकशाहीच्या रक्षणासाठी जनसमित्या - साधना, १ मे १९७७

जोशी एस. एम. : विरोधी पक्षाची विधायक दृष्टी - समाज प्रबोधन पत्रिका, पुणे, वर्ष - ९, अंक - ४६, जुलै-ऑगस्ट १९७२

जोशी एस. एम. : शिक्षण आणि जीवन यांचा संबंध - नवभारत, प्राज्ञ पाठशाळा, वाई, वर्ष - ८, अंक - ६, मार्च १९५५, पृ. ३१ ते ३४

जोशी एस. एम. : संपूर्ण क्रांती - कशी ? केव्हा ?, साधना, ११ ऑक्टोबर १९८०

जोशी एस. एम. : संयुक्त महाराष्ट्र - स्वप्न आणि वास्तव - साधना, १ मे १९८५

जोशी एस. एम. : संयुक्त महाराष्ट्र समितीची जन्मकुंडली, रसिक, दिवाळी अंक, १९८२

जोशी एस. एम. : सत्याग्रही समाजवादाची दोन हत्यारे - संघर्ष व रचना - आंदोलन, महाराष्ट्र दिन विशेषांक १ मे १९६७

जोशी एस. एम. : समाजवादी आंदोलन : भूत आणि भविष्य - समाज प्रबोधन पत्रिका, पुणे, वर्ष - १०, अंक - ५१, मे-जून १९७३, पृ. ४४ ते ५२

जोशी एस. एम. : समाजवादी एकता में गतिरोध क्यों - सोशॅलिस्ट पनोरमा हिंदी डायजेस्ट, स्वाधीनता विशेषांक, अगस्त १९७०

जोशी एस. एम. : समाजवादी ऐक्यावाचून तरणोपाय नाही - साधना, ३ एप्रिल १९७१

जोशी एस. एम. : समाजवादी धोरण - नवी दिशा - लोकमत प्रकाशन, मुंबई, प्रथमावृत्ती - १९६५

जोशी एस. एम. : समाजवादी नवरचना आणि गांधी विचार - साधना, १५ ऑगस्ट १९७३

जोशी एस. एम. : समाजवादी पक्ष बंद करून काय साधणार ? - साधना, २७ मे १९७२

जोशी एस. एम. : समाजवादी विकल्प की दिशा - स्मरणिका संसोपा, जबलपूर, ८-१० मई १९६९.

जोशी एस. एम. : समाजवाद्यांची वाटचाल आणि नवी आव्हाने - साधना, २६ जानेवारी १९७२

जोशी एस. एम. : सांस्कृतिक क्रांती आणि रचनात्मक कार्य - साधना, ६ जानेवारी १९७३

| | | |
|---|---|---|
| जोशी एस. एम. | : | सीमा सत्याग्रह आणि राष्ट्रीय एकात्मता - साधना प्रकाशन, पुणे, प्रथमावृत्ती, १ ऑगस्ट १९८६ |
| जोशी एस. एम. | : | सुराज्याचा श्रीगणेश - भूदान, नवभारत - प्राज्ञपाठशाळा, वाई, वर्ष - ८, अंक - ५, फेब्रुवारी १९५५, पृ. ६७ ते ७२ |
| जोशी एस. एम. | : | स्वातंत्र्यापूर्वी असलेली मूल्ये जपण्याची आज नितांत गरज आहे - लोकराज्य, महाराष्ट्र शासन मुंबई, १५ ऑगस्ट १९८७, पृ. ६ ते १३ |
| जोशी एस. एम. | : | २६ जून नवसंकल्पाचा दिवस - साधना, २५ जून १९७७ |
| जोशी ग. ना; कावळे श्री. र. (संपादक) | : | जवाहरलाल नेहरूंचे तत्त्वचिंतन - मॅजेस्टिक प्रकाशन आणि मराठी तत्त्वज्ञान महामंडळ, पुणे, पहिली आवृत्ती - जानेवारी १९९० |
| जोशी जयंत | : | पावस ते गोळप - साधना, १० नोव्हेंबर, १९९० |
| जोशी राम | : | प्रजा समाजवादी पक्षाचा नवा प्रबंध - नवभारत, प्राज्ञ पाठशाळा, वाई, वर्ष - ९, अंक - ७, एप्रिल १९५६, पृ. १ ते ६ |
| जोशी राम | : | साथी एसेम : एक थोर सत्याग्रही समाजवादी - साधना, १ ते १९८९ |
| जोशी रामभाऊ | : | यशवंतराव : इतिहासाचे एक पान - केसरी प्रकाशन, पुणे, प्रथमावृत्ती - १९७६ |
| जोशी लक्ष्मणशास्त्री | : | मराठी विश्वकोश (खंड ४ ते १४) - महाराष्ट्र राज्य साहित्य संस्कृती मंडळ, मुंबई प्रकाशन - १९७६ ते १९८९ |
| जोशी लक्ष्मणशास्त्री | : | संकटग्रस्त प्रजा समाजवादी पक्ष - नवभारत, प्राज्ञ पाठशाळा, वाई, वर्ष - ८, अंक - १०, जुलै १९५५, पृ. ५० ते ५४ |
| जोशी वि. सी; बोरीकर दिनकर | : | जनता पक्ष:राजकारण आणि आर्थिक धोरण, विचार प्रकाशन, औरंगाबाद, प्रथमावृत्ती - जून १९७८ |
| टिळक ज. श्री. | : | अशी ही दिल्ली - केसरी प्रकाशन, पुणे, प्रथमावृत्ती - ऑगस्ट १९७१ |
| टिळक ज. श्री. | : | किती बोलू? काय सांगू? - साधना, १ मे १९८९ |
| टिळक ज. श्री. | : | विधान मंडळातील भाषणे व संसदीय विषयावरील लेख - महाराष्ट्र विधानमंडळ सचिवालय, मुंबई - प्रथमावृत्ती - ३ मार्च १९९५ |
| ठोके मो. नि. | : | आधुनिक महाराष्ट्राचे उद्गाते - पारख प्रकाशन, बेळगाव, प्रथमावृत्ती - २८ नोव्हेंबर, १९८९ |
| ठोके मो. नि. | : | वास्तव आणि दृष्टिक्षेप - पारख प्रकाशन, बेळगाव, प्रथम आवृत्ती - २५ जानेवारी, १९८८ |
| ठोके मो. नि. | : | श्रमिकांचा कैवारी - पारख प्रकाशन, बेळगाव, प्रथमावृत्ती - ६ डिसेंबर १९८३ |
| डांगे श्रीपाद अमृत | : | बारा भाषणे - अभिनव प्रकाशन, मुंबई, प्रथमावृत्ती - १९६७ |
| डुंबरे सदा | : | एस. एम. यशस्वी पराभूत - साप्ताहिक सकाळ, प्रतिबिंब, १९९०, पृ. २२० ते २२२ |
| डुंबरे सदा | : | प्रतिबिंब - ९०, उत्कर्ष प्रकाशन, पुणे, प्रथमावृत्ती - जानेवारी १९९१ |
| डेंगळे नाना | : | अण्णा : मानवतेचे आदर्श यात्रिक - साधना, १ मे १९८९ |

डोळे ना. य. : समाजवादी शीलाची बांधणी - एसेम स्मृति विशेषांक, मराठवाडा, १ मे १९८९

ढोक पुरुषोत्तम : बिहार आंदोलन आणि जेपींची समग्र क्रांती - समाज प्रबोधन पत्रिका, पुणे, नोव्हेंबर-डिसेंबर १९७८, पृ. ३८८ ते ३८९

तळपुळे बगाराम : कामगार चळवळ : आकांत आणि आव्हान, साधना प्रकाशन, पुणे, प्रथमावृत्ती - १९६४

तळवलकर गोपीनाथ : गौरवगाथा - एस. एम. जोशी गौरव ग्रंथ - २५ नोव्हेंबर १९८४

तळवलकर गोपीनाथ : माझा प्रियतम बालमित्र एस. एम. जोशी - सकाळ, कोल्हापूर, ३ एप्रिल १९८९

तळवलकर गोपीनाथ : माझा बालमित्र - साधना, १७ नोव्हेंबर १९७९

तळवलकर गोपीनाथ : माझा सांगाती - कॉण्टिनेण्टल प्रकाशन, पुणे, प्रथमावृत्ती - ऑगस्ट १९६६

तळवलकर गोविंद : नवरोजी ते नेहरू - मॅजेस्टिक बुक स्टॉल, मुंबई, प्रथमावृत्ती - मार्च १९६९

तळवलकर गोविंद : नि:स्वार्थी चारित्र्यसंपन्न लोकनेता - साधना, १ मे १९८९.

तळवलकर गोविंद : परिक्रमा - प्रेस्टिज पब्लिकेशन्स, पुणे, प्रथमावृत्ती - १५ जून १९८७

तळवलकर गोविंद : व्यक्ति आणि वाङ्मय - परचुरे प्रकाशन मंदिर, पहिली आवृत्ती - एप्रिल १९९७

तळवलकर गोविंद : सत्तांतर - १९४७ खंड पहिला व दुसरा - मौज प्रकाशन गृह, मुंबई, प्रथम प्रकाशन - १९८३

तावडे नारायण : आमचे अण्णा - साधना, १० नोव्हेंबर १९७९

तेंडोलकर र. के. : सीमा प्रश्नाचे भिजत घोंगडे - किर्लोस्कर, पुणे, मे १९८५, पृ. ६६ ते ७७

थत्ते यदुनाथ : एस. एम. जोशी - एक आध्यात्मिक समाजवादी - साधना, ३० मार्च १९९१

थत्ते यदुनाथ : जयप्रकाश ते सर्वोदय चळवळ - साधना, ११ ऑक्टोबर १९८०

थत्ते यदुनाथ : बेचैनी - चेतश्री प्रकाशन, अंमळनेर, द्वितीयावृत्ती - १४ जानेवारी १९८९

थत्ते यदुनाथ : श्री. एस. एम. जोशी आणि नागालँडचा प्रश्न - साधना, १२ मे १९७९

दंडवते मधु : जयप्रकाशांची विचार यात्रा - साधना, ११ ऑक्टोबर १९८०

दंडवते मधु : ज्यांच्या डोळ्यांतून ओघळले रक्ताचे थेंब - साधना, १ मे १९८९

दंडवते मधु : भारतीय समाजवादाची वाटचाल - साधना प्रकाशन, पुणे, प्रथमावृत्ती - १ ऑगस्ट १९७०

दंडवते मधु : मार्क्स और गांधी - अपाला प्रकाशन सहकारी समिती लि., लखनऊ, प्रथम संस्करण - मार्च १९९०

दंडवते मधु : वेध अंतर्वेध - साधना प्रकाशन, पुणे, पहिली आवृत्ती - २१ जानेवारी १९९९

दाभोलकर देवदत्त : जयप्रकाश नारायण - संपूर्ण क्रांती व क्रांतिकारी शिक्षण, साधना, ६ ऑक्टोबर २००१

दाभोलकर देवदत्त : लोकशाही समाजवाद - साधना प्रकाशन पुणे, दुसरी आवृत्ती - २ ऑक्टोबर १९७६

दाभोलकर सुमन : समाजवाद - समाजवादी महिला सभा, पुणे, प्रथमावृत्ती - ११ जून १९७७

दामले प्र. रा. : समाजवादी पक्ष आता बंद का करीत नाही? - साधना, २७ मे १९७२

दिब्रिटो फ्रान्सिस : देवमाणूस अण्णा - साधना, १ मे १९८९

दुंडगेकर ना. रा. : भारतीय लोकशाही आणि समाजवाद : वाटचाल - नवसाहित्य प्रकाशन, बेळगाव, प्रथमावृत्ती - १९ ऑक्टोबर १९८०

देव शंकरराव : चौथ्या सार्वत्रिक निवडणुकीची फलश्रुती - समाज प्रबोधन पत्रिका, पुणे, वर्ष - ४, अंक - २, एप्रिल-मे १९६७, पृ. १ ते ५

देव शंकरराव : देव देते पण कर्म नेते - सासवड आश्रम विश्वस्त मंडळ, सासवड, प्रथमावृत्ती - ३० डिसेंबर १९७६

देशपांडे पु. ल. : मैत्र - मौज प्रकाशन गृह, मुंबई, पहिली आवृत्ती - एप्रिल १९८९

देशपांडे वासू : लोकशाहीचा कैवारी - साधना प्रकाशन, पुणे, प्रथमावृत्ती - १९७२

देशपांडे विकास : मार्क्सवाद व समाजवाद : डॉ. लोहियांचा दृष्टिकोन - साधना, १५ ऑक्टोबर १९७७

देसाई मोरारजी : माझी जीवन कथा - भाग १ व २ - खानदेश भवन प्रकाशन, मुंबई, प्रथमावृत्ती - १९७८

द्विवेदी सुरेंद्रनाथ : एस. एम. जोशी : एक थोर देशभक्त - ग्रंथमालिका १४ - नामवंत संसदपटू, १९९२, पृ. ३२ ते ३३

धर्माधिकारी दादा : गांधीवादी नसलेला गांधीनिष्ठ - साधना, १० नोव्हेंबर १९७९

धर्माधिकारी दादा : माणुसकीचा स्वयंभू पुतळा - एस. एम. जोशी गौरव ग्रंथ, २५ नोव्हेंबर १९८४, पृ. १ ते ३

धर्माधिकारी भाऊ (संपादक) : गांधीवाद-समाजवादी (तुलनात्मक अभ्यास) - महाराष्ट्र ग्रंथ भांडार, कोल्हापूर, प्रथमावृत्ती - सप्टेंबर, १९४६

धर्माधिकारी भाऊ दास्ताने दत्तोबा (संपादक) : संयुक्त महाराष्ट्र आंदोलन - सासवड आश्रम विश्वस्त मंडळ, सासवड, प्रथमावृत्ती - १९७९

धारिया मोहन : सफर - माझा राजकीय प्रवास (१९४० ते १९७५), विश्वकर्मा साहित्यालय, पुणे, प्रथमावृत्ती - ३१ डिसेंबर १९७८

नाईक जे. ए. : जनता पक्ष खलास कां झाला? - राधेय प्रकाशन, कोल्हापूर, प्रथमावृत्ती - १९८०

नागोरी एस. एल., नागोरी कान्ता : भारत के महान महापुरुष और उनके विचार - सबलाईम पब्लिकेशन्स, जयपूर, प्रथम संस्करण - १९९९

नारगोलकर कुसुम : सज्जनते तुझं नाव एस.एम. - साधना, १ एप्रिल १९९५

नारगोलकर वसंत : अखेर जयप्रकाशजींचे खरे ठरले - मॅजेस्टिक बुक स्टॉल, मुंबई, प्रथमावृत्ती - ऑक्टोबर १९७०

नारगोलकर वसंत : संपूर्ण क्रांतीच्या दिशेने जयप्रकाशजी - मॅजेस्टिक बुक स्टॉल, मुंबई, प्रथमावृत्ती - जुलै १९७७

पंडित नलिनी : जातिवाद आणि वर्गवाद - लोकवाङ्मय गृह, मुंबई, तिसरी आवृत्ती - १ जानेवारी १९९६

पंडित नलिनी : महाराष्ट्रातील राष्ट्रवादाचा विकास - प्रकाशिका : नलिनी पंडित, मुंबई, प्रथमावृत्ती - १९५५

पंडित नलिनी : सामाजिक सुधारणा आणि समाजवादी चळवळ - एस. एम. जोशी षष्ट्यब्दीपूर्ती गौरव ग्रंथ - १३ डिसेंबर १९६४

पटवर्धन अच्युत : एक अविस्मरणीय वारसा - राष्ट्रसेवा दल पत्रिका, पुणे, एप्रिल-मे १९८९

पटवर्धन अच्युत : एस. एम. तेजस्वी दीपस्तंभ - साधना, १ मे १९८९

पटवर्धन नीला : अण्णा - डॉ. मंडलीक कुटुंबाचे मित्र - साधना, १ मे १९८९

पटवर्धन पु. ह. : अण्णा कुठे चाललो आहोत? - एस.एम. जोशी षष्ट्यब्दीपूर्ती गौरव ग्रंथ - १३ डिसेंबर १९६४

पटवर्धन वसंत (संपादक) : एस. एम. जोशी - व्यक्ती आणि लेखणी, केदार प्रकाशन, पुणे, प्रथमावृत्ती - १३ डिसेंबर १९६४

परांजपे ह. कृ. : समाजवादी पक्षाचे पुनरुज्जीवन - एक ऐतिहासिक गरज - एस. एम. जोशी गौरव ग्रंथ - २५ नोव्हेंबर १९८४

पळशीकर वसंत : चौथ्या सार्वत्रिक निवडणुकीचे निकाल - त्याचे विश्लेषण व अन्वयार्थ - समाज प्रबोधन पत्रिका, पुणे, वर्ष - ४, अंक - २, एप्रिल-मे १९६७, पृ. ६ ते ९

पळशीकर वसंत : लोकशाही समाजवादाच्या आशयाचा पुनर्विचार - नवाभारत, प्राज्ञ पाठशाळा, वाई, दिवाळी अंक - १९८८, पृ. ५७ ते ७३

पवार जयसिंगराव : हिंदुस्थानच्या स्वातंत्र्य चळवळीचा इतिहास - फडके प्रकाशन, कोल्हापूर, द्वितीयावृत्ती - १९८८

पवार शरद : एसेम - एक राजकारणी ऋषी - नामवंत संसदपटू, ग्रंथमालिका - १४, १९९२

पाटगावकर चंद्रकांत : अण्णा - एस. एम. जोशी - पुढारी, कोल्हापूर, २ एप्रिल १९८९

पाटगावकर चंद्रकांत : प्रकाशयात्री जयप्रकाश - अजब पुस्तकालय, कोल्हापूर, प्रथमावृत्ती - २ ऑक्टोबर १९७७

पाटगावकर चंद्रकांत : राष्ट्रसेवा दलाचा सर्ववेळ सेवक हो - राष्ट्रसेवादल पत्रिका, पुणे, एप्रिल-मे १९८९

पाटील न. ब. (अनुवादक) : नामवंत संसदपटू - एस. एम. जोशी - ग्रंथमालिका १४, लोकसभा सचिवालय, नवी दिल्ली, प्रथमावृत्ती - १९९२

पाटील रा. तु. : बुरखाहरण : राजकीय पक्षांचे आणि नेत्यांचे - तडसर प्रकाशन, तडसर, जि. सांगली, पहिली आवृत्ती - जून १९८८

पाटील रा. तु. : समाजवादाचा ओनामा - तडसर प्रकाशन, तडसर, जि. सांगली, पहिली आवृत्ती - ३१ ऑक्टोबर १९८८

पाटील विलास : महाराष्ट्र शासन आणि राजकारण - फडके प्रकाशन, कोल्हापूर, प्रथमावृत्ती - मार्च १९९९

पाध्ये कमल : आता डोळे पाणावत नसले तरी - साधना, १ मे १९८९

पानवलकर मधु : एस. एम. जोशी : संयुक्त महाराष्ट्र चळवळीचे नेते - एस. एम. जोशी षष्ट्यब्दीपूर्ती गौरव ग्रंथ - १३ डिसेंबर १९६४

पारगावकर वि. शं. : मी एस. एम. - एक वादग्रस्त आत्मचरित्र - माणूस, पुणे, वर्ष - २४, अंक - ५१, १८ मे १९८५, पृ. १९ ते २२

पारीख गोवर्धन : विसाव्या शतकातील समाजवादाची प्रस्तावना - नवभारत, प्राज्ञ पाठशाळा, वाई, वर्ष - २८, अंक - ४, जानेवारी १९७५, पृ. २५ ते ३३

पित्ती बद्रीप्रसाद : समाजवादी आंदोलनका इतिहास - राममनोहर लोहिया समता विद्यालय न्यास, हैदराबाद, प्रथम आवृत्ती - १९६५

पेंडसे लालजी : महाराष्ट्राचे महामंथन - साहित्य प्रकाशन संघ लिमिटेड, मुंबई, पहिली आवृत्ती - १९६५

पै नाथ : दुसऱ्याच्या दुःखाने जळणारे एसेम. - एस. एम. जोशी षष्ट्यब्दीपूर्ती, गौरव ग्रंथ - १३ डिसेंबर १९६४

प्रधान ग. प्र. : 'चलेजाव' चळवळ - स्मरण आणि स्फुरण - साधना, १० ऑगस्ट १९९१

प्रधान ग. प्र. : एस. एम. जोशी - स्वातंत्र्यसेनानी आणि समाजवादी नेते - महाराष्ट्र राज्य साहित्य आणि संस्कृती मंडळ, मुंबई, प्रथमावृत्ती - नोव्हेंबर २००१

प्रधान ग. प्र. : एस. एम. जोशी यांच्या विचारशलाका - साधना, १ एप्रिल २०००

प्रधान ग. प्र. : एसेम - पूर्णिया आणि जेहानाबाद - साधना, ३ एप्रिल, १९९९

प्रधान ग. प्र. : जयप्रकाशजींची जीवन साधना - साधना, ६ ऑक्टोबर २००१

प्रधान ग. प्र. : महान लोकनेता : जयप्रकाश नारायण - साधना प्रकाशन, पुणे, प्रथमावृत्ती - ११ ऑक्टोबर २००१

प्रधान ग. प्र. : राज्यघटना आणि भारताची राजकीय वाटचाल - समाज प्रबोधन पत्रिका, पुणे, वर्ष - ३८, अंक - १५३, ऑक्टोबर - डिसेंबर २०००, पृ. २२३ ते २३३

प्रधान ग. प्र. : राष्ट्र सेवा दल - समता आणि सामाजिक बांधिलकीचा संस्कार करणारी संघटना - साधना, २१ सप्टेंबर १९९१

प्रधान ग. प्र. : लोकशाही समाजवाद - साधना, २२ ऑगस्ट १९९८

प्रधान ग. प्र. : श्री. एस. एम. जोशी - लोकशाही समाजवादाची अखंड तपस्या - साधना, १४ नोव्हेंबर १९८१

प्रधान ग. प्र. : समाजवादी पक्षातील विविध विचारांचे मंथन - साधना, २९ ऑगस्ट १९९८

प्रधान ग. प्र. : साठा उत्तराची कहाणी - मौज प्रकाशन, मुंबई, दुसरी आवृत्ती - १ मे १९८८

प्रधान ग. प्र. : स्वातंत्र्य संग्रामाचे महाभारत - साधना प्रकाशन, पुणे, तिसरी आवृत्ती - २६ जानेवारी १९९६

प्रधान राम (संपादक) : यशवंतराव चव्हाण शब्दाचे सामर्थ्य - यशवंतराव चव्हाण प्रतिष्ठान, मुंबई, प्रथमावृत्ती - नोव्हेंबर २०००

फडके य. दि. : केशवराव जेधे - श्री विद्या प्रकाशन, पुणे, प्रथमावृत्ती - १२ नोव्हेंबर, १९८२

फडके य. दि. : महात्मा फुले समग्र वाङ्मय, महाराष्ट्र राज्य साहित्य आणि संस्कृती मंडळ, मुंबई, पाचवी आवृत्ती - २८ नोव्हेंबर, १९९१

फडके य. दि. : विसाव्या शतकातील महाराष्ट्र - राजकीय इतिहास - १९२१ ते १९२९ खंड तिसरा, श्री विद्या प्रकाशन, पुणे, प्रथमावृत्ती - २ ऑक्टोबर १९९१

फडके य. दि. : विसाव्या शतकातील महाराष्ट्र - राजकीय इतिहास - १९३० ते १९३९ खंड चौथा, श्री विद्या प्रकाशन, पुणे, प्रथमावृत्ती - १ जून १९९३

फडके य. दि. : विसाव्या शतकातील महाराष्ट्र - राजकीय इतिहास - १९४० ते १९४७ खंड पाचवा, श्री विद्या प्रकाशन पुणे, प्रथमावृत्ती - १५ एप्रिल १९९७

फडके य. दि. : विसाव्या शतकातील महाराष्ट्र - राजकीय इतिहास १९१४ ते १९२० खंड दुसरा, श्री विद्या प्रकाशन, पुणे, प्रथमावृत्ती - मार्च १९८९

फडके य. दि. : विसाव्या शतकातील महाराष्ट्र - १९०१ ते १९१४ - खंड पहिला, श्री विद्या प्रकाशन, पुणे, प्रथमावृत्ती ३० जानेवारी १९८९

फडके य. दि. : व्यक्तिरेखा - श्री विद्या प्रकाशन, पुणे, प्रथमावृत्ती - १८ जुलै १९९८

फडणीस जगन, जैन अशोक : सत्ताचक्र - अजब पुस्तकालय, कोल्हापूर, पहिली आवृत्ती - १९ ऑक्टोबर १९७८

फडणीस जगन : शेतकरी कामगार पक्षाचे राजकारण - अजब पुस्तकालय, कोल्हापूर, पहिली आवृत्ती - ८ फेब्रुवारी १९७८

फडणीस जगन : सत्तेचे मोहरे (महाराष्ट्रातील काँग्रेसचे राजकारण) - ग्रंथाली अभिनव वाचक चळवळ, मुंबई, पहिली आवृत्ती - नोव्हेंबर १९७७

बांदिवडेकर प्र. म. : काँग्रेस आणि समाजवादी चळवळ - नवभारत, प्राज्ञ पाठशाळा, वाई, वर्ष - ३९, अंक - ३ ते ५, डिसेंबर १९८५, जानेवारी-फेब्रुवारी १९८६, पृ. १२४ ते १३९

बाक्रे तात्या : अण्णा - साधना, १० नोव्हेंबर १९७९

बाक्रे रामकृष्ण : एस. एम. अखेरचे पर्व, साधना प्रकाशन, पुणे, प्रथमावृत्ती - १२ नोव्हेंबर १९९१

बाक्रे रामकृष्ण : छोडो भारत आंदोलन आणि एस. एम. - लोकराज्य, महाराष्ट्र शासन,

मुंबई, वर्ष - ४८, अंक ७, १-१५ ऑगस्ट १९९२, पृ. ५६ ते ६६

बागाईतकर सदाशिव : भारतीय कामगार चळवळ तेव्हा आणि आता - साधना, १५ ऑगस्ट १९७३

बागाईतकर सदाशिव : समाजवादी चळवळीची आत्महत्या ? - समाज प्रबोधन पत्रिका, पुणे, अंक ५१, मे-जून १९७३, पृ. ४१ ते ४४

बाचल वि. म. : भारतीय काँग्रेस - इंदिरा कालखंड - नवभारत, प्राज्ञ पाठशाळा, वाई, वर्ष - ३९, अंक ८-९, मे-जून १९८६, पृ. ५८ ते ६७

बापट पां. म. : सेनापती बापट वाङ्मय - समग्र ग्रंथ, खंड ४ था, महाराष्ट्र राज्य साहित्य आणि संस्कृती मंडळ, मुंबई, प्रथमावृत्ती - मे १९८८

बापट वसंत, प्रधान ग.प्र., बाक्रे रामकृष्ण (संपादक) : नारायणीय - साधना प्रकाशन, पुणे, प्रथमावृत्ती - जून १९८७

बापट वसंत : माणूस घेता का माणूस - साधना, ८ एप्रिल १९८९

बापट वसंत : श्रीधर महादेव जोशी - एक माणूस, एस. एम. षष्ट्यब्दीपूर्ती गौरव ग्रंथ, १३ डिसेंबर १९६४

बावडेकर अरविंद : कर्मयोगी अण्णा - एस. एम. जोशी गौरव ग्रंथ, २५ नोव्हेंबर १९८४, पृ. ६२, ६३

बेंद्रे प्रकाश : मधु लिमये - उत्कर्ष प्रकाशन, पुणे, प्रथमावृत्ती - १ मे २०००

बेडेकर दि. के. : संयुक्त महाराष्ट्र, चित्रशाळा प्रेस प्रकाशन, पुणे, ऑक्टोबर १९४७

बेडेकर दि. के; भणगे भा. शं. (संपादक) : भारतीय प्रबोधन (समीक्षण व चिकित्सा) - समाज प्रबोधन संस्था, पुणे, प्रथमावृत्ती - जुलै १९७३

बोंबटकर वसंत : जयप्रकाशजी - बिहार आंदोलन व आणीबाणी : काही स्मरणे - साधना, ६ ऑक्टोबर २००१

भसिन प्रेम : जयप्रकाश आणि समाजावादी आंदोलन - साधना, २६ जानेवारी १९७८.

भालेराव अनंत : समर्पित कार्यकर्ता, एस. एम. जोशी षष्ट्यब्दीपूर्ती गौरव ग्रंथ - १३ डिसेंबर १९६४

भिडे जी.एल; पाटील एन. डी. : महाराष्ट्रातील समाजसुधारणेचा इतिहास - फडके प्रकाशन, कोल्हापूर, आवृत्ती-सहावी, सप्टेंबर १९९९

भुरे (राजूरकर) सुचित्रा (संपादिका) : गाथा स्वतंत्रतेची - भाग २ - साधना प्रकाशन, पुणे, प्रथमावृत्ती - १६ मे १९८५

भोळे भा. ल.; देशपांडे ना. र. : भारताचे शासन आणि राजकारण - पायल प्रकाशन, नागपूर, प्रथमावृत्ती - १९७४

भोळे भास्कर लक्ष्मण : काँग्रेसच्या इतिहासातील इंदिरा गांधी पर्व - नवभारत, प्राज्ञ पाठशाळा, वाई, वर्ष - ३९, अंक - ८-९, मे-जून १९८६, पृ. ५० ते ५७

भोळे भास्कर लक्ष्मण : दुसरे स्वातंत्र्य - अमेय प्रकाशन, नागपूर, प्रथमावृत्ती - २५ जून १९७७

भोळे भास्कर लक्ष्मण : बिहार आंदोलन-क्रांती, सुधारणा चळवळी की विद्रोह, समाज प्रबोधन

पत्रिका, पुणे, मार्च-एप्रिल १९७८, पृ. १०२ ते ११३

भोळे भास्कर लक्ष्मण : भारतीय राजकीय विचारवंत - पिंपळापुरे ॲण्ड कं. पब्लिशर्स, नागपूर, पहिली आवृत्ती - जून १९९५

भोळे भास्कर लक्ष्मण : राजकीय भारत (१९६७-१९७७) अमेय प्रकाशन, नागपूर, प्रथमावृत्ती - १ मे १९७८

भोळे भास्कर लक्ष्मण : संयुक्त महाराष्ट्र झाला संयुक्त महाराष्ट्र कधी होणार, नवभारत, प्राज्ञ पाठशाळा, वाई, वर्ष - ३७, अंक - ८- ९, मे-जून १९८४, पृ. १ ते ४

भोळे भास्कर लक्ष्मण : १९७४ च्या भारत अराजकाचे आदिपर्व - समाज प्रबोधन पत्रिका, पुणे, जानेवारी-फेब्रुवारी १९७५, पृ. ४१ ते ५२

भोळे भास्कर लक्ष्मण : १९७७ चा भारत : सातत्य की दिशांतर - समाज प्रबोधन पत्रिका, पुणे, जानेवारी-फेब्रुवारी १९७८, पृ. ३० ते ४१

मंगळवेढेकर राजा : अखेरची झुंज - प्रतिमा प्रकाशन, पुणे, प्रथमावृत्ती - ९ ऑगस्ट १९९२

मंगळवेढेकर राजा : जळापरी मन निर्मळ ज्यांचे - राष्ट्र सेवा दल पत्रिका, पुणे, एप्रिल-मे १९८९

मंगळवेढेकर राजा : मित्राय नमः - सुरेश एजन्सी, पुणे, प्रथमावृत्ती - २६ जानेवारी १९८६

मंगळवेढेकर राजा : लोकनायक जयप्रकाश - सुरेश एजन्सी, पुणे, द्वितीयावृत्ती - १५ ऑगस्ट १९८५

मंगळवेढेकर राजा : साने गुरुजींची जीवनगाथा - साधना प्रकाशन, पुणे, प्रथमावृत्ती - ११ जून १९७५

मराठे चंद्रशेखर : स्वातंत्र्याची पंचवीस वर्षे - प्रपंच प्रकाशन, पुणे, पहिली आवृत्ती - १५ ऑगस्ट १९७२

महाजनी ह. रा. : महाराष्ट्रातील त्यागी परंपरेचे उज्ज्वल प्रति - लोकसत्ता, मुंबई, ८ नोव्हेंबर १९६४

मायदेव अप्पा : आम्ही पोरके झालो - राष्ट्र सेवा दल पत्रिका, पुणे, एप्रिल-मे १९८९

मुणगेकर श्री. ग. (संपादक) : परिवर्तनाचे प्रवाह महाराष्ट्र (१९३२ ते १९८१) - कॉण्टिनेण्टल प्रकाशन, पुणे, प्रथमावृत्ती - १ जानेवारी, १९८२

मुळ्ये स्नेहलता : हिरा ठेवला ऐरणी - साधना प्रकाशन, पुणे, प्रथमावृत्ती - ३० जानेवारी १९८८

मोरे शेषराव : सावरकरांचा बुद्धिवाद-एक चिकित्सक अभ्यास, अभय प्रकाशन, नांदेड, दुसरी आवृत्ती - जुलै १९९२

मोहाडीकर प्रकाश : पू. अण्णांची मनीषा - राष्ट्र सेवा दल पत्रिका, पुणे, एप्रिल-मे १९८९

रणदिवे दिनू : नव्या आशा निर्मिणारे एसेम - नवशक्ती, मुंबई, २ एप्रिल १९८९

रणदिवे दिनू : विधायक नेतृत्वाचा आदर्श - एसेम स्मृती विशेषांक, मराठवाडा, १ मे १९८९

राजगुरू विनायक : लोकशाही समाजवाद - टिळक महाराष्ट्र विद्यापीठ प्रकाशन, पुणे, प्रथमावृत्ती - १९७५

| | | |
|---|---|---|
| राजहंस बा. न. (संपादक) | : | बिहार आंदोलन - पार्श्वभूमी आणि भूमिका - जनवाणी प्रकाशन, पुणे, प्रथमावृत्ती - जानेवारी १९७५ |
| राजहंस बा. न. | : | आणि पूर्णिया जागा झाला - एसेम स्मृति विशेषांक, मराठवाडा, १ मे १९८९ |
| राजहंस बा. न. | : | एस. एम. जोशी आणि कामगार चळवळ - साधना, १ मे १९८९ |
| राजहंस बा. न. | : | जनता पक्षाची आंतरराष्ट्रीय प्रतिमा - साधना, ९ जुलै १९७७ |
| राजहंस बा. न. | : | लोकनायक जयप्रकाश - साधना प्रकाशन, पुणे, प्रथमावृत्ती - १ ऑगस्ट १९७७ |
| राजहंस बा. न. | : | संयुक्त महाराष्ट्र राष्ट्रीय एकात्मता और लोकतंत्र - प्रजा सोशॅलिस्ट प्रकाशन, पुणे, प्रथम आवृत्ती - १९५९ |
| राजहंस बा. न. | : | संयुक्त महाराष्ट्र-राष्ट्रीय ऐक्य आणि लोकशाही - प्रकाशक - चिटणीस, प्रजा सोशॅलिस्ट पार्टी महाराष्ट्र, द्वितीयावृत्ती - १९८९ |
| राजहंस बा. न. | : | समाजवादी पक्षाचे दुखणे - समाज प्रबोधन पत्रिका, पुणे, अंक - ५०, मार्च-एप्रिल १९७३, पृ. २० ते २४ |
| राजहंस बा. न. | : | ८ ऑगस्ट १९४२ चा ठराव व आजचे आपले कर्तव्य - साधना, १७ ऑगस्ट १९९१ |
| रानडे भाऊसाहेब | : | संघर्षमय जीवन - एस. एम. जोशी षष्ट्यब्दीपूर्ती गौरव ग्रंथ, १३ डिसेंबर १९६४ |
| राय रवि | : | एस. एम. जोशी गौरवांजली - नामवंत संसदपटू, ग्रंथमालिका - १४,१९९२ |
| लाल लक्ष्मीनारायण | : | जयप्रकाश - दि. मॅकमिलन कंपनी, नई दिल्ली, द्वितीय संस्करण - १९७५ |
| लिमये अनसूया | : | असे घडविले ज्यांनी - साधना १ मे १९८९ |
| लिमये अनसूया | : | एका पिढीचे शिल्पकार - राष्ट्रसेवादल पत्रिका, पुणे, एप्रिल-मे १९८९ |
| लिमये अनसूया | : | एस. एम. जोशी - एक तेजस्वी व्यक्ती - एस. एम. जोशी षष्ट्यब्दीपूर्ती गौरव ग्रंथ - १३ डिसेंबर १९६४ |
| लिमये अनसूया | : | एस. एम. शी झालेल्या काही चर्चेचा प्रसंग - एस. एम. जोशी गौरव ग्रंथ - २५ नोव्हेंबर १९८४ |
| लिमये अनुताई, डेंगळे नाना, हेगडे लीलाधर (संपादक) | : | राष्ट्रसेवादल : २५ वर्षांची वाटचाल - राष्ट्रसेवादल प्रकाशन, पुणे, प्रथमावृत्ती - जून १९८७ |
| लिमये चंपा | : | एसेम : स्मृति सौरभ - लोकसत्ता, मुंबई, २३ एप्रिल १९८९ |
| लिमये मधु | : | आत्मकथा - अक्षर प्रकाशन, मुंबई, प्रथमावृत्ती - ९ ऑगस्ट १९९६ |
| लिमये मधु | : | मला उमजलेले एस. एम. - एस. एम. जोशी गौरव ग्रंथ - २५ नोव्हेंबर १९८४ |
| लिमये मधु | : | संक्रमणकालीन राजनीती - राममनोहर लोहिया स्मारक समिति, लखनऊ, प्रथम संस्करण - १९८६ |

लिमये मधु : स्वातंत्र्य चळवळीची विचारधारा - सदाशिव बागाईतकर स्मृति व्याख्यानमाला, पुणे, प्रथम प्रकाशन - ५ डिसेंबर १९८५

लिमये माधव (अनुवादक) : समाजवादाचे भवितव्य - महाराष्ट्र राज्य साहित्य आणि संस्कृति मंडळ, मुंबई, प्रथमावृत्ती - जानेवारी १९७८

लिमये माधव : भारतीय समाजवादाच्या अचूक मार्गाचा शोध - समाज प्रबोधन पत्रिका, पुणे, अंक - ५०, मार्च-एप्रिल १९७३. पृ. २४ ते २७

लिमये माधव : समाजवादी पक्षाची दारुण अवस्था - समाज प्रबोधन पत्रिका, पुणे अंक - ५१, मे-जून १९७३

लिमये शिरूभाऊ : सात्त्विक राजकारणी एसेम - महाराष्ट्र टाइम्स, ११ नोव्हेंबर १९७९

लोहिया राममनोहर : भारत में समाजवाद - राममनोहर लोहिया समता विद्यालय न्यास, हैदराबाद, द्वितीय मुद्रण - नवम्बर १९७३

लोहिया राममनोहर : समाजवाद की अर्थनीति - राममनोहर लोहिया समता विद्यालय न्यास, हैदराबाद, द्वितीय मुद्रण - नवम्बर १९७३

वढावकर सुधाकर : अत्र्यांचे अंतरंग - माधवी प्रकाशन, पुणे, प्रथमावृत्ती - १३ ऑगस्ट १९९८

वर्दे सदानंद : परिवर्तनाचे प्रेरणास्थान - एसेम, राष्ट्रसेवादल पत्रिका, पुणे, एप्रिल-मे १९८९

वाणी मधु : बिहारमधील जन आंदोलन आणि जयप्रकाश नारायण - साधना, २७ जुलै १९७४

वाळिंबे वि. स. (अनुवादक) : हे नेते जनतेचे - उत्कर्ष प्रकाशन, पुणे, प्रथमावृत्ती - ऑगस्ट १९७८

वाळिंबे वि. स. : रायबरेली व त्यानंतर श्री विद्या प्रकाशन, पुणे प्रथमावृत्ती - १ डिसेंबर १९७८

वाळिंबे वि. स. : सत्तावन्न ते सत्तेचाळीस (स्वातंत्र्य लढ्याची संस्मरणीय कहाणी) - राजहंस प्रकाशन, पुणे, प्रथमावृत्ती - १ जानेवारी १९९७

वाळिंबे वि. स. : स्वातंत्र्य संग्राम : ज्ञात आणि अज्ञात - नवचैतन्य प्रकाशन, मुंबई - प्रथमावृत्ती - जुलै १९९८

विसपुते एस. एम. : निष्काम कर्मयोगी एस. एम. जोशी - चेतश्री प्रकाशन, अंमळनेर, प्रथमावृत्ती - १८ मार्च १९९९

विसपुते एस. एम. : माणूस नेता - एसेम - चेतश्री प्रकाशन, अंमळनेर, प्रथमावृत्ती - १ एप्रिल २०००

वैद्य प्रभाकर : जेपी - एका शोकांतिकेचा शोध - शलाका प्रकाशन, मुंबई, प्रथमावृत्ती - २४ डिसेंबर १९८४

वैद्य भाई : एसेम स्मरण - साधना, १ मे १९८९

वैद्य भाई : दलप्रमुख एस.एम. - राष्ट्रसेवादल पत्रिका, पुणे, एप्रिल-मे १९८९

वैद्य भाई : समाजवादी आंदोलनातील तणाव - साधना, १६ जुलै १९८७

वैद्य सुमन, कोठेकर शांता : आधुनिक भारताचा इतिहास - किताब महल प्रकाशन, नागपूर, प्रथमावृत्ती - १९९३

व्होरा राजेंद्र (संपादक) : आधुनिकता आणि परंपरा : एकोणिसाव्या शतकातील महाराष्ट्र - प्रतिमा प्रकाशन, पुणे, प्रथमावृत्ती - २८ नोव्हेंबर २०००

शास्त्री प्रकाश : भारत में समाजवादी आंदोलन - पंचशील प्रकाशन, जयपूर, प्रथम आवृत्ती - १९८२

शिंदे वसंत : एस. एम. जोशी समर्पित जीवन - लोकप्रभा, (साप्ताहिक) - पुणे, १६ एप्रिल १९८९, पृ. ८ ते १०

शेरे भा. ग. : वलयांकित - रोहन प्रकाशन, पुणे, प्रथमावृत्ती - ११ मे १९९८

शोभा शंकर : आधुनिक भारतीय समाजवादी चिंतन - साहित्य भावना प्रा. लि., इलाहाबाद, प्रथम आवृत्ती - १९८०

संघवी प्रभुभाई : आणि एस. एम. नी माझे जीवनच बदलले - राष्ट्रसेवादल पत्रिका, पुणे, एप्रिल-मे १९८९

संघवी प्रभुभाई : मी पाहिलेले एसेम - एसेम स्मृति विशेषांक, मराठवाडा, १ मे १९८९

संघवी प्रमिला, पटवर्धन नीला (संकलक) : एस्., एम. - प्रकट चिंतन - साधना प्रकाशन, पुणे, प्रथमावृत्ती - १२ नोव्हेंबर १९९१

संघवी प्रमिला : एस. एम. : एक धगधगतं अग्नीकुंड - साधना, १ एप्रिल १९९०

संघवी प्रमिला : झुंज व्याधीशी - एस. एम. जोशी गौरव ग्रंथ - २५ नोव्हेंबर, १९८४

संघवी प्रमिला : न पुसणारे ठसे - साधना प्रकाशन, पुणे, प्रथमावृत्ती - १५ ऑगस्ट १९८३

संघवी प्रमिला : मी पाहिलेले अण्णा - साधना, १० नोव्हेंबर १९७९

सप्तर्षी कुमार : एसेम : समाजवादी परिवाराचा कारभारी - लोकसत्ता, मुंबई, ९ एप्रिल १९८९

सप्तर्षी कुमार : यात्री - पद्मगंधा प्रकाशन, पुणे, प्रथमावृत्ती - २९ जानेवारी १९९५

सरदार गंगाधर बाळकृष्ण (प्रमुख संपादक) : महाराष्ट्र - जीवन, परंपरा, प्रगती आणि समस्या खंड पहिला व दुसरा - जोशी ॲण्ड लोखंडे कंपनी, पुणे, पहिली आवृत्ती - १९६०

सरदेसाई श्री. ग. : संयुक्त महाराष्ट्राचा रौप्यमहोत्सव - तात्पर्य, वर्ष - ८, अंक - ८६, ८७, मे-जून १९८५, पृ. ९ ते ११

सहस्रबुद्धे अण्णासाहेब : सदाचारी एस. एम. - एस. एम. जोशी षष्ट्यब्दीपूर्ती गौरव ग्रंथ, १३ डिसेंबर १९६४

सहस्रबुद्धे पु. ग. : भारतीय लोकसत्ता - कॉण्टिनेण्टल प्रकाशन, पुणे, पहिली आवृत्ती - १९५४

सहस्रबुद्धे शिरीष : बखर काँग्रेसची - राजहंस प्रकाशन, पुणे, प्रथमावृत्ती - २८ डिसेंबर १९८५

सांस्कृत्यायन राहुल : समाजवाद ही क्यों ? - किताब महल प्रकाशन, इलाहाबाद, प्रथम संस्करण - १९७७

साठे मधु : संसोपातील मतभेद व समाजवादी ऐक्य - साधना, १४ फेब्रुवारी १९७०

साने वि. न. : समाजवादी शक्तींची पीछेहाट - आंदोलन, (साप्ताहिक), २४ जून १९६७

सावंत शंकरराव बाजीराव : महाजन अहवालावर प्रकाशझोत - ज्ञानविकास वाचनालय, गोरेगाव, जि. कुलाबा, प्रथम आवृत्ती - १ जानेवारी १९६८

सिंह अमर ज्योति : भारतीय समाजवाद और आचार्य नरेंद्र देव - प्रकाशक-रामकटोरा, वाराणसी, पहिली आवृत्ती - १९९२

सिंह विनोद प्रसाद, मिश्र सुनील : समाजवादी आंदोलनके दस्तऐवज - १९३४ - ५२, प्रतिपक्ष प्रकाशन, दिल्ली, प्रथम संस्करण - १९८५

सुराणा पन्नालाल, बेडकीहाळ किशोर (संपादक) : आजचा महाराष्ट्र - श्री. विद्या प्रकाशन, पुणे, प्रथमावृत्ती - २४ ऑक्टोबर १९८८

सुराणा पन्नालाल : एका समाजवाद्याचे चिंतन (भाई वैद्य यांचा लेख संग्रह) - सुगावा प्रकाशन, पुणे, प्रथमावृत्ती - एप्रिल १९९७

सुराणा पन्नालाल : पक्षांचे कार्यक्रम - समाज प्रबोधन पत्रिका, पुणे, जुलै-ऑगस्ट १९७७, पृ. २०९ ते २१७

सुराणा पन्नालाल : महाराष्ट्रातील राजकीय पक्ष व प्रवृत्ती - नवभारत, प्राज्ञ पाठशाळा, वाई, वर्ष - ३७, अंक ८-९, मे-जून १९८८, पृ. १२ ते ३३

सुराणा पन्नालाल : मी तुमच्याबरोबर आहे - राष्ट्र सेवा दल पत्रिका, पुणे, एप्रिल-मे १९८९

सुराणा पन्नालाल : लोकशाही समाजवाद - केशव गोरे स्मारक ट्रस्ट, गोरेगाव, मुंबई, प्रथम प्रकाशन - १९९०

सुराणा पन्नालाल : लोकशाही समाजवाद का ? एस. एम. जोशी सोशॅलिस्ट फाउंडेशन, पुणे, प्रथमावृत्ती - २४ ऑक्टोबर १९८८

सुराणा पन्नालाल : समाजवादी क्रांतीची दिशा - केशव गोरे स्मारक ट्रस्ट, गोरेगांव, मुंबई, प्रथमावृत्ती - २ नोव्हेंबर १९७३

सुराणा पन्नालाल : समाजवादी पक्ष : चुका व उणिवा - समाज प्रबोधन पत्रिका, पुणे, अंक - ५०, मार्च-एप्रिल १९७३, पृ. १५ ते २०

सुराणा पन्नालाल : समाजवाद्यांचे स्फूर्तिस्थान - एस. एम. जोशी षष्ट्यब्दीपूर्ती गौरवग्रंथ - १३ डिसेंबर १९६४

सुरेंद्र मोहन : एसेम आणि समाजवादी चळवळ - एसेम स्मृति विशेषांक, मराठवाडा, १ मे १९८९

सोवनी य. कृ. : राज्यपुनर्रचनेचा प्रश्न व महाराष्ट्र - नवभारत, प्राज्ञ पाठशाळा, वाई, वर्ष - ८, अंक - २, नोव्हेंबर १९५४, पृ. १० ते २०

स्पॅरो राजेंद्रसिंग : एस. एम. जोशी - सामाजिक न्यायासाठी झगडणारा निर्भय योद्धा - नामवंत संसदपटू, ग्रंथमालिका - १४, १९९२

हर्डीकर विनय आणि इतर : निवडक माणूस - माणूस प्रतिष्ठान, पुणे, पहिली आवृत्ती-फेब्रुवारी १९९८

## ENGLISH


| | | |
|---|---|---|
| Arora V.K. | : | Rammanohar Lohia and Socialist Movement in India - Deep and Deep Publications, New Delhi, First Edition - 1984 |
| Arumugam M. | : | Socialist Thought in India - The Contribution of Rammanohar Lohia, First Edition - January 1978 |
| Barik R. K. | : | Politics of the J. P. Movement - Radiant Publishers, New Delhi, First Published - 1977 |
| Bhandyopadyay Pranab | : | Indian Freedom Movement - Anglia Books Calcutta, First Published - 1988 |
| Bhargav G.S. | : | The Meaning and Practice of Sociaslim - In Memorandum Homage to the Memory of S.M.Joshi, 1989 |
| Bhatkal Ramdas (Editor) | : | Political Alternatives in India - Popular Prakashan, Bombay, First Edition - 1967 |
| Brambri C.P. | : | The Janata Party - A Profile, National Publishing House, New Delhi, First Edition - 1980 |
| Chandra Prakash | : | History of the Indian National Movement - Vikas Publishing House Pvt. Ltd., New Delhi, First Edition - 1997 |
| Chandra Sekhar | : | A Request to S.M. - Janata, Bombay, 5 May 1957 |
| Chaudhari Rekha | : | Ideology and Politics of Ruling Parties in India - Deep and Deep Publications, New Delhi, First Publications - 1991 |
| Chose Sankar | : | Socialism and Communism in India - Allied Publishers, Bombay, First Published - 1971 |
| Chousalkar Ashok | : | Indian Idea of Political Resistance - Ajanta Publications, Delhi, First Edition - 1990 |
| Dandavate Madhu | : | Evolution of Socialist Policies and Perspective - 1934-1984, Popular Prakashan, Bombay, First Edition - 1986 |
| Deshmukh S. K. | : | Emergence of Agro-Industrial Society and Political Development in Maharashtra, A Critical Study of Political Ideas of Y.B. Chavan - Unpublished M.Phil. (Politics), Disser-tation Submitted to the Shivaji University, Kolhapur 1984. |
| Dole N.Y. | : | Relevance of Socialism in the Present Context in India - In Memorandum Homage to the Memory of S.M.Joshi. 1989 |
| Dravid Adi. | : | S. M.The Friend of The Down Trodden - S.M.Joshi Gaurav Granth - 13 December 1964 |
| Dwivedy Surendranath | : | What Makes S. M. dear to all - S.M.Joshi Gaurav Granth - 13 December 1964 |
| Goyal O.P. | : | Contemporary Indian Political Thought - Kitab Mahal Prakashan, Allahabad, First Edition - 1965 |
| Grover Verinder | : | Party System and Political Parties in India - Deep and Deep |

(Editor) Publication, New Delhi, First Edition - 1990

Grover Verinder, Arora Ranjana : Development of Politics and Government In India (1965-1979) - Deep and Deep Publications, New Delhi, First Edition - 1994

Gupta R. : Real Face of Democratic Socialism - Published by V.M. Kaul for the Communist Party of India, Bombay

Hartmann Horst : Political Parties in India - Minakshi Prakashan, Meerut, Third Edition - 1980

Hedursheti Bapu : A Plea for A Socialist Re-think - In Memorium Homage to the Memory of S. M. Joshi - 1989

Jadhav S. S. : 'Congress Party and Peasant Movements in Maharashtra - From 1930 to 1950', Unpublished Ph.D. (Politics), Dissertation Submitted to the Shivaji University, Kolhapur 1994.

Jaiprakash Narayan : Prison Diary - Popular Prakashan, Bombay, First Edition - January 1977

Jayaprakash Narayan : S.M.The Political Revolutionary - S.M. Johsi Gourav Granth, 13 December 1964

Jha Shiva Chandra : Indian Party Politics - Structure, Leadership, Programmes - Deep and Deep Publications, New Delhi, First Edition - 1989

Johari J. C. : Indian Government and Politics - Vishal Publication, Delhi, First Edition - 1989

Joshi S. M. : Corruption In India - Ramifications and Remedies - Popular Prakashan, Bombay, First Edition - 1981

Joshi S.M. : A Split At Varanashi - Lokmat Prakashan, Bombay, First Edition - 1965

Joshi S.M. : Fear not Despair Not - Himmat, 25 June 1976

Joshi S.M. : New Perspective for Socialist Movement - S.M.Joshi Gaurav Grantha - 13 December 1964.

Joshi S.M. : Socialists Quest For The Right Path - Sindhu Publications, Bombay, First Edition - 1971.me:

Joshi S.M. : Strategy for Socialist Transformation - Mainstream, 23 October 1971.

Joshi S.M. : Wheather Socialists? - Janata, Republic Day 1970

Kavlekar K.K; Chousalkar Ashok : Ideas Movements and Politics in India - Mehta Publishing House, Kolhapur, First Edition - 1986

Kavlekar Kashinath : Non-Brahmin Movement in Southern India - 1873, 1949, Shivaji Universtiry Publication, Kolhapur, First Edition - 1979

Kothari Rajni : Democracy in India - In Memorium Homage to the Memory of S.M.Joshi - 1989

Limaye Haribhau; : Battles for Liberty and Justice - Rammanohar Lohia Samiti

Dr. Rammanohar Lohia Kendra, Pune, First Edition - 12th October, 2001

Limaye Madhu : Birth of Non-Congression - B.R. Publishing Corporation, New Delhi, First Edition - 1988

Limaye Madhu : Galaxy of the Indian Socialist Leaders, B. R. Publishing Corporation - Delhi, First Edition - 2000

Limaye Madhu : Socialist Communist Interaction In India - Ajanta Publications, Delhi, First Published - 1991

Mahajan V.D. : Modern Indian Political Thought - S. Chand and Company Ltd. New Delhi, First Edition - 1987

Mehta Ashok : Democratic Socialism - Bhartiya Vidya Bhuwan, Bombay, First Edition, 1965

Mehta Ashok : Reflections on Socialist Era - S. Chand and Company Ltd; New Delhi, First Published - 1977

Mehta Sanat : S.M.The Ture Socialist - S.M.Joshi Gaurav Granth - 13 December 1964

Merchery F.A., Tikekar Manisha (Editor) : Indian Socialism, Past and Present - Himalaya Publishing House, Bombay, First Edition - 1985

More T.S. : Programmes and Policies of Indian Political Parties - A Comparative Study of Election Manifestos of Indian Political Parties (1967-1977) - Unpublished M.Phil. (Politics), Dissertation Submitted to the Shivaji University, Kolhapur 1984

Mukherjee K. : Essence of Democratic Socialism - S.M.Joshi Gaurav Granth - 13 December 1964

Naikl J.A. : The Great Janata Revolution - S. Chand and Company Ltd; New Delhi, First Edition, 1977

Nanda B.R. (Editor) : Socialism in India - Vikas Publications, Delhi, First Edition - 1972

Nargolkar Vasant : JP's Crusade for Revolution - S. Chand and Company Ltd; New Delhi, First Edition - 1975

Paranjape H.K. : Search for Relevant Socialism - In Memorium Homage to the Memory of S. M. Joshi - 1989

Patwardhan Achut : Grusader for Human Freedom - S.M.Joshi Gaurav Granth - 25 November 1984

Pawar S. D. : Social and Political Thought of Acharya Jawadekar - Unpublished Ph.D. (Politics), Dissertation Submitted to the Shivaji University, Kolhapur 1994

Phadke Y.D. : Politics and Language - Himalaya Publishing House, Bombay, First Edition - March 1979

Phadke Y.D. : Social Reformers in Maharashtra

Power S. V. : 'Co-operative Leadership and Politics in Rural Maharashtra' - Unpublished Ph. D. (Politics), dissertation Submitted to the Shivaji University, Kolhapur 1982

Pradhan G.P. : Landmarks in SM's Life - In Memorium Homage to the Memory of S.M. Joshi - 1989

Pradhan G.P. : The Fighter for Justice - S.M.Joshi Gaurav Granth - 13 December 1964

Prasad Bimla : Gandhi, Nehru and JP Studies in Leadership - Chanakya Publications, Delhi, First Edition - 1985

Prasad Bimla : Socialism, Sarvodaya and Democaracy - Asia Publishing House, Bombay, First Edition - 1964

Prem Bhasin : A Man of Crisis - S. M. Joshi Gaurav Granth - 25 November 1984

Rajhans B.M. : S.M.Joshi as a Trade Union Leader - In Memorium Homage to the Memory of S. M. Joshi - 1989

Rasam Vasanti Pratapchand : 'Rise and Decline of Swatantra Party, - Unpublished Ph.D. (Politics), Dissertation Submitted to the Shivaji University, Kolhapur 1987.

Rasam Vasanti Pratapchandra : Swatantra Party - A Political Biography Dattsons, Nagpur, First Edition - 1997

Sahai Krishna : Socialist Movement in India - Classical Publishing Company, New Delhi, First Edition - 1986

Sanghavi Prabhubai : S.M.Joshi Man Par Excellence - In Memoruim Homage to the Memory of S. M. Joshi - 1989.

Sayyed Abdullah : 'Rise And Fall of Janata Party In Maharashtra - A Critical Analysis, - Unpublished M. Phil. (Politics), Dissertation Submitted to the Shivaji University, Kolhapur 1986

Shah A.B. : Socialist Movement : Some Thoughts - S. M. Joshi Gaurav Granth - 13 Decemer 1964

Shah Sonal : Indian Socialists Search for Identity - Popular Prakashan Bombay, First Published - 1994

Shakir Moin : State and Politics in Contemporary India - Ajanta Publishing, Delhi, Frist Edition - 1986

Sharma Urmila, S. K. Sharma : Indian Political Thought - Atlantic Publishers and Distributors, New Delhi, 1990

Surendra Mohan : S.M.Joshi an Appraisal - S.M.Joshi Gaurav Granth - 25 November 1984

Tarkunde V.M. : Total Revolution - Ideal Perspective and Programme -

S.M.Joshi Gaurav Granth - 25 November 1984.

Tilak J.S. : Justice Shall Prevail The Struggle for Sanyukta Maharashtra - Kesari Publications, Poona, First Edition, 1958

Tyagi K.G. : Party and Politics - A Study of Samyukta Socialist Party - Ajanta Publications, Delhi, First Edition - 1994

Varma V.P. : Modern Indian Political Thought - Laxshmi Narayan Agarwal Publication, Agra. Tenth Edition - 1991

Waradkar R. G. : 'Rise of The Socialist Movement (1934-1948)' - Unpublished M. Phil. (Politics), Dissertation Submitted to the Shivaji University, Kolhapur 1986

## सरकारी प्रकाशने

मुंबई राज्य विधानसभा डिबेट्स - १९५२ ते १९६२

भारतीय संसद लोकसभा डिबेट्स - १९६७ ते १९७०

नामवंत, संसदपटू, एस. एम. जोशी ग्रंथमालिका, १४, प्रकाशक, लोकसभा सभापती, नवी दिल्ली १९९२

## अप्रकाशित

एस. एम. जोशींचा पत्रव्यवहार - (१९४९ ते १९८०) नेहरू मेमोरियल ग्रंथालय, नवी दिल्ली.

## मुलाखती

मा. प्रा. ग. प्र. प्रधान, पुणे.

मा. बाबा आढाव, पुणे.

मा. प्रभुभाई संघवी, दादर, मुंबई.

मा. श्रीमती मृणाल गोरे, गोरेगाव, मुंबई.

मा. श्रीमती चंपा लिमये, बांद्रा, मुंबई.

मा. प्रा. सदानंद वर्दे, बांद्रा, मुंबई.

मा. डॉ. सौ. कांचन जोशी, पुणे.

मा. चंद्रकांत पाटगावकर, कोल्हापूर.

मा. दत्ता शिंदे, कोल्हापूर.

मा. प्रा. एस. व्ही. नाईक, इचलकरंजी.

मा. डॉ. अशोक चौसाळकर, कोल्हापूर.

मा. शांताराम गरुड, इचलकरंजी.

www.ingramcontent.com/pod-product-compliance
Lightning Source LLC
LaVergne TN
LVHW010648051026
849532LV00001B/223